ഗ്രീൻ ബുക്സ്

ദേശാടനപ്പക്ഷികൾ

ജോയ്സി

കോട്ടയം ജില്ലയിൽ മീനച്ചിൽ താലൂക്കിൽ തീക്കോയി എന്ന ഗ്രാമത്തിൽ ഒരു കർഷക കുടുംബത്തിൽ ജനനം. 1981 മുതൽ ആനുകാലികപ്രസിദ്ധീകരണങ്ങളിൽ എഴുതിത്തുടങ്ങി. 1983-ലെ കുങ്കുമം നോവൽ അവാർഡ്, '84-ലെ മംഗളം നോവൽ അവാർഡ്, '85-ലെ മനോരാജ്യം നോവൽ അവാർഡ്, '88-ലെ കാനം മെമ്മോറിയൽ നോവൽ അവാർഡ്, '95-ലെ നാന മിനിസ്ക്രീൻ തിരക്കഥ അവാർഡ് തുടങ്ങിയവ ലഭിച്ചിട്ടുണ്ട്.
എൺപതിൽപരം നോവലുകൾ.
ആറ് നോവലുകൾ സിനിമയായിട്ടുണ്ട്.
മോഹപ്പക്ഷികൾ, തപസ്യ എന്നിവ ടി.വി. സീരിയലുകളുമായി.
കൃതികൾ: ജാലകക്കിളി, മനയ്ക്കലെ തത്ത, സംഘഗാനം, മോഹപ്പക്ഷികൾ, സൂര്യഗ്രഹണം, നൂപുരം, സ്നേഹം നിറഞ്ഞ വയലേലകൾ, സുഖവാസമന്ദിരം, ഈ നദിക്കരയിൽ, മൊബൈൽ റ്റു മൊബൈൽ, ധ്രുവനക്ഷത്രം, കാണാപ്പൊന്ന്, അസുരൻ, ഓമനത്തിങ്കൾ പക്ഷി, പ്രേമസങ്കീർത്തനം, ചക്രവാകം, ഋതുശാന്തി, ഒരിതൾ പൂവ്, കഥ ഇതുവരെ, ഭാര്യ തുടങ്ങിയ ധാരാളം നോവലുകളുടെ രചയിതാവ്.
ജനപ്രിയസാഹിത്യരംഗത്ത് സജീവം.
1991 മുതൽ മനോരമ ആഴ്ചപ്പതിപ്പിന്റെ പത്രാധിപസമിതിയിൽ ജോലി.
Email: csemmanuel009@gmail.com

നോവൽ

ദേശാടനപ്പക്ഷികൾ

ജോയ്സി

ഗ്രീൻബുക്സ്

green books private limited
gb building, civil lane road, ayyanthole,
thrissur- 680 003, kerala, ph: +91 487-2381066, 2381039
website: www.greenbooksindia.com
e-mail: info@greenbooksindia.com

branches:
thrissur 8589095302
thiruvananthapuram 8589095301
calicut 8589095307

malayalam
desadanappakshikal
novel
by
joicy

published september 2024

cover design : rajesh chalode

printed in india

isbn : 978-81-975554-6-6

₹ 530.00
GBPL/1387/2024

ദേശാടനപ്പക്ഷികൾ

ഒന്ന്

കണ്ണാടിക്കു മുന്നിൽനിന്ന് ജിബിയ മുഖത്തു പൗഡറിടുന്നതും പുരികം വരയ്ക്കുന്നതും കണ്ട് ബിൻസി ആശ്ചര്യപ്പെട്ടു നിന്നു.

''നീ ഈ നേരത്ത് എങ്ങോട്ടു പോകുവാടീ കൊച്ചേ?''

''മമ്മീ, ഞാൻ പവിത്രേടെ വീടുവരെ പോയിട്ടു വരാം. ചുരിദാറ് തയ്ക്കാൻ കൊടുത്തിട്ടുണ്ടാരുന്നു. പവിത്രേടെ അമ്മ വിളിച്ചു പറഞ്ഞു, തയ്ച്ചു വച്ചിട്ടൊണ്ടെന്ന്.''

''നിനക്ക് കുറച്ചു നേരത്തേ പൊയ്ക്കൂടാരുന്നോ. ഇപ്പം മണി നാല് കഴിഞ്ഞല്ലോ.''

''പഞ്ചായത്തുപടിവരെ പോയാപ്പോരെ. ഞാൻ പെട്ടെന്നിങ്ങു വരൂന്നേ.''

ജിബിയ പോകാനിറങ്ങിക്കഴിഞ്ഞു.

''ചുരിദാറ് തയ്ച്ചെങ്കി അതിന്റെ പൈസാ കൊടുക്കണ്ടേടീ?''

''ഓ... അതു പിന്നെ എപ്പഴെങ്കിലും കൊടുത്താ മതിയെന്നേ.''

''ഇതിനിപ്പം മെനക്കെട്ടു പോകേണ്ട വല്ല കാര്യോം ഒണ്ടോ? നിനക്ക് നാളെ പള്ളീലോട്ടു പോകുമ്പം ആ വഴി മേടിച്ചാപ്പോരായോ?''

''ഈ മമ്മിക്കെന്നതാ. ഞാൻ പോയിട്ടിങ്ങ് വരത്തില്ലേ. ശ്ശെടാ! ഞാനെവിടോട്ടോ പൊറപ്പെട്ടുപോണ മാതിരിയാ ചോദ്യോം പറച്ചിലും.''

ജിബിയ മുറ്റത്തേക്കിറങ്ങി പുഴക്കടവിലോട്ടു നീങ്ങി.

മേയ്മാസപ്പകുതിയും കഴിഞ്ഞതോടെ മീനച്ചിലാർ ഒഴുകുന്നതു നിലച്ചിരുന്നു. കയങ്ങളിൽ കറുത്തുകിടക്കുന്ന നിശ്ചല ജലപ്പരപ്പുകൾ അങ്ങിങ്ങ് കാണാം. റബ്ബർ മരത്തിന്റെ ഇലകളും കായ്കളും വീണു കിടക്കുന്ന നടപ്പാതയിലൂടെ ധൃതിപ്പെട്ടു നടക്കുമ്പോൾ ജോർജുകുട്ടി എതിരെ വന്നു.

''നീ എവിടെപ്പോകുവാടീ?''

''പപ്പാ എവിടെപ്പോയിട്ടു വരുവാ?''

''ഞാനും പോളച്ചനുംകൂടെ ഇന്നു രാത്രി വെളക്കുമീൻ പിടിച്ചാലോന്ന് ഒരാലോചന.''

''രാത്രി കമ്പനികൂടാൻ ഒരോരോ കാരണങ്ങള്. ഞാൻ പോയിട്ട് വരാമേ.''

''എവിടെയാന്നു പറഞ്ഞില്ലല്ലോ?''

''മമ്മിയോട് ചോദിച്ചാ മതി.''

ജിബിയ കയ്യാലയുടെ കുത്തുകല്ലുകളിറങ്ങി പുഴക്കടവിലെത്തി. അവിടെ പെണ്ണുങ്ങളുടെ തുണിയലക്കൽ നടക്കുന്നുണ്ട്. ജിബിയ മീനച്ചിലാറിന്റെ മറുകരയിലെ വീട്ടിലേക്കു നോക്കി. ആ വീടിന്റെ ടെറസ്സിൽ റോബിൻസ് നോക്കി നിൽക്കുന്നത് കാണാമായിരുന്നു. അവൻ കൈ ഉയർത്തിക്കാണിച്ചു. ജിബിയ പുഴയിലേക്കു നീണ്ടുകിടക്കുന്ന മിനുസമുള്ള പാറയിലൂടെ തെന്നിവീഴാതിരിക്കാൻ ശ്രദ്ധിച്ച് നടന്നു. നീരൊഴുക്ക് മുറിഞ്ഞുപോയതിനാൽ എളുപ്പത്തിൽ ഇറങ്ങിക്കടന്നു പോകാം. വേനൽക്കാലത്തു മാത്രമേ ഈ സൗകര്യമുള്ളൂ. വർഷകാലത്ത് മീനച്ചിലാർ കരകവിഞ്ഞൊഴുകും. കിഴക്കൻ മലനിരകളിൽ ഉരുൾപൊട്ടിയാൽ മീനച്ചിലാർ പിന്നെ ആദിയും അന്തവുമില്ലാതെ ആർത്തലറിപ്പായുന്ന രാക്ഷസിയാണ്.

ജിബിയ മറുകര എത്തി നെല്ലിക്കുന്നേൽ വീട്ടിലേക്കു നടന്നു. അവിടെ മുറ്റത്തെ കമ്പിയഴയിൽ റബ്ബർഷീറ്റ് വിരിച്ചിടുകയാണ് ഷൈനിയും ഷാലിമയും.

''നിന്റെ പ്ലസ് ടു റിസൽട്ടൊക്കെ വന്നെന്നു കേട്ടല്ലോ. ജയിച്ചോ?'' ഷൈനി തിരക്കി.

''ജയിച്ചോന്നോ? എല്ലാത്തിനും എ പ്ലസ് ആയിരിക്കും.'' ഷാലിമ പറഞ്ഞു.

''എല്ലാത്തിനുമില്ല. കുറച്ച് എ പ്ലസും ബാക്കി ഏയും ബീയും.'' ജിബിയ ചിരിച്ചുകൊണ്ടു പറഞ്ഞു.

റോബിൻസ് ടെറസിൽനിന്ന് ഇറങ്ങി വന്നു. അമ്മയും അനുജത്തിയും കാണാതെ കള്ളക്കണ്ണിട്ട് അവളെ അടിമുടിയൊന്നു നോക്കിയിട്ട് 'സൂപ്പർ' എന്നൊരു കൈമുദ്ര കാട്ടി.

''ഞാനാ അജിതമ്മേടടുത്ത് തയ്ക്കാൻ കൊടുത്ത ചുരുദാറ് വാങ്ങാനിറങ്ങിയതാ.'' ആരോടെന്നില്ലാതെ ജിബിയ പറഞ്ഞു.

''എന്നാ പോയിട്ടു വാ കൊച്ചേ.''

ഷൈനി അടുത്ത റബ്ബർഷീറ്റ് എടുത്ത് കമ്പിയഴയിൽ വിരിച്ചിട്ടു. റോബിൻസും ജിബിയയും കണ്ണിൽകണ്ണിൽ നോക്കി നിന്നു. അവന്റെ കണ്ണുകളിൽ, അവളോടുള്ള പ്രേമം നീന്തിത്തുടിച്ചുകൊണ്ടിരുന്നു.

ഷാലിമയോടായി അവൾ പറഞ്ഞു: ''പോയിട്ട് വരാം.''

''ങും... ഉം...'' ഷാലിമ അർത്ഥഗർഭമായി മൂളി.

അവളോടു പുഞ്ചിരിച്ച്, റോബിൻസിന് നേർക്കു കണ്ണുകൾകൊണ്ട് ആംഗ്യം കാട്ടി ജിബിയ നടന്നു. റോബിൻസും ഷാലിമയും അവൾ പോകുന്നതു നോക്കിക്കൊണ്ട് നിന്നു.

റബ്ബർഷീറ്റ് വിരിച്ചിട്ടശേഷം ഡിഷുമായി ഷൈനി വീടിന്റെ പിന്നാമ്പുറത്തേക്കു പോയി.

ഷാലിമ റോബിൻസിന്റെ നേർക്ക് ഒരു കള്ളച്ചിരിയോടെ ചോദിച്ചു: ‘‘വല്ലതും നടക്കുവോ റോബിച്ചായാ?’’

‘‘എന്തു നടക്കുമോന്ന്?’’

‘‘കല്യാണം...’’

‘‘എന്താ സംശയം?’’

‘‘സംശയിക്കേണ്ട കാര്യമൊന്നുമില്ല. എന്നാലും ഒരു സംശയം.’’

‘‘എന്താടീ?’’

‘‘കാര്യത്തോടടുക്കുമ്പം എന്തേലും തടസം വന്നാലോന്ന്.’’

‘‘ഞങ്ങളു തമ്മിലൊള്ള ഇഷ്ടം ആർക്കാ അറിയാത്തത്?’’

‘‘പുന്നയ്ക്കാട്ട് വീട്ടിലെ എല്ലാവരോടും നമുക്കെല്ലാം ഇഷ്ടമല്ലേ. അവിടുള്ളോർക്ക് നമ്മളോടും. അങ്ങനെയേ എല്ലാരും കരുതീട്ടൊള്ളെങ്കിലോ?’’

‘‘ആരെല്ലാരും?’’

‘‘അറ്റ്ലീസ്റ്റ് ഇവിടുള്ളോര്.’’

‘‘പോടീ അവിടുന്ന്...’’

ഷാലിമയോടു പരിഭവിച്ച് റോബിൻസ് സിറ്റൗട്ടിനു നേർക്കു നടന്നുപോയി.

ഷാലിമ കുസൃതിപ്പുഞ്ചിരിയോടെ അവന്റെ പോക്ക് നോക്കി നിന്നു. അതോടൊപ്പം അവൾക്ക് തെല്ലൊരു ആശങ്കയും തോന്നി. പ്രേമം എന്തെന്നു തിരിച്ചറിഞ്ഞ പ്രായം മുതൽ നിഗൂഢമായൊരു ആനന്ദത്തോടെയും തെല്ല് അസൂയയോടെയും അവൾ കാണുന്നതാണ് റോബിച്ചായനും ജിബിയയും തമ്മിലുള്ള അടുപ്പം.

പ്രത്യക്ഷത്തിൽ തന്നോടെന്നപോലെയാണ് റോബിച്ചായൻ ജിബിയയോടും സംസാരിക്കുന്നതും പെരുമാറുന്നതും. വഴക്ക് പറയും. ചെവിക്കു പിടിക്കും. കളിയാക്കും. ദേഷ്യം പിടിപ്പിക്കും. ഉഗ്രമായി ശാസിക്കും.

പക്ഷേ, ചിലപ്പോഴത്തെ കാതരമായ നോട്ടങ്ങൾ. അർത്ഥങ്ങളേറെയുള്ള പുഞ്ചിരിക്കൈമാറ്റങ്ങൾ. പരസ്പരമുള്ള കരുതലും ശ്രദ്ധയും.

അവർ തമ്മിലുള്ള കല്യാണം നടക്കാതിരിക്കാൻ പ്രത്യേകിച്ചു കാരണമൊന്നും കാണുന്നില്ല. അപ്പനപ്പൂപ്പന്മാരുടെ കാലം മുതൽക്കേ നെല്ലിക്കുന്നേൽക്കാരും പുന്നയ്ക്കാട്ടുകാരും തമ്മിൽ സ്നേഹത്തിലും സാഹോദര്യത്തിലുമാണ് കഴിഞ്ഞുപോന്നത്.

നെല്ലിക്കുന്നേൽ പോളച്ചൻ മഠത്തിപ്പറമ്പുകാരുടെ റബ്ബർ ടാപ്പിങ് തൊഴിലാളിയായിരുന്നു. പുന്നയ്ക്കാട്ട് ജോർജുകുട്ടി ഇഞ്ചിയാനിക്കൽകാരുടെ റബ്ബർവെട്ടുകാരനും. മീനച്ചിലാറിന്റെ അക്കരെയും ഇക്കരെയുമാണ് താമസം. ഇക്കരെ നിന്നാൽ പുന്നയ്ക്കാട്ടുകാരുടെ ഓടിട്ട

വീടു കാണാം. അക്കരെ നിന്നു നോക്കിയാൽ നെല്ലിക്കുന്നേൽകാരുടെ ഇരുനില വീടും കാണാം.

മഴക്കാലത്ത് കിഴക്കൻ മലകളിൽ ഉരുൾ പൊട്ടുമ്പോൾ നെല്ലിക്കുന്നേൽകാരുടെ വീട്ടിൽ വെള്ളം കയറുമായിരുന്നു. പിൽക്കാലത്ത് വെള്ളം കയറാത്ത തൊടിയിലേക്ക് പുതിയ വീടു പണിഞ്ഞതോടെ വെള്ളപ്പൊക്കഭീഷണി ഇല്ലാതായി. ദുരിത കാലത്ത് പോളച്ചനും ജോർജുകുട്ടിയും വട്ടക്കാനത്ത് റബർ സ്ലോട്ടർ ടാപ്പിങ് നടത്തിയിട്ടുമുണ്ട്. രണ്ടു വീട്ടുകാരും തമ്മിൽ ഉറ്റബന്ധം. ഇക്കരെ വീട്ടിൽ കള്ളപ്പവും ഇറച്ചിക്കറിയും വെച്ചാൽ അതിന്റെ പങ്ക് അക്കരെ വീട്ടിലെത്തിയിരിക്കും. അക്കരെ വീട്ടിൽ ബിൻസി വളർത്തുന്ന നാടൻകോഴികളെ കറിവച്ചതും 'പിടി'യും ഉണ്ടാക്കുമ്പോൾ അതിന്റെ പങ്ക് ഇക്കരെ വീട്ടിലും എത്തും.

പെസഹാവ്യാഴാഴ്ച രണ്ടു വീട്ടിലുമുണ്ടാക്കുന്ന ഇണ്ടേറിയപ്പവും വട്ടയപ്പവും രണ്ടുകൂട്ടരും അങ്ങോട്ടുമിങ്ങോട്ടും കൈമാറും. ഇതിനെല്ലാം പുറമെ വല്ലപ്പോഴും ഓരോ പൈന്റ് മദ്യം വാങ്ങി പോളച്ചനും ജോർജുകുട്ടിയും കൂടി മീനച്ചിലാറിന്റെ സ്വന്തം പാറപ്പുറത്തു പോയിരുന്ന് പുഴമീൻ പൊരിച്ചതും കൂട്ടി അടിക്കും. ഇവർ തമ്മിലല്ലാതെ രണ്ടുപേർക്കും വേറെ മദ്യപാനസൗഹൃദങ്ങളില്ല. അത് ഇപ്പോഴും അങ്ങനെത്തന്നെ.

പോളച്ചന്റെ മൂത്തമകൻ വിൽസൻ ഒന്നാംതരം പഠിത്തക്കാരനായിരുന്നു. ഡോക്ടറാവുക എന്നത് അവന്റെ ജീവിതാഭിലാഷമായിരുന്നു. അവനെങ്ങനെ എം.ബി.ബി.എസ് പൂർത്തിയാക്കിയെന്ന് പോളച്ചനു പോലും നല്ല നിശ്ചയമില്ല. തന്റെ സാമർത്ഥ്യം ഒന്നുകൊണ്ടു മാത്രം അവൻ പഠിക്കാനുള്ള പണം കണ്ടെത്തി. ആദ്യകാലങ്ങളിൽ വിൽസൻ പത്രവിതരണത്തിനു പോകുമായിരുന്നു. പോളച്ചനോടൊപ്പം സ്ലോട്ടർ ടാപ്പിങ്ങിനും പോയി. സഹായം അത്യാവശ്യമുള്ളപ്പോൾ ഷൈനിയുടെ ആങ്ങളമാരെ സമീപിച്ച് കെഞ്ചി പൈസ വാങ്ങി.

വിൽസൻ അങ്ങനെ ഡോക്ടറായി. എംഡിയും പഠിച്ച് കാർഡിയോളജി സ്പെഷലിസ്റ്റായി. യു.എസ്സിലെ ചിക്കാഗോയിൽ ജോലിയുമായി. അതോടെ പോളച്ചന്റെ കാലം തെളിഞ്ഞു. താമസിച്ചിരുന്ന മുപ്പതു സെന്റിനോടു ചേർന്നുള്ള ഒന്നരയേക്കർ പുരയിടം വാങ്ങി ഇരുനില വീടുവച്ചു. വിൽസന്റെ വിവാഹം ആഘോഷമായി നടത്തി. ഇളയവൾ ഷെൽവിയെ നല്ല നിലയിൽ കെട്ടിച്ചയച്ചു. റോബിൻസിനെ ബി.ടെക്കും എം.ടെക്കും പഠിപ്പിച്ചു. നെല്ലിക്കുന്നേൽ പോളച്ചന്റെ ജീവിതനിലവാരം ഉയർന്നുയർന്നു പോയി. അപ്പോഴും അക്കരെയിക്കരെ വീട്ടുകാർ തമ്മിലുള്ള സ്നേഹബന്ധം യാതൊരു ഊനവും തട്ടാതെ തുടർന്നു.

പുന്നയ്ക്കാട്ട് ജോർജ്കുട്ടിക്ക് പോളച്ചന്റെ മാതിരി ഒരു മേൽഗതിയുണ്ടായില്ല. അതേപ്പറ്റി ജോർജുകുട്ടി പറയും:

''പോളച്ചൻ ഭാഗ്യമൊള്ളവനാ. നമ്മക്ക് രണ്ടു പേർക്കും മൂത്തത് ആൺ മക്കൾ. പോളച്ചന്റെ വിൽസൻ പഠിച്ച് ഡോക്ടറായി കുടുംബം രക്ഷിച്ചെടുത്തു. എന്റെ ജോബിൻ പ്ലസ്ടു തോറ്റ് പഠിത്തം നിർത്തി

പിക്കപ്പും ഓടിച്ച് അലമ്പു കൂട്ടുകെട്ടിലും പെട്ട് ഒരിടത്തുമെത്താതെ പോയി.''

''എല്ലാം ദൈവാനുഗ്രഹമാ ജോർജുകുട്ടീ. ഒന്നും എന്റെ മിടുക്കല്ല. അതുകൊണ്ടല്ലേ എനിക്ക് അഹങ്കാരമില്ലാത്തെ. എനിക്കെത്ര പണ മൊണ്ടായാലും നീയെനിക്ക് ആ പഴയ ജോർജുകുട്ടി തന്നെയാ. അതാ ജോർജുകുട്ടീ സ്നേഹം. അതിനൊരു മാറ്റോം വരത്തില്ല. നമ്മടെ മരണംവരെ.''

പാറക്കടവിലെ പരന്ന പാറപ്പുറത്തിരുന്ന് ഗ്ലാസ്സിൽ മദ്യമൊഴിച്ചു കഴിക്കുന്നതിനിടയിൽ പറയുന്ന വർത്തമാനങ്ങളാണ് ഇതൊക്കെ.

ജോർജുകുട്ടിയുടെ ഉള്ളിൽ ഒരു മനഃസ്താപം ബാക്കി കിടപ്പുണ്ട്. തനിക്ക് പോളച്ചനെപ്പോലൊരു പുരോഗതി ഉണ്ടായില്ലല്ലോ. തന്റെ മക്കൾക്ക് ഒരിടത്തും എത്താൻ കഴിഞ്ഞില്ലല്ലോ.

ജിബിയ പവിത്രയുടെ വീട്ടിലെത്തുമ്പോൾ മണി അഞ്ചായി. പഞ്ചാ-യത്തുപടിയിൽ നിന്നു ഞണ്ടുകല്ലിനു പോകുന്ന റോഡിലൂടെ അര കിലോമീറ്റർ നടന്നാലാണ് പവിത്രയുടെ വീടെത്തുക. ജിബിയ ചെല്ലു മ്പോൾ പവിത്ര, അലക്കി ഉണങ്ങാനിട്ട തുണികൾ മുറ്റത്തെ അഴയിൽ നിന്ന് മടക്കിയെടുക്കുകയായിരുന്നു. ജിബിയയെ കണ്ടതും അവൾ അതെല്ലാം ബക്കറ്റിലിട്ടിട്ട് ഓടിവന്ന് 'എന്റേടീ, നിന്റെ കാര്യം ഞാനിപ്പം ഓർത്തേയൊള്ളൂ. നിനക്ക് നൂറായുസ്സാ'' എന്നു പറഞ്ഞ് കെട്ടിപ്പിടിച്ചു. എൽ.പി. സ്കൂൾ മുതൽ രണ്ടുപേരും സഹപാഠികളാണ്.

''നീ എന്നെ ഇവിടിരുന്ന് ഓർത്തതാണോ വല്യ കാര്യം. ഞാൻ നിന്നെ കാണാൻ നടന്നു വലഞ്ഞ് വന്നതാണോടീ?''

''അയ്യോടി മോളെ. എനിക്കറിയാം നീ ചുരിദാർ വാങ്ങാൻ വന്ന തല്ലേ. എന്നിട്ട് എന്നെ കാണാൻ വന്നതാണെന്ന്.''

''എനിക്കെന്നതാടീ ഇപ്പം ചുരിദാറിന്റെ അത്യാവശ്യം. ഞാൻ നിന്നെ ക്കാണാൻവേണ്ടി വന്നതാ.''

''ആണോ. എന്നാ ഇതു വച്ചോ.'' പവിത്ര അവളുടെ കവിളത്തൊരു മുത്തം കൊടുത്തു.

വീട്ടിനുള്ളിൽനിന്ന് അജിതമ്മയുടെ തയ്യൽമെഷീന്റെ ഒച്ച കേൾക്കാ മായിരുന്നു. പവിത്ര ജിബിയായെ കൂട്ടിക്കൊണ്ട് അങ്ങോട്ടു ചെന്നു. ജിബിയായെ കണ്ടതും അജിതമ്മ തയ്യൽമെഷീൻ ചവിട്ടുന്നതു നിർത്തി.

''ങാഹാ... വന്നോ. നിന്റെ ഉടുപ്പ് ഞാൻ തയ്ച്ചുവച്ചിട്ട് ദിവസം മൂന്നായി.'' അവർ പറഞ്ഞു.

''വന്നു വാങ്ങിച്ചാ മാത്രം മതിയോ. തയ്യൽക്കൂലി തരണ്ടേ.''

''പിന്നേ... ഇല്ലെങ്കി ഞാൻ തന്നുവിടില്ലേടീ.''

ജിബിയ അവളുടെ ഡ്രസ്സെല്ലാം തയ്പിക്കുന്നത് അജിതമ്മയെ ക്കൊണ്ടാണ്. വലിയ തയ്യൽക്കാരിയൊന്നുമല്ലെങ്കിലും അജിതമ്മ

അയൽക്കാർ ഏൽപിക്കുന്ന ജൗളിത്തരങ്ങൾ ആക്ഷേപമില്ലാത്ത മട്ടിൽ തയ്ച്ചുകൊടുക്കും. വീട്ടിലെ ഇരിപ്പുമുറിയാണ് സ്റ്റിച്ചിങ് സെന്റർ. മേയ്, ജൂൺ, ജൂലൈ മാസങ്ങളിൽ അജിതമ്മയ്ക്ക് നല്ല തിരക്കാണ്. സ്കൂൾ യൂണിഫോമുകൾ ധാരാളമായി കിട്ടും.

“ബിയാ... നീ ഇരിക്കൂ മോളേ. പവിത്രേ, ഒരു ചായയെടുത്തു കൊടുക്കെടീ.” അജിതമ്മ നിർദ്ദേശിച്ചു.

പവിത്ര അടുക്കളയിലേക്കു കടന്നപ്പോൾ ജിബിയയും കൂടെച്ചെന്നു. ജിബിയയ്ക്ക് സ്വന്തം വീട്ടിലെന്നപോലെ സ്വാതന്ത്ര്യമാണ് പവിത്രയുടെ വീട്ടിൽ.

“നീ ചായേം കാപ്പീം ഒന്നുമെടുക്കണ്ട കേട്ടോ.” ജിബിയ പറഞ്ഞു.

“അതെന്താടീ... എനിക്കറിയാന്നേ. ചായ ഇടാനൊക്കെ പഠിച്ചു.”

“വേണ്ടെടീ സുന്ദരിക്കുട്ടീ.” ജിബിയ അവളുടെ കവിളത്തു കിള്ളി.

“ഇന്നെന്താണൊരു പുന്നാരം? മറ്റെയാളെ കണ്ടോ?” പവിത്ര കുസൃതിയോടെ ചോദിച്ചു.

“അതൊക്കെ എന്നും കാണുന്നതല്ലേ?”

“അപ്രത്തെ മുറീലോട്ടിരിക്കാം, വാ.”

പവിത്ര ജിബിയായെ അപ്പുറത്തെ മുറിയിലേക്ക് കൂട്ടിക്കൊണ്ടു പോയി.

“അച്ഛനെവിടെപ്പോയി?” ജിബിയ തിരക്കി.

“അച്ഛനു രാഷ്ട്രീയം. അതാകുമ്പോ ഇരുപത്തിനാലു മണിക്കൂറും വീട്ടീന്നു മാറിനിൽക്കാല്ലോ. വീട്ടിലെ കാര്യങ്ങളൊന്നും അറിയേം വേണ്ട.”

“നല്ല കൈമടക്ക് കിട്ടുന്നേനെക്കൊണ്ടാരിക്കും.”

“പിന്നേ കൈമടക്ക്! പത്തുകാശിന്റെ ചില്ലറപോലും ഇല്ല. അതു പോട്ടെന്നു വെക്കാം. വീട്ടീന്ന് എടുത്തോണ്ടുപോയി ചെലവാക്കുവാ. അമ്മ തയ്ച്ചോണ്ടാക്കുന്ന പൈസേന്നുകൂടി എരന്നു വാങ്ങിക്കും. അമ്മയില്ലാരുന്നെങ്കി ഞാനും വിഷ്ണും ദീപേം പിച്ചതെണ്ടിയേനേ.” പവിത്ര വല്ലായ്മയോടെ പറഞ്ഞു.

“എന്നതാ നിന്റെ പ്ലാൻ. പ്ലസ്ടു കഴിഞ്ഞല്ലോ. നിനക്കെല്ലാത്തിനും എ പ്ലസല്ലേ. വല്ലതും തീരുമാനിച്ചോ?”

“ഒന്നും തീരുമാനിച്ചില്ലെടീ. എനിക്ക് പഠിക്കണം. ഇവിടെ അച്ഛനോടും അമ്മയോടും മാറിമാറി ചോദിച്ചു. അവരാണെങ്കി ഒന്നും പറയുന്നില്ല.”

“നിനക്ക് എന്നാ പഠിക്കാനാ ആഗ്രഹം?”

“എന്നതായാലും വേണ്ടില്ല. എന്നെ ഏതു കോഴ്സിനു ചേർത്താലും ഞാൻ നന്നായിട്ട് പഠിക്കും. എനിക്ക് മെഡിസിന്റെ എൻട്രൻസ് കോച്ചിങ്ങിനു പോണംന്നൊണ്ട്. മോളിടീച്ചറും എന്നോടങ്ങനെയാ പറഞ്ഞത്.

ഒന്നുമില്ലേങ്കി ബികോമിനെങ്കിലും ചേർത്താ മതിയായിരുന്നു.'' പവിത്ര ആവലാതിപ്പെട്ടു.

''അജിതമ്മയോട് കാര്യമായിട്ട് പറ.''

''അമ്മയ്ക്കെന്നാ ചെയ്യാൻ പറ്റും? തയ്യൽമെഷീനീന്നു കിട്ടുന്നതു കൊണ്ട് വീട്ടുചെലവിനുപോലും തെകയത്തില്ല. എന്നെ ഇനി പഠിപ്പിക്കത്തില്ലേന്ന് ഓർക്കുമ്പം പേടി വരുവാ.''

''സാരമില്ലെടീ. ഒക്കെ ശരിയാകും.''

''നിനക്ക് ഒന്നും പേടിക്കാനില്ലല്ലോ. എല്ലാം ശരിയായി ഇരിക്കുവല്ലേ?''

''മമ്മി ഈയിടെ പുതിയൊരു ഐഡിയേംകൊണ്ടു വന്നേക്കുവാ. എന്നോട് നഴ്സിങ് പഠിക്കാൻ. എനിക്കാണെങ്കി അത് ഒട്ടും ഇഷ്ടമല്ല.''

''അതെന്നാ?''

''എന്തുവാടീ... രക്തം, മലം, മൂത്രം, കഫം, മുറിവ്, വ്രണം, ചലം, പഴുപ്പ്, കാൻസർ... എനിക്കതൊന്നും ഓർക്കാൻപോലും മേല.''

''ശ്ശ്യൊ, എനിക്ക് അതാണെങ്കിലും മതിയാരുന്നു. ഞാൻ പഠിച്ചോളാർന്നു.''

''നീ പഠിച്ച് ഡിഗ്രീം ബിഎഡ്ഡുമൊക്കെ എടുത്ത് ഒരു ടീച്ചറാവണം. നിനക്കു ചേരുന്ന ജോലി അതാ.'' ജിബിയ ചിരിയോടെ പറഞ്ഞു.

''നിനക്ക് ജോലിയൊന്നും വേണ്ടേ?''

''എനിക്ക് റോബിൻസിന്റെ കൂടെയുള്ള ജോലി മതി. ഭാര്യേടെ ജോലി.''

''ഒടനെ നടക്കുവോടീ?''

''എനിക്ക് പതിനെട്ട് തികയാൻ വെയ്റ്റ് ചെയ്യുവാരുന്നു. കഴിഞ്ഞ മാസം ആ കടമ്പ കടന്നു. ഡിസംബറിനു മുൻപ് എന്തായാലും കല്യാണം നടത്തുമെന്നാ റോബിച്ചൻ പറയുന്നെ.''

''നിന്റെ ഭാഗ്യം. നീ ആശിച്ച ആളെത്തന്നെ സ്നേഹിക്കാൻ കിട്ടിയല്ലോ. ആ ആളെത്തന്നെ കല്യാണം കഴിക്കാനും പറ്റാന്നുവച്ചാ... എല്ലാർക്കും അങ്ങനെയൊന്നും ഒത്തുകിട്ടൂല്ല.''

''അതു ശരിയാ. എന്റെ ഭാഗ്യംതന്നെയാ.''

''പുള്ളിക്കാരനും ജോലിയൊന്നും ആയില്ലല്ലോ?''

''റോബിച്ചന്റെ ചേട്ടൻ അമേരിക്കേലല്ലേ. അവിടെ ജോലി വാങ്ങിച്ചു കൊടുക്കും.''

''ചുരുക്കിപ്പറഞ്ഞാ നിന്നെയിനി കണികാണാൻപോലും കിട്ടത്തില്ല, അല്ലേ. കല്യാണം കഴിയുമ്പം പുള്ളിക്കാരൻ അമേരിക്കയ്ക്ക് കൊണ്ടുപോവൂല്ലേ?''

''അതൊന്നും ആലോചിച്ചിട്ടുപോലുമില്ലെന്നേ.''

''വീട്ടുകാരോട് വിഷയം അവതരിപ്പിച്ചോ?''

''എന്റെ വീട്ടിൽ എല്ലാർക്കും അറിയാല്ലോ. റോബിച്ചന്റെ വീട്ടിലും പലർക്കും അറിയാം. ആരും ഇതുവരെ ഒരെതിരും പറഞ്ഞിട്ടില്ല.''

''ങ്ഹാ... എല്ലാം നന്നായിട്ട് നടക്കട്ടെ. നീയിത്രേം ചെറുപ്പത്തിൽ തന്നെ കല്യാണം കഴിച്ചു പോകുന്നതിലേ ഒള്ളൂ വല്ലാത്തൊരു വെഷമം.''

അജിതമ്മ തിരക്കി വന്നപ്പോൾ പെൺകുട്ടികൾ രണ്ടുപേരും വർത്ത മാനം പറഞ്ഞ് ഇരിക്കുകയാണ്.

''മോളേ, നിന്നോട് ചായ എടുക്കാൻ പറഞ്ഞിട്ട്?''

''ഇവക്ക് വേണ്ടെന്നു പറഞ്ഞമ്മേ.''

''ഞാൻ വിചാരിച്ചു എനിക്കുംകൂടെ ചായ കിട്ടുവല്ലോന്ന്.''

''അമ്മയ്ക്കു വേണോ, എടുത്തു തരാം.''

''എനിക്കു മാത്രമായിട്ടു വേണ്ട.''

''വിഷ്ണൂം ദീപമോളും എന്ത്യേ അമ്മേ?'' ജിബിയ തിരക്കി.

''എന്റെ അമ്മ വന്നപ്പോ അവരുടെ കൂടെ ഞണ്ടുകല്ലിലെ വീട്ടിലേക്ക് പോയി.'' അജിതമ്മ പറഞ്ഞു.

ജിബിയ ചുരിദാറുവാങ്ങി തിരിച്ച് പാറക്കടവിലെത്തുമ്പോഴേക്ക് അസ്തമയം കഴിഞ്ഞു. നെല്ലിക്കുന്നേൽ വീട്ടിൽ കയറി റോബിൻസിനെ ഒന്നുകൂടി കാണണമെന്ന് അവൾക്ക് ആഗ്രഹമുണ്ടായിരുന്നു. പക്ഷേ, ഇനി അവിടെ കയറിയാൽ നേരമിരുട്ടും. ജിബിയ ആറ്റിൻകരയിലെത്തി. റോബിൻസ് കയത്തിനു മേലെയുള്ള പരന്ന പാറപ്പുറത്ത് കൂട്ടുകാരു മൊത്തു നിൽക്കുന്നത് അവൾ കണ്ടു. ജിബിയ മണൽതിട്ട മുറിച്ചു കടന്ന് വെള്ളാരംകല്ലുകളും ഉരുളൻകല്ലുകളും കിടക്കുന്നതിനു മീതെ കൂടി ആറിന്റെ മധ്യഭാഗത്തെത്തി. അപ്പോഴേക്കും റോബിൻസ് എഴു ന്നേറ്റ് അവളുടെ അടുത്തേക്കു ചെന്നു.

''എന്താടീ ഇത്രേം വൈകിയത്? നീ വരാൻവേണ്ടി ഞാൻ വീട്ടിൽ കുറച്ചു മുൻപുവരെ നോക്കിയിരുന്നു.''

''പവിത്രേടടുത്തു സംസാരിച്ച് ഇരുന്നുപോയതാ.''

''എന്താ ഇത്ര പറയാൻ?''

''നമ്മടെ കല്യാണക്കാര്യം.''

''നീയത് എല്ലാടത്തും കൊട്ടിഘോഷിച്ചോണ്ടു നടക്കുവാണോ?''

''എപ്പഴായാലും എല്ലാരും അറിയേണ്ടതല്ലേ.''

''ഞാനിതുവരെ വീട്ടിപ്പോലും അവതരിപ്പിച്ചിട്ടില്ല.''

''പറയണ്ടേ റോബിച്ചായാ?''

''എവിടെയെങ്കിലും ജോലിക്കു കേറീട്ട് പറയാംന്നു വിചാരിച്ചാ ഇത്രേം വെയ്റ്റ് ചെയ്തേ. ചേട്ടൻ സ്റ്റേറ്റ്സിലോട്ട് കൊണ്ടുപോകാംന്നു

പറഞ്ഞിട്ട് ഇതുവരെ ഒന്നും നടന്നില്ല. ഇവിടെങ്ങാനും ജോലിക്കു കേറിയാ മതിയാരുന്നു.''

''എന്നാലും വീട്ടിപ്പറയണ്ടേ?''

''ഈയാഴ്ചതന്നെ പറയാം. ആരെങ്കിലും എതിർക്കുംന്ന് നിനക്കു സംശയംണ്ടോ?''

''അങ്ങനെയൊന്നുമില്ല. എന്നാലും...''

''എന്നാ പറഞ്ഞാലും ഒരു 'എന്നാലും.' എടീ, എന്റെ പപ്പേം നിന്റെ പപ്പേം ഒരു കുഴീൽ ചാകാനിരിക്കുന്നോരാ. പിന്നെ എന്നാ തടസ്സം?''

''ഒന്നുമില്ല. എന്നാലും...''

''കണ്ടോ, പിന്നേം എന്നാലും...''

റോബിൻസ് പറഞ്ഞതുകേട്ട് ജിബിയ ചിരിച്ചു.

''എടാ റോബിൻസേ, മതിയെടാ. സന്ധ്യയായി, അതിനെ വിട്ടേക്ക്. അതിന് ഇരുട്ടുന്നേനു മുൻപേ വീട്ടിക്കേറണ്ടായോ?'' ഒരുത്തൻ പാറപ്പുറത്തുനിന്ന് വിളിച്ചു പറഞ്ഞു.

''ശ്ശോ... വല്ലോരും കേക്കത്തില്ലേ?''

ജിബിയ സമീപത്തുള്ള കടവുകളിലേക്കു നോക്കി.

''എന്നെ കളിയാക്കുന്നതാ. നീ പൊയ്ക്കോ.''

''വീട്ടിപ്പറയണേ മറ്റേ കാര്യം.''

''പറയാമെന്നേ.''

''നാളെ പറയ്യോ?''

''എടാ, നിനക്കുവേണ്ടി ഞാൻ നാലുവർഷം വെയ്റ്റ് ചെയ്തു. നിനക്ക് നാലു ദിവസംപോലും വെയ്റ്റ് ചെയ്യാൻ വയ്യേ?''

''അവിടെല്ലാർക്കും സമ്മതമല്ലെങ്കിലോന്ന് പേടിച്ചിട്ടാ.''

''എന്റെ പൊന്നേ... എന്റപ്പനും നിന്റപ്പനുംകൂടെ ഇന്നു രാത്രി വെളക്കു മീൻ പിടിക്കാൻ പോകുന്നൊണ്ട്.''

''അതൊക്കെ ശരിയാ. എന്നാലും.''

റോബിൻസിന്റെ മുഖഭാവം കണ്ട് അവൾ പെട്ടെന്ന് 'ശ്ശ്യോ പോട്ടെ' എന്നു പറഞ്ഞ് വേഗം നടന്നു.

പുറകിൽനിന്ന് റോബിൻസ് പിറുപിറുക്കുന്നത് അവൾ കേട്ടു: ''അവൾടെ ഒരു എന്നാലും.''

വീട്ടിൽ ചെന്നയുടനെ ജിബിയയുടെ കയ്യിൽനിന്നു ചുരിദാർ വാങ്ങി ബിൻസി അതിന്റെ ഭംഗി നോക്കി. ജിബിയയുടെ ഇളയവൾ ജോസ്ന അതു വാങ്ങി ദേഹത്തു ചേർത്തുവച്ചുകൊണ്ട് കണ്ണാടിക്കു മുന്നിൽ പോയി നിന്നു.

''ഉം... കൊള്ളാം.'' അവൾ പറഞ്ഞു.

“പവിത്രേ കണ്ടില്ലേ മോളേ?” ബിൻസി ചോദിച്ചു.

“അവളെ കാണാനല്ലേ പോയത്.”

“കണ്ടില്ലേന്നാ ചോദിച്ചേ.”

“കണ്ടെന്നേ.”

“അവളിനി എന്നാ ചെയ്യാൻ പോകുവാ?”

“അവൾക്ക് പഠിക്കാൻ പോണംന്ന് ഒരേ വാശി.” ജിബിയ അനുജത്തിയുടെ കൈയിൽനിന്ന് ചുരിദാർ വാങ്ങി അലമാരയിൽ വച്ചു.

“പിന്നല്ലാണ്ട്. അങ്ങനെയാ ഇന്നത്തെ കാലത്ത് പെമ്പിള്ളേര്. പഠിക്കണം. എങ്ങനെയെങ്കിലും രക്ഷപ്പെടണം. സ്വന്തം കാലേൽ നിൽക്കണം. കുടുംബത്തെ രക്ഷപ്പെടുത്തണം എന്നൊക്കെയാ.”

“ഞാനാണോ കുടുംബം രക്ഷപ്പെടുത്തണ്ടേ. പപ്പായൊണ്ടല്ലോ. മൂത്ത മകനൊണ്ടല്ലോ.”

“അവൻ പെണ്ണുംകെട്ടി വേറെ പോയില്ലേ?”

“അതു ശരി. അതിനൊന്നും ഒരു കൊഴപ്പോം ഇല്ല. ഞാൻ കല്യാണം കഴിക്കുന്നതാ കൊഴപ്പം.” ജിബിയ പരിഭവിച്ചു.

“അതിനൊള്ള പ്രായമൊന്നും നിനക്കായില്ല. ഇരുപത്തിനാലാമത്തെ വയസ്സിലാരുന്നു എന്റെ കല്യാണം.”

“വല്യമ്മച്ചീടെയോ, പതിമൂന്നാമത്തെ വയസ്സില്. അപ്പത്തീർന്നില്ലേ?”

“എല്ലാർക്കും അവനോന്റെ കാര്യം മാത്രം നോക്കിയാ മതിയല്ലോ. കുടുംബസ്നേഹം ഇല്ല. അത്രതന്നെ.” പിറുപിറുത്തുകൊണ്ട് ബിൻസി അടുക്കളയിലേക്കു പോയി.

“റോബിൻസ് ചേട്ടൻ ചേച്ചീനെ ഒടനെ കെട്ടാമ്പോവാണോ ചേച്ചീ?” ജോസ്ന ചോദിച്ചു.

“പോടീ അവിടുന്ന്.” ജിബിയ ദേഷ്യപ്പെട്ട് അവളുടെ മുന്നിൽനിന്നു പോയി.

പിറ്റേന്നു വൈകുന്നേരം നെല്ലിക്കുന്നേൽ പോളച്ചൻ ജോർജുകുട്ടിയെ മൊബൈലിൽ വിളിച്ചിട്ട് പറഞ്ഞു: “വൈകുന്നേരം നമുക്കൊന്നിരിക്കാം. പാറക്കടവില്.”

“എന്നാ വിശേഷം?”

“ഓ, അങ്ങനെ വിശേഷിച്ചൊന്നും ഇല്ല. ഒന്നുരണ്ടു കാര്യങ്ങള് പറയാംന്നു വിചാരിച്ചാ.”

“ങാ... ഞാൻ വന്നേക്കാം.”

“ഇരുട്ടീട്ട് മതി. കുളിക്കാരൊക്കെ ഒഴിഞ്ഞുപൊക്കോട്ടെ.”

ഇരുട്ടുവീണ നേരത്ത് ജോർജുകുട്ടി ടോർച്ചുമായി ഇറങ്ങുന്നതു കണ്ട് ബിൻസി തിരക്കി: ”ജോർജുകുട്ടിച്ചായനെങ്ങോട്ടാ ഈ രാത്രീല്?”

“പാറക്കടവ് വരെ.”

"ഉം... കമ്പനികൂടല് ഇത്തിരി കൂടണണ്ട്, കേട്ടോ. പോളച്ചനു മേലു കീഴ് നോക്കാനില്ല. അമേരിക്കേന്ന് പൈസ വന്നോണ്ടിരിക്കും. ഇവിടെ രണ്ടു പെങ്കുട്ടികളാ നിൽക്കുന്നെ. ഒരിടത്തുമെത്താതെ."

"നീ അതൊന്നുമോർത്ത് വെഷമിക്കണ്ട."

ജോർജുകുട്ടി ടോർച്ചും തെളിച്ച് പാറക്കടവിലേക്കു നടന്നു. പോളച്ചൻ പാറപ്പുറത്ത് കുറച്ചു നേരത്തെതന്നെ എത്തിച്ചേർന്നിട്ടുണ്ടായിരുന്നു. പതിവുപോലെ ഗ്ലാസും കുപ്പിയും ടച്ചിങ്സും എല്ലാം ഒരു പ്ലാസ്റ്റിക് ബക്കറ്റിൽ കരുതിയിട്ടുണ്ട്.

പതിവുപോലെ ഒരെണ്ണം ഒഴിച്ചു കഴിച്ച് നാട്ടുവർത്തമാനം പറഞ്ഞ്, രണ്ടാമത്തെ ഒഴിച്ച് പാതി കഴിച്ച് വീട്ടുവിശേഷങ്ങളിലേക്കു കടന്നു.

"ജോർജുകുട്ടിയേ, ഞാനെന്റെ റോബിച്ചനെ അമേരിക്കക്ക് കേറ്റി വിടാനിരിക്കുവാ. അതിനെടയ്ക്ക് അവനിന്ന് എന്നോടൊരു കാര്യം പറഞ്ഞു. വേറൊന്നുമല്ല, അവനൊടനെ കല്യാണം കഴിക്കണമെന്ന്. അതും നിന്റെ മകളെ."

"അവര് തമ്മില് വല്യ ഇഷ്ടത്തിലാരുന്നു. ജനിച്ചപ്പം മുതലേ കാണുന്നതല്ലേ."

"നിങ്ങക്കെല്ലാം വിവരം അറിയാരുന്നു, അല്ലേ?"

"ബിയാ മോള് പറഞ്ഞിട്ടൊണ്ട്, റോബിൻസിന് അവളെ ഇഷ്ടമാണെന്നൊക്കെ. ഞാനിതിനൊന്നും കൂട്ടുനിന്നിട്ടുമില്ല, എതിരു പറഞ്ഞിട്ടുമില്ല. ഇപ്പഴത്തെ കാലമല്ലേ. പിള്ളേരടെയല്ലേ ഇഷ്ടം."

"എന്നാ ഞാനൊരു കാര്യം പറയാം ജോർജുകുട്ടീ. നമ്മളുതമ്മിലൊള്ള സ്നേഹംന്നു പറഞ്ഞാ പത്തുനാൽപത്തഞ്ചു കൊല്ലമായിട്ടൊള്ളതാ. അതിനൊരു കൊറവും ഇന്നേവരെ വന്നിട്ടില്ല. ഇനി അങ്ങനെത്തന്നെ മുന്നോട്ടു പോണംന്നാ എന്റെ ആഗ്രഹം. "

"അതിനിപ്പം കൊഴപ്പം എന്തെങ്കിലും ഒണ്ടോ?"

"ജോർജുകുട്ടിക്കറിയാല്ലോ, ഞാനിപ്പം ജോർജുകുട്ടീടെ ലെവലിലൊള്ള ഒരാളല്ല. നമ്മള് ജീവിക്കുന്ന ചുറ്റുപാടുകള് വെച്ചാ ഞാമ്പറയുന്നെ. എന്നുവച്ച് എനിക്കതിന്റെ പത്രാസോ അഹങ്കാരോ ഒന്നും ഇല്ല. ഞാൻ കാണിക്കേമില്ല."

"എന്നോടിതുവരെ കാണിച്ചിട്ടില്ല." ജോർജുകുട്ടി സമ്മതിച്ചു.

"അതാ പറഞ്ഞെ. നമ്മളുതമ്മിലെ ബന്ധം നമ്മളുതമ്മി മാത്രം മതി. നമ്മടെ പിള്ളേരടെ ജീവിതോമായിട്ട് കൂട്ടിക്കെട്ടണ്ട."

മദ്യപിച്ചുകൊണ്ടിരുന്ന അവസ്ഥയിലും ജോർജുകുട്ടിക്ക് ഒരു വേദനയും അപമാനവും തോന്നി. അയാൾ പാതി കുടിച്ച ഗ്ലാസ് പാറപ്പുറത്തു വച്ചു.

നാട്ടുവെട്ടത്തിൽ രണ്ടുപേർക്കും പരസ്പരം നിഴലുകളെപ്പോലെയേ കാണാൻ കഴിയുന്നുള്ളൂ.

''അങ്ങനെ കൂട്ടിക്കെട്ടാൻ നോക്കിയാ നമ്മള് തമ്മിലൊള്ള ബന്ധം അതോടെ തീരും. ഏതാ വേണ്ടേന്ന് ജോർജുകുട്ടി തീരുമാനിച്ചോ.''

പോളച്ചൻ തന്റെ ഒഴിഞ്ഞ ഗ്ലാസിലേക്കു മദ്യം പകർന്നു. ബക്കറ്റിൽ വച്ചിരുന്ന കുപ്പിയിൽനിന്നു തണുത്ത വെള്ളം ഒഴിച്ചു നേർപ്പിച്ചു.

രണ്ട്

ബിൻസി കട്ടൻകാപ്പിയുമായി വാതിൽക്കൽ വന്നുനോക്കുമ്പോൾ ജോർജുകുട്ടി താടിക്കു കയ്യൂന്നി എന്തോ നഷ്ടപ്പെട്ടതുപോലെ തിണ്ണയിലെ ബെഞ്ചിൽ ഇരിക്കുകയാണ്. ജിബിയ മുറ്റത്തിന്റെ കയ്യാലക്കെട്ടിൽ നിന്നുകൊണ്ട് പല്ലു തേക്കുന്നു.

ജോർജുകുട്ടി ഈ ലോകത്തൊന്നുമല്ലെന്ന് ബിൻസിക്കു തോന്നി.

''ഇതെവടെയാ, എന്നാ ഇരിപ്പാ ഇത്?''

ബിൻസി തിണ്ണയിലേക്ക് കാപ്പി ഗ്ലാസുമായി വന്നു. ജോർജുകുട്ടി ഉദാസീനനായി ഭാര്യയെ ഒന്നു നോക്കിയിട്ട് കൈനീട്ടി കട്ടൻകാപ്പി വാങ്ങി. ഒരു കവിൾ കുടിച്ചു.

''പഞ്ചാര തീർന്നോ?'' അയാൾ നെറ്റി ചുളിച്ചു.

''പ്രായമായിക്കൊണ്ടു വരുവല്ലേ. ഇത്രയൊക്കെ മതീന്നേ. ഷുഗറില്ലാത്ത മനുഷ്യരില്ല. നമ്മളായിട്ട് വിളിച്ചു വരുത്തണ്ട.''

''വരാനൊള്ളതാണെങ്കി വരുവെടീ. നമ്മള് തടഞ്ഞാലൊന്നും നിക്കത്തില്ല.''

''ഇന്ന് ജോബിനിങ്ങോട്ടു വരുന്നൊണ്ടെന്നു പറഞ്ഞാരുന്നു. ചക്ക വേവിച്ചതും നാടൻ പന്നിയിറച്ചി കറിവച്ചതും കൊണ്ടുവരാന്നു പറഞ്ഞു.''

''എന്നാ പേടിക്കണമല്ലോ. എന്തെങ്കിലും കാര്യം കാണാൻവേണ്ടി അവന്റെ ഭാര്യ പറഞ്ഞയയ്ക്കുന്നതാ.''

''ഓ, അങ്ങനൊന്നുമല്ലന്നേ. എപ്പഴും ജോറൂട്ടിച്ചായൻ അവന്റെ കാര്യത്തിലിങ്ങനാ. അവൻ മനസ്സിപ്പോലും കാണാത്ത കാര്യമായിരിക്കും.''

''എടീ, ജോബിൻ എന്റെ മകനല്ലേ. ഞാനല്ലേ വളത്തിയത്. എനിക്കറിയരുതോ?''

''കാപ്പി കുടിക്ക്. തണുത്തുപോകും.'' പറഞ്ഞിട്ട് ബിൻസി വീടിനുള്ളിലേക്കു തിരിഞ്ഞു നടന്നു.

''ബിയാ, നിന്റെ പല്ലുതേപ്പ് ഇതുവരെ തീർന്നില്ലേ? നേരം കൊറെ ആയല്ലോ.'' ജോർജുകുട്ടി ശാസിച്ചു.

അവളുടെ നോട്ടം നെല്ലിക്കുന്നേൽ വീടിന്റെ ടെറസ്സിലേക്കാണെന്ന് ജോർജുകുട്ടിക്ക് അറിയാം. ഇവിടത്തെ മുറ്റത്തിന്റെ വിളുമ്പിൽ നിന്നാൽ

മീനച്ചിലാറിന്റെ അക്കരെ നെല്ലിക്കുന്നേൽ വീട് കാണാം. റോബിൻസ് ഈ സമയം ആ വീടിന്റെ ടെറസ്സിലിറങ്ങി ചില വ്യായാമങ്ങളൊക്കെ ചെയ്യും. ഇന്ന് റോബിൻസിനെ കാണാനില്ല. ഇടയ്ക്ക് തന്റെ മകൾ പല്ലു തേക്കാൻകൂടി മറന്ന് ആകാംക്ഷയോടെ നോക്കുന്നതുകണ്ട് ദേഷ്യം വന്നിട്ടാണ് ജോർജുകുട്ടി പറഞ്ഞത്.

ജിബിയ അപ്പോൾത്തന്നെ ബ്രഷ് ചെയ്യുന്നത് നിർത്തി മുറ്റത്തിന്റെ കോണിൽ വച്ചിരുന്ന ബക്കറ്റിൽനിന്ന് മഗ്ഗിൽ വെള്ളമെടുത്ത് വായും മുഖവും കഴുകി. ജിബിയ അഴയിൽനിന്നു തോർത്തെടുത്ത് മുഖം തുടച്ചുകൊണ്ട് തിണ്ണയിലേക്കു കയറി.

‘‘ഞാൻ സ്കൂളുവരെ പൊയ്ക്കോട്ടെ പപ്പാ?’’

‘‘എന്നാ കാര്യം?’’

‘‘കൂടെ പഠിച്ചോരെല്ലാം ഇന്നു വരുന്നൊണ്ട്.’’

‘‘അവിടെന്നതാ വിശേഷം?’’

‘‘പ്രത്യേകിച്ചൊന്നുമില്ല. എല്ലാവരും പിരിഞ്ഞ് പലവഴിക്കു പോകുവല്ലേ. ഒന്നിച്ച് ഒന്നൂടെ കാണാനും എങ്ങോട്ടൊക്കെയാ പോണേന്ന് അറിയാനും.’’

‘‘ഉം...’’ ജോർജുകുട്ടി മൂളി.

ഒൻപതുമണിക്ക് ഡ്രസ് മാറി ജിബിയ ഇറങ്ങിയപ്പോൾ ജോർജുകുട്ടി പറഞ്ഞു: ‘‘സ്കൂളിപ്പോയിട്ട് നേരെ ഇങ്ങോട്ട് തിരിച്ചു പോന്നേക്കണം. വേറൊരിടത്തും പോകണ്ടല്ലോ.’’

‘‘വേറെവിടെപ്പോകാനാ. നെല്ലിക്കുന്നേൽ കേറി ഷാലിമയെ...’’

‘‘ഒരിടത്തും കേറണ്ട.’’

‘‘അക്കരെവീട്ടിൽ കേറിയാലെന്നാ പപ്പാ?’’

‘‘കേറണ്ടാന്നു പറഞ്ഞാ വേണ്ട.’’

ജിബിയ അന്ധാളിച്ചു നിന്നു.

‘‘പോട്ടെ പോട്ടേന്നു വിചാരിക്കുമ്പം നിനക്ക് സ്വാതന്ത്ര്യം കൂടുതലാ. അതുകൊണ്ടാ പറഞ്ഞെ.’’

‘‘ഞാനെന്നാ ചെയ്തിട്ടാ പപ്പാ വഴക്കു പറയുന്നെ?’’

‘‘നിന്റെ മനസ്സിലിരുപ്പൊക്കെ ഇവിടെല്ലാർക്കും അറിയാം. അതൊന്നും നടക്കാൻ പോണില്ല.’’

ജിബിയ സ്തംഭിച്ചു നിന്നു. ബിൻസി രംഗത്തേക്കു വന്നു.

‘‘എന്നതാ അപ്പനും മകളുംകൂടെ ഒച്ചേലൊരു വർത്തമാനം?’’

‘‘എന്നോട് അക്കരെവീട്ടിൽ കേറിപ്പോകരുതെന്നു പറയുവാ ഈ പപ്പാ.’’ ജിബിയായുടെ കണ്ണു നിറഞ്ഞു വന്നു.

‘‘എന്നാ ജോറൂട്ടിച്ചായാ?’’

‘‘ആ വീട്ടിലോട്ട് വലതുകാലുവച്ച് കേറിച്ചെന്നു സുഖമായിട്ട് ജീവിക്കാന്നല്ലേ ഇവൾടെ വിചാരം?’’ ജോർജുകുട്ടി ചോദിച്ചു.

‘‘അതേ. അതിനിപ്പം എന്നാ. അവനിവളെ കെട്ടണംന്നു പറഞ്ഞു നടക്കുവല്ലേ.’’

‘‘പറഞ്ഞാ മതിയോ, കെട്ടണ്ടേ?’’

‘‘സമയമാകുമ്പം അവൻ കെട്ടിക്കോളും. ഇവക്ക് പതിനെട്ട് തെകഞ്ഞല്ലേ യൊള്ളൂ.’’

‘‘ആ ചെറുക്കൻ ഇവളെ കെട്ടത്തൊന്നുമില്ല. അതിനുവച്ച വെള്ളം ചൂടാകുന്നേനു മുമ്പേ വാങ്ങിക്കോളാൻ പോളച്ചൻ എന്നോടു പറഞ്ഞി ട്ടൊണ്ട്.’’

ജിബിയായുടെ നെഞ്ചിൽ ഇടിത്തീവീണപോലെയായി.

‘‘പോളച്ചനല്ലല്ലോ റോബിൻസല്ലേ ഇവളെ കെട്ടാമ്പോണെ.’’

‘‘നീയെന്റെ വായീന്ന് ഒന്നും കേക്കല്ലേ ബിൻസീ.’’ ജോർജുകുട്ടിക്കു ദേഷ്യം വന്നു.

‘‘എന്നാ പറ്റിയെന്നു പറ. കൊച്ച് വെഷമിച്ചു നിക്കുന്ന കണ്ടില്ലേ. അവൾടെ തലേലോട്ട് തീ കോരിയിട്ടേച്ച് എങ്ങും കൊടാത്ത മാതിരി ഓരോ വർത്തമാനം.’’ ബിൻസി ശാസിച്ചു.

‘‘പോളച്ചൻ എന്നോടു പറഞ്ഞു നടക്കത്തില്ലെന്ന്. അയാളും നമ്മളു മായിട്ടൊള്ള ബന്ധം ഇല്ലാതാക്കരുതെന്ന്. പോരേ.’’

ജോർജുകുട്ടി ഇറങ്ങി ഒറ്റ നടപ്പ്. കയ്യാലയിലെ കുത്തുകല്ലിറങ്ങി റബ്ബർ പുരയിടത്തിലേക്ക്. ജിബിയ ഏങ്ങലടിച്ചുകൊണ്ട് റൂമിലേക്കു കയറിപ്പോയി.

‘‘കാര്യം അറിയാണ്ട് വെറുതെ മോങ്ങല്ലേ പെണ്ണേ.’’

ബിൻസി ദേഷ്യപ്പെട്ടു. എന്നിട്ടു തന്നത്താൻ പിറുപിറുത്തുകൊണ്ട് അടുക്കളയിലേക്കു പോയി. കുറെക്കഴിഞ്ഞ് ബിൻസി ചെന്നു നോക്കു മ്പോൾ ജിബിയ കട്ടിലിൽ, സ്വന്തം മടിയിലേക്കു കുനിഞ്ഞു കിടന്ന് അടക്കിപ്പിടിച്ച് കരച്ചിലാണ്.

‘‘നീ ഇവിടിരുന്ന് കരഞ്ഞിട്ടെന്നാ കാര്യം? റോബിൻസിനെ വിളിച്ച് ചോദിക്ക്. അവനല്ലേ നിന്നെ കെട്ടണംന്നു പറഞ്ഞോണ്ട് ഇത്രനാളും പൊറകെ നടന്നെ.’’

ജിബിയ മുഖമുയർത്തുകപോലും ചെയ്തില്ല.

‘‘നിനക്ക് ഫോൺ വിളിച്ച് ചോദിച്ചൂടെ. ഇപ്പത്തന്നെ വിവരം അറിയാല്ലോ.’’

ജിബിയ പെട്ടെന്നു തല പൊക്കി. ‘‘എനിക്കിപ്പം വിവരം അറിയണ്ട.’’

‘‘എന്നാ അവിടിരുന്ന് കരയ്. എനിക്കു പണ്ടേ തോന്നിയതാ ഇതിങ്ങ നെയേ വരത്തൊള്ളെന്ന്..’’

‘‘ഷൈനിയാന്റിയൊക്കെ സമ്മതിച്ചതായിരുന്നല്ലോ. മമ്മീം ഷൈനി യാന്റീം കൂടെ പറഞ്ഞിട്ടില്ലേ റോബിൻസും ബിയാമോളും നല്ല ചേർച്ച യായിരിക്കുംന്ന്.’’ ജിബിയയുടെ തൊണ്ട ഇടറി.

‘‘അതൊക്കെ നാലഞ്ചു കൊല്ലം മുൻപ്. അതു കഴിഞ്ഞല്ലേ വിൽസൻ ഡോക്ടറായിട്ട് അമേരിക്കയ്ക്കു പോയതും കാശ് വാരിക്കൂട്ടിയതും.’’

‘‘അതോടെ എല്ലാരും എല്ലാം മറന്നോ?’’

‘‘മറക്കേണ്ട കാര്യങ്ങള് മറക്കേണ്ട സമയത്ത് മറക്കണം. വിൽസൻ റോബിനെ അമേരിക്കയ്ക്ക് കൊണ്ടുപോകുംന്ന് ഷൈനി എപ്പഴും പറയും. അവിടെച്ചെന്നാ അവനും വിൽസനെപ്പോലെ ഡോളറുകള് വാരിക്കൂട്ടാം. പിന്നെ നിന്നെപ്പോലൊരു പാവം പിടിച്ച പെണ്ണിനെ അവനെന്തിനാ?’’

ജിബിയ നടുക്കത്തിൽ ബിൻസിയെ നോക്കി. ഇല്ല ഇല്ല എന്നു ശഠിക്കുന്നപോലെ അവൾ തലയാട്ടിക്കൊണ്ടിരുന്നു.

‘‘ഇനി അവനെ കാണുമ്പം നേരിട്ടുതന്നെ ചോദിക്ക്. രണ്ടിലൊരു തീരുമാനം പറയാൻ പറ.’’

അതും പറഞ്ഞ് ബിൻസി അടുക്കളയിലേക്കു മടങ്ങി.

ഒൻപതുമണി കഴിഞ്ഞപ്പോൾ ജോബിനും ഭാര്യ ഷേർളിയുംകൂടി വന്നു. ചക്ക വേവിച്ചതും ഇറച്ചിക്കറിയും അവർ കൊണ്ടുവന്നിട്ടുണ്ട്. മീനച്ചിലാറ്റിൽ മുങ്ങിക്കുളിച്ച് തിരിച്ചെത്തിയ ജോർജുകുട്ടിയോട് ജോബിൻ ചോദിച്ചു:

‘‘പപ്പായ്ക്കിന്നു വെട്ടില്ലാരുന്നോ?’’

‘‘ഒരു മഴപോലും പെയ്യാതെങ്ങനാ വെട്ടുതൊടങ്ങുന്നെ.’’

‘‘പപ്പായ്ക്ക് നാടൻപന്നീടെ എറച്ചി വല്യ ഇഷ്ടമല്ലേ. ഞങ്ങടെ അയലോക്കത്ത് ഒരെണ്ണം നിപ്പൊണ്ടാരുന്നു. അവരിന്നലെ അതിനെ തട്ടി. ഞാനതീന്ന് രണ്ടുകിലോ മേടിച്ച് ഷേർളിയെക്കൊണ്ടു കറിവെപ്പിച്ചു.’’

‘‘ങാ... ബിൻസി പറഞ്ഞാരുന്നു.’’

‘‘ബിയാമോളെന്നാ കരച്ചിലും പല്ലുകടീമായിട്ടിരിക്കുന്നെ?’’

‘‘നീ അവളോട് ചോദിച്ചില്ലേ?’’

‘‘ചേദിച്ചിട്ട് മിണ്ടണ്ടേ.’’

അൽപം കഴിഞ്ഞപ്പോൾ ബിൻസി ചക്ക വേവിച്ചതും ഇറച്ചിക്കറിയും വിളമ്പി.

ജിബിയ ഒഴികെ മറ്റെല്ലാവരും ഒന്നിച്ചിരുന്നു കഴിച്ചു. ജിബിയായെ എത്ര വിളിച്ചിട്ടും അവൾ ചെന്നില്ല. അവൾക്കു വേണ്ട.

കാപ്പികുടി കഴിഞ്ഞ് ജോർജുകുട്ടി പഞ്ചായത്തുപടിയിലേക്കു പോകാനൊരുങ്ങുമ്പോൾ ജോബിൻ ഒരാവശ്യം ഉന്നയിച്ചു.

‘‘പപ്പാ എനിക്കൊരു സഹായം ചെയ്യണം. എന്റെ പിക്കപ്പ് മാറ്റീട്ട് ഒരു നാനൂറ്റേഴ് വാങ്ങിച്ചാലോന്നു വിചാരിക്കുവാ.’’

‘‘അതെന്തിനാ?’’

‘‘ഇപ്പം എവിടെ നോക്കിയാലും പിക്കപ്പാ. ഓട്ടം കൊറവാണെന്നേ. നാനൂറ്റേഴാണെങ്കി ന്യായമായ ഓട്ടം കിട്ടും.’’ ജോബിൻ പറഞ്ഞു.

‘‘എന്റെ കൈയിൽ പൈസയൊന്നുമില്ല.’’

''ഇവിടുത്തെ ആധാരം ഒന്നു തരുമോ? ബാങ്കിലൊന്നു കാണിക്കാൻ വേണ്ടിയാ. അവര് ലോണ് തരും.''

''കെടപ്പാടം പണയം വയ്ക്കാനോ?''

''അല്ലെന്ന്. ആധാരം കാണിച്ചാ മതി. പിന്നെ കരം അടച്ചതിന്റെ രസീതുംകൂടി ഒണ്ടെങ്കി ബാങ്ക്കാര് ലോൺ തരും.''

''എത്ര രൂപ?'' ജോർജുകുട്ടി നെറ്റി ചുളിച്ചു.

''മൂന്നു ലക്ഷം രൂപ മതി.''

''ബാക്കിയോ?''

''അത് വണ്ടീടെ ബുക്ക് വച്ച് സിസി എടുക്കാം.''

''അപ്പോ സീസീം അടയ്ക്കണം, ബാങ്കിലെ ലോണും അടയ്ക്കണം. വേണ്ടേ?''

''വണ്ടി കയ്യിലോട്ട് കിട്ടിക്കഴിഞ്ഞാ അതൊക്കെ അടഞ്ഞു പൊക്കോളും വണ്ടിക്കു നല്ല ഓട്ടം കിട്ടുവല്ലോ.''

''എടാ ഇതൊക്കെ നിന്റെ മനസ്സിലെ കണക്കുകൂട്ടലല്ലേ?''

''പപ്പാ ഒരു പൈസേടെ ലോണടയ്ക്കണ്ട. പപ്പായ്ക്ക് ഒരു നഷ്ടോം വരത്തില്ല.''

''എടാ ജോബിനേ, നീ പന്നിയിറച്ചീംകൊണ്ടു വരുന്നെന്നു കേട്ടപ്പഴേ ഞാനിത് മനസ്സിക്കണ്ടതാ. എനിക്ക് നീ മാത്രമല്ല മകൻ. നിനക്കു താഴെ രണ്ടു പെൺകുട്ടികള് ഒരിടത്തും എത്താതെ നിപ്പൊണ്ട്.''

''അതിനെന്താ. ബിയാടെ കല്യാണം ഒടനെ നടക്കുവല്ലോ. നെല്ലിക്കുന്നേലെ റോബിൻസുമായിട്ട് എല്ലാം ഒറപ്പിച്ചു വെച്ചിരിക്കുവല്ലേ. പിന്നെ ജോസ്ന. അവള് പഠിക്കുന്നല്ലേയൊള്ളൂ.''

''ബിയാടെ കല്യാണം ഒറപ്പിച്ചെന്ന് ആര് പറഞ്ഞു?'' ജോർജുകുട്ടി ചോദിച്ചു.

''അല്ല, പണ്ടുമുതലേ പറഞ്ഞുവച്ചേക്കുന്നതല്ലേ.''

''എടാ, അക്കരെപ്പറമ്പിലെ പുല്ലു കണ്ടോണ്ട് ഇക്കരെ വീട്ടിൽ പശൂനെ വളത്തീട്ട് ഒരു കാര്യോം ഇല്ല.''

''അതെന്താ. പുല്ലു ചെത്തിക്കോളാൻ പറഞ്ഞിട്ടൊള്ളതല്ലേ?'' ജോബിൻ ചോദിച്ചു.

''എടാ, പറമ്പിന്റെ ഒടമസ്ഥന് എപ്പോ വേണെങ്കിലു പറയാം ഇനി പുല്ല് ചെത്തണ്ടെന്ന്. പറമ്പിനു വേലി കെട്ടാം. വേറെ ആർക്കെങ്കിലും പാട്ടത്തിനു കൊടുക്കാം. ആറ്റിൽ വെള്ളം പൊങ്ങിയാ അക്കരെയിക്കരെ കടക്കാനും പറ്റീന്നു വരില്ല.''

''അതൊക്കെ ഒരു വശത്ത് കെടക്കട്ടെ. ഞാനീ ചോദിച്ച കാര്യം എങ്ങനാ? ആധാരം ബാങ്കിലൊന്നു കാണിച്ചാ മതി. വേറൊന്നും വേണ്ട.''

''ജോബിനേ, നിനക്ക് ഞാൻ ആധാരം പോയിട്ട് അതിന്റെ കരം അടച്ച രസീതുപോലും തരത്തില്ല. പെണ്ണുംകെട്ടി നിന്റെ വീതോം

വഴക്കിട്ട് മേടിച്ച് വേറെ പോയവനല്ലേ നീ. കൊള്ളാവുന്നവനായിരുന്നെങ്കി ഈ വീട്ടിത്താമസിച്ച് അപ്പനേം അമ്മേം അനിയത്തിമാരേം നോക്കത്തില്ലാരുന്നോ നീ. ചെയ്തില്ലല്ലോ. ഈ വീടും അരയേക്കർ റബ്ബറും എനിക്കും ബിൻസിക്കും രണ്ടു പെങ്ങന്മാർക്കുമൊള്ള വീതമാ. അതീന്നു കയ്യിട്ടുവാരാൻ ഞാൻ സമ്മതിക്കത്തില്ല.''

''ആര് കയ്യിട്ടു വാരുന്നു. ആധാരമൊന്നു കാണിച്ചാ മതി.''

''എടാ റോബിനേ, അതു നടക്കത്തില്ല. ഞാനത് വേറൊരാവശ്യത്തിന് കോപ്പറേറ്റീവ് ബാങ്കിൽ കൊണ്ടുപോയി ഈടു വച്ചിരിക്കുവാ.''

''അതെന്താവശ്യത്തിന്?''

''നീയെന്തിനാ അതൊക്കെ അറിയുന്നെ? നിനക്ക് തരാനൊള്ളതൊക്കെ തന്നതല്ലേ?''

ജോബിന് നിരാശയും ദേഷ്യവുമായി. അയാൾ ഉടൻ ഷേർളിയെ വിളിച്ചു.

''വാടീ, പോകാം. അറത്ത കൈക്ക് ഉപ്പു തേക്കാത്ത ഒരപ്പനെയാ എനിക്കു കിട്ടിയത്.''

''ആണോ, എന്നാ നീ വേറൊരെണ്ണം മാറിയെടുത്തോ.'' ജോർജുകുട്ടി പറഞ്ഞു.

''എടീ, നീ വരുന്നൊണ്ടോ?'' ജോബിൻ അകത്തേക്കു നോക്കി ചീറി.

ഷേർളി, അടുക്കളയിൽ ബിൻസിയുമായി തർക്കിക്കുകയായിരുന്നു.

''മമ്മി ഒരു വാക്ക് പറഞ്ഞാ പപ്പാ സമ്മതിക്കും. ഒരു കുടുംബം രക്ഷപ്പെടുന്ന കാര്യമാ.''

''എന്നോടൊന്നും ചോദിക്കേം വേണ്ട പറയേം വേണ്ട. അതൊക്കെ പപ്പായോട് നേരിട്ട് ചോദിച്ചാ മതി.'' ബിൻസി കയ്യൊഴിഞ്ഞു.

ഷേർളി മുഖം വീർപ്പിച്ച് ഇറങ്ങിപ്പോയി. മുറ്റത്തിറങ്ങിനിന്ന ജോബിന്റെ ഒപ്പം ചെന്നിട്ട് അവൾ അരിശംപൂണ്ട് ചോദിച്ചു:

''കയ്യിലിരുന്ന കാശും കൊടുത്ത് പന്നിയെറച്ചീം വാങ്ങിച്ച് ചക്കേം വെട്ടിപ്പുഴുങ്ങിക്കോണ്ടു വന്നിട്ട് ഇപ്പം എന്തായി? ഞാനപ്പഴേ പറഞ്ഞതാ വേണ്ടാന്ന്.''

''ഞാനറിഞ്ഞോ ഇങ്ങനെ മനസ്സാക്ഷിയില്ലാത്ത തന്തേം തള്ളേമാണെന്ന്.''

''എന്റെ മോനേ, ദോഷം പറയരുതല്ലോ, നല്ല ചക്കപ്പുഴുക്കും നല്ല കറീമാരുന്നു. നീ എല്ലാ ആഴ്ചേലും ഇങ്ങനെ കൊണ്ടുവന്നു തരണംന്നാ ഞങ്ങടെ ആഗ്രഹം. അതങ്ങനെ ചെയ്താ അതിന്റെ അനുഗ്രഹോം സന്തോഷോം നിനക്കു കിട്ടും.'' ജോർജുകുട്ടി ഉപദേശരൂപേണ പറഞ്ഞു.

''വാ... പോകാം. ഇവിടെ നിന്നാ വല്ലതും പറഞ്ഞുപോകും.'' ജോബിനും ഷേർളിയും മുറ്റത്തുനിന്ന് ഇറങ്ങിപ്പോയി.

* * *

നെല്ലിക്കുന്നേൽ വീട്ടിൽ റോബിൻസ് ഇളക്കിവിട്ട സംഘർഷാവസ്ഥ ഒന്നാംഘട്ടം പിന്നിട്ടു. ആകാശം ഇടിഞ്ഞു വീണാലും ശരി, പുന്നയ്ക്കാട്ട് ജോർജുകുട്ടിയുടെ മകൾ ജിബിയയെ വിവാഹം കഴിക്കാൻ റോബിൻസിനെ അനുവദിക്കില്ലെന്ന് പോളച്ചൻ കഠിനശപഥം എടുത്തതോടെ അങ്കം ഒന്നുകൂടി മുറുകി. താൻ ഈ ജീവിതത്തിൽ ഏതെങ്കിലുമൊരു പെണ്ണിനെ വിവാഹം കഴിക്കുന്നെങ്കിൽ അതു ജിബിയ ആയിരിക്കുമെന്നൊരു പ്രഖ്യാപനം നടത്തിനോക്കി റോബിൻസ്.

''നീ കഴിച്ചോടാ. അതാണ് നിന്റെ തീരുമാനമെങ്കി ഇപ്പം എറങ്ങിക്കോണം ഈ വീട്ടീന്ന്. ഒരുത്തൻ പോയാലും എനിക്ക് വേറൊരുത്തനും കൂടിയൊണ്ട് മകനായിട്ട്. പക്ഷേങ്കി എന്റെ സ്വത്തീന്ന് അഞ്ചിന്റെ കാശ് കിട്ടുംന്ന് എന്റെ മോൻ കരുതണ്ട. എവിടെങ്കിലും പോയി തെണ്ടിപ്പെറുക്കിപ്പട്ടി ജീവിക്കുന്നപോലെ ജീവിച്ചോണം.''

''എനിക്ക് പപ്പാടെ കാശ് വേണ്ട. ഞാൻ ജോലി ചെയ്തു ജീവിച്ചോളാം.''

''നിനക്ക് നാണമുണ്ടോടാ നന്ദികെട്ടവനേ ഇങ്ങനെ പറയാൻ. നിന്നെ ജോലികിട്ടാൻ പാകത്തിനു പഠിപ്പിച്ചത് ആരാടാ? നിന്നെ ജനിപ്പിച്ച നിന്റെ തന്ത. വല്ലവന്റേം തോട്ടത്തിപ്പോയി റബ്ബറ് വെട്ടി നിനക്ക് ഉണ്ണാനും ഉടുക്കാനും പഠിക്കാനും ഒണ്ടാക്കിത്തന്നതിന്റെ തഴമ്പ് എന്റെ കയ്യേന്ന് ഇപ്പഴും പോയിട്ടില്ല. എന്നിട്ട് നീ ജോലി ചെയ്ത് ജീവിച്ചോളാംന്നോ. പോയി കൂലിപ്പണി ചെയ്തോണം. അതാ അന്തസ്സ്. പിന്നെ, അമേരിക്കേലോട്ട് പോകാംന്നു നീ വിചാരിക്കണ്ട. വിൽസനോട് ഞാൻ പറഞ്ഞേക്കാം നിന്നെ കടല് കടത്തരുതെന്ന്.''

''ഞാൻ ബിയായെ കല്യാണം കഴിച്ചാ പപ്പായ്ക്ക് എന്താ നഷ്ടം?''

''എടാ, ജോറൂട്ടീടെ കയ്യില് നൂറുരൂപ തെകച്ചെടുക്കാനില്ല. ആ വിവരം അറിയാവോ നിനക്ക്? അയാളെന്നാ സ്ത്രീധനം തരും നിനക്ക്? പത്തു പവന്റെ സ്വർണമെങ്കിലും അയാളാ പെങ്കൊച്ചിന്റെ കഴുത്തിലിട്ടു കൊടുക്കുവോ? അവളെ നീയിങ്ങോട്ട് കെട്ടിക്കൊണ്ടു വന്നാ ജോറൂട്ടിക്ക് എന്തെങ്കിലും നഷ്ടമൊണ്ടോ? ഇല്ല. അവൾക്കിവിടെ വന്ന് സുഖമായിട്ട് ജീവിക്കാം. അത്രതന്നെ. നിനക്കവളെക്കായിലും നല്ലൊന്നാന്തരം പെണ്ണിനെ കിട്ടും. ലക്ഷക്കണക്കിനു രൂപേം കാറും നൂറു പവൻ പൊന്നും സ്ത്രീധനമായിട്ടു കിട്ടും. അവനോന്റെ നെലയ്ക്കും വെലയ്ക്കും പറ്റിയ ആളുകളെ ബന്ധുക്കളായിട്ട് കിട്ടും. എടാ മോനേ. ബന്ധുബലംന്നു വച്ചാ അത്ര നിസ്സാരമല്ല.''

റോബിൻസ് ജിബിയയ്ക്കുവേണ്ടി അങ്ങേയറ്റം വാദിച്ചുവെങ്കിലും പോളച്ചന്റെ നിർബന്ധബുദ്ധിക്കു മുന്നിൽ അതൊന്നും വിലപ്പോയില്ല.

അപ്പനും മകനും തമ്മിലുള്ള വഴക്ക് മൂർച്ഛിച്ചപ്പോൾ ഷൈനി തന്റെ ആങ്ങളമാരെ വിളിച്ചു വരുത്തി. അവർ രണ്ടുപേരും റോബിൻസിന്റെ ഇടവും വലവും ഇരുന്ന് ബ്രെയ്ൻവാഷിങ് ആരംഭിച്ചു. ജുബിയയെ വിവാഹം കഴിച്ചാലുണ്ടാകുന്ന നഷ്ടങ്ങൾ. തങ്ങളുടെ നിലയ്ക്കും വിലയ്ക്കും ഒത്ത പെണ്ണിനെ കല്യാണം കഴിച്ചാൽ കിട്ടുന്ന ലാഭങ്ങൾ.

ആദ്യം റോബിൻസ് കഠിനമായി ചെറുത്തുനിന്നു. ജിബിയയ്ക്കു തന്നോടുള്ള സ്നേഹത്തേക്കാൾ വലുതല്ല പപ്പായുടെ മുഴുവൻ സ്വത്തും എന്ന് അവൻ വീറോടെ പറഞ്ഞപ്പോൾ അമ്മാച്ചന്മാർ ചിരിച്ചു.

''നീ നല്ലപോലെ മനസ്സിരുത്തി ആലോചിക്ക്. ഞങ്ങള് രണ്ടു ദിവസം കഴിഞ്ഞു വരാം.''

പാലായിൽനിന്നു വന്ന അമ്മാച്ചന്മാർ തിരികെ പോയി.

* * *

മഠത്തിൽപറമ്പിൽകാരുടെ റബ്ബർതോട്ടത്തിലെ നടപ്പാതയിൽനിന്ന് അല്പം മാറിയുള്ള കല്ലുവെട്ടാംകുഴിയിൽ വച്ചായിരുന്നു കൂടിക്കാഴ്ച. രണ്ടു വീട്ടുകാരുടെയും കർശനമായ വിലക്കുകൾ നിമിത്തമായിരുന്നു കൂടിക്കാഴ്ചയ്ക്ക് ഒരു നിഗൂഢ സ്ഥലം തിരഞ്ഞെടുക്കേണ്ടി വന്നത്. ഏതാനും ദിവസം മുൻപുവരെ റോബിൻസിന് ജിബിയയുടെ വീട്ടിൽ വരാനും അവളോട് എത്ര നേരം വേണമെങ്കിലും സംസാരിക്കാനും സ്വാതന്ത്ര്യമുണ്ടായിരുന്നു. മീനച്ചിലാറിന്റെ മണൽത്തിട്ടയിൽകൂടി നടന്നും പാറക്കടവിലെ പരന്ന പാറപ്പുറത്തിരുന്നും പള്ളിയിലേക്കുള്ള റോഡിലൂടെ നടന്നും അവർ സംസാരിച്ചിട്ടുണ്ട്. റോബിൻസിന്റെ വീട്ടിൽ വരാനും അവന്റെ മുറിയിൽ കയറിച്ചെല്ലാനും ജിബിയയ്ക്ക് മൗനാനുവാദമുണ്ടായിരുന്നു. മറ്റുള്ളവരുടെ കണ്ണുവെട്ടിച്ച് റോബിൻസിന് അവളെയൊന്നു കെട്ടിപ്പിടിക്കാനോ ഉമ്മ കൊടുക്കാനോ ഉള്ള അവസരങ്ങളും കിട്ടിയിരുന്നു.

ഇപ്പോൾ റോബിൻസിനും ജിബിയയ്ക്കുമിടയിൽ മതിലുകൾ, മുള്ളുവേലികൾ, ജാഗ്രതയുള്ള കണ്ണുകൾ, ഒറ്റിക്കൊടുക്കുന്നവർ. ഇതെല്ലാം കഴിഞ്ഞ ഏതാനും ദിവസങ്ങൾകൊണ്ട് ആവിർഭവിച്ചതാണ്. ഉറങ്ങിക്കിടന്ന സർപ്പം പൊടുന്നനെ ഫണംവിടർത്തി എഴുന്നേറ്റ മാതിരി.

കല്ലുവെട്ടാംകുഴി മഠത്തിപ്പറമ്പിക്കാർ വീടു കെട്ടാൻ വേണ്ടി പാറ പൊട്ടിച്ചുണ്ടായതാണ്. വർഷക്കാലത്ത് വെള്ളം നിറഞ്ഞു കിടക്കും. വേനലിൽ അതു വറ്റി പാറക്കുഴി തെളിയും.

സമീപപ്രദേശങ്ങളിൽ ആരുമില്ലെന്നുറപ്പിച്ചശേഷം റോബിൻസ് ജിബിയയെ കെട്ടിപ്പിടിച്ച് അവളുടെ ശിരസ്സിലും നെറ്റിയിലും ചുംബിച്ചു.

''പപ്പാ ഭയങ്കര എതിർപ്പാ. പക്ഷേ, ഞാൻ ഒരിഞ്ചു വിട്ടുകൊടുക്കില്ല. ഞാനവരോട് ആണയിട്ട് പറഞ്ഞു. എന്റെ ജീവിതത്തിലൊരു പെണ്ണുണ്ടെങ്കി അതു നീ മാത്രമായിരിക്കുമെന്ന്. മമ്മി പാലായീന്ന് രണ്ട് അങ്കിൾമാരേം വിളിച്ചു വരുത്തി. എന്നെ ബ്രെയ്ൻവാഷ് ചെയ്യാൻ.''

''റോബിച്ചായാ, ഞാനൊറ്റ ദിവസംപോലും ഒറങ്ങീട്ടില്ല. കരഞ്ഞു കരഞ്ഞ് ഞാൻ തളർന്നു. സങ്കടോം പേടീം കാരണം എനിക്ക് എപ്പഴും ഭയങ്കര തലവേദനയാ. എന്നാ ഗുളിക കഴിച്ചാലും രക്ഷയില്ല.''

''നീയെന്തിനാ സങ്കടപ്പെടുന്നേ. ഞാനില്ലേ. നീയില്ലാതെ എനിക്കൊരു ജീവിതം വേണ്ട. അതു ഞാൻ എല്ലാരോടും വെട്ടിത്തൊറന്നു പറഞ്ഞു.''

''റോബിച്ചായനെ അവരെല്ലാരും കൂടി അമേരിക്കയ്ക്ക് കടത്തും.''

''നമ്മുടെ മാരേജ് കഴിയാതെ ഞാനെങ്ങോട്ടും പോകുന്ന പ്രശ്നമില്ല.''

''ഹോ! എനിക്കിപ്പഴാ ജീവൻ തിരിച്ചു കിട്ടിയത്. എന്തൊരു പ്രാണവേദനയാ അനുഭവിച്ചോണ്ടിരുന്നേ. ഹൃദയവേദനേന്നു പറയുന്ന സംഗതി വെറുതെയല്ലെന്നു മനസ്സിലായി. ഒരു കത്തിയെടുത്ത് ചങ്കിലോട്ട് പകുതി കുത്തിയെറക്കി വച്ചിരിക്കുന്നപോലെയാ. അനങ്ങിയാ വേദനിക്കും. ചോര വരും.''

''സാരമില്ല. സാരമില്ല.''അവൻ അവളെ ഗാഢമായി ആശ്ലേഷിച്ചു. ''ഇപ്പം എല്ലാം മാറിയില്ലേ. ആരെന്തൊക്കെ പറഞ്ഞാലും ഞാനില്ലേ മോളേ നിനക്ക്. ഐ ലവ് യൂ. ലവ് യൂ സോ മച്ച്.''

അവൻ വീണ്ടും അവളുടെ നെറ്റിയിലും കണ്ണിലും കവിളിലും ചുംബിച്ചു. ആ നിമിഷങ്ങളിൽ അവൾ അവന് എത്രത്തോളം സ്വാതന്ത്ര്യം വേണമെങ്കിലും നൽകാൻ തയ്യാറായി മനസ്സലിഞ്ഞു നിൽക്കുകയായിരുന്നു.

ഉറച്ച കാൽവയ്പുകളോടെയാണ് ജിബിയ വീട്ടിലേക്കു തിരിച്ചുപോയത്. പപ്പാ റബ്ബർഷീറ്റ് വിൽക്കാൻ കടയിലേക്കും മമ്മി അലക്കാൻ പാറക്കടവിലേക്കും പോയ തക്കം നോക്കി ജിബിയയും റോബിൻസും പരസ്പരം വിളിച്ചുപറഞ്ഞുറപ്പിച്ച കൂടിക്കാഴ്ചയായിരുന്നു അത്. അതിനുശേഷം ജിബിയയ്ക്കുണ്ടായ മാറ്റം ബിൻസി ശ്രദ്ധിക്കാതിരുന്നില്ല.

കരച്ചിലും നെടുവീർപ്പുമില്ല. ചിന്താഭാരവും മ്ലാനതയുമില്ല. നൈരാശ്യവും കാണാനില്ല.

ഒരു ദിവസം ബിൻസി ചോദിച്ചു: ''നീ റോബിൻസിനെ കണ്ടാരുന്നു, അല്ലേ?''

''ങാ... കണ്ടു.''

''എപ്പം? എവിടെ വച്ച്?''

''എന്നായിപ്പം ചോദിക്കാൻ കാരണം?''

''നിനക്ക് വന്ന മാറ്റം കണ്ടിട്ട്. അവനെന്നാ പറഞ്ഞു?'' ബിൻസി മകളെ സൂക്ഷിച്ചു നോക്കി.

''എന്തൊക്കെ എതിർപ്പൊണ്ടായാലും ശരി ഞങ്ങളു തമ്മിലൊള്ള കല്യാണം നടത്താമെന്നാ..''

''ചുമ്മാ വാക്കു പറഞ്ഞാപ്പോരാ. അതു പാലിക്കാനൊള്ള ആണത്തം കൂടെ കാണിക്കണം. അമേരിക്കൻ ഡോളറു കണ്ടപ്പം പോളച്ചന്റേം ഷൈനീടേം നെറം മാറിയതു കണ്ടില്ലേ. അവരടയല്ലേ മോൻ.''

''റോബിച്ചായൻ വാക്ക് പറഞ്ഞാ വാക്കാ. എനിക്ക് വിശ്വാസാ..''

''എന്നാലും ഒന്നു കരുതിയിരുന്നോ. അവർക്ക് നഷ്ടപ്പെടാൻ ഒന്നുമില്ല. അതെപ്പഴും ഓർമ്മവേണം. അവരെല്ലാരും കൂടെ ഒന്നിച്ചു നിന്ന് എതിർത്താ അവനെന്നാ ചെയ്യാൻ പറ്റും?''

''ഞാനൊന്നും പറയുന്നില്ല.''

ബിൻസി ആ വിഷയം വിട്ടു.

പാലായിൽനിന്ന് ഷൈനിയുടെ ആങ്ങളമാർ വീണ്ടും വന്നു. അവർ റോബിൻസിനെ അടുത്തുവിളിച്ചു പറഞ്ഞു: ''എടാ, ഞങ്ങടെ കൂടെ നീ പാലാവരെ ഒന്നുവാ. ഒരു ചെറിയ പ്രശ്നമൊണ്ട്.''

''എന്തു പ്രശ്നം?''

''അതൊക്കെ പോകുന്ന വഴിക്കു പറയാം.''

''ഇപ്പപ്പറഞ്ഞാലെന്താ?''

''അതിന്റെ സസ്പെൻസുപോയാ പിന്നെ ഒരു ത്രില്ലുമില്ല.''

''ഞാനെന്തിനു വരണമെന്നാ ചോദിക്കുന്നെ. നിങ്ങടെ പ്രശ്നം നിങ്ങളു തീർത്താപ്പോരെ?''

''നീയുംകൂടി വന്നാലേ തീരത്തൊള്ളൂ.''

ആന്റോയും ബിന്റോച്ചനും നിർബന്ധിച്ചപ്പോൾ റോബിൻസ് വഴങ്ങി.

''എടാ, നല്ല ഡ്രെസ്സൊക്കെ ഇട്ടോണം. നമ്മളൊരു അമേരിക്കൻ മലയാളീടെ വീട്ടിലോട്ടാ പോകുന്നെ.''

''അവിടെനിക്കെന്തു കാര്യം?''

''നിന്റെ ജോലീടെ കാര്യത്തിനാ.''

റോബിൻസ് ഡ്രസ് മാറി അങ്കിൾമാരോടൊപ്പം ഇറങ്ങി.

''ഞാൻ കാറെടുക്കണോ?''

''നിന്നെ ഇവിടെ തിരിച്ചു കൊണ്ടുവിടുന്ന കാര്യം ഞങ്ങളേറ്റു.'' ആന്റോ പറഞ്ഞു.

പ്രവിത്താനത്തുള്ള ഒരു വലിയ ഇരുനില വീടിനു മുന്നിൽ കാർ നിന്നു. ബിന്റോച്ചൻ ഇറങ്ങിച്ചെന്ന് ഗേറ്റ് തുറന്നു.

ആന്റോ ഡ്രൈവ് ചെയ്ത് വലിയ വീട്ടുവളപ്പിലേക്കു കടന്നു. കാർ പോർച്ചിൽ രണ്ടു കാറുകൾ കിടപ്പുണ്ടായിരുന്നു. ആന്റോ മുറ്റത്തു വണ്ടി നിർത്തി.

''ഇറങ്ങിവാ.'' ആന്റോ ഇറങ്ങിയിട്ട് റോബിൻസിനെ വിളിച്ചിറക്കി.

ആ വീട്ടിലെ ഗൃഹനാഥനും ഭാര്യയും മറ്റു രണ്ടുപേരും ഇറങ്ങിവന്നു ഹൃദ്യമായ ചിരിയോടെ അവരെ സ്വീകരിച്ച് അകത്തേക്ക് ആനയിച്ചു. അതിഥികളെ വലിയൊരു ഹാളിൽ കൊണ്ടുപോയി കമനീയമായി സജ്ജീകരിച്ചിരുന്ന സോഫകളിൽ ഇരുത്തി. റോബിൻസിനെ പരിചയപ്പെടലും കുശലം ചോദിക്കലും ഭാവി പരിപാടികളെക്കുറിച്ചുള്ള അന്വേഷണവും എല്ലാം കഴിഞ്ഞ ശേഷം സംസാരിക്കാൻ വിഷയമൊന്നുമില്ലാതെ ഇരിക്കുമ്പോൾ ഒരു യുവതി ട്രേയിൽ ഫ്രഷ് ലൈം നിറച്ച ഗ്ലാസുകൾ വച്ചുകൊണ്ട് വന്നു. റോബിൻസ് കണ്ണെടുക്കാതെ നാലഞ്ചു തവണ അവളെത്തന്നെ നോക്കിയിരുന്നുപോയി. അവൾ അടുത്തുവന്നപ്പോൾ അവൻ വീണ്ടും നോക്കി. എന്തൊരു സൗന്ദര്യം! എന്തൊരു സൗരഭ്യം! അവൾ എല്ലാവർക്കും ഫ്രഷ് ലൈം ജ്യൂസ് വിളമ്പി. അതിനുശേഷം

റോബിൻസ് ഇരുന്ന സോഫയിൽ ഇരുന്നു. പേരു ചോദിച്ച് റോബിൻസിനെ പരിചയപ്പെട്ടു. റോബിൻസ് തിരിച്ചും.

''ജിന്നി ജോൺസ്.''

അവളോടു സംസാരിക്കാൻതന്നെ എന്തൊരു സുഖം എന്ന് റോബിൻസ് ഓർത്തു.

അര മണിക്കൂറിനുശേഷം തിരിച്ച് കാറിൽ കയറി പോരുമ്പോൾ ആന്റോ റോബിൻസിനോടു ചോദിച്ചു:

''ആ പെണ്ണെങ്ങനെ, നിനക്കിഷ്ടപ്പെട്ടോ?''

''സുന്ദരിയല്ലേ. ആരും ഇഷ്ടപ്പെടും. നല്ല പെരുമാറ്റം.''

''നിനക്ക് ഏതു കാറാ ഇഷ്ടം. ബിഎംഡബ്ല്യു ആണോ ബെൻസാണോ ഓഡിയാണോ?''

''അങ്കിളെന്നെ കളിയാക്കുവാണോ?''

''എടാ, ഇപ്പം നടന്നത് ഒരു പെണ്ണുകാണലാ. നിന്നോടു പറഞ്ഞില്ലെന്നേയൊള്ളൂ. പറഞ്ഞാ നീ സമ്മതിക്കത്തില്ലല്ലോ. ശരിക്കൊള്ള പെണ്ണുകാണൽ നമുക്ക് പിന്നീടു നടത്താം.''

റോബിൻസ് അന്തംവിട്ടിരുന്നു.

''എടാ, ഒരു ബെൻസുകാറ്. അൻപതുലക്ഷം രൂപ, ഒന്നരക്കിലോ സ്വർണം. അമേരിക്കേലോട്ട് ഒരു ഫ്ളൈറ്റ് ടിക്കറ്റ്. അവിടെച്ചെന്നിറങ്ങിയാലൊടനെ രണ്ടു ലക്ഷത്തിനു മേലെ ശമ്പളം കിട്ടുന്നൊരു ജോലി. എന്നാ പറയുന്നു?''

''അല്ല... ഇതൊക്കെ... ആര്... എങ്ങനെ?''

''അതു പറഞ്ഞില്ലല്ലോ ആ പെണ്ണിനേം കിട്ടും. ജിന്നിയെ. നിനക്ക് സമ്മതമാണോ?''

റോബിൻസ് വിശ്വാസം വരാതെ ആന്റോയെ നോക്കി ഉമിനീരിറക്കി.

എസി കാറിലിരുന്നിട്ടും അവന്റെ നെറ്റി വിയർത്തു.

മൂന്ന്

ജിബിയ അമ്പഴത്തിങ്കൽ വീട്ടിൽ ചെന്നപ്പോൾ പവിത്ര അവിടെയില്ല.

''അവള് വെട്ടിപ്പറമ്പിനു പോയേക്കുവാ. മുത്തശ്ശീടടുത്ത്.'' അജിതമ്മ പറഞ്ഞു.

''അവിടെന്താ വിശേഷം?''

''ഒന്നൂല്ല. അമ്മയ്ക്ക് അവളെ കാണണംന്നു പറഞ്ഞു. അവളവിടല്ലേ വളന്നതും പഠിച്ചതും.''

''എപ്പോ വരും തിരിച്ച്?''

''അവളവിടച്ചെന്നാ അവര് വിടത്തില്ലെന്നേ. എന്റമ്മയ്ക്ക് അവളെന്നു വച്ചാ ജീവനാ. എന്റാങ്ങളമാർക്കും അങ്ങനെയാ. ഞങ്ങടെ കുടുംബത്തിൽ ആദ്യമൊണ്ടായ പെങ്കൊച്ചല്ലേ.''

''ആണോ?'' ജിബിയ വെറുതെ ചോദിച്ചു.

പവിത്രയെ കാണാൻ പറ്റാത്തതിൽ അവൾക്കു നിരാശ തോന്നി.

''അവൾടെ കാര്യത്തിൽ എന്തെങ്കിലും തീരുമാനമായോ? ഡിഗ്രിക്കു ചേരാൻ പോവാണോ, അതോ ഏതെങ്കിലും പ്രഫഷനൽ കോഴ്സിന്?''

''എന്റെ മോളേ, അതൊക്കെ അവൾടെ ഓരോരോ ആശകളല്ലേ. ഇളയവര് രണ്ടുപേരെ അവൾടത്രയെങ്കിലും പഠിപ്പിക്കണ്ടായോ? ഞാനിവിടിരുന്ന് ഈ തയ്യൽ മെഷീൻ ചവിട്ടിയാ എല്ലാത്തിനും തെകയോ?''

''പവിത്രേടച്ഛൻ നോക്കിയാ പറ്റത്തില്ലേ? അവൾടെ ഏറ്റോംവല്യ ആഗ്രഹല്ലേ പഠിക്കണംന്ന്.''

''ആശിക്കാനാർക്കാ വയ്യാത്തെ. അവൾടെ പ്രായത്തിൽ എനിക്കും ഒണ്ടാർന്നു ഒരുപാട് ആശകളൊക്കെ. പെണ്ണിന്റെ ജീവിതം അവരാഗ്രഹിക്കുന്നപോലല്ലല്ലോ. കുടുംബത്തിലെ ആണുങ്ങടെ കയ്യിലല്ലേ എല്ലാം.''

''പവിത്ര ഒന്നിനും ചേരാതെ ഇവിടെ വെറുതെ കഴിയട്ടേന്നാണോ?'' ജിബിയ വല്ലായ്മയോടെ ചോദിച്ചു.

''അവൾടെ കല്യാണം നടത്തിയാലോന്നാ ആലോചിക്കുന്നെ. എന്റമ്മേടെ ആങ്ങളമാരും അതാ പറയുന്നെ. ഇപ്പഴാണെങ്കി അവരെന്തെങ്കിലും സഹായമൊക്കെ ചെയ്യും.''

''എന്റീശോയേ. ഇത്രേം കൊച്ചിലേ അതിനെ പിടിച്ച് കെട്ടിക്കാനോ?'' ജിബിയ അമ്പരപ്പിൽ ചോദിച്ചു.

''എന്റെ കല്യാണം പതിനാറാമത്തെ വയസ്സിലാരുന്നു. അവൾക്കിപ്പം പതിനെട്ടു കഴിഞ്ഞല്ലോ. പത്തൊൻപതിനകത്തു നടത്തിയില്ലെങ്കി പിന്നെ ഇരുപത്തൊൻപതു കഴിയണമെന്നാ ജാതകത്തിൽ.''

''ശ്ശോ... എന്തിനാ ഈ ജാതകമൊക്കെ നോക്കാമ്പോണത്. ഞങ്ങളാരും നോക്കാറില്ലല്ലോ.''

''അതു നോക്കാത്തകൊണ്ട് അതിന്റെ കൊഴപ്പങ്ങള് എന്താന്നൊന്നും നിങ്ങക്കറിയത്തില്ല.''

''അവളെ ഇപ്പഴേ കല്യാണം കഴിപ്പിക്കല്ലേ അജിതമ്മേ. അവള് പഠിച്ചോട്ടെ. അവള് മിടുക്കിയല്ലേ. അവളെ കല്യാണം കഴിക്കാൻ കൊതിച്ച് ചെക്കൻമാര് ക്യൂ നിക്കും. സുന്ദരിയല്ലേ അവള്.''

''നമ്മളെന്തിനാ വെടിമരുന്നുപോലെ വീട്ടിനകത്ത് വെച്ചോണ്ടിരിക്കുന്നെ. കെട്ടിച്ചുവിട്ടാ ആ ഉത്തരവാദിത്തം തീർന്നല്ലോ. എന്നാ സുന്ദരിയാണേലും പൊന്നും പണോം കൊടുക്കാതെ ആരും കെട്ടിക്കൊണ്ടു പോവത്തില്ല.''

''കഷ്ടംണ്ട് കേട്ടോ.'' ജിബിയായ്ക്കു വ്യസനമായി.

''നിനക്ക് അങ്ങനെയൊക്കെ പറയാം. എന്റെ കാലിനു വയ്യാണ്ടായാ ഈ കുടുംബം പട്ടിണിയാ. ഇപ്പത്തന്നെ മുട്ടിനു വേദനേം കാൽപത്തിക്ക് നീരുംവച്ച് തുടങ്ങീട്ടൊണ്ട്.''

ജിബിയായ്ക്ക് അജിതമ്മയോട് അലിവു തോന്നി. ആ അമ്മ എത്ര കഷ്ടപ്പെട്ടാണ് കുടുംബം നടത്തിക്കൊണ്ടു പോകുന്നതെന്ന് അവൾക്കറിയാം.

''പവിക്ക് വല്യ സങ്കടാവൂല്ലോ..''

''എനിക്കും അങ്ങനെയാരുന്നു. പക്ഷേങ്കി അന്ന് വേറെ നിവൃത്തിയില്ല. പെൺകുട്ട്യേൾടെ ജീവിതം ഇങ്ങനാ. കൊറച്ചു കഴിയുമ്പം അങ്ങ് പൊരുത്തപ്പെട്ടോളും.'' അജിതമ്മ പറഞ്ഞു. ''ഈ പറയുന്ന നീ കല്യാണം കഴിക്കാൻ പോകുവല്ലേ. നിനക്കും അവൾക്കും ഒരേ പ്രായമല്ലേ.''

''എനിക്കു പഠിക്കണ്ട. കല്യാണം കഴിച്ച് ആൾടെ കൂടെ പോയാ മതി. ഞാൻ പഠിച്ചാലും ഇല്ലെങ്കിലും റോബിച്ചായനെന്നെ ജോലിക്കൊന്നും വിടത്തില്ല. പിന്നെന്തിനാ വെറുതെ...''

''നിങ്ങടെ കല്യാണം ഒറപ്പിച്ചോ?''

''ഇല്ല. റോബിച്ചായന്റെ വീട്ടുകാർക്ക് ഇപ്പം ഇത്തിരി ഇഷ്ടക്കേട്. ഞങ്ങള് പാവങ്ങളല്ലേ. അവരും അങ്ങനാരുന്നു. പക്ഷേ, ഇപ്പം അവർക്ക് പൈസയൊക്കെ ആയല്ലോ.''

''ഇഷ്ടക്കേടൊണ്ടെങ്കി അതു പ്രശ്നമാണല്ലോ മോളേ.''

''അതെല്ലാം പതിയെ മാറിക്കോളുംന്നാ റോബിച്ചായൻ പറഞ്ഞത്.''

''ഉം... പക്ഷേ, ആ വീട്ടിലോട്ട് കല്യാണം കഴിപ്പിക്കുമ്പം ആ നെല യ്ക്കൊള്ള പൊന്നും പണോം ഒക്കെ കൊടുക്കണ്ടേ?''

''അങ്ങനത്ത കണക്കൊന്നും ഇന്നേവരെ ഞങ്ങള് രണ്ടു കൂട്ടരും തമ്മിൽ ഒരിക്കലും പറഞ്ഞിട്ടില്ല.''

''മോളേ... കാര്യത്തോടടുക്കുമ്പം അറിയാം ആൾക്കാരടെ മനസ്സിലി രുപ്പ്.''

ജിബിയ മറുപടിയൊന്നും പറഞ്ഞില്ല. റോബിൻസിന്റെ പപ്പാ എതിർപ്പു പറഞ്ഞപ്പോൾ ഒരാശങ്ക മനസ്സിൽ കിടന്നു പിടയ്ക്കുന്നുണ്ട്. മുൻപ് അങ്ങനെ ഇല്ലായിരുന്നു.

''ഇവിടംവരെ വന്നിട്ട് അവളെയൊന്നു കാണാൻ പറ്റിയില്ലല്ലോ.'' ജിബിയ വിഷയം മാറ്റി.

''ഫോണിക്കൂടെ ഒന്നു വിളിച്ചിട്ട് വന്നാ പോരായിരുന്നോ?'' അജിതമ്മ ചോദിച്ചു.

''വിളിക്കാൻ വേണ്ടി ഫോണെടുത്തതാ. അന്നേരം അതിൽ പൈസ യില്ല. പപ്പേടെ ഫോൺ ചോദിക്കാൻ മടിയാ. മമ്മീടെ ഫോണിലാണെങ്കി ഒരിക്കലും പൈസേം ഇല്ല.''

''പവിത്ര വരുമ്പം ഞാൻ വന്നിരുന്നൂന്ന് പറയണേ.''

തിരികെ പോരുന്നതിനു മുൻപ് ജിബിയ അജിതമ്മയോടു അഭ്യർത്ഥിച്ചു.

മഠത്തിപ്പറമ്പുകാരുടെ റബർ തോട്ടത്തിൽവച്ച് റോബിൻസുമായി ഒരു കൂടിക്കാഴ്ച പറഞ്ഞുവച്ചിട്ടുണ്ട്. കുറച്ചുദിവസങ്ങളായി റോബിൻസിന് എന്തോ മാറ്റം വന്നതുപോലെ ഒരു തോന്നൽ ജിബിയായുടെ ഉള്ളുലയ്ക്കു ന്നുണ്ട്. പഴയതുപോലെ സ്വതന്ത്രമായി കാണാനും മിണ്ടാനും വിലക്കു ണ്ടെന്നതു ശരിതന്നെ. പക്ഷേ, എന്തു വിലക്കുണ്ടെങ്കിലും ആറിന്റെ അക്കരെയിക്കരെ താമസിക്കുന്നവർക്ക് തമ്മിൽ സ്നേഹം പ്രകടിപ്പിക്കാൻ അനേകം ഉപാധികൾ ഉണ്ട്. ആറ്റിൽ കുളിക്കാനെത്തുമ്പോൾ പാറപ്പുറത്തു കയറി നിന്നിട്ടുള്ള ചില ആംഗ്യവിക്ഷേപങ്ങൾ. വീട്ടിലെ ടെറസ്സിനു മുകളിൽ നിന്ന് കാണിക്കുന്ന ചില അടയാളങ്ങൾ!

മമ്മിയുടെ ഫോൺ കൈക്കലാക്കി താനൊരു എസ്എംഎസ് അയയ്ക്കുമ്പോൾ ഞൊടിയിടയിൽ അതിനു കിട്ടുന്ന മറുപടികൾ. തനിക്കു സ്വന്തമായി ഫോണില്ലെങ്കിലും റോബിൻസിനു ഫോണുണ്ട്. താൻ അയയ്ക്കുന്ന മെസ്സേജിനു മറുപടി തരാൻ ഒട്ടും അമാന്തിക്കേണ്ട കാര്യമില്ല. റോബിൻസിന് അറിയാം, മമ്മിയുടെ ഫോൺ പത്തു മിനിറ്റിൽ കൂടുതൽ തനിക്കു കൈവശം വയ്ക്കാൻ പറ്റില്ല എന്നത്. എന്നാൽ, ഇപ്പോൾ താൻ അയയ്ക്കുന്ന മെസ്സേജിനു മറുപടി വരാൻ വൈകുന്നു. രണ്ടും മൂന്നും മെസ്സേജുകൾക്കുശേഷമാണ് മറുപടി കിട്ടുക. ഉടൻ അയയ്ക്കാതിരുന്നതിന് എന്തെങ്കിലും കാരണങ്ങളും.

ഇന്ന് ഇതിനെല്ലാം ശരിയായ ഉത്തരം കിട്ടണം. ഇതു വളരെ നിർണായ കമായ കൂടിക്കാഴ്ചയാണെന്ന് അവൾക്കു തോന്നി.

അതെല്ലാം ഓർത്തു നടക്കവേ കല്ലുവെട്ടാംകുഴിയുടെ ഭാഗത്തുനിന്ന് ചൂളംവിളി കേട്ടു.

ജിബിയ മുഖമുയർത്തി നോക്കി. റോബിൻസ്...

ആരെങ്കിലും വഴിപോക്കർ പരിസരത്തുണ്ടോ എന്ന് അവൾ നാലു പാടും ശ്രദ്ധിച്ചു. പിന്നെ റോബിൻസ് നിൽക്കുന്നിടത്തേക്കു ചെന്നു. അവന്റെ മുഖം കണ്ടപ്പോൾത്തന്നെ അവളുടെ നെഞ്ചു പിടച്ചു.

രണ്ടുപേരും കല്ലുവെട്ടാംകുഴി എന്നറിയപ്പെടുന്ന ഭൂഗർഭത്തിലേക്കിറങ്ങി ആരും കാണാതെ പരസ്പരം നോക്കി നിന്നു.

ജിബിയായ്ക്കു നൂറു പരാതികൾ റോബിൻസിനോടു പറയാനുണ്ടാ യിരുന്നു. അവനാണെങ്കിൽ ആരൊക്കെയോ അവനെ വേട്ടയാടിപ്പിടിച്ചേക്കു മെന്നപോലെ അക്ഷമനും പരിഭ്രാന്തനുമായിരുന്നു.

''എനിക്ക് കട്ട് വിളിക്കാൻപോലും പറ്റത്തില്ല. മമ്മീടെ ഫോണീന്ന് ഒരു രൂപ കുറഞ്ഞാ മമ്മിക്കറിയാം. എസ്സെമ്മെസ് അയയ്ക്കണതുപോലും പേടിച്ചു പേടിച്ചാ.'' ജിബിയ എവിടെയോ പറഞ്ഞുനിർത്തിയതിന്റെ ബാക്കിയെന്നോണം പറഞ്ഞു.

''ഞാനെന്തു ചെയ്യാനാ. എന്നെ എടംവലം തിരിയാൻ സമ്മതിക്കില്ല പപ്പേം മമ്മീം.'' റോബിൻസ് നിസ്സഹായത പ്രകടിപ്പിച്ചു.

''ഞാൻ മെസ്സേജ് അയയ്ക്കുമ്പം റോബിച്ചായന് എന്നെ വിളിക്കാല്ലോ. കയ്യിൽ ഫോണില്ലേ?''

''പഴയപോലല്ല ബിയാ കാര്യങ്ങൾടെ കെടപ്പ്. എല്ലാരും എന്നെ വാച്ച്ചെയ്യുന്നൊണ്ട്.''

''റോബിച്ചായനെ ഇപ്പം ഒരിടത്തും കാണാനില്ല. ആറ്റിൻകരയിലും വരാറില്ല, ടെറസ്സിനു മുകളിലും കാണാറില്ല. റോബിച്ചായൻ എന്നെ നോക്കുന്നേയില്ല.''

''ബിയാ... ഒള്ള സത്യം തൊറന്നു പറയാല്ലോ. അമ്മാച്ചൻമാര് പാലാ യീന്ന് എനിക്കൊരു കല്യാണാലോചനേംകൊണ്ടു വന്നിട്ട് ഭയങ്കരമായിട്ട് പ്രഷറ് ചെയ്തോണ്ടിരിക്കുവാ.''

ജിബിയായ്ക്ക് തന്റെ നെഞ്ചു പൊട്ടിപ്പോകുമെന്നു തോന്നി. ശ്വാസ ത്തിന്റെ വലിയ ഒരു കുമിള തൊണ്ടയിൽ കുടുങ്ങിക്കിടക്കുന്നു.

''അവര് പ്രഷറ് ചെയ്യുന്നകൊണ്ട്?''

''അതുകൊണ്ടാ ഞാനിങ്ങനെ അൽപം മാറിനിൽക്കുന്നെ. പപ്പാ പറഞ്ഞിരിക്കുന്നത് മറ്റേ കല്യാണത്തിനു സമ്മതിച്ചില്ലെങ്കി വീട്ടീന്ന് എറങ്ങിപ്പൊയ്ക്കൊള്ളാനാ. പപ്പേടെ സ്വത്തീന്ന് ഒരു അഞ്ചിന്റെ പൈസ പോലും തരത്തില്ലെന്ന്. ചേട്ടനും എന്നെ വിളിച്ചുപറഞ്ഞു, ചിക്കാഗോ യിൽവന്നു ജോലിചെയ്യാൻ നോക്കണ്ടെന്ന്. ഞാനെന്തു ചെയ്യണം, നീ പറ ബിയാ... നീ പറയുന്നപോലെ ചെയ്യാം.''

ജിബിയായുടെ കണ്ണിൽ നീർകണങ്ങൾ വന്നു മൂടി.

''നീയെന്താ മിണ്ടാത്തെ? എന്റെ അവസ്ഥംകൂടി കാണേണ്ടത് നീയല്ലേ?''

ജിബിയായ്ക്ക് അവിടെനിന്നു പൊട്ടിക്കരയണമെന്നു തോന്നി.

''ഞാൻ പറയുന്നപോലെ ചെയ്യോ റോബിച്ചായൻ?''

''നീ പറ. കേൾക്കട്ടെ.''

''തറവാട് റോബിച്ചായന് അവകാശപ്പെട്ടതല്ലേ. ആ വീട്ടീന്ന് ഒരിക്കലും ഇറങ്ങിപ്പോകണ്ട അവസ്ഥ വരരുത്. റോബിച്ചായനു കിട്ടാനുള്ള സ്വത്ത് ഒരു പൈസപോലും നഷ്ടപ്പെടുത്തരുത്. അമ്മാച്ചന്മാരു കാണിച്ചു തരുന്ന പെണ്ണിനെ കല്യാണം കഴിക്കണം. എന്നിട്ട് അതിനേംകൊണ്ട് അമേരിക്കേ പോയി ജോലി ചെയ്യണം.''

''ബിയാ... നീയുംകൂടെ എന്നെ ധർമസങ്കടത്തിലാക്കല്ലേ.''

''ഇല്ല. ഒരിക്കലുമില്ല. ഞാൻ പൊയ്ക്കോളാം.''

വായ് പൊത്തി കരച്ചിൽ മറച്ചുകൊണ്ട് അവൾ ഓടി കല്ലുവെട്ടാംകുഴി യിൽനിന്ന് കര കയറി. റോബിൻസ് പുറകിൽനിന്ന് രണ്ടു തവണ വിളിച്ചെ ങ്കിലും അവൾ തിരിഞ്ഞു നോക്കാതെ റബ്ബർമരങ്ങൾക്കിടയിലൂടെ ഓടി.

* * *

പവിത്രയെ സ്റ്റൂളിൻമേൽ ഇരുത്തി, അവളുടെ സമൃദ്ധമായ മുടിയിൽ എണ്ണ പുരട്ടി, അകന്ന പല്ലുകളുള്ള വലിയ ചീപ്പുകൊണ്ടു മുടി ചീകി ക്കൊടുക്കുന്നതിനിടയിൽ ഇന്ദിരാമ്മ പറഞ്ഞു:

''മോളേ, കല്യാണംന്നൊക്കെ പറയണത് ഭൂമീലിരുന്ന് മനുഷ്യന്മാര് തീരുമാനിക്കുന്നതല്ല. മോളിലിരുന്ന് ഈശ്വരൻ നിശ്ചയിക്കണതാ.''

''പിന്നേ... പണ്ടൊക്കെ ശൈശവവിവാഹങ്ങളല്ലേ നടന്നോണ്ടിരുന്നെ. അതെല്ലാം ഈശ്വരനിശ്ചയം ആയിരുന്നോ. കല്യാണപ്രായം പതിനെട്ടു വയസ്സെങ്കിലും വേണംന്നു കോടതി നിശ്ചയിച്ചപ്പോ ഈശ്വരൻ ഒടനെ അതിനു വഴങ്ങിക്കൊടുത്തോ? ചുമ്മാ ഓരോന്നു പറയല്ലേ മുത്തശ്ശീ.''

പിന്നിലെ കസേരയിലിരുന്നു മുടി ചീകുന്ന മുത്തശ്ശിയെ പാളിനോക്കി ക്കൊണ്ടു പവിത്ര തർക്കം പറഞ്ഞു.

''നെഷേധം പറയല്ലേ കുട്ടീ.''

''എല്ലാരുംകൂടെ എന്റെ കല്യാണം നടത്താൻ എന്തിനാ ഇത്ര ഉത്സാഹിക്കണേന്നാ എനിക്കു മനസ്സിലാകാത്തെ. ഞാനത്രയ്ക്കു വല്യ ഭാരമാണോ നിങ്ങക്ക്?''

''ന്റെ മോളേ... നിനക്ക് വേറെ മഹൂർത്തംണ്ടാവണെങ്കി ഇരുപത്തൊ മ്പതു കഴിയണംന്നാ ജ്യോത്സ്യര് ജാതകത്തിലെഴുതി വച്ചിരിക്കണത്.''

''ഇരുപത്തിരണ്ട്-ഇരുപത്തിമൂന്ന് വയസ്സുവരെ പോയാലെന്താ

കൊഴപ്പം? ആ സമയത്തെ മുഹൂർത്തങ്ങളൊക്കെ എവിടെപ്പോയി ഒളിക്കും?''

''കുഞ്ഞേ, നിന്റെ ജന്മനക്ഷത്രോം ജനിച്ച സമയോം എല്ലാം കണക്കു കൂട്ടി നോക്കീട്ട് എഴുതണതാ ജാതകം. അതിനു തെറ്റ് പറ്റാറില്ല.''

''അപ്പോ ക്രിസ്ത്യാനികളും മുസ്ലീങ്ങളുമോ? ലോകത്ത് അവരല്ലേ കൂടുതൽ? അവരൊണ്ടോ മുഹൂർത്തം നോക്കണ്.''

''അവർക്കറിയാഞ്ഞിട്ടാ. അതിന്റെ ദോഷഫലങ്ങളൊക്കെ അവർക്ക് കിട്ടുന്നൊണ്ടായിരിക്കും, ആരറിയുന്നു.''

''ഞാനോർത്തു മുത്തശ്ശിയെങ്കിലും എന്നെ സപ്പോർട്ട് ചെയ്യുംന്ന്. എനിക്ക് പഠിച്ചാ മതിയാർന്നു.''

''നീയാണോ കുട്ടീ ഇതൊക്കെ തീരുമാനിക്കണെ. കാരണവൻമാരല്ലേ. അവര് പറയണത് അനുസരിക്യ. അതാ നല്ല പെൺകുട്ടികൾടെ ഒന്നാമത്തെ ലക്ഷണം.''

പവിത്ര തന്റെ സഹപാഠികളെ ഓർത്തു. അവർ പഠിക്കാൻ പോകുന്ന വിവിധ കോഴ്സുകളെപ്പറ്റി ചിന്തിച്ചു. തന്റെ ജീവിതം തീരുകയാണെന്നൊരു ഭീതി.

വൈകുന്നേരം വില്ലേജ് ഓഫീസിലെ ജോലി കഴിഞ്ഞെത്തിയപ്പോള് ശിവരാജൻ അമ്മയോടും അച്ഛനോടും പറഞ്ഞു: ''പവിത്രമോളെ കാണാൻ ചങ്ങനാശേരിക്കാര് നാളെ വരും.''

ഇന്ദിരാമ്മയ്ക്ക് സന്തോഷമായി. സത്യാനന്ദൻ ഒന്നു മൂളി തലയാട്ടി.

''അച്ഛനെന്താ ഒന്നും പറയാത്തെ?'' ശിവരാജൻ ചോദിച്ചു.

''അവര് വന്നു കാണട്ടെ.''

''കാണാനൊന്നുമില്ലച്ഛാ. അവരെത്ര തവണ പവിത്രമോളെ കണ്ടേക്കുന്നു. അവർക്കു വല്യ താൽപര്യമാ. ആ ചടങ്ങ് നടന്നോട്ടേന്നു വിചാരിച്ചു മാത്രാ അവരു വരുന്നെ.''

അപ്പോഴും സത്യാനന്ദൻ ഒന്നും പറഞ്ഞില്ല. തന്റെ ഭാര്യയുടെ സന്തോഷത്തിന്റെ അർത്ഥം അയാൾക്കറിയാം.

ഇന്ദിരാമ്മയുടെ സഹോദരന്റെ ഭാര്യയുടെ അനുജത്തിയും കുടുംബവുമാണ് ചങ്ങനാശ്ശേരിക്കാർ എന്ന സംബോധനയിലുള്ളത്. ഈ വീട്ടിലെ പ്രധാനപ്പെട്ട ചടങ്ങുകൾക്കെല്ലാം ചങ്ങനാശ്ശേരിക്കാരെ ക്ഷണിക്കുകയും അവർ വന്നു സഹകരിക്കുകയും ചെയ്തുപോന്നിട്ടുണ്ട്.

''നല്ല കുടുംബം, ആ ചെക്കനെ കാണാനും മിടുക്കനാ. എന്റാങ്ങളേടെ ബന്ധുക്കളായതുകൊണ്ട് പൊക്കിപ്പറയണതല്ല കേട്ടോ. ഇവിടെല്ലാവർക്കും അറിയാവുന്ന ആൾക്കാരല്ലേ.'' ഇന്ദിരാമ്മ പറഞ്ഞു.

മുത്തശ്ശിയും മുത്തശ്ശനും ശിവരാജൻ മാമനും കൂടി തന്റെ തലയിലെഴുത്ത് രൂപപ്പെടുത്തുന്നതു കേട്ടുകൊണ്ട് പവിത്ര നിശ്ശബ്ദയായി നിന്നു.

സ്കൂൾ വിട്ട് എത്തിയ ശിവരാജന്റെ കുട്ടികൾ മുറ്റത്ത് ക്രിക്കറ്റ് കളിക്കാൻ അവളെ വിളിച്ചുകൊണ്ടു പോയി.

രാത്രി അത്താഴം കഴിഞ്ഞ് പാത്രം കഴുകിക്കൊണ്ട് അടുക്കളയിൽ നിൽക്കുമ്പോൾ പവിത്ര ശിവരാജന്റെ ഭാര്യ ശ്യാമളയോടു ചോദിച്ചു:

''മാമിയെങ്കിലും എനിക്കുവേണ്ടി ശിവരാജൻ മാമനോടും രമേശൻ മാമനോടും പറയ്യോ. രണ്ടോ മൂന്നോ വർഷം കഴിഞ്ഞുമതി കല്യാണംന്ന്.''

''ഒക്കെ അവര് തീരുമാനിച്ചു കഴിഞ്ഞു മോളേ. ജാതകാ പ്രശ്നം. ഇരുപത്തൊൻപതാം വയസ്സിൽ കല്യാണംന്നുവച്ചാ വല്ലാണ്ട് വൈകി പ്പോവൂല്ലോ. ഇപ്പം മാമന്മാരും അവരുടച്ഛനും ഒക്കെ സഹായത്തിനൊണ്ട്. പത്തുകൊല്ലം കഴിയുമ്പോ എല്ലാരും തൻകാര്യം നോക്കി പോയാലോ?''

''ഞാനിത്രേംകാലം വിചാരിച്ചത് എന്നോടെല്ലാവർക്കും ഒരുപാട് സ്നേഹമാണെന്നാ. ഞാനൊരു ഭാരമാണെന്ന് ഇപ്പഴാ മനസ്സിലാകുന്നെ.''

''അങ്ങനൊന്നും പറയല്ലേ പവിത്രമോളേ. എല്ലാർക്കും നിന്നോട് സ്നേഹം മാത്രേയൊള്ളൂ. പിന്നെ നല്ലൊരു ഭർത്താവിനെ കിട്ടുന്നതല്ലേ ഒരു പെണ്ണിന്റെ ജീവിതത്തിലെ ഏറ്റോംവല്യ പുണ്യം.''

പവിത്രയ്ക്ക് ഇതിനപ്പുറം ഒന്നും പറയാനുള്ള മനക്കരുത്തില്ല. ഈ വീട്ടിൽ താമസിച്ചാണ് പഠിച്ചതും വളർന്നതും. ഇവിടെയുള്ളവരാണ് സ്നേഹിച്ചതും ആവശ്യങ്ങൾ നിറവേറ്റിത്തന്നതും. മുത്തച്ഛനും മുത്ത ശ്ശിയും മാമന്മാരുമാണ് സ്വന്തം അച്ഛനെയും അമ്മയെയുംകാൾ തന്റെ കാര്യത്തിൽ ഉത്തരവാദിത്തപ്പെട്ടവർ.

അടുത്ത ദിവസം ഉച്ചയോടുകൂടി ചങ്ങനാശേരിക്കാർ വന്നു. അതിനു മുൻപ് ഇന്ദിരാമ്മയും ശ്യാമളയും ചേർന്ന് പവിത്രയെ അണിയിച്ചൊരുക്കി. അല്ലെങ്കിൽത്തന്നെ അഴകിന്റെ നിറകുടമാണ് പവിത്ര. പെണ്ണുകാണലിന്റെ ഔപചാരികത ഒന്നുമില്ല. തമ്മിൽ പരിചയമുണ്ട്. മുൻപ് ചങ്ങനാശ്ശേരിക്കാർ ഈ വീട്ടിൽ വന്നിട്ടുണ്ട്. പവിത്രയെ പണ്ടേ കണ്ട് ഇഷ്ടപ്പെട്ട് നോക്കി വച്ചിരുന്നതാണ്.

പ്രദീപിനോട് പവിത്രയ്ക്ക് ഇഷ്ടക്കേടൊന്നും തോന്നിയില്ല. മുൻപും തോന്നിയിട്ടില്ല. നല്ല ചിരിയും സംസാരവും. കാണാനും സുന്ദരൻ. പക്ഷേ, മുതിർന്ന പുരുഷന്റെ ലക്ഷണമൊന്നുമില്ല. കോളജിൽ പഠിക്ക യാണെന്നേ തോന്നൂ. ഇരുപത്തിരണ്ടു വയസ്സ്. ഈ ചെക്കന് കല്യാണ പ്രായമായോ എന്നാണ് പവിത്രയ്ക്ക് ആദ്യം തോന്നിയത്.

അടുത്ത ചടങ്ങെന്ന നിലയിൽ തങ്ങളുടെ വീട്ടിലേക്കു വരാൻ ക്ഷണിച്ചിട്ട് ചങ്ങനാശ്ശേരിക്കാർ ഊണും കഴിച്ച് മടങ്ങിപ്പോയി. പവിത്ര നോക്കിയപ്പോൾ വീട്ടിലെല്ലാവരും വലിയ സന്തോഷത്തിലാണ്. തന്റെ ജീവിതം രക്ഷപ്പെട്ടുവെന്ന മട്ടിലാണ് ഓരോരുത്തരും നോക്കുന്നതും പറയുന്നതും. ഒരുപക്ഷേ ഇതായിരിക്കും തന്റെ വിധി എന്ന് അവൾ സമാധാനിക്കാൻ ശ്രമിച്ചു.

* * *

ബിൻസി മുറിയിലേക്കു വന്ന് ജിബിയായെ കണക്കിനു ശകാരിച്ചു.

“ഇങ്ങനെ എപ്പഴും കണ്ണീരൊലിപ്പിച്ചോണ്ടു കെടന്നാ മതിയെടീ. അതുകൊണ്ട് എന്നതെങ്കിലും ഗൊണമൊണ്ടോ?”

ജിബിയ പിടഞ്ഞെഴുന്നേറ്റു.

“എന്നാ ഞാൻ പോയി ചത്തേക്കാം. അന്നേരം എല്ലാർക്കും സമാധാനം കിട്ടൂല്ലോ.”

“വേണ്ടാതീനം പറഞ്ഞാലൊണ്ടല്ലോ. നിന്റെ ചെകിടു ഞാൻ അടിച്ചു പൊട്ടിക്കും.”

ബിൻസി കയ്യിലിരുന്ന തവി അവളുടെ മുഖത്തിനുനേരെ ഓങ്ങിക്കൊണ്ടു ചെന്നു.

“മൊട്ടേന്നു വിരിയുന്നേനു മുൻപേ പ്രേമിക്കാനിറങ്ങിയാ ഇങ്ങനൊക്കെ വരും. മിന്നുന്നതെല്ലാം പൊന്നാണെന്നല്ലേ വിചാരം. എന്നെക്കൊണ്ടാവുന്നപോലെ ഞാൻ പറഞ്ഞതല്ലേടീ പ്രേമോം മണ്ണാങ്കട്ടേമൊക്കെ കളഞ്ഞിട്ട് നഴ്സിങ് പഠിക്കാൻ പോകാൻ. അന്നേരം അവൾക്ക് ചെവി കേൾക്കത്തില്ല. കണ്ണു കാണത്തില്ല. പ്രേമം തലയ്ക്കു പിടിച്ചേക്കുവല്ലേ. ഇപ്പം എങ്ങനെയിരിക്കുന്നു?”

“എല്ലാരുംകൂടെ എന്നെ ഒന്നു കൊന്നുതരാവോ?”

ദേഷ്യവും സങ്കടവും താങ്ങാനാവാതെ ജിബിയ, ബിൻസിയുടെ നേർക്ക് കൈ കൂപ്പി.

“പിന്നേ... ചാകാനും കൊല്ലാനും വേണ്ടിയല്ലേ നിന്നെ ഞങ്ങള് പത്തുപതിനെട്ടു വർഷക്കാലം തീറ്റീം വെള്ളോം തന്ന് വളത്തിയത്. എണീറ്റുവന്ന് ആ മല്ലിയൊന്നു കഴുകി വാരി വെയിലത്തുവെക്കടീ. ഒരു പണീം ചെയ്യണ്ട. ഉള്ളീടെ തൊലി പൊളിക്കോ മൊളകിന്റെ ഞെട്ട് കളയുവോ ഒന്നും ചെയ്യല്ല്. ഒരുത്തൻ പറ്റിച്ചൂന്നും പറഞ്ഞ് കട്ടിലേലോട്ട് കമന്നു കെടന്ന് രാപകലെന്നില്ലാതെ കരഞ്ഞേച്ചാ മതിയല്ലോ.”

“ഞാനിവിടുന്ന് ഒന്നും തിന്നുന്നുമില്ലല്ലോ. പോരേ.” ജിബിയ കയർത്തു.

“ഇവിടിങ്ങനെ പട്ടിണി കെടക്കാൻ പറ്റത്തില്ല. ജോലിയെടുക്കണം. ഭക്ഷണം കഴിക്കണം. അതു നിർബന്ധമാ.”

“എനിക്കു വേണ്ടെങ്കിലോ?” ജിബിയ ചൊടിച്ചു.

“എന്നതായിരുന്നെടീ നിങ്ങടെ പ്രേമം. അതിനു വല്ല അർത്ഥോം ഒണ്ടോ? നിനക്ക് ജീവിതം എന്താണെന്ന് അറിയാവോ? ദുരിതോം കഷ്ടപ്പാടും നീ അനുഭവിച്ചിട്ടൊണ്ടോ?”

“എന്നെയൊന്ന് വെറുതെവിട് മമ്മീ... പ്ലീസ്.” ജിബിയ കൈകൂപ്പി യാചിച്ചു.

അസ്പഷ്ടമായി എന്തോ പിറുപിറുത്തുകൊണ്ട് ബിൻസി അടുക്കളയിലേക്കു പോയി.

നെല്ലിക്കുന്നേൽ വീട്ടിൽ നടക്കുന്ന സംഭവങ്ങൾ പുന്നയ്ക്കാട്ടു വീട്ടിലും അറിയുന്നുണ്ടായിരുന്നു. പ്രവിത്താനത്തുനിന്ന് പെണ്ണിന്റെ കൂട്ടർ നെല്ലിക്കുന്നേൽ വീടും ചുറ്റുപാടുകളും കാണാനും കല്യാണം ഉറപ്പിക്കാനുമായി വന്നു. അതിനു മുൻപ് ഒരു തവണ റോബിൻസ് പ്രവിത്താനത്തു പോയി ഔപചാരികമായ പെണ്ണുകാണൽ നടത്തിയിരുന്നു.

പ്രവിത്താനത്തുനിന്നു പെണ്ണിന്റെ കൂട്ടർ നെല്ലിക്കുന്നേൽ വീട്ടിൽ വന്ന ദിവസം കല്യാണം വാക്കാൽ ഉറപ്പിച്ചു. ഇനി മനസ്സമ്മതം, പെണ്ണിന്റെ ഇടവകപ്പള്ളിയിൽവച്ച്.

ഈ വിവരങ്ങൾ ഓരോന്നും അറിയുമ്പോൾ ജിബിയായുടെ നെഞ്ച് തകരുന്നുണ്ടായിരുന്നു. ഓരോ ചടങ്ങും നടക്കുമ്പോൾ ഓരോ വാതിലും മുഖത്തേക്ക് ആഞ്ഞടിച്ച് അടയുന്നപോലെയാണ് അവൾക്ക് അനുഭവപ്പെട്ടത്. റോബിൻസിന്റെ ഓരോ കൈയിലും ഓരോ കാലിലും വലിയ ഇരുമ്പുചങ്ങലകൾ വന്നു വീഴുകയാണ്.

എങ്കിലും പ്രതീക്ഷയുടെ ഒരു തിരിനാളം അവളുടെ മനസ്സിൽ അണയാതെ കിടന്നു. റോബിൻസ് തന്നെപ്പോലെ വേദനിക്കുന്നുണ്ടാവണം. തന്നെപ്പോലെ നെഞ്ചു പൊടിയുന്നുണ്ടാവണം. അവസാന നിമിഷം അവൻ എല്ലാ ചങ്ങലകളും പൊട്ടിച്ചെറിഞ്ഞ് എതിർപ്പുകാരെയെല്ലാം കുതറിത്തെറുപ്പിച്ച് തന്റെ അടുത്തേക്കു പാഞ്ഞുവരും. ലോകത്തോടു മുഴുവനായി അവൻ വിളിച്ചു പറയും:

''ആരും എന്നെ വിലയ്ക്കു വാങ്ങാൻ നോക്കണ്ട. ജിബിയ അല്ലാതെ ലോകത്തൊരു പെണ്ണിനെയും എനിക്കു വേണ്ട. ഇവൾ എന്റെയാണ്. ഞങ്ങൾ ഹൃദയത്തിൻമേൽ ഹൃദയം അർപ്പിച്ച് സ്നേഹിച്ചവരാണ്. ഞങ്ങൾ ഒന്നിച്ചു ജീവിക്കും. ഞങ്ങളെ വേർപ്പെടുത്താൻ നോക്കരുത്.''

ജിബിയ ആ രംഗം തന്റെ മനക്കണ്ണിൽ അനേകം തവണ കണ്ടിട്ടുണ്ട്. അവൾ ഒരു നാടകരംഗം പോലെയും സിനിമയിലെ സീൻ പോലെയും അത് മനസ്സിലാവിഷ്കരിക്കുകയും അതിൽ വീറോടെ അഭിനയിക്കുകയും ചെയ്തിട്ടുണ്ട്. പക്ഷേ, സുപ്രധാന കഥാപാത്രമായ നായകൻ മാത്രം ഒരിക്കലും പുഴകടന്ന് എത്തിയില്ല.

പവിത്ര ഒരു ദിവസം ജിബിയായെ കാണാൻ വന്നിട്ടുണ്ടായിരുന്നു. ജിബിയ ചങ്കു കലങ്ങി കരഞ്ഞു വിറച്ച് കിടക്കുന്നതുകണ്ട് അവളുടെ മനസ്സും വല്ലാതെ വേദനിച്ചു. അവൾ എത്ര ആശ്വസിപ്പിക്കാൻ ശ്രമിച്ചിട്ടും ജിബിയായ്ക്ക് അതിൽനിന്ന് ഒരിറ്റു സമാധാനംപോലും കിട്ടുന്നില്ല.

''തീയാണ്. എന്റെ ചങ്കിൽ മാത്രമല്ല, എന്റെ ഞരമ്പിലും ചോരയിലും അസ്ഥിയിലും തീയാണ്. എനിക്കിനി ജീവിക്കണ്ട പവീ... ചങ്കുപൊട്ടി മരിച്ചാ മതി.''

മുഖം വിറച്ചുവിറച്ച് അവൾ കരയുന്നതു കണ്ടിട്ട് അങ്ങനെതന്നെ സംഭവിച്ചേക്കുമെന്ന് പവിത്ര ഭയന്നു.

''ഞാൻ റോബിൻസിനെ കണ്ട് ഒന്നു സംസാരിച്ചാലോ?''

പവിത്ര അതിനും ഒരുക്കമായിരുന്നു.

''വേണ്ട... വേണ്ട.'' ജിബിയ കയ്യെടുത്തു വിലക്കി. ''പൊയ്ക്കോട്ടെ. എന്നോട് അത്രയ്ക്കല്ലേ ഒണ്ടായിരുന്നൊള്ളൂ സ്നേഹം. ഞാനിവിടെ പച്ചമരം തീ പിടിച്ചു കത്തുന്നപോലെ. അതൊന്നും കാണാൻ മനസ്സില്ലാതെപോയല്ലോ.''

തിരികെ പോകുമ്പോൾ നെല്ലിക്കുന്നേൽ വീടിനുനേർക്ക് പവിത്ര കത്തുന്ന നോട്ടം നോക്കി നിമിഷങ്ങളോളം നിന്നു. അവൾക്ക് ആ വീടിനെ ശപിച്ച് ചാമ്പലാക്കണമെന്നു തോന്നി.

ജൂൺമാസാരംഭത്തോടെ കാലവർഷംപെയ്ത്തു തുടങ്ങിയിരുന്നു. മീനച്ചിലാർ കലങ്ങിമറിഞ്ഞ് നിറഞ്ഞൊഴുകാൻ ഏതാനും ദിവസങ്ങളേ വേണ്ടിവന്നുള്ളൂ. പാറക്കടവും ആറിനു നടുവിലെ പരന്ന പാറയും വെള്ളത്തിനടിയിലായി.

ഇതിനിടയിൽ റോബിൻസിന്റെ മനസ്സമ്മതം കഴിഞ്ഞു. ജിബിയ ഇപ്പോൾ കരയുന്നില്ല. പക്ഷേ, അവൾ എന്തോ തീരുമാനിച്ചിട്ടുണ്ടെന്ന് മുഖം കണ്ടാലറിയാം. ആരോടും മിണ്ടാട്ടമില്ല. തനിക്കു ചുറ്റും നടക്കുന്നതൊന്നും അവൾ കാണുകയോ കേൾക്കുകയോ ചെയ്യുന്നില്ല. ഉറക്കത്തിൽ എണീറ്റ് നടക്കുന്നവരെപോലെയാണ്.

റോബിൻസിന്റെ കല്യാണദിവസം അടുത്തു വരികയാണ്. തീക്കോയി സെന്റ് മേരീസ് പള്ളിയിൽ വച്ചാണ് വിവാഹം.

''ബിൻസീ, അവൾടെ മേൽ എപ്പഴും ഒരു നോട്ടം വേണം. അവളെന്തോ തീരുമാനിച്ചു വച്ചിട്ടൊണ്ട്.'' ജോർജുകുട്ടി, ഭാര്യയ്ക്കു മുന്നറിയിപ്പു നൽകി.

നാല്

ബിൻസി, പിന്നാമ്പുറത്തെ ചായ്പിനോടു ചേർന്നുള്ള കുളിമുറിയിൽ കയറിയപ്പോഴാണ് ജിബിയ നോട്ട്ബുക്കിൽനിന്ന് താൾ കീറിയെടുത്ത് എഴുതാനിരുന്നത്. എഴുതി നിറയ്ക്കാൻ ഒരു കടലാസോ, ഒരു ബുക്കോ പോരാ, ഒരു കെട്ട് ബുക്കുകൾ വേണമെന്ന് അവൾക്ക് തോന്നി. അത്രയധികം എഴുതാനുണ്ട്. നീതിപീഠത്തിലിരുന്നുകൊണ്ടു ന്യായാധിപൻ ചോദിക്കുന്നതിനേക്കാൾ യുക്തിയുക്തമായും തലനാരിഴ കീറിയും പിളർന്നെടുത്തുവച്ച ചോദ്യങ്ങൾ അവൾക്കു ചോദിക്കാനുണ്ട്.

പക്ഷേ, എഴുതാനിരുന്നപ്പോൾ മനസ്സു ശൂന്യമായതുപോലെ. എന്തെഴുതും? എവിടെനിന്നു തുടങ്ങും?

റോബിൻസിനെ ആദ്യം കണ്ട ഓർമ്മയെക്കുറിച്ച് ഒരു വാചകം എഴുതിയാലോ എന്ന് അവൾ ആലോചിച്ചു. അക്കരെ ആറ്റിറമ്പിലേക്കു ചാഞ്ഞുനിൽക്കുന്ന നാട്ടുമാവിലേക്ക് കുട്ടികൾ കല്ലെറിയുന്ന ദൃശ്യം അവൾ ഓർത്തു. പത്തും പന്ത്രണ്ടും പതിന്നാലും വയസ്സു മാത്രം പ്രായമുള്ള ബാലന്മാരുടെ ഒരു ചെറുസംഘം. അക്കൂട്ടത്തിൽ റോബിൻസും.

തനിക്കന്ന് നാലോ അഞ്ചോ വയസ്സ്. ആൺകുട്ടികൾ കല്ലെറിഞ്ഞു മാമ്പഴം വീഴ്ത്തുന്നതു കാണാൻ കൗതുകം പൂണ്ട് നോക്കിനിൽക്കുകയാണ്. മീനച്ചിലാറിന്റെ പാറക്കെട്ടുകളിലുരുമ്മി തേഞ്ഞു മിനുസമായ വെള്ളാരംകല്ലുകൾ പെറുക്കി ട്രൗസറിന്റെ പോക്കറ്റിലിട്ടിട്ട് ഓരോന്നായി എടുത്തു മാവിലേക്ക് എറിയുന്ന റോബിൻസ്. മാമ്പഴങ്ങളേക്കാൾ പച്ചമാങ്ങയാണ് വീഴുന്നത്. നോക്കിനിന്ന തന്നെ അവൻ കൈമാടി വിളിച്ചു.

മമ്മി ആറ്റിറമ്പിലെ പാറമേൽ തുണിയലക്കുന്നുണ്ടായിരുന്നു. റോബിൻസിന്റെ അടുത്തേക്കു ചെല്ലാൻ താൻ മടിച്ചുനിന്നപ്പോൾ അവൻ ഓടിവന്ന് ഒരു മാമ്പഴം കയ്യിൽ വച്ചു തന്നിട്ട് തിരികെ ഓടിപ്പോയി. അതായിരുന്നു ആദ്യത്തെ കൂടിക്കാഴ്ചയുടെ സ്മരണ. പിന്നീടങ്ങോട്ട് എത്രയോ തവണ തമ്മിൽ കണ്ടു. ചിരിച്ചു. സംസാരിച്ചു. പള്ളിമുറ്റത്തും ഗ്രൗണ്ടിലും എത്രയോ തവണ ഒരുമിച്ചു നടന്നു. അവന്റെ വീട്ടിൽ എത്രയോ തവണ പോയി. അവന്റെ ഒപ്പമിരുന്നു ഭക്ഷണം കഴിച്ചു.

തന്റെ വീട്ടിലും അനേകം പ്രാവശ്യം അവൻ വന്നു. ആദ്യമായി പ്രണയം അങ്കുരിച്ചതും അവൾക്ക് ഓർമ്മ വന്നു. മാസാദ്യവെള്ളിയാഴ്ച രാവിലെ പള്ളിയിൽ പോയിട്ടു മടങ്ങുമ്പോൾ ആറ്റുതീരത്തെ ചോല മരങ്ങളുടെ തണലിൽവച്ച് അവൻ ചുറ്റുംനോക്കി പരിഭ്രമത്തോടെ അടുത്തേക്കു വന്നു.

'കടലാസ് ആരോ'യുടെ ആകൃതിയിൽ മടക്കിയ ഒരു മഞ്ഞക്കടലാസ് തന്നെ ഏൽപിച്ചിട്ടു പറഞ്ഞു: ''നിവർത്തി നോക്കണേ. വേറാരേം കാണിക്കല്ലേ.''എന്നിട്ട് അവൻ ഓടിപ്പോവുകയും ചെയ്തു.

അതിൽ I love you എന്നു പച്ച സ്കെച്ച്പെൻകൊണ്ട് എഴുതിയിരുന്നു.

അന്നുണ്ടായപോലെ ഒരു പരിഭ്രമം!

അന്നനുഭവിച്ച വേവലാതി.

അന്നു ഹൃദയത്തിലങ്കുരിച്ച അനുഭൂതികൾ!

എത്രയോ നാൾ ആ 'കടലാസ് ആരോ' നിധിപോലെ സൂക്ഷിച്ചുവച്ചു. അവിടുന്നങ്ങോട്ട് ഒഴുകിത്തുടങ്ങിയ പ്രേമത്തിന്റെ അരുവി. ഒടുവിലത്, ജീവനിലും ഉടലിലും ഹൃദയത്തിലും അലതല്ലുന്ന പ്രണയസമുദ്രമായി മാറി.

എല്ലാം അവൾ ആദ്യംമുതൽ, അവസാനം വരെയും ഓർമ്മകളുടെ അടരുകളിൽനിന്ന് വീണ്ടും വീണ്ടും കണ്ടു.

മറ്റന്നാൾ റോബിൻസിന്റെ വിവാഹമാണ്.

തീക്കോയി സെന്റ്മേരീസ് പള്ളിയുടെ അൾത്താരയ്ക്കു മുന്നിൽ വച്ച്. റോബിൻസിന്റെ പ്രതിശ്രുതവധുവായി അണിഞ്ഞൊരുങ്ങി താൻ നിൽക്കാൻ കൊതിച്ചു കാത്തിരുന്ന അതേ സ്ഥാനത്ത് വേറൊരു പെണ്ണു വന്നു നിൽക്കും. ഏതൊരാൾ ചാർത്തുന്ന താലിയാണോ താൻ ധ്യാനിച്ചും പ്രാർത്ഥിച്ചും കഴുത്തിലണിയാൻ കാത്തിരുന്നത്, അയാൾ ആ താലി മറ്റൊരു പെണ്ണിന്റെ കഴുത്തിൽ ചാർത്തും.

താനും റോബിൻസും ഒന്നിച്ചു വർത്തമാനം പറഞ്ഞും ചിരിച്ചും പള്ളിയിൽ പോവുകയും തിരിച്ചുവരികയും ചെയ്തിരുന്ന അതേ പാതയിലൂടെ ഇനി റോബിൻസിന്റെ കൂടെ ജീവിതകാലം മുഴുവൻ മറ്റൊരു പെണ്ണ് നടക്കും. തന്റേതായി എന്തെല്ലാം ഉണ്ടായിരുന്നോ അതെല്ലാം മറ്റൊരു പെണ്ണുവന്ന് അധീനപ്പെടുത്തും. തന്റേതായിരുന്ന ലോകത്തുനിന്നും താൻ സ്വപ്നം കണ്ട ജീവിതത്തിൽനിന്നും താൻ എന്നന്നേക്കുമായി പുറംതള്ളപ്പെടും. പിന്നെ ബാക്കി എന്തുണ്ട്?

ഈ ശരീരം മാത്രം.

ഇതെന്തിനാണ് അവശേഷിക്കുന്നത്?

ആർക്കുവേണ്ടി?

ഇല്ല, ജീവിതം മുന്നോട്ടുകൊണ്ടുപോകാൻ ഒരു കാരണവും ജിബിയയ്ക്കു കണ്ടെത്താനാകുന്നില്ല. തനിക്ക് ആവശ്യമില്ലാത്ത ജീവിതം വെറുതെ എന്തിനു ചുമക്കുന്നു! നീക്കുപോക്കുകളില്ലാത്ത മരണമെന്ന സുസ്ഥിരതയല്ലാതെ മറ്റൊന്നും സ്വീകാര്യമല്ല.

പക്ഷേ, റോബിൻസിനെ വെറുതെ വിട്ടയയ്ക്കണോ? സ്നേഹത്തിന്റെ അടയാളങ്ങൾ കാട്ടി പ്രണയസമ്മാനങ്ങൾ നൽകി ഒടുവിൽ വഞ്ചിച്ചിട്ട് ഉപേക്ഷിച്ചു പോകുന്ന അവന് തന്റെ മനസ്സാക്ഷിയുടെ കോടതിയിൽ മാപ്പില്ല. എന്നെന്നും ഓർത്തിരിക്കാൻ അവനൊരു സമ്മാനം കൊടുക്കണ്ടേ. അത് തന്റെ ശവം തന്നെ ആയിക്കോട്ടെ. പുതുമണവാട്ടിയോടൊപ്പം ഉറങ്ങുന്ന ഓരോ രാത്രിയിലും അവൻ തന്റെ 'ശവം' പേടിസ്വപ്നത്തിൽ കണ്ട് ഞെട്ടിയുണരണം.

ജിബിയ ഇങ്ങനെ എഴുതി.

> എന്റെ പതിന്നാലാം വയസ്സിൽ എന്നെ സ്നേഹിക്കുകയും അന്നുമുതൽ എന്നെ കല്യാണം കഴിക്കും എന്നു വാക്കു പറഞ്ഞ് ഒടുവിൽ വഞ്ചിക്കുകയും, എന്നെ അപമാനിച്ച് ഉപേക്ഷിക്കുകയും ചെയ്ത നെല്ലിക്കുന്നേൽ റോബിൻസ് അല്ലാതെ മറ്റൊരാളും എന്റെ മരണത്തിന് ഉത്തരവാദിയല്ല. സാധിക്കുമെങ്കിൽ റോബിൻസിന്റെ കല്യാണം നടക്കുന്ന അതേ സമയത്ത്, അതേ പള്ളിയിൽ എന്റെ അന്ത്യകർമങ്ങളും നടത്തണം. ഇത് എന്റെ അവസാനത്തെ ആഗ്രഹമാണ്.

എഴുതിയ കുറിപ്പ് അവൾ ഒന്നുകൂടി വായിച്ചു.

പോരെന്നു തോന്നി.

കുറെക്കൂടി എഴുതണം. റോബിൻസിനെയും ആ വീട്ടുകാരെയും പൊലീസ് വെറുതെ വിടരുത് എന്ന് എഴുതിച്ചേർക്കണം. തന്റെ ജീവിതം പതിനെട്ടാം വയസ്സിൽ അവസാനിപ്പിക്കേണ്ടി വന്നതിന് അവരും കാരണക്കാരാണ് എന്നുംകൂടി ചേർക്കണം.

അടുത്ത നിമിഷം അവൾക്കു തോന്നി. അതിനൊന്നും ഒരർത്ഥവുമില്ലെന്ന്.

വേണ്ട. ഇനിയൊന്നും ചേർക്കണ്ട. അവൾ കടലാസ് നാലായി മടക്കി.

റോബിൻസ് പണ്ടു സമ്മാനിച്ച ഒരു ക്രിസ്മസ് ഗ്രീറ്റിങ് കാർഡ് കവറിനുള്ളിൽനിന്ന് എടുത്തു മാറ്റിയിട്ട് അതിനുള്ളിൽ കത്തു വച്ചു.

പൊലീസ് അറിയാൻ എന്ന് കവറിന്റെ പിൻഭാഗത്ത് എഴുതി. രണ്ടു വർഷം മുൻപ് റോബിൻസ് ക്രിസ്മസ് കാർഡിനൊപ്പം എഴുതിയ, ദീർഘമായ പ്രണയലേഖനം കവറിന്റെ അടിയിൽ വച്ചു. എല്ലാറ്റിനും മീതെ നോട്ട്ബുക്കും വച്ചു.

രാത്രിയാകാൻ വേണ്ടി ജിബിയ കാത്തിരുന്നു.

തീക്കോയി പള്ളിവാതുക്കലെ കടയിൽ സാധനങ്ങൾ വാങ്ങാൻ പോയ ജോർജുകുട്ടി, കടപ്ലാക്കൽ കടവ് പാലം കടന്ന് കടുക്കാസിറ്റിയിലെ വീട്ടിലെത്തിയപ്പോൾ എട്ടുമണി കഴിഞ്ഞു. അപ്പോൾ കനത്ത മഴയുണ്ടായിരുന്നു. വന്നയുടനെ അയാൾ ബിൻസിയോടു പറഞ്ഞു:

''ആറ്റില് വെള്ളം വരവാണ്. മുകളിലെവിടോ ഉരുളുപൊട്ടിയെന്നു തോന്നുന്നു.''

''പൊട്ടാണ്ടിരിക്കുന്നതെങ്ങനെയാ. എന്നാ മഴയാ.'' ബിൻസി പറഞ്ഞു.

''അവളിപ്പം എങ്ങനെയൊണ്ട്. നീ നോക്കുന്നൊണ്ടാരുന്നോ?''

''മൊഖത്തിനൊന്നും ഒരു മാറ്റോം ഇല്ല. ഞാൻ കൊറേ ആശ്വസിപ്പിച്ചു. കൊറേ വഴക്കും പറഞ്ഞുനോക്കി. എവിടന്ന്! അരകല്ലിനു കാറ്റു പിടിച്ചപോലെ ഒരേയിരിപ്പാ.''

''ങാ... ആ കല്യാണം ഒന്നു കഴിഞ്ഞാമതിയാരുന്നു.'' ജോർജുകുട്ടി ആരോടെന്നില്ലാതെ പറഞ്ഞു.

കുടുംബപ്രാർത്ഥനയും അത്താഴവും കഴിഞ്ഞ് ഒൻപതര മണിയോടെ എല്ലാവരും ഉറങ്ങാൻ കിടന്നു.

ജിബിയ കിടക്കുന്ന മുറിയിൽതന്നെയാണ് ജോസ്നയും കിടക്കുന്നത്. ആ മുറിയിലേക്കുള്ള വാതിലിനു കതകില്ല. ഒരു കർട്ടൻ മാത്രമാണ് വാതിൽമറ.

കിടക്കുന്നതിനു മുൻപ് മുൻവാതിൽ ജോർജുകുട്ടി ഓടാമ്പലിട്ടു പൂട്ടിയിരുന്നു. അടുക്കള വാതിൽ പൂട്ടാൻ നിവൃത്തിയില്ല. അടച്ച് സാക്ഷയിടാനേ പറ്റൂ. എന്നാലും അടുക്കളവാതിൽ ചേർത്തടച്ചു കഴിഞ്ഞാൽ ശബ്ദം ഉണ്ടാക്കാതെ ആർക്കും തുറക്കാൻ പറ്റില്ല. മഴക്കാലമായതുകൊണ്ട് ഈർപ്പമടിച്ച് കതകു പലക വല്ലാതെ ഞെരുങ്ങിയാണ് അടയുന്നത്. അതു തുറക്കണമെങ്കിൽ ബലം പ്രയോഗിക്കണം. ആ ഒരു സമാധാനത്തിലാണ് ബിൻസി ഉറങ്ങാൻ കിടന്നത്.

രാത്രി എപ്പോഴോ ജിബിയ എഴുന്നേറ്റു. അവൾ ഉറങ്ങാതെ വിറങ്ങലിച്ചു കിടക്കുകയായിരുന്നു.

കട്ടിലിൽ കുറച്ചുനേരം അനങ്ങാതിരുന്നു. കണ്ണുകൾ മുറിയിലെ ഇരുട്ടുമായി പഴകി. തലയണയ്ക്കടിയിൽനിന്ന് അവൾ ആത്മഹത്യാക്കുറിപ്പ് എടുത്ത് ഡെസ്ക്കിനു മീതെ വച്ചു. റോബിൻസിന്റെ കത്തും കാർഡും നോട്ട്ബുക്കും അതിനടിയിലുണ്ട്.

ജിബിയയ്ക്ക് ഒരിടർച്ചയും തോന്നിയില്ല.

മുൻകൂട്ടി തീരുമാനിച്ചതിനൊന്നും ഒരിളക്കവും ഇല്ല. ആരോടും സ്നേഹമോ നന്ദിയോ കുറ്റബോധമോ ഒന്നുമില്ല. പ്രാണസങ്കടത്തിന്റെ ആഴത്തടാകം പ്രണയനീരസത്തിന്റെ ഹിമക്കാറ്റടിച്ചടിച്ച് ഉറഞ്ഞ് മഞ്ഞുപാറപോലെ ഉറഞ്ഞു കഴിഞ്ഞു.

ചിരപരിചയംകൊണ്ട് വീടിന്റെ ഉൾത്തളങ്ങൾ ഹൃദിസ്ഥമായതിനാൽ എഴുന്നേറ്റ് മുറിവിട്ടിറങ്ങാൻ ഒരു തടസ്സവും അവൾക്ക് അനുഭവപ്പെട്ടില്ല.

മുൻവാതിൽ പപ്പ പൂട്ടുന്നുണ്ടെന്ന് അവൾക്കറിയാം. അടുക്കളപ്പിച്ചാത്തിയുടെ മുന കതകിനും കട്ടിളയ്ക്കും ഇടയിൽ തിരുകി അല്പാല്പമായി അവൾ പിൻവാതിൽ തുറന്നു.

വെളിയിൽ ആർത്തലയ്ക്കുന്ന മഴ. എറിച്ചിലടിച്ച് അവളുടെ പാദങ്ങൾ നനഞ്ഞു.

ജിബിയ ശബ്ദമുണ്ടാക്കാതെ വാതിൽ ചാരി. എന്നിട്ട് മഴയത്തേക്ക് ഇറങ്ങി നടന്നു. ചന്ദ്രപക്ഷമായതിനാൽ നേരിയ ആകാശവെട്ടം ഉണ്ടായിരുന്നു. ആറ്റിറമ്പിലേക്കുള്ള വഴി കാണാപ്പാഠമാണ്. കണ്ണു കെട്ടിവിട്ടാലും കാലിടറാതെ പോകും. മീനച്ചിലാർ ഇരമ്പിപ്പായുന്ന ശബ്ദം കേൾക്കാം.

ഇരുട്ടിൽ അവിടവിടെ കറുത്തു തടിച്ചു കാണപ്പെട്ട റബ്ബർ മരങ്ങൾ അനങ്ങാതെ നിൽക്കുന്ന മനുഷ്യരൂപങ്ങളാണെന്ന് അവൾ ഒരുവേള സംശയിച്ചു.

പാറക്കടവിലെത്തി. ഭീതിദമായ ഒരു മുഴക്കത്തോടെ, അഹങ്കാരത്തിന്റേതായ ഒരിരമ്പത്തോടെ കലങ്ങിമറിഞ്ഞൊഴുകുന്ന മീനച്ചിലാർ മങ്ങിക്കാണാം. പാറക്കടവിലെ പാറയും വെള്ളം വന്നു മൂടിക്കഴിഞ്ഞു. അവൾ കയ്യാലക്കെട്ടിലെ കുത്തുകല്ലിറങ്ങാൻ കാൽ നീട്ടിയതും ആനയുടെ മുതുകുപോലെയുള്ള പാറയിലെ പാദം മൂടുന്ന വെള്ളത്തിൽ നിന്നുകൊണ്ട് ഒരാൾരൂപം അവളോടു ചോദിച്ചു: ''എങ്ങോട്ടാ ഈ രാത്രീല്?''

ജിബിയ അടിമുടി ഞെട്ടിത്തരിച്ചു.

ആറ്റിൽ അലക്കിയ തുണികൾ ഉണങ്ങാനിടാൻ ഉപയോഗിക്കാറുള്ള പാറയിന്മേൽ അയാളങ്ങനെ നീണ്ടു നിവർന്നു നിൽക്കുകയാണ്.

അയാളെങ്ങനെ അവിടെ പ്രത്യേക്ഷപ്പെട്ടു? എവിടെനിന്നു വന്നു?

ജിബിയയ്ക്കു നിലവിളിക്കാൻ ശബ്ദം കിട്ടിയില്ല. അവളുടെ പല്ലുകൾ കൂട്ടിത്തല്ലി. കാൽമുട്ടുകൾ കുലുങ്ങിവിറച്ചു.

''എന്നെ മനസ്സിലായില്ലേ, കുട്ടിച്ചനാ. മുരിക്കോലിക്കലെ...''

ജിബിയയ്ക്ക് ആളെ മനസ്സിലായി.

പള്ളിവാതുക്കലുള്ള പാലത്തിങ്കൽനിന്നു കുറെക്കൂടി മുകളിലേക്കു മാറി പുറമ്പോക്കിൽ താമസിക്കുന്ന ആളാണ്. കൂലിപ്പണിയും ആറ്റുമീൻപിടിത്തവുമാണ് തൊഴിൽ. പല ആറ്റുകടവുകളിലും അയാൾ വലയും ചൂണ്ടയും മീൻകൂടയുമായി നിൽക്കുന്നത് ജിബിയ കണ്ടിട്ടുണ്ട്.

ഇപ്പോൾ അയാളുടെ കൈയിൽ ഒന്നുമില്ല. മീൻ പിടിക്കാനിറങ്ങിയതാണെങ്കിൽ അതിനുള്ള എന്തെങ്കിലും ഉപകരണങ്ങൾ കാണണ്ടേ.

''നീയാ ജോർജൂട്ടീടെ മോളല്ലേ. ചുമ്മാ നിന്നു മഴനനയാതെകൊണ്ട് വീട്ടിക്കേറിപ്പോ കൊച്ചേ.''

ജിബിയ സ്തംഭിച്ചുനിന്നു.

''ഞാൻ കൊണ്ടുവിടാം. നടക്ക്.'' അയാൾ പറഞ്ഞു. ഗത്യന്തരമി ല്ലാതെ ജിബിയ തിരിഞ്ഞുനടന്നു. അൽപം നടന്നിട്ട് ജീബിയ തിരിഞ്ഞു നോക്കി. ആൾ പിറകെയുണ്ട്.

വീട്ടുമുറ്റത്തിനു താഴെയെത്തിയപ്പോൾ അയാൾ ഇത്രയും കൂടി പറഞ്ഞു: ''നിനക്ക് മരിക്കാനൊള്ള സമയമൊന്നും ആയിട്ടില്ല. കേറി പ്പൊക്കോ.''

ജിബിയയുടെ നെഞ്ചിലൊരു ഇടിവാൾ മിന്നി. താൻ മരിക്കാൻ പോവുകയാണെന്ന് ഇയാൾക്ക് എങ്ങനെ മനസ്സിലായി.

ജിബിയ കൽപടികൾ കയറി മുറ്റത്തെത്തിയിട്ടു തിരിഞ്ഞുനോക്കി. കുട്ടിച്ചനെവിടെപ്പോയി? കാണാനേയില്ല. ഇത്ര പെട്ടെന്ന് പൊയ്ക്ക ളഞ്ഞോ?

വീട്ടിനുള്ളിൽ വെളിച്ചം. വരാന്തയിൽ ലൈറ്റ് തെളിയുന്നു.

വീട്ടിനകത്തുനിന്ന് മമ്മി ഉറക്കെ നിലവിളിക്കുന്നു.

''ജോറൂട്ടിച്ചായാ... നമ്മടെ കൊച്ച് പോയല്ലോ... ന്റെ ദൈവമേ...''

പപ്പാ ടോർച്ചുമെടുത്ത് മുറ്റത്തെ മഴയിലേക്കു ചാടിയിറങ്ങുന്നു. ജിബിയ മുറ്റത്തിന്റെ കോണിൽ നനഞ്ഞുകുതിർന്നു നിൽക്കുന്നതു കണ്ട് ജോർജുകുട്ടി ഒരുനിമിഷം സ്തംഭിച്ചുപോയി.

പിന്നെ മകളുടെ അടുത്തേക്കു ചെന്നു. കൈ നിവർത്തി അവളുടെ ചെകിട്ടത്ത് ഒരടി കൊടുത്തു.

''നീ ചാകാനിറങ്ങിയതാ അല്ലേടീ.'' അയാൾ പല്ലുകടിച്ച് ചീറി.

അപ്പോഴേക്കും ബിൻസി മുറ്റത്തേക്ക് ഓടിവന്നു.

''എന്റെ മോളേ... നിനക്കെങ്ങനെ തോന്നിയെടീ ഞങ്ങളെയൊക്കെ ഇട്ടേച്ചു പോകാൻ.''

നിലവിളിച്ചുകൊണ്ടു ബിൻസി മകളെ ഉടുമ്പടക്കം കെട്ടിപ്പിടിച്ചു. അവളെ അങ്ങനെതന്നെ ചേർത്തുപിടിച്ച് വീട്ടിനുള്ളിലേക്കു കൊണ്ടു പോയി. കരഞ്ഞുകൊണ്ട് അവളുടെ തല തുവർത്തുകയും നനഞ്ഞു വിറച്ചുനിന്ന അവളെ പുതപ്പിക്കുകയും ചെയ്തു.

''ഞങ്ങളെയാരേം നീ ഓർത്തില്ലല്ലോടീ കൊച്ചേ. എങ്ങനെ വളർത്തി ക്കൊണ്ടുവന്നതാ നിന്നെ ഞങ്ങള്. നീ പോയിട്ട് ഞങ്ങളു പിന്നെ എന്നാത്തിനാടീ ജീവിച്ചിരിക്കുന്നെ.''

ബിൻസിക്ക് എത്ര പറഞ്ഞിട്ടും കരഞ്ഞിട്ടും സങ്കടം തീരുന്നില്ല. ഒടുക്കം ജിബിയയുടെ മനസ്സുരുകി. അതുകണ്ട് ജോസ്നയ്ക്കും കര ച്ചിൽ വന്നു.

ജോർജുകുട്ടി വരാന്തയിലെ ബെഞ്ചിൽ റബ്ബർമരങ്ങൾക്കു മീതെ അലച്ചുപെയ്യുന്ന മഴയുടെ ഇരമ്പത്തിലേക്കും ഇരുട്ടിലേക്കും നോക്കി പ്രതിമ പോലെ ഇരുന്നു.

പിറ്റേന്ന് അതിരാവിലെ വെട്ടം വീഴുമ്പോഴേക്കും ആളുകൾ ആറ്റിറമ്പിൽ കൂടി തിരഞ്ഞു നടക്കുന്നതു കണ്ട് ജോർജുകുട്ടി എഴുന്നേറ്റ് അങ്ങോട്ടു ചെന്നു.

''ഇന്നലെ രാത്രിമൊതൽക്ക് മുരിക്കോലിക്കലെ കുട്ടിച്ചനെ കാണാനില്ല.'' ആലാനിക്കലെ ഔസേപ്പച്ചൻ പറഞ്ഞു.

''എന്നാ പറ്റീ?'' ജോർജുകുട്ടി ചോദിച്ചു.

''സന്ധ്യയ്ക്ക് കടപ്ലാക്കൽ കടവിൽ വല വീശാനെറങ്ങിയതാ. പിന്നെ ആളെ കണ്ടിട്ടില്ല.''

''വേറെ വല്ലടത്തും പോയതാരിക്കും.''

''അല്ലെന്ന്. എട്ടെട്ടരമണിക്ക് മൂത്ത മകൻ ചെന്നു നോക്കുമ്പം ടോർച്ചും മീൻകൂടേം ചെരിപ്പും കടവിലിരിപ്പൊണ്ട്. ആളേം കാണാനില്ല. വലേം ഇല്ല.''

''ഒഴുകിപ്പോയതാണോ?''

''അല്ലാതെ പിന്നെ, രാത്രിതന്നെ പൊലീസിനെ അറിയിച്ചിട്ടൊണ്ട്. രാവിലെ ഫയർഫോഴ്സിനേം വിളിച്ചു പറഞ്ഞു.''

മീനച്ചിലാറിന്റെ ഇരുകരയിലൂടെയും ആളുകളുടെ ചെറുസംഘങ്ങൾ കുട്ടിച്ചനെ തിരഞ്ഞ് പൊയ്ക്കൊണ്ടിരുന്നു.

രാത്രി, കെട്ടിപ്പിടിച്ച് കൂടെക്കിടത്തി ഉമ്മകൾകൊണ്ടു മൂടി ബിൻസി ഉറക്കിയ ജിബിയ വൈകിയാണ് ഉണർന്നത്. അപ്പോഴേക്കും ആറ്റിൻകരകളിൽ ആളുകൾ പെരുകിക്കഴിഞ്ഞു. ഈരാറ്റുപേട്ടയിൽനിന്നു പൊലീസ് എത്തി തിരച്ചിൽ തുടങ്ങി. വിവരമറിഞ്ഞതും ജിബിയ ഞെട്ടിത്തരിച്ച് ശ്വാസം വിലങ്ങി ഇരുന്നുപോയി. ഇന്നലെ രാത്രി എട്ടരമണിക്ക് കാണാതായ കുട്ടിച്ചനെ താനെങ്ങനെ രാത്രി പന്ത്രണ്ടുമണിക്കു കണ്ടു!

പാറക്കടവിൽനിന്ന് ഒന്നര കിലോമീറ്ററോളം മുകളിലാണ് കുട്ടിച്ചനെ കാണാതായ കടവ്. ജിബിയയുടെ മേലാസകലം കുളിരു കോരിയിട്ടു. താൻ ആറ്റിങ്കരവരെ പോയതോ കുട്ടിച്ചൻ വന്ന് തിരികെ വീട്ടിലേക്കു പറഞ്ഞയച്ചതോ അവൾ ഇതുവരെ ആരോടും പറഞ്ഞിട്ടില്ല.

ഒൻപതുമണിയോടെ ജോർജുകുട്ടി തിരിച്ചുവന്ന് ഭക്ഷണം കഴിച്ചു. അയാൾ ബിൻസിയോടു പറഞ്ഞു: ''നീ ബിയാ മോളേം കൂട്ടി വീട്ടിലൊക്കെ ഒന്നു പോയിട്ടു വാ. ഒരാഴ്ച കഴിഞ്ഞിട്ട് തിരിച്ചു വന്നാമതി. അവിടാകുമ്പം അവൾക്കും ഒരാശ്വാസം കിട്ടും.''

കളത്തൂക്കടവിലാണ് ബിൻസിയുടെ വീട്. അമ്മയും ബിൻസിയുടെ ഇളയസഹോദരനും കുടുംബവുമാണ് അവിടെ താമസം. ഇടമറുകിൽ ബിൻസിയുടെ മൂത്ത സഹോദരൻ താമസിക്കുന്നുണ്ട്. പത്തുമണിയോടെ ബിൻസി, ജിബിയയെയും കൂട്ടി കളത്തൂക്കടവിലേക്കു യാത്രയായി.

അന്നു പകൽ മുഴുവൻ കുട്ടിച്ചനുവേണ്ടി നാട്ടുകാരും പൊലീസും തിരച്ചിൽ നടത്തിയെങ്കിലും ഒരടയാളവും ലഭിച്ചില്ല. അതിനടുത്ത ദിവസം

നെല്ലിക്കുന്നേൽ റോബിൻസും പ്രവിത്താനംകാരി ജെന്നി ജോൺസും തമ്മിലുള്ള വിവാഹം തീക്കോയി സെന്റ്മേരീസ് പള്ളിയിൽ വച്ച് നടന്നു.

അന്നു മീനച്ചിലാറ്റിൽ കുട്ടിച്ചന്റെ മൃതദേഹത്തിനുവേണ്ടി തിരച്ചിൽ നടന്നു. അതിനും പിറ്റേന്ന്, പാറക്കടവിൽനിന്ന് കുറച്ചു താഴെയായി മറുതാക്കയത്തിനരികെ, ആറ്റിലേക്ക് ചാഞ്ഞുകിടന്ന ചോലമരങ്ങളുടെ വേരുകൾക്കിടയിൽ കാൽ കുരുങ്ങിയ നിലയിൽ മുരിക്കോലിക്കൽ കുട്ടിച്ചന്റെ മൃതദേഹം കണ്ടുകിട്ടി.

* * *

പവിത്ര, താടിക്കു കീഴിൽ കൈപ്പത്തിയൂന്നി വല്ലായ്മയോടെ ജിബിയയുടെ മുഖത്തേക്കു നോക്കിയിരുന്നു; നിമിഷങ്ങളോളം!

''എന്നാലും നിനക്ക് ചത്തുകളഞ്ഞേക്കാമെന്നു തോന്നിയല്ലോ. എന്നെപ്പോലും നീ ഓർത്തില്ലല്ലോ.'' പവിത്ര ആവലാതിപ്പെട്ടു.

''എനിക്കന്നേരം ഒരു ബാധകേറിയപോലെയാരുന്നു. എങ്ങനെങ്കിലും ഒന്നു ചത്താമതി.''

''ഇപ്പഴോ?''

''ഇപ്പം... കൊറേ ദിവസം കഴിഞ്ഞില്ലേ. മനസ്സൊന്നടങ്ങി. അമ്മേടെ വീട്ടിച്ചെന്നപ്പം അവർക്കെല്ലാം എന്നോട് ഭയങ്കര സ്നേഹം. മാമച്ചനങ്കിൾ എന്നെ സിനിമയ്ക്കു കൊണ്ടുപോന്നു. ഹോട്ടലിക്കൊണ്ടുപോയി ബിരിയാണീം ഐസ്ക്രീമും വാങ്ങിത്തരുന്നു. എനിക്ക് ഡ്രസ് വാങ്ങിത്തരുന്നു. വല്യമ്മച്ചിക്കാണെങ്കി ഒത്തിരി ഇഷ്ടം. ഞാൻ മരിച്ചുപോയിരുന്നെങ്കി അവരൊക്കെ എന്തുമാത്രം സങ്കടപ്പെട്ടേനേ അല്ലേ?''

''പിന്നല്ലേ, നീയതൊന്നും ചിന്തിച്ചില്ലല്ലോ.''

''ആ... അതൊക്കെ കഴിഞ്ഞില്ലേ. പോട്ടെ.''

''ഇപ്പം നിനക്ക് വെഷമമൊന്നും ഇല്ലേടാ?''

''അതൊന്നും പെട്ടെന്നു മാറത്തില്ല. ചെലനേരത്ത് വല്ലാത്ത സങ്കടം വരും. അന്നേരം ഭിത്തീലോട്ടു തലയിട്ടടിക്കാൻ തോന്നും.'' ജിബിയ പറഞ്ഞു.

പവിത്ര അവളുടെ വിരലുകളെ തഴുകി.

''നീയതൊക്കെ മറക്കണം കേട്ടോ. പതിനെട്ടു വയസ്സല്ലേ ആയിട്ടൊള്ളൂ. ജീവിതം എന്തോരം ബാക്കി കെടക്കുന്നു.''

''അതോർക്കുമ്പഴാ കൂടുതൽ മനഃപ്രയാസം.''

''നീയാ കുട്ടിച്ചന്റെ കാര്യം പറഞ്ഞത് എനിക്കിപ്പഴും വിശ്വസിക്കാൻ പറ്റീട്ടില്ല കേട്ടോ?'' പവിത്ര സംഭാഷണത്തിന്റെ വഴി തിരിച്ചുവിട്ടു.

''എനിക്കത് എത്ര ആലോചിച്ചിട്ടും ഒരെത്തുംപിടീം കിട്ടുന്നില്ല. അന്നു രാത്രി ഏകദേശം ഒൻപതുമണിക്കു മുൻപേ കുട്ടിച്ചൻ ആറ്റിൽ വീണ് ഒഴുകിപ്പോയി. പോസ്റ്റ്മോർട്ടത്തിന്റെ റിപ്പോർട്ടിലും മരണസമയം

പത്തുമണിക്കു മുൻപെന്നാ. പക്ഷേ, ഞാൻ കാണുമ്പം പന്ത്രണ്ടു മണി കഴിഞ്ഞിട്ടൊണ്ട്.'' ജിബിയ പറഞ്ഞു.

''നിന്റെ തോന്നലായിരിക്കുമെടാ. നീ സമയം നോക്കീട്ടാണോ ആറ്റിൽ ചാടാൻ ഇറങ്ങിത്തിരിച്ചത്.?''

''എല്ലാരും കെടക്കുമ്പത്തന്നെ ഒൻപതര കഴിഞ്ഞു. പിന്നേം എത്ര നേരം കഴിഞ്ഞിട്ടാ ഞാനെണീറ്റത്. അതു മാത്രമല്ല, പാലത്തിന്റെ മുകളിലത്തെ കടവിൽ വലവീശാനിറങ്ങിയ ആള് ഒരു കിലോമീറ്റർ താഴെ പാറക്കടവിൽ വരേണ്ട കാര്യമെന്താ? അതും വലേം ചൂണ്ടേം ഒന്നും കയ്യിലില്ലാതെ.'' ജിബിയ തർക്കിച്ചു.

''നമുക്ക് വേറെ വല്ലതും സംസാരിക്കാം. എനിക്കിത് പറയുമ്പം എന്തോ പോലെ തോന്നുന്നു.'' പവിത്ര അസ്വസ്ഥത പ്രകടിപ്പിച്ചു.

''ശരി, നിന്റെ കല്യാണക്കാര്യം എന്തായി?''

''അത് കൊറേ പറയാനൊണ്ട്. മാമന്മാരും മുത്തശ്ശീം കൂടി എനിക്കൊരു കല്യാണം ഒറപ്പിച്ചിരുന്നല്ലോ.''

''ഉവ്വ്, ചങ്ങനാശേരിക്കാരുടെ...''

''കല്യാണം നടക്കുംന്ന് തീർച്ചയായതാ. അപ്പോ മുത്തച്ഛന് അവരുടെ വീടുകാണണംന്നൊരാഗ്രഹം. അങ്ങനെ മുത്തച്ഛൻ ചങ്ങനാശ്ശേരിക്കുപോയി. തിരിച്ചു വന്നിട്ട് എല്ലാരേം വിളിച്ചു പറഞ്ഞു, ആ കല്യാണം വേണ്ടാന്ന്.''

''അതെന്താന്നേ?''

''വെള്ളപ്പൊക്കം ഒണ്ടായാ വീട്ടിൽ വെള്ളം കേറും. അത് മിക്കവാറും എല്ലാ വർഷോം അങ്ങനെയാ. നാലു ചുറ്റും വെള്ളമാണെങ്കിലും കുടിവെള്ളം കിട്ടണെങ്കി പൈസ കൊടുത്ത് വാങ്ങണം.''

''അവിടെം മനുഷ്യരല്ലേ ജീവിക്കുന്നെ?'' ജിബിയ ചോദിച്ചു.

''അതു മാത്രല്ലന്നേ. ആ വീട്ടിൽ പശുക്കളൊണ്ട്, പാടവും നെല്ലും പണിക്കാരുമൊണ്ട്. കെട്ടാനുള്ള ചെറുക്കനും മൂന്നനുജന്മാരും അച്ഛനും മുത്തച്ഛനും പിന്നെ ചെറുക്കന്റെ അമ്മയും. നന്നായില്ലേ?''

''അതുകൊണ്ടെന്താ കുഴപ്പം?'' ജിബിയ ആശ്ചര്യപ്പെട്ടു.

''അവർക്കെല്ലാം വെച്ചുവെളമ്പണ്ടേ. പശുക്കളെ കുളിപ്പിക്കേം ചാണകം വാരുകേം അവറ്റകൾക്ക് തീറ്റ കൊടുക്കേം ചെയ്യണ്ടേ. വീടും പരിസരോം തൂത്തുതൊടയ്ക്കണ്ടേ. അലക്കണ്ടേ. അയേൺ ചെയ്യണ്ടേ. ഞാൻ ചെന്നു കഴിയുമ്പോ ആ ജോലിയൊക്കെ എന്റെ തലേലാകൂല്ലോ.''

''അതിപ്പം ഏതു വീട്ടിച്ചെന്നാലും പെണ്ണുങ്ങടെ ഗതി ഇതല്ലേ.''

''അവിടെ വീട്ടുജോലിക്ക് ആരുമില്ലെന്ന്. അമ്മയായതുകൊണ്ട് മക്കള് സഹായിക്കും. ഞാൻ ചെന്നു കഴിയുമ്പോ അതൊക്കെ നിന്നു പോകുംന്നാ മുത്തച്ഛൻ പറയുന്നെ.''

''അപ്പോ നീ രക്ഷപ്പെട്ടു. കല്യാണം നടത്തുന്നില്ലേങ്കി പഠിക്കാൻ പോവാല്ലോ.'' ജിബിയ ഉത്സാഹത്തിൽ പറഞ്ഞു.

''അതൊന്നുമില്ലടാ. വേറെ കല്യാണം ആലോചിക്കുവാ. രണ്ടു കൂട്ടര് പെണ്ണുകാണാൻ വന്നിട്ടു പോയി. ചെങ്ങന്നൂര്ന്ന് വന്നത് നല്ല ആലോചനയാ. നല്ല പൈസയുള്ളോരാ. എന്നെ ഇഷ്ടപ്പെട്ടു. സ്ത്രീധനമൊന്നും വേണ്ട. സ്വർണമൊക്കെ ഇങ്ങോട്ട് വാങ്ങിത്തരും. പക്ഷേ, കെട്ടാനുള്ള ആള് മിലിട്ടറീലാ. അമ്മയില്ല. വീട്ടിൽ അച്ഛനും ചെറുക്കന്റെ അനിയനും കല്യാണം കഴിക്കാത്ത കൊച്ചച്ഛനും മാത്രം. അങ്ങനെ ആണുങ്ങള് മാത്രമൊള്ള വീട്ടിലേക്ക് പോവണ്ടെന്നു പറഞ്ഞ് മുത്തശ്ശി അതു വേണ്ടെന്നുവച്ചു. കെട്ടുന്നയാള് ലീവ് കഴിയുമ്പം പട്ടാളത്തിലോട്ട് തിരിച്ചുപോകൂല്ലോ.''

''നിനക്കിഷ്ടായിരുന്നോ?'' ജിബിയ ചോദിച്ചു.

''ഫോട്ടോ മാത്രേ കണ്ടൊള്ളൂ. ആളെകാണണങ്കി ലീവിനു വരണം. ഫോട്ടോ കണ്ടിട്ടു സുന്ദരനാ.'' പവിത്ര പറഞ്ഞു.

''അതുപേക്ഷിച്ചെങ്കി പകരം വേറെ ആലോചനയൊണ്ടോ?''

''ഒരെണ്ണം പുതിയത് കൊണ്ടുവന്നിട്ടൊണ്ട്. അവരെല്ലാരും കൂടെ എന്റെ കല്യാണം നടത്തിയേ അടങ്ങത്തൊള്ളൂ.''

''എല്ലാറ്റിനും അതിന്റേതായ ഒരു സമയംണ്ട് മോളേ. നടക്കാനൊള്ളതാണെങ്കി നടക്കും. മരിക്കാൻ പോയ എനിക്ക് അതിനു പറ്റിയോ?''

''നന്നായി. എനിക്കു നിന്നെ എന്നുമിങ്ങനെ ജീവനോടെ കാണാല്ലോ.'' പവിത്ര ആശ്വാസം കൊണ്ടു.

''എനിക്കീ നാട്ടീന്നു പോയാ മതിയെന്നാ ഇപ്പഴത്തെ ആഗ്രഹം?''

''എങ്ങോട്ട്?''

''ഡിഗ്രിക്കു ചേരണം. പാലാ അൽഫോൻസാ കോളജിൽ അല്ലെങ്കി കോട്ടയത്ത് ബിസിഎമ്മിൽ. ഹോസ്റ്റലി താമസിച്ച് പഠിക്കണം.''

''അതു നല്ലതാ. നീ വീട്ടിൽ പറ.''

''മമ്മിയോടു ഞാൻ പറഞ്ഞു. മമ്മി ഒന്നും പറഞ്ഞില്ല. പപ്പയോട് ചോദിക്കണമായിരിക്കും.''

''നീ നിർബന്ധിച്ചു പറഞ്ഞാ സമ്മതിക്കും.'' പവിത്ര പ്രോത്സാഹിപ്പിച്ചു.

വീട്ടിൽ തിരിച്ചെത്തിയശേഷം നല്ല നേരം നോക്കി ജിബിയ ബിൻസിയെ ഒരിക്കൽക്കൂടി ഓർമിപ്പിച്ചു. ''എന്റെ പഠിത്തക്കാര്യം മമ്മി പപ്പയോടു പറഞ്ഞാരുന്നോ?''

''എന്റെ മോളെ, നീ ഏതു ലോകത്താ ജീവിക്കുന്നെ. ഇവിടുത്തെ കഷ്ടപ്പാടും ദുരിതോം ഒന്നും നീ കാണുന്നില്ലേ. നിന്നെ ഹോസ്റ്റലി ത്തമാസിപ്പിച്ച് പഠിപ്പിക്കണെങ്കി രൂപായെത്രയാ ചെലവ്. നിന്റെ പപ്പാ നട്ടുവളർത്തിയ ഒരു മരത്തേലും പണം കായ്ക്കുന്നില്ല. റബ്ബറിന്റെ വെല

നിനക്കറിയാല്ലോ. ആർക്കും വേണ്ട. വെട്ടുകൂലി കൊടുക്കാനൊള്ള കാശു കിട്ടത്തില്ല റബറേന്ന്.''

''ഞാൻ പിന്നെ എന്നാ ചെയ്യും, ഇങ്ങനെ നിന്നാ മതിയോ?'' ജിബിയയ്ക്കു നീരസമായി.

''നിന്നോടു നഴ്സിങ്ങിനു പോകാൻ എത്ര തവണ പറഞ്ഞു. നിനക്കന്നേരം അതിനു കഴിയത്തില്ല. മൂന്നുമൂന്നര വർഷം പഠിച്ചാ എവിടെങ്കിലും ഒരു ജോലി കിട്ടുവേ.''

''മൂന്നു വർഷം പഠിച്ചാ ഡിഗ്രിയെടുക്കാം. എന്നാലും കിട്ടൂല്ലോ ജോലി.'' ജിബിയ തർക്കിച്ചു.

''പിണ്ണാക്ക് കിട്ടും. എംബിയേക്കാര് ജോലിയില്ലാതെ തെണ്ടുവാ. അപ്പഴാ ബീക്കോം പഠിച്ചാല്.''

''ബീക്കോം വേണ്ട. ബിഎ പഠിക്കാം. എന്നിട്ട് ബിഎഡിനു പോകാം. അതു കഴിയുമ്പം ടീച്ചറായിട്ട് ജോലി കിട്ടും.'' ജിബിയ ഒരു ശ്രമംകൂടി നടത്തി.

''എന്റെ കുഞ്ഞേ, നിന്റെ മനപ്പായസം വേകാനൊള്ള പാത്രമൊന്നും നമ്മടെ നാട്ടിലില്ല. ഒരു സ്കൂളി ജോലി കിട്ടണെങ്കിലേ രൂപാ ലക്ഷക്കണക്കിന് എണ്ണിക്കൊടുക്കണം.''

''നഴ്സിങ് പഠിക്കാൻ പൈസ വേണ്ടായിരിക്കും. അവര് ഫ്രീയായിട്ടു പഠിപ്പിച്ചു വിട്ടേക്കും.'' ജിബിയ പരിഭവിച്ചു.

''ലോണെടുത്ത് പഠിക്കാല്ലോ. വിദ്യാഭ്യാസ ലോൺ കിട്ടൂല്ലോ. കുറേശ്ശെ അടച്ചാ മതിയല്ലോ ഫീസ്. കെഴക്കാലയ്ക്കലെ ലിസി ബാംഗ്ലൂരിൽ നഴ്സിങ് പഠിക്കുന്നൊണ്ട്. അതിനോടു ചോദിച്ചാ ഫീസിന്റെ വിവരങ്ങളൊക്കെ അറിയാൻ പറ്റും.''

''എന്റെ മമ്മീ, എനിക്കിഷ്ടല്ല നഴ്സിങ്.'' ജിബിയ ചിണുങ്ങി.

''എടീ കൊച്ചേ, കൊക്കിലൊതുങ്ങുന്നത് കൊത്താൻ പഠിക്കണം ആദ്യം. നിനക്കതറിയത്തില്ല. അതാ നിന്റെ കൊഴപ്പം.''

ബിൻസി മകളെ ഗുണദോഷിച്ചിട്ട് അടുക്കളയിലേക്ക് കയറിപ്പോയി. ജിബിയ നഖം കടിച്ച് ആലോചനയിൽ മുഴുകി.

അഞ്ച്

ബാംഗ്ലൂരിൽ നഴ്സിങ് പഠിക്കുന്ന ലിസിയുടെ വീട്ടിലേക്ക് വിവരങ്ങൾ തിരക്കാൻ ജിബിയായേയും കൂട്ടിക്കൊണ്ടാണ് ബിൻസി പോയത്. ലിസിയുടെ അമ്മ എൽസിയും മകൻ സോജനും മാത്രമേ വീട്ടിലുണ്ടായിരുന്നുള്ളൂ. സോജൻ ജിബിയായോടൊപ്പം പ്ലസ്ടു പഠിച്ചവനാണ്.

എൽസി തന്റെ മകളുടെ ഫീസ് വിവരങ്ങൾ വിശദമായി പറഞ്ഞു.

അഡ്മിഷൻ കിട്ടുമ്പോൾ ആദ്യവർഷം കൊടുക്കേണ്ട ഫീസ് എഴുപത്തയ്യായിരം രൂപ. രണ്ടാമത്തെ വർഷവും മൂന്നാമത്തെ വർഷവും മുപ്പത്തേഴായിരം രൂപ വച്ച് കൊടുക്കണം. ഇന്റേൺഷിപ്പിന് ഇരുപത്തയ്യായിരം. ആകെ ഒരുലക്ഷത്തി എഴുപത്തയ്യായിരത്തിനടുത്ത്. കൂടാതെ ആയിരത്തി മുന്നൂറ് വച്ച് ഹോസ്റ്റൽ ഫീസും കൊടുക്കണം.

''മോളേ, നീയൊരു കടലാസിലോട്ട് കുറിച്ചെടുത്തോ.'' എൽസി ജിബിയായോടു പറഞ്ഞു.

പേനയും കടലാസും എൽസിതന്നെ കൊടുത്തു.

'''ഇതിനെല്ലാം പുറമെ വേറെയും കാശ് ചെലവാകും കേട്ടോ. യൂണിഫോമിന്റെ കാശ്, അതുകൂടാതെ വേറെ ഡ്രസ്സ് എടുക്കണ്ടേ. പിന്നെ അങ്ങോട്ടുമിങ്ങോട്ടുമുള്ള വണ്ടിക്കൂലി. പിന്നെ ഹോസ്റ്റലിലോട്ടുള്ള സാധനങ്ങള് വേണ്ടേ. ആദ്യം അഡ്മിഷനെടുക്കുമ്പം ആരെങ്കിലും കൊണ്ടുവിടണ്ടായോ? ഒന്നോ രണ്ടോ ദിവസം ഹോട്ടലിലോ ലോഡ്ജിലോ താമസിക്കേണ്ടിവരും. അതിന്റെ ചെലവ്. എങ്ങനെ ചുരുക്കിയാലും ആദ്യത്തെ വർഷം ഒരുലക്ഷം രൂപയെങ്കിലും വേണ്ടിവരും എല്ലാംകൂടെ.''

''ലിസിച്ചേച്ചി പഠിക്കുന്ന കോളജിന്റെ പേരെന്താ?''

''സെന്റ് സേവ്യേഴ്സ്.'' എൽസി പറഞ്ഞു.

''അച്ചമ്മാരു നടത്തുന്നതാണോ?'' ബിൻസി താൽപര്യത്തോടെ ചോദിച്ചു.

''അതെയതെ. മോളെ നഴ്സിങ്ങിനു ചേർക്കാൻ തീരുമാനിച്ചോ?''

''വേറെയെന്നാ പഠിക്കാനാ. ഡിഗ്രിക്കു പോയാൽ ജോലിവല്ലതും കിട്ടുവോ. ഇതാണെങ്കി മുന്നുവർഷംകൊണ്ടു തീരുവല്ലോ.''

''മൂന്നര വർഷം.'' എൽസി തിരുത്തി.

''എന്നാലും ഏതെങ്കിലും ഒരാശുപത്രീൽ കേറിപ്പറ്റിയാ അവനോന്റെ കാര്യം നോക്കാൻ പറ്റുവല്ലോ.'' ബിൻസി പറഞ്ഞു.

''നല്ല മിടുക്കൊള്ള പിള്ളേരാണെങ്കി ഗൾഫിലൊക്കെ ജോലി കിട്ടുംന്നേ. അവിടെ നല്ല ശമ്പളം കിട്ടും. അന്യരാജ്യത്ത് പോയി നഴ്സിന്റെ ജോലി ചെയ്തിട്ട് എന്തുമാത്രം പെൺകുട്ടികളാ അവനോന്റെ കുടുംബം രക്ഷപ്പെടുത്തിയേക്കുന്നെ. നമ്മടെ നാട്ടിലല്ലേ നഴ്സുമാർക്ക് വല്യ വെലേം ശമ്പളോം ഒന്നുമില്ലാത്തെ. ജർമ്മനീലും ഇംഗ്ലണ്ടിലും അമേരിക്കേലുമൊക്കെ ചെല്ലണം നഴ്സുമാരടെ വെല അറിയണെങ്കി.''

''ആണോ?'' ബിൻസി ആശ്ചര്യം പ്രകടിപ്പിച്ചു.

''ഒറ്റപ്ലാക്കലെ കൊച്ചുറാണീടെ കുടുംബം എങ്ങനാ രക്ഷപ്പെട്ടേ? കൊച്ചുറാണീടെ മൂത്തമോൾ റെജീന ജർമനീൽ നഴ്സാ. അവളു പൈസ അയച്ചുകൊടുത്തിട്ട് അവര് ഒന്നരയേക്കറ് റബ്ബറ്തോട്ടം മേടിച്ചു. ഒന്നാന്തരം ഒരു രണ്ടുനെല വീടും വച്ചു.''

കേട്ടില്ലേ എന്ന മട്ടിൽ ബിൻസി മകളെ നോക്കി.

''നിങ്ങൾക്ക് താൽപര്യമാണെങ്കി ലിസിമോള് രാത്രി ഫോൺ വിളിക്കുമ്പം ഞാനവളോടു പറയാം. അവളിത് രണ്ടാമത്തെ വർഷമാ. അവക്കവിടത്തെ അഡ്മിഷന്റെ കാര്യമൊക്കെ അറിയാം.'' എൽസി പറഞ്ഞു.

''അതെല്ലാം ഒന്നു ചോദിച്ചുവെക്കണേ. ഫീസിനൊള്ള പൈസ എങ്ങനൊണ്ടാക്കുമെന്ന് അറിയാമ്മേല. എന്നാലും ഇവളെ ഇങ്ങനെ വെറുതെ വീട്ടിൽ നിർത്താനും പറ്റത്തില്ലല്ലോ.''

എൽസിയെ അഡ്മിഷന്റെ അന്വേഷണ ചുമതല ഏൽപ്പിച്ച് വീട്ടിലേക്കു തിരിച്ചുപോരുമ്പോൾ ബിൻസിയോടു ജിബിയ ചോദിച്ചു: ''മമ്മി എവിടുന്നൊണ്ടാക്കും ഒരു ലക്ഷം രൂപ? ആദ്യവർഷം അത്രേം ചെലവാകുമെന്നല്ലേ പറഞ്ഞേ.''

''നിന്റെ പപ്പാ എവിടുന്നെങ്കിലും ലോണെടുക്കട്ടെ. വിദ്യാഭ്യാസ ലോൺ കിട്ടത്തില്ലേ?''

''അതൊന്നും അത്ര എളുപ്പമല്ല മമ്മീ.''

''എന്റാങ്ങളമാരോടും ചോദിക്കണം വല്ലതും സഹായിക്കാൻ പറ്റുവോന്ന്.''

''കോളജിൽ ചേർന്നു ഡിഗ്രി പഠിക്കാൻ ഇത്രയൊന്നും പൈസ ചെലവാകത്തില്ലല്ലോ മമ്മീ.''

''പക്ഷേ, പഠിക്കുന്നകൊണ്ട് എന്തെങ്കിലുമൊരു ഗുണം വേണ്ടായോ? ഒരു ഡിഗ്രി എടുത്തിട്ട് നീ എന്നാ ചെയ്യാനാ?''

അതിനു ജിബിയായ്ക്ക് ഉത്തരമില്ല.

വീട്ടിലെത്തിയശേഷം ബിൻസി ഭർത്താവുമായി ആലോചിച്ചു. നിന്നനിൽപ്പിൽ ഒരു ലക്ഷം രൂപ എങ്ങനെ ഉണ്ടാക്കുമെന്നറിയാതെ

ജോർജുകുട്ടി അന്തംവിട്ടു. ലോണെടുക്കലൊന്നും എളുപ്പമല്ല. കോ-ഓപ്പറേറ്റീവ് ബാങ്കിൽ ഒരു ചെറിയ വായ്പ നിലവിലുണ്ട്. അത് അടച്ചു തീർത്താൽ അടുത്ത ലോണിന് അപേക്ഷ വയ്ക്കാം. മറ്റേതെങ്കിലും ബാങ്കിൽ വീടും പുരയിടവും ഈടുവച്ച് പണമെടുത്താലോ എന്നാലോചിച്ചു. എന്നാൽ അതൊന്നും ഉടനടി നടക്കുന്ന സംഗതിയല്ല. പണയവസ്തുവിന്റെ ഒറിജിനൽ പ്രമാണം, കരമടച്ച രസീത്, ബാധ്യതാ സർട്ടിഫിക്കറ്റ്, സൈറ്റ് പ്ലാൻ, പൊസഷൻ സർട്ടിഫിക്കറ്റ് ഇതെല്ലാം ഹാജരാക്കണം. ബാങ്കുകാരടെ ലീഗൽ ഫോർമാലിറ്റി കഴിഞ്ഞുകിട്ടണം. ബാങ്ക് ഉദ്യോഗസ്ഥർ വന്നു വസ്തു നേരിട്ടു കണ്ട് മതിപ്പുവില നിർണയിക്കണം. കുറഞ്ഞത് ഒന്നര മാസമെടുക്കും. കൂടിയാലോചന എങ്ങുമെത്താതെ അവസാനിച്ചു.

പിറ്റേന്ന് എൽസി ബിൻസിയെ കാണാൻ വന്നു.

''ഇന്നലെ രാത്രി ഞാൻ ലിസിമോളെ വിളിച്ചപ്പം ബിൻസീടെ മോൾടെ കാര്യം പറഞ്ഞാരുന്നു. ഇപ്പം ഒടനെതന്നെ ഈ വർഷത്തെ ബാച്ച് തൊടങ്ങുന്നൊണ്ടെന്നാ അവള് പറഞ്ഞെ. ഇപ്പം അഡ്മിഷനെടുക്കാൻ തൊടങ്ങി. സീറ്റ് തീർന്നാപ്പിന്നെ ലിസിമോള് പഠിക്കുന്നിടത്ത് കിട്ടത്തില്ല. വേറെ നോക്കേണ്ടി വരും. ഇപ്പഴേ പറയുവാണെങ്കി ഒരു സീറ്റ് ബുക്ക് ചെയ്ത് ഇട്ടേക്കാവെന്ന് ലിസിമോള് പറഞ്ഞു. നിങ്ങളെന്നാ തീരുമാനിച്ചു?''

''ബിയാമോളെ നഴ്സിങ്ങിനു വിടാൻ തന്നെയാ തീരുമാനം. പക്ഷേ, ഫീസിനൊള്ള തുക എങ്ങനെ ഒണ്ടാക്കുമെന്നോർക്കുമ്പഴാ.'' ബിൻസി ആശങ്കപ്പെട്ടു.

''വേണെന്ന് ഒറച്ചൊരു തീരുമാനമെടുത്താ പൈസയൊക്കെ ഒണ്ടാകുമെന്നേ. നമ്മള് മനസ്സുകൊണ്ടു വിചാരിക്കണം.''

''ഏതായാലും ഒരു സീറ്റ് ബിയാമോൾക്കുവേണ്ടി ഒഴിച്ചിട്ടേക്കാൻ പറഞ്ഞേക്ക്.''

''കൊറച്ചെന്തെങ്കിലുമൊരു അഡ്വാൻസ് കൊടുത്തിട്ടേച്ചാ അവർക്കും ഒരൊറപ്പായി. ഇന്നോ നാളെയോ വേണംന്നല്ല, ഒരാഴ്ചയ്ക്കകത്ത്.''

''ഞാൻ ജോറൂട്ടിച്ചായനോടു പറയാം.''

ഒരു സീറ്റ് ബുക്ക് ചെയ്തു കൊടുത്താൽ തന്റെ മകൾക്കു കമ്മീഷൻ കിട്ടുന്ന തുകയെപ്പറ്റി എൽസി മിണ്ടിയതേയില്ല.

ജോർജുകുട്ടിയും ബിൻസിയും കൂടി പണം സംഘടിപ്പിക്കാനുള്ള വിവിധ വഴികൾ ആലോചിച്ചു ബാങ്കിൽ ലോണിന് അപേക്ഷ നൽകാൻ തന്നെ നിശ്ചയിച്ചു. ജിബിയായ്ക്ക് ആവശ്യം വരുന്ന പണം പലരോടായി കടം വാങ്ങിയിട്ട് ബാങ്ക് ലോൺ കിട്ടുമ്പോൾ തിരിച്ചു കൊടുക്കാം എന്നതായിരുന്നു ഒടുവിൽ കണ്ടെത്തിയ മാർഗം. ബിൻസി തന്റെ വീട്ടിൽ പോയി വന്നപ്പോൾ ഇരുപത്തയ്യായിരം രൂപ കൊണ്ടുവന്നു. ആ തുക, എൽസി പറഞ്ഞതനുസരിച്ച് ബാംഗ്ലൂരിലെ നഴ്സിങ് സ്കൂൾ അഡ്മിനിസ്ട്രേറ്ററുടെ അക്കൗണ്ടിലേക്ക് അയച്ചു കൊടുത്ത് ജിബിയായുടെ അഡ്മിഷൻ ഉറപ്പാക്കി. തന്റെ വിധി നിർണയിക്കപ്പെട്ടു കഴിഞ്ഞുവെന്ന് ജിബിയായ്ക്കു ബോധ്യപ്പെട്ടു.

ആശിച്ച ജീവിതം തേൻ നിറച്ച പാനപാത്രം പോലെ ചുണ്ടോള മെത്തിയശേഷം തട്ടിത്തെറുപ്പിച്ചിട്ട് പകരം കയ്പുനീർ ഒലിക്കുന്ന ഓട്ടപ്പാത്രം തന്നിരിക്കുന്നു. റോബിൻസിനെക്കുറിച്ച് ആലോചിച്ചപ്പോൾ ഇടനെഞ്ചിൽ തറച്ചിരിക്കുന്ന കഠാര ആരോ ഒരൽപംകൂടി താഴ്ത്തിയ പോലെ. ആ മുറിവ് വിങ്ങുന്നു. അതിൽനിന്നു രക്തം കിനിയുന്നു. റോബിൻസിനെ ഓർക്കുമ്പോഴും ആറ്റിൻകരയും നെല്ലിക്കുന്നേൽ വീടും ദൃഷ്ടിയിൽപെടുമ്പോഴും ഇതേ വേദനയാണ്. മഴക്കാലമായതിനാൽ മീനച്ചിലാറ്റിൽ അക്കരെയിക്കരെ മുറിച്ചു കടക്കാൻ പറ്റാത്തത്രയും വെള്ളമുണ്ട്. പള്ളിവാതുക്കലെ പാലം കടന്നാണ് പള്ളിയിൽപോലും പോകാറുള്ളത്. മഴക്കാലവും മീനച്ചിലാറ്റിലെ വെള്ളവും സമയോചിത മായി ഇടപെട്ടു. ഇല്ലെങ്കിൽ പുഴ കടന്ന് അക്കരെയെത്തുമ്പോൾ റോബിൻ സിന്റെ ഗേറ്റിനു മുന്നിലൂടെ പോകേണ്ടി വരുമായിരുന്നു.

കല്യാണം കഴിഞ്ഞ് റോബിൻസ് നവവധുവിനൊപ്പം ഹണിമൂൺ ആഘോഷിക്കുകയാണെന്ന സത്യം മനസ്സിൽനിന്ന് എത്ര മായ്ച്ചാലും മറച്ചാലും ഇല്ലാതാകുന്നില്ല.

ശനിയാഴ്ച ദിവസം, ജിബിയ പവിത്രയുടെ വീട്ടിൽ പോകാൻ വേണ്ടി ഇറങ്ങി. ബാംഗ്ലൂരിലേക്കു കൊണ്ടുപോകാൻ വേണ്ടി രണ്ടു ചുരിദാർ പീസ് എടുത്ത് തയ്ക്കാൻ കൊടുക്കണം. പവിത്രയോടും അജിതമ്മയോടും യാത്ര പറയണം. പെട്ടെന്നൊരു ദിവസം ബാംഗ്ലൂരി ലേക്കു പുറപ്പെടേണ്ടി വന്നാൽ അതു സാധ്യമായെന്നു വരില്ല. പാല ത്തിനപ്പുറത്ത് പുതിയൊരു കാർ നിർത്തിയിട്ടിരിക്കുന്നത് പാലത്തിൽ കയറിയപ്പോൾത്തന്നെ ജിബിയ കണ്ടു. പഴയ നടപ്പാലത്തിന്റെ ഭാഗത്ത് സുന്ദരിയായൊരു യുവതി. അവൾ ചിരിച്ച് പോസ് ചെയ്തു നിൽക്കുന്നു. ആരോ പുറം തിരിഞ്ഞുനിന്ന് മൊബൈലിൽ അവളുടെ ചിത്രങ്ങൾ പകർത്തുന്നു. അത് റോബിൻസായിരിക്കുമോ എന്നു വിചാരിക്കുമ്പോ ഴേക്കും രണ്ടുപേരും ചിരിച്ച് കൈകോർത്ത് പുതിയ പാലത്തിലേക്കു വന്നു.

ജിബിയ ഒരു നിമിഷം നടുങ്ങി നിന്നു. റോബിൻസും സർവാഭരണ വിഭൂഷിതയായ യുവതിയും. നെഞ്ചിൽ തറഞ്ഞിരുന്ന കഠാര ഒന്നുകൂടി ആഴത്തിലേക്കു കയറി. റോബിൻസ് ജിബിയായെ മുന്നിൽ കണ്ട് സ്തബ്ധ നായി. അടുത്ത നിമിഷം സമനില വീണ്ടെടുത്ത് പാലത്തിനപ്പുറത്തെ ചെക്ക്ഡാമിനു നേരെ തിരിഞ്ഞ് കൈകോർത്തുനിന്ന യുവതിയോട് എന്തോ പറഞ്ഞു. അവളും ആ ഭാഗത്തേക്കു കൗതുകത്തോടെ നോക്കു ന്നതു കണ്ടു.

മുന്നോട്ടു നീങ്ങണോ തിരികെ പോകണോ എന്നു നിശ്ചയമില്ലാതെ ജിബിയ ഉഴറി. ശ്വാസമടക്കിപ്പിടിച്ച് അവൾ മുന്നോട്ടുനീങ്ങി. റോബിൻസും യുവതിയും നിൽക്കുന്നതിനു സമീപത്തുകൂടി അവൾ മുഖം കുനിച്ചു നടന്നു. റോബിൻസ് ചെക്ക്ഡാമിലേക്കു കൈ ചൂണ്ടി നവവധുവി നോട് എന്തോ പറയുന്നുണ്ടായിരുന്നു. യുവതി ജിബിയായെ കണ്ട് കൗതുകത്തോടെ നോക്കി.

ജിബിയ കടന്നു പോയി.

''നല്ല സുന്ദരിക്കുട്ടി.'' പിന്നിൽനിന്ന് ആ യുവതി റോബിൻസിനോട് അടക്കം പറയുന്നത് ജിബിയ കേട്ടു.

അവൾ തിരിഞ്ഞു നോക്കാതെ വേഗം നടന്നകന്നു. പവിത്രയുടെ വീട്ടിലെത്തി. ജിബിയായെ കണ്ടതും പവിത്ര അതിയായ സന്തോഷ ത്തോടെ ഓടിയിറങ്ങി വന്നു കെട്ടിപ്പിടിച്ചു.

''ഞാൻ നിന്റെ കാര്യം ഓർത്തോണ്ടിരിക്കുവാരുന്നു.''

''പോടീ അവിടന്ന്.''

''സത്യം.'' പവിത്ര ആണയിട്ടു.

ജിബിയ പാലത്തിൽവച്ച് റോബിൻസിനെയും പുതുമണവാട്ടിയേയും കണ്ട കാര്യം പവിത്രയോടു പറഞ്ഞു.

''നീയതൊന്നും മനസ്സീന്നു കളഞ്ഞില്ലേ. അതെല്ലാം ഇനി നെഗ റ്റീവ് എനർജിയാ. നമ്മടെ മനസ്സിടിച്ചു കളയും. ഞാൻ നിനക്കൊരു പടം തരാം. റോബിൻസിനെ ഓർമ വരുമ്പം നീ അതെടുത്തുവച്ച് നോക്കിയാ മതി.''

പവിത്ര പഴയൊരു ഡ്രോയിങ് ബുക്കിൽനിന്ന് ഒരു താൾ സൂക്ഷ്മ മായി അടർത്തിയെടുത്ത് ജിബിയായ്ക്കു നൽകി. കറുത്ത വാലും കറുത്ത കൊമ്പുകളുമുള്ള ഒരു ചുവന്ന പിശാചിന്റെ ചിത്രം. പവിത്ര തന്നെ സ്കെച്ച്പെൻകൊണ്ടു വരച്ചതായിരുന്നു അത്. പിശാച് പിൻ തിരിഞ്ഞ് ഓടാൻ ഭാവിക്കുകയാണ്. തല തിരിച്ചു നോക്കുന്ന അതിന്റെ മുഖത്ത് എന്തെന്നില്ലാത്ത നാണക്കേടും അപമാനഭീതിയും.

''ഇതാണ് റോബിൻസ്.'' പവിത്ര വീറോടെ പറഞ്ഞു: ''അവന്റെ ഓർമ വന്നാലൊടനെ ഇതെടുത്തു നോക്കിക്കോ. പിന്നെ നിന്റെ മന സ്സീന്ന് ഇതു മാഞ്ഞുപോവത്തില്ല.''

ജിബിയ അതിലേക്കുതന്നെ നോക്കിയിരുന്ന് ഒരു ദീർഘനിശ്വാസ മുതിർത്തു.

''എന്താ നഴ്സിങ്ങിനു പോകാൻ തീരുമാനിച്ചെ. വേറെ വല്ലതും പഠിക്കാൻ മേലാരുന്നോ?'' സംഭാഷണ മധ്യേ അജിതമ്മ ചോദിച്ചു.

''മമ്മി പണ്ടുമൊതലേ പറഞ്ഞോണ്ടിരുന്നതാ പ്ലസ്ടു കഴിയുമ്പം നഴ്സിങ്ങിനു പോ... നഴ്സിങ്ങിനു പോ...ന്ന്. ഞാൻ ഡിഗ്രിക്കു ചേരാംന്നു പറഞ്ഞിട്ട് സമ്മതിക്കണില്ല.'' ജിബിയ ആവലാതിപ്പെട്ടു.

''പഠിച്ച് പാസ്സായാലും ഒരു നഴ്സിന് ശമ്പളം എന്നാ കിട്ടാനാ? ഏഴായിരമോ എണ്ണായിരമോ കിട്ടിയേക്കും. എന്നാ കഷ്ടപ്പാട് പിടിച്ച ജോലിയാ. നമ്മടെ നാട്ടിലൊക്കെ ജോലി ചെയ്യണ മിക്ക നഴ്സുമാരും കല്യാണം കഴിയുന്നതോടെ ജോലി വേണ്ടെന്നു വെക്കുവാ.''

''മമ്മി പറയുന്നത് ഫോറിനിലൊക്കെ പോയാ നല്ല ശമ്പളം കിട്ടുന്നാ.''

''ന്റെ മോളേ... അതൊക്കെ പറയാനെളുപ്പവാ. പാസ്പോർട്ട് വേണം, വീസാ വേണം, ഇംഗ്ലീഷിന്റെ ഒരു പരീക്ഷ പാസ്സാകണം. അങ്ങനെ

എന്തെല്ലാം കടമ്പകളാ. ഒരു പത്തു ലക്ഷം രൂപയെങ്കിലും വേണ്ടിവരും. ആ കാശൊണ്ടെങ്കി കൊള്ളാവുന്ന ഒരുത്തന്റെ കൂടെ നിന്നെ കെട്ടിച്ചു വിടാല്ലോ.''

''മമ്മിക്ക് ഒരേ വാശിയാ. ഞാൻ നഴ്സാവണംന്ന്. ആരാണ്ട് കൈ വെഷം കൊടുത്തപോലെയാ.''

''ഒന്നും പഠിക്കാണ്ടിരിക്കുന്നതിനേക്കാളും നല്ലത് നഴ്സിങ് പഠിക്കുന്നതുതന്നെയാ.'' പവിത്ര ഇടപെട്ടു. ''എന്നേം ഇവൾടെ കൂടെ നഴ്സിങ്ങിനു വിട്ടാ മതിയാരുന്നു.''

''പവിയേക്കൂടെ വിടുവോ അമ്മേ. ഇവളുകൂടി ഒണ്ടെങ്കി എനിക്ക് ഒരു വെഷമോം ഇല്ല. ഞങ്ങക്ക് ഒന്നിച്ചു പഠിച്ചെറങ്ങാല്ലോ.''

''മോളേ, പത്തൊൻപതു തെകയണേനു മുന്നേ ഇവടെ കല്യാണം നടത്തിയില്ലെങ്കി പിന്നെ ഇരുപത്തൊൻപതു കഴിയണം. ജാതകത്തിലെഴുതി വച്ചിരിക്കണെതാ. ചങ്ങനാശ്ശേരിക്കാരടെ കല്യാണാലോചന നടക്കാതെ വന്നപ്പം അച്ഛൻ പിന്നേം ജാതകം കൊണ്ടുപോയി ജ്യോത്സ്യരെ കാണിച്ചു. അതിലെഴുതിയിരിക്കണത് അച്ചട്ടാണെന്നാ ജ്യോത്സ്യരും പറഞ്ഞത്.''

''പവിത്രേടെ രണ്ടോ മൂന്നോ കല്യാണാലോചന നടക്കാതെ പോയില്ലേ. അവൾക്ക് കല്യാണത്തിനൊള്ള ടൈമായില്ലെന്നൊള്ളതിന്റെ ലക്ഷണമല്ലേ അത്?'' ജിബിയ വാദിച്ചു നോക്കി.

''കല്യാണത്തിനും വീടുപണിക്കും പല തടസ്സങ്ങള് വരും. അതൊക്കെ പരീക്ഷണങ്ങളാ. ഒറച്ചു നിന്ന് ഉദ്ദേശിച്ച കാര്യം നടത്തുമ്പഴാ അത് മംഗളകർമം ആകുന്നെ. അതു കഴിയുമ്പം ഭാഗ്യം കൂടെ വരും.''

പവിത്രയെ നഴ്സിങ് പഠിക്കാൻ കൂട്ടിനു കിട്ടില്ലെന്ന് ജിബിയ ഉറപ്പിച്ചു.

''മറ്റന്നാള് ഇവക്കൊരു പെണ്ണുകാണലൊണ്ട്. അതു മിക്കവാറും നടന്നേക്കുമെന്നാ എന്റെ മനസ്സു പറയുന്നെ.'' അജിതമ്മ ശുഭാപ്തി വിശ്വാസത്തിലാണ്.

''എവിടൊള്ളതാ ചെറുക്കൻ?''

''ഇവിടടുത്താണെന്നേ. പൂഞ്ഞാറിനും വെട്ടിപ്പറമ്പിനും എടയ്ക്കാ. പറഞ്ഞുകേട്ടിടത്തോളം നല്ല ആലോചനയാ. ഒരമ്മയ്ക്ക് രണ്ടു മക്കൾ. മൂത്തതു പെണ്ണ്. അതിനെ കെട്ടിച്ചയച്ചു. ഇനി അമ്മേം മകനും മാത്രം.''

''ചെറുക്കന് ജോലി വല്ലതും ഒണ്ടോ?''

''സ്വന്തമായിട്ട് ഓട്ടോറിക്ഷയൊണ്ട്.''

''ഓട്ടോഡ്രൈവറാണോ?'' ജിബിയായ്ക്കു നിരാശയായി.

''ഓട്ടോ സ്വന്തമാണെന്നേ. അതു പോരേ ഒരു കുടുംബം കഴിയാൻ? പതിനായിരക്കണക്കിന് ഓട്ടോക്കാര് അങ്ങനെയല്ലേ കുടുംബം നടത്തുന്നെ.''

“അതൊക്കെ ശരിയാ. എന്നാലും പവിയെ നല്ലൊരു ഗവണ്മെന്റ് ഉദ്യോഗസ്ഥനെക്കൊണ്ടു കല്യാണം കഴിപ്പിക്കണമെന്നാ എന്റെ മനസ്സില്. വില്ലേജാപ്പീസറോ, ബാങ്ക് ജോലിക്കാരനോ, സ്കൂൾ മാഷോ... അങ്ങനാരെങ്കിലും.”

“ഊം... ഊം... ആശയൊക്കെ കൊള്ളാം. ഇരുപത്തഞ്ചു മൊതൽ അൻപതുലക്ഷം വരെയൊക്കെയാ അവരടെ സ്ത്രീധനത്തിന്റെ തൊക. നമുക്കിവിടെ രണ്ടു ലക്ഷത്തിനകത്ത് എല്ലാ കാര്യോം നടക്കണം.” അജിതമ്മ പറഞ്ഞു.

“സ്തീധനം ഒന്നും വാങ്ങാതെ ഇവളെ കെട്ടിക്കൊണ്ടു പോകാൻ നല്ല സുന്ദരന്മാരായ ഉദ്യോഗസ്ഥര് വരൂന്നേ. കൊറച്ചൂടെ വെയ്റ്റ് ചെയ്താ മതി. അത്രയ്ക്കു സുന്ദരിയല്ലേ എന്റെ പവി.” ജിബിയ, പവിത്രയുടെ കവിളത്ത് അരുമയോടെ പിച്ചിക്കൊണ്ടു പറഞ്ഞു.

“കാര്യത്തോടടുക്കുമ്പം കണക്ക് മുന്നിൽക്കേറി നിക്കും. അഴകും ആരോഗ്യോം ഒക്കെ പുറകിലോട്ടു മാറും.” അജിതമ്മ അനുഭവജ്ഞാനത്തിൽനിന്നാണ് പറയുന്നത്.

കുറച്ചുനേരംകൂടി സംസാരിച്ചിരുന്നിട്ട് ജിബിയ തിരികെ പോകാനിറങ്ങി.

“ഇനി ഞാൻ വരോന്ന് അറിയാമ്മേല പറയാതെ പോയെന്നു വിചാരിക്കല്ലേ.”

“തയ്ക്കാൻ തന്നതൊക്കെ വാങ്ങാൻ വരത്തില്ലേ?” അജിതമ്മ ചോദിച്ചു.

“ചെലപ്പം ജോസ്നയായിരിക്കും വരുന്നെ. അവൾക്ക് സ്കൂളു വിടുമ്പം കുറച്ചുദൂരം ഇങ്ങോട്ടു വന്നാ മതിയല്ലോ.”

“പവീടെ നിശ്ചയത്തിനും കല്യാണത്തിനും നീ ഉണ്ടാവില്ലേ മോളേ?”

“കല്യാണത്തിനു ഞാൻ വരും. എവിടായാലും വരും.” ജിബിയ ഉറപ്പു നൽകി.

പവിത്ര അവളെ റോഡുവരെ അനുഗമിച്ചു. തിരികെ വന്ന പവിത്രയോട് അജിതമ്മ പറഞ്ഞു: “പാവം പെങ്കൊച്ച്. എന്തെല്ലാം ആശിച്ചതാ.”

“അവൾടെ ചങ്കു കലങ്ങിക്കെടക്കുവാ. ആ സങ്കടമൊന്നും ആരേം കാണിക്കുന്നില്ലെന്നേയൊള്ളൂ. കൊതിച്ച കല്യാണം നടന്നില്ല. ഇഷ്ടമില്ലാത്ത പഠിപ്പിനു പോകേണ്ടീം വരുന്നു. എന്തു കഷ്ടമാ അല്ലേമ്മേ?”

“എല്ലാം നല്ലതിനായിരിക്കും എന്നു വിചാരിച്ച് സമാധാനിക്കട്ടെ. ചെലപ്പം അങ്ങനെതന്നെ ആയിരിക്കും.”

അജിതമ്മ തയ്യൽ മെഷീനപ്പുറത്തെ സ്റ്റൂളിൽ ഇരിപ്പുറപ്പിച്ചു. ടേപ്പും പെൻസിലും ഡയറിയും എടുത്ത്, ജിബിയ കൊണ്ടുവന്നേൽപിച്ച തുണിയുടെ അളവെടുക്കാൻ തുടങ്ങി.

വൈകുന്നേരം സുദർശനൻ വീട്ടിൽ വന്നപ്പോൾ അജിതമ്മ മറ്റന്നാളത്തെ പെണ്ണുകാണലിനു വേണ്ടുന്ന ഒരുക്കങ്ങളെപ്പറ്റി പറഞ്ഞു.

''കാപ്പീം പലഹാരോം കൊടുക്കണം, കാണാൻ വരുന്നോർക്ക്. പിന്നെ പെണ്ണിനെ കൊള്ളാവുന്ന ഒരു സാരി ഉടുപ്പിച്ചു വേണം കാണിക്കാൻ. ഒന്നാമതേ അവള് മെലിഞ്ഞിട്ടാ.''

''പട്ടുപാവാടേം ഹാഫ്സാരീം പോരെ?'' സുദർശനൻ ചോദിച്ചു.

''പോരാ. പാവാടേം ചുരുദാറും ഒക്കെയിട്ട് കണ്ടാ അവള് സ്കൂളി പ്പഠിക്കുന്ന കുട്ടിയാണെന്നേ തോന്നൂ.'' അജിതമ്മ പറഞ്ഞു.

സുദർശനന് അക്കാര്യത്തിലൊരു മറുപടി പറയാനില്ല.

രണ്ടു ദിവസത്തിനു ശേഷം പൂഞ്ഞാറിൽനിന്ന് ചെറുക്കനും മറ്റ് മൂന്നുപേരുംകൂടി പെണ്ണുകാണാൻ അമ്പഴത്തിനാൽ വീട്ടിലെത്തി. രണ്ടു ബൈക്കുകളിലാണ് അവർ വന്നത്. സുദശനൻ മുറ്റത്തേക്കിറങ്ങിച്ചെന്ന് അവരെ വീട്ടിലേക്കു സ്വീകരിച്ചു കൊണ്ടുപോയി ഇരുത്തി.

നാലു ചെറുപ്പക്കാർ! ഏതാണ്ട് ഒരേ പ്രായക്കാർ.

ആരാണ് പവിത്രയെ പെണ്ണുകാണാൻ വന്ന ചെറുക്കൻ എന്ന് തിരി ച്ചറിയാൻ വയ്യ.

''ചെറുക്കന്റെ പേരെന്താണെന്നാ പറഞ്ഞത്?'' സുദർശനൻ ചോദിച്ചു. എന്നിട്ട് നാലുപേരെയും മാറിമാറി നോക്കി.

''ജയപ്രകാശ്. ഞങ്ങള് പ്രകാശാന്ന് വിളിക്കും.'' ഒരാൾ പറഞ്ഞു.

സുദർശനന്റെ വിദ്യ ഏറ്റില്ല.

''ശരി, നിങ്ങളിലാരാ ജയപ്രകാശ്?''

മെലിഞ്ഞു വെളുത്ത ഒരു യുവാവ് പറഞ്ഞു: ''ഞാനാ.''

മുറിക്കുള്ളിൽ പവിത്രയെ ഒരുക്കുകയായിരുന്നു അജിതമ്മയും ദീപയുംകൂടി.

''ചേച്ചിക്ക് ടെൻഷനൊന്നുമില്ലേ?'' പവിത്രയുടെ കൂസലില്ലായ്മ കണ്ട് ദീപ അതിശയം കൂറി.

''എന്തിനാ ടെൻഷൻ?''

''ചേച്ചീടെ പെണ്ണുകാണലാ. ചേച്ചീനെ കല്യാണം കഴിക്കണോ വേണ്ടയോന്ന് അറിയാൻവേണ്ടി ഒരാള് കാണാൻ വന്നിരിപ്പൊണ്ട്. അതോർക്കുമ്പം ടെൻഷൻ വരണ്ടേ?''

''എനിക്കിത് എത്രേം പെട്ടെന്ന് ഒന്നു കഴിഞ്ഞുകിട്ടിയാൽ മതീ ന്നേയൊള്ളൂ.''

''അതെന്താടീ അങ്ങനെ?''

''കൊച്ചുപിള്ളേരേക്കൊണ്ട് മുതിർന്നോരടെ വേഷം കെട്ടിച്ച് നാടകം കളിപ്പിക്കത്തില്ലേ മീശേം താടീം വച്ച്. അതുപോലെ തോന്നുവാ എനി ക്കിത്.'' പവിത്ര അനിഷ്ടത്തോടെ പറഞ്ഞു.

പെണ്ണുകണൽ ചടങ്ങിന്റെ പ്രധാന ഭാഗമായ ചായകൊടുക്കലിന് പവിത്ര ചായക്കപ്പുകൾ നിരത്തിയ ട്രേയുമായി ഇരിപ്പുമുറിയിലേക്കു

ചെന്നു. നാലു ചെറുപ്പക്കാർ. രണ്ടുപേർ സെറ്റിയിലും രണ്ടുപേർ കസേരയിലും.

പവിത്ര നാലുപേർക്കും ചായ കൊടുത്തു.

''മോളേ... ഇതാണു ചെറുക്കൻ. പേര് ജയപ്രകാശ്. ഇവരൊക്കെ കൂട്ടുകാരാ.'' സുദർശനന് പരിചയപ്പെടുത്തി.

പവിത്ര ജയപ്രകാശിനെ ഒന്നു നോക്കി. മെലിഞ്ഞു വെളുത്ത യുവാവ്. കനംകുറഞ്ഞ മേൽമീശ. നേരെ മുകളിലേക്കു ചീകിയൊതുക്കിയ നീളൻ മുടി.

''വല്ലതും ചോദിക്കാനോ പറയാനോ ഒണ്ടെങ്കി ചോദിച്ചോ. ഞങ്ങളങ്ങ് മാറി നിക്കാം.'' ജയപ്രകാശിന്റെ കൂട്ടുകാരിലൊരാൾ പറഞ്ഞു.

''ചായ കുടിച്ചിട്ടു മതി.'' സുദർശനൻ ഭേദഗതി നിർദേശിച്ചു. അതനുസരിച്ച് വേഗം ചായ കുടിച്ചശേഷം കൂട്ടുകാർ പുറത്തേക്കിറങ്ങി. സുദർശനൻ അകത്തേക്കും കയറി.

ജയപ്രകാശിന്റെ ചോദ്യങ്ങൾ സർവസാധാരണമായിരുന്നു. പേര്. പഠിച്ച സ്കൂൾ, തുടർന്നു പഠിക്കാത്തതെന്ത്, ഇഷ്ടമുള്ള നിറം എന്നിവ.

പവിത്ര ഓരോന്നിനും മറുപടി നൽകി.

അധികം വൈകാതെ ജയപ്രകാശും കൂട്ടുകാരും യാത്ര പറഞ്ഞ് ഇറങ്ങി. പോകാൻനേരം കൂട്ടുകാരിലൊരാൾ സുദർശനനോട് അടക്കത്തിൽ സംസാരിച്ചു. ''വിവരം പിന്നീട് അറിയിക്കാം ട്ടോ. പ്രകാശന് പെണ്ണിനെ ഇഷ്ടപ്പെട്ടു. വീട്ടുകാരോടുകൂടി ആലോചിക്കണം.''

അതു മതിയെന്ന് സുദർശനൻ സമ്മതിച്ചു. കാണാൻ വന്ന ചെറുക്കന് ഇഷ്ടപ്പെട്ടെന്ന് അറിഞ്ഞിട്ടും പവിത്രയ്ക്കു ഭാവഭേദമൊന്നും ഇല്ലായിരുന്നു. ഈ കല്യാണാലോചന നടക്കില്ലെന്നുതന്നെ അവൾ വിശ്വസിച്ചു. പക്ഷേ, രണ്ടു ദിവസത്തിനുശേഷം ജയപ്രകാശിന്റെ ചിറ്റപ്പൻ രാമകൃഷ്ണൻ അമ്പഴത്തിങ്കൽ വീട്ടിലെത്തി, പവിത്രയും ജയപ്രകാശും തമ്മിലുള്ള കല്യാണത്തിനു സമ്മതമാണെന്നറിയിച്ചു. താൽപര്യമാണെങ്കിൽ പെണ്ണിന്റെ വേണ്ടപ്പെട്ടവർ ജയപ്രകാശിന്റെ വീട്ടിലേക്കു ചെല്ലാനും ആവശ്യപ്പെട്ടു.

നിസ്സാരമെന്നു തള്ളിയ ഒരു കളിതമാശ കാര്യഗൗരവം പൂണ്ട് തിരികെ വരുന്നപോലെയാണ് പവിത്രയ്ക്കു തോന്നിയത്. എങ്കിലും തുടർനടപടിക്രമങ്ങളിൽ ഈ ആലോചന അലസിപ്പോകുമെന്നുതന്നെ അവൾ ധരിച്ചു.

പവിത്രയുടെ മുത്തച്ഛനും രണ്ട് അമ്മാവന്മാരും സുദർശനനുംകൂടി പൂഞ്ഞാർ വെട്ടിപ്പറമ്പിൽ പോയി ജയപ്രകാശിന്റെ വീടും ചുറ്റുപാടുകളും കണ്ടു. അധികം പഴക്കിമല്ലാത്ത ഭംഗിയുള്ള വീട്. വാഷിങ് മെഷീൻ, ടിവി, ഫ്രിഡ്ജ് തുടങ്ങിയ ഉപകരണങ്ങൾ. പൈപ്പ് വെള്ളവും ഗ്യാസ് അടുപ്പും. മൂത്തമകളെ കല്യാണം കഴിപ്പിച്ചയച്ചതിനാൽ വേറെ ഉത്തരവാദിത്തങ്ങൾ ഒന്നുമില്ല. അമ്മയും മകനും മാത്രം.

പവിത്രയുടെ വീട്ടുകാർക്ക് എല്ലാം നന്നേ ബോധിച്ചു. സ്ത്രീധനത്തിന്റെ കാര്യത്തിൽ മാത്രം ഇരുഭാഗത്തിനും യോജിപ്പിലെത്താൻ കഴിഞ്ഞില്ല. രണ്ടു ലക്ഷം രൂപയും ഇരുപത്തഞ്ചു പവൻ സ്വർണവും ജയപ്രകാശിന്റെ പക്ഷത്തുനിന്ന് ഡിമാൻഡ് ചെയ്തു. ഒന്നര ലക്ഷം രൂപയും പതിനഞ്ചു പവനും എന്ന് പവിത്രയുടെ വീട്ടുകാർ നിലപാടെടുത്തു.

''കടുത്ത സാമ്പത്തികമാന്ദ്യമാണ് ലോകമെമ്പാടും. നിർമാണ പ്രവർത്തനങ്ങൾ നടക്കുന്നില്ല. ഇല്ലാത്തവരുടെ കയ്യിലേക്ക് പൈസ എത്തുന്നില്ല.'' രാഷ്ട്രീയക്കാരനായ സുദർശനൻ പറഞ്ഞു.

''അതൊക്കെ ശരിയായിരിക്കും. പക്ഷേ, ഞങ്ങളുടെ ചെറുക്കന് അർഹിക്കുന്നത് കിട്ടണ്ടായോ?'' രാമകൃഷ്ണൻ ചോദിച്ചു.

''പെണ്ണിന്റെ പേരിൽ ഒരു പോസ്റ്റ് ഓഫിസ് ആർഡി ഒണ്ട്. അൻപതിനായിരത്തിന്റേതാണ്. രണ്ടായിരത്തി പന്ത്രണ്ടിൽ വട്ടമെത്തതും. അത് നിങ്ങളെടുത്തോ. ബാക്കീം കൂടി ഞങ്ങളടച്ചു തീർത്തോളാം.'' സുദർശനൻ പറഞ്ഞു.

''രണ്ടായിരത്തി പന്ത്രണ്ടെന്നു പറയുമ്പം ഇനീം രണ്ടു വർഷംകൂടി കാക്കണ്ടേ?'' രാമകൃഷ്ണൻ ചോദിച്ചു.

''ഞങ്ങക്ക് ഇത്രേ നിവൃത്തിയൊള്ളൂ. നിങ്ങക്ക് പറ്റുന്നതാണെങ്കി ബാക്കി ആലോചിച്ചാ മതി. തൽക്കാലം ഞങ്ങളിറങ്ങട്ടെ.''

സുദർശനനും കൂട്ടരും ജയപ്രകാശിന്റെ വീട്ടിൽനിന്നു തിരിച്ചു പോന്നു. സ്ത്രീധനത്തർക്കത്തിൽ കല്യാണാലോചന തെറ്റിപ്പിരിഞ്ഞെന്ന് അറിഞ്ഞപ്പോൾ പവിത്രയ്ക്കു സമാധാനമായി. പക്ഷേ, ആ സമാധാനത്തിന് അഞ്ചു ദിവസത്തെ ആയുസ്സേ ഉണ്ടായുള്ളൂ.

കല്യാണം നടത്താനുള്ള സന്നദ്ധത അറിയിച്ചുകൊണ്ട് ജയപ്രകാശിന്റെ വീട്ടിൽനിന്ന് ഒരു ദൂതൻ അമ്പഴത്തിങ്കൽ വീട്ടിൽ എത്തി.

ആറ്

ഒരു മുന്നറിയിപ്പും ഇല്ലാതെയാണ് ഉടൻ ബാഗ്ലൂരിലെത്തി നഴ്സിങ് കോഴ്സിന്റെ അഡ്മിഷൻ എടുക്കാനുള്ള നിർദ്ദേശം റജിസ്റ്റേർഡ് തപാലിലൂടെ ജിബിയയ്ക്കു കിട്ടിയത്. രണ്ടാഴ്ചത്തെ സാവകാശമെങ്കിലും ഉണ്ടാകുമെന്നു കരുതി ഫീസടയ്ക്കാനുള്ള പണം സ്വരുക്കൂട്ടുന്നതേയുള്ളൂ ജോർജുകുട്ടി. മൂന്നു ദിവസത്തിനകം ബാഗ്ലൂരിലെത്തി അഡ്മിഷനെടുക്കുക എന്നു പറഞ്ഞാൽ അത്ര എളുപ്പമല്ല.

ബിൻസി, ലിസിയുടെ അമ്മയെ ചെന്നുകണ്ട് ബാഗ്ലൂരിൽനിന്നു ലെറ്റർ കിട്ടിയതിനെക്കുറിച്ചു പറഞ്ഞു.

''നിന്നനിൽപിൽ അത്രേം പൈസ ഒണ്ടാക്കാൻ ഒരു നിവൃത്തീം ഇല്ല. ലിസിമോളെ വിളിച്ചൊന്നു പറ. കുറച്ചൂടെ സമയം വേണംന്ന്.''

''അതു ഞാൻ പറയാം'' എന്ന് എൽസി ഉറപ്പു നൽകി.

അടുത്ത ദിവസം എൽസി പുന്നക്കാട്ട് വീട്ടിൽ എത്തി.

''ഞാൻ ലിസിമോളെ വിളിച്ചു പറഞ്ഞു. ഈ വർഷത്തെ ഫീസ് ഒറ്റയടിക്കു കൊടുക്കണ്ട. ഇരുപത്തയ്യായിരം അടച്ചില്ലേ. ഇനി ഇരുപത്തയ്യായിരം കൂടെ അഡ്മിഷനു ചെല്ലുമ്പം കൊടുക്കണം.''

അതു കേട്ടപ്പോൾ ബിൻസിക്ക് ആശ്വാസമായി.

ജോർജുകുട്ടി എവിടൊക്കെയോ ഓടിപ്പാഞ്ഞ് പലരോടും വായ്പ വാങ്ങിയും മറ്റും കുറെ രൂപ സംഘടിപ്പിച്ചു. അയാൾ മകളെയും കൂട്ടി ഈരാറ്റുപേട്ടയിൽ പോയി ഒരു വലിയ ട്രോളി ബാഗും ഷോൾഡർ ബാഗും വാങ്ങി. ജിബിയായ്ക്ക് അത്യാവശ്യം വേണ്ടുന്ന സാധനങ്ങളും. തിരിച്ചുവരുമ്പോൾ പഞ്ചായത്തുപടിയിൽ ബസ് നിർത്തിച്ച് ജിബിയ ഇറങ്ങി. അവൾക്കു പവിത്രയെ കാണണം. ജോർജുകുട്ടി പെട്ടിയും ബാഗും സാധനങ്ങളുമായി പള്ളിവാതുക്കൽ ബസ്സ്റ്റോപ്പിലേക്കു പോയി.

''യാത്ര പറയാൻ വന്നതാ മോളേ. മറ്റന്നാള് പോകും. ബാംഗ്ലൂരിന്.'' ജിബിയ പവിത്രയോടു പറഞ്ഞു.

പവിത്ര വിഷാദിച്ചിരിക്കുകയായിരുന്നു.

''നീയും കൂടെ എന്നെ വിട്ടു പോവ്വാണോ?''

''പോയാലും ഞാൻ തിരിച്ചുവരുവല്ലോ.''

''ഞാനും പോകുവാ. പക്ഷേ, എനിക്ക് തിരിച്ചുവരവില്ല.'' പവിത്ര പറഞ്ഞു.

''എന്നാ വർത്തമാനമാ നീ പറയുന്നെ? നീയെങ്ങോട്ടു പോണ്.''

''ന്റെ കല്യാണൊക്കെ ഒറപ്പിച്ചു.''

''ഓ... അതാണോ? കുറെ മുൻപും ഒരെണ്ണം ഒറപ്പിച്ചതല്ലേ. അത് നടന്നോ, ഇല്ലല്ലോ. ഇതും അലസിപ്പോകും.''

''ഇതും അങ്ങനെ പോകുംന്നാ ഞാനും വിചാരിച്ചെ. സ്ത്രീധന ത്തർക്കം വന്ന് തെറ്റിപ്പിരിഞ്ഞതാരുന്നു. എന്നെ കാണാൻ വന്ന ചെറു ക്കന് ഒരേ വാശി, സ്ത്രീധനം ഇച്ചിരി കൊറഞ്ഞാലും എന്നെത്തന്നെ വേണംന്ന്.''

''അതു നല്ലതല്ലേ മോളേ. നിന്നെ അത്രയ്ക്കും ഇഷ്ടപ്പെട്ടിട്ടല്ലേ.''

''എനിക്കിപ്പോ കല്യാണം കഴിക്കണ്ടെന്നേ. അതെന്നാ ആരും മന സ്സിലാക്കാത്തെ.''

''ആ ചെറുക്കനെ നിനക്കിഷ്ടപ്പെട്ടെന്നല്ലേ നീ പറഞ്ഞത്.''

''കാണാനൊക്കെ നല്ലതാ. ഒരഞ്ചുവർഷം കഴിഞ്ഞിട്ട് വരട്ടെ.''

''പിന്നേ നിന്റിഷ്ടത്തിന് കാത്തുകെടക്കാനിരിക്കുവാണോ ആ ചെറുക്കൻ?''

''വയ്യങ്കി വേറെ പെണ്ണിനെപ്പോയി കെട്ടട്ടെ.''

''ഇപ്പം തർക്കമൊക്കെ തീർന്നോടാ?''

''തീർന്നോന്നു ചോദിച്ചാ, ഒന്നും പറയാതിരിക്യാ ഭേദം.'' പവിത്ര അസ്വസ്ഥതയോടെ തല മാന്തി.

''എന്നാടീ? പറ.''

''അവരടെ കൂട്ടര് ഇവിടെ വന്ന് നിർബന്ധിച്ച് മാമന്മാരെക്കൊണ്ട് ഇരുപതു പവൻ കൊടുക്കാമെന്നു സമ്മതിപ്പിച്ചു. രണ്ടു ലക്ഷം രൂപ യ്ക്ക് വാശിപിടിച്ച് ലേലംവിളിച്ചു. ഒന്നു തൊണ്ണൂറ്... ഒന്നെൺപത്... ഒന്നെഴുപത്തഞ്ച്... ഒടുക്കം ഒരുലക്ഷത്തിഅറുപതിനായിരത്തിൽ ഒറ പ്പിച്ചു.''

''ഇരുപതു പവനൊക്കെ ഒണ്ടോടാ കൊടുക്കാൻ?''

''എനിക്കറിഞ്ഞൂടാ എവിടന്നൊണ്ടാകുംന്ന്. അഞ്ചുപവൻ ഒരു വർഷത്തിനകം കൊടുത്താ മതീത്രേ..''

''ഓ... ഈ സ്ത്രീധനബാക്കി വല്യതൊല്ലയാ കേട്ടോ. ഞാൻ കേട്ടി ട്ടൊണ്ട് മമ്മി പറയുന്നത്.''

''എനിക്കറിയാമ്മേലടാ. എന്നാത്തിനാ ഇല്ലാത്ത കാശും സ്വർണോം ഒണ്ടാക്കി കടോം പറഞ്ഞ് എന്നെ ഈ വീട്ടിന്ന് ഇത്ര നിർബന്ധിച്ച് എറക്കിവിടുന്നേന്ന് ചോദിച്ചിട്ട് ആർക്കും ഉത്തരം പറയാനില്ല. ഞാനെ ന്തെങ്കിലും ദുഷ്പേരൊണ്ടാക്കിയോ? ആരെയെങ്കിലും പ്രേമിക്കാൻ

പോയയോ? ഏതെങ്കിലും ആണുങ്ങളുമായിട്ട് കിന്നരിച്ചോണ്ട് നിക്കുന്ന കണ്ടോ? ഒന്നുമില്ല. എന്നെ ഇവർക്കിപ്പം വേണ്ട. എങ്ങോട്ടെങ്കിലും പറഞ്ഞുവിട്ടാലേ സമാധാനമാകത്തൊള്ളൂ.''

''ചെലപ്പം ഇത് നല്ലതിനായിരിക്കുമെടാ.''

''പോ അവിടന്ന്! നല്ലത്. പഠിച്ച് എവിടെങ്കിലും എത്തേണ്ട ഞാൻ പതിനെട്ടാം വയസ്സിൽ ഒരോട്ടോറിക്ഷക്കാരന്റെ വീട്ടിപ്പോയി അയാക്ക് ചോറും സാമ്പാറും വച്ചുകൊടുത്ത്, അമ്മായിയമ്മേടെ ആട്ടും തുപ്പും കേട്ട്, അവിടത്തെ എച്ചിപ്പാത്രങ്ങളും കഴുകി ഇനിയൊള്ള കാലം ജീവിതം തള്ളിവിടുന്നതാണോ? നീ പറഞ്ഞ നല്ലത്.''

''എന്നെ ഉപേക്ഷിച്ചിട്ട് റോബിൻസ് വേറെ കല്യാണം കഴിച്ചപ്പോ നീയെന്നാ പറഞ്ഞത് നല്ലതിനാണെന്നല്ലേ?''

''അത് നല്ലതിനു തന്നെയാ. അതുപോലെയല്ല ഇത്.''

''നിനക്കു വേണ്ടെന്ന് തറപ്പിച്ചു പറഞ്ഞൂടെ?''

''എത്ര പറഞ്ഞു? ആരൊണ്ട് കേക്കാൻ. ആ ചെറുക്കന്റെ അമ്മയാണെങ്കി ആർത്തിക്കാരിയാ. കൂടക്കൂടെ എന്റമ്മേനെ ഫോണിൽ വിളിച്ചു പറയുന്നൊണ്ട് എന്റെ ചെറുക്കന് ഇതിന്റെ എരട്ടി സ്ത്രീധനം കിട്ടുമായിരുന്നെന്ന്.''

''എന്നാപ്പിന്നെ അതു വാങ്ങിച്ച് വേറെ പെണ്ണിനെ കെട്ടിക്കോളാൻ പറഞ്ഞൂടാരുന്നോ?'' ജിബിയയ്ക്കു ദേഷ്യം വന്നു.

''അമ്മ പറഞ്ഞു. അപ്പപ്പറയ്വാ, എന്റെ മോന് അത്രയ്ക്കിഷ്ടായതുകൊണ്ടാ സമ്മതിച്ചേന്ന്.''

''അമ്മായിയമ്മപ്പോര് സഹിക്കേണ്ടിവരുവോടാ?''

''ലക്ഷണം കണ്ടിട്ട് അങ്ങനൊക്കെ തോന്നുന്നൊണ്ട്. ഇവിടെല്ലാരും പറയണത് അമ്മേം മോനും മാത്രല്ലേയൊള്ളൂ. വീട്ടുജോലിയൊക്കെ കുറച്ചു ചെയ്താ മതിയല്ലോ. ഒരുപാടുപേർക്ക് വെച്ചുവെളമ്പണ്ടല്ലോ എന്നൊക്കെയാ.''

''അത് ഒരു കണക്കില് ശരിയല്ലേ മോളേ?''

''വല്ല അടുക്കളേലും പോയി അവിടുള്ളോർക്ക് വച്ചുവെളമ്പാൻ വേണ്ടിയാണോ ഇവരെന്നെ പത്തുപതിനെട്ടു വർഷക്കാലം വളർത്തിക്കൊണ്ടു വന്നെ?'' ആത്മരോഷത്തിൽ പവിത്രയുടെ ശബ്ദം ഉയർന്നു.

''എന്നാടീ വല്യ പ്രസംഗം?''

അജിതമ്മ മുറിയുടെ വാതിൽക്കലേക്കു വന്നു.

''എന്തിനാന്നേ ഇവളെ ഇത്ര കൊച്ചിലേ കല്യാണം കഴിപ്പിച്ചുവിടുന്നെ. അതും ഇവൾടെ ഇഷ്ടം നോക്കാതെ?'' ജിബിയ ചോദിച്ചു.

''പെമ്പിള്ളാരായാ എന്നാണെങ്കിലും കല്യാണം കഴിപ്പിച്ചുവിടണ്ടായോ? വേറൊരു വീട്ടിലോട്ടല്ലാതെ പിന്നെ സുഖവാസമന്ദിരത്തിലോട്ടാണോ എല്ലാരും പെൺമക്കളെ കല്യാണം കഴിപ്പിച്ചുവിടുന്നെ?'' അജിതമ്മ വാദിച്ചു.

''ഇവര് പറയുന്ന ന്യായം എന്താന്നറിയാവോ?'' പവിത്ര വിട്ടുകൊടുക്കാൻ തയ്യാറായില്ല. ''ചെറുക്കന്റെ വീട് ദൂരെയാണെങ്കി എന്നെ കാണാൻ ഒരുപാടു ദൂരം യാത്ര ചെയ്ത് വരണ്ടേ. ഇതാവുമ്പം വെട്ടിപ്പറമ്പിലല്ലേ. നടന്നുചെല്ലാവുന്ന ദൂരേയൊള്ളൂ. കാണാൻ തോന്നുമ്പഴൊക്കെ വന്നു കാണാല്ലോന്ന്. ഇതാണോ സ്വന്തം മകൾക്ക് കല്യാണം ആലോചിക്കുമ്പം നോക്കേണ്ട ഒന്നാമത്തെ യോഗ്യത?''

''നീയെന്നാ ഒക്കെ പറഞ്ഞാലും ശരി, അടുത്ത പതിനെട്ടാം തീയതി കല്യാണനിശ്ചയമാ. അന്ന് ചെറുക്കൻകൂട്ടർക്ക് ഒരു ലക്ഷം രൂപ കൊടുക്കണമെന്നാ പറഞ്ഞേക്കുന്നെ. ബാക്കി അറുപത് കല്യാണത്തിന്റെ തലേന്നും. ആ കാശൊണ്ടാക്കാനും വേണ്ടി ഓടിപ്പാഞ്ഞ് നടക്കുവാ ബാക്കിയുള്ളോര്.''

''അതു കിട്ടാതിരുന്നാ മതിയാരുന്നു.'' പവിത്ര പിറുപിറുത്തു.

''നീ പ്രാകിക്കോടീ കിട്ടല്ലേന്ന്.'' അജിതമ്മ ദേഷ്യപ്പെട്ട് പിന്തിരിഞ്ഞു പോയി.

ജിബിയ പവിത്രയുടെ നെറ്റി തലോടി.

''നീ വെഷമിക്കാതെടാ. വിധിയൊണ്ടെങ്കിലേ ഇത് നടക്കൂ. ഇല്ലെങ്കി നടക്കത്തില്ല.''

''ഇവരെങ്ങനെങ്കിലും നടത്തും. ഒറപ്പാ.''

പവിത്ര ലോകത്തെല്ലാവരോടും പിണങ്ങാൻ തയ്യാറായി നിന്നു.

''എനിക്ക് നിന്റെ കല്യാണം കൂടാൻ പറ്റത്തില്ലല്ലോടാ. മറ്റന്നാള് പോകുവല്ലേ.''

''നമ്മളിനി കാണലൊന്നും ഒണ്ടാവൂല്ല അല്ലേ? നീ അവധിക്ക് വരുമ്പം ഞാൻ വേറൊരു വീട്ടിലായിരിക്കും.'' പവിത്ര പരിതപിച്ചു.

''നീ എവിടാണേലും ഞാൻ വരും കാണാൻ. നീ സങ്കടപ്പെടല്ലേടാ. എന്റെ കാര്യം നീയൊന്ന് ഓർത്തു നോക്കിക്കേ. എന്തെല്ലാം ആശിച്ചതാ. ചുണ്ടങ്ങോട്ട് മുട്ടിക്കുമ്പഴേക്കും കപ്പ് താഴെ വീണ് പൊട്ടിച്ചിതറിയ പോലെ.''

തിരിച്ചു പോരുംമുമ്പ് ജിബിയ പവിത്രയെ കെട്ടിപ്പിടിച്ച് നെറ്റിയിൽ ഉമ്മ കൊടുത്തു. പവിത്ര ഒറ്റക്കരച്ചിൽ!

അജിതമ്മ വന്നു നോക്കുമ്പോൾ രണ്ടുപേരും കെട്ടിപ്പിടിച്ചു നിന്നു കരയുകയാണ്. അവർ ഒന്നും മിണ്ടാതെ തിരികെപ്പോയി.

ജിബിയ വീട്ടിൽ തിരിച്ചെത്തിയപ്പോൾ ബിൻസി അവൾക്കു കൊടുത്തയയ്ക്കാനുള്ള അച്ചാറും വേപ്പിലക്കട്ടിയുമൊക്കെ ഉണ്ടാക്കുന്ന തിരക്കിലാണ്. ജിബിയ മുറിയിൽ കയറി കട്ടിലിൽ ഇരുന്നു. ഇനിയുള്ള ജീവിതം അനന്തമായ മരുഭൂമിപോലെയാണ് അവൾക്കു തോന്നിയത്. ഒരരുവിപോലെ തുള്ളിത്തുടിച്ചുല്ലസിച്ചുവന്ന ജീവിതം ഇവിടെ വറ്റിത്തീരുകയാണ്. പ്രത്യാശകളൊന്നുമില്ല. നിറങ്ങളോടുള്ള ഇഷ്ടംപോലും നഷ്ടപ്പെട്ടുപോയി.

ബിൻസി മുറിയുടെ വാതിൽക്കൽ വന്ന് നോക്കി.

''നീയിവിടെ കുത്തിപ്പിടിച്ചിരിക്കുവാണോ? അടുക്കളേലോട്ടു വന്ന് വല്ലതും സഹായിക്കെടീ. നിനക്കു വേണ്ടിയല്ലേ ഞാനീ കഷ്ടപ്പാടെല്ലാം പെടുന്നെ.''

ജിബിയയ്ക്കു ശുണ്ഠി വന്നു.

''ഞാമ്പറഞ്ഞാരുന്നോ കഷ്ടപ്പെടാൻ?''

''തറുതല പറയല്ലേ പെണ്ണേ. എണീച്ചു വരുന്നൊണ്ടോ? എപ്പ നോക്കിയാലും മൊഖം ഒറു കൊട്ടയൊണ്ട്. ആരെന്നാ ചെയ്തിട്ടാ?''

ബിൻസി തിരികെപ്പോയി. പിന്നെ അടുക്കളയിൽനിന്ന് അശരീരി കേട്ടു: ''ജോസ്ന മോളെ, നീയെങ്കിലും വന്ന് ഒരു കൈ സഹായി ക്കെടീ.''

ജിബിയ എഴുന്നേറ്റു. ഡ്രസ് മാറി. വീട്ടിൽ ഉപയോഗിക്കാറുള്ള പാവാടയും ബ്ലൗസും എടുത്തിട്ടു. നേരെ അടുക്കളയിലേക്കു നീങ്ങി.

പിറ്റേന്ന് ബിൻസി മകളെയും കൂട്ടി കളത്തൂക്കടവിലെ വീട്ടിൽ പോയി. അമ്മാച്ചന്മാരും കൂടി സഹായിച്ചിട്ടാണ് ജിബിയ നഴ്സിങ് പഠിക്കാൻ പോകുന്നത്. അപ്പോൾ അവരോടു യാത്ര പറഞ്ഞ് അനുഗ്രഹം വാങ്ങേണ്ട കടമയുണ്ട്. കളത്തൂക്കടവിലെ വല്യമ്മച്ചി അവൾക്ക് അഞ്ഞൂറു രൂപ കൊടുത്തു. കൈരണ്ടും കൂട്ടിപ്പിടിച്ച്, ''എന്റെ പൊന്നുമോള് നന്നായി വരട്ടെ'' എന്നനുഗ്രഹിച്ചു. നെറുകയിൽ ഉമ്മയും നൽകി. അപ്പോൾ എന്തിനെന്നറിയാതെ ജിബിയയുടെ കണ്ണു നിറഞ്ഞു.

ഇടമറുകിൽ താമസിക്കുന്ന മൂത്ത അമ്മാച്ചന്റെ വീട്ടിലും ജിബിയ പോയി. അവിടെയും യാത്ര പറഞ്ഞു. അവിടെനിന്ന് ആയിരം രൂപ കിട്ടി. പിന്നെ കുറച്ച് ഉപദേശങ്ങളും. നാലുമണിക്കു മുൻപേ രണ്ടുപേരും തീക്കോയി വീട്ടിൽ മടങ്ങിയെത്തി.

''നിങ്ങള് വാകമറ്റത്ത് പോയാരുന്നോ?'' ജോർജുകുട്ടി ചോദിച്ചു: ''ജോബിന്റടുത്ത്.''

''അവിടെപ്പോയി കഴിഞ്ഞാഴ്ചേം പറഞ്ഞതല്ലേ പപ്പാ?'' ജിബിയ ചോദിച്ചു.

''എന്നാലും ഒന്നൂടെപ്പോയി പറയണ്ടേ മോളെ. ഒന്നുമല്ലേലും നിന്റാങ്ങളയല്ലേ?''

''ഓ... ആങ്ങള! ഞാൻ ബാംഗ്ലൂര് നഴ്സിങ് പഠിക്കാൻ പോണെന്ന് പറഞ്ഞപ്പം എന്നാത്തിന്റെ സൂക്കേടാന്നാ ആദ്യം ചോദിച്ചെ.'' ജിബിയ ആവലാതി പറഞ്ഞു.

''അവരെന്നാ പറയുന്നു, എങ്ങനെ പെരുമാറുന്നു എന്ന് നോക്കണ്ട. നമ്മള് ചെയ്യാനൊള്ളത് ചെയ്യുക.''

''ഞാൻ പോകുവാണെന്നു പറഞ്ഞിട്ട് ഒരു നൂറുരൂപ ഇരിക്കട്ടേന്നു പോലും പറഞ്ഞില്ല, തന്നുമില്ല. അങ്ങോട്ടു കൊടുത്താ അത്രേം സന്തോഷം.''

“നീ അവിടെ ഒന്നൂടെ പോകേണ്ടതാരുന്നു.”

“ജോബിച്ചായൻ ഇങ്ങോട്ടല്ലേ പപ്പാ വരേണ്ടത്. നാളെ ഞാൻ പോകുവാണെന്ന് അറിയാവുന്നതല്ലേ. എന്നെ യാത്ര അയയ്ക്കാൻ വരേണ്ടതല്ലേ.” ജിബിയ പരാതിപ്പെട്ടു.

“അവൻ വരുവായിരിക്കും. ഞാൻ ഫോൺ വിളിച്ച് പറഞ്ഞിട്ടൊണ്ട്.” ബിൻസി പറഞ്ഞു.

“അയൽപക്കക്കാരോടൊക്കെ പറഞ്ഞോ?”

“എല്ലാരോടും ഒന്നു സൂചിപ്പിച്ചാരുന്നു.”

“നാളെ പോവാണെന്ന് ഒന്നൂടെ പറഞ്ഞേക്ക്. ഇല്ലേങ്കി മിണ്ടാതെ പോയെന്ന് പരാതി പറയും.”

പറയാൻ മൂന്നു വീടുകളേയുള്ളൂ. ജിബിയ അവിടെല്ലാം കേറിയിറങ്ങി താൻ ബാംഗ്ലൂരിലേക്കു പോവുകയാണെന്ന് യാത്ര പറഞ്ഞു പോന്നു. അപ്പോഴേക്കു സന്ധ്യയായി.

“മോളെ നീ നെല്ലിക്കുന്നേൽ പോയി പറഞ്ഞോരുന്നോ?” ജോർജുകുട്ടി ചോദിച്ചു.

“ഇല്ല.”

“അവിടേം പറയണം.”

“അതിന്റെ ആവശ്യമൊണ്ടോ?” ബിൻസി നീരസപ്പെട്ടു.

“എടീ, അവര് നമ്മളെ കല്യാണം വിളിച്ചില്ലേ. ഞാനും നീയും പോവുകേം ചെയ്തില്ലേ. അതൊക്കെ ഒരു മര്യാദയാ.”

“എന്നാലും നമ്മടെ മോളോട് ആ നട്ടെല്ലില്ലാത്തവൻ ചെയ്ത ചതി ഓർക്കുമ്പം...! നിങ്ങളോട് പോളച്ചൻ പറഞ്ഞതൊക്കെ മറന്നുപോയോ ഇത്ര പെട്ടെന്ന്?”

“അവനെന്താടീ പറഞ്ഞത്. ഞാനും അവനും തമ്മിൽ പണ്ടുമുതലേയൊള്ള സ്നേഹം അങ്ങനെത്തന്നെ നെലനിന്നാ മതി; ഞങ്ങടെ മക്കള് തമ്മിൽ ബന്ധങ്ങളൊന്നും സ്ഥാപിക്കണ്ടെന്നല്ലേ. അത് പറയാനൊള്ള സ്വാതന്ത്ര്യോം അവകാശോം അവനൊണ്ട്. അവന്റെ ചെറുക്കൻ ആരെ കല്യാണം കഴിക്കണം, ഏതു പെണ്ണിന്റെ കൂടെ ജീവിക്കണം എന്നൊക്കെ അവനുംകൂടിയല്ലേ തീരുമാനിക്കേണ്ടത്?”

ജോർജുകുട്ടി വിദ്വേഷമേതുമില്ലാതെ പറഞ്ഞു.

“ജോറൂട്ടിച്ചായനുമായിട്ടൊള്ള സ്നേഹം തന്നെ അയാള് കനിഞ്ഞു തരുന്ന വല്യ ഔദാര്യമാണെന്നൊരു അർത്ഥം അതിന്റെ കൂടെ ചേർത്തു വച്ചിട്ടൊണ്ടാരുന്നു.”

“അതറിയാവുന്നകൊണ്ടല്ലേ പിന്നേം പോളച്ചൻ കമ്പനികൂടാൻ വിളിച്ചപ്പം ഞാൻ പോകാതിരുന്നെ. ഞാനപ്പഴേ മുഖത്തുനോക്കി പറയേം ചെയ്തല്ലോ. മനസ്സിൽ സ്നേഹം ഒണ്ടെങ്കി അതുമാത്രം മതീന്ന്. കമ്പനി കൂടലൊക്കെ തരപ്പടിക്കാര് തമ്മിലേ ശരിയാവത്തൊള്ളൂന്ന്. അവൻ കമാന്നൊരക്ഷരം മിണ്ടിയില്ലല്ലോ.”

''നെല്ലിക്കുന്നേലോട്ട് ഞാൻ പോണോ പപ്പാ. എനിക്കാ വീടിന്റെ ഭാഗത്തോട്ടു നോക്കാൻ പോലും മടിയാ.'' ജിബിയ ചിണുങ്ങി.

''നീ പോണം മോളേ. നമ്മളും നെല്ലിക്കുന്നേക്കാരും ഒരേ ലെവലിലായിരുന്നകാലത്ത് നിന്നെ അവർക്ക് വല്യ കാര്യമാരുന്നു. നീ അവിടന്ന് കൊറേ ചോറുതിന്നിട്ടൊണ്ട്. നീ കുഞ്ഞായിരുന്നപ്പം ഷൈനിയോ പോളച്ചനോ വന്ന് നിന്നെ എടുത്തോണ്ട് പോകും നെല്ലിക്കുന്നേ വീട്ടിലോട്ട് കൊഞ്ചിക്കാൻ. അവർക്കന്നേരം പെൺകുഞ്ഞില്ല. മൂത്തത് രണ്ടും ആൺമക്കളല്ലാരുന്നോ. വൈകുന്നേരമാ തിരിച്ചുകൊണ്ടുവരുന്നെ. കണ്ണെഴുതിച്ച് പൊട്ടും തൊടീച്ച്, ചെലപ്പോ പുത്തനുടുപ്പൊക്കെ ഇടീച്ച്, പാവകളേം വാങ്ങിത്തന്ന്. അതാരുന്നു സ്നേഹം. റോബിൻസ് നിന്നോട് വിശ്വാസവഞ്ചന കാണിച്ചെങ്കി അവനതിന്റെ ഉത്തരം കിട്ടിക്കോളും.''

പപ്പ പറയുന്നതുകേട്ട് ജിബിയയ്ക്കു വല്ലായ്മ തോന്നി.

''എന്നാ ഞാനും മമ്മീം കൂടെ പോകാം.''

''അതൊന്നും വേണ്ട. നീ ഒറ്റയ്ക്ക് പോണം. ഇനിയങ്ങോട്ട് എവിടെല്ലാം നീ ഒറ്റയ്ക്ക് നിക്കേണ്ടവളാ. അതിനൊള്ള തന്റേടം വേണ്ടേ. ഇവിടന്ന് തൊടങ്ങിക്കോ.''

അക്കരയ്ക്ക് പാലം കടന്നു പോകണമായിരുന്നു. ആണുങ്ങൾക്കു പോലും മുറിച്ചുകടക്കാൻ പറ്റാത്തത്ര വെള്ളമൊഴുക്കുണ്ട് മീനച്ചിലാറ്റിൽ. ജിബിയ തനിച്ചാണ് പോയത്. നെല്ലുക്കുന്നേൽ വീടിന്റെ ഗേറ്റ് കടന്നപ്പോൾ ജിബിയയ്ക്ക് ചങ്കിടിപ്പ് കൂടി. ഈ ഗേറ്റും ഈ വീടും ഇവിടത്തെ ആളുകളും തനിക്ക് എന്തുമാത്രം പ്രിയപ്പെട്ടതായിരുന്നു. എത്രകാലം താനിത് തന്റേതാണെന്നു വിശ്വസിച്ച് ദിവാസ്വപ്നങ്ങളിൽ മുഴുകി ജീവിച്ചു. ഈ വീടിനൊരു കാന്തശക്തിയുണ്ടായിരുന്നു. ഈ വീടിനു നേർക്ക് തന്നെ വലിച്ചടിപ്പിക്കുന്ന ദിവ്യമായ ഒരു ശക്തിവിശേഷം. ഇപ്പോൾ ആ ആകർഷണശക്തി നഷ്ടപ്പെട്ടിരിക്കുന്നു എന്ന് അവൾ ആശ്ചര്യത്തോടെ തിരിച്ചറിഞ്ഞു. വികർഷണമാണിപ്പോൾ നടക്കുന്നത്.

ഗേറ്റ് കടന്നു ചെല്ലുമ്പോൾ ടെറസ്സിൽ ഫോൺ ചെയ്തുകൊണ്ട് ഒരു സുന്ദരി നിൽക്കുന്നത് ജിബിയ കണ്ടു. അന്ന് പാലത്തിനരികിൽ വച്ചു കണ്ട അതേ യുവതി. റോബിൻസിന്റെ ഭാര്യ. അവൾ ജിബിയയെയും കണ്ടു.

ജിബിയ നോട്ടം മാറ്റി സിറ്റൗട്ടിന്റെ നേർക്കു ചെന്നു. ഷാലിമയും ഷൈനിയും തമ്മിൽ ഹാളിൽ എന്തോ വഴക്ക് നടക്കുന്നുണ്ടായിരുന്നു.

എന്നെക്കൊണ്ട് പറ്റത്തില്ല. പറ്റത്തില്ല. പറ്റത്തില്ല എന്ന് ആണയിട്ടു പറഞ്ഞുകൊണ്ട് ഷാലിമ വാതിൽക്കലേക്ക് വന്നു. ജിബിയയെ സിറ്റൗട്ടിന്റെ മാർബിൾ പടിയിൽ കണ്ട് അവൾ ഒരു നിമിഷം അന്ധാളിച്ചു നിന്നു. അവളുടെ മുഖഭാവം കണ്ടപ്പോൾ ജിബിയയ്ക്ക് കൗതുകമാണു തോന്നിയത്.

''എന്താടി മോളെ പറ്റത്തില്ലാത്തെ?'' ജിബിയ പുഞ്ചിരിയോടെ കയറിച്ചെന്നു.

ഷാലിമ ഒന്നും മിണ്ടാതെ അവളെത്തന്നെ നോക്കിക്കൊണ്ടുനിന്നു. ജിബിയ അരികെച്ചെന്ന് അവളുടെ കൈ പിടിച്ചു. അവളുടെ കണ്ണു നിറയുന്നതുകണ്ട് ജിബിയ ചോദിച്ചു.

‘‘എന്തുപറ്റി? ഷൈനിയാന്റിയുമായിട്ടാണോ ഫൈറ്റ്?’’

ഷാലിമ ഒന്നും മിണ്ടിയില്ല. അവൾക്ക് തന്നെ ഇങ്ങനെ നേരിടേണ്ടി വന്നതിൽ സങ്കടമുണ്ടെന്ന് ജിബിയയ്ക്കു മനസ്സിലായി. അവളുടെ കുഞ്ഞാങ്ങളയും താനും തമ്മിലുള്ള പ്രണയത്തിന്റെ ഒട്ടേറെ രംഗ ങ്ങൾക്ക് ദൃക്സാക്ഷിയായിരുന്നു അവൾ. ജിബിയ അവളുടെ കൈക്കു പിടിച്ചുകൊണ്ട് വാതിൽക്കലേക്കു ചെന്നു.

ഷൈനിയാന്റി ഹാളിനു നടുവിൽ അസ്തപ്രജ്ഞയായി നിൽക്കു ന്നതു കണ്ടു.

‘‘ആന്റിയെന്തിനാ അവളെ വഴക്കുപറയുന്നെ?’’

പ്രതിമ ചലിക്കുന്നപോലെ ഷൈനി ഒന്നിളകി.

‘‘ഒരു വക പറഞ്ഞാ അനുസരിക്കത്തില്ല. അനുസരണേന്നു പറ യുന്ന സംഗതി അയലത്തുകൂടെ പോയിട്ടില്ല. പോത്തുപോലെ വളരു ന്നൊണ്ട്.’’

‘‘എരുമപോലേന്നല്ലേ പറയണ്ടത്?’’

ജിബിയ ചിരിച്ചു. തനിക്കിങ്ങനെയൊക്കെ സംസാരിക്കാൻ കഴിയു ന്നല്ലോ എന്ന് അവൾക്ക് അദ്ഭുതം തോന്നി.

ഷൈനി ജിബിയയുടെ അടുത്തേക്കു വന്നു. അവളുടെ തോളത്തു കൈവച്ച് മുഖത്തേക്ക് ഉറ്റുനോക്കി.

‘‘ഞങ്ങളോട് ഒന്നും തോന്നല്ലേ മോളെ. നിന്റെ മനസ്സിലെന്തായിരു ന്നെന്ന് ഞങ്ങക്കറിയാം. ഞാനും അങ്ങനെയൊക്കെ കൊറെ ആശി ച്ചിട്ടൊള്ളതാ... പക്ഷേ...’’ ബാക്കി പറയാതെ ഷൈനി നിർത്തി.

‘‘അതെല്ലാം കഴിഞ്ഞുപോയില്ലേ ആന്റീ. ഇനിയെന്തിനാ പറയുന്നെ?’’

‘‘നിനക്ക് ദുർബുദ്ധിയൊന്നും തോന്നിക്കല്ലേന്ന് ഞാനൊരുപാട് പ്രാർത്ഥിച്ചു. ഒരുപാട്. നിനക്ക് സഹിക്കാനൊള്ള ശക്തി കിട്ടണേന്ന്. ഞങ്ങടെ തെറ്റാ കേട്ടോ മോളെ. പൊറുത്തേക്കണം. പോളച്ചനും എന്റാ ങ്ങളമാരും സമ്മതിക്കത്തില്ലാരുന്നു.’’ ഷൈനിയുടെ കണ്ഠമിടറി.

അത്രയുമായപ്പോഴേക്കും ജിബിയയ്ക്കും സങ്കടം വന്നു. ഷാൾ കൊണ്ട് അവൾ നിറകണ്ണുകൾ തുടച്ചു. എന്നിട്ട് തലതിരിച്ചുനോക്കിയ പ്പോൾ സ്റ്റെയർകേസിൽ റോബിൻസിന്റെ ഭാര്യ നോക്കിനിൽക്കുന്നതു കണ്ടു. ജിബിയ പെട്ടെന്നു നോട്ടം മാറ്റി.

ഷൈനിയോടു പറഞ്ഞു: ’’ഞാൻ യാത്ര ചോദിക്കാൻ വന്നതാ. ഇന്ന് ഞാൻ പോവ്വാ.’’

‘‘ബാംഗ്ലൂർക്കല്ലേ. വിവരങ്ങളൊക്കെ ഇവടറിയന്നൊണ്ടാരുന്നു. വാ മോളെ ചായ തരാം.’’

‘‘ഒന്നും വേണ്ടാന്റീ. ഇതൊന്നു പറയാൻ വേണ്ടി വന്നതാ.’’

''അങ്ങനെ പോകാൻ വരട്ടെ. നീ വന്നേ.''

ഷൈനി അവളെ നിർബന്ധിച്ച് അടുക്കളയിലേക്ക് കൂട്ടിക്കൊണ്ടുപോയി. ചായയിട്ടുകൊടുത്തു. പലഹാരങ്ങൾ പ്ലേറ്റിലെടുത്തുവച്ച് കഴിക്കാൻ നിർബന്ധിച്ചു.

''ചായ മാത്രം മതി. വേറൊന്നും വേണ്ട.'' ജിബിയ പറഞ്ഞു.

ഷാലിമ എപ്പോഴും അവളോടു ചേർന്നുതന്നെ നിന്നു. എന്നാൽ, ഒരുവാക്കുപോലും സംസാരിച്ചില്ല. ഷൈനി 'ഇപ്പം വരാമേ' എന്നു പറഞ്ഞ് ഹാളിലേക്കു പോയി. നിമിഷങ്ങൾക്കുള്ളിൽ തിരിച്ചെത്തി. ജിബിയ ചായ കുടിച്ച കപ്പ് കഴുകാൻ വാഷ്ബേസിന്റെ നേർക്കു നീങ്ങിയപ്പോൾ ഷാലിമ ബലമായി കപ്പ് പിടിച്ചുവാങ്ങി.

ജിബിയ യാത്ര ചോദിച്ചു.

''പൊയ്ക്കോട്ടെ ആന്റീ. ഞാനൊരു തെറ്റ് ചെയ്തുപോയി. അർഹിക്കാത്തത് ആഗ്രഹിച്ചു. അത് ആന്റി ക്ഷമിച്ചേക്കണം. ഞാനെന്റെ മമ്മിയെപ്പോലെയാ ആന്റിയെ കണ്ടിട്ടൊള്ളത്. വല്യസങ്കടൊക്കെ ഒണ്ടായെങ്കിലും ഇപ്പം അതെല്ലാം മാറി. എന്നെ അനുഗ്രഹിക്കണം.''

ഷൈനി അവളെ കെട്ടിപ്പിടിച്ചു. നെറ്റിയിൽ ചുംബിച്ചു. ''ന്റെ മോള് നന്നായി വരും.''

ഷൈനി കണ്ണീരോടെ അവളുടെ ശിരസ്സു തലോടി.

പോളച്ചൻ ഊണുമുറിയിലേക്കു വരുന്നുണ്ടായിരുന്നു. അയാളോടും ജിബിയ യാത്രാമൊഴി പറഞ്ഞു.

''അങ്കിളേ ഞാമ്പോവ്വാട്ടോ. ഇന്ന് കോട്ടയത്ത് ചെന്നിട്ട് ട്രെയിനിന് പോകാനാ.''

''നീ വല്ലതും കഴിച്ചോ?''

''ചായ കുടിച്ചു. മതി.''

പോളച്ചൻ അവളുടെ അടുത്തേക്കു വന്നു. നൂറുരൂപയുടെ ഒരു നോട്ടുകെട്ട് അവളുടെ നേർക്കു നീട്ടി.

''ഇതുവെച്ചോ...''

ഒരു നിമിഷം അതിലേക്കു തുറിച്ചുനോക്കിയിട്ട് അവൾ നിഷേധാർത്ഥത്തിൽ തലയാട്ടി. ''വേണ്ടങ്കിളേ...''

''ഇതിരിക്കട്ടെ മോളേ. നിനക്ക് പൈസയ്ക്ക് ഒരുപാടാവശ്യം വരുമല്ലോ. നിന്റെ പപ്പാ തരുന്നപോലെ കരുതിയാ മതി.''

അയാൾ അവളുടെ കൈപിടിച്ച് അതിൽ നോട്ടുകെട്ട് വെച്ചുകൊടുക്കാൻ ശ്രമിച്ചു. ജിബിയ പൊടുന്നനെ പൊട്ടിക്കരഞ്ഞുകൊണ്ട് അയാളുടെ നേർക്കു കൈകൂപ്പി.

''എന്നെ അപമാനിക്കല്ലേ അങ്കിളേ. എനിക്ക് അനുഗ്രഹം മാത്രം മതി. വേറൊന്നും വേണ്ട.''

ആ തൊഴുകൈയ്ക്ക് മുന്നിൽ പോളച്ചൻ നിരായുധനും നിസ്സാരനുമായി നിന്നുപോയി. എല്ലാം നോക്കിക്കൊണ്ട് ഹാളിൽ നിന്ന ജിന്നി ഫോണുമായി മുറ്റത്തേക്ക് ഇറങ്ങിപ്പോയി.

എല്ലാവരോടും ഒരിക്കൽക്കൂടി യാത്ര പറഞ്ഞ് കണ്ണും മുഖവും തുടച്ച് പുറത്തേക്കു വന്ന ജിബിയ, ഗേറ്റിനരികെ നടക്കുന്ന ജിന്നിയെ കണ്ടു. കൈകൾ മാറിൽ പിണച്ചുകെട്ടിയിട്ടുണ്ട്. ഗാഢമായ ചിന്തയിലാണെന്നു തോന്നിച്ചു.

ജിബിയ ഗേറ്റിനരികെ ചെന്നപ്പോൾ അവൾ മുഖമുയർത്തി. ജിബിയ മന്ദഹസിച്ചു.

''എന്താ പേര്?'' അവൾ ചോദിച്ചു.

''ജിബിയ.''

''ഈ വീടുമായി പണ്ടുമുതലേ നല്ല അടുപ്പമുണ്ട് അല്ലേ?''

''ഒണ്ട്. അയൽക്കാരല്ലേ. ദാ ആറിനക്കരെയാ ഞങ്ങടെ വീട്.''

''കല്യാണത്തിനു വന്നാരുന്നോ?''

''ഇല്ല. വീട്ടീന്ന് പപ്പേം മമ്മീം വന്നല്ലോ.''

''അന്ന് ആ പാലത്തിന്റരികെ വെച്ചുകണ്ടപ്പോ റോബിന്റടുത്ത് ഒരു പരിചയോം കാണിച്ചില്ലല്ലോ.''

''അന്ന് അവിടെ നിന്നോണ്ട് ഫോട്ടോയെടുപ്പൊക്കെ അല്ലായിരുന്നോ? അതാ മിണ്ടാതെ പോയത്.'' ജിബിയ പറഞ്ഞു.

''ഞാൻ റോബിനോട് ആ കുട്ടിയെ അറിയാമോന്നു ചോദിച്ചപ്പോ റോബിൻ പറഞ്ഞത് ആറ്റിനക്കരെ ഏതോ വീട്ടിലെ പെൺകുട്ടിയാണെന്നാണല്ലോ.''

''റോബിച്ചായൻ പറഞ്ഞതാ ശരി. ഞാൻ ആറ്റിനക്കരെയൊള്ള ഒരു പാവപ്പെട്ട വീട്ടിലെ പെങ്കുട്ട്യാ.''

''പക്ഷേ ഇവിടുള്ളവർക്ക് വലിയ സ്നേഹമാണല്ലോ.''

''അവരെല്ലാം നല്ലവരായതുകൊണ്ടാ. ഞാൻ പൊയ്ക്കോട്ടെ.''

''ഞാനാരാണെന്നു ചോദിച്ചില്ലല്ലോ?''

''എനിക്കറിയാം?''

''എങ്ങനറിയാം. കല്യാണത്തിനു വന്നില്ല. എന്നെ പരിചയോം ഇല്ല.''

''അന്ന് ഫോട്ടോ എടുക്കുന്ന കണ്ടപ്പം മനസ്സിലായി. പോട്ടെ.''

ജിന്നി സമ്മതാർത്ഥത്തിൽ ശിരസ്സനക്കി. ജിബിയ ഗേറ്റ് കടന്നു പോയി. കുറെദൂരം ചെന്നിട്ട് തിരിഞ്ഞുനോക്കി. ജിന്നി അപ്പോഴും ഗേറ്റിൽതന്നെ നോക്കിനിൽക്കുന്നുണ്ടായിരുന്നു.

ഏഴ്

ജിബിയയെ യാത്ര അയയ്ക്കാൻ വേണ്ടി ജോബിൻ പുന്നക്കാട്ട് വീട്ടിൽ എത്തിച്ചേർന്നപ്പോൾ നേരം ഉച്ചയോടടുത്തു. ജിബിയയും ജോർജുകുട്ടിയും പോകാനുള്ള ഒരുക്കങ്ങൾ പൂർത്തിയാക്കിക്കഴിഞ്ഞു. ഇനി ഊണുകഴിക്കുക; ഇറങ്ങുക.

''ഷേർളി വന്നില്ലേ നിന്റെ കൂടെ?'' ബിൻസി മകനോടു ചോദിച്ചു.

''ഞാനൊരു ഓട്ടം പോയിട്ടു തിരിച്ചുവരുന്ന വഴിയാ. അവളെ കൂട്ട ണെങ്കി ഞാൻ വീടുവരെ പോകണ്ടായോ?''

''ഓ... വന്നൂന്ന് പേര് ചേർക്കാൻ വേണ്ടി മാത്രം വന്നതാ അല്ലേ? നിന്റെ പെങ്ങള് നഴ്സിങ് പഠിക്കാൻ വേണ്ടി ബാംഗ്ലൂർക്ക് പോവാണെന്ന് നിനക്കറിയാവുന്നതല്ലേ. കൂടപ്പിറപ്പുസ്നേഹം ഒണ്ടായിരുന്നെങ്കി നീ ഇന്നലെത്തന്നെ ഇവിടെ വന്നേനെ. അവൾടെ ഒരേയൊരു ആങ്ങള യല്ലേ നീ. അവളെ ഉപദേശിക്കാനും വഴികാട്ടിക്കൊടുക്കാനും മുന്നിൽ നിൽക്കേണ്ടവനല്ലേ?''

''ഓ... ഞാനുപദേശിക്കാത്ത കൊറവേയൊള്ളൂ. നഴ്സിങ് പഠിക്കാൻ പോകേണ്ട ഒരു കാര്യോം ഇല്ലാരുന്നു അവക്ക്. ചെതൽപുറ്റ് പൊട്ടിച്ച പോലല്ലേ നഴ്സുമാര് ഓരോ വർഷോം പഠിച്ചെറങ്ങുന്നെ. അവരെ ആർക്കുവേണം? നക്കാപ്പിച്ച ശമ്പളോം ഒടുക്കത്തെ കഷ്ടപ്പാടും. വെറുതെ കാശ് കളയാൻ വേണ്ടീട്ട്.''

''ഒരു തൊഴില് പഠിക്കാൻ വേണ്ടിയല്ലേ. ആ കാശങ്ങ് പൊക്കോട്ടെ.''

''നാനൂറ്റേഴ് വാങ്ങാൻ ഞാനിത്തിരി കാശ് ചോദിച്ചിട്ട് പപ്പേം മമ്മീം അഞ്ചിന്റെ പൈസ തന്നില്ല. മകളെ പഠിപ്പിക്കാൻ എവിടുന്നുണ്ടായി കാശ്?''

''നീ കണക്കൊന്നും പറയണ്ട. നിനക്ക് തരാനൊള്ളതൊക്കെ തന്നതാ.'' ബിൻസി പറഞ്ഞു.

ഒരുമണിയോടെ ഓട്ടോറിക്ഷ എത്തി. ജോർജ്കുട്ടി മുൻകൂട്ടി ഏർപ്പാടാക്കിയിട്ടുണ്ടായിരുന്നു. ജിബിയ ജോസ്നയോടും ബിൻസിയോടും യാത്ര പറഞ്ഞു.

"എന്റെ മോളേ, നമ്മടെ അവസ്ഥ അറിയാല്ലോ. നന്നായിട്ട് പഠിക്കണം. അതിനുവേണ്ടി മാത്രമാ ഇല്ലാത്ത കാശൊണ്ടാക്കി ബാംഗ്ലൂർക്ക് വിടുന്നതെന്ന ഓർമ്മ എപ്പഴും വേണം. തൊലിവെളുപ്പൊള്ള പെങ്കൊച്ചുങ്ങളെ കാണുമ്പം ചിരിച്ചും പഞ്ചാരവർത്തമാനം പറഞ്ഞും ഇഷ്ടം കൂടാൻ പലരും വരും. അതൊക്കെ കണ്ടില്ലാന്നും കേട്ടില്ലാന്നും വച്ച് നടന്നോണം."

ബിൻസി അവളുടെ ഇരുതോളത്തും കൈവച്ച് അപേക്ഷാപൂർവം പറഞ്ഞു.

"കാലത്തെണീക്കുമ്പഴും രാത്രി കെടക്കുമ്പഴും മാതാവിനോടു പ്രാർത്ഥിച്ചേക്കണം. അതിനൊരു മൊടക്കോം വരുത്തിയേക്കരുത്. എപ്പഴും ദൈവവിചാരം മനസ്സിലൊണ്ടായിരിക്കണം. കേട്ടല്ലോ."

ജിബിയ തലയാട്ടിയും മൂളിയും സമ്മതിച്ചു. ബിൻസി അവളെ ഗാഢമായി ആശ്ലേഷിച്ചു. നെറ്റിയിലും നെറുകയിലും ഉമ്മ നൽകി.

"വിളിക്കാൻ പറ്റുമ്പഴൊക്കെ വിളിച്ചേക്കണേ. ഇവിടൊള്ളോർക്ക് അതു കേക്കുമ്പഴാ ഒരു സമാധാനംന്ന് ഓർത്തോണം."

ജിബിയ ജോബിനോടു യാത്രാമൊഴി ചൊല്ലി. പിന്നെ ജോർജ്കുട്ടിയോടൊപ്പം ലഗേജുമെടുത്ത് ഓട്ടോറിക്ഷയിൽ ചെന്നു കയറി. ഓട്ടോറിക്ഷ നീങ്ങുമ്പോൾ ജിബിയ വീടിനു നേർക്കു നോക്കി. മുറ്റത്തിന്റെ വിളുമ്പിൽ കണ്ണുകൾ തുടച്ചും മൂക്കു പിഴിഞ്ഞും ഇടയ്ക്ക് കൈവിശിയും യാത്രാമംഗളം നേരുന്ന ബിൻസിയും ജോസ്നയും.

തിക്കോയി പള്ളിവാതിൽക്കൽ എത്തിയ ശേഷം ബസിലായിരുന്നു കോട്ടയത്തേക്കുള്ള യാത്ര. മൂന്നുമണിയോടെ കോട്ടയം റെയിൽവേ സ്റ്റേഷനിൽ എത്തിച്ചേർന്നു. ട്രെയിൻ വരാൻ ഇനിയും ഒരു മണിക്കൂറിലധികം സമയമുണ്ട്. ടിക്കറ്റ് റിസർവ് ചെയ്യാത്തതു കാരണം ജനറൽ കംപാർട്ട്മെന്റിലേ കയറാൻ പറ്റൂ. ടിക്കറ്റെടുത്തിട്ട് ജനറൽ കംപാർട്ട്മെന്റുകൾ വരുന്ന ഭാഗം നോക്കി ജോർജ്കുട്ടിയും ജിബിയയും പ്ലാറ്റ്ഫോമിലൂടെ ലഗേജും വലിച്ച് നടന്നു.

പ്ലാറ്റ്ഫോമിൽ കണ്ട ഒരു കൂലിയോട് ഐലൻഡ് എക്സ്പ്രസ് വരുന്ന കൃത്യസമയം ചോദിച്ചു. ജിബിയയെ ഒരിടത്തു നിർത്തിയശേഷം ജോർജ്കുട്ടി ബുക്സ്റ്റാളിൽ പോയി രണ്ടു മാസികകൾ വാങ്ങി. ട്രെയിനിൽ ഇരിക്കുമ്പോൾ വായിക്കാമല്ലോ എന്നു കരുതി.

നാലുമണി കഴിഞ്ഞിട്ടും ട്രെയിൻ വരുന്നില്ല. കന്യാകുമാരിയിൽ നിന്നു ബ്ലാംഗ്ലൂർ വരെ പോകുന്ന ഐലൻഡ് എക്സ്പ്രസ് അൽപസമയത്തിനുള്ളിൽ രണ്ടാം നമ്പർ പ്ലാറ്റ്ഫോമിൽ എത്തിച്ചേരുന്നതാണ് എന്ന് ഉച്ചഭാഷിണിയിലൂടെയുള്ള വിളംബരം ഇടയ്ക്കിടെ കേൾക്കാമായിരുന്നു.

ഒരു മദ്ധ്യവയസ്കൻ ജിബിയയുടെയും ജോർജ്കുട്ടിയുടെയും അരികെ വന്നു ചോദിച്ചു: "ബാംഗ്ലൂരിനൊള്ള തീവണ്ടി വരേണ്ട സമയം കഴിഞ്ഞല്ലോ. നിങ്ങളാ വണ്ടിക്കാണോ?"

''അതെ. അരമണിക്കൂർ ലേറ്റാണെന്നാ എൻക്വയിറിക്കാര് പറയുന്നെ.'' ജോർജ്കുട്ടി മറുപടി നൽകി.

''പപ്പ എന്റടുത്തുതന്നെ നിൽക്കണേ. വേറെങ്ങോട്ടും പോയേക്കല്ലേ.'' ജിബിയ ശട്ടംകെട്ടി.

ഐലൻഡ് എക്സ്പ്രസ് എത്തിയപ്പോൾ നാലരമണിയായി. ആളുകൾ അവരവരുടെ കോച്ച് തേടി മുൻപോട്ടും പുറകോട്ടും പായുന്നതിനിട യിൽ ഒരു യുവാവ്, മധ്യവയസ്കന്റെ അടുത്തേക്കു വന്ന് തിടുക്കത്തിൽ പറഞ്ഞു: ''ജനറൽ കംപാർട്ട്മെന്റ് ഫ്രെണ്ടിലാ. ഇവിടല്ല. അച്ചാച്ചൻ അങ്ങോട്ടോടി വെഷമിക്കണ്ട. ഞാൻ പൊയ്ക്കോളാം.''

''എവിടെയാ, എവിടെയാ അത്?'' മധ്യവയസ്കനു പരിഭ്രമം കയറി.

''അതെവിടെയാ?''

ആ ഗ്രാമീണന് ട്രെയിനിന്റെ തലയും വാലും പിടികിട്ടാത്തപോലെ യായി. യുവാവ് സ്യൂട്ട്കേസും ട്രോളിബാഗും ഷോൾഡർ ബാഗും ബാക്ക് പായ്ക്കുമെല്ലാം നിമിഷനേരത്തിനുള്ളിൽ തൂക്കിയെടുത്ത് ട്രെയിനിന്റെ മുൻഭാഗത്തേക്ക് ഓടി.

''ജനറൽ കംപാർട്ട്മെന്റ് മുന്നിലാണെന്ന്...'' ജോർജ്കുട്ടി മകളോടു പറഞ്ഞതും ലഗേജ് തൂക്കിയെടുത്തതും ഒപ്പംകഴിഞ്ഞു. ജോർജ്കുട്ടി ആരോഗ്യവാനായതുകൊണ്ട് ജിബിയായ്ക്ക് ഒരു ഷോൾഡർ ബാഗ് മാത്രമേ എടുക്കേണ്ടിവന്നുള്ളൂ. ഒരു ട്രെയിനിന്റെ നീളം മുഴുവന് പ്ലാറ്റ് ഫോമിലൂടെ ഓടിത്തീർക്കുന്നതിനിടയിൽ അങ്ങിങ്ങ് തിരക്കിട്ടോടുന്ന മറ്റ് പാസഞ്ചേഴ്സ്, ബന്ധുമിത്രാദികളോടു യാത്ര പറയുന്നവർ, ട്രോളി കളിൽ ചരക്ക് തള്ളിക്കൊണ്ടു പോകുന്ന പോർട്ടർമാർ, പെട്ടി ചുമ ക്കുന്ന കൂലികൾ ഇങ്ങനെ നാനാതരം തടസ്സങ്ങൾ അവളെ പരിഭ്രാന്ത യാക്കി. ഒരുപക്ഷേ, ട്രെയിനിൽ കയറാൻ കഴിയും മുൻപേ അത് വിട്ടു പോയേക്കുമോ എന്നുപോലും അവൾ ഭയന്നു.

പപ്പയ്ക്കും അതേ പരിഭ്രമം ഉണ്ടെന്ന് അവൾക്കു മനസ്സിലായി. അയാൾ കൂടക്കൂടെ തിരിഞ്ഞു നോക്കി വേഗം വാ... വേഗം വാ എന്നു തിരക്കു കൂട്ടുന്നുണ്ടായിരുന്നു. ഇതിനു മുൻപ് രണ്ടുതവണയേ അവൾക്ക് ട്രെയിൻയാത്ര ചെയ്യേണ്ടി വന്നിട്ടുള്ളൂ. അതിലൊന്ന് തിരുവനന്തപുരത്ത് പോയി തിരിച്ചുവന്നപ്പോഴും മറ്റൊന്ന് എറണാകുളത്തേക്ക് ഒരു ഡിബേ റ്റിൽ പങ്കെടുക്കാൻ പോയപ്പോഴുമായിരുന്നു. രണ്ടു തവണയും ടീച്ചേ ഴ്സും സഹപാഠികളും കൂടെയുണ്ടായിരുന്നു. അതെല്ലാം ശാന്തമായ യാത്രയായിരുന്നു.

ജോർജ്കുട്ടിയും ജിബിയായും ജനറൽ കംപാർട്ട്മെന്റുകളുടെ ഭാഗ ത്തെത്തി. അതിന്റെ വാതിലുകളിലെ തിരക്ക് കണ്ടപ്പോൾ ഒരിക്കലും അതിനുള്ളിൽ കയറിപ്പറ്റാൻ കഴിയില്ലെന്ന് അവൾ വിചാരിച്ചു. മുൻപ് പരിചയപ്പെട്ട മധ്യവയ്കൻ സമാധാനത്തിൽ പ്ലാറ്റ്ഫോമിൽ നിൽക്കുന്നു ണ്ടായിരുന്നു. ജോർജ്കുട്ടിയേയും ജിബിയയേയും കണ്ട് അയാൾ പറഞ്ഞു: ''മോളെ പെണ്ണുങ്ങളുടെ കംപാർട്ട്മെന്റിലോട്ട് കേറ്റിവിട്.''

''എനിക്കും അവൾടെകൂടെ പോകേണ്ടതാ.'' ജോർജ്കുട്ടി പറഞ്ഞു.

ജിബിയ നോക്കിയപ്പോൾ ലേഡീസ് കംപാർട്ട്മെന്റിലാണ് കൂടുതൽ തിരക്ക്. മധ്യവയ്സ്കന്റെ മകൻ ഒരു ജനാലയ്ക്കരികെ മുഖം കാട്ടി നിൽപ്പുണ്ടായിരുന്നു. മധ്യവയസ്കൻ ജനാലയ്ക്കടുത്തേക്കു ചെന്നു പറഞ്ഞു: ''എടാ മോനേ, ഇവരെക്കൂടെ കേറ്റാൻ വല്ല വഴിയുമുണ്ടോ. സീറ്റ് കെടപ്പൊണ്ടോ?''

''എനിക്കുപോലും സീറ്റില്ല. ആ പെണ്ണിനു പോയി ലേഡീസ് കംപാർട്ടുമെന്റിൽ കേറിക്കൂടേ?''

''അതിന്റപ്പനും ബാംഗ്ലൂർക്ക് വരുന്നൊണ്ടെന്ന്.''

ഒന്നാലോചിച്ചിട്ട് മകൻ സഹായസന്നദ്ധനായി തിക്കിത്തിരക്കി വാതിൽക്കലേക്കു വന്നു. എല്ലാവരുടേയും തലയ്ക്കു മീതേ കയ്യുയർത്തി ജോർജുകുട്ടിയോട് 'ലഗേജ് താ അങ്കിളേ' എന്ന് വിളിച്ചു പറഞ്ഞു. ജോർജ്കുട്ടി ഒരു ബാഗ് രണ്ട് പാദങ്ങൾക്കിടയിൽ വച്ചിട്ട് ട്രോളിബാഗ് എടുത്തു പൊക്കിക്കൊടുത്തു. ലഗേജുമായി അകത്തു കടക്കുന്നതായിരുന്നു ഏറ്റവും ദുഷ്കരം. അതിനുശേഷം നിലത്തിരുന്ന ബാഗ് എടുത്തുകൊടുത്തു. ജിബിയായുടെ ഷോൾഡർ ബാഗും നീട്ടിക്കൊടുത്തു.

ജിബിയ തിരക്കിൽ ഞെരിഞ്ഞമർന്ന് പഞ്ഞിക്കിട്ടതുപോലെ വാതിൽക്കലെത്തി. യുവാവ് അവളുടെ നേർക്ക് കൈ നീട്ടി. ജിബിയ ഒരു നിമിഷം ശങ്കിച്ചു.

''അങ്ങോട്ടു പിടിച്ചു കേറ്.'' ജോർജ്കുട്ടി പറഞ്ഞു.

ജിബിയയെ പിടിച്ചു കയറ്റിയശേഷം അവൻ ജോർജ്കുട്ടിയേയും വലിച്ചുകയറ്റി. രണ്ടുപേരും ട്രെയിനിനുള്ളിലായി. ലഗേജ് എവിടെ വച്ചുവെന്ന് കാണാൻപോലുമില്ല. ജോർജ്കുട്ടിയുടെ നോട്ടം മനസ്സിലാക്കി അവൻ പറഞ്ഞു: ഒരു സീറ്റിനടിയിലോട്ട് തള്ളിക്കേറ്റി. പിന്നെ നോക്കിയാ മതി.''

കഷ്ടിച്ച് കാലുകുത്താനുള്ള ഇടമേയുള്ളൂ. തിരക്കിൽപെട്ട് ജിബിയയും ജോർജ്കുട്ടിയും ഏതാനും നിര സീറ്റുകൾക്കപ്പുറത്തേക്ക് പോയി. അവരെ സഹായിച്ച യുവാവ് ജനാലയ്ക്കൽ മുഖം ചേർത്ത്, പ്ലാറ്റ്ഫോമിൽ നിൽക്കുന്ന മധ്യവയസ്കനോട് എന്തൊക്കെയോ പറയുന്നുണ്ടായിരുന്നു.

ട്രെയിൻ നീങ്ങാൻ പോകുന്നതിന്റെ മുന്നോടിയായി സൈറൺ മുഴങ്ങി. ട്രെയിൻ ചലിച്ചു തുടങ്ങി. ജിബിയ ലഗേജ് വയ്ക്കാനുള്ള ബർത്തിലേക്കു നോക്കി. അവിടെയെല്ലാം ഓരോരുത്തർ കയറി സ്ഥലം പിടിച്ചിരിക്കുന്നു. താഴെ മൂന്നോ നാലോ പേർക്ക് ഇരിക്കാനുള്ള സീറ്റിൽ എട്ടുപേരൊക്കെയാണ് ഞെരുങ്ങിക്കൂടിയിരിക്കുന്നത്.

അവളുടെ നോട്ടം കണ്ടിട്ട് യുവാവ് പറഞ്ഞു: ''ഇരിക്കാൻ സീറ്റൊന്നും കിട്ടത്തില്ല. രാത്രിയാകുമ്പം അവനവന്റെ പെട്ടിയെടുത്ത് പാസേജിൽ വച്ച് അതിനു മീതേ ഇരിക്കാൻ പറ്റിയേക്കും.''

ജേർജ്കുട്ടി അവനോടു പേര് ചോദിച്ചു. ''ജെയ്സൺ.'' അവൻ പറഞ്ഞു.

ജോർജ്കുട്ടി തന്റെ പേര് വെളിപ്പെടുത്തി. പരിചയപ്പെട്ടു വന്നപ്പോൾ ജെയ്സണും ബാംഗ്ലൂർ സെന്റ് സേവ്യേഴ്സിൽ നഴ്സിങ്ങ് വിദ്യാർത്ഥി യാണ്. ഒരു വർഷമായി നഴ്സിങ്ങിനു ചേർന്നിട്ട്.

''കമ്മനഹള്ളിയിലാണ് നഴ്സിങ്ങ് കോളജ്. മജസ്റ്റിക്കിൽനിന്ന് ബസ്സിൽ കുറേ ദൂരം പോകണം. വേറെ വല്ല നല്ല കോളജും നോക്കി ക്കൂടായിരുന്നോ?''

ജോർജ്കുട്ടിക്ക് ചങ്ക് പിടഞ്ഞു.

''ഇപ്പപ്പോണ സ്കൂള് കൊള്ളത്തില്ലേ?''

''സൗകര്യങ്ങളൊക്കെ തീരെ കുറവാ. ഞാൻതന്നെ അബദ്ധം പറ്റിയ പോലിരിക്കുവാ. ഇതിനേക്കാളൊക്കെ നല്ല നല്ല നഴ്സിങ് കോളജുകൾ ഉണ്ടായിരുന്നു.''

''ഇതിന് കൊഴപ്പം വല്ലതും ഒണ്ടോ? ഞങ്ങക്ക് ഒന്നും അറിയാ മ്മേല. ഞാനിന്നേവരെ ബാംഗ്ലൂർക്ക് പോയിട്ടില്ല.'' ജോർജ്കുട്ടി അസ്വസ്ഥ നായി.

''അങ്ങനെ കൊഴപ്പമൊന്നുമില്ല. ഇവിടെ ഫീസു കുറവായതുകൊണ്ട് നമ്മള് അബദ്ധത്തിൽ തലവച്ചു കൊടുക്കുന്നതാ.'' ജെയ്സൺ പറഞ്ഞു.

''നമ്മള് അഡ്വാൻസ് കൊടുത്തുപോയല്ലോ. ഇനി മാറാൻ പറ്റ്വോ?''

''കൊടുത്ത അഡ്വാൻസ് ഉപേക്ഷിക്കേണ്ടി വരും. അവരത് ഇനി തിരിച്ചുതരാനൊന്നും പോണില്ല.''

''ആ... ഒള്ള സൗകര്യത്തിനൊക്കെ പഠിച്ചാ മതി. മോനവിടല്ലേ പഠി ക്കുന്നെ. അതുപോലല്ലേ ഇതും.'' ജോർജ്കുട്ടി ആശ്വസിക്കാൻ ശ്രമിച്ചു.

ട്രെയിൻ കുറേദൂരം ഓടിക്കഴിഞ്ഞപ്പോൾ പാസ്സേജിൽ അൽപം വായുസഞ്ചാരമൊക്കെ ഉണ്ടായി. ജെയ്സൺ ലഗേജ് വച്ചിരിക്കുന്ന സ്ഥലം കാട്ടിക്കൊടുത്തിട്ട് അവന്റെ ലഗേജ് ഇരിക്കുന്നിടത്തേക്കു പോയി. ജോർജ്കുട്ടിയും ജിബിയയും നിന്നുകൊണ്ടുള്ള യാത്ര തുടർന്നു. എറണാകുളത്ത് എത്തിയപ്പോൾ കുറേപ്പേർകൂടി ജനറൽ കംപാർട്ട്മെന്റി ലേക്കു തള്ളിക്കയറി. പ്രാണവായു കിട്ടാതെ ശ്വാസം മുട്ടി ചത്തുപോകു മെന്ന് ജിബിയയ്ക്കു തോന്നി.

രാത്രിയായപ്പോൾ ടോയ്ലറ്റിനും വാതിലുകൾക്കുമിടയിൽ ബാഗും സ്യൂട്ട്കേസും അടുക്കിവച്ച് അതിൻമേൽ ജേർജ്കുട്ടിയും ജിബിയയും ഇരുന്നു. ജെയ്സൺ രണ്ടോ മൂന്നോ തവണ വന്ന് നോക്കിയിട്ടു പോയി.

പപ്പയുടെ തോളത്തേക്കു ചാരിയിരുന്ന് മയങ്ങിയും പാലങ്ങളിലൂടെ തീവണ്ടി കടന്നുപോകുമ്പോഴുള്ള പ്രകമ്പനങ്ങളിൽ ഞെട്ടിയുണർന്നും മലയിടുക്കുകൾ കടന്നുപോകുമ്പോഴത്തെ മുഴക്കത്തിൽ വിറപൂണ്ടും ജിബിയ രാത്രി കഴിച്ചുകൂട്ടി. നരകത്തിലേക്കുള്ള യാത്രപോലെയാണ്

അവൾക്കു തോന്നിയത്. എങ്ങനെയെങ്കിലും നേരം വെളുത്താൽ മതിയെന്നായി. പക്ഷേ, പ്രഭാതമായപ്പോൾ അവൾ നല്ല ഉറക്കത്തിലായിരുന്നു. ജെയ്സൺ രണ്ടുപേരെയും വിളിച്ചുണർത്തി മജസ്റ്റിക്കിൽ ഇറങ്ങണമെന്നു പറഞ്ഞു. ജിബിയയും ജോർജ്കുട്ടിയും എഴുന്നേറ്റ് ഇറങ്ങാനുള്ള തയ്യാറെടുപ്പുകൾ നടത്തി. ജെയ്സണെ തങ്ങളുടെ വഴികാട്ടിയായി ഇതിനകം അവർ അംഗീകരിച്ചുകഴിഞ്ഞു.

മജസ്റ്റിക്കിൽ ഇറങ്ങി, ഹോട്ടലിൽ ചെന്ന് മുഖം കഴുകി ചായയും ഇഡ്ഡലിയും കഴിച്ചിട്ടു പോകാം എന്ന് നിർദ്ദേശിച്ചതും ജെയ്സൺ ആയിരുന്നു. കമ്മനഹള്ളിയിൽ എത്തിയാൽ അതിനൊന്നും സൗകര്യം കിട്ടിയെന്നു വരില്ല. മജസ്റ്റിക്കിൽനിന്ന് ബസ്സിലായിരുന്നു കമ്മനഹള്ളിക്കുള്ള യാത്ര.

''ആ ചെക്കനെ കൂട്ടു കിട്ടിയത് വല്യ ഭാഗ്യമായി.'' ജോർജ്കുട്ടി മകളോടു പറഞ്ഞു.

ഒൻപതര മണിയോടെ അവർ സെന്റ് സേവ്യേഴ്സ് നഴ്സിങ് കോളജ് എന്ന സ്ഥാപനത്തിൽ എത്തിച്ചേർന്നു.

''അച്ചന്മാര് നടത്തുന്ന കോളജാണെന്നാ ഞങ്ങള് വിചാരിച്ചത്.'' ജോർജ്കുട്ടി ജെയ്സണോട് ആവലാതിപോലെ പറഞ്ഞു.

''സെന്റ് സേവ്യേഴ്സ് എന്നു കേട്ടിട്ടാണോ? സെന്റ് ജോർജെന്നും ജീസസെന്നും വേളാങ്കണ്ണി മാതാവെന്നുമൊക്കെ ബസ്സിനും ലോറിക്കുമൊക്കെ പേരിടാറില്ലേ? അത്രേയുള്ളൂ ഇതും. ക്രിസ്റ്റ്യൻ കാൻഡിഡേറ്റ്സിനെ ആകർഷിക്കാനുള്ള തന്ത്രം. നല്ല അച്ചടക്കത്തിലും സൽപ്പേരിലുമുള്ള സ്ഥാപനമായിരിക്കുമെന്ന് കരുതി മറ്റ് മതക്കാരും ഈ കെണിയിൽ വന്നു വീഴും.'' ജെയ്സൺ വെളിപ്പെടുത്തി.

കിഴക്കാലയ്ക്കലെ എൽസിയുടെ മകൾ ലിസി അവരെ കാത്തുനിൽപ്പുണ്ടായിരുന്നു. ലിസിയെ ജെയ്സണ് പരിചയമുണ്ട്.

''താനാണോ ഈ കൊച്ചിനെ ഇവിടെത്തന്നെ നഴ്സിങ്ങിന് ചേർക്കാൻ നിർബന്ധിച്ചത്?'' ജെയ്സൺ ലിസിയോടു ചോദിച്ചു.

''നിർബന്ധിച്ചൊന്നുമില്ല. ഇവിടാണെങ്കി മറ്റുള്ളിടത്തെക്കാൾ ഫീസ് കൊറവാണെന്നു പറഞ്ഞു. ഇയാൾക്കിവരെ എവിടുന്നു കിട്ടി?''

''കോട്ടയത്ത്ന്ന്. എടോ, ഇവിടല്ലാതെ വേറെ വല്ല കോളജും പറഞ്ഞൂടായിരുന്നോ തനിക്ക്''

''ഇവിടെന്താ കൊഴപ്പം. ഞാനിവിടല്ലേ, താനിവിടല്ലേ?''

''ഒന്നുമില്ല.'' ജെയ്സൺ ദ്വയാർത്ഥത്തിൽ പറഞ്ഞു: ''എത്രയാ തന്റെ കമ്മീഷൻ?''

''പോടോ, കമ്മീഷൻ.''

ലിസി, ജെയ്സന്റെ നേർക്ക് കണ്ണുരുട്ടി. എന്നിട്ട് ജോർജ്കുട്ടിയേയും ജിബിയയേയും കൂട്ടി അഡ്മിനിസ്ട്രേറ്ററുടെ ഓഫീസ്കെട്ടിടത്തിനു നേർക്കു നടന്നുപോയി.

രണ്ടു മണിക്കൂറിനുള്ളിൽ അഡ്മിഷൻ നടപടികൾ പൂർത്തിയായി. ആദ്യ സെമസ്റ്ററിലെ ഫീസ് അടച്ചു. ഉച്ചയ്ക്ക് നെഹ്രുസ്ട്രീറ്റിലെ ഹോട്ടലിൽ പോയി ഊണു കഴിച്ചു. ലിസി കുറിച്ചുകൊടുത്ത ലിസ്റ്റ് അനുസരിച്ചുള്ള സാധനങ്ങൾ വാങ്ങാൻ ഷോപ്പിങ്മാളിൽ കയറി. എല്ലാം വാങ്ങി അവർ സെന്റ് സേവ്യേഴ്സിൽ തിരിച്ചെത്തി. ലിസി, ജിബിയായുടെ ഹോസ്റ്റൽ റൂമിലേക്ക് അവളെ കൂട്ടിക്കൊണ്ടു പോയി അവളുടെ ബെഡ് കാട്ടിക്കൊടുത്തു.

''ഇവിടെ ഇപ്പം നിന്നെക്കൂടി ചേർത്ത് എട്ടുപേരാണ്. കോമൺ ടോയ്ലെറ്റ്. നാട്ടിലത്തെപ്പോലെ ലാവിഷായിട്ട് അലക്കാനും കുളിക്കാനുമൊന്നും സൗകര്യമില്ല.''

ലഗ്ഗേജ് എല്ലാം റൂമിൽ വച്ചശേഷം ലിസിയും ജിബിയയുംകൂടി ജോർജ്കുട്ടിയുടെ അടുത്തേക്കു ചെന്നു.

''ഹോസ്റ്റലൊക്കെ കണ്ടോ?'' ജോർജ്കുട്ടി മകളെ നോക്കി. അവളുടെ മുഖത്ത് തെളിച്ചമില്ല.

''വീട്ടിലെ സൗകര്യമൊന്നും ഹോസ്റ്റലിൽ കിട്ടത്തില്ല. കുറച്ചു കഴീമ്പം അഡ്ജസ്റ്റായിക്കൊള്ളും.'' ലിസി രണ്ടുപേരോടുമായി പറഞ്ഞു.

''ആ പയ്യനെവിടാ താമസിക്കുന്നെ?'' ജോർജ്കുട്ടി ചോദിച്ചു.

''ബോയ്സിന്റെ ഹോസ്റ്റൽ വേറൊരു കോമ്പൗണ്ടിലാ. അവർക്ക് ഗേൾസിന്റെ ഹോസ്റ്റലിലോട്ട് പ്രവേശനമില്ല.'' ലിസി വെളിപ്പെടുത്തി.

''അവനോടൊരു നല്ലവാക്ക് പറഞ്ഞിട്ടു പോകാരുന്നു.''

''അവനിപ്പം ക്ലാസ്സിലാ. ഞങ്ങള് കാണുമ്പം പറഞ്ഞാപ്പോരെ?'' ലിസി ചോദിച്ചു.

ജോർജ്കുട്ടി ജിബിയയെ നോക്കി. ''ഞാനങ്ങ് പോട്ടെ മോളേ.''

''നിങ്ങക്ക് യാത്ര പറയണോങ്കി പറഞ്ഞോ. ഞാൻ നിക്കുന്നതു നോക്കണ്ട.''

ലിസി നീണ്ട പാസേജിലേക്കു മാറിനിന്നു.

''എന്തേലും അത്യാവശ്യമൊണ്ടെങ്കി വിളിച്ചു പറഞ്ഞാ മതി.'' ജോർജ്കുട്ടി ഓർമിപ്പിച്ചു. ''പിന്നെ, ആരുമായിട്ടും വല്യ കൂട്ടുകെട്ടൊന്നും വേണ്ട. അവനോന്റെ കാര്യം നോക്കി ഒതുങ്ങി ജീവിച്ചോണം. നീ പഠിക്കാനാ വന്നെ. കെടപ്പാടം പണയംവച്ചിട്ടു വേണം ബാക്കി കാശൊണ്ടാക്കാനും കടം വാങ്ങിയതു തിരിച്ചു കൊടുക്കാനും. അതൊക്കെ മനസ്സിലിരിക്കണം. വീട്ടുകാരടെ നോട്ടോം ശാസനേം ഇല്ലാത്തിടത്ത് സ്വാതന്ത്ര്യം കൂടുതല് തോന്നും. അവനോന്റെ മനസ്സാക്ഷി വേണ്ടെന്നു വെലക്കുന്ന ഒരു കാര്യോം ചെയ്തേക്കരുത്.''

''ഞാനിവിടെ എന്തു ചെയ്യാനാ പപ്പാ. എനിക്കിതെല്ലാം കണ്ടിട്ട് ഒരു ജെയിലാണെന്നാ തോന്നുന്നെ.''

''ഞായറാഴ്ച പൊറത്തുപോകാൻ അനുവാദം ഒണ്ടെന്ന് ഓഫീസിലെ

സാറ് പറഞ്ഞല്ലോ. എന്തെങ്കിലും അത്യാവശ്യ സാധനങ്ങള് വാങ്ങാനൊണ്ടെങ്കി മാത്രം പോയാ മതി.''

ജിബിയ തലയാട്ടി.

''പപ്പായെങ്ങനാ തിരിച്ചു പോകുന്നേ. ബസ്സിനാണോ, ട്രെയിനിനാണോ?''

''ഇവിടുന്നു കേറുമ്പം ട്രെയിനേൽ സീറ്റ് കിട്ടുമെന്നല്ലേ ലിസി പറഞ്ഞത്. എന്തായാലും ഇങ്ങോട്ടുവന്ന അത്രേം ദുരിതം കാണത്തില്ലല്ലോ.''

ജിബിയ മൗനമായി നിന്നു. ജോർജ്കുട്ടി അരികിൽവന്ന് മകളെ ആശ്ലേഷിച്ചു.

''പോട്ടെ മോളേ. ഞാനിടയ്ക്കു വരാം. ഒരു രാത്രി യാത്രേടെ ദൂരമല്ലേയൊള്ളൂ.''

ജിബിയ, കണ്ണു നിറയാതിരിക്കാൻ മുകളിലേക്കു നോട്ടമയച്ചു. ലിസിയോടും ജോർജ്കുട്ടി യാത്ര പറഞ്ഞു.

''ഇവളെ നോക്കിക്കോണേ. ആദ്യമായിട്ടാ വീട്ടീന്നു മാറി നിക്കുന്നെ.''

''ഞാനൊണ്ടല്ലോ ഇവിടെ. ഒന്നും പേടിക്കാനില്ലന്നേ.'' ലിസി സാന്ത്വനപ്പെടുത്തി.

ജോർജ്കുട്ടി വിസിറ്റേഴ്സിനുള്ള പാർലറിൽനിന്ന് ഇറങ്ങി നടന്നു. പപ്പാ കോമ്പൗണ്ടിന്റെ അപ്പുറം റോഡിൽ മറയുന്നതുവരെ ജിബിയ നോക്കി നിന്നു.

''വാ... റൂമിലേക്കു പോകാം.''

ലിസി അവളെ ഹോസ്റ്റൽ റൂമിലേക്കു കൊണ്ടുപോയി.

''കുളിക്ക്യോ, നനയ്ക്ക്യോ എന്താന്നുവച്ചാ ചെയ്തോ. ഞാൻ ക്ലാസിലേക്കു പോകുവാ. നാലുമണിക്കു തിരിച്ചു വരും.''

ലിസി പോയി.

ജിബിയ ചുറ്റും നോക്കി. നാലു ഡബിൾഡക്കർ കട്ടിലുകളുള്ള ചെറിയ മുറി. കട്ടിലിനടിയിൽ ബാഗേജ്. വിയർപ്പിന്റെയും വിലകുറഞ്ഞ പൗഡറിന്റെയും സമ്മിശ്ര ഗന്ധം. കട്ടിലുകളിൽ അങ്ങിങ്ങ് മുഷിഞ്ഞ വസ്ത്രങ്ങൾ മാറിയിട്ടിരിക്കുന്നു. പുതപ്പുകൾ വാരിവലിച്ചിട്ടിരിക്കുന്നു. താൻ ഭൂമിയുടെ ഏതോ കോണിലെ തടവറയിൽ അടയ്ക്കപ്പെട്ടതു പോലെ അവൾക്കു തോന്നി. ഇവിടെയാണോ മൂന്നര വർഷത്തോളം താൻ ജീവിക്കേണ്ടത്. ആരുമില്ലേ തനിക്ക്? എന്തെല്ലാം മോഹങ്ങളായിരുന്നു? ഒരു പ്രേമസാമ്രാജ്യത്തിലെ രാജകുമാരിയായിരുന്നില്ലേ താൻ. ചക്രവർത്തിനീപദം അലങ്കരിക്കാൻ കാത്തിരുന്നവൾ. വിധി ഒരു കീറക്കടലാസുപോലെ ചുരുട്ടിക്കൂട്ടി ഈ ചവറ്റു കുട്ടയിലേക്ക് എറിഞ്ഞു കളഞ്ഞിരിക്കുന്നു.

ജിബിയായുടെ കണ്ണ് നീറുന്നുണ്ടായിരുന്നു. കരയാതിരിക്കാൻ അവൾ ചുണ്ടുകളമർത്തിപ്പിടിച്ചു. പക്ഷേ, ഹൃദയത്തിൽനിന്നു പൊട്ടിപ്പുറപ്പെട്ട പ്രാണസങ്കടം, ദയനീയമായ ഒരു കരച്ചിലായി അവളെ കീഴടക്കി.

* * *

ഞണ്ടുകല്ലിലെ തറവാട്ടിൽ വച്ചായിരുന്നു പവിത്രയുടെ വിവാഹ നിശ്ചയം. അവിടെവച്ചു നടത്തിയാൽ മതിയെന്ന് അജിതമ്മയുടെ അച്ഛനമ്മമാരും ആങ്ങളമാരും കൂടിയാണ് തീരുമാനിച്ചത്. വിവാഹത്തിനുള്ള പൊന്നും പണവും അവരാണ് സ്വരുക്കൂട്ടുന്നത്.

എന്തെങ്കിലും കാരണത്താൽ തന്റെ വിവാഹനിശ്ചയം മുടങ്ങുമെന്നൊരു വിശ്വാസം പവിത്രയ്ക്കുണ്ടായിരുന്നു. അതിനു ബലമേകാനെന്നോണം ഒരനിശ്ചിതാവസ്ഥ ഉടലെടുക്കുകയും ചെയ്തിരുന്നു. എത്രയൊക്കെ പരിശ്രമിച്ചിട്ടും എഴുപത്തയ്യായിരം രൂപയേ ഉണ്ടാക്കിവയ്ക്കാൻ വീട്ടുകാർക്കു കഴിഞ്ഞുള്ളൂ. നിശ്ചയദിവസം ഒരു ലക്ഷം കൊടുക്കാമെന്നാണ് വാക്ക്.

ഇതിനിടയിൽ ജയപ്രകാശിന്റെ അമ്മ സുഭദ്രാമ്മ രണ്ടുതവണ അജിതമ്മയുടെ വീട്ടിൽ സന്ദർശനത്തിനു വന്നിട്ടുണ്ടായിരുന്നു. സ്വർണം പഴയതൊന്നും വേണ്ടെന്നും പാലായിലോ കോട്ടയത്തോ പോയി പുതിയ സ്വർണം വാങ്ങാമെന്നും അവർ വാശിപിടിച്ചു.

“ഞങ്ങടെ കയ്യിൽ പഴയ സ്വർണമേയുള്ളൂ. താലിമാല വേണെങ്കിൽ പുതിയതു വാങ്ങാം. കമ്മലും വാങ്ങാം.” അജിതമ്മ പറഞ്ഞു.

“അതു ശരിയാവത്തില്ലല്ലോ.” എന്നായി സുഭദ്രാമ്മ. “ഒന്നാമത് പഴേ സ്വർണത്തിനു തേയ്മാനം കാണും. അതുകൂടാണ്ട് കണ്ണികളുടെ എടയ്ക്ക് ചെളികേറിയിരിക്കും. പതിനഞ്ചു പവന്റെടയ്ക്ക് കൊറഞ്ഞതു പതിനഞ്ച് ഗ്രാം ചെളിയെങ്കിലും കാണും. ഞങ്ങക്കല്ലേ നഷ്ടം.”

അതു കേട്ടപ്പോൾ അജിതമ്മയ്ക്കു ദേഷ്യം വന്നു.

“അങ്ങനാണെങ്കി നമുക്കിത് വേണ്ടെന്നു വെച്ചേക്കാം.”

“അതെന്നാ അജിതേ ഒരു മാതിരി വെട്ടിമുറിച്ചതുപോലത്തെ വർത്തമാനം?”

“നിങ്ങള് ചോദിച്ചത്രേം പൊന്നും പണോം ഒണ്ടാക്കാൻ ഞങ്ങള് നെട്ടോട്ടമോടുകാ. അപ്പഴാ ഒരുമാതിരി കണക്ക് പറച്ചില്. ഇങ്ങനൊക്കെ നോക്കുന്നെടത്തോട്ട് എന്റെ മോളെ കെട്ടിച്ചയച്ചാ എന്നതായിരിക്കും അവളോട് കാണിക്കാമ്പോണത്.”

“നിങ്ങടെ ഇഷ്ടംപോലെ ചെയ്യ്. ഞാൻ ചുമ്മാ പറഞ്ഞെന്നേയുള്ളൂ. പുതിയ സ്വർണമാകുമ്പം നല്ല തെളക്കോം ഭംഗീം ഒണ്ടാകുമല്ലോ.” സുഭദ്രാമ്മ അയഞ്ഞു.

രണ്ടാമത്തെ തവണ വന്നപ്പോൾ സുഭദ്രാമ്മ കല്ലുകടിക്കുന്ന മാതിരി വേറൊരു വർത്തമാനം പറഞ്ഞു.

“എന്റെ മോന് ഇതിന്റെ എരട്ടി സ്ത്രാധനം വാങ്ങിച്ച് കെട്ടാവുന്നതാ. അങ്ങനത്തെ പല ആലോചനകളും വന്നതാ.”

“എന്നാപ്പിന്നെ അതങ്ങ് നടത്തിക്കൂടാരുന്നോ?” അജിതമ്മയും വിട്ടുകൊടുത്തില്ല.

“അവന് പെണ്ണിനെ ഇഷ്ടപ്പെടണ്ടേ. സ്ത്രീധനം മാത്രം പോരല്ലോ. ഇവിടുത്തെ പെണ്ണിനെ കണ്ടപ്പം അവനു വേറൊന്നും വേണ്ട.”

“ഇനി വേണമെങ്കിലും വേറെ ആലോചിക്കാം.” അജിതമ്മ പറഞ്ഞു.

“ഓ... എല്ലാരും അറിഞ്ഞു ഈ കല്യാണം നടക്കാൻ പോവാണെന്ന്. ഇനി മാറിപ്പോയാ നാണക്കേടാ രണ്ടുകൂട്ടർക്കും.” സുഭദ്രാമ്മ കീഴടങ്ങി.

വിവാഹനിശ്ചയത്തിന്റെ അന്ന് അജിതമ്മയുടെ സഹോദരൻ ശിവരാജൻ ആരുടെയോ സ്വർണം കടംവാങ്ങി ഇരുപത്തയ്യായിരം രൂപയ്ക്ക് പണയപ്പെടുത്തി ഒരു ലക്ഷം രൂപ തികച്ചു.

നിശ്ചയം നടക്കുന്നതിനു തൊട്ടുമുൻപ് ജയപ്രകാശിനെ വിളിച്ചു മാറ്റിനിർത്തി ശിവരാജൻ പറഞ്ഞു: “ഞങ്ങളിപ്പോ ഒരു ലക്ഷം രൂപ തരും. അതീന്ന് നാളെ രാവിലെ ഇരുപത്തയ്യായിരം തിരിച്ചു തരണം. നാളെ കൊടുക്കാംന്നു പറഞ്ഞ് ഒരാളോടു കടം വാങ്ങിയതാ. ആ പൈസ കല്യാണത്തിനു മുൻപ് ഞങ്ങള് തന്നോളാം.”

“അമ്മ അറിഞ്ഞാ പ്രശ്നമാകും.” ജയപ്രകാശ് അസ്വസ്ഥനായി.

“അമ്മ അറിയണ്ട.” ശിവരാജൻ തറപ്പിച്ചു പറഞ്ഞു: ”എന്നാലേ നിശ്ചയം നടക്കത്തൊള്ളൂ.”

രണ്ടു നിമിഷം ആലോചിച്ചശേഷം ജയപ്രകാശ് തലയാട്ടി സമ്മതം മൂളി.

ജയപ്രകാശും പവിത്രയും തമ്മിലുള്ള വിവാഹനിശ്ചയം മുൻകൂട്ടി തീരുമാനിച്ച ശുഭമുഹൂർത്തത്തിൽതന്നെ നടന്നു.

എട്ട്

സുദർശനന്റെ അമ്മ, പവിത്രയുടെ മുഖം കൈക്കുമ്പിളിൽ എടുത്ത് പുന്നാരിച്ചുകൊണ്ടു കൊഞ്ചലോടെ ചോദിച്ചു: ''എന്തിനാ മോളേ നീ ഇപ്പഴേ കല്യാണം കഴിക്കാൻ പോണേ? കുഞ്ഞല്ലേ നീ. ഞങ്ങളൊക്കെ കണ്ട് കൊതി തീർന്നിട്ടില്ല ഇതുവരെ. ഇപ്പളേ വല്ല വീട്ടിലോട്ടും പോകുവാണോ?''

പവിത്രയ്ക്കാണെങ്കിൽ അതു കേട്ടിട്ട് കണ്ണു നിറഞ്ഞു. ഏതാനും കണങ്ങൾ കനൽത്തുള്ളികളുടെ ചൂടിൽ ഓമനയമ്മയുടെ കൈവെള്ളയിലേക്ക് അടരുകയും ചെയ്തു.

''എന്തിനാ കുട്ടീ കരയണേ?'' ഓമനയമ്മ അന്ധാളിച്ചു. ''ഞാൻ വെറുതെ പറഞ്ഞതല്ലേ.''

കണ്ടുനിന്ന ദീപ ഉടൻ പറഞ്ഞു: ''കുഞ്ഞേച്ചിക്ക് ഇഷ്ടല്ല അച്ഛമ്മേ കല്യാണം കഴിക്കണത്.''

''ഉവ്വോ മോളേ?'' ഓമനയമ്മ പവിത്രയുടെ മുഖം കയ്യിലെടുത്ത് അരുമയോടെ ചോദിച്ചു. പവിത്ര ഓമനയമ്മയുടെ ചുമലിലേക്കു മുഖം ചേർത്തു വിങ്ങിപ്പൊട്ടി.

''നിനക്കിഷ്ടല്ലെങ്കി നേർത്തെ പറയാർന്നില്ലേ. ആരാണ് നിന്നെ കല്യാണത്തിന് നിർബന്ധിക്കണത്.''

ഇവിടെ സംഭാഷണത്തിൽ എന്തോ പന്തികേടുണ്ടെന്നു തോന്നിയ അജിതമ്മ മറ്റു ബന്ധുക്കളോടുള്ള സംസാരം മുറിച്ചിട്ട് ഓമനയമ്മയുടെ അടുത്തേക്കു വന്നു ചോദിച്ചു: ''എന്നായിവിടെ കരച്ചിലും പിഴിച്ചിലും?''

''ഇവക്കിഷ്ടംല്യാത്ത കല്യാണം നിർബന്ധിച്ച് കഴിപ്പിക്ക്യാണോ അജിതേ?''

''ആര് പറഞ്ഞു, ഇവളങ്ങനെ പറഞ്ഞോ?''

''ദേ, കുട്ടി നിന്നു കരയണ്.''

''അതിനു വേറെയെന്തെങ്കിലും കാരണം കാണും.''

''വേറെയെന്താ കാരണം?''

''നിശ്ചയത്തിനു വന്നവരൊക്കെ ഒന്നു പൊയ്ക്കോട്ടെ അമ്മേ. വെറുതെ എന്തിനാ ഓരോരോ വർത്തമാനങ്ങള് പറയുന്നെ.''

''വെറുതെയാണോ അജിതേ. ഞാനെപ്പളേ ചോദിക്കണംന്നു വിചാരിച്ചതാ. എന്തിനാണീ കുഞ്ഞിനെ ഇപ്പഴേ പിടിച്ച് വല്ലവന്റേം കയ്യിലോട്ട് ഏൽപിച്ചു കൊടുക്കണേന്ന്. എന്റെ വീട്ടുകാർക്കും നിന്റെ വീട്ടുകാർക്കും ഒരു പെൺകുഞ്ഞില്ലാതിരുന്നിട്ട് ആദ്യംണ്ടായ മോളാ. കൊറേ ആമ്പിള്ളേരടെ നടുക്ക്. ഇവളെ കാണണതുതന്നെ എല്ലാർക്കും എന്തൊരിഷ്ടാ.''

''നിങ്ങക്ക് വല്ലപ്പളും ഒരു പട്ടുപാവാടേം ബ്ലൗസും വരവു മാലേം കമ്മലും വാങ്ങിച്ചു കൊടുത്ത് ഇടീച്ച്, 'സുന്ദരിക്കുട്ടീ'ന്നു വിളിച്ച് കൊഞ്ചിച്ചിട്ട് അങ്ങു പോയാ മതി.'' അജിതമ്മ വിട്ടുകൊടുക്കാൻ ഭാവമില്ല.

''പിന്നെന്തോ വേണം?'' ഓമനയമ്മയ്ക്കു ശുണ്ഠി കയറി. ''ഓരോതവണേം കൊട്ടക്കണക്കിനു കൊടഞ്ഞിട്ട് കൊടുക്കണാരുന്നോ? ഇവക്ക് കല്യാണപ്രായമാകുമ്പം വേണ്ടപോലൊക്കെ ചെയ്തേനെ. ഇപ്പഴും ചെയ്യുന്നില്ലേ. ഒരു ദിവസം ഓടിവന്നിട്ട് അഞ്ചു പവന്റെ സ്വർണം താന്നു പറഞ്ഞാ ഒണ്ടാവത്തില്ല. ഞങ്ങളും പാവങ്ങളാ. അന്നേയ്ക്കന്നു ജോലി ചെയ്തിട്ടാ അഷ്ടിക്കുള്ള വക കാണുന്നെ.''

''ഇന്നിപ്പോ നിശ്ചയം കഴിഞ്ഞില്ലേ. ഇനിയെന്തിനാ വേണ്ടാത്ത വർത്തമാനങ്ങളൊക്കെ?'' അജിതമ്മ ചോദിച്ചു.

''ഇത്രയേ ചോദിച്ചൊള്ളൂ. ഇവക്കിഷ്ടമില്ലെങ്കി എന്തിനാ ഇപ്പളേ പിടിച്ച് കെട്ടിക്കണേന്ന്. ഇവളെന്നതേലും പേരുദോഷം കേൾപ്പിച്ചോ? ആരടെങ്കിലും കൂടെ ചാടിപ്പോകുംന്ന് പറഞ്ഞോ? ഏതെങ്കിലും ഒരുത്തനുമായിട്ട് ശൃംഗരിക്കാൻ പോയോ? ഇവളൊരു തെറ്റും ചെയ്തിട്ടില്ലല്ലോ ആരോടും. പിന്നെന്നാ പ്രശ്നം?''

''എന്നാ അമ്മ ഇവിടെനിന്ന് പ്രസംഗിക്ക്. എല്ലാരും കേക്കട്ടെ.''

''ഞാൻ പറയും. പറയാനൊള്ളത് എവിടേം പറയും. അന്യന്റെ കാര്യല്ല പറയണെ. ന്റെ മോന് ആദ്യംണ്ടായ കുഞ്ഞാ ഇവള്. എനിക്ക് പറയാൻ അവകാശംണ്ടായിട്ടാ.''

പിന്നെ തർക്കിക്കാൻ നിൽക്കാതെ അജിതമ്മ അവിടെനിന്നു പോയി.

''നിശ്ചയം കഴിഞ്ഞതൊന്നും സാരംല്ല. നിനക്കിഷ്ടല്ലെങ്കി നമുക്കിത് വേണ്ടെന്നു വെക്കാം. ഞാനെന്റെ മോനോട് പറയാം.''

''വേണ്ട അച്ഛമ്മേ. അച്ഛന് ഒരു ഉത്തരവാദിത്തോം ഇല്ലാത്തകൊണ്ടാ അമ്മ എന്റെ കല്യാണം ഇത്രേം പെട്ടെന്ന് നടത്തണെ. അച്ഛന്റെ കയ്യിൽ ഒരിക്കലുമില്ല നൂറു രൂപ തെകച്ചെടുക്കാൻ. അമ്മയല്ലേ എല്ലാം ചെയ്യണേ.''

അതോടെ ഓമനയമ്മയ്ക്കു വാക്ക് മുട്ടി.

തന്റെ മകൻ പിടിപ്പില്ലാത്തവനാണെന്ന് അവർക്കു നന്നായി അറിയാം. ഒരു കുടുംബം നടത്തിക്കൊണ്ടു പോകാനുള്ള ഉത്തരവാദിത്തമോ കഴിവോ പരിശ്രമശീലമോ ഇല്ല.

''ന്നാലും എന്റെ കുഞ്ഞിന് ഇപ്പളേ ഇതിനു സമ്മതിക്കേണ്ടി വന്നല്ലോ.'' ഓമനയമ്മ പരിതപിച്ച് പിൻവാങ്ങി.

പവിത്രയുടെ വിവാഹനിശ്ചയത്തിൽ സംബന്ധിക്കാനെത്തിയ ബന്ധുജനങ്ങൾ യാത്ര പറഞ്ഞ് നാനാവഴിക്കു പിരിഞ്ഞു.

കല്യാണത്തിയതി ആകുമ്പോഴേക്ക് ബാക്കി പണവും സ്വർണവും ശേഖരിക്കാനുള്ള തത്രപ്പാടിലായി സുദർശനനും അജിതമ്മയും. പഴയ സ്വർണം കുറച്ച് കയ്യിലുണ്ട്. പറഞ്ഞുവച്ച പതിനഞ്ചു പവനു പുറമേ ചെറുക്കനുവേണ്ടി മാലയും ചെറുക്കന്റെ അമ്മയ്ക്കു വളയും വാങ്ങിക്കൊടുക്കണം. അതാണ് ആചാരം. സ്വർണത്തിന്റെ കാര്യമെല്ലാം അജിതമ്മയുടെ സഹോദരൻ ശിവരാജൻ ആണ് ഏറ്റിരിക്കുന്നത്. പഴയ സ്വർണം ഉരുക്കി പുതുക്കിപ്പണിയാൻ ശിവരാജൻ സ്വർണപ്പണിക്കാരനെ ഏൽപിച്ചിട്ടുണ്ട്.

വിവാഹത്തിനു നാലുനാൾ മുൻപ് വെട്ടിപ്പറമ്പിൽനിന്ന് ഒരാൾ തീക്കോയി പഞ്ചായത്തുപടിയിലെത്തി സുദർശനന്റെ വീട് തിരക്കി വന്നു. അജിതമ്മയെ കണ്ട്, താൻ ജയപ്രകാശിന്റെ അയൽവാസിയാണെന്നു വെളിപ്പെടുത്തി. പേര് പറയാൻ അയാൾ മടിച്ചു.

''ഞാനൊരു കാര്യം പറയാൻ വന്നതാ. നിങ്ങടെ പെണ്ണിനെ വെട്ടിപ്പറമ്പിലേക്ക് കെട്ടിച്ചുവിടാൻ പോണെന്നു കേട്ടു. കൊന്നയ്ക്കലെ ജയപ്രകാശിനേം അവന്റമ്മ സുഭദ്രാമ്മയേം എനിക്കറിയാം.''

''എന്നതാ പറയാനുദ്ദേശിക്കുന്നെ?'' അജിതമ്മ ഇടയ്ക്കു കയറി.

''ആ തള്ളയൊരു നെറികെട്ട സ്ത്രീയാ. ഈ കല്യാണം നടക്കുവാണെങ്കി നിങ്ങടെ മോള് കുറച്ച് കണ്ണീര് കുടിക്കേണ്ടി വരും.''

''എന്താ കൊഴപ്പംന്നു പറ. ആ അമ്മേം മോനും മാത്രല്ലേയൊള്ളൂ. മൂത്ത മോളെ കെട്ടിച്ചയച്ചില്ലേ?''

''കൊഴപ്പം എന്താണെന്നു ഞാൻ പറയുന്നില്ല. ഞാനിത് പറയണ്ടാ പറയണ്ടാന്നു വിചാരിച്ചാ ഇത്രേം നാളും മിണ്ടാതിരുന്നെ. പക്ഷേങ്കി, ഒരു പെങ്കൊച്ചിന്റെ ഭാവിയല്ലേന്ന് ഓർക്കുമ്പം ഒരു മനസ്സാക്ഷിക്കുത്ത്.''

''ഇതിപ്പോ നിശ്ചയോം നടത്തി. കല്യണത്തിന് ഇനി മൂന്നു ദിവസമേയൊള്ളൂ. ഇനി എന്നാ ചെയ്യാനാ.''

''നിങ്ങടെ ഇഷ്ടംപോലെ ചെയ്തോട്ടോ.'' അയാൾ പേരുപോലും പറയാതെ വന്നപോലെ തിരിച്ചുപോയി.

അജിതമ്മ താടിക്കു കയ്യൂന്നി അയാള് പോയ ദിക്കിലേക്കു നോക്കി നിമിഷങ്ങളോളം നിന്നു. ഒരു ദീർഘനിശ്വാസമെടുത്ത് തിരിഞ്ഞപ്പോൾ വാതിൽപടിക്കു മീതെ പവിത്ര നിൽക്കുന്നതു കണ്ടു.

''എല്ലാ നാട്ടിലുമൊണ്ട് കല്യാണം മൊടക്കികൾ. ഊരും പേരും പറയാതെ ഇറങ്ങിക്കോളും.'' അജിതമ്മ പറഞ്ഞു.

പവിത്ര ഒരക്ഷരംപോലും ഉരിയാടാതെ മുറിയിലേക്കു തിരിഞ്ഞു നടന്നു.

തയ്യൽ മെഷീന്റെ സ്റ്റൂളിൽ പോയിരുന്നിട്ട് അജിതമ്മയ്ക്ക് ഇരിപ്പുറച്ചില്ല. ഇതുവരെ അവർ എവിടെയായിരുന്നു? അജിതമ്മ മുറിയിലങ്ങിങ്ങ് പതറിപ്പതറി നോക്കി. നിശ്ചയംപോലും കഴിഞ്ഞു. ക്ഷണിക്കേണ്ടവരെ ക്ഷണിച്ചു. ഒരു ലക്ഷം രൂപ ചെറുക്കന്റെ വീട്ടുകാർക്കു കൊടുത്തു. നാടുമുഴുവൻ അറിഞ്ഞു കഴിഞ്ഞു. ഇനി എന്താലോചിക്കാൻ! ഈ കല്യാണം വേണ്ടെന്നു വയ്ക്കാനോ? അയാൾ പറഞ്ഞതെല്ലാം കള്ളമാണെങ്കിലോ!

പിറ്റേന്ന് അജിതമ്മ ഞണ്ടുകല്ലിലെ തറവാട്ടിൽ പോയി ആങ്ങളമാരെയും അച്ഛനമ്മമാരെയും കണ്ട് വെട്ടിപ്പറമ്പിൽനിന്നു വന്നയാൾ പറഞ്ഞ സംഗതി വെളിപ്പെടുത്തി.

''അത് കല്യാണംമൊടക്കി തന്നെയാ. ഒറപ്പല്ലേ.'' ശിവരാജൻ അത് പുച്ഛിച്ചു തള്ളി.

അജിതമ്മയുടെ അച്ഛൻ സത്യാനന്ദൻ ആൺമക്കളെ വിളിച്ചിരുത്തി ഗൗരവമായി ചോദിച്ചു: ''നമ്മള് ഒന്നൂടെ അന്വേഷിക്കണോടാ മക്കളേ...''

''ഇനി അന്വേഷിച്ചിട്ടെന്നാ ചെയ്യാനാ? ഒരു ലക്ഷം രൂപ കൊടുത്തില്ലേ. അതിനി തിരിച്ചു കിട്ടുവോ? നിശ്ചയത്തിന് ഇരുപത്തയ്യായിരം രൂപ ചെലവായില്ലേ. അതെല്ലാം പാഴായിപ്പോകത്തില്ലേ?''

രമേശനും ശിവാനന്ദന്റെ അഭിപ്രായംതന്നെ ആയിരുന്നു.

''എടാ മക്കളേ... ഒന്നോ രണ്ടോ ലക്ഷം രൂപയാണോ അതോ നമ്മടെ കൊച്ചിന്റെ ജീവിതമാണോ വലുത്?'' സത്യാനന്ദൻ വീണ്ടുവിചാരത്തിൽ ചോദിച്ചു.

''അവൾടെ ജീവിതത്തിനിപ്പം എന്നാ പറ്റാനാ? നമ്മളവളെ കൊല്ലാൻ കൊടുക്കുകല്ലല്ലോ. കല്യാണം കഴിഞ്ഞാലും നമ്മളൊക്കെത്തന്നെയില്ലേ ഈ നാട്ടില്ത്തന്നെ. ചെറുക്കൻ അന്യനാട്ടുകാരനാണെങ്കി അവള് നമ്മടെ കൺവെട്ടത്തുനിന്ന് പോയല്ലോന്ന് വിചാരിക്കാം. ഇതങ്ങനെയല്ലല്ലോ. അവനും ഈ നാട്ടിൽത്തന്നെയല്ലേ. അവൾക്ക് ചോദിക്കാനും പറയാനും ആളൊണ്ടെന്ന് അവനും അറിയാല്ലോ.''

ശിവരാജന്റെ വാദം സത്യമാണെന്ന് ഒരുവേള സത്യാനന്ദനു തോന്നി.

''അതു മാത്രമല്ലച്ഛാ. അവളെ സംരക്ഷിക്കേണ്ട കടമ അവൾടെ ഭർത്താവിനല്ലേ. അവളെ നമ്മള് ഏതു കല്യാണം കഴിപ്പിച്ചാലും ശരി കെട്ടിക്കേറിച്ചെല്ലുന്ന വീട്ടിലൊരു അമ്മായിയമ്മ കാണും. അവരടെ സ്വഭാവം എങ്ങനെയായിരിക്കുംന്ന് നമുക്ക് അറിയാമ്പറ്റത്തില്ല. ചെലപ്പോ ഇതിനെക്കാളും മുറ്റായിരിക്കും.'' രമേശൻ അഭിപ്രായപ്പെട്ടു.

ആങ്ങളമാർ രണ്ടുപേരും തന്നെക്കാൾ ഇളയവരാണെങ്കിലും അവരുടെ വാക്കുകൾക്ക് അജിതമ്മ വിലകൊടുത്തിരുന്നു. അജിതമ്മയുടെ സംശയങ്ങളും ചിന്താക്കുഴപ്പങ്ങളും നീങ്ങി, മനസ്സു തെളിഞ്ഞു.

മാളുക്കുട്ടിയമ്മ മുകളിലേക്കു കണ്ണയച്ച് ഈശ്വരനെ ധ്യാനിച്ച് പറഞ്ഞു: ''ഭഗവാനേ, എന്നതാണോ എന്റെ കുഞ്ഞിന് വിധിച്ചിരിക്കുന്നെ.

കണ്ണേ പൊന്നേന്നു വിളിച്ച് വളത്തിയതാ. ഒന്നോ ഒന്നരയോ ലക്ഷം രൂപ പോയാലും പിന്നേം ജോലി ചെയ്ത് ഒണ്ടാക്കാം. ഒരു പെങ്കൊച്ചിന്റെ ഭാവി പോയാലോ.''

''ഭാവി എങ്ങോട്ടു പോകാനാ. അമ്മയൊന്നു മിണ്ടാതിരിക്കോ.'' ശിവരാജൻ നീരസപ്പെട്ടു. ''ഇതിപ്പം എത്രാമത്തെ കല്യാണാലോചനയാ. ഇതെങ്കിലും ഒന്നു നടന്നുകിട്ടണേന്ന് പ്രാർത്ഥിക്ക്.''

''എടാ മോനേ, ആ കുഞ്ഞിന്റെ തലേലോട്ട് എല്ലാരുംകൂടെ അടിച്ചേൽപിച്ച് കൊടുക്കുവല്ലേ. അവക്ക് പഠിക്കാനല്ലാരുന്നോ ഇഷ്ടം? ഇപ്പളേ കല്യാണം കഴിക്കണംന്ന് അവക്ക് അശേഷം ആഗ്രഹം ഇല്ലല്ലോ. അവളെ കാണുമ്പത്തന്നെ എല്ലാർക്കും എന്നാ സന്തോഷവാ. അവക്കും നമ്മളെയൊന്നും വിട്ടിട്ട് പോകാൻ ഒട്ടും ഇഷ്ടമല്ല. എന്നിട്ടും നമ്മളെല്ലാരുംകൂടെ അവളോട് വല്യ ഒരു തെറ്റ് ചെയ്യുവാണോന്നാ.''

''ദാ കെടക്കുന്നു!'' രമേശന് എന്തെന്നില്ലാത്ത ദേഷ്യം വന്നു. ''അമ്മയല്ലേ പറഞ്ഞത് പത്തൊൻപതു വയസ്സിനകത്ത് കല്യാണം നടത്തണമെന്നും അല്ലെങ്കി ഇരുപത്തൊൻപതിലേ നടക്കത്തൊള്ളെന്നും ജാതകത്തിലൊണ്ടെന്ന്.''

''ഞാനിനി ഒന്നും പറയുന്നില്ലേ ഭഗവാനേ. ന്റെ കുഞ്ഞിന് എല്ലാം നന്നായി വന്നാ മതിയാരുന്നു.''

സുദർശനന്റെ വീട്ടിൽവച്ച് വിവാഹം നടത്തിയാൽ മതിയെന്നാണ് തീരുമാനിച്ചിരുന്നത്. ക്ഷേത്രത്തിലോ കല്യാണമണ്ഡപത്തിലോ വച്ചു നടത്താൻ തുനിഞ്ഞാൽ ആർഭാടം കൂടും. അതനുസരിച്ച് ചെലവും കൂടും. കല്യാണത്തിനുള്ള ഓരോ രൂപയും നുള്ളിപ്പെറുക്കിയാണുണ്ടാക്കുന്നത്. ജയപ്രകാശിന് സ്ത്രീധനമായി ഒരു ലക്ഷം രൂപ കൊടുത്തിട്ട് തിരികെ വാങ്ങിയ ഇരുപത്തയ്യായിരം തീർത്തുകൊടുക്കാൻ ഇതുവരെ പറ്റിയിട്ടില്ല. രമേശൻ പതിനയ്യായിരം രൂപ കൊടുത്തിട്ട് ജയപ്രകാശിനോടു ക്ഷമാപണം നടത്തി.

''തെകഞ്ഞില്ല മോനേ. ബാക്കി പത്ത് കല്യാണത്തിന്റന്ന് തരാം. എല്ലാം നോക്കണ്ടേ.''

അപ്പോഴും ജയപ്രകാശ് വേവലാതി പൂണ്ടു. ''അമ്മയോടെന്നാ പറയുമെന്നാ...''

''അമ്മയറിയണ്ടെന്നേ.''

''അമ്മയ്ക്ക് എല്ലാം അറിയാം. അമ്മയോട് പറയാതെ ഒന്നും ചെയ്യാൻ പറ്റത്തില്ല.''

''കല്യാണത്തിന്റന്ന് ശരിയാക്കാമെന്നേ. ഞങ്ങളാരും കാശ് കയ്യിൽ വെച്ചോണ്ടിരിക്കുന്നോരല്ല. ലോണും ബാധ്യതകളും ഒക്കെ ഒള്ളവരാ. എന്തുമ്മാത്രം ഓടീട്ടാ ഈ പൈസയൊക്കെ ഒണ്ടാക്കുന്നെ.''

ജയപ്രകാശ് മറുപടി പറയാതെ വിഷണ്ണനായി നിന്നതേയുള്ളൂ.

പവിത്രയുടെ വീട്ടുമുറ്റത്ത് പന്തലിടാനുള്ള ഒരുക്കങ്ങൾ തുടങ്ങി. വിവാഹത്തിനു നാലു ദിവസം മുൻപേ അവളുടെ മാമൻമാരും മുത്തച്ഛനും കൊച്ചച്ഛനുമെല്ലാം എത്തിച്ചേർന്നു. വീട് ബഹളമുഖരിതമായി. വീട്ടുമുറ്റത്ത് പലയിടത്തായി അവൾ പലതരം പൂച്ചെടികൾ നട്ടു വളർത്തിയിരുന്നു. പനിനീർച്ചെടി മുതൽ പാതിരാമുല്ല വരെ. ആറ്റുനോറ്റ് ഓരോ ഇല വിരിയുന്നതും ഓരോ പൂ വിടരുന്നതും നോക്കി ആഹ്ലാദിച്ച് തൊട്ടുതലോടിയാണ് ഓരോ ചെടിയെയും അവൾ വളർത്തിയത്. ഒരൊറ്റ പൂവിറുക്കാൻ പോലും ആരെയും അവൾ അനുവദിച്ചിട്ടില്ല. ദീപ ഒരിക്കൽ ഒരു റോസാപ്പൂ പൊട്ടിച്ചതിന് വലിയ കലാപംതന്നെ വീട്ടിൽ സൃഷ്ടിച്ചിട്ടുണ്ട് അവൾ.

ഇപ്പോൾ പന്തലിടാൻ വേണ്ടി ആ പൂച്ചെടികളെല്ലാം ചവുട്ടിച്ചതയ്ക്കപ്പെടുകയോ വേരോടെ പിഴുതു മാറ്റുകയോ ചെയ്തിരിക്കുന്നു. പൂക്കളെല്ലാം ആരൊക്കെയോ ഇറുത്തു മാറ്റി. അത് തന്റെ ജീവിതമാണെന്ന് അവൾക്കു തോന്നി. മാമിമാരും ഇളയമ്മമാരുമൊക്കെ ഇടയ്ക്കിടെ ചോദിക്കുന്നുണ്ട്:

''ആ ചെറുക്കൻ നല്ലതല്ലേ. സുന്ദരനല്ലേ. വീടും നല്ലതാണെന്നാ കേട്ടത്. ഇത്രം അടുത്ത സ്ഥലത്തുന്ന് കിട്ടിയില്ലേ. പോകാനും വരാനും എന്തെളുപ്പം. ഇതൊക്കെ ഭാഗ്യായിട്ട് കണ്ടാ മതി.''

പവിത്ര തന്നത്താൻ ചോദിച്ചു: 'ഇത് ഭാഗ്യമാണോ?' ഇതിനെയാണോ ഭാഗ്യം എന്നു വിളിക്കേണ്ടത്. ഒരു പുരുഷൻ കഴുത്തിൽ താലി കെട്ടുന്നു. അവന്റെ വീട്ടിൽ ചെന്നു താമസിക്കുന്നു. അവിടത്തെ അടുക്കളപ്പണി ചെയ്യുന്നു. താൻ ജനിച്ചു വളർന്ന വീട് തന്റേതല്ലാതാകുന്നു. ആഗ്രഹിക്കുമ്പോൾ അച്ഛനെയും അമ്മയെയും കൂടപ്പിറപ്പുകളെയും കാണാൻ പറ്റില്ല. എന്തിനു വേണ്ടിയാണിത്? അതുമാത്രം എത്ര ചിന്തിച്ചിട്ടും അവൾക്കു മനസ്സിലായില്ല. മുതിർന്നവരെല്ലാം മാറിമാറി ഉപദേശിക്കുന്നുണ്ട്. ഉപദേശങ്ങളുടെ പരമ്പരയാണ്. പവിത്ര ചെവി വിട്ടുകൊടുത്ത് വെറുതെ ഇരുന്നു.

വിവാഹത്തിന്റെ അന്ന് അതിരാവിലെ അമ്പലത്തിൽ പോയി. തൊഴുതു. ശിവരാജനും മാളുക്കുട്ടിയമ്മയും ദീപയും പവിത്രയോടൊപ്പമുണ്ടായിരുന്നു. കല്യാണത്തിനുള്ള സ്വർണം കൊണ്ടുവരാൻപോയ രമേശൻ എത്തുന്നതും കാത്ത് ആശങ്കാഭരിതരായി ഇരിക്കുകയാണ് വീട്ടിലുള്ളവർ. ഇന്നലെയെങ്കിലും കിട്ടുമെന്ന് പ്രതീക്ഷിച്ചിരുന്ന സ്വർണം ഇതുവരെ കിട്ടിയിട്ടില്ല.

''ഈ രമേശനെവിടെപ്പോയി കെടക്കണ്. ഫോൺ വിളിച്ചിട്ട് എടുക്കുന്നുമില്ലല്ലോ?''

ശിവരാജൻ കയ്യിൽ ഫോണും പിടിച്ച് അസ്വസ്ഥനായി പന്തലിൽ കൂടി നടന്നു.

''സ്വർണം കൊണ്ടുവരാൻ പോയതല്ലേ. ഒറ്റയ്ക്കു വിട്ടത് ശരിയായില്ല. ആരെങ്കിലും കൂടെ പോകേണ്ടതാരുന്നു. കാലം തീരെ മോശമാ.

എന്തു ചെയ്യാനും മടിയില്ലാത്ത മനുഷ്യരും.'' ഓമനയമ്മ ആരോടെ ന്നില്ലാതെ പറഞ്ഞു.

രമേശൻ എത്തിയപ്പോൾ എട്ടുമണി കഴിഞ്ഞു. അയാൾ സ്കൂട്ടർ നിർത്തിയ ഉടനെ ശിവരാജൻ അനുജനെ തല്ലാൻ കയ്യോങ്ങിക്കൊണ്ടു ചെന്നു.

''ഫോൺ വിളിച്ചാ എടുക്കാണ്ടേടാ. ബാക്കിയൊള്ളോര് തീ തിന്നുവാ.''

''സാധനം കയ്യിലോട്ട് കിട്ടണ്ടേ ശിവേട്ടാ. ഇപ്പത്തരാം. ഇപ്പത്തരാം എന്നു പറഞ്ഞോണ്ടിരിക്കുവാ ഗണപതി. രാത്രി മുഴുവൻ ഒറക്കെള ച്ചിട്ട് വെളുക്കാറായപ്പഴേക്കും ഒറങ്ങിപ്പോയി. അതാ ഫോണെടുക്കാ ഞ്ഞത്.'' രമേശൻ പറഞ്ഞു.

ഗണപതിയാചാരി എന്ന സ്വർണപ്പണിക്കാരനാണ് പഴയ സ്വർണം ഉരുക്കി പുതിയത് പണിതു കാടുത്തത്.

ഇനി വേണം കല്യാണപ്പെണ്ണിനെ ഒരുക്കാൻ. പതിനൊന്നേകാലിനും പതിനൊന്നരയ്ക്കും ഇടയ്ക്കാണ് മുഹൂർത്തം.

''മാലയും വളയും കിട്ടിയിട്ടില്ല. അതു പത്തു മണിക്ക് എത്തിക്കാ മെന്നാ പറഞ്ഞേക്കുന്നെ.''

രമേശൻ കയ്യിലിരുന്ന പൊതി ശിവരാജനെ ഏൽപിച്ചു. ശിവരാജൻ അത് അജിതമ്മയെ വിളിച്ചു കൊടുത്തു.

''അത് സമയത്ത് കിട്ടുവോടാ? ചെറുക്കന്, പെണ്ണിന്റെ ആങ്ങള പന്തലിൽവച്ച് ഇട്ടുകൊടുക്കേണ്ട മാലയാ. വള ചെറുക്കന്റെ വീട്ടിലേക്കു പെണ്ണ് വലതുകാൽവച്ചു കേറുമ്പോ അമ്മായിയമ്മയ്ക്ക് ഇട്ടു കൊടു ക്കേണ്ടതും.'' ശിവരാജൻ അനുജനോടു ചോദിച്ചു.

''ഇവിടെത്തിച്ചു തരും ഗണപതി. പേടിക്കണ്ട.'' രമേശൻ ഉറപ്പു നൽകി.

പത്തുമണി കഴിഞ്ഞപ്പോൾ മാലയും വളയുമെത്തി. അതിഥികൾ എത്തിക്കൊണ്ടേയിരുന്നു. പതിനൊന്നു മണിയോടെ പ്രതിശ്രുതവരനും ബന്ധുമിത്രാദികളും ടെമ്പോ വാനുകളിലും ബൈക്കുകളിലും കാറു കളിലുമായി എത്തിച്ചേർന്നു. പന്തൽ അതിഥികളെക്കൊണ്ടു നിറഞ്ഞു കവിഞ്ഞു. ഫോട്ടോഗ്രഫർമാരും വീഡിയോഗ്രാഫർമാരും അവരുടെ സജ്ജീകരണങ്ങളുമായി പന്തലിലുണ്ടായിരുന്നു.

കാറിൽനിന്നിറങ്ങിയ വരനെ പലകയിട്ട് കാലുകഴുകിച്ച് മാലയിട്ട് പന്തലിലേക്കു സ്വീകരിച്ചിരുത്തി. പലകയിട്ട് തട്ടുണ്ടാക്കി, സ്റ്റേജ് നിർ മിച്ച് പൂക്കളും പൂമാലകളും താലങ്ങളും നിലവിളക്കുകളും നിറപറയും ചെറുപറയും വച്ച് കമനീയമായി അലങ്കരിച്ച കതിർമണ്ഡപം. ആദ്യം വരനെ മുല്ലപ്പന്തലിലേക്ക് ആനയിച്ചു. അൽപം കഴിഞ്ഞപ്പോൾ സർവ്വാ ഭരണവിഭൂഷിതയായി മുല്ലപ്പൂ ചൂടി, കൈയിൽ താലവുമേന്തി വധുവി നെയും എത്തിച്ചു.

നിശ്ചയിച്ച മുഹൂർത്തത്തിൽതന്നെ കന്യാദാനവും പരസ്പരം പൂമാല ചാർത്തലും താലികെട്ടും. ചടങ്ങുകൾ മുറപ്രകാരം ഓരോന്നായി കഴിഞ്ഞു. പന്തലിൽ സദ്യയ്ക്ക് ഇല നിരത്തിയതോടെ ഊണിന്റെ ബഹളമായി.

ഊണും ഫോട്ടോ എടുപ്പും വിഡിയോ ഷൂട്ടിങ്ങും എല്ലാം കഴിഞ്ഞ് വധൂവരന്മാർ വധൂഗൃഹത്തിൽനിന്ന് ഇറങ്ങേണ്ട സമയമായി. പവിത്രയും ജയപ്രകാശും കാറിനരികിലെത്തി. യാത്രാമൊഴി നൽകാൻ വന്ന അജി തമ്മയും ദീപയും സങ്കടപ്പെട്ട് കണ്ണുനിറഞ്ഞു നിന്നു. തൊട്ടുപിറകെ മുത്തശ്ശിയും ശിവരാജനും രമേശനും സത്യാനന്ദനും വന്നു. ഓമനയമ്മ പവിത്രയുടെ മുഖത്തേക്കുതന്നെ നോക്കിക്കൊണ്ടു നിന്നു. പവിത്ര യുടെ മുഖത്ത് നിർവികാരതയായിരുന്നു. അമ്മയുടെ മുഖത്തേക്ക് അവൾ നോക്കുകപോലും ചെയ്തില്ല.

പതിനഞ്ചു മിനിറ്റിനുള്ളിൽ കാർ കൊന്നയ്ക്കൽ ജയപ്രകാശിന്റെ വീടിനു മുന്നിലെത്തി. കാറിൽനിന്ന് ഇറങ്ങിയെങ്കിലും ജ്യോത്സ്യർ കുറിച്ചുകൊടുത്ത സമയം ആയിട്ടില്ലാത്തതിനാൽ പവിത്രയ്ക്ക് അയൽ പക്കത്തെ വീട്ടുമുറ്റത്ത് ഒന്നര മണിക്കൂറോളം കാത്തിരിക്കേണ്ടി വന്നു. ജയപ്രകാശ് അവളെ ഒരു കസേരയിൽ ഇരുത്തിയിട്ട് കൂട്ടുകാർക്കൊപ്പം അങ്ങിങ്ങ് നടന്നു.

വീട്ടിലേക്കു വലതുകാൽ വച്ചു കേറേണ്ട സമയമായപ്പോൾ പവി ത്രയും ജയപ്രകാശും ഉമ്മറത്തേക്കു ചെന്നു. സുഭദ്രാമ്മയും ബന്ധു ക്കളും നവവരനെയും വധുവിനെയും കാൽ കഴുകിച്ച് നിലവിളിക്കു കൊടുത്ത് സ്വീകരിച്ചു. പവിത്ര വലതുകാൽ വച്ച് കൊന്നയ്ക്കൽ തറ വാട്ടിലേക്ക് ജയപ്രകാശിന്റെ വധുവായി പ്രവേശിച്ചു.

തിരക്കിനിടയിൽ പവിത്ര, വീട്ടുകാർ പറഞ്ഞേൽപിച്ച ഒരു കാര്യം ചെയ്യാൻ വിട്ടുപോയി. സുഭദ്രാമ്മയ്ക്ക് കയ്യിൽ ഇട്ടുകൊടുക്കേണ്ട വള ഇടാൻ മറന്നു. ഒന്നൊന്നര മണിക്കൂറിനുശേഷമാണ് അവൾക്ക് വള യുടെ കാര്യം ഓർമ വന്നത്. അവൾ അപ്പോൾത്തന്നെ സുഭദ്രാമ്മ യോടു ക്ഷമാപണം നടത്തി വള എടുത്തു. വീഡിയോഗ്രഫറും ഫോട്ടോ ഗ്രാഫറും അവരുടെ സാധനസാമഗ്രികൾ ചുരുട്ടിക്കെട്ടി വണ്ടിയിൽ കയറ്റിക്കഴിഞ്ഞിരുന്നു. സുഭദ്രാമ്മ അവരെ തിരികെ വിളിച്ചു.

''മരുമോള് വളയിടാൻ മറന്നു പോയി. ഇതിന്റെ പടം കൂടി ഒന്നെടു ത്തോളണേ. ആൽബത്തിൽ കാണേണ്ടതല്ലേ.''

ഫോട്ടോഗ്രാഫറും വീഡിയോഗ്രാഫറും നീരസപ്പെട്ട് വീണ്ടും ക്യാമറ കൊണ്ടുവന്ന് പവിത്ര, സുഭദ്രാമ്മയുടെ കൈയിൽ വളയിട്ടു കൊടു ക്കുന്ന ദൃശ്യങ്ങൾ ഒപ്പിയെടുത്തു.

സുഭദ്രാമ്മയുടെ ബന്ധുക്കളായ സ്ത്രീകൾ, പവിത്രയുടെ ആഭരണ ങ്ങൾ തൊട്ടും പിടിച്ചും ഭംഗി നോക്കിക്കൊണ്ടും ഇതൊക്കെ ഏതു ജ്വല്ലറിയിൽനിന്നെടുത്തു എന്നു തിരക്കിക്കൊണ്ടും അവളെ ചുറ്റിപ്പറ്റി നിന്നു.

സുഭദ്രാമ്മയും മരുമകളുടെ ആഭരണങ്ങൾ പരിശോധിച്ചു. എന്നിട്ടു പറഞ്ഞു: ''ഇതു പണിഞ്ഞ സ്വർണപ്പണിക്കാരനെ സമ്മതിക്കണം. അവൻ ഉള്ളിത്തൊലി കൊടുത്താ അതുകൊണ്ട് പണിഞ്ഞു തരും മാലേം കമ്മലും വളേം.''

കേട്ടുനിന്നവർ ഒച്ചവച്ചു ചിരിച്ചു.

സ്വർണപ്പണിക്കാരൻ എന്തോ കുറ്റം ചെയ്തുവെന്നാണ് പവിത്ര യ്ക്ക് ആദ്യം തോന്നിയത്.

''ഈ വളേം മൊട്ടത്തോടുകൊണ്ട് ഒണ്ടാക്കിയ പോലിരിക്കുന്നല്ലോ.'' സുഭദ്രാമ്മയ്ക്ക് പവിത്ര ഇട്ടുകൊടുത്ത വള പിടിച്ചുനോക്കിയിട്ട് ഒരു സ്ത്രീ പരിഹാസത്തിൽ പറഞ്ഞു.

പവിത്ര മുറിയിൽ കയറി കട്ടിലിൽ ഇരുന്നു. ജയപ്രകാശ് മുറ്റത്ത് കൂട്ടുകാരോടു സംസാരിച്ചു നിൽക്കുന്നത് ജനലിൽക്കൂടി കാണാം.

കുറെ കഴിഞ്ഞപ്പോൾ എന്തോ സാധനം ദേഹത്തു വീണ് പവിത്ര ഞെട്ടിത്തിരിഞ്ഞു.

വാതിൽക്കൽ സുഭദ്രാമ്മ!

അവർ എറിഞ്ഞ വള ദേഹത്തുകൊണ്ട് തെറിച്ചു തറയിൽ വീണു രുണ്ടു.

''ആർക്കുവേണം? ഇപ്പഴേ അത് ചുളുങ്ങി. വള ഒണ്ടാക്കിക്കൊണ്ടു വന്നിരിക്കുന്നു.''

സുഭദ്രാമ്മ വെട്ടിത്തിരിഞ്ഞ് നടന്നുപോയി.

ഒമ്പത്

നേരം സന്ധ്യയായി.

പവിത്ര എന്തു ചെയ്യണമെന്നറിയാതെ മുറിയിൽത്തന്നെ നിന്നു. ജയപ്രകാശിന്റെ ബന്ധുക്കളുടെ ഗണത്തിൽപെട്ട സ്ത്രീകളിൽ ചിലരും പെൺകുട്ടികളും ഇടയ്ക്കിടെ മുറിയിൽ കയറി വരും. എന്തെങ്കിലും ചോദിക്കും. പവിത്ര ഉവ്വ് അല്ലെങ്കിൽ ഇല്ല എന്നു മറുപടി പറയും. ഒരു സ്ത്രീവന്ന് ചായ വേണോ എന്നു ചോദിച്ചു. ദാഹംകൊണ്ടു തൊണ്ട വരണ്ടിരുന്നെങ്കിലും 'വേണ്ട' എന്നു പവിത്ര പറഞ്ഞു.

ആരോ വീടിന്റെ പൂമുഖത്ത് വിളക്കു വച്ചു. നിലവിളക്കിനു മുന്നിലിരുന്ന് ഒരു പെൺകുട്ടി നാമം ജപിച്ചു തുടങ്ങി. അതെല്ലാം പെട്ടെന്നു കഴിഞ്ഞു. പ്രായംചെന്ന ഒരു സ്ത്രീ പവിത്രയ്ക്ക് ഒരു ഗ്ലാസ് വെള്ളം കൊണ്ടവന്നു കൊടുത്തു. അവൾ അതു വാങ്ങി ഒറ്റ വീർപ്പിനു കുടിച്ചു തീർത്തു.

ഏതോ അന്യഗൃഹത്തിൽ, അപരിചിതർക്കിടയിൽ എന്തുചെയ്യണമെന്നറിയാതെ പവിത്ര നിലകൊണ്ടു. കഴുത്തിൽ വരണമാല്യമണിയിച്ച പുരുഷനെ കാണാനേയില്ല. പവിത്ര കട്ടിലിൽ ഇരുന്നു. അൽപം കഴിഞ്ഞപ്പോൾ സുഭദ്ര വന്നു നോക്കി.

"ആങ്ഹാ. നേരമിരുട്ടുമ്പോഴേക്കും കട്ടിലിലോട്ട് കേറിയോ?"

പവിത്ര പിടഞ്ഞെഴുന്നേറ്റു.

"വീട്ടിലുള്ളവരോടു മിണ്ടീം പറഞ്ഞും നിക്കാനൊള്ളതിനു പകരം, വന്നപ്പം മൊതൽക്ക് മുറിക്കകത്തു കേറി നിക്കുവാ."

സുഭദ്ര തിരികെ പോയി.

പവിത്രയ്ക്ക് ആ വീട്ടിൽനിന്നിറങ്ങി എങ്ങോട്ടെങ്കിലും ഓടണമെന്നു തോന്നി. ഇരുട്ടാണ്. എവിടെങ്കിലും പോയി ഒളിച്ചുനിൽക്കാം. ഇവരെല്ലാവരുംകൂടി ടോർച്ചും പന്തങ്ങളുമായി തിരക്കി ഇറങ്ങട്ടെ.

പവിത്ര മുറിയിൽനിന്ന് ഇറങ്ങാൻ ഭാവിക്കുമ്പോഴേക്കും ജയപ്രകാശ് വാതിൽക്കലെത്തി. പവിത്ര വിരണ്ട് നിൽക്കുന്നതുകണ്ട് അയാൾ ചോദിച്ചു: "എന്നാ പറ്റി?"

''ഒന്നൂല്ല.'' പവിത്രയ്ക്ക് എന്തെന്നില്ലാത്ത ആശ്വാസം.

അവളുടെ കയ്യിൽ വള ഇരിക്കുന്നതുകണ്ട് ജയപ്രകാശ് തിരക്കി:

''ഇതെന്നാ വളയൂരി കയ്യിൽ പിടിച്ചേക്കുന്നെ?''

ഒന്നുമില്ലെന്ന് പവിത്ര ചുമൽ കൂച്ചി.

പക്ഷേ, അപ്പോഴേക്കും കണ്ണിൽ വെള്ളം നിറഞ്ഞു. ജയപ്രകാശിന്റെ പിന്നാലെ വന്ന സുജിത ജയപ്രകാശിനോട് പതിയെ പറഞ്ഞു: ''അമ്മായി വളയൂരി ഒറ്റയേറ്. അതിന് കനം കൊറവാണെന്ന്.''

''ആന്നോ?'' ജയപ്രകാശ് പവിത്രയെ നോക്കി.

പവിത്ര മിണ്ടുന്നില്ല. നിറകണ്ണുകളോടെ നിൽക്കുകയാണ്.

''അമ്മേ...'' ജയപ്രകാശ് വിളിച്ചു.

സുഭദ്ര എങ്ങുനിന്നോ പാഞ്ഞു വന്നു.

''എന്നാടാ?''

''വളേടെ കേസെന്നതാ?''

''ആങ്ഹാ... തൊടങ്ങിയോ തലേണമന്ത്രം. വലതുകാൽവച്ച് ഇങ്ങോട്ടു കേറിയില്ലല്ല്.''

''എന്നോട് സുജിതയാ പറഞ്ഞത്. അമ്മ ഈ വള വലിച്ചെറിഞ്ഞെന്ന്, പവിത്രേടെ ദേഹത്തോട്ട്. വെറുതെ എന്തിനാ വേണ്ടാത്ത വർത്തമാനം പറയുന്നെ?''

''നിന്റെ കല്യാണം ഇന്നങ്ങോട്ട് കഴിഞ്ഞതല്ലേയൊള്ളൂ. അപ്പോഴ്ക്കും നീ ഇവൾടെ സൈഡ് പിടിക്കാൻ തൊടങ്ങിയോ. ഇനി നിനക്ക് പെറ്റ തള്ളയെ വേണ്ടെന്നായിരിക്കും.''

സുഭദ്ര ഒച്ചയെടുക്കുന്നതു കേട്ട് വീട്ടിലുണ്ടായിരുന്ന സ്ത്രീജനങ്ങൾ അങ്ങോട്ടെത്തി.

''എന്നതാ സുഭദ്രേ ഇത്. ആ പെങ്കൊച്ചിങ്ങോട്ട് കേറി വന്നതല്ലേയൊള്ളൂ. അപ്പോഴേക്കും തൊടങ്ങിയോ അതിനോട് പോര്? അത് വെരണ്ടു നിക്കണ നിപ്പ് കണ്ടാ കൊച്ചല്ലേടീ സുഭദ്രേ അത്. അതിനെന്നാ അറിയാം.''

സുഭദ്രയുടെ ചേച്ചി സുമിത്ര അനുജത്തിയെ ശാസിച്ചു.

''അല്ല, ഞാനെന്നാ ചെയ്തെന്നാ. ഈ വള കണ്ടോ?'' ജയപ്രകാശിന്റെ കയ്യിലിരുന്ന സ്വർണവള സുഭദ്ര തട്ടിപ്പറിച്ചു കാണിച്ചു. ''ഇത് ഒരു പവൻ തെകച്ചൊണ്ടോ? എന്നെ നാണം കെടുത്താൻ വേണ്ടി. ഇവൾടെ കഴുത്തേലും കയ്യേലും കെടക്കണ ഉരുപ്പടി കണ്ടോ? ഏതു തട്ടാനെക്കൊണ്ട് ഇങ്ങനെ പാടേം പതിരുംപോലെ പണിയിച്ചെടുക്കുന്നു. ഞാൻ പറഞ്ഞതാണോ കുറ്റം?''

''അതിന്റെ കനോം പണിത്തരോം ഒന്നും നമ്മള് നോക്കണ്ടല്ലോ സുഭദ്രേ. പറഞ്ഞത്രേം പവൻ ഒണ്ടോന്നു നോക്കിയാപ്പോരെ?''

‘‘എന്നതായാലും സമ്മതിച്ചിരിക്കുന്നു. നല്ല തൊലിക്കട്ടിയുള്ള കൂട്ടരാ.’’

ജയപ്രകാശ് അമ്മയുടെ മുഖത്തേക്കു നോക്കി അന്തംവിട്ടു നിൽക്കുകയാണ്. അയൽക്കാരോട് അമ്മ വഴക്കിടുന്നത് അയാൾ കണ്ടിട്ടുണ്ട്. വേലിക്കപ്പുറത്ത് ഒരു ചെറിയ പറമ്പുണ്ടായിരുന്നു. അമ്മ അവിടെ വേസ്റ്റ് കൊണ്ടുപോയി ഇടും. ആ പറമ്പ് ഒരു കൂട്ടർ വാങ്ങി വീടുവച്ചശേഷവും അമ്മ വേലിക്കപ്പുറത്തേക്കു വേസ്റ്റ് തള്ളും. പുതിയ ഉടമസ്ഥർ അത് ഇനി പറ്റില്ലെന്നു പറഞ്ഞപ്പോൾ അമ്മ അവരോട് പറഞ്ഞ ന്യായം അയാൾ കേട്ടിട്ടുണ്ട്. ഞങ്ങള് പണ്ടുമതലേ അവിടെ ഇട്ടോണ്ടു പോന്നതാണെന്ന്. ഇപ്പുറത്ത്, കിഴക്കുംഭാഗത്തെ വേലിക്കപ്പുറത്തോട്ട് ആരെങ്കിലും ഒരു പഴത്തൊലി ഇട്ടാൽ അമ്മ ചീറിക്കൊണ്ടു ചെല്ലുന്നതും അവൻ കണ്ടിട്ടുണ്ട്.

‘‘ആങ്ഹാ, ഞങ്ങടെ വേലിക്കകത്തോട്ടാണോ നിങ്ങടെ ചീഞ്ഞതും നാറിയതുമൊക്കെ വലിച്ചെറിയുന്നെ.’’

ജയപ്രകാശ് പവിത്രയെ നോക്കി. അവളുടെ കണ്ണുകളെ പൊതിഞ്ഞ് രണ്ടു വലിയ ജലപാളികൾ. സുഭദ്ര പിന്നെ ഒന്നും മിണ്ടാതെ വളയും കൈയിൽ പിടിച്ച് വെട്ടിത്തിരിഞ്ഞങ്ങ് പോയി.

താൻ ചെയ്ത തെറ്റ് എന്തെന്നു പവിത്രയ്ക്ക് അപ്പോഴും മനസ്സിലായില്ല. ഒരു നരകത്തിലേക്ക് താൻ എറിയപ്പെട്ടുവോ? സ്വർഗമെല്ലാം തനിക്കു നഷ്ടപ്പെട്ടുവോ?

‘‘എടാ മോനേ, എന്തേലും പറഞ്ഞ് ആ കൊച്ചിനെ ഒന്നാശ്വസിപ്പിക്ക്. അതു കരയുന്നതു കണ്ടില്ലേ.’’

സുമിത്ര ജയപ്രകാശിനോടു പറയുന്നതുകേട്ട് പവിത്ര ഞെട്ടി. താൻ കരഞ്ഞോ? അവൾ കവിളത്തു കൈപ്പടം വച്ചു. ഉവ്വ്. നനഞ്ഞിരിക്കുന്നു. അവൾ സാരിത്തലപ്പുകൊണ്ടു പെട്ടെന്ന് കവിൾത്തടങ്ങൾ ഒപ്പി.

ജയപ്രകാശ് അവളുടെ കൈമുട്ടിൽ പിടിച്ചു.

‘‘ആ കട്ടിലേലോട്ട് ഇരിക്ക്.’’

അയാൾത്തന്നെ അവളെ പിടിച്ചിരുത്തി. അരികെ ജയപ്രകാശും ഇരുന്നു.

‘‘അമ്മയ്ക്ക് ചെലനേരത്തു മൂക്കത്താ ദേഷ്യം. പക്ഷേ, അതൊന്നും സാരമാക്കണ്ട. സ്നേഹിച്ചാ അമ്മ നല്ലതാ.’’ ജയപ്രകാശ് പറഞ്ഞു.

പവിത്രയ്ക്ക് അതൊന്നും ആശ്വാസമായി തോന്നിയില്ല.

‘‘മുഷിഞ്ഞോ?’’ ജയപ്രകാശ് ചോദിച്ചു.

എന്തു പറയണമെന്ന് അറിയാത്തതുകൊണ്ട് അവൾ മൂളി.

രാത്രി അത്താഴം കഴിക്കേണ്ട നേരമായപ്പോൾ ജയപ്രകാശിന്റെ സഹോദരി ജ്യോതി വന്നു വിളിച്ചു.

‘‘ഇങ്ങനിരുന്നാ മതിയോ. വെശപ്പില്ലേ രണ്ടു പേർക്കും. പവിത്രയ്ക്കു

കുളിക്കണോ? പകലുമുഴുവൻ അങ്ങോട്ടുമിങ്ങോട്ടും നടന്നു വിയർത്തിരിക്കുവല്ലേ. വേണെങ്കിലൊന്ന് മേലുകഴുകിക്കോ.''

മാറാനുള്ള ഡ്രസ്സ് കൊണ്ടുവന്ന പെട്ടി എവിടെയാണെന്നുപോലും പവിത്രയ്ക്ക് അറിയില്ല. അത് ജയപ്രകാശ് കൊണ്ടുകൊടുത്തു.

പവിത്ര കുളിമുറിയുടെ വാതിൽ തുറന്നു നോക്കി. വൃത്തിയുള്ള ടോയ്ലെറ്റ്. കോമൺ ടോയ്ലെറ്റാണ്. ഹാളിൽനിന്നാണു വാതിൽ. ജയപ്രകാശ് കൊടുത്ത തോർത്തുമായി പവിത്ര കുളിമുറിയിലേക്കു കയറാനൊരുങ്ങിയതും പിന്നിൽനിന്ന് സുഭദ്രയുടെ ഒച്ച ഉയർന്നു:

''പിന്നേ... അതിനകത്ത് മുള്ളാനും തൂറാനുമൊന്നും പറ്റത്തില്ല കേട്ടോ. അതിനൊക്കെ പൊറത്തെ കക്കൂസിപ്പൊയ്ക്കോളണം.''

പവിത്ര ഞെട്ടിത്തരിച്ചു നിന്നുപോയി.

ഹാളിൽ കണ്ടും കേട്ടും ആറേഴുപേർ നിൽപ്പുണ്ട്. പവിത്രയ്ക്കു നിന്നനിൽപ്പിൽ ഭൂമിക്കടിയിലേക്കു താണുപോയാൽ മതിയെന്നായി.

''എന്നാ ചീഞ്ഞ വർത്തമാനവാ അമ്മേ ഈ പറയുന്നെ. അമ്മയ്ക്കു നാണമില്ലേ.'' ജ്യോതി ഒച്ചയെടുത്ത് സുഭദ്രയെ ശാസിച്ചു.

''ഞാനൊള്ളതല്ലേ പറഞ്ഞൊള്ളൂ. പറയണ്ടായോ. ആ യൂറോപ്യന്റെ ക്ലോസെറ്റ് കൊണ്ടുവച്ചിട്ടൊണ്ടെന്നുവച്ച് നമ്മളാരും അത് തൊറന്നു നോക്കീട്ടുപോലുമില്ലല്ലോ.'' സുഭദ്ര പറഞ്ഞു.

പവിത്ര കുളിമുറിയിലേക്കു കയറി വാതിലടച്ചു. അതിന്റെ ചുമരിലേക്കു ചാരി നിന്നു. അവൾക്കു പൊട്ടിക്കരയണമെന്നു തോന്നി. അവൾ ദീർഘമായി ശ്വാസം വലിച്ചെടുത്ത് വീർപ്പടക്കിപ്പിടിച്ചു നിന്നു.

അഞ്ചു മിനിറ്റ് തികഞ്ഞില്ല, വസ്ത്രം മാറാൻ തുടങ്ങുമ്പോഴേക്കും വാതിലിൽ മുട്ടുന്നതുകേട്ട് അവൾ ഞെട്ടി.

''കഴിഞ്ഞില്ലേ ഇതുവരെ. എത്രനേരം വേണം?'' സുഭദ്രയുടെ സ്വരം.

ആ സ്ത്രീക്കു ഭ്രാന്താണോ? പവിത്രയ്ക്ക് അങ്ങനെയും ഒരു സംശയം തോന്നി. നേർബുദ്ധിയുള്ള ഒരമ്മ ഇങ്ങനെയൊക്കെ പെരുമാറുമോ? തന്റെ അമ്മയെ പവിത്ര ഓർത്തുപോയി. ഒരിക്കലും ആരോടും അമ്മയിങ്ങനെ സംസാരിക്കില്ല.

പവിത്ര വേഗം മേൽ കഴുകി പുറത്തിറങ്ങി. കുറച്ചു മുൻപുവരെ നല്ല വിശപ്പുണ്ടായിരുന്നു. ഇപ്പോൾ അവൾക്ക് ആ തീ അണഞ്ഞതുപോലായി. മറ്റുള്ളവരുടെ മുന്നിലേക്കു ചെല്ലാൻ മടി.

ജയപ്രകാശ് അവളെ കൂട്ടിക്കൊണ്ടുപോയി ഊണുമേശയ്ക്കരികെ ഇരുത്തി. ജ്യോതിയാണ് രണ്ടുപേരുടെയും പ്ലേറ്റിലേക്കു വിളമ്പിയത്.

''മതി... മതി... കൊറച്ചു മതി.''

പവിത്ര നിസ്സഹായതയോടെ പറഞ്ഞുകൊണ്ടിരുന്നു. ചോറും കറികളുംകൊണ്ട് പ്ലേറ്റ് നിറഞ്ഞു. അതിന്റെ പകുതിപോലും അവൾക്കു

കഴിക്കാൻ പറ്റുമായിരുന്നില്ല. കുറച്ചു കഴിച്ചപ്പോഴേക്കും മതിയായി. അതു കണ്ടയുടനെ സുഭദ്ര പറഞ്ഞു: ''കൊഴച്ചിട്ടിട്ട് എണീറ്റു പോകല്ലേ. അവനവന് ആവശ്യമൊള്ളത് എടുത്താ മതിയാരുന്നല്ലോ.''

താനെടുത്തതാണോ? പവിത്ര ഇതിനുമുൻപൊന്നും ഇത്തരം പ്രതിസന്ധികളെ അഭിമുഖീകരിച്ചിട്ടില്ല. അവൾ കുറേക്കൂടി വാരിക്കഴിക്കാൻ ശ്രമിച്ചു. അപ്പോഴേക്കും ഓക്കാനം വന്നു. അവൾ വായ് പൊത്തിക്കൊണ്ടു വാഷ്ബേസിനിലേക്കു പോകുന്നതുകണ്ട് സുഭദ്ര തുറിച്ചു നോക്കിക്കൊണ്ടിരുന്നു.

''എന്നതേലും കൊഴപ്പംണ്ടോ ആവോ?'' താടിക്കു കയ്യൂന്നിക്കൊണ്ട് സുഭദ്ര സംശയം പ്രകടിപ്പിച്ചു.

''എന്തു കൊഴപ്പമാടീ?'' സുമിത്ര ചോദിച്ചു.

''ഭക്ഷണം കഴിക്കുമ്പം ഓക്കാനം വരുന്നതെന്തുകൊണ്ടാ?''

''വേണ്ടാതീനം പറയല്ലേ സുഭദ്രേ. അതിന് കഴിക്കാൻ പറ്റാത്തത്രേം അതിന്റെ വായിലോട്ട് കുത്തിക്കേറ്റീട്ട് ദുഷിച്ച് പറയുന്നോടീ.'' സുമിത്ര ചോദിച്ചു.

പവിത്രയുടെ അടുത്ത ദൗത്യം പാൽ ഗ്ലാസുമായി മണിയറയിലേക്കു വരിക എന്നതായിരുന്നു. മണിയറ എന്നു പറയാനൊന്നുമില്ല. ജയപ്രകാശിന്റെ മുറി. പുതിയ ബെഡ്ഡും തലയിണയും കട്ടിലിൽ രണ്ടുമുഴം നീളത്തിൽ മുല്ലപ്പൂ.

പാൽ പകുതി കുടിച്ചിട്ട് ജയപ്രകാശ് നീട്ടിയപ്പോൾ പവിത്ര പറഞ്ഞു:

''വേണ്ട. ഓക്കാനിക്കും.''

''ഒരിത്തിരി കുടിക്ക്.'' ജയപ്രകാശ് പാൽഗ്ലാസ് ചുണ്ടോടു ചേർത്തു.

ഇന്നേവരെ മറ്റൊരാൾ കുടിച്ചതിന്റെ ബാക്കി കുടിച്ചിട്ടില്ല. മറ്റൊരാൾ കയ്യിട്ട ആഹാരം കഴിച്ചിട്ടില്ല. മറ്റൊരാളോടൊപ്പം കിടക്ക പങ്കിട്ടിട്ടില്ല. പുതിയ കട്ടിൽ വാങ്ങിയപ്പോൾ ദീപയെക്കൂടി കൂടെ കിടത്തണമെന്ന അമ്മയുടെ നിർദേശം സ്വീകാര്യമല്ലാഞ്ഞ് ദീപയ്ക്കു കട്ടിൽ വിട്ടുകൊടുത്തു നിലത്തു പായ് വിരിച്ചുള്ള കിടപ്പ് തുടർന്നവളാണ് പവിത്ര.

പവിത്ര ആ പാൽ അൽപം കുടിച്ചു. ഓക്കാനിക്കാൻ വന്നത് അവൾ കടിച്ചമർത്തി.

''എന്തെങ്കിലും വയ്യായ്കയുണ്ടോ?'' ജയപ്രകാശ് ചോദിച്ചു.

''തലവേദനയുണ്ട്.'' പവിത്ര പറഞ്ഞു.

''കിടന്നോ.''

പവിത്ര മടിച്ചിരുന്നു.

ജയപ്രകാശ് നിർബന്ധിച്ചപ്പോൾ അവൾ കിടന്നു. അയാൾ അവളുടെ നെറ്റിയിൽ കൈപ്പടം വച്ചു നോക്കി.

''ചൂടുണ്ടല്ലോ. പനീടെ ലക്ഷണമാണോ?''

ജയപ്രകാശ് എഴുന്നേറ്റുപോയി എവിടുന്നോ വിക്സിന്റെ ഒരു കുഞ്ഞു ഡെപ്പി എടുത്തുകൊണ്ടു വന്നു. അതിൽനിന്ന് അൽപം തോണ്ടി അവളുടെ നെറ്റിയിൽ പുരട്ടി.

''അമ്മ എന്തേലുമൊക്കെ പറയും. കണക്കാക്കണ്ട.''

ജയപ്രകാശ് ആശ്വസിപ്പിക്കാൻ ശ്രമിച്ചു. എന്നിട്ട് തലയണമേൽ കൈമുട്ടൂന്നി പവിത്രയുടെ മുഖത്തേക്കു നോക്കി ചാഞ്ഞു കിടന്നു കൊണ്ടു ചോദിച്ചു: ''എന്തെങ്കിലും പേടിയോ വെഷമമോ ഒണ്ടോ?''

ഇല്ലെന്ന് അവൾ തലയാട്ടി.

''നമ്മളൊന്നിച്ചുള്ള ജീവിതം തുടങ്ങുവാണ്. സത്യം പറഞ്ഞാ എന്തൊക്കെ പറയണം, എങ്ങനെ പെരുമാറണം എന്നൊന്നും എനിക്കറിയാമ്മേല. നിന്റെ മനസ്സിലൊള്ള ഇഷ്ടങ്ങളൊക്കെ എന്നോട് പറയണം. എന്നെക്കൊണ്ട് കഴിയുന്നതൊക്കെ സാധിച്ചുതരാം.''

പവിത്ര അയാളുടെ മുഖത്തേക്കുതന്നെ നോക്കിക്കൊണ്ടു കിടന്നു.

''എന്നതാണെങ്കിലും പറഞ്ഞോ. മടിക്കണ്ട.''

''എന്നെ... എന്നെ പഠിക്കാൻ വിടാവോ?''

ബാലസഹജമായ നിഷ്കളങ്കതയോടെ അവൾ ചോദിച്ചു. ജയപ്രകാശ് അന്തം വിട്ടു.

''എനിക്ക് പതിനെട്ട് വയസ്സേ ഒള്ളൂ. എന്റെ കൂട്ടുകാരികളൊക്കെ പഠിക്കുവാ.''

ജയപ്രകാശ് അവളുടെ മുഖത്തേക്കു നോക്കി വല്ലായമയോടെ ഇരുന്നു.

''പറ്റത്തില്ല, അല്ലേ?''

ജയപ്രകാശ് അതിനും ഉത്തരം പറഞ്ഞില്ല.

പവിത്ര നോട്ടം മാറ്റി. മറ്റെന്തോ ആലോചിച്ചുകൊണ്ടു കിടന്നു. ജയപ്രകാശ് വീണ്ടും അവളുടെ നെറ്റിയിൽ കൈപ്പടം വച്ചു നോക്കി.

''പനിയൊണ്ട്. ഒറങ്ങിക്കോ.'' അയാൾ മന്ത്രിച്ചു.

അല്പനിമിഷത്തിനുള്ളിൽ പവിത്രയുടെ മിഴികൾ അടഞ്ഞു. അവളുടെ ഉടൽ ഇടയ്ക്കിടെ ഞെട്ടുന്നതും ചുണ്ടുകൾ വിറകൊള്ളുന്നതും പിന്നെ ശാന്തമാകുന്നതും നോക്കിക്കൊണ്ട് അയാൾ കുറച്ചുനേരംകൂടി അങ്ങനെയിരുന്നു.

പുലർച്ചെ തുടരെത്തുടരെ വാതിലിൽ ഇടിക്കുന്ന ഒച്ച കേട്ട് പവിത്ര ഞെട്ടിയുണർന്നു. സ്ഥലകാലബോധം കിട്ടാതെ പവിത്ര ഉഴറി. എവിടെയാണ് ഉറങ്ങിയത്! എവിടെയാണ് ഉണർന്നത്! ഇരുട്ടാണ് മുറിയിൽ. ലൈറ്റിടാൻ സ്വിച്ച് എവിടെയാണെന്നറിയില്ല.

''അമ്മയാ. എണീറ്റ് വാതിൽ തൊറക്ക്.''

പരുക്കൻ ശബ്ദം കേട്ടപ്പോൾ അത് ജയപ്രകാശ് തന്നയാണോ എന്ന് അവൾ സംശയിച്ചു. ഇന്നലെ കുറേക്കൂടി മൃദുവായ ശബ്ദമായിരുന്നു.

പവിത്ര ഇരുട്ടിൽ തപ്പിത്തടഞ്ഞ് വാതിലിന്റെ ദിക്കറിയാതെ കട്ടിലിൽ കാൽമുട്ടിടിച്ച്, ഭിത്തിയിൽ ചെന്നു മുട്ടി, അതിലൂടെ കയ്യോടിച്ച് വാതിൽ കണ്ടുപിടിച്ചു. അതിന്റെ ബോൾട്ട് എവിടെയാണെന്നു പരതി.

വാതിൽ തുറന്നപ്പോൾ സുഭദ്ര മുന്നിൽ. ഹാളിൽ ലൈറ്റുണ്ട്. ദിവാനിലും സോഫയിലും നിലത്തുവിരിച്ച കയർ മാറ്റിലും ആരൊക്കെയോ കിടന്നുറങ്ങുന്നു.

എന്തിനാണു വിളിച്ചതെന്ന അർഥത്തിൽ പവിത്ര സുഭദ്രയെ നോക്കി.

''മണി അഞ്ചു കഴിഞ്ഞു. വെളുപ്പിനെണീക്കുന്ന സൊബാവമൊന്നും നിന്റമ്മ പഠിപ്പിച്ചു തന്നിട്ടില്ലേ?''

അഞ്ചുമണിക്ക് എന്തിനെണീക്കണം? പവിത്രയ്ക്കു മനസ്സിലായില്ല. ഇവിടെ മറ്റാരും എണീറ്റിട്ടുമില്ല. പരീക്ഷക്കാലത്തിനു മുൻപുള്ള സ്റ്റഡി ലീവ് വരുമ്പോൾ മാത്രം കാലത്ത് അഞ്ചുമണിക്ക് എണീറ്റിരുന്നു പഠിക്കുമായിരുന്നു.

സുഭദ്ര കൂടുതലൊന്നും പറയാതെ പിന്തിരിഞ്ഞു പോയി. എന്താണു താൻ ചെയ്യേണ്ടതെന്നറിയാതെ പവിത്ര ഉറക്കച്ചടവോടെ അൽപനേരം നിന്നു. പിന്നെ, സുഭദ്ര പോയ പുറകെ അടുക്കളയുടെ നേർക്കു ചെന്നു. വാതിലിനു മുന്നിലെത്തിയതും അടുക്കളയിൽ നിന്ന സുഭദ്ര വെട്ടിത്തിരിഞ്ഞു കൈചൂണ്ടി ശാസിച്ചു.

''കുളിച്ചിട്ടല്ലാതെ ഇതിനകത്തോട്ടു കാലു കുത്തരുത്.''

പവിത്ര അന്ധാളിച്ചു പോയി.

''രാത്രി കുളിച്ചതാണല്ലോ.''

''ആന്നോ. എന്നിട്ട് ആണൊരുത്തന്റെ കൂടെ കെടന്ന കാര്യം മറന്നു പോയോ?''

''എനിക്ക് രാത്രി തലവേദനയാരുന്നമ്മാ. പനീടെ ലക്ഷണോം ഒണ്ടാരുന്നു.''

''എനിക്കതൊന്നും അറിയണ്ട. കുളിച്ചിട്ടല്ലാതെ ഈ വീടിനകത്ത് പെരുമാറാൻ പറ്റത്തില്ല.''

പവിത്ര നെഞ്ചിൽ കൈപ്പടം വച്ചുകൊണ്ടു തിരികെ പോയി. ചെറിയ പനിയുണ്ട്. ജലദോഷത്തിന്റെ ലക്ഷണം. മൂക്കിന്റെ ഒരു ദ്വാരം അടഞ്ഞിരിക്കുന്നു. അവൾ മുറിയിലെത്തി സ്വിച്ച് ബോർഡ് തപ്പിപ്പിടിച്ചു ലൈറ്റിട്ടു. മേശപ്പുറത്ത് അഴിച്ചുവച്ചിരുന്ന ജയപ്രകാശിന്റെ വാച്ചിൽ സമയം നോക്കി. അഞ്ചു മണികഴിഞ്ഞ് പതിനഞ്ചു മിനിറ്റ്.

ഇതിനിടയിൽ ജയപ്രകാശ് കണ്ണുമിഴിച്ച് അവളെ നോക്കി. അസ്വസ്ഥതയോടെ മുരണ്ടു: ''ലൈറ്റ് കെടുത്ത്.''

‘‘അമ്മ പറയണ് കുളിക്കാൻ.’’

‘‘ആ... കുളിക്ക്.’’ എന്നിട്ട് അയാൾ തിരിഞ്ഞു കിടന്നു. സുഭദ്ര വാതിൽക്കലെത്തിക്കഴിഞ്ഞു.

‘‘ആങ്ഹാ... ഇതിനകത്ത് കേറിയിരിക്കുവാണോ? കുളിക്കാൻ പറഞ്ഞത് കേട്ടില്ലാരുന്നോ?’’

പവിത്ര എഴുന്നേറ്റു തോർത്തെടുത്തു.

‘‘രാത്രി തല കുളിച്ചില്ലല്ലോ. രാവിലെ തല കുളിക്കണം. ഉടുത്തതും മാറ്റിയേക്ക്.’’

‘‘ഇത് രാത്രി മേലുകഴുകീട്ട് മാറ്റിയുടുത്തതാ.’’

‘‘രാത്രി കുളിക്കുമ്പം മാറിയാപ്പോരാ. രാവിലെ മാറിയിട്ടല്ലാതെ കുളിമുറീന്നെറങ്ങിയേക്കരുത്.’’

ഇവർക്ക് തലയ്ക്ക് എന്തെങ്കിലും കേടുണ്ടോ?

പവിത്രയ്ക്കു സങ്കടംകൊണ്ടും ദേഷ്യംകൊണ്ടും കണ്ണുകാണാൻ മേലാതായി. അവൾ സ്യൂട്ട്കേസ് തുറന്നു നോക്കി. ആകെ രണ്ടുസെറ്റ് ചുരിദാറാണു വാങ്ങിയിരുന്നത്. രണ്ടു സാരികളും. പൈസയുടെ കമ്മി കാരണം അടിവസ്ത്രങ്ങൾ വാങ്ങുന്നിടത്തുപോലും പിശുക്ക് തലനീട്ടി.

പവിത്ര മാറാനുള്ള ഡ്രസ്സുമെടുത്ത് കുളിമുറിയിൽ കയറി. തണുത്തിട്ട് കുളിരു കോരുന്നു. ഡ്രസ്സ് മാറി ബക്കറ്റിൽ വെള്ളം നിറയ്ക്കുമ്പോഴേക്കും വാതിലിൽ ഇടിക്കുന്ന ശബ്ദം.

‘‘കഴിഞ്ഞില്ലേ, എത്രനേരം വേണം? ഇതിനകത്തുകേറി അടയിരിക്കുവാണോ?

പവിത്ര വേഗം ദേഹത്തു വെള്ളം കോരിയൊഴിച്ചു. തീക്കനൽ വീണാലെന്നപോലെ ദേഹമൊന്നു പിടഞ്ഞു. അവൾ വേഗം കുളിച്ചു തീർത്തു.

വീട്ടിൽനിന്നു കിട്ടിയ ഉപദേശങ്ങൾ മനസ്സിലേക്കു വന്നു. ഭർത്താവിന്റെ അമ്മയെ പിണക്കരുത്. എന്തിനും അവരോട് അഭിപ്രായം ആരായണം. സമ്മതം ചോദിക്കണം. വിളിക്കുമ്പഴേ ഓടിച്ചെല്ലണം. എന്തു പറഞ്ഞാലും അനുസരിക്കണം. ദുർമുഖം കാണിക്കരുത്. ജനിപ്പിച്ചു വളർത്തിയ തന്തയ്ക്കും തള്ളയ്ക്കും പ്രാക്കുകിട്ടാൻ ഇടവരുത്തരുത്.

പവിത്ര അടുക്കളയിലേക്കു ചെന്നു. സുഭദ്ര അവിടെ എന്തൊക്കെയോ ജോലി ചെയ്യുന്നുണ്ട്.

‘‘ഞാൻ എന്നതാ ചെയ്യണ്ടേന്നു പറഞ്ഞു തരണേ.’’ പവിത്ര അപേക്ഷാസ്വരത്തിൽ പറഞ്ഞു.

‘‘വേണ്ട വേണ്ട. എന്നിട്ടു വേണം പുതുപ്പെണ്ണിനെക്കൊണ്ട് അമ്മായിയമ്മ കല്യാണപ്പിറ്റേന്നുതന്നെ വീട്ടുജോലി ചെയ്യിച്ചെന്ന പഴി കേൾപ്പിക്കാൻ. എവിടെങ്കിലും പോയിരുന്നോ.’’ സുഭദ്ര പറഞ്ഞു.

ഇതിനാണോ സുഖമില്ലാതിരുന്ന തന്നെ അഞ്ചുമണിക്ക് വിളിച്ചണീപ്പിച്ച് കുളിപ്പിച്ചത്.

പവിത്ര ഹാളിൽ പോയി ഒരിടത്ത് ചുമരും ചാരി നിന്നു. എവിടെങ്കിലും ഇരിക്കാൻ അവൾക്കു ഭയമായി.

ആറുമണിയായി. ആരും എണീക്കുന്നില്ല. ആററയായി. കല്യാണത്തിന് അതിഥികളായി വന്നുകൂടിയ സ്ത്രീകളിൽ ചിലർ അങ്ങിങ്ങ് തലപൊക്കിത്തുടങ്ങി. പവിത്ര അവിടുത്തെ ഓരോ ചലനങ്ങളും ശ്രദ്ധിച്ചു. ആരും രാവിലെ കുളിക്കുന്നതായി അവൾ കണ്ടില്ല. സുഭദ്രയുടെ മകൾ ജ്യോതിയും ഭർത്താവ് പ്രസാദും ഒരുമിച്ച് ഒരു മുറിയിലാണു രാത്രി കിടന്നത്. അവർ രണ്ടുപേരും കുളിക്കാതെ ഹാളിലും അടുക്കളയിലും കയറിയിറങ്ങി. ആറേമുക്കാലിന് എണീറ്റ ജയപ്രകാശ് 'അമ്മേ, കാപ്പി...' എന്നു കൊഞ്ചിക്കൊണ്ടു നേരെ അടുക്കളയിലേക്കാണ് ചെന്നത്. അയാൾ കുളിക്കുകയോ മുഖം കഴുകുകയോ പല്ലുതേക്കുകയോ ചെയ്തില്ല. സുഭദ്രയും കുളിച്ചിട്ടില്ല.

ഒരു കാര്യം പവിത്രയ്ക്കു മനസ്സിലായി.

ഇവിടെ കൽപിക്കപ്പെട്ട നിയമങ്ങൾ തനിക്കു മാത്രമാണ് ബാധകം.

പത്ത്

വെട്ടിക്കുള്ളിൽ വസ്ത്രങ്ങൾക്കിടയിൽ എവിടെയോ ഒളിച്ചുകളഞ്ഞ മൊബൈൽ ഫോൺ പരതുകയായിരുന്നു പവിത്ര. ഫോൺ വച്ചിട്ടുണ്ടെന്ന് അമ്മ പറഞ്ഞതല്ലാതെ അവൾ ആ സാധനം ഇതുവരെ കണ്ടതേയില്ല. അമ്മ മറന്നതാകുമോ?

''പോകാനൊരുങ്ങുന്നില്ലേ?''

ചോദ്യംകോട്ട് പവിത്ര നിവർന്നു. ജ്യോതിയാണ്. ജയപ്രകാശിന്റെ ചേച്ചി.

''എങ്ങോട്ട്?''

''പ്രകാശൻ പറഞ്ഞില്ലേ. മാമന്റെ വീട്ടിലേക്ക് വിരുന്നു പോണം. മാമി നിങ്ങളേം കൂട്ടിക്കൊണ്ടു പോകാൻ നിൽക്കുവാ''

''ആണോ?'' പവിത്രയ്ക്ക് ഒന്നും മനസ്സിലായില്ല.

''ദാ, ഈ കട്ടൻകാപ്പി കുടിക്ക്.''

''എനിക്കു വേണ്ടാ,ട്ടോ.''

''അതെന്താ?''

''ഞാൻ കട്ടൻകാപ്പിയൊന്നും കുടിക്കാറില്ല.''

''വീട്ടീന്നും കുടിക്കാറില്ലേ?''

''അവിടെ രാവിലെ ചായയാ.''

''ശരി. എന്നാ വേഗം പോകാനൊരുങ്ങ്. ഭക്ഷണം കഴിക്കണ്ടേ. പ്രകാശനെങ്ങോട്ടു പോയി?''

''കണ്ടില്ല.''

''പിന്നേ... അമ്മേടടുത്ത് നോക്കീം കണ്ടും നിന്നോണം. അമ്മയിത്തിരി മുറ്റാ. ഞാൻ അമ്മേടെ മോളായിട്ടുകൂടി എന്റടുത്ത് പോരെടുക്കാറൊണ്ട്. പവിത്രേടടുത്ത് ഒട്ടും കൊറയാൻ സാധ്യതയില്ല.''

പവിത്ര കണ്ണുമിഴിച്ചു നിന്നു.

''എന്തിനാ പോരെടുക്കുന്നെ. ഞാനാരോടും വഴക്കിനു വന്നതല്ലല്ലോ.''

''അമ്മേടെ സ്വഭാവം അങ്ങനെയാ. പ്രകാശന്റടുത്ത് വഴക്കൊണ്ടാക്കും ഒരു കാര്യോം ഇല്ലാണ്ട്.''

''ഞാനെന്താ ചെയ്യണ്ടേ?''

''പ്രകാശൻ പറയുന്നപോലെ അനുസരിച്ചാ മതി.''

കട്ടൻകാപ്പിയുടെ ഗ്ലാസുമായി ജ്യോതി തിരികെ പോയി. രണ്ടു നിമിഷം ശങ്കിച്ചു നിന്നശേഷം അവൾ പെട്ടിക്കുള്ളിൽ ഫോൺ തിരയുന്നത് തുടർന്നു.

സാരി മടക്കിവച്ചിരുന്ന പ്ലാസ്റ്റിക് കവറിനുള്ളിൽനിന്ന് അവൾക്കതു കിട്ടി.

ഫോൺ സ്വിച്ചോഫായിരുന്നു. പവിത്ര അത് ഓൺ ചെയ്ത് പവർ എത്രയുണ്ടെന്നു നോക്കി. പകുതിയിലധികമുണ്ട്. ഫോണിന്റെ കൂടെത്തന്നെ വച്ചിരുന്ന ചാർജർ എടുത്ത് അവൾ സ്വിച്ച്ബോർഡിൽ കുത്തി. ഫോൺ ചാർജിങ്ങിലായി. പിന്നീട് ബ്രേക്ഫാസ്റ്റ് കഴിച്ചുകൊണ്ടിരിക്കുമ്പോൾ ഫോൺ റിങ് ചെയ്തു.

''അതാരടെ ഫോണാ?'' കാതു കൂർപ്പിച്ചിട്ട് സുഭദ്ര ചോദിച്ചു.

''എന്റെയാണെന്നു തോന്നുന്നു.'' പവിത്ര പറഞ്ഞു.

''നിനക്കെവിടുന്നാ ഫോൺ?''

''അമ്മ തന്നയച്ചതാ. അമ്മയാ വിളിക്കുന്നേന്നു തോന്നുന്നു.''

പവിത്ര കസേരയിൽനിന്ന് എഴുന്നേൽക്കാൻ ഭാവിച്ചു. അതിനു മുൻപേ കൈകാട്ടി അവളെ വിലക്കിക്കൊണ്ട് സുഭദ്ര എഴുന്നേറ്റു കഴിഞ്ഞു.

''വേണ്ട, വേണ്ട. ഞാനെടുത്തോളാം. നീ അവിടിരുന്ന് കഴിച്ചോ.''

സുഭദ്ര മുറിയിലേക്ക് തിടുക്കത്തിൽ പോയി. ചാർജ് ചെയ്യാൻ വച്ചിരുന്ന ഫോൺ വലിച്ചുപറിച്ചെന്നപോലെ എടുത്ത് ഹാളിലേക്കു കടന്നു.

''ഹലോ...'' എല്ലാവരും കേൾക്കെ സുഭദ്ര സംസാരിച്ചുതുടങ്ങി.

''ഞാനേ പ്രകാശന്റെ അമ്മയാ. സുഭദ്ര. പിന്നൊരു കാര്യം പറഞ്ഞേക്കാം. ആരോടു ചോദിച്ചിട്ടാ നിങ്ങടെ മോൾടെ കയ്യിൽ ഫോൺ കൊടുത്തയച്ചെ. എന്റെ മോൻ താലികെട്ടിക്കഴിഞ്ഞപ്പം മൊതല് അവളീ വീട്ടിലെയാ. ഇവിടെ അവൾക്ക് ഫോൺ വേണോ വേണ്ടയോന്ന് തീരുമാനിക്കുന്നത് ഞങ്ങളാ. ഫോൺ കൊടുത്തയച്ചേക്കുന്നതിന്റെ ഉദ്ദേശ്യമൊക്കെ എനിക്കു മനസ്സിലായി. ഇവിടുത്തെ കുറ്റങ്ങള് ചോദിക്കാനും പറയാനും വേണ്ടിയല്ലേ. അങ്ങനത്ത ഏഷണീം പരദൂഷണോം ഒന്നും ഈ വീട്ടി നടക്കത്തില്ല. പവിത്രയോട് നിങ്ങക്കു വല്ലതും സംസാരിക്കണെങ്കി ഇവിടെ എനിക്കു ഫോണൊണ്ട്. പ്രകാശന് ഫോണൊണ്ട്. അതിലോട്ട് വിളിച്ചാമതി. കേട്ടല്ല്.''

പവിത്രയെ നോക്കിക്കൊണ്ട് ഒച്ചയെടുത്താണ് സുഭദ്ര സംസാരിച്ചത്. മറുവശത്ത് തന്റെ അമ്മയാണെന്ന് പവിത്രയ്ക്ക് മനസ്സിലായി.

''വേണ്ട വേണ്ട. ന്യായമൊന്നും എനിക്കു കേക്കണ്ട. കട്ട് ചെയ്യുവാ.''

സുഭദ്ര കോൾ കട്ട് ചെയ്തു. എന്നിട്ട് പവിത്രയുടെ നേർക്കു നീട്ടി.

''സ്വിച്ചോഫ് ചെയ്യ്. ഇപ്പത്തന്നെ സ്വിച്ചോഫ് ചെയ്യ്.''

പവിത്രയെക്കൊണ്ട് ആ നിമിഷംതന്നെ ഫോൺ സ്വിച്ചോഫ് ചെയ്യിച്ചിട്ടേ സുഭദ്ര ഇരുന്നൊള്ളൂ.

''വീട്ടിപ്പോകുമ്പം അമ്മേടെ കയ്യിലോട്ടുതന്നെ തിരിച്ചു കൊടുത്തേക്ക്. ഇവിടെ ഇമ്മാതിരി അടവൊന്നും നടക്കത്തില്ല.''

''ഇതിലെന്നതാ അമ്മേ കുറ്റം. എന്റെ കയ്യിലൊണ്ടല്ലോ ഫോൺ. അമ്മേനെ ഞാൻ വിളിക്കാറില്ലേ?'' ജ്യോതി ചോദിച്ചു.

''അതുപോലെയാണോടീ ഇത്? ജ്യോതിമോടെ കല്യാണം കഴിഞ്ഞിട്ട് കൊല്ലം രണ്ടായില്ലേ'' സുഭദ്ര തർക്കിച്ചു.

''എനിക്ക് അപ്പഴും ഫോണുണ്ടായിരുന്നല്ലോ.'' ജ്യോതി വിട്ടുകൊടുത്തില്ല.

''നിന്നോടാരെങ്കിലും ചോദിച്ചോ ഒണ്ടാരുന്നോ ഇല്ലയോന്ന്. മിണ്ടാതിരുന്നോ അവിടെ?'' സുഭദ്ര ശാസിച്ചു.

പവിത്ര ജയപ്രകാശിനെ നോക്കി. കേൾക്കാത്ത മട്ടിൽ ഇരിക്കുകയാണ്. ഇതൊന്നും തന്നെ ബാധിക്കുന്ന പ്രശ്നമേയല്ല എന്നാണ് ഭാവം!

ഭക്ഷണത്തിനുശേഷം പവിത്ര ഫോണുമായി മുറിയിൽ വന്നു. ശവപ്പെട്ടിക്കുള്ളിലേക്കു വയ്ക്കുന്നപോലെ അവൾ ഫോൺ സ്യൂട്ട്കേസിന്റെ അടിത്തട്ടിലേക്കു വച്ചു.

കല്യാണത്തിന് ഏതാനും ദിവസം മുൻപ്, ഇവിടുത്തെ ഏതോ ഒരയൽവാസി വീട്ടിൽവന്ന് അമ്മയ്ക്ക് നൽകിയ മുന്നറിയിപ്പ് പവിത്രയ്ക്ക് ഓർമ്മ വന്നു. ''ജയപ്രകാശിന്റെ അമ്മ ഒരു നെറികെട്ട സ്ത്രീയാണ്. നിങ്ങടെ പെങ്കൊച്ച് കണ്ണീരു കുടിക്കേണ്ടി വരും.''

ഇപ്പോൾ അതിന്റെ അർത്ഥം പവിത്രയ്ക്ക് മനസ്സിലായി. കണ്ണീർപാടയ്ക്കിപ്പുറത്ത് അവൾ കാഴ്ചയസ്തമിച്ച് അന്ധയായിത്തീർന്നു.

''ഇവിടെന്നായെടുക്കുവാ?''

ജയപ്രകാശിന്റെ ചോദ്യം കേട്ടതും അവൾ പെട്ടെന്ന് കയ്യെടുത്ത് കണ്ണീർപോള തുടച്ചു മാറ്റി. കാഴ്ചശക്തി തിരിച്ചു കിട്ടി. പവിത്ര നിവർന്നു നിന്നു.

''ഫോൺ പെട്ടീലോട്ട് വയ്ക്കുവാരുന്നു.''

ജയപ്രകാശ് എന്തെങ്കിലും ആശ്വാസവാക്ക് പറയുമെന്ന് അവൾ പ്രതീക്ഷിച്ചു. തന്റെ നനഞ്ഞ കൺപീലികൾ കാണാഞ്ഞിട്ടോ, കാര്യമാക്കാഞ്ഞിട്ടോ... പ്രതികരണമൊന്നും ഉണ്ടായില്ല.

''മാമന്റെ വീട്ടിലോട്ടു പോണം. ഒരുപാട് ഒരുക്കമൊന്നും വേണ്ട. പോയിട്ടിങ്ങ് തിരിച്ചു വരേണ്ടതാ.'' ജയപ്രകാശ് പറഞ്ഞു.

‘‘സാരി ഉടുക്കണ്ടേ?’’ പവിത്ര ചോദിച്ചു.

‘‘ങാ, സാരിയുടുത്തോ. ചുരിദാറൊന്നും വേണ്ട.’’

‘‘എന്തേലും എടുക്കണോ?’’

‘‘ഒന്നും വേണ്ട.’’

ജയപ്രകാശും പവിത്രയും ലളിതമ്മായിയും കൂടി പോകാനിറങ്ങിയപ്പോൾ സുഭദ്ര ഒരു ജോടി ചെരുപ്പുമായി വന്ന് ജയപ്രകാശിനോടു പറഞ്ഞു:

‘‘ഇതിട്ടിട്ട് വല്ലാത്ത മുറുക്കം. നീയിതു കൊടുത്തിട്ട് മാറ്റിമേടിച്ചോണ്ടു വാ.’’

‘‘ഇത് കല്യാണത്തിനു രണ്ടുദിവസം മുൻപു വാങ്ങിച്ച ചെരുപ്പല്ലേ. ഇനിയിത് തിരിച്ചുകൊടുത്താ അവര് എടുക്കുവോ?’’

‘‘ഞാനിത് ഇട്ടോണ്ടു നടന്നില്ലല്ലോ. പിന്നെന്താ?’’

‘‘ചെരുപ്പുകടക്കാരന്റെ വായിലിരിക്കുന്നത് ഞാൻ കേൾക്കണം. ഇപ്പഴാണോ കൊണ്ടുത്തരുന്നതെന്നു ചോദിച്ചാ ഞാനെന്തു പറയും?’’

ജയപ്രകാശ് നീരസം പ്രകടിപ്പിച്ചു. എന്നിട്ട് അയാൾ ആ ചെരുപ്പുകൾ പവിത്രയോട് ഇട്ടുനോക്കാൻ പറഞ്ഞു. പവിത്ര ഇട്ടുനോക്കിയപ്പോൾ പാകം!

‘‘നിനക്ക് കറക്ടാണല്ലോ. നീയെടുത്തോ. ചെരുപ്പു കടക്കാരനോട് സമാധാനം പറയണ്ടല്ലോ.’’

‘‘ആങ്ഹാ... അതു കൊള്ളാവല്ലോ.’’ സുഭദ്ര ഒച്ചയെടുത്തു. ‘‘എനിക്കാണെന്നും പറഞ്ഞ് വാങ്ങീട്ട് അവക്ക് കൊടുക്കുന്നോ? ആരെ കാണിക്കാൻ വേണ്ടിയാ ഇങ്ങനത്തെ നാടകം? അവൾടെ പാകത്തിനൊള്ള ചെരുപ്പ് വാങ്ങീട്ട് എന്നെ പറ്റിക്കാൻ നോക്കുന്നോ.’’

‘‘ആര് വാങ്ങി?’’ ജയപ്രകാശിനു ദേഷ്യമായി.

‘‘അമ്മതന്നെയല്ലേ വാങ്ങീത്? കടേന്ന് അമ്മേടെ കാലിലിട്ടു നോക്കീട്ടുതന്നല്ലേ വാങ്ങിയത്. ഇപ്പം അമ്മ തന്നെയല്ലേ പറഞ്ഞത് വേണ്ടെന്ന്. ഇതിലെവിടാ നാടകം?’’

‘‘എനിക്കുവേണ്ടി വാങ്ങിയ ചെരുപ്പ് അവൾക്കു കൊടുക്കണ്ട. അവക്കു കൊടുക്കണേങ്കി വേറെ വാങ്ങിച്ചുകൊടുക്ക്.’’

‘‘അമ്മേ, അമ്മയ്ക്കിതു വേണ്ടല്ലോ. പിന്നെന്താ പ്രശ്നം? വേറെ വാങ്ങിത്തന്നാപ്പോരെ അമ്മയ്ക്ക്. കടക്കാരന്റെ മുഷിഞ്ഞ വർത്തമാനം കേക്കുകേം വേണ്ടല്ലോ.’’

‘‘നിന്നോട് പറഞ്ഞപോലെ കേട്ടാ മതി. എനിക്കു വേണ്ടി വാങ്ങിയ ചെരുപ്പ് വേറൊരുത്തി ഇട്ടോണ്ടു നടക്കണ്ട.’’ സുഭദ്ര അവസാന വാക്ക് പറഞ്ഞു.

അതോടെ ജയപ്രകാശ് കീഴടങ്ങി.

ഇതിലെ ന്യായവും അന്യായവും ആരെങ്കിലും ശ്രദ്ധിക്കുന്നുണ്ടോ എന്നറിയാൻ പവിത്ര മറ്റു മുഖങ്ങൾ നോക്കി. ആർക്കും ഒന്നും പറയാനില്ല. ജയപ്രകാശ് ചെരുപ്പുകൾ പത്രക്കടലാസിൽ പൊതിഞ്ഞെടുത്ത് മുറ്റത്തുകിടന്ന ഓട്ടോയിൽ വച്ചു. ഓട്ടോ സ്റ്റാർട്ടാക്കി.

''പോയിട്ട് വാ. ചെല്ല്.'' സുഭദ്ര പവിത്രയോടു പറഞ്ഞു. ''തിരിച്ചു വരുമ്പം ബാക്കി വച്ചിട്ടോണ്ട് നിനക്കു തരാൻ.'' എന്നുകൂടി അവർ പറയുമെന്ന് അവൾക്കു തോന്നി.

അവൾ ഓട്ടോറിക്ഷയ്ക്കടുത്തേക്കു നടന്നു.

'പോയിട്ടു വരട്ടെ സുഭദ്രേ' എന്നു പറഞ്ഞ് ലളിതമ്മായിയും കൂടി ഓട്ടോറിക്ഷയ്ക്ക് അടുത്തേക്കു നീങ്ങി.

''കേറിയിരിക്ക്.'' ലളിത പവിത്രയോടു പറഞ്ഞു.

പവിത്ര കയറിയിരുന്നു. പുറകെ ലളിതയും കയറി. ജയപ്രകാശ് ഓട്ടോറിക്ഷ മുന്നോട്ടെടുത്തു.

''എനിക്കവളോട് നാക്കിട്ടലയ്ക്കാൻ കഴിയത്തില്ല. അതാ ഞാനൊന്നും മിണ്ടാത്തെ. നിന്റമ്മയ്ക്ക് എന്നാത്തിന്റെ സൂക്കേടാ പ്രകാശാ?''

ലളിതമ്മായിയുടെ ചോദ്യം പ്രകാശൻ കേട്ടില്ലെന്നു ഭാവിച്ചു.

''ആ ചെരുപ്പ് തിരിച്ചു കൊടുക്കണ്ട കേട്ടോ. ഇവളിട്ടോണ്ടു നടന്നാ എന്നാ കൊഴപ്പം?''

''എന്റെ മാമീ. പെട്രോളൊഴിക്കല്ലേ. ഇങ്ങനങ്ങ് പോട്ടെ.''

ജയപ്രകാശ് ഇത്രമാത്രം പറഞ്ഞു.

പവിത്ര ആകാശവും ഭൂമിയും നഷ്ടപ്പെട്ടവളെപോലെ ഇരുന്നു. ചിന്തിക്കാനുള്ള സ്വാതന്ത്ര്യം മാത്രമേ ഇനി അവശേഷിക്കുന്നുള്ളുവെന്ന് അവൾക്കു തോന്നി.

* * *

മെസ്സിലെ ഇരുമ്പുമേശയിൽ വച്ചിരിക്കുന്ന അലൂമിനിയം ബക്കറ്റിനും പ്ലാസ്റ്റിക് ബേസിനും മുന്നിൽ എല്ലാവരും തിക്കിത്തിരക്കുന്നതുകണ്ട് ജിബിയ ഏറ്റവും പുറകിലേക്കു മാറിനിന്നു.

എന്തു കിട്ടാൻ വേണ്ടിയാണ് ഓരോരുത്തർ ഇങ്ങനെ തള്ളിക്കയറുന്നതെന്ന് അവൾ അദ്ഭുതപ്പെട്ടു. ബേസിനിൽ അടുക്കിവച്ചിരിക്കുന്ന തണുത്ത ചപ്പാത്തിക്കും ബക്കറ്റിൽ കലക്കവെള്ളം പോലെ കോരിവച്ചിരിക്കുന്ന പരിപ്പ് കറിക്കും വേണ്ടിയാണോ? ചപ്പാത്തികണ്ടാൽ നനഞ്ഞു നാറുന്ന കരിയിലയാണെന്നേ തോന്നൂ.

വൈകുന്നേരത്തെ ഭക്ഷണമാണ്. സിനിമയിൽ ജയിൽപുള്ളികൾ ഭക്ഷണത്തിനായി ക്യൂ നിൽക്കുന്നപോലെ. ഒടുവിൽ ജിബിയയ്ക്കും കിട്ടി മൂന്നു ചപ്പാത്തിയും ഇത്തിരി പരിപ്പുകറിയും. അതിൽ ചിലപ്പോൾ

പച്ചക്കറി കഷണങ്ങൾ പ്രത്യക്ഷപ്പെടാറുണ്ട്. വെണ്ടയ്ക്കയും തക്കാളിയും മുഴുനീളത്തിലുള്ള പച്ചപ്പയറും.

എന്നത്തെയുംപോലെ ഇന്നും ജിബിയ ഡെസ്ക്കിൽ പ്ലേറ്റ് വച്ച് അതിലേക്കുതന്നെ നോക്കിക്കൊണ്ടിരുന്നു. പുഴുക്കളുണ്ടോ എന്നാണ് അവളുടെ നോട്ടം. കറുത്ത തലയും മഞ്ഞ നിറവുമുള്ള അവറ്റകളുടെ സൂക്ഷ്മശരീരം കണ്ടുപിടിക്കണമെങ്കിൽ സൂക്ഷിച്ചുനോക്കണം. മുമ്പ് രണ്ടുതവണ അവൾ പുഴുവിനെ കണ്ടെത്തുകയും ഭക്ഷണം കഴിക്കാതെ കളയുകയും ചെയ്തിട്ടുണ്ട്. കിട്ടിയ ഭക്ഷണം കളഞ്ഞാൽ പകരം വേറെ കിട്ടാനൊന്നുമില്ല. പട്ടിണി കിടക്കുകയല്ലാതെ ഗത്യന്തരമില്ല. പുറത്തുപോയി വാങ്ങാൻ അനുമതിയോ അടുത്തെങ്ങും കടകളോ ഇല്ല.

''ഇങ്ങനെ മൈക്രോസ്കോപ്പ് വച്ച് നോക്കിക്കൊണ്ടിരുന്നാ നീ പട്ടിണി കിടന്നു ചാകും. കയ്യിൽ കിട്ടുന്നതു കഴിക്കുക. പുഴുവിനെ കണ്ടാൽ എടുത്തു കളഞ്ഞിട്ട് പിന്നെയും കഴിക്കുക.'' റിനി തോമസ് അവളോടു പറഞ്ഞു.

''എനിക്ക് ഓക്കാനം വരും. ചെലപ്പോ വൊമിറ്റ് ചെയ്യും.'' ജിബിയ തന്റെ ദുരവസ്ഥ വെളിപ്പെടുത്തി.

''സാരമില്ലെടാ. പോകെപ്പോകെ നീ പഠിച്ചോളും. ഞങ്ങളൊക്കെ ആദ്യം നിന്നെപ്പോലെയാരുന്നു. വിശന്നു പൊരിയുമ്പോ കണ്ണടച്ചു പിടിച്ചിട്ടെങ്കിലും കഴിക്കാതെ നിവൃത്തിയില്ല,''

റിനി ജിബിയയേക്കാൾ രണ്ടാഴ്ച മുമ്പു വന്നു ചേർന്നവളാണ്.

ജിബിയ അറപ്പുളവാക്കുന്ന ഭക്ഷണം കഴിക്കാൻ നിർബന്ധിക്കപ്പെട്ടവളെപോലെ ഒരറ്റത്തുനിന്ന് നുള്ളിനുള്ളിയെടുത്ത് തീരെ താൽപര്യമില്ലാതെ കഴിച്ചു തുടങ്ങി. പകുതിയോളം കഴിച്ചിട്ട് ബാക്കി വന്നത് വേസ്റ്റ് ബിന്നിൽ തട്ടിയിട്ട് മെസിൽനിന്നു പുറത്തു കടന്നു.

ഹോസ്റ്റൽ റൂമിലേക്കു നടക്കുമ്പോൾ ആതിര വന്നു ചോദിച്ചു. ''ഇന്ന് റാഗിങ് ഒണ്ടാവ്വോ. എനിക്കാണെങ്കി പേടിയായിട്ടു വയ്യ.''

ചങ്ങനാശ്ശേരിക്കാരിയാണ് ആതിര.

''എനിക്കു മടുത്തു. വീട്ടിലെ കാര്യം ഓർത്തിട്ടാ ഞാൻ പിടിച്ചു നിൽക്കുന്നെ.''

''ഈ ചേച്ചിമാർക്കൊന്നും ഒരു മനസ്സാക്ഷിയില്ലേ?'' ആതിര ചോദിച്ചു.

''അവർക്കും ഇങ്ങനെയൊക്കെ ചെയ്യേണ്ടി വന്നിട്ടൊണ്ടെന്നല്ലേ പറയുന്നെ.''

''അപ്പഴല്ലേ അവര് നമ്മളോട് മര്യാദ കാണിക്കേണ്ടത്.''

അവർ ഹോസ്റ്റൽ റൂമിലെത്തി.

ജിബിയ ഫോൺ എടുത്തുകൊണ്ട് മുറിക്കോണിലേക്കു നീങ്ങി. ഫോൺ ഹോസ്റ്റലിൽ അനുവദനീയമല്ല എന്നാണ് വയ്പ്. എന്നിരുന്നാലും എല്ലാവരുടെയും കൈവശം ഫോണുണ്ട്. അത് മാനേജ്മെന്റിന് അറിയാവുന്നതുമാണ്.

ജിബിയ വീട്ടിലേക്ക് മിസ്കോൾ വിട്ടിട്ട് വെയ്റ്റ് ചെയ്തു. അൽപം കഴിഞ്ഞപ്പോൾ കോൾ വന്നു. ജിബിയ പതിഞ്ഞ സ്വരത്തിൽ പ്രതികരിച്ചു.

''ഹലോ...''

''ഇന്നലേം മിനിഞ്ഞാന്നും വിളിച്ചിട്ട് നീയെന്താ ഫോണെടുക്കാഞ്ഞത്?''

''ഇവിടെ റൂമിൽ സീനിയേഴ്സ് വന്നിട്ടൊണ്ടാരുന്നു.''

''രാത്രീലോ, എന്തിന്?''

''റാഗിങ്ങിന്.''

''അവിടെ അതും തൊടങ്ങിയോ?''

''പുതിയതായിട്ടു വരുന്ന എല്ലവരേം സീനിയേഴ്സ് റാഗ് ചെയ്യും.''

''നിന്നോടവര് എന്നാ ചെയ്തു?''

''ഒരു തീപ്പെട്ടിക്കമ്പ് തന്നിട്ട് അതുവച്ച് റൂം മുഴുവൻ അളക്കാൻ പറഞ്ഞു.''

''തീപ്പെട്ടിക്കമ്പുകൊണ്ട് ഒരു മുറി മുഴുവനോ?''

''പിന്നല്ലാതെ. പാതിരാത്രിയായി തീർന്നപ്പം. മിനിഞ്ഞാന്ന് കസേരകളി. കസേരയൊന്നുമില്ല. കസേരയൊണ്ടെന്നു വിചാരിച്ച് പെട്ടെന്നിരിക്കണം.''

''ഇതൊക്കെ എന്നാ പേക്കൂത്താ. ഇതുങ്ങക്ക് വീട്ടിലമ്മേം അനിയത്തിമാരുമൊന്നുമില്ലേ. ഇങ്ങനൊക്കെ ചെയ്യിച്ചിട്ട് എന്നാ കിട്ടാനാ?''

''ഇതൊന്നുമല്ല മമ്മീ. വേറെ കൊറേ ഐറ്റംസ് ഒണ്ട്. പടം വരപ്പിക്കല്. സീനിയേഴ്സിന്റെ ഡ്രസ് വരെ കഴുകിപ്പിക്കുമെന്നാ പറയണെ.''

''നിങ്ങക്ക് ഇതിന്റെ ആധികാരകളോട് പറയാൻ വയ്യേ?''

''ഓ... ഇതിനൊക്കെ അവര് കണ്ണടയ്ക്കത്തേയൊള്ളൂ. ബസ്സില് നഴ്സിങ് കോളജിലേക്കു പോകുമ്പോ ടീച്ചർമാരുണ്ടെങ്കിലും റാഗ് ചെയ്യുവല്ലോ.''

''കേട്ടിട്ട് പേടിയാകുന്നു.'' ബിൻസി വേവലാതി പൂണ്ടു.

''നിനക്ക് പിടിച്ചു നിൽക്കാൻ പറ്റുവോടീ?''

''അല്ലാണ്ടെന്തു ചെയ്യാനാ. എന്റെ മമ്മീ, ഇവിടുത്തെ ഫുഡ് സഹിക്കാൻ പറ്റത്തില്ല കേട്ടോ. ഇതുവച്ചു നോക്കുമ്പം നമ്മടെ പട്ടിക്കും പൂച്ചയ്ക്കും കോഴിക്കുമൊക്കെ മമ്മി കൊടുക്കുന്ന ഫുഡ് സൂപ്പറാ. അതു കിട്ടിയാലും മതിയാര്ന്നെന്നു തോന്നും.''

''അത്ര കൊള്ളത്തില്ലേടീ മോളേ?''

''ഒന്നും പറയണ്ടെന്റെ മമ്മീ. ഒന്നിനും രുചി അശേഷമില്ലെന്നു മാത്രമല്ല, അരുചികൊണ്ട് ഒണ്ടാക്കിയതാണെന്നേ തോന്നൂ. ഇവിടെ നമ്മടെ വെളിച്ചെണ്ണയൊന്നുമല്ല മമ്മീ. കടുകെണ്ണയാണോ കടലയെണ്ണയാണോ എന്നറിയാൻ വയ്യ. ഒരു വല്ലാത്ത മണോം രുചീം എന്തൊണ്ടാക്കിയാലും.''

“നമ്മുടെ നാട്ടിലെപോലെ അന്യനാട്ടിക്കിട്ടുവോ മേളേ. നീ അതും കൂടെ വിചാരിക്കണ്ടേ?”

“എനിക്കിവിടുന്ന് പോന്നാ മതി. എന്നെക്കൊണ്ടു വയ്യ. മൂന്നു മൂന്നര ക്കൊല്ലം ഇവിടിങ്ങനെ ജീവിച്ചാ ഞാൻ ചത്തു പോകും.”

“നീ മാത്രല്ലല്ലോ അവിടൊള്ളത്. വേറേം പിള്ളേരില്ലേ. അവരൊക്കെ നിന്നെപ്പോലെതന്നെയല്ലേ.”

“ഞാനിങ്ങനൊന്നും കഷ്ടപ്പെട്ടിട്ടില്ല. മമ്മിക്ക് അവിടിരുന്ന് പറഞ്ഞാ മതി. ഒന്നും അറിയണ്ടല്ലോ.” ജിബിയായുടെ കണ്ഠമിടറി.

“നീ കഷ്ടപ്പെട്ടിട്ടില്ലെങ്കി അത് നിന്റെ പപ്പ എല്ലുമുറിയെ പണി യെടുത്തിട്ടാണെന്ന് ഓർത്തോ. സ്പൂണിൽ കോരിത്തരുമ്പം അതിന്റെ പൊറകി ആരടെങ്കിലും കഷ്ടപ്പാടും വെയർപ്പും ഒണ്ടെന്നു വിചാരി ച്ചോണം.”

ജിബിയ പിന്നെ ആവലാതിയൊന്നും പറഞ്ഞില്ല. വീട്ടുവിശേഷ ങ്ങളൊക്കെ ചോദിച്ചശേഷം ഫോൺ നിർത്തി.

സ്റ്റഡിടൈമിൽ സീനിയേഴ്സ് എത്തി. ഇന്നത്തെ റാഗിങ് എന്താ യിരിക്കുമെന്നോർത്ത് ഭയന്നിരിക്കുകയായിരുന്നു റിനിയും ജിബിയയും. ആ റൂമിലെ പുതിയ സ്റ്റുഡന്റ് അവർ രണ്ടുപേരുമാണ്.

“വീട്ടീന്ന് കൊണ്ടുവന്നത് ഒന്നും ഇരിപ്പില്ലേടീ?” വന്നയുടനെ ജിബിയയോട് മരിയ ഫിലിപ്പ് ചോദിച്ചു.

“ഇനി ഒന്നും ഇല്ല.”

“ഇല്ലേ. നല്ലപോലെ ഒന്നൂടെ നോക്ക്.”

വീട്ടിൽനിന്നു മമ്മി പാക്ക് ചെയ്തു തന്നയച്ച അവലോസു പൊടിയും അരിയുണ്ടയും അച്ചപ്പവുമെല്ലാം തിന്നുതീർത്തവരാണ് പിന്നെയും ആവശ്യപ്പെടുന്നത്.

“ഒന്നും ഇല്ലെന്നേ.” ജിബിയ കൈമലർത്തി.

“നിന്റെ പെട്ടിയെവിടെ? കാണട്ടെ.” മരിയ ഫിലിപ്പ് ആവശ്യപ്പെട്ടു.

ഗത്യന്തരമില്ലാതെ ജിബിയ തന്റെ സ്യൂട്ട്കേസ് എടുത്ത് ബെഡിൽ വച്ചു.

“അപർണേ, സേർച്ച് ചെയ്യ്.” മരിയ കൽപിച്ചു.

അവളോടൊപ്പം വന്ന അപർണ പെട്ടിയിലെ വസ്ത്രങ്ങൾക്കിടയിൽ കയ്യിട്ടു പരതി. അവൾ ഒരു ജാറും പ്ലാസ്റ്റിക് പാക്കറ്റും തപ്പിയെടുത്തു.

മരിയ ജാർ തുറന്നു നോക്കി.

“ഹായ്... ലൈം പിക്കിൾ!” അവൾ അതിൽ വിരലിട്ടു നക്കി. “സൂപ്പർ!” നൊട്ടി നുണഞ്ഞുകൊണ്ട് അവൾ പറഞ്ഞു.

“ഇതെന്താണ്?” പ്ലാസ്റ്റിക് പാക്കറ്റ് കാട്ടിക്കൊണ്ട് മരിയ ചോദിച്ചു.

“ചമ്മന്തിപ്പൊടി.” ജിബിയ പരുങ്ങി.

“ഇതാണോടീ നീ പറഞ്ഞത് ഒന്നുമില്ലെന്ന്.”

"പലഹാരങ്ങളൊന്നുമില്ലെന്നാ ഞാനുദ്ദേശിച്ചെ."

മരിയ ഫിലിപ്പ് ജിബിയയുടെ മുടിക്കു കുത്തിപ്പിടിച്ച് ഉലച്ചു.

"കള്ളം പറയുന്നോടീ? നിന്നെയൊക്കെ നിന്റെ അമ്മ ദേഷ്യം വരുമ്പം വിളിക്കുന്ന പേരുകള് എന്തൊക്കെയാടീ?"

ജിബിയ മിണ്ടാതെ നിന്നു.

"നിന്റെ വായിൽ ഞങ്ങള് പഴം കുത്തിക്കേറ്റും. പറഞ്ഞോ മര്യാദയ്ക്ക്."

"നന്ദി കെട്ടവൾ... എരണംകെട്ടവൾ... മടിച്ചിക്കോത..." ജിബിയ സ്വരം താഴ്ത്തിപ്പറഞ്ഞു.

"നല്ലൊന്നാന്തരം പേരുകൾ. നിനക്ക് നന്നായിട്ട് മാച്ച് ചെയ്യുന്നൊണ്ട്. കള്ളം പറഞ്ഞതിന്റെ പ്രായശ്ചിത്തമായിട്ട് നീയൊരു കാര്യം ചെയ്യ്. ക്രിസ്ത്യാനിയല്ലേ നീ?"

"അതെ."

"ശുദ്ധീകരണ സ്ഥലത്ത് പാപമോചനം കാത്തു കിടക്കുന്ന അത്മാക്കൾക്കു വേണ്ടിയൊള്ള പ്രാർത്ഥന ചൊല്ല്. ഒന്നും വിട്ടു പോകരുത്."

അനുസരിക്കുകയേ തരമുള്ളൂ. ജിബിയയുടെ കണ്ണ് നിറഞ്ഞു വരുന്നുണ്ടായിരുന്നു.

"നീ കരയാമ്പോവാണോ. എന്നാ നീ മുട്ടിൻമേൽ നിന്നോണ്ട് കൈ വിരിച്ചുപിടിച്ച് കണ്ണീരോടെ പ്രാർത്ഥിക്ക്." മരിയ കൽപിച്ചു.

ജിബിയ മുട്ടിൻമേൽ നിന്നു. രണ്ടു കൈകളും വിരിച്ചുപിടിച്ച് പതിയെ പ്രാർഥന തുടങ്ങി.

"ഒച്ചത്തിൽ വേണം. ഈ റൂമിലൊള്ള എല്ലാർക്കും കേൾക്കണം."

ജിബിയ നിറഞ്ഞൊഴുകുന്ന കണ്ണുകൾ അടച്ചുപിടിച്ച് പ്രാർത്ഥന തെല്ലുറക്കെ ചൊല്ലിത്തുടങ്ങി. മരിയയും കൂടെയുള്ള നാല് സീനിയർ പെൺകുട്ടികളും ഇടയ്ക്കിടെ കയ്യടിച്ച് പ്രോത്സാഹിപ്പിച്ചു. പ്രാർത്ഥന മുഴുവൻ ചൊല്ലിത്തീരുന്നതുവരെ റാഗിങ് സംഘം അവിടെയിരുന്നു.

"കൊള്ളാം നിനക്ക് ദൈവാനുഗ്രഹം ഉണ്ടാകും." ജിബിയയുടെ തലയിൽ കൈവച്ച് ആശീർവ്വദിച്ചിട്ട് മരിയ ഫിലിപ്പ് തന്റെ സംഘത്തോടൊപ്പം തിരികെ പോയി. കൂട്ടത്തിൽ അച്ചാറിന്റെ ജാറും ചമ്മന്തിപ്പൊടി പാക്കറ്റും കൊണ്ടുപോയി.

രാത്രി മുഴുവൻ ജിബിയ ബെഡ്ഡിൽ കിടന്നു കരഞ്ഞു. അടുത്ത ദിവസംതന്നെ പഠിപ്പ് മതിയാക്കി തിരിച്ചുപോകണമെന്ന് അവൾ തീരുമാനിച്ചു. എന്നാൽ നേരം വെളുത്തപ്പോഴേക്കും ആ തീരുമാനത്തിന്റെ വക്കും മൂലയും അടർന്ന് ശിഥിലമായി. പപ്പയേയും മമ്മിയേയും ഓർത്തപ്പോൾ മനസ്സിടിഞ്ഞു. ഇതുവരെ മുടക്കിയ പൈസയും വെറുതെയാകുമല്ലോ എന്ന ചിന്തയും വല്ലാതെ അലട്ടി.

പിറ്റേന്ന് നഴ്സിങ് സ്കൂളിന്റെ കോമ്പൗണ്ടിൽവച്ച് ജെയ്സൺ അവളുടെ അടുത്തേക്കുവന്നു ചോദിച്ചു: "എന്താ വല്ലാതിരിക്കുന്നെ?"

“ഒന്നൂല്ല.”

“ഇന്നലെ റാഗിങ് ഒണ്ടായി, അല്ലേ?”

“ഓ... അത് എന്നും ഒണ്ട്.”

“ഫ്രെഷേഴ്സ് ഡേ വരെ മാത്രമേ ഒണ്ടാവത്തൊള്ളൂ. അതു കഴിയുമ്പം നിർത്തും.”

“ഇവരൊന്നും മനുഷ്യരല്ലേ?” ജിബിയ അമർഷത്തോടെ തിരക്കി.

“ഞാൻ വന്നത് വേറൊരു സീരിയസ് മാറ്റർ പറയാനാ. ചെലപ്പോ പുതിയ ബാച്ചുകാർക്ക് ഒരു വർഷം നഷ്ടപ്പെടാൻ സാധ്യതയൊണ്ട്.” ജെയ്സൺ പറഞ്ഞു.

“അതെങ്ങനെ?”

“ഓരോ നഴ്സിങ് സ്കൂളിനും ഗവൺമെന്റ് അനുവദിച്ചിരിക്കുന്ന സീറ്റ് ലിമിറ്റ് ഒണ്ടല്ലോ. ഇവിടിപ്പോ അലോട്ട് ചെയ്തിരിക്കുന്ന സീറ്റുകളുടെ മൂന്നിരട്ടി സ്റ്റുഡന്റ്സിനാ അഡ്മിഷൻ കൊടുത്തിരിക്കുന്നെ. അതായത് ഗവൺമെന്റിന്റെ അംഗീകാരം കിട്ടാതെ എക്സാം അറ്റൻഡ് ചെയ്യാൻ പറ്റത്തില്ല. ഈ വർഷത്തെ അലോട്ട്മെന്റ് കഴിഞ്ഞെന്നാ കേട്ടത്.”

“ഞങ്ങൾക്ക് ക്ലാസൊണ്ടല്ലോ. തിയറിയൊക്കെ പഠിപ്പിക്കുന്നൊണ്ട്.”

“അതൊക്കെ മുറപോലെ നടക്കും. എക്സാം എഴുതേണ്ട സമയം വരുമ്പോ അംഗീകാരം കിട്ടിയില്ലെങ്കി എല്ലാം വെറുതെയാകും.”

“അത് ചതിയല്ലേ ചേട്ടാ? നമ്മളോട് ഫീസുവാങ്ങിച്ച് ഹോസ്റ്റൽ ഫീസും ഈടാക്കീട്ട് അവസാനം പറ്റിക്കാനാണോ?”

“ഒന്നു കരുതിയിരുന്നോ. അങ്ങനെ സംഭവിച്ചാ എല്ലാരും കൂടെ സമരം ചെയ്യണം. മുടക്കിയ പൈസ തിരിച്ചു വാങ്ങണം.” ജെയ്സൺ ഓർമപ്പെടുത്തി.

ജിബിയയുടെ സമാധാനം കെട്ടുപോയി. അങ്ങനെ സംഭവിക്കുമോ? ഇത്രയും പൈസ മുടക്കിയിട്ട് വെറുംകയ്യോടെ നാട്ടിലേക്കു മടങ്ങേണ്ടി വരുമോ?” ജിബിയ നാനാതരം ആശങ്കകളുടെ ചുഴിയിൽ വീണു.

* * *

ജയപ്രകാശിനെയും പവിത്രയെയും വിരുന്നിനു ക്ഷണിക്കാൻ പോകുന്നതിനു മുൻപുതന്നെ അമ്പഴത്തിങ്കൽ വീട്ടിൽവച്ച് ഒരു കൂടിയാലോചന നടന്നു. പവിത്രയ്ക്ക് കൊടുത്ത ഫോണിലേക്ക് അജിതമ്മ വിളിച്ചപ്പോൾ സുഭദ്ര കോൾ എടുത്തതും പവിത്ര ആ ഫോൺ ഉപയോഗിക്കാൻ പാടില്ലെന്നു സുഭദ്ര വിലക്കിയതും അജിതമ്മയെയും ബന്ധുക്കളേയും വല്ലാതെ ചൊടിപ്പിച്ചിരുന്നു.

സുദർശനനും അമർഷത്തിലായിരുന്നു. അജിതമ്മയും അച്ഛനും അമ്മയും ആങ്ങളമാരും സുഭദ്രയ്ക്കെതിരെ കർശനമായ നിലപാടെടുക്കണമെന്നു വാദിച്ചു.

‘‘നമ്മടെ പെങ്കൊച്ചിന് ഒരു മൊബൈൽ കയ്യിൽ വയ്ക്കാൻ സ്വാത ന്ത്ര്യമില്ലാത്ത വീട്ടിൽ അവൾടെ മുന്നോട്ടുള്ള ജീവിതം എങ്ങനായി രിക്കും? ഒന്നാലോചിച്ചു നോക്കിക്കേ.’’ അജിതമ്മയുടെ അമ്മ രോഷ ത്തോടെ പറഞ്ഞു: ‘‘പഴയ കാലമൊന്നുമല്ല ഇത്. ഫോണില്ലാത്ത ആരാ ഒള്ളത്?’’

‘‘ആ വീട്ടിലോട്ടു കെട്ടിച്ചതുതന്നെ അബദ്ധമായീന്നാ എനിക്കു തോന്നുന്നെ.’’ പവിത്രയുടെ അച്ഛൻ സുദർശനൻ പറഞ്ഞു.

‘‘ഇന്ന് നമുക്കവിടെ പോയി സംസാരിക്കാം. അവൾക്കു ഫോൺ ഉപയോഗിക്കാൻ പറ്റണംന്ന് തറപ്പിച്ചങ്ങ്ട് പറയാം.’’ ശിവരാജൻ അഭി പ്രായഐക്യത്തിനായി മറ്റുള്ളവരെ നോക്കി.

‘‘ഫോൺ കൊടുക്കാൻ പറ്റില്ലെന്ന് ആ തള്ള കട്ടായം പറഞ്ഞാലോ?’’ രമേശൻ ചോദിച്ചു.

‘‘നമ്മടെ പെങ്കൊച്ചിനെ വിളിച്ചോണ്ട് ഇങ്ങു പോരാം.’’ സത്യാ നന്ദൻ പറഞ്ഞു.

അജിതമ്മ ഞെട്ടി.

‘‘അച്ഛനെന്താ ഈ പറയുന്നെ. എന്നിട്ട് എന്തു ചെയ്യും?’’

‘‘ബന്ധം വേർപ്പെടുത്തിയേക്കണം. അങ്ങനൊരു തള്ളേടെ കൂടെ അവൾടെ ജീവിതം വല്യ നരകമായിരിക്കും.’’ സത്യാനന്ദൻ പറഞ്ഞു.

ജയപ്രകാശന്റെ വീട്ടുകാരുമായി ഇക്കാര്യത്തിൽ വിട്ടുവീഴ്ചയൊന്നും വേണ്ടെന്ന് അജിതമ്മയുടെ മാതാപിതാക്കളും സഹോദരൻമാരും ഉറ പ്പിച്ചു.

അജിതമ്മയ്ക്ക് അതോടെ ആധികയറി.

ഇല്ലാത്ത പൈസയുണ്ടാക്കി നടത്തിയ വിവാഹം.

നാട്ടുകാരോട് എന്തു സമാധാനം പറയും?

അവർ ധർമസങ്കടത്തിലായി.

പതിനൊന്ന്

ജയപ്രകാശിനെയും പവിത്രയെയും വിരുന്നിനു വിളിക്കാൻ കൊന്ന യ്ക്കൽ വീട്ടിൽ എത്തിയതാണ് സുദർശനനും ശിവരാജനും. സുഭദ്ര യാണ് അവരെ ആദ്യം കണ്ടത്. അപ്പോൾ മുതൽ അവർ വന്നവർക്കും പവിത്രയ്ക്കുമിടയിൽ കയറിനിൽപാണ്. അച്ഛനോടും ശിവരാജനോടും കയറി ഇരിക്കാൻ പോലും ജയപ്രകാശിന്റെ അമ്മ പറയുന്നില്ല. അതിനു മുൻപേ പരാതി തുടങ്ങി.

''ആ സ്വർണമൊക്കെ ഉരുക്കി പണിയിച്ചതാ, അല്ലേ? ഉരുക്കിപ്പണി യുമ്പം മാറ്റ് കുറഞ്ഞു കാണുമല്ലോ. പുതിയ സ്വർണം ഇങ്ങനാണോ? മങ്ങിയിരിക്കുന്നു. സ്വർണത്തിനൊരു തെളക്കം വേണ്ടേ. വല്ലാത്ത ചതി യായിപ്പോയി.''

''ഞങ്ങളാരേം ചതിച്ചിട്ടില്ല. ചതിക്കുന്ന കൂട്ടരുമല്ല. പറഞ്ഞത്രേം സ്വർണം തന്നു. കൂടുതലൊണ്ടെങ്കിലേയൊള്ളൂ. പണ്ടൊക്കെ കല്യാണ ത്തിനൊള്ള പൊന്ന് സ്വർണപ്പണിക്കാരല്ലേ പണിഞ്ഞു കൊടുത്തോണ്ടി രുന്നെ. സ്വർണക്കടേലെ സ്വർണോം അങ്ങനെ പണിഞ്ഞുണ്ടാക്കുന്നതു തന്നെയാ.'' ശിവരാജൻ അൽപം നീരസത്തിലാണു പറഞ്ഞത്.

''ഉരുക്കിപ്പണിയുമ്പം പണിക്കാര് അതിൽ ചെമ്പ് ചേർക്കും. മാറ്റ് കിട്ടണെങ്കി തങ്കം ചേർക്കണം. ഇതാരെക്കൊണ്ട് പണിയിച്ചെടുത്തു, ഇത്ര കനം കൊറച്ച്? വളയൊക്കെ കയ്യിലിട്ടോണ്ട് കെടന്നൊറങ്ങിയാ രാവിലെ എണീക്കുമ്പം വളഞ്ഞിരിക്കും.''

''അതുകൊണ്ടല്ലേ അതിനു വളേന്നു പേരിട്ടിരിക്കുന്നെ,'' സുദർ ശനൻ ചിരിച്ചു.

''തമാശ പറയുവാണോ? ഞാനേ... ഞാനൊണ്ടല്ലോ, കാര്യം പറ ഞ്ഞതാ. ജയപ്രകാശനോട് തിരിച്ചു വാങ്ങിച്ച പതിനായിരം രൂപ കൊടു ത്തായിരുന്നോ?''

''അത് ഞങ്ങളുതമ്മിലൊള്ള വായ്പയാ. അത് ഞാൻ കൊടു ത്തോളാം. ഇതുമായിട്ടു കൂട്ടിക്കൊഴയ്ക്കണ്ട.''

''എന്നു പറഞ്ഞാ മതിയോ? കൊടുക്കണ്ടായോ? സ്ത്രീധനപ്പണ ത്തീന്നല്ലേ തിരിച്ചു വാങ്ങിച്ചത്?''

അപ്പോഴേക്കും ജയപ്രകാശ് ഓട്ടോ ഓടിച്ചു മുറ്റത്തേക്കു വന്നു. അയാൾ ഇറങ്ങി വന്ന് അവരോടു കുശലം പറഞ്ഞു: ''എന്നാ ഇവിടെ നിക്കുന്നെ. അകത്തോട്ടു കേറിയിരിക്കാമ്മേലാരുന്നോ. വാ.''

ജയപ്രകാശ് അവരെ ഹാളിലേക്കു കൂട്ടിക്കൊണ്ടു പോയി സോഫ യിൽ ഇരുത്തി. അപ്പോഴും സുഭദ്ര അവരുടെ സമീപത്തുനിന്നു മാറി യില്ല. സുദർശനനും ശിവരാജനും പവിത്രയോട് സ്നേഹത്തോടെ രണ്ടുവാക്ക് സംസാരിക്കണമെന്നുണ്ട്. പക്ഷേ, സുഭദ്രയാണ് എപ്പോഴും നേരെ മുന്നിൽ. ചായയോ വെള്ളമോ എടുത്തു കൊടുക്കാനുള്ള സന്ന ദ്ധതയുമില്ല.

പവിത്രയ്ക്ക് ആ വീട്ടിലെ അടുക്കള തീരെ പരിചയമില്ല. എങ്കിലും അവൾ രണ്ടും കൽപിച്ച് അടുക്കളയിൽ കയറി ചായയ്ക്കു വെള്ളം വച്ചു. ഫ്രിഡ്ജ് തുറന്നു നോക്കിയപ്പോഴാണ് പാൽ ഇല്ലല്ലോന്ന് ഓർ ത്തത്. ഇവിടെ പാൽ വാങ്ങിക്കാറില്ലെന്നു ജ്യോതി പറഞ്ഞത് ഓർമ വന്നു. പവിത്ര കട്ടൻകാപ്പി തിളപ്പിച്ച് അതിൽ പഞ്ചസാര ചേർത്ത് അച്ഛനും മാമനും കൊണ്ടുപോയി കൊടുത്തു.

ശിവരാജൻ അർത്ഥഗർഭമായി പവിത്രയെ ഒന്നു നോക്കി. ഗ്ലാസിൽ നിന്ന് ഒരു കവിൾ രുചിച്ചശേഷം അയാൾ അത് ടീപ്പോയിൽ വച്ചു.

''ഞങ്ങള് വിരുന്നിനു ക്ഷണിക്കാൻ വന്നതാ.'' ശിവരാജൻ ജയ പ്രകാശിനോടും സുഭദ്രയോടുമായി പറഞ്ഞു.

''പവിത്രേ, നീയാ മൊബൈലെടുത്ത് നിന്റച്ഛന്റെ കയ്യിലോട്ടു കൊടു ത്തേക്ക്. ചെല്ല്.''

പവിത്ര ഉടനെ മുറിയിൽ കയറി പെട്ടി തുറന്ന് മൊബൈൽ ഫോൺ എടുത്തുകൊണ്ടു വന്നു. അത് സുദർശനന്റെ നേരെ നീട്ടി.

''എന്തായിത്?'' ശിവരാജൻ ചോദിച്ചു.

''ഇവൾടമ്മ മകൾക്കു കൊടുത്തുവിട്ടതാ. ഇതൊന്നും ഇവിടെ പറ്റത്തില്ല.''

ശിവരാജൻ കണ്ണു ചിമ്മി. ''എന്താ കാര്യം?''

''ഇവിടെ പറ്റത്തില്ലെന്ന്. പ്രകാശന് ഫോണുണ്ട്. എനിക്കും മൊബൈ ലൊണ്ട്. നിങ്ങക്ക് എന്തെങ്കിലും സംസാരിക്കാനൊണ്ടങ്കി അതിലോട്ടു വിളിച്ചാപ്പോരേ.''

''പവിക്ക് വീട്ടിലൊള്ളവരോടു മിണ്ടണങ്കി എപ്പഴും നിങ്ങടടുത്തു വന്നു കൈ നീട്ടണ്ടേ. പ്രകാശൻ ജോലിക്കു പോകത്തില്ലേ. അവൾടമ്മ യ്ക്കും അച്ഛനും അവളെ ഒന്നു വിളിക്കണങ്കി...?''

''എന്റെ മൊബൈലിലോട്ട് വിളിച്ചാ മതി.''

സുഭദ്ര തന്റെ നിലപാടിലുറച്ചു നിന്നു.

''പവീടെ കയ്യിലീ ഫോണിരുന്നാ എന്നാ കൊഴപ്പം?''

''ഇവിടെ പറ്റത്തില്ലന്നേ. ഇവിടുള്ളോരടെ കുറ്റങ്ങളു ചോദിക്കാനും പറയാനുമല്ലേ. ഇവിടത് നടക്കത്തില്ല.''

''ഇതെന്നാ വർത്തമാനമാ നിങ്ങള് പറയുന്നെ. ഫോണെന്തിനാ എല്ലാരും ഉപയോഗിക്കുന്നെ. കുറ്റം പറയാൻ വേണ്ടിയാണോ? സംസാരിക്കാൻ വേണ്ടിയല്ലേ. ജയപ്രകാശേ, നീയെന്നാ ഒന്നും മിണ്ടാത്തെ? ഇവൾടെ കയ്യിലൊരു ഫോണിരുന്നാ എന്നതാ പ്രശ്നമെന്നു പറ.''

''എനിക്കും അമ്മയ്ക്കും ഫോണുണ്ടല്ലോ. പിന്നെന്തിനാ വെറുതെ ഒരെണ്ണം?''

''വെറുതെയാണോ? നീ ഓട്ടോ ഓടിക്കാൻ പോകുമ്പം നിന്റെ ഭാര്യയെ ഒന്നു വിളിക്കണമെന്നു തോന്നിയാ ഒടനെ നിന്റെ അമ്മയെ വിളിച്ചിട്ട് ഫോൺ ഇവൾക്ക് കൊടുക്കാൻ പറയണ്ടേ?''

''അതിനെന്നാ കൊഴപ്പം?''

''ഒരു കൊഴപ്പോം ഇല്ലേ?'' ശിവരാജൻ ജയപ്രകാശിനെ തുറിച്ചു നോക്കി.

''ഈ മൊബൈൽ ഫോണൊക്കെ എന്നാ ഒണ്ടായത്? അതിനു മുൻപും കല്യാണങ്ങള് നടക്കേം ഭാര്യേം ഭർത്താവും മക്കളുമായിട്ട് ഓരോരോ കുടുംബങ്ങള് ജീവിക്കേം ചെയ്തിട്ടില്ലേ.''

സുഭദ്രയുടെ ആ ചോദ്യത്തിനു മുന്നിൽ ശിവരാജൻ ഒരു നിമിഷം പകച്ചു.

''അങ്ങനെ നോക്കിയാ, പണ്ട് കറന്റൊണ്ടാരുന്നോ, ഗ്യാസൊണ്ടാരുന്നോ, ഫ്രിഡ്ജും ടീവീം ഒണ്ടാരുന്നോ. അതുകൊണ്ട് നിങ്ങളതൊക്കെ വേണ്ടെന്നുവച്ച് മണ്ണെണ്ണ വിളക്കു കത്തിച്ചാണോ വെട്ടം കാണുന്നെ. നിങ്ങളി ടീവീം ഫ്രിഡ്ജും ഒന്നും ഉപയോഗിക്കുന്നില്ലേ.''

സുദർശനന്റെ മറുചോദ്യം വന്നതോടെ സുഭദ്രയ്ക്കു നാണക്കേടായി.

''പവിത്രയ്ക്കു മാത്രമായിട്ട് ഇവിടൊരു മൊബൈല് വേണ്ടെന്നു ഞാൻ പറഞ്ഞാ വേണ്ട.'' സുഭദ്ര തന്റെ സ്വരം കടുപ്പിച്ചു.

തർക്കിച്ചിട്ടു ഫലമില്ലെന്നു ശിവരാജനും സുദർശനനും മനസ്സിലായി. ഒട്ടും സന്തോഷത്തിലല്ല അവർ തിരിച്ചു പോയത്. ശിവരാജൻ സുദർശനന്റെ വീട്ടിൽ ചെന്ന ഉടനെ രമേശനെയും സത്യാനന്ദനെയും അവിടേക്കു വിളിച്ചു വരുത്തി.

''ഒടനെ ഒരു തീരുമാനമെടുക്കണം. ആ തള്ള ഭയങ്കര വെഷമാണ്. ഞങ്ങളവിടെ ചെന്നിട്ട് പവിത്രമോളോട് ഒരു വാക്ക് മിണ്ടാൻ അവര് സമ്മതിച്ചിട്ടില്ല. ചെന്നപ്പം മുതല് തിരിച്ചു പോരുന്നതുവരെ മുന്നിൽ കേറി നിൽക്കുവാ.''

അജിതമ്മ അന്ധാളിച്ചു പോയി.

''എന്തൊണ്ടായീന്നു പറ.''

ശിവരാജൻ എല്ലാം വിസ്തരിച്ചു പറഞ്ഞു.

സത്യാനന്ദനും രമേശനും താടിക്കു കയ്യൂന്നി വിഷണ്ണരായി ഇരുന്നു.

''വേണ്ടാരുന്നു അല്ലേ ശിവാ.'' സത്യാനന്ദൻ മകനോടു പരിതപിച്ചു.

''ചേച്ചീടെ ഒറ്റ നിർബന്ധം കൊണ്ടാ.'' രമേശൻ അജിതമ്മയെ കുറ്റപ്പെടുത്തി.

''അതിനിപ്പം എന്നാ പറ്റിയെന്നാ നിങ്ങള് പറയുന്നെ. എനിക്കവളെ മൊബൈലി വിളിച്ച് സംസാരിക്കാൻ പറ്റത്തില്ല. അത്രല്ലേയൊള്ളൂ. എനിക്കവളെ കാണണങ്കി ഒരോട്ടോ വിളിച്ച് പോയാപ്പോരേ. പതിനഞ്ചു മിനിറ്റ് മതിയല്ലോ.''

''അത്രേയൊള്ളോ? ഞങ്ങളാ വീട്ടിച്ചെന്നിട്ട് ആ സ്ത്രീ കേറിയിരിക്കാൻ പറഞ്ഞില്ല. ഒരു ഗ്ലാസ് വെള്ളം പോലും എടുത്തുതന്നില്ല. പവിത്ര മോളാ ഒരു കട്ടൻ കാപ്പി ഇട്ടു തന്നത്.'' ശിവരാജൻ രോഷം പൂണ്ടു.

''അതിനിപ്പം നമ്മക്കെന്നാ ചെയ്യാൻ പറ്റും. കല്യാണം കഴിഞ്ഞു പോയില്ലേ?''

''എന്നുവച്ച് അവരവളെ അവിടെയിട്ട് നരകിപ്പിച്ചോട്ടേന്നോ? എനിക്കു കേട്ടപ്പം മൊതല് കലികേറി നിക്കുവാ.''

രമേശൻ തലമാന്തി അസ്വസ്ഥത പ്രകടിപ്പിച്ചു.

''നമുക്കെല്ലാവർക്കുംകൂടെ അവിടെച്ചെന്ന് അവരോടു സംസാരിച്ചാലോ?'' അജിതമ്മയുടെ അച്ഛൻ സത്യാനന്ദൻ അഭിപ്രായപ്പെട്ടു. ''നമുക്കവരോടു പറയാം, ഇങ്ങനൊന്നും പറ്റത്തില്ല, ഒരു മൊബൈല് കൊണ്ടുനടക്കുന്നത് വല്യ കുറ്റമൊന്നുമല്ല. എല്ലാ വീട്ടിലും അങ്ങനെയാ. ഇപ്പം ആർക്കാ മൊബൈൽ ഫോണില്ലാത്തെ. നാട്ടുനടപ്പിനനുസരിച്ച് പെരുമാറാൻ പറയാം.''

''അവര് കടുകിടയ്ക്കു മാറത്തില്ലെന്ന്. ആ ജയപ്രകാശിനാണെങ്കി തള്ള പറയുന്നതിനു മറുത്തൊരു വാക്കില്ല.''

''നാട്ടുകാര് കേട്ടാ മൂക്കത്ത് വെരല് വെക്കുവല്ലോ, നിങ്ങക്ക് ചൊണയില്ലാഞ്ഞിട്ടാണെന്നല്ലേ പറയത്തൊള്ളൂ.''

''നമുക്കവളെ തിരിച്ചു വിളിച്ചോണ്ടു പോരാം. അതാ നല്ലത്.'' സത്യാനന്ദൻ നിരാശയിൽ പറഞ്ഞു.

''അച്ഛാ, രൂപയെത്രയാ ചെലവായതെന്നറിയ്യോ കല്യാണത്തിന്. ഞാനിവിടിരുന്നു വർഷങ്ങളായിട്ട് ഒറക്കെളച്ച് തയ്ച്ചൊണ്ടാക്കിയ പൈസയാ. ഉറുമ്പ് ശേഖരിച്ചോണ്ടു വന്നു കൂട്ടി വയ്ക്കണപോലെ. ആ പൈസ തിരിച്ചു കിട്ടുവോ? ഒന്നൊന്നര ലക്ഷം രൂപ. അവളെ ഇങ്ങോട്ടു കൊണ്ടു വന്നാ മാത്രം മതിയോ? വേറെ കല്യാണം കഴിപ്പിക്കണ്ടേ. അതിനെവിടുന്ന് പൈസയൊണ്ടാക്കും. അതുമാത്രമോ? പിന്നെയവൾക്ക് നല്ലൊരു കല്യാണാലോചന കിട്ടോ? രണ്ടാംകല്യാണമായിപ്പോയില്ലേ? ബന്ധം പിരിയുന്നേന് നാട്ടുകാരോട് നമ്മളെന്നാ മറുപടി പറയും. മൊബൈല് കയ്യിൽ വെക്കാൻ അമ്മായിയമ്മ സമ്മതിക്കാത്ത കാരണം ബന്ധം

വേർപെടുത്തീന്നോ? അന്നേരം നമ്മടെ കൂടെ നിക്കാൻ ആരും കാണ ത്തില്ല. മൊബൈല് കിട്ടാഞ്ഞിട്ടാ കെട്ടിയവനെ ഉപേക്ഷിച്ചു പോയേന്നു പറഞ്ഞ് കളിയാക്കും. എല്ലാം നോക്കണ്ടേ നമ്മള്.''

അജിതമ്മ ഉള്ളിൽ തട്ടിയാണ് പറയുന്നത്. അതിൽ ആത്മവിലാ പവും കഷ്ടപ്പാടും ദുരിതവും തീരാത്ത കടമകളും അനിശ്ചിതമായ ഭാവിയുടെ വേവലാതികളും എല്ലാം ഉണ്ട്.

എല്ലാവരും മിണ്ടാട്ടം മുട്ടിയപോലെ ഇരുന്നു.

''നമ്മളിപ്പം ഇതിന്റെ പേരിലൊരു വഴക്കിനു പോകണ്ടാന്നാ എന്റെ അഭിപ്രായം. അവര് രണ്ടുപേരുംകൂടെ വിരുന്നിനു വരുവല്ലോ. അന്നേരം ജയപ്രകാശിനോട് കാര്യങ്ങള് പറഞ്ഞു കൊടുത്ത് അവന്റെ മനസ്സു മാറ്റിയെടുക്കാം. അതല്ലേ നല്ലത്. അല്ലാതെ കണ്ണുമടച്ചങ്ങോട്ട് എടുത്തു ചാടിയാ നമ്മടെ കൊച്ചിനുതന്നെയാ അതിന്റെ കേട്.''

അതോടെ പവിത്രയെ തിരികെ വിളിച്ചോണ്ടു വരണമെന്ന അഭി പ്രായത്തിന്റെ മുനയൊടിഞ്ഞു. ജയപ്രകാശിനെ എങ്ങനെ സ്വാധീനി ക്കണമെന്നായി അടുത്ത ആലോചന. ഞണ്ടുകല്ലിൽനിന്നു വന്നവർ വൈകുന്നേരത്തോടെ തിരികെ പോയി.

വിവാഹത്തിന്റെ നാലാംനാൾ ജയപ്രകാശും പവിത്രയുംകൂടി ഓട്ടോ റിക്ഷയിൽ വിരുന്നിനെത്തി. അവർക്കുവേണ്ടി അജിതമ്മ വിഭവസമൃദ്ധ മായ ഊണൊരുക്കിയിട്ടുണ്ടായിരുന്നു.

ഊണിനുശേഷം സംസാരിച്ചിരിക്കവേ സുദർശനൻ മരുമകനോടു ചോദിച്ചു: ''ഒരു ബൈക്ക് വാങ്ങിച്ചൂടായിരുന്നോ? വാങ്ങാൻ ലോണൊക്കെ കിട്ടുവല്ലോ.''

''ഓട്ടോയുണ്ടല്ലോ. പിന്നെന്തിനാ?''

''അല്ലാ, ഭാര്യേംകൂട്ടി കറങ്ങാനൊക്കെ പോണെങ്കി ഓട്ടോ ഒര ഭംഗിയല്ലേ. ഇക്കാലത്ത് ഏതു ചെറുപ്പക്കാർക്കാ ബൈക്കില്ലാത്തെ. ഓട്ടോറിക്ഷ നമ്മടെ തൊഴിലല്ലേ. അതുകൊണ്ട് സിനിമയ്ക്കും ടൂറിനു മൊക്കെ പോകുവാന്നു വച്ചാ.''

''പൈസ വേണ്ടേ അച്ഛാ. വീടുവച്ച കടം ഇതുവരെ തീർന്നിട്ടില്ല. വേറെ വരുമാനമൊന്നും ഇല്ലല്ലോ. ഓട്ടോയാ ഒരേയൊരു കറവപ്പശു.''

പിന്നെ സുദർശനൻ അതേപ്പറ്റി ഒന്നും പറഞ്ഞില്ല.

പവിത്രയും ജയപ്രകാശുംകൂടി നല്ല അടുപ്പമുള്ള അയൽവീടുകളിൽ സന്ദർശനം നടത്തി. അവിടുള്ളവർക്കെല്ലാം പവിത്രയോടുള്ള ഇഷ്ടം കണ്ട് ജയപ്രകാശിന് അദ്ഭുതമായി.

അയൽവീട് സന്ദർശനങ്ങൾ കഴിഞ്ഞ് വൈകുന്നേരം പവിത്രയും ജയപ്രകാശും തിരികെ വീട്ടിലെത്തി.

പവിത്ര ഡ്രസ് മാറാനായി താൻ ഉപയോഗിച്ചിരുന്ന അലമാര തുറന്നു. അതിന്റെ തട്ടുകളിൽ ദീപയുടെ ഡ്രസ്. ചില പഴന്തുണിക്കെട്ടു കൾ. പവിത്ര ഉൾക്കിടിലത്തോടെ നിന്നു.

''അമ്മാ...'' അവൾ ഉറക്കെ വിളിച്ചു.

അജിതമ്മ അവിടേക്കു വന്നു. പവിത്ര അലമാരയിലേക്കു തുറിച്ചു നോക്കി നിൽക്കുകയാണ്.

''എന്റെ ഡ്രസൊക്കെ എവിടെ അമ്മാ?'' നടുക്കം മാറാതെ അവൾ അജിതമ്മയെ നോക്കി. ''എന്റെ പട്ടുപാവാടകൾ, എന്റെ സ്കൂൾ യൂണിഫോം, എല്ലാം എടുത്തു മാറ്റിയോ?''

''അതൊക്കെ ഇനിയെന്തിനാ നിനക്ക്? രമേശന്റേം ശിവന്റേം അപ്പച്ചി മാരടേം ഒക്കെ പിള്ളാരു വന്ന് ചോദിച്ചപ്പം ഞാനതെല്ലാം പെറുക്കി ക്കൊടുത്തു.''

പവിത്ര വിശ്വാസം വരാതെ അമ്മയെ നോക്കി നിഷേധരൂപേണ തലയാട്ടി. അവൾ വീണ്ടും അലമാരയിലേക്ക് നോക്കി. അവൾക്ക് ഏറ്റവും പ്രിയപ്പെട്ടതായിരുന്ന വസ്ത്രങ്ങളും കൗതുകവസ്തുക്കളും അടുക്കിവച്ചിരുന്ന തട്ടുകൾ. എല്ലാ നിറങ്ങളിലുമുള്ള പട്ടുപാവാടയും ബ്ലൗസും അവൾക്കുണ്ടായിരുന്നു. അവയിൽ പലതും ഇട്ട് കൊതി തീർന്നിട്ടുപോലുമില്ല. പല നിറത്തിലുള്ള അണ്ടർ സ്കേർട്ടുകൾക്കു മീതെ വിശറിയുടെ ഞൊറിവുകൾപോലെ ധാരാളം ഞൊറിയിട്ടു തയ്ച്ച ഷിഫോൺ സാരി പാവാടകൾ അവൾക്കുണ്ടായിരുന്നു. അതണിഞ്ഞ് മുറിയിലൊന്നു വട്ടം ചുറ്റുമ്പോൾ, ഞൊറികൾ വിടർന്ന് അരയ്ക്കു ചുറ്റും ഒരു വലിയ വർണക്കുട വിരിയും.

കഴിഞ്ഞ വർഷങ്ങളിലെ യൂണിഫോം എല്ലാം അലക്കിത്തേച്ചു മടക്കി സൂക്ഷിച്ചുവച്ചിരുന്നതാണ്. ഇടയ്ക്ക് അതെടുത്തു മണത്തു നോക്കും. അപ്പോൾ ആ പോയകാലത്തിന്റെ സ്മരണകൾ അതിന്റെ സുഗന്ധത്തോടെ അവൾക്കു കിട്ടും. മിക്കവാറും എല്ലാ നിറങ്ങളിലു മുള്ള കുപ്പിവളകൾ അവൾ നിധിപോലെ സൂക്ഷിച്ചിരുന്നു. ഒന്നും ഇല്ല.

എല്ലാം വിലപ്പെട്ടതായിരുന്നു. അമൂല്യമായിരുന്നു.

''എന്താ മോളേ... നിനക്കിനി അതൊന്നും...''

പവിത്ര നിറകണ്ണുകളോടെ അമ്മയെ നോക്കി.

''ഒന്നും മിണ്ടല്ലേ അമ്മേ. എനിക്കിത് സഹിക്കാൻ വയ്യ.''

''ആർക്കെങ്കിലും ഉപകാരപ്പെടട്ടേന്നു വിചാരിച്ച് ഞാൻ...''

''അമ്മേ പ്ലീസ്...'' തേങ്ങിക്കൊണ്ട് പവിത്ര അമ്മയുടെ നേർക്കു കൈ കൂപ്പി. എന്നിട്ട് സർവവും നഷ്ടപ്പെട്ടപോലെ ചുമരിലേക്കു ചാരി നിന്നു. അജിതമ്മ അടുത്തേക്കു ചെന്നു.

''മോളേ...''

''എന്നെ ഈ വീട്ടീന്ന് വിറ്റുകളഞ്ഞതാ അല്ലേ.'' കരച്ചിൽ പൊട്ടി യിട്ട് അവൾ വായ്പൊത്തി.

''ഞാൻ... ഞാനോർത്തു...''

"വേണ്ട." പവിത്ര കൊച്ചുകുട്ടിയെപ്പോലെ ചിണുങ്ങി. "മനസ്സിലായി. എനിക്കെല്ലാം മനസ്സിലായി."

അവൾ നിലത്തേക്ക് ഇരുന്നു. കാൽമുട്ടുകളിലേക്കു മുഖം കുനിച്ചിരുന്ന് ശബ്ദമില്ലാതെ കരഞ്ഞു.

* * *

സീനിയർ സ്റ്റുഡന്റ്സ് മുറിയിലേക്കു കടന്നു വന്നപ്പോൾത്തന്നെ ജിബിയയും കൂട്ടുകാരും അങ്കലാപ്പിലായി. ഇന്നുമുണ്ടോ റാഗിങ്! അതിന്റെ കാഠിന്യം കുറഞ്ഞുകുറഞ്ഞുവരികയായിരുന്നു. ഇൻസ്റ്റിറ്റ്യൂട്ടിന്റെ ബസിൽ നഴ്സിങ് സ്കൂളിലേക്കു യാത്രചെയ്യുമ്പോഴുള്ള കലാപരിപാടികൾ മാത്രമേ അവശേഷിച്ചിരുന്നുള്ളൂ. സീനിയർ ചേച്ചിമാർ ജൂനിയേഴ്സിനെക്കൊണ്ട് പാട്ടുകൾ പാടിക്കും. ഏതെങ്കിലും ഒരു സിനിമയുടെ പേര് രഹസ്യമായി പറഞ്ഞു കൊടുത്തിട്ട് അതിലൊരു ഭാഗം അഭിനയിച്ചു ഫലിപ്പിക്കാൻ പറയും. അഭിനയം കാണുന്നവർക്ക് സിനിമയുടെ പേര് പറയാൻ കഴിയണം.

ജിബിയ മിക്കപ്പോഴും ചെറുചിരിയോടെ മാത്രമേ എല്ലാവരോടും സംസാരിക്കാറുള്ളൂ.

"നിനക്ക് ചിരി ഇത്തിരി കൂടുതലാ. അതുകൊണ്ട് ഇന്നു നീ ഇവിടം മുതൽ സ്കൂൾ കോംപൗണ്ടിൽ എത്തുന്നതുവരെ ചിരിച്ചോണ്ടിരിക്ക്. വാ കൂട്ടരുത്."

ഒരു സീനിയർ ചേച്ചി ജിബിയയ്ക്ക് ഇന്നലെ കൊടുത്ത ശിക്ഷ അതായിരുന്നു. കേട്ടപ്പോൾ നിസ്സാരമെന്നു തോന്നിയെങ്കിലും പതിനഞ്ചു മിനിറ്റോളം തുടർച്ചയായി വായ് പൂട്ടാതെ പല്ലിളിച്ചു പിടിച്ചോണ്ടിരിക്കുന്നതിന്റെ കാഠിന്യം എത്രയെന്ന് ജിബിയയ്ക്കു ബോധ്യപ്പെട്ടു.

"ആരും പേടിക്കേണ്ട. റാഗിങ്ങിനൊന്നുമല്ല ഞങ്ങൾ വന്നിരിക്കുന്നെ. നാളെ ഫ്രെഷേഴ്സ് ഡേ ആണെന്നറിയാമല്ലോ. എല്ലാവരും പരസ്പരം പരിചയപ്പെടുകേം പരിചയപ്പെടുത്തുകേം ചെയ്യുന്ന ദിവസം. റാഗിങ്ങിന്റെ അവസാന ദിവസം. നാളെ നിങ്ങൾ ചില ഐറ്റങ്ങളൊക്കെ ചെയ്യേണ്ടിവരും. റെഡിയായി വന്നേക്കണം. അവിടെ വന്നിട്ട്, അറിയില്ല ചെയ്യില്ല എന്നൊക്കെ പറഞ്ഞാ കാലേപ്പിടിച്ച് ഞങ്ങൾ സ്റ്റെയർകേസ് വഴി താഴോട്ട് വലിച്ചോണ്ടു നടക്കും. പറഞ്ഞത് എല്ലാവരും കേട്ടല്ലോ."

മുന്നറിയിപ്പ് നൽകിയിട്ട് സീനിയർ പെൺകുട്ടികൾ പോയി.

"ദൈവമേ... ഇന്നു രാത്രിയങ്ങ് ചത്തുപോയാ മതിയാരുന്നു." ജിബിയ മുകളിലേക്കു നോക്കി കൈകൂപ്പി.

പിറ്റേന്ന് ഓഡിറ്റോറിയത്തിൽ നഴ്സിങ് വിദ്യാർഥികൾ ഒത്തുകൂടി. പുതിയ ബാച്ചിലുള്ളവർക്കു നിർദ്ദേശങ്ങൾ നൽകിയും അനുസരിപ്പിച്ചും സീനിയേഴ്സ് തിക്കിത്തിരക്കി നടന്നു. നൃത്തം അറിയാത്തവർ നൃത്തം

ചവിട്ടി. നാടകം കണ്ടിട്ടുപോലുമില്ലാത്തവർ നെടുങ്കൻ നാടക ഡയലോഗുകൾ പറഞ്ഞു. ബാത്റൂമിൽപോലും പാട്ട് മൂളാത്തവരെക്കൊണ്ട് പാട്ടു പാടിച്ചു.

ജിബിയയ്ക്കു കിട്ടിയത്, ഞെട്ടിക്കുന്ന ഒരു കൽപനയായിരുന്നു.

കറുത്തു മെലിഞ്ഞ ഒരു കന്നട പയ്യനെ ചൂണ്ടിക്കാട്ടിയിട്ട് അവന്റെ മുന്നിൽ ചെന്ന് വിവാഹാഭ്യർത്ഥന നടത്തണം. സ്നേഹം തുറന്നു പറയണം. ജിബിയ അൽപനേരം അറച്ചു നിന്നു.

അനുസരിക്കുകയല്ലാതെ ഗത്യന്തരമില്ലായിരുന്നു. കന്നടക്കാരൻ സീനിയർ സ്റ്റുഡന്റിന്റെ അടുത്തുചെന്ന് അവൾ ചോദിച്ചു: ‘‘എനിക്ക് ഇയാളെ ഇഷ്ടമാണ്. എന്നെ കല്യാണം കഴിക്കുമോ?’’

കന്നടക്കാരൻ കണ്ണുമിഴിച്ച് അവളെ നോക്കി. അവന് ഒന്നും മനസ്സിലായില്ല.

‘‘ഇംഗ്ലീഷിൽ പറ. ഇംഗ്ലീഷ്. ഐ ലവ് യൂന്ന്... അവന്റെ കൈപിടിച്ച് ഉമ്മ കൊടുക്ക്.’’ സീതാ ജെയിംസ് ആജ്ഞാപിച്ചു.

ജിബിയ അവന്റെ കൈത്തലം പിടിച്ചെടുത്ത് മുഖത്തോടടുപ്പിച്ചു. എന്നിട്ടു ചോദിച്ചു: ‘‘വിൽ യൂ മാരി മീ. ഐ ലവ് യൂ.’’

തുടർന്ന് കരഘോഷം. കൂട്ടച്ചിരി.

ജിബിയ വെളുത്തു വിളറി തല കുമ്പിട്ടു നിന്നു. എന്തായാലും ആ ദിവസത്തോടെ റാഗിങ് എന്ന പീഡനവും അവസാനിച്ചു.

ഏതാനും ദിവസങ്ങൾക്കുശേഷം പുതിയ ബാച്ചുകാരെ ഞെട്ടിച്ചുകൊണ്ട് സ്കൂൾ മാനേജ്മെന്റിന്റെ പ്രഖ്യാപനം വന്നു.

പുതിയ ബാച്ചിലുള്ള അറുപതോളം സ്റ്റുഡന്റ്സിനെ ജ്യോതിപുരയിലേക്കു മാറ്റുകയാണ്.

സ്കൂളിൽ പെട്ടെന്ന് ഊഹാപോഹങ്ങൾ വ്യാപിച്ചു. അവിടത്തെ ഹോസ്റ്റൽ വലുതാണെങ്കിലും വേണ്ടത്ര സൗകര്യങ്ങളില്ല. ഒറ്റപ്പെട്ട സ്ഥലത്താണ് ഹോസ്റ്റൽ. അങ്ങോട്ടുള്ള റോഡ് വിജനമാണ് എന്നൊക്കെ. ജിബിയയ്ക്ക് അതറിഞ്ഞപ്പോൾ മുതൽ ആധി കയറി. അവൾ അടുത്ത ദിവസംതന്നെ ജെയ്സനെ കണ്ട് കൂടുതൽ വിവരങ്ങൾ തിരക്കി.

‘‘ഞാനന്നു പറഞ്ഞില്ലേ, അതുതന്നെയാണു കാര്യം. ഇവിടത്തെ സീറ്റെല്ലാം ഫുള്ളായി. ഒരു സ്കൂളിന് അനുവദിക്കുന്ന സീറ്റുകൾക്ക് ഒരു ലിമിറ്റൊണ്ടല്ലോ. മാനേജ്മെന്റ് പെട്ടെന്ന് വേറൊരു ഇൻസ്റ്റിറ്റ്യൂട്ട് തല്ലിക്കൂട്ടി ഒണ്ടാക്കി. എന്നിട്ട് നിങ്ങളെ അങ്ങോട്ടു മാറ്റും. അതിനുശേഷം ഗവൺമെന്റിന്റെ അംഗീകാരത്തിനുവേണ്ടി ശ്രമിക്കും. അവിടേം കുറെ സീറ്റുകൾ അലോട്ട്ചെയ്തു കിട്ടും.’’

‘‘അവിടെ ഇവിടത്തെക്കാൾ മോശമാണെന്നാ കേൾക്കുന്നെ.’’

‘‘അതൊക്കെ ശരിയായിരിക്കും. ഒരു കോംപൗണ്ട് ലീസിനെടുത്തിട്ട് മുള്ളുവേലി കെട്ടും. കുറെ ഷെഡ്ഡുകൾ പെട്ടെന്നു തട്ടിക്കൂട്ടും. അപ്രൂവൽ കിട്ടണതൊക്കെ ഭാഗ്യംപോലെ.’’ ജെയ്സൺ പറഞ്ഞു.

''വീട്ടിലെന്തു പറയും, പപ്പാ ഇല്ലാത്ത കാശൊണ്ടാക്കി അയച്ചതാ.''

''സാരമില്ലെന്നേ. ശരിയാകും. മിക്കവാറും അംഗീകാരം കിട്ടിയേക്കും. മാനേജ്മെന്റ് പൈസ എറക്കീട്ട് നടത്തുന്ന ബിസിനസല്ലേ.'' ജെയ്സൺ സമാധാനിപ്പിച്ചു.

''ചേട്ടൻ അങ്ങോട്ടു വരുന്നുണ്ടോ?''

''ഞാൻ വരണോ?'' ജെയ്സൺ പുഞ്ചിരിച്ചു.

ജിബിയ വിളറി.

''അല്ലാ, നിങ്ങടെ ബാച്ച് അങ്ങോട്ടു വരുന്നൊണ്ടോന്നാ?''

''അറിയില്ല. ഞങ്ങൾ സീനിയേഴ്സല്ലേ. ഇവിടെത്തന്നെ കണ്ടിന്യൂ ചെയ്യാനാ സാധ്യത.''

''ശ്ശോ... കഷ്ടാണല്ലോ. എന്തേലും ഒരു കാര്യം ചോദിക്കണമെന്നു വച്ചാ...''

''ഫോൺ നമ്പറുണ്ടല്ലോ കയ്യിൽ. വിളിച്ചാ മതി.'' ജെയ്സൺ ചെറു ചിരിയോടെ പറഞ്ഞു.

ജിബിയ ആലംബം നഷ്ടപ്പെട്ടവളെപ്പോലെ അവനെ നോക്കി നിന്നു.

രണ്ടു ദിവസത്തിനുശേഷം ജിബിയ അടക്കമുള്ള പുതിയ ബാച്ചിനെ ജ്യോതിപുരയിലേക്ക് മാറ്റി. എല്ലാം പാക്ക് ചെയ്ത് റൂംമേറ്റ്സിനോടു യാത്ര പറഞ്ഞ് സ്കൂൾ ബസ്സിൽ കയറിയിരുന്നപ്പോൾ ജിബിയയ്ക്ക് എന്തെന്നില്ലാത്ത ഭീതി തോന്നി. സാധനസാമഗ്രികൾ കെട്ടിപ്പെറുക്കിയുള്ള പുറപ്പാടുതന്നെ കഠിനമായിരുന്നു.

കമ്പിവേലി കെട്ടിയ വലിയ കൃഷിയിടത്തിനു നടുവിലൂടെയുള്ള പൊളിഞ്ഞ ടാർ റോഡ് വലിയ ഇരുമ്പുഗേറ്റിനു മുന്നിൽ അവസാനിച്ചു. വിശാലമായ കോംപൗണ്ട്. നീണ്ട നാലു കെട്ടിടങ്ങൾ. ചതുരാകൃതിയിൽ പണിതുണ്ടാക്കിയ ഹോസ്റ്റൽ. മേൽമണ്ണ് ഉഴുതു മറിച്ചപോലുള്ള വലിയ നടുമുറ്റം.

താമസിക്കാനുള്ള മുറി കണ്ടതും ജിബിയ അന്തം വിട്ടു. രണ്ടു വശങ്ങളിലായി പന്ത്രണ്ട് ഡബിൾഡെക്കർ കട്ടിലുകൾ. ഇരുപത്തിനാലു പേർക്ക് താമസിക്കാൻ ഒരു മുറി. വലുപ്പം ഒരു സാധാരണ ഡബിൾ റൂമിന്റെ ഇരട്ടി മാത്രം.

രണ്ടു ദിവസത്തിനുശേഷം ജെയ്സൺ ജിബിയയെ ഫോണിൽ വിളിച്ച് പുതിയ താമസസ്ഥലം എങ്ങനെയുണ്ടെന്നു തിരക്കി. കുഴപ്പമില്ലെന്നു പറഞ്ഞുതുടങ്ങിയ ജിബിയ ഒടുവിലായപ്പോഴേക്കും തൊണ്ടയിടറി കരഞ്ഞുപോയി.

''ഇരുപത്തിനാലു പേർക്ക് മൂന്നു കോമൺ ബാത്റൂം. ഒരാളിറങ്ങാൻ വേണ്ടി വാതിൽക്കൽ വെയ്റ്റിങ്ങാ മൂന്നു പേര്. ഓരോരുത്തരും കുളിച്ചിട്ട് ആ വെള്ളം ഒഴുകിപ്പോകാനുള്ള ടൈമില്ല. പാദം മൂടുന്ന സോപ്പുവെള്ളത്തിൽ നിന്നോണ്ടാ കുളി. എത്ര പേരുടെ അഴുക്കും

എണ്ണേം സോപ്പും കലങ്ങിയ വെള്ളമാ. ഒരു വൃത്തീം ഇല്ല. ഒരു തോർത്ത് വിരിച്ചിടാൻ സ്ഥലമില്ല. മുഷിഞ്ഞതുതന്നെ ഉടുക്കുവാ. ഇനി വീട്ടി ച്ചെല്ലണം അലക്കണെങ്കി... ചുറ്റും കൃഷിത്തോട്ടവാ. രാത്രിയായാൽ റൂമില് പ്രാണിശല്യം കാരണം ലൈറ്റിടാൻ വയ്യ. കൊതുകിന്റെ ശല്യം വേറെ. എനിക്കു പഠിക്കണ്ട. ചത്താ മതിയെന്നു തോന്നുവാ.''

''സാരമില്ല. ശരിയാകും. നമ്മളെല്ലാം സർവൈവ് ചെയ്യേണ്ടവരാ. സഹനശക്തി കൂടാനുള്ള കോഴ്സാണെന്ന് വിചാരിക്ക്. നമുക്കതിന്റെ ആവശ്യം വരും.''

ജെയ്സൺ അവളെ സമാധാനിപ്പിക്കാൻ ശ്രമിച്ചു.

പന്ത്രണ്ട്

വിരുന്നിന് ഞണ്ടുകല്ലിലെ തറവാട്ടിൽ എത്തിയതായിരുന്നു ജയപ്രകാശും പവിത്രയും. മൂന്നു കൊച്ചു മുറികളുള്ള, തകര ഷീറ്റ് മേഞ്ഞ വീട്. അവിടുത്തെ സൗകര്യങ്ങൾ കൊണ്ടല്ല പവിത്ര ആ വീടിനെ അളന്നത്. അവിടുള്ളവരുടെ സ്നേഹംകൊണ്ട്.

അമ്മവീട് അവളെ സംബന്ധിച്ചിടത്തോളം സ്വർഗമാണ്. മുത്തച്ഛൻ, മുത്തശ്ശി, മാമൻമാർ, അവരുടെ ഭാര്യമാരും കുഞ്ഞുങ്ങളും. അയൽ പക്കങ്ങളിൽതന്നെ താമസിക്കുന്ന, അമ്മവഴിയുള്ള ബന്ധുജനങ്ങൾ.

പവിത്രയും ജയപ്രകാശുംകൂടി സത്യാനന്ദന്റെ വീട്ടിൽ വിരുന്നു വന്നിട്ടുണ്ടെന്നറിഞ്ഞ് അയൽക്കാരൊക്കെ കാണാൻ വന്നു. കാണാൻ വന്നവർ പവിത്രയുടെ കവിളത്തും താടിത്തുമ്പിലും തൊട്ടു പുന്നാരിച്ചിട്ട് ജയപ്രകാശിനോടു പറഞ്ഞു: ‘‘ഞങ്ങടെ പൊന്നാണ് കേട്ടോ.’’

ഒന്നും പറഞ്ഞില്ലെങ്കിലും അതിൽ എല്ലാം അടങ്ങിയിട്ടുണ്ട്.

സത്യാനന്ദനും മക്കളും മറ്റു കുടുംബാംഗങ്ങളും സ്നേഹത്തിലും വാത്സല്യത്തിലുമാണ് ജയപ്രകാശിനോടു പെരുമാറിയത്. പവിത്രയും ജയപ്രകാശും അന്ന് അവിടെ താമസിച്ചു. അവർക്ക് ഓരോ നേരവും വീട്ടുകാർ വിഭവ സമൃദ്ധമായ ഭക്ഷണമൊരുക്കി.

രാത്രി അത്താഴം കഴിച്ച് വർത്തമാനം പറഞ്ഞിരിക്കുമ്പോൾ സത്യാനന്ദൻ ജയപ്രകാശിനോടു ചോദിച്ചു:

‘‘അജിത പവിത്രയ്ക്കു വാങ്ങിക്കൊടുത്ത ഫോണ് തിരിച്ചുകൊടുത്തയച്ചെന്നോ, പ്രകാശന്റെ അമ്മ അജിതയെ വിളിച്ച് തട്ടിക്കേറീന്നോ ഒക്കെ കേട്ടു. ഇതൊക്കെ ശരിയാണോ മോനേ?’’

‘‘പവിത്ര സ്വന്തമായിട്ട് മൊബൈല് കയ്യിൽ വെക്കണ്ടെന്ന് അമ്മ പറഞ്ഞു. അത്രേയൊള്ളൂ.’’

‘‘അവിടുത്തെ കുറ്റങ്ങള് പറയാൻ വേണ്ടിയാണോ മൊബൈല് കൊടുത്തുവിട്ടതെന്ന് പ്രകാശന്റെ അമ്മ അജിതയോടു ചോദിച്ചല്ലോ. ഇങ്ങനെയൊക്കെയാണോ മോനേ ബന്ധുക്കള് തമ്മില് വർത്തമാനം പറയണ്ടത്?’’

‘‘അമ്മേടെ ഒരു രീതി അങ്ങനെയാ.’’

“അതത്ര നല്ലതല്ലല്ലോ. ഇരുപത്തൊന്നാം നൂറ്റാണ്ടല്ലേ മോനേ ഇത്. കല്യാണം കഴിച്ച ഒരു പെണ്ണിന്റെ കയ്യിൽ മൊബൈല് പാടില്ലെന്നൊക്കെ പറഞ്ഞാ നിങ്ങളൊക്കെ ഏതു കാലത്താ ജീവിക്കുന്നെ?”

“അമ്മയ്ക്കിഷ്ടല്ല. അതാ.” ജയപ്രകാശ് അസ്വസ്ഥനായി.

“നീ ഓട്ടോറിക്ഷേം കൊണ്ട് നടക്കുന്നവനാ. എപ്പോഴെങ്കിലും പവിത്രമോളെ ഒന്നു വിളിച്ച് നീ ചോറുണ്ടോടീ, നിനക്കെന്തെങ്കിലും വെഷമം ഒണ്ടോ എന്നൊക്കെ ചോദിക്കണെങ്കി അവൾടെ കയ്യിലും മൊബൈലു വേണ്ടേ.”

“അമ്മേടെ കയ്യിലൊണ്ടല്ലോ. ഞാനതിലോട്ട് വിളിച്ച് ചോദിച്ചോളാം.”

“നിനക്ക് നിന്റെ ഭാര്യയെ വിളിച്ച് ഒരു സ്വകാര്യം പറയണെങ്കിലോ?” ശിവരാജൻ ചോദിച്ചു.

“അമ്മയ്ക്കിഷ്ടമല്ലാത്ത ഒരു കാര്യോം വീട്ടി നടക്കത്തില്ല. അമ്മയല്ലേ എന്നെ വളർത്തിയത്.”

ജയപ്രകാശിനോടു പറഞ്ഞിട്ടു ഫലമില്ലെന്ന് അവിടെല്ലാവർക്കും മനസ്സിലായി.

“വാശി പിടിക്കാതിരുന്നാ മതി. അമ്മ കുറേ കഴിയുമ്പ സമ്മതിച്ചോളും.” ജയപ്രകാശ് കൂട്ടിച്ചേർത്തു.

“എന്നാലും... നിനക്ക് കല്യാണം കഴിച്ച കൂട്ടുകാരൊക്കെ ഉണ്ടാവുമല്ലോ. അവരുടെയൊക്കെ അമ്മമാരും ഇങ്ങനെയാണോന്ന് ഒന്നന്വേഷിക്കുന്നത് നല്ലതാ. നിന്നെ കുറ്റം പറഞ്ഞതല്ല. മറ്റുള്ളോര് കളിയാക്കാതിരിക്കാൻ വേണ്ടി പറഞ്ഞതാ. നീയല്ലേ കുടുംബച്ചെലവ് നടത്തുന്നെ. അമ്മയല്ലല്ലോ?” ശിവരാജൻ ചോദിച്ചു.

“എനിക്ക് ഇഷ്ടംണ്ടായിട്ടല്ല. പക്ഷേ, അമ്മേടെ വായിലിരിക്കുന്ന കേക്കാൻ എനിക്കിഷ്ടല്ല. ഞാൻ കൊറേ വഴക്കൊണ്ടാക്കീട്ടൊള്ളതാ. ഞാൻ ഒന്നു പറയുമ്പം അമ്മ പത്തു പറയും. വഴക്കിനു നിക്കുമ്പം അമ്മയ്ക്ക് ശൗര്യം പത്തിരട്ടിയാ.” ജയപ്രകാശ് സത്യാവസ്ഥ വെളിപ്പെടുത്തി.

“നീ വെഷമിക്കുമല്ലോ മോനേ. അമ്മേടേം ഭാര്യേടേം നടുക്കു നിന്നോണ്ട്.”

“അമ്മയോട് വഴക്കിനു ചെല്ലാണ്ടിരുന്നാ മതി. ഒരു കൊഴപ്പോം ഇല്ല.”

“വഴക്കൊണ്ടാക്കുന്നത് നമ്മളല്ലല്ലോ അമ്മയല്ലേ?” രമേശൻ ചോദിച്ചു.

“അമ്മപറയുന്നത് അംഗീകരിച്ചാ പിന്നൊരു പ്രശ്നോം ഇല്ല.” ജയപ്രകാശ് പറഞ്ഞു.

ഇനിയും അയാളോടു തർക്കിക്കാൻ മുതിരാതെ സത്യാനന്ദനും ആൺമക്കളും സംഭാഷണം നിർത്തിക്കളഞ്ഞു.

ബ്രേക്ഫാസ്റ്റ് കഴിച്ച് രണ്ടുപേരും വീട്ടിലുള്ളവരോടു യാത്ര പറയാൻ നിൽക്കുമ്പോൾ ശിവരാജന്റെ ഭാര്യ ഇന്ദിര രണ്ടുപേരോടുമായി പറഞ്ഞു: ''അടുത്തമാസം എന്റെ ഏട്ടന്റെ മോൾടെ കല്യാണമാ. രണ്ടുപേരും വരണം. ഇവിടെവച്ച് ക്ഷണിച്ചൂന്നു വിചാരിക്കണ്ട കേട്ടോ. വീട്ടിവന്ന് കല്യാണം വിളിച്ചോളാം. തീയതിയൊക്കെ അന്നേരം പറയാം. നിശ്ചയോം കല്യാണോം അടുത്തടുത്തു തന്നെയാ.''

വരാമെന്ന് ജയപ്രകാശ് മൂളിയും തലയാട്ടിയും സമ്മതിച്ചു.

അവർ പോകാനിറങ്ങിയപ്പോൾ മൂന്നു വീടിനപ്പുറം താമസിക്കുന്ന കല്യാണി മുത്തശ്ശി കാണാനെത്തി. കൊച്ചുമക്കൾ അവരെ താങ്ങിപ്പിടിച്ചു കൊണ്ടുവരികയായിരുന്നു.

''ഇന്നലെ മുതലേ പറയണതാ. എന്റെ കുഞ്ഞിനെ ഒന്നുപോയി കാണണംന്ന്. എണീക്കാൻ വയ്യാരുന്നേ. ചൊമേം വലിവും. കഷായം കുടിച്ചോണ്ടിരിക്കുവാ. ഇന്നിത്തിരി ആശ്വാസം തോന്നി. കണ്ടോ, കണ്ടോ... നോട്ടം കണ്ടോ? ഒരുപാട് കാലം കാണാത്തപോലെ.''

കല്യാണി മുത്തശ്ശിയുടെ കൊച്ചുമകൾ സിന്ധു പവിത്രയോടു പറഞ്ഞു.

കല്യാണി മുത്തശ്ശി അരികെ വന്ന് പവിത്രയെ അടിമുടി നോക്കി. അവരുടെ കൺകുഴികളിൽ വെള്ളം നിറഞ്ഞു. പവിത്രയുടെ മുഖം കയ്യിലെടുത്ത് എത്തിക്കുത്തി നെറുകയിലൊരു മുത്തം കൊടുത്തു. പവിത്ര ആ വന്ദ്യവയോധികയെ സ്നേഹാധിക്യത്തോടെ ആശ്ലേഷിച്ചു.

എല്ലാം കണ്ടുനിന്ന ജയപ്രകാശിനോട് മുത്തശ്ശി പറഞ്ഞു:

''ന്റെ കയ്യിക്കെടന്നാ ഈ കുഞ്ഞ് കണ്ണു തൊറന്നത്. തിരുമ്മി കുളിപ്പിച്ചതും നോക്കിയതും ഒക്കെ ഞാനാ.''

ജയപ്രകാശ് തലയാട്ടി.

''എവിടെ എത്തേണ്ട കുഞ്ഞാ! ബാക്കീള്ളോരടെ പിടിപ്പുകേടുകൊണ്ടല്ലേ.''

ഓട്ടോറിക്ഷയിൽ ഞണ്ടുകല്ലിൽനിന്നു തിരിച്ചു പോകുമ്പോൾ ജയപ്രകാശ് ചോദിച്ചു: ''ആ കെളവി അവസാനം എന്തോന്നു വർത്തമാനമാ പറഞ്ഞത്?''

ഞെട്ടിയതുപോലെ പവിത്ര അയാളെ നോക്കി.

''എന്നതാ പ്രകാശേട്ടാ?''

''എവിടെ എത്തേണ്ട കുഞ്ഞാണെന്ന്. നിനക്ക് ഏതാണ്ട് അത്യാഹിതം സംഭവിച്ച മട്ടിലല്ലേ ആ പറച്ചിൽ.''

''അവർക്കൊക്കെ എന്നേപ്പറ്റി വല്യ പ്രതീക്ഷയാരുന്നു പ്രകാശേട്ടാ. ഞാൻ പഠിച്ച് വല്യ നിലയിൽ എത്തുംന്ന്.''

''വല്യ നിലയൊക്കെ പേട്ടേലൊണ്ട്. അല്ലെങ്കി പാലായിൽ പോയാമതി. പൂഞ്ഞാറിലും ഒരു നാലു നിലവരെയൊക്കെയുണ്ട്.'' ജയപ്രകാശ് കളിയാക്കി.

“അതല്ല പ്രകാശേട്ടാ. ഞാൻ ഡോക്ടറോ, വക്കീലോ, കലക്ടറോ ഒക്കെ ആകുമെന്നാ അവരൊക്കെ കരുതിയത്. അത്ര നന്നായിട്ട് പഠിക്കു വാരുന്നു. നല്ല ബുദ്ധീം ഒണ്ടാരുന്നു.”

“പിന്നേ, കലക്ടറ്...! പൊട്ടത്തരം പറയുന്നേനും ഒരതിരു വേണ്ടേ.”

പവിത്ര തർക്കിക്കാൻ പോയില്ല. ഒരു കാര്യം അവൾക്ക് ഉറപ്പായി രുന്നു. അതിവിശാലമായിരുന്ന തന്റെ ലോകവും സമ്മോഹനങ്ങളായി രുന്ന സ്വപ്നപാതകളും നഷ്ടപ്പെട്ട്, സദാ കലഹത്തിന്റെ കലാപക്കൊടി ഉയർത്തിപ്പിടിച്ച് ദ്രോഹബുദ്ധിയോടെ അമ്മായിയമ്മ കാവൽ നിൽക്കുന്ന, ഓട്ടോറിക്ഷാക്കാരന്റെ അടുക്കളയിലേക്ക് തന്റെ ജീവിതം ചുരുട്ടിക്കൂട്ടി എറിഞ്ഞിരിക്കുകയാണു വിധി. ഇനി തനിക്കു മോചനമുണ്ടോ? ഇല്ല.

ഓട്ടോ പഞ്ചായത്തുപടിയിലെ സ്വന്തം വീട്ടിലെത്തിയപ്പോൾ അജി തമ്മയും സുദർശനനും വിഷ്ണുവും ദീപയും അവരെ കാത്തിരിക്കു ന്നുണ്ടായിരുന്നു.

അജിതമ്മ ഞണ്ടുകല്ലിലെ വിരുന്നുവിശേഷങ്ങൾ ചോദിച്ചു. അടുത്ത ദിവസം ഇടമറുകിലും മങ്കൊമ്പിലും വിരുന്നിനു പോകുന്ന കാര്യം അജിതമ്മ ഓർമിപ്പിച്ചു.

“ജയപ്രകാശിന്റെ അമ്മ വിളിച്ചിട്ടുണ്ടാർന്നു.” അജിതമ്മ പറഞ്ഞു: “അവരെന്നോടു ചോദിക്യാ മരുമോനെ കയ്യിലോട്ടു കിട്ടിയപ്പം സന്തോഷ മായില്ലേന്ന്.”

“അമ്മ വെറുതെ തമാശയ്ക്കു ചോദിച്ചതായിരിക്കും.” ജയപ്രകാശ് അതു നിസ്സാരമാക്കി.

“ഇതൊക്കെയാണോ തമാശ?”

അജിതമ്മയുടെ പരിഭവം അലിഞ്ഞില്ല. എങ്കിലും ജയപ്രകാശി നോട് അവർ സ്നേഹത്തോടും മതിപ്പോടും കൂടിയാണു പെരുമാറി യത്.

ഇടയ്ക്ക് അജിതമ്മ ജയപ്രകാശിനോടു പറഞ്ഞു: “പവിമോൾടെ ഭാഗത്തുനിന്ന് എന്തെങ്കിലും തെറ്റുകുറ്റങ്ങളു വന്നാ അതൊക്കെ തിരു ത്തിക്കൊടുക്കണേ മോനേ. അവൾക്കൊന്നും അറിയില്ല. സ്കൂളിൽ പൊയ്ക്കൊണ്ടിരിക്കുവല്ലാറുന്നോ.”

പവിത്രയെ ഒറ്റയ്ക്കു കിട്ടിയപ്പോഴും അജിതമ്മ ഉപദേശിച്ചു: “ആ മൊബൈലിന്റെ കാര്യമൊക്കെ മറന്നേക്ക്. മൊബൈലൊന്നും ഇല്ലാത്ത കാലത്ത് കല്യാണം കഴിച്ചവളാ നിന്റമ്മ. വല്ല കൊഴപ്പോം ഒണ്ടായോ? മനസ്സുകൊണ്ടു വേണ്ടാന്നുവച്ചാ വേണ്ട. അത്ര തന്നെ. ജയപ്രകാശിന്റെ അമ്മയെ എതിർത്തോണ്ട് ആ വീട്ടിൽ ജീവിക്കാൻ പറ്റ്വോ? ഇല്ലല്ലോ. അപ്പോപ്പിന്നെ അനുസരിക്കയെല്ലേ നിവൃത്തിയുള്ളൂ. കഴിയുന്നിടത്തോളം അവർക്ക് സന്തോഷം തോന്നുന്നപോലെ പെരുമാറണം. കുറച്ചൊക്കെ സഹിക്കേം ക്ഷമിക്കേം വേണം. പലതും കണ്ടില്ലാന്നും കേട്ടില്ലാന്നും വയ്ക്കണം.”

പവിത്ര ആ ഉപദേശമെല്ലാം നിശ്ശബ്ദയായി നിന്നു കേട്ടു. നാലാം ദിനം വിരുന്നു കഴിഞ്ഞു തിരിച്ചുപോകുമ്പോൾ വലിയ കാർട്ടൺ ബോക്സുകളിൽ പലഹാരങ്ങൾ വാങ്ങി നിറച്ച് അജിതമ്മ ഓട്ടോറിക്ഷ യിൽ വച്ചുകൊടുത്തു. നെയ്യപ്പം, അച്ചപ്പം, ലഡു, ജിലേബി, ഹൽവ എന്നിവയെല്ലാം ഓരോ ബോക്സ് നിറയെ ഉണ്ടായിരുന്നു.

ജയപ്രകാശും പവിത്രയും സുഭദ്രയുടെ വീട്ടിൽ തിരിച്ചെത്തി.

സുഭദ്ര രണ്ടുപേരോടും മിണ്ടാതെ മുഖം വീർപ്പിച്ചിരുന്നു.

''അമ്മേടെ കൊരങ്ങ് ചത്തുപോയോ?'' ജയപ്രകാശ് തമാശമട്ടിൽ ചോദിച്ചു.

''എന്റെ കൊരങ്ങ് ഒരു പെണ്ണിനെ കിട്ടിയപ്പം പെറ്റതള്ളയെ വലി ച്ചെറിഞ്ഞിട്ട് നാടുചുറ്റാൻ പോയതല്ലേ.'' സുഭദ്ര മുഖത്തടിച്ചപോലെ പറഞ്ഞു.

അമ്മയെന്നതാ പറയുന്നേന്ന് അമ്മയ്ക്കു വല്ല ബോധോം ഒണ്ടോ? നാട്ടുനടപ്പനുസരിച്ച് വിരുന്നിനു പോയതല്ലേ ഞങ്ങൾ.''

''വിരുന്ന്! എന്നെക്കൊണ്ടൊന്നും പറയിക്കണ്ട.''

വീട്ടിൽനിന്നു കൊണ്ടുവന്ന പലഹാരങ്ങൾ അയൽവീടുകളിൽ വിതരണം ചെയ്യണമെന്നുണ്ടായിരുന്നു പവിത്രയ്ക്ക്. അജിതമ്മ അക്കാര്യം ഓർമിപ്പിക്കുകയും ചെയ്തിരുന്നു. പക്ഷേ, സുഭദ്രയോടു പറഞ്ഞപ്പോൾ 'ആർക്കും ഒന്നം കൊടുക്കണ്ട' എന്നു ദേഷ്യപ്പെട്ടു.

''അതെല്ലാം വെച്ചിരുന്നാ കേടായിപ്പോകുമല്ലോ അമ്മേ.''

''ആ... പൊയ്ക്കോട്ടെ.''

നാലു ദിവസം കഴിഞ്ഞപ്പോൾ നെയ്യപ്പം കനച്ച് കട്ടിയായി. രണ്ടു വലിയ ഏത്തക്കുല പഴുപ്പിച്ച് കൊടുത്തയച്ചതിൽ മുക്കാൽ പങ്കും പഴു ത്തളിഞ്ഞു പോയി. അതെല്ലാം ജയപ്രകാശ് തൊടിയിൽ കുഴിച്ചിട്ടു. അടുത്ത ദിവസം സുഭദ്ര, അയൽപക്കത്തെ സരോജിനിയോടു പറയു ന്നതുകേട്ട് പവിത്ര ഞെട്ടിപ്പോയി.

''പവിത്രേടെ വീട്ടുകാര് ഒരു മര്യാദേം ഇല്ലാത്ത കൂട്ടരാ. വിരുന്നും കഴിഞ്ഞു തിരിച്ചു പോരുമ്പം പലഹാരങ്ങള് കൊടുത്തുവിടണ്ടേ. പേരിനു മാത്രം അഞ്ചാറ് ലഡൂം ജിലേബീം ഏത്തപ്പഴോം. അത് ഞങ്ങക്കു പോലും തെകഞ്ഞില്ല.''

ഈ സ്ത്രീ എന്തുകൊണ്ടാണ് ഇങ്ങനെ പച്ചക്കള്ളം പറയുന്ന തെന്ന് എത്ര ആലോചിച്ചിട്ടും പവിത്രയ്ക്കു മനസ്സിലാകുന്നില്ല. അവൾ ജയപ്രകാശിനോടു പരിഭവം പറഞ്ഞപ്പോൾ അയാളതു നിസ്സാരമാക്കി.

''ഓ... അമ്മേടെ സ്വഭാവം അങ്ങനാ.''

അതോടെ അവളുടെ പരിഭവത്തിന്റെ മുനയൊടിഞ്ഞു.

ഞണ്ടുകല്ലിൽനിന്ന് ഒരു ദിവസം ശിവരാജനും ഭാര്യ ഇന്ദിരയും കൂടി കല്യാണത്തിനു ക്ഷണിക്കാൻ വന്നു.

പവിത്ര പരിചിതസ്വരം കേട്ട് വന്നു നോക്കുമ്പോൾ സുഭദ്ര, മാമനേയും മാമിയേയും ചോദ്യം ചെയ്യുകയാണ്. എന്തിനാ വന്നത്, എവിടുന്നാണു വരുന്നത്, ആരുടെ കല്യാണം. എന്നൊക്കെ. കേറിയിരിക്കാൻ പോലും പറയുന്നില്ല.

പവിത്ര അവരോടു കയറിയിരിക്കാൻ പറഞ്ഞു. അവർ അകത്ത് ഹാളിൽ വന്നിരുന്ന് കല്യാണം ക്ഷണിച്ചു.

''എന്റാങ്ങളയുടെ മോൾടെ കല്യാണമാ. ഇവിടുന്ന് എല്ലാവരും വരണം.''

''ഞാനെങ്ങും വരത്തില്ല. അതിനുതക്ക ബന്ധം വല്ലതും ഒണ്ടോ.'' മുഖത്തടിച്ചപോലെ സുഭദ്ര പറഞ്ഞപ്പോൾ ഇന്ദിരയ്ക്ക് അപമാനം തോന്നി. അവർ പവിത്രയെ ദയനീയമായി നോക്കി.

''ഞാൻ കാപ്പി എടുക്കാം.'' പവിത്ര ആ രംഗത്തുനിന്നു രക്ഷപ്പെട്ട് പിൻവാങ്ങി. തന്റെ വീട്ടിൽനിന്നു വരുന്ന ആരോടും സുഭദ്ര കയറിയിരിക്കാൻ പറയുകയോ ഒരു ഗ്ലാസ് വെള്ളം കൊടുക്കുകയോ ചെയ്യില്ലെന്ന് ഇതിനകംതന്നെ പവിത്ര മനസ്സിലാക്കി വച്ചിരുന്നു. പതിവുപോലെതന്നെ മാമനും മാമിയും തിരിച്ചുപോകുംവരെ, അവർക്കു പവിത്രയോടു മിണ്ടാൻ അവസരം കൊടുക്കാതെ സുഭദ്ര അവർക്കു നടുവിൽത്തന്നെ നിലയുറപ്പിച്ചിരുന്നു.

രാവിലെ അഞ്ചുമണിക്ക് എണീറ്റുള്ള കുളി, അടുക്കളപ്പണികൾ, തൂത്തുതുടയ്ക്കൽ, മറ്റ് വീട്ടുജോലികൾ. എല്ലാം പവിത്രയുടെ ചുമലിലായി ക്കഴിഞ്ഞിരുന്നു. അവൾ തന്റെ തലയിലെഴുത്തുമായി പൊരുത്തപ്പെട്ടു.

ഇന്ദുമാമിയുടെ ആങ്ങളയുടെ മകളുടെ വിവാഹത്തിനു പേകേണ്ട ദിവസമായപ്പോൾ സുഭദ്ര പരമാവധി എതിർത്തു.

''ആ കല്യാണത്തിനു പോകേണ്ട ഒരാവശ്യോം ഇല്ല. എന്തു ബന്ധമാ ഒള്ളത്. പവിത്രേടെ മാമന്റെ ഭാര്യേടാങ്ങളേടെ മകൾ. അതൊക്കെ ഒരു ബന്ധമാണോ?''

''അമ്മേ, അവരെല്ലാം ഞങ്ങടെ കല്യാണത്തിനു വന്നവരല്ലേ. അതുപോലെ നമ്മളങ്ങോട്ടും പോകണ്ടേ.'' ജയപ്രകാശ് ചോദിച്ചു.

''വേണ്ട, പോകണ്ട.''

''പോകാതിരുന്നാ ശരിയാവത്തില്ല.'' ജയപ്രകാശ് ഇത്തവണ അമ്മയുടെ നിർദ്ദേശത്തിനു തലവച്ചു കൊടുത്തില്ല.

കല്യാണത്തിനു പോകുമ്പോൾ കൊടുക്കേണ്ട ഗിഫ്റ്റിനെക്കുറിച്ച് ആലോചിച്ചപ്പോഴും സുഭദ്ര എതിർത്തു.

''വേണ്ട, വേണ്ട. ഒന്നും കൊടുക്കണ്ട. അവര് നമ്മടെ ആരാ. വെറുതെയങ്ങനെ പൈസ കളയണ്ട.''

''അമ്മേ, അവര് നമുക്കു ഗിഫ്റ്റ് തന്നിട്ടുണ്ടായിരുന്നു.'' പവിത്ര പറഞ്ഞു.

‘‘അയിന് ഞാനെന്തു വേണം?’’ സുഭദ്ര അവളുടെ നേർക്കു തട്ടിക്കയറി.

‘‘ശരി. ഗിഫ്റ്റ് വാങ്ങുന്നില്ല.’’ ജയപ്രകാശ് കലഹം ഒഴിവാക്കി.

പവിത്രയ്ക്കും ജയപ്രകാശിനും കിട്ടിയ സമ്മാനങ്ങൾ പലതും പുതുമയോടെ അലമാരയിൽ ഇരിപ്പുണ്ടായിരുന്നു. രണ്ടുപേരുംകൂടി അതിലൊരെണ്ണം തെരഞ്ഞെടുത്ത് വർണക്കടലാസിൽ പാക്ക് ചെയ്തു. അതു പവിത്രയുടെ കയ്യിൽ കൊടുത്തു.

അവർ പോകാനിറങ്ങിയപ്പോൾ സുഭദ്ര ചീറിക്കൊണ്ടു വന്നു.

‘‘ഇതെവിടുന്നാ ഈ സമ്മാനപ്പൊതി?’’

‘‘ഞങ്ങടെ കല്യാണത്തിനു കിട്ടിയതാ അമ്മേ.’’ ജയപ്രകാശ് പറഞ്ഞു.

‘‘പറ്റത്തില്ല. ഇവിടെ കിട്ടിയതൊന്നും വല്ലവർക്കും കൊണ്ടുകൊടുക്കാൻ ഞാൻ സമ്മതിക്കത്തില്ല.’’

‘‘ഇതെന്തു ന്യായമാ അമ്മേ. നമുക്ക് ആരെങ്കിലും തന്നിട്ടൊണ്ടെങ്കി അതുപോലെ തിരിച്ചു കൊടുക്കണ്ടേ.’’

‘‘പവിത്രേടെ വീട്ടുകാരടെ ഒരു കാര്യത്തിനും ഒന്നും കൊടുക്കണ്ട. അതിന്റെ യാതൊരാവശ്യോം ഇല്ല.’’

സുഭദ്ര കലിതുള്ളി നിന്നു. പവിത്ര ജയപ്രകാശിനെ നോക്കി. അയാളത് അവളുടെ കയ്യിൽനിന്നു വാങ്ങി സുഭദ്രയുടെ കാൽചുവട്ടിലേക്കെറിഞ്ഞു.

പതിമ്മൂന്ന്

റോഡിൽനിന്നു വീട്ടിലേക്ക് ഓട്ടോറിക്ഷ തിരിച്ചപ്പോഴേ ജയപ്രകാശും പവിത്രയും കണ്ടു. വീട്ടിൽ വെളിച്ചമില്ല. അയൽവീടുകളിലെല്ലാം വെളിച്ചമുണ്ട്.

''അമ്മ എവിടെയോ പോയിട്ട് തിരിച്ചു വന്നിട്ടില്യാന്നു തോന്നുന്നു.'' ജയപ്രകാശ് പവിത്രയോടായി പറഞ്ഞു.

മുറ്റത്തേക്ക് ഓട്ടോ കയറ്റി നിർത്തിയപ്പോൾ മനസ്സിലായി. മുൻവാതിൽ തുറന്നു കിടപ്പുണ്ട്. പക്ഷേ, അകത്തും പുറത്തും ലൈറ്റില്ല.

''നമുക്കു മാത്രായിട്ട് കറന്റില്ലാതെ വരോ?'' സംശയം പ്രകടിപ്പിച്ചുകൊണ്ട് ജയപ്രകാശ് ഓട്ടോ നിർത്തി ഇറങ്ങി. കൂടെ പവിത്രയും.

ജയപ്രകാശ് സിറ്റൗട്ടിൽ കയറി ലൈറ്റിട്ടപ്പോൾ മുൻവശത്തെ ലൈറ്റ് തെളിഞ്ഞു. ഹാളിലേക്കു കടന്ന് അവിടെയും ലൈറ്റിട്ടു.

ഹാളിൽ നിലത്തു കമിഴ്ന്നു കിടക്കുന്ന സുഭദ്രയെ കണ്ട് ജയപ്രകാശ് ഒന്നു ഞെട്ടി.

''അമ്മേ...''

സുഭദ്ര തലപൊക്കി നോക്കി.

''അമ്മയെന്താ നിലത്തു കിടക്കുന്നെ? എന്തുപറ്റി അമ്മയ്ക്ക്?''

''എന്തു പറ്റീന്നോ?'' സുഭദ്ര എഴുന്നേറ്റിരുന്നു. ''കല്യാണം കഴിപ്പിച്ചതോടെ എനിക്കെന്റെ മോനെ നഷ്ടപ്പെട്ടു. എനിക്കാരുമില്ലാതായി. എന്റെ മകനൊരു പെങ്കോന്തനായിപ്പോയി. ഞാനിതെങ്ങനെ സഹിക്കും.''

''അമ്മ എന്തായീ പറയുന്നെ. വെറുതെ ഓരോന്നു വിളിച്ചു പറയല്ലേ.''

''ഇപ്പം സമയം എത്രയായെടാ. രാത്രിയായില്ലേ. പെറ്റതള്ള വീട്ടിലൊറ്റയ്ക്കാണെന്ന വിചാരം നിനക്കൊണ്ടായോ? ഒരു പെണ്ണിനെ കിട്ടിയപ്പം എല്ലാം മറന്ന് കറങ്ങി നടക്കുവാണല്ലോ പാതിരാത്രി വരെ.''

''പാതിരാത്രിയോ, എട്ടുമണിപോലും ആയിട്ടില്ലല്ലോ. അമ്മയോട് ഫോൺ വിളിച്ചു പറഞ്ഞതല്ലാരുന്നോ ഞങ്ങൾ അയ്യമ്പാറയിലൊള്ള മാമന്റെ വീട്ടിലുംകൂടി പോയിട്ടേ വരത്തൊള്ളെന്ന്.''

"എന്നാലും ഇരുട്ടുന്നതുവരെ ഇവളേംകൂട്ടി കറങ്ങി നടക്കണോടാ? മനുഷ്യരെന്നാ വിചാരിക്കും. ഇവിടത്തെ അയലത്തുകാര് മൂക്കത്തു വെരല് വെക്കത്തില്ലേ. പുതുപ്പെണ്ണിനേംകൊണ്ട് മതിമറന്നു നടക്കു വാണെന്ന്. പെറ്റ തള്ളയെ ഒറ്റയ്ക്കിട്ടേച്ച്."

"ഈ പെറ്റ തള്ളയ്ക്ക് ഇത്രേം കാലം ഒറ്റയ്ക്കു വീട്ടിലിരിക്കാൻ ഒരു പ്രശ്നോം ഇല്ലാരുന്നല്ലോ. ഞാൻ ഓട്ടം കഴിഞ്ഞ് മിക്ക ദിവസോം രാത്രി പത്തിനും പതിനൊന്നിനുമൊക്കെയല്ലേ വന്നോണ്ടിരുന്നെ. ഇന്നിപ്പം ഏഴേമുക്കാലിനു തിരിച്ചു വന്നതാണോ വല്യ കുറ്റം?"

"അതിനു നീ ഓട്ടം പോയതല്ലല്ലോ. ഇവളേംകൊണ്ട് കറങ്ങാൻ പോയതല്ലേ."

"പറഞ്ഞിട്ടല്ലേ പോയത്. കല്യാണത്തിനു പോയിട്ട് അതുവഴി അയ്യമ്പാറയ്ക്കും പോകുമെന്ന്."

ജയപ്രകാശ് ദേഷ്യപ്പെട്ടതോടെ സുഭദ്ര വിഷയം മാറ്റി.

"എടാ, നീയാ സുബാഷിന്റെ കടേക്കേറി എന്തേലും വാങ്ങിച്ചാരുന്നോ?"

ജയപ്രകാശിന് പെട്ടെന്നൊരു പരുങ്ങലുണ്ടായി. "എന്താമ്മേ?"

"നിനക്കറിയത്തില്ല, അല്ലേ?" സുഭദ്ര മകനെ തീക്ഷ്ണമായി നോക്കി.

"അമ്മ കാര്യം പറ."

"തേക്കുംതോട്ടത്തിലെ മോളമ്മ പറഞ്ഞല്ലോ നീ സുബാഷിന്റെ കടേന്ന് എന്തോ സമ്മാനപ്പൊതിയുമായിട്ട് എറങ്ങുന്നതു കണ്ടെന്ന്."

അമ്മയറിയാതെ രഹസ്യമായി ചെയ്ത പ്രവൃത്തി ഇതിനകംതന്നെ അമ്മയുടെ ചെവിയിലെത്തിയതിൽ അമ്പരന്നു നിൽക്കുകയാണ് ജയപ്രകാശ്. പവിത്ര ഒളികണ്ണിട്ട് നോക്കി. കീഴടങ്ങുകയല്ലാതെ തന്റെ ഭർത്താവിന് ഗത്യന്തരമില്ലെന്ന് അവൾക്കു മനസ്സിലായി.

"ഓ, അതാണോ. അത് പിന്നെ... അമ്മേ, കല്യാണത്തിനു പോകുമ്പം എന്തെങ്കിലും ഗിഫ്റ്റ് കൊടുക്കാതിരുന്നാ നമുക്കല്ലേ അതിന്റെ നാണക്കേട്."

"നിന്നോട് ഞാമ്പറഞ്ഞതല്ലാരുന്നോ ഒന്നും കൊടുക്കണ്ടാന്ന്."

"ഇങ്ങോട്ടു കിട്ടിയത് രണ്ടു കയ്യും നീട്ടി വാങ്ങിവച്ചിട്ട് പകരം കൊടുക്കാതിരുന്നാ പറ്റത്തില്ല. എനിക്കത് അപമാനമാ."

"നിനക്കെന്നുണ്ടായി ഈ മാനോം അപമാനോമൊക്കെ? പെണ്ണു കെട്ടുന്നേനു മുന്നേ ഇതൊന്നും ഇല്ലാരുന്നല്ലോ. ഇതിനെക്കാളും ഭേദം ഇവിടെ കിട്ടിയ സമ്മാനത്തീന്ന് ഒരെണ്ണം കൊണ്ടു കൊടുക്കുന്നതാരുന്നു."

"ഞാനങ്ങനെ ചെയ്യാൻ പോയപ്പം അമ്മ സമ്മതിക്കാഞ്ഞിട്ടല്ലേ."

"എനിക്കു മനസ്സിലായി. പുറത്തോട്ടിറങ്ങിയപ്പം ഇവള് പറഞ്ഞു

കാണും കടേന്ന് പുതിയതു വാങ്ങിച്ചോണ്ടു പോകാന്ന്. ഇല്ലേങ്കി നീ വാങ്ങത്തില്ല.''

''ആരും പറഞ്ഞിട്ടൊന്നുമല്ല.'' ജയപ്രകാശ് നിഷേധിച്ചു.

''ആട്ടെ, എത്ര രൂപയായി?''

''മുന്നൂറ്റൻപത്.''

''ഈശ്വരാ... മുന്നൂറ്റൻപതു രൂപ! വല്ല നൂറ്റൻപതിന്റെയോ ഇരുനൂറിന്റെയോ വാങ്ങിയാപ്പോരായിരുന്നോ. നീ എവിടുന്ന് പൈസ കൊടുത്തു.''

''നൂറു രൂപയേ കൊടുത്തിട്ടുള്ളൂ. ബാക്കി കടം പറഞ്ഞു.''

''എന്റെ വാക്കിനിപ്പം ഒരു വെലേം ഇല്ലാണ്ടായല്ലോ ഭഗവാനേ... കൊടുക്കണ്ടെന്നു ഞാൻ പറഞ്ഞതാ. ആരു കേൾക്കാൻ?''

വിലാപസ്വരത്തിൽ പറഞ്ഞുകൊണ്ട് സുഭദ്ര അവരുടെ മുറിയിലേക്ക് കയറിപ്പോയി. ഒൻപതു മണി ആയപ്പോൾ പവിത്ര മേൽ കഴുകി ഡ്രസ് മാറി അടുക്കളയിൽ എത്തി. ചോറും കറികളും സുഭദ്ര വച്ചിട്ടുണ്ടായിരുന്നു.

''പ്രകാശേട്ടൻ പറഞ്ഞു ചോറു വെളമ്പാൻ.''

''ആ, വെളമ്പിക്കൊട്. അവന്റെ അമ്മ എല്ലാം വെച്ചൊണ്ടാക്കീട്ടൊണ്ടല്ലോ. അവനും പെണ്ണുമ്പിള്ളയ്ക്കും ഉരുട്ടി വിഴുങ്ങാൻ.'' സുഭദ്ര മുഖം വീർപ്പോടെ പറഞ്ഞു.

''അമ്മയ്ക്കും ചോറു വെളമ്പട്ടെ?''

''എനിക്കാവശ്യമൊള്ളപ്പം ഞാനെടുത്തു കഴിച്ചോളാം.''

പവിത്ര അറച്ചറച്ച് ചോറും കറികളും വിളമ്പി. എന്നിട്ടു ജയപ്രകാശിനെ ചെന്നു വിളിച്ചു. ജയപ്രകാശ് വന്നു കഴിക്കാനിരുന്നു.

''അമ്മയെവിടെ?''

''മുറീലൊണ്ട്. ആവശ്യംള്ളപ്പം അമ്മ തന്നത്താൻ എടുത്ത് കഴിച്ചോളാംന്ന്.''

''ഓ... പെണക്കം തീർന്നില്ലാരിക്കും.''

ജയപ്രകാശും പവിത്രയും ഇരുന്നു കഴിക്കാൻ ആരംഭിച്ചു. അവർ കഴിഞ്ഞുപോയ പല കാര്യങ്ങളെപ്പറ്റിയും സംസാരിച്ചുകൊണ്ടിരുന്നു. ജയപ്രകാശ് എന്തോ തമാശ പറഞ്ഞപ്പോൾ പവിത്ര ചിരിച്ചു. അൽപം കഴിഞ്ഞപ്പോൾ സുഭദ്ര പാഞ്ഞു വന്നു.

''ഇവിടെന്നതാ വല്യ ചിരീം കളീം. എനിക്കും ചോറു വേണം. എന്നെ ഒറ്റയ്ക്കാക്കീട്ട് നിങ്ങളു മാത്രം അങ്ങനെ സുഖിച്ചിരുന്ന് കഴിക്കണ്ട.''

''അമ്മയോടാരു പറഞ്ഞു ഒറ്റയ്ക്കിരിക്കാൻ. ഞങ്ങടെകൂടെ കഴിക്കാൻ പറഞ്ഞതല്ലേ?'' ജയപ്രകാശ് ചോദിച്ചു.

‘‘ആര് പറഞ്ഞു?’’

‘‘പവിത്ര.’’

‘‘അവളാണോ എന്നെ ചോറുണ്ണാൻ വിളിക്കേണ്ടത്, നീയല്ലേ’’

‘‘ഞാനല്ല. അമ്മയാ ഞങ്ങളെ വിളിക്കേണ്ടത്. എന്നതാ അമ്മേ ഒരു മാതിരി അളിഞ്ഞ വർത്തമാനോം വഴക്കും. കല്യാണം കഴിഞ്ഞ അന്ന് തൊടങ്ങിയതാണല്ലോ.’’ ജയപ്രകാശ് കളിയാക്കി.

‘‘അന്നു മുതൽ നിനക്കെന്നെ കാണരുതല്ലോ. അങ്ങനെ എന്നെ ഒഴിവാക്കാനൊന്നും നോക്കണ്ട. ഞാൻ കഷ്ടപ്പെട്ടു വളർത്തിയ മകനാ. ഈ വീട് എന്റെയാ. ഇവിടെ ഞാൻ പറയുന്ന വാക്കിനാ വെല. അല്ലാതെ ഇന്നലെ കേറി വന്നവൾടെ വാക്കിനല്ല.’’

‘‘അതിന് പവിത്ര ഒന്നും പറഞ്ഞില്ലല്ലോ.’’

‘‘നേരിട്ടു പറയുന്നില്ലെന്നേയുള്ളൂ. തലയണമന്ത്രം തൊടങ്ങീന്ന് എനിക്ക് മനസ്സിലായി. അല്ലെങ്കി ഞാൻ കൊടുക്കണ്ടെന്നു പറഞ്ഞ സമ്മാനം നീ വാങ്ങിക്കൊടുക്കുവോ. ഇവള് നിന്നെക്കൊണ്ടു ചെയ്യിപ്പിച്ച തല്ലേ. ഇവിടെ ആ പരിപ്പൊന്നും വേവുകേല. മനസ്സിലാക്കി വച്ചോ.’’

പവിത്ര പകച്ച് ജയപ്രകാശിനെ നോക്കി. അയാൾ ഇതെന്ത് ആശ്ചര്യം എന്നമട്ടിൽ ഇരിക്കുകയാണ്. കൂടുതൽ തർക്കിക്കാൻ നിന്നാൽ അമ്മ യ്ക്കു ശൗര്യം കൂടുകയേയുള്ളൂ എന്ന് അയാൾക്കറിയാം.

ഭക്ഷണം കഴിഞ്ഞു ജയപ്രകാശ് റൂമിലേക്കു പോയി. പവിത്രയോട് സുഭദ്ര ഓരോന്നു കൽപിച്ചുകൊണ്ടിരുന്നു. ഓരോ ജോലിയും ചെയ്യി ക്കുമ്പോൾ വേണ്ടപോലെ പറഞ്ഞു കൊടുക്കുകയല്ല, പവിത്ര എന്തെ ങ്കിലും അബദ്ധം കാണിക്കുമ്പോൾ ചാടി വീഴുകയാണ്. മുൻകൂറായി അവൾ ഒരു തവണ സുഭദ്രയോടു പറഞ്ഞിട്ടുണ്ടായിരുന്നു: ’’എനിക്ക് അടുക്കള ജോലികളൊന്നും വശമില്ല. എല്ലാം പറഞ്ഞു തരണം. ഞാനതു പോലെ ചെയ്യാം.’’

‘‘നിന്നെ പിന്നെ നിന്റെ തള്ള എന്നാ പഠിപ്പിച്ചാ ഇങ്ങോട്ടയച്ചത്?’’ എന്നായിരുന്നു സുഭദ്രയുടെ മറുചോദ്യം.

‘‘ഞാൻ പഠിച്ചോണ്ടിരിക്കുവാർന്നു. പ്ലസ്ടു കഴിഞ്ഞൊടനെ കല്യാണം വരുംന്ന് സ്വപ്നത്തിൽപോലും കരുതീല്ല. സ്കൂളിപ്പഠിക്കണ കുട്ടിയ ല്ലാർന്നോ.’’ എന്നിങ്ങനെ അവളതിനു മറുപടിയും പറഞ്ഞു.

എന്നിട്ടും തനിക്കൊരു കൈപ്പിഴ പറ്റിയാൽ ഉടൻ പെറ്റതള്ളയ്ക്കാണ് കുഴപ്പം. എങ്ങനെ ചോറ് വയ്ക്കണം, എന്തൊക്കെ പച്ചക്കറികൾ ഉപ യോഗിച്ച് എങ്ങനെയൊക്കെ ഏതെല്ലാം വിധത്തിലുള്ള കറികളുണ്ടാക്കാം എന്ന് പഠിച്ചു വരുന്നതേയുള്ളൂ. ഓരോ ദിവസവും സുഭദ്ര എന്തെങ്കിലു മൊക്കെ കൂട്ടാനുണ്ടാക്കാൻ നിർദ്ദേശിക്കും. എന്നിട്ട് ഹെഡ്മാസ്റ്ററുടെ ദൃഷ്ടിയോടെ നോക്കി നിൽക്കും. തെറ്റ് വരുത്തുമ്പോൾ അടിക്കാൻ കൈയിൽ ചൂരൽ ഇല്ലെന്നു മാത്രം. നാക്കിലും വാക്കിലുമാണ് ചൂരൽ പ്രയോഗം. അതിൽ പകുതിയും പെറ്റ തള്ളയ്ക്കുതന്നെ.

അതും വേണ്ടതുതന്നെ എന്ന് ചിലപ്പോൾ പവിത്രയ്ക്കു തോന്നിപ്പോകും. കാരണം, പെറ്റതള്ളയാണ് തന്നെ ഈ ഏടാകൂടത്തിലേക്ക് തള്ളിയിട്ടത്. ഈ വീട്ടിൽ എന്തൊക്കെ ചെയ്യണമെങ്കിലും അമ്മയോട് ഒരു വാക്ക് ചോദിക്കണം.

ജയപ്രകാശ് ഉച്ചയ്ക്ക് ഉണ്ണാൻ വരുമ്പോൾ ചോറു വിളമ്പി കൊടുക്കണമെങ്കിലും അമ്മയോടു ചോദിക്കണം. ''അമ്മേ, പ്രകാശേട്ടനു ചോറു വിളമ്പട്ടെ.''

''ആ... കൊടുത്തോ'' എന്നു പറഞ്ഞാൽ ധൈര്യമായിട്ട് വിളമ്പാം.

''ശകലം കഴിയട്ടെ. എന്നാ ഇത്ര ധൃതി?'' എന്നു ചോദിക്കുന്ന അവസരങ്ങളും ഉണ്ട്.

ചിലപ്പോൾ ജയപ്രകാശ് ഊണിനു വരുന്ന സമയത്ത് സുഭദ്ര ഒരു ബക്കറ്റും സോപ്പും നാലഞ്ചു തുണികളുമെടുത്ത് അലക്കാൻ പോകും. ആ സമയത്ത് ചോറു വിളമ്പിക്കോട്ടെ എന്നു ചോദിച്ചാൽ ''എന്നോടു ചോദിക്കണ്ട, എനിക്കു കുറച്ച് അലക്കാനുണ്ട്. നിന്റിഷ്ടംപോലെ ചെയ്യ്'' എന്നായിരിക്കും മറുപടി.

അതുകേട്ട് പവിത്ര ഒരു ദിവസം ജയപ്രകാശിനു ചോറു വിളമ്പിക്കൊടുത്തു. ജയപ്രകാശ് ഉണ്ടു തുടങ്ങിയപ്പോഴേക്കും സുഭദ്ര അലക്ക് പാതിവഴിക്കു നിർത്തി പാഞ്ഞുവന്നിട്ട് പവിത്രയുടെ നേർക്കു തട്ടിക്കയറി.

''ആരോടു ചോദിച്ചിട്ട് നീ അവനു ചോറു വെളമ്പി?''

''അമ്മയോടു ചോദിച്ചാരുന്നല്ലോ.''

''ഞാൻ പറഞ്ഞോ വെളമ്പിക്കോളാൻ?''

''ഇഷ്ടംപോലെ ചെയ്തോളാൻ പറഞ്ഞാരുന്നല്ലോ.''

''നിന്റെ ഇഷ്ടംപോലെ ചെയ്യുന്നതൊക്കെ നിന്റെ വീട്ടിൽ. ഇവിടെ നടപ്പില്ല. ഞാനുണ്ടാക്കിയ വീടാ ഇത്. എന്റെ വീട്. ഇവിടെ എന്റെ ഇഷ്ടത്തിനൊപ്പിച്ചു നിക്കാൻ പറ്റുന്നോര് മാത്രം നിന്നാ മതി.''

ഉടൻ ജയപ്രകാശ് ഇടപെട്ടു.

''പവിത്ര എനിക്കൽപം ചോറ് വെളമ്പിത്തന്നതുകൊണ്ട് ഇപ്പം ഇവിടെന്നാ പറ്റി?''

''എന്നാ പറ്റിയെന്നോ? ഞാനല്ലേടാ ഇത്രേം നാളും നിനക്ക് വെച്ചു വിളമ്പി തന്നോണ്ടിരുന്നെ. ഈ പവിത്രയെ നിനക്കെന്നാ കിട്ടിയത്? നിന്നെ ഇത്രേം വളർത്താൻ എനിക്കറിയാമെങ്കി ബാക്കീംകൂടി ചെയ്യാൻ എനിക്കറിയാം.''

''പിന്നെന്തുകൊണ്ടാ അമ്മ വെളമ്പിത്തരാതെ അലക്കാൻ പോയത്?''

''ഞാനലക്കീട്ടു വരുന്നതുവരെ ക്ഷമിക്കാൻ നിനക്കു പറ്റിയോ, ഇല്ലല്ലോ. ഇങ്ങനല്ലാരുന്നല്ലോ നീയ്. ഞാൻ വെളമ്പിത്തന്നിട്ടേ ഉണ്ണുമായിരുന്നൊള്ളല്ലോ. ഇപ്പം നിനക്ക് ഇവള് വെളമ്പിത്തന്നാ മതി, അല്ലേ?

ഞാനെവിടെങ്കിലും പോയി അലക്കുവോ തൊടയ്ക്കുവോ എന്തു വേണേലും ചെയ്തോട്ടെന്ന്, അല്ലേടാ? അമ്മേയില്ലെങ്കിലും വെട്ടിവിഴുങ്ങാൻ ഒരു മടീം ഇല്ലല്ലോ.''

''എനിക്കു വേണ്ട നിങ്ങടെ ചോറ്. നിങ്ങള് തന്നെ ഇതുംകൂടെ തിന്നു തീർക്ക്. ആർത്തി തീരട്ട്.''

അതും പറഞ്ഞ് ചോറുപ്ലെയ്റ്റ് തള്ളിനീക്കി ജയപ്രകാശ് ഇറങ്ങി ഒരൊറ്റപ്പോക്ക്.

''ഇപ്പം നിനക്ക് തൃപ്തിയായില്ലേടീ. എന്നേം എന്റെ മോനേം തമ്മിൽ തല്ലിക്കാനാണോടീ നിന്നെ ഇങ്ങോട്ടു കെട്ടിയെടുത്തെ?''

സുഭദ്രയുടെ പ്രാക്ക് പവിത്രയുടെ നേർക്കായി.

ഓട്ടോ സ്റ്റാർട്ട് ചെയ്യുന്ന ശബ്ദം കേട്ട് പവിത്ര സിറ്റൗട്ടിലേക്ക് ഓടിച്ചെന്നപ്പോഴേക്ക് ജയപ്രകാശ് ഓട്ടോ ഓടിച്ചു പൊയ്ക്കഴിഞ്ഞു.

ഓരോ ദിവസവും ഓരോരോ അങ്കങ്ങളാണ്. ഓർക്കാപ്പുറത്ത്, ഇല്ലാത്ത കുറ്റങ്ങൾ ചമച്ച് അവ തന്റെ തലയിൽ കെട്ടിവയ്ക്കാൻ ഈ സ്ത്രീക്കുള്ള കഴിവും കൊനഷ്ട് ബുദ്ധിയും ഓർത്ത് പവിത്രയുടെ തല മരവിച്ചുപോയിട്ടുണ്ട്.

അടുക്കള വെടിപ്പാക്കിയശേഷം പവിത്ര കിടപ്പറയിലേക്കു ചെന്നു. ജയപ്രകാശ് എന്തോ ആലോചനയിൽ കിടക്കയിലിരിപ്പുണ്ടായിരുന്നു. പവിത്ര വാതിൽ ചാരി. കുറ്റിയിടാൻ പാടില്ല. അത് സുഭദ്രയ്ക്കു നിർബന്ധമാണ്. അവർക്കു മകനോട് എന്തെങ്കിലും പറയാനുണ്ടെങ്കിൽ മുട്ടിവിളിച്ച് അനുവാദത്തിനു കാത്തുനിൽക്കാനൊന്നും നേരമില്ല. വീട് അവരുടേതാണ്.

''സമ്മാനം വാങ്ങിയ കാര്യം അമ്മ ചോദിച്ചപ്പോ ഞാനങ്ങ് ചമ്മിപ്പോയി.'' ജയപ്രകാശ് സ്വകാര്യമായി അവളോടു പറഞ്ഞു.

''എന്തിനാ ചമ്മുന്നെ? പ്രകാശേട്ടനല്ലേ അതിന്റെ പൈസ കൊടുക്കുന്നെ.''

''അതല്ലെന്ന്. അമ്മയറിയാതെ നമ്മള് കാണിച്ച കള്ളത്തരം അമ്മ കണ്ടുപിടിച്ചല്ലോന്നോർത്തിട്ട്.''

''നമ്മള് കള്ളമൊന്നും കാണിച്ചില്ലല്ലോ.''

''നിനക്കു കള്ളമല്ലായിരിക്കും. പക്ഷേ, അമ്മ വേണ്ടെന്നു പറഞ്ഞ ഒരു സംഗതി ഞാൻ ചെയ്യുമ്പം...''

പൊടുന്നനെ വാതിൽ തള്ളിത്തുറക്കപ്പെട്ടു. വാതിൽക്കൽ സുഭദ്ര! പവിത്ര ചാടി എണീറ്റു.

''എന്തോന്നാ രണ്ടുപേരുംകൂടി വാതിലും അടച്ചിട്ടിരുന്നോണ്ട് കിണ്ണാണം പറച്ചില്. ലൈറ്റണച്ചിട്ട് കെടന്നൊറങ്ങാൻ നോക്ക്. നിനക്കു രാവിലെ ഓട്ടോയുംകൊണ്ടു പോകേണ്ടതല്ലേ പ്രകാശാ?''

''ങാ, ഒറങ്ങാൻ പോകുവാ.'' ജയപ്രകാശ് പിറുപിറുത്തു.

പവിത്രയുടെ നേർക്ക് തറച്ചു നോക്കിക്കൊണ്ടു അമർത്തിയ ഒരു മൂളലോടെ സുഭദ്ര പിൻവാങ്ങി.

''ലൈറ്റണച്ചേക്ക്.'' ജയപ്രകാശ് പറഞ്ഞു.

പവിത്ര ലൈറ്റണച്ചു.

''ഇനി വാതിലടയ്ക്ക്.''

പവിത്ര അതും അനുസരിച്ചു.

തിരിച്ചു കട്ടിലിൽ വന്നിരുന്ന അവളെ പൂണ്ടടക്കം കെട്ടിപ്പിടിച്ച് ജയപ്രകാശ് അയാളുടെ നെഞ്ചിലേക്ക് അമർത്തി.

അപ്പോൾ പവിത്ര ഗൂഢമായൊരു സംതൃപ്തിയും പ്രതികാരാത്മകമായ ഒരാനന്ദവും അനുഭവിച്ചു.

ആ സ്ത്രീ സ്വന്തമെന്നു കരുതി ചിറകിൻകീഴിൽ സൂക്ഷിച്ചിരുന്ന പുരുഷൻ ഇപ്പോൾ തന്റെയാണ്.

* * *

അപ്രതീക്ഷിതമായിരുന്നു അവധി പ്രഖ്യാപനം. നാളെ മുതൽ നഴ്സിങ് കോളജിന് അവധിയാണ്. സാധാരണ പത്തു ദിവസമാണ് അവധിയെങ്കിൽ ഇത്തവണ പതിനാലു ദിവസം തികച്ചുമുണ്ട്. പ്രധാനപ്പെട്ട രണ്ട് അധ്യാപകർ ചിക്കൻപോക്സ് പിടിപെട്ട് നാട്ടിലേക്കു മടങ്ങി. പ്രിൻസിപ്പൽ അനുജത്തിയുടെ കല്യാണാവശ്യത്തിലേക്ക് ലീവെടുത്തു പോയി. ക്ലാസെടുക്കാൻ ആളില്ലാത്ത സ്ഥിതിവിശേഷം വന്നപ്പോൾ മാനേജ്മെന്റ് അടുത്തയാഴ്ചത്തെ ദീപാവലി അവധി നാലു ദിവസം നേരത്തേയാക്കി. അതിൽ ശനിയും ഞായറും ഓരോ ദിവസം പോയിക്കഴിഞ്ഞാൽ ബാക്കി രണ്ടു ദിവസമേയുള്ളൂ അധികം.

പക്ഷേ, വിദ്യാർത്ഥികൾക്ക് അത് കനത്ത അടിയായിപ്പോയി. അടുത്ത ദിവസം വീട്ടിലേക്കു പോകാനുള്ള യാതൊരു ഒരുക്കങ്ങളും ആരും ചെയ്തിട്ടില്ല. ടിക്കറ്റ് ബുക്ക്ചെയ്തിട്ടില്ല.

ജിബിയ ആകെ അന്ധാളിച്ച മട്ടിലായിരുന്നു. കോട്ടയത്തുനിന്നും ചങ്ങനാശ്ശേരിയിൽനിന്നും തിരുവല്ലായിൽനിന്നുമൊക്കെ വിദ്യാർത്ഥിനികൾ ഉണ്ട്. അവർക്കും എന്തു ചെയ്യണമെന്നറിഞ്ഞുകൂടാ. വീട്ടിൽ വിളിച്ച് പറഞ്ഞപ്പോൾ അവിടുള്ളവർക്കു വേവലാതിയായി. നാട്ടിൽനിന്ന് ആരെങ്കിലും ബാംഗ്ലൂരിലേക്കുവന്ന് കൂട്ടിക്കൊണ്ടുപോകാനുള്ള സമയമൊന്നും ഇല്ല. നാളെ കോളജ് അടയ്ക്കുമെന്നു പറഞ്ഞാൽ കാന്റീനും മെസ്സും അടക്കം എല്ലാം പൂട്ടുമെന്നുതന്നെയാണ്. ഭക്ഷണത്തിനോ വെള്ളത്തിനോപോലും ഒരു നിർവാഹവും ഇല്ല.

ജിബിയ രാത്രി വീട്ടിലേക്കു വിളിച്ച് ബിൻസിയോടു വിവരം പറഞ്ഞു.

''ഇപ്പം ഈ നേരത്ത് വിളിച്ചു പറഞ്ഞാ എന്നാ ചെയ്യാനാ കൊച്ചേ. വണ്ടിക്കൂലിക്കൊള്ള കാശൊണ്ടാക്കി നാളെ വൈകിട്ടത്തെ വണ്ടിക്കു കേറി വരണം ജോറൂട്ടിച്ചായൻ. മറ്റന്നാളല്ലേ തിരിച്ചുപോരാൻ പറ്റത്തൊള്ളൂ.''

''നാളെ കോളജ് പൂട്ടും മമ്മീ. ഇന്നത്തോടെ ക്ലാസ് കഴിഞ്ഞു.''

''അവിടുന്ന് പോരാൻ വേറെ പിള്ളാരില്ലേ. അവരടെ കൂടെ കേറിപ്പോന്നൂടേ നിനക്ക്?''

''അവർക്കും അറിഞ്ഞൂടാ എന്താ ചെയ്യണ്ടേന്ന്. അവരും വീട്ടിലോട്ടൊക്കെ വിളിച്ചോണ്ടിരിക്കുവാ.''

''പപ്പാ പള്ളിവാതുക്കലോട്ട് പോയിരിക്കുവാ. വരട്ടെ. ചോദിക്കാം. ഇപ്പം നീ ഫോൺ വച്ചോ.'' ബിൻസി പറഞ്ഞു.

രാത്രി എട്ടുമണി ആയപ്പോഴേക്കും കൂട്ടുകാരികളിൽ ചിലരുടെ കാര്യം തീരുമാനമായി. ജെസിയും മെറ്റിൽഡയും നാളെ ബസ്സിൽ കയറിപ്പോകും. വർഷയും ബെറ്റിയും വൈകുന്നേരത്തെ ഐലൻഡ് എക്സ്പ്രസ്സിനു പോകുമെന്ന് ധാരണയായി. ബുക്കിങ്ങൊന്നുമില്ല. ജനറൽ കംപാർട്ട്മെന്റിൽ കയറിപ്പറ്റുകയേ നിവൃത്തിയുള്ളൂ.

രാത്രി ഒൻപതരയ്ക്ക് ജിബിയയ്ക്കു പപ്പായുടെ കോൾ വന്നു.

''നീ കിട്ടുന്ന ബസ്സിനോ ട്രെയിനിനോ കേറിപ്പോരുക. അതേ നിവൃത്തിയൊള്ളൂ. നീ ഒറ്റയ്ക്കല്ലല്ലോ. വേറെയും കുട്ടികളില്ലേ.''

തന്നെ കൂട്ടിക്കൊണ്ടു പോകാൻ വീട്ടിൽനിന്ന് ആരും വരില്ലെന്നു ജിബിയയ്ക്ക് ഉറപ്പായി.

രാത്രി പത്തുമണി കഴിഞ്ഞപ്പോൾ ജെയ്സന്റെ കോൾ. അതു കണ്ടപ്പോൾ ഒരാശ്വാസം തോന്നി. ഫോൺ എടുത്തപാടെ ജിബിയ തിരക്കി:

''ചേട്ടായി എപ്പഴാ വീട്ടിൽ പോകുന്നെ?''

''ഞാനിത് നിന്നോടു ചോദിക്കാൻ പോകുവാരുന്നു. ഞാൻ നാളെ പോകും.''

''എങ്ങനെയാ പോകുന്നെ?''

''ബസ്സിന്.''

''ഞാൻ ട്രെയിനിനു പോയാലോന്ന് ആലോചിക്കുവാ. പെട്ടെന്നായതുകൊണ്ടു ടിക്കറ്റ് ബുക്ക് ചെയ്യാൻ പറ്റിയില്ല.''

''രണ്ടാഴ്ച മുന്നേ അറിഞ്ഞാലും രക്ഷയില്ലാരുന്നു. ദീപാവലി സീസണല്ലേ. ഒരു മാസം മുൻപേ ബുക്കിങ് കഴിഞ്ഞിട്ടുണ്ടാകും.''

''ഇവിടെ ചിലരൊക്കെ ജനറൽ കംപാർട്മെന്റിൽ കയറി പോകാമെന്നു പറഞ്ഞോണ്ടിരിക്കുവാ. എനിക്കും അതേ നിവൃത്തിയൊള്ളൂ.''

''നിനക്ക് ലഗേജില്ലേ കൊച്ചേ?''

''ഒണ്ടേന്നേ... ഒരു വല്യ പെട്ടീം ഒരു ട്രോളിബാഗും ഷോൾഡർ ബാഗും.''

''എല്ലാംകൂടെ എങ്ങനെ കൊണ്ടുപോകും കയ്യിലൊന്നുമില്ലെങ്കിൽ പോലും ഇടിച്ചുകേറാൻ ബുദ്ധിമുട്ടായിരിക്കും.'' ജെയ്സൺ മുന്നറിയിപ്പു നൽകി.

''കൊണ്ടുപോകാതിരിക്കാനും പറ്റില്ല. ഇവിടെ പഠിക്കാൻ വന്നപ്പം മുതലുള്ള മുഷിഞ്ഞ തുണികളാ അതിനകത്തെല്ലാം. വീട്ടിക്കൊണ്ടുപോയി അലക്കിക്കൊണ്ടു വരണ്ടേ.''

''ബസ്സിൽ കേറിപ്പോകാൻ എന്തെങ്കിലും ഐഡിയ ഉണ്ടോ?''

''അയ്യോ ചേട്ടായീ. ഒരു രക്ഷേം ഇല്ല. എന്റെ കയ്യിൽ അതിനൊള്ള പൈസയൊന്നും ഇല്ലെന്നേ.''

''പൈസ വേണെങ്കി കടം തരാം.''

''വേണ്ട, വേണ്ട. വീട്ടിച്ചെല്ലുമ്പം ഞാൻ സമാധാനം പറയണം. ഞാനെങ്ങനെങ്കിലും പൊയ്ക്കോളാം.''

''ഓകെ. ശരി ഗുഡ്നൈറ്റ്.''

''താങ്ക് യൂ, ഗുഡ്നൈറ്റ്.''

കിടന്നെങ്കിലും ജിബിയയ്ക്ക് ഉറക്കം വന്നില്ല. തിരിഞ്ഞുമറിഞ്ഞു കിടന്നു നേരം വെളുപ്പിച്ചു. പിറ്റേന്ന് രാവിലെ എഴുന്നേറ്റ് എല്ലാവരെയും പോലെ പായ്ക്കപ്പ് നടത്തി. പത്തുമണി കഴിഞ്ഞപ്പോൾത്തന്നെ മിക്കവരും ഹോസ്റ്റൽ വിട്ടിറങ്ങി. പലരും പല രീതിയിലാണു മടക്കയാത്ര.

ബസ്സിനു പോകുന്നവർ. ട്രെയിനിനു പോകുന്നവർ. വീട്ടിൽനിന്ന് കാർ വരാൻ കാത്തുനിൽക്കുന്നവർ. ബോയ്ഫ്രണ്ടിന്റെ കൂടെ ബൈക്കിൽ പോകുന്നവർ. ജിബിയയും വർഷയും ബെറ്റിയും ഒന്നിച്ചായിരുന്നു. ഉച്ചയ്ക്ക് ഹോട്ടലിൽനിന്ന് ഊണു കഴിച്ചു. മൂന്നു മണിക്ക് മജസ്റ്റിക്കിൽ എത്തി.

രണ്ടാംനമ്പർ പ്ലാറ്റ്ഫോമിൽ ഒരു പെരുന്നാളിന്റെ ആളുണ്ടെന്നു കണ്ട ജിബിയ വിരണ്ടു പോയി. അവൾ ആദ്യമായിട്ടാണ് ആശ്രയിക്കാൻ ആരുമില്ലാതെ ഒരു ദീർഘസഞ്ചാരത്തിനിറങ്ങുന്നത്. കൂടെയുള്ള ബെറ്റിയും വർഷയും അവളെക്കാൾ ടെൻഷനിലായിരുന്നു. ഐലൻഡ് എക്സ്പ്രസ് രണ്ടാം നമ്പർ പ്ലാറ്റ്ഫോമിലേക്ക് എത്തിയതും അക്രമാസക്തരായ കടന്നൽക്കൂട്ടംപോലെ യാത്രികർ അതിന്റെ വാതിലുകളുടെ നേർക്ക് ആർത്തിരമ്പി.

എത്ര തിക്കിത്തിരക്കിയിട്ടും ജിബിയ പിന്തള്ളപ്പെട്ടുകൊണ്ടേയിരുന്നു. വർഷയും ബെറ്റിയും എങ്ങനെയോ കയറിപ്പറ്റി. ജിബിയ ഒരു തവണ വാതിലിനടുത്തുവരെ എത്തിയതായിരുന്നു. പക്ഷേ, സ്യൂട്ട്കേസ് കൈയിൽനിന്ന് ആരോ വലിച്ചെടുത്തതുപോലെ പിടിവിട്ടുപോയി. അത് മറ്റുള്ളവർ നിലത്തിട്ടു ചവുട്ടി. വല്ലവിധേനയും അവൾ പിന്നോട്ടു മാറി ആളുകളുടെ കാൽക്കീഴിൽനിന്ന് സ്യൂട്ട്കേസ് വലിച്ചെടുത്തു.

ഒടുവിൽ നോക്കുമ്പോൾ ലേഡീസ് കംപാർട്ട്മെന്റിലും മറ്റുള്ള കംപാർട്ട്മെന്റിലും ഒരീച്ചയ്ക്കുപോലും കടന്നു കയറാൻ പറ്റാത്ത ഞെരുക്കം. ട്രെയിനിന്റെ വാതിലിലും ചവിട്ടുപടിയിലുംവരെ യാത്രക്കാർ. അകത്തേക്കു ഞെരുങ്ങിക്കേറിപ്പോയ വർഷയെയും ബെറ്റിയെയും കാണാൻപോലുമില്ല.

തന്റെ ലഗേജുകൊണ്ട് കയറാൻ പറ്റില്ലെന്നു ജിബിയയ്ക്കു ബോധ്യപ്പെട്ടു. പരിഭ്രമവും സങ്കടവുംകൊണ്ടു കണ്ണു നിറഞ്ഞിട്ട് അവളുടെ കാഴ്ചകൂടി മാഞ്ഞുപോയി. കുറച്ചു കഴിഞ്ഞപ്പോൾ ട്രെയിനിനുള്ളിൽ നിന്ന് ബെറ്റിയും വർഷയും ജനാലയിൽക്കൂടി അവളെ വിളിച്ചു.

''വാ, കേറിവാ.''

പക്ഷേ, വാതിൽക്കലെത്തുമ്പോൾ അവിടെ ചവിട്ടുപടിയിൽ നിൽക്കുന്നവർ താക്കീത് ചെയ്തു.

''ഈ പെട്ടീം പ്രമാണോംകൊണ്ട് അകത്തു കേറിപ്പറ്റാമെന്ന് വിചാരിക്കണ്ട കുട്ടീ. നടക്കില്ല. മനുഷ്യന് കാലുകുത്താൻ സ്ഥലമില്ല. അപ്പഴാ...''

സമയം കടന്നുപൊയ്ക്കൊണ്ടിരുന്നു. ഒടുവിൽ ഗത്യന്തരമില്ലാതെ ജിബിയ ജെയ്സണെ മൊബൈലിൽ വിളിച്ചു.

''ചേട്ടായി എവിടെയാ?''

''ഞാൻ മജസ്റ്റിക്കിലൊണ്ട്. ബസ്സ്റ്റാൻഡിനടുത്ത്. എന്താ?''

''എനിക്ക് ട്രെയിനിക്കേറാൻ പറ്റിയില്ല. ഭയങ്കര തെരക്കാ.''

''ഞാനപ്പഴേ പറഞ്ഞില്ലാരുന്നോ?''

''ഞാനിനി എന്നാ ചെയ്യും?'' ജിബിയയുടെ തൊണ്ടയിടറി.

''എന്റെ കൂടെ വാ.''

ജിബിയ ചെകുത്താനും കടലിനും നടുവിലെന്നപോലെ മറുപടി പറയാനാവാതെ നിന്നു.

പതിന്നാല്

ജെയ്സൺ റെയിൽവേ സ്റ്റേഷനിലെത്തിയപ്പോൾ ജിബിയ കാത്തു നിൽക്കുന്നുണ്ടായിരുന്നു. ജെയ്സൺ രണ്ടാം നമ്പർ പ്ലാറ്റ്ഫോമിൽ കൂടി അങ്ങിങ്ങ് നടന്നു. ഐലൻഡ് എക്സ്പ്രസ് സ്റ്റേഷൻ വിട്ട് പോയിട്ടില്ല.

എല്ലായിടവും നോക്കിയശേഷം ജെയ്സൺ ജിബിയയുടെ അടുത്തേക്കു വന്നു.

''ഇതിൽ കയറിപ്പറ്റാൻ നോക്കണ്ട. വേറെ വഴി നോക്കാം.''

''വേറെ എന്നാ വഴി ചേട്ടായീ? എനിക്കൊന്നും അറിയാമ്മേല.''

ജിബിയ കരച്ചിലിന്റെ വക്കിലെത്തി നിൽക്കുകയാണ്.

''ഇങ്ങനെ പേടിച്ചാലോ? കുറച്ചു ധൈര്യമൊക്കെ വേണ്ടേ. പ്രത്യേകിച്ച് ബാംഗ്ലൂർപോലുള്ള ഒരു സിറ്റിയിൽ വന്നു താമസിക്കുമ്പം.''

''ധൈര്യമൊക്കെയൊണ്ട്. എന്നാ ചെയ്യുമെന്ന് അറിയാമ്മേലാഞ്ഞിട്ടാ.''

''ഇപ്പം നിലവിൽ തനിയെ ഒന്നും ചെയ്യാൻ പറ്റില്ല. ഹോസ്റ്റൽ പൂട്ടിയ കാരണം അങ്ങോട്ടു തിരിച്ചു പോകാനും പറ്റത്തില്ല. ഏതെങ്കിലും ഹോട്ടലിലോ ലേഡീസ് ഹോസ്റ്റലിലോ മുറിയെടുക്കാമെന്നു വച്ചാ, കയ്യിൽ പൈസയുമില്ല. അപ്പഴെന്താ ചെയ്യണ്ടേ?''

''എനിക്കറിഞ്ഞുകൂടാ.''

''എന്നെപ്പോലെ സഹായിക്കാൻ സന്മനസ്സൊള്ളവരെ വിളിച്ച് ഹെൽപ് വേണംന്നു പറയണം.''

''ഞാനതുതന്നെയാണല്ലോ ചെയ്തെ.'' ജിബിയ പറഞ്ഞു.

''അതിങ്ങനെയല്ല. കുറച്ചുകൂടി ബോൾഡായിട്ടു വേണം. ഇങ്ങനെ ഒന്നുമറിയാത്ത പൊട്ടിപ്പെണ്ണിനെപ്പോലെ കരഞ്ഞും പിഴിഞ്ഞും നിന്നാ സഹായിക്കാൻ വരുന്നോര് മുതലെടുക്കാൻ നോക്കും.''

അതു കേട്ടപ്പോൾ ജിബിയ സംശയത്തോടെ ജെയ്സണെ നോക്കി.

''ട്രെയിൻ കിട്ടിയില്ലെങ്കി അപ്പത്തന്നെ എന്നെ വിളിക്കണമായിരുന്നു. ചേട്ടാ, എനിക്കു ട്രെയിൻ മിസ്സായി. നാളെയെനിക്ക് വീട്ടിലെത്തിയേ

പറ്റൂ. എങ്ങനെങ്കിലും ചേട്ടായി എന്നെ വീട്ടിലെത്തിക്കണം. അല്ലാതെ നിവൃത്തിയില്ല. ഇങ്ങനെതന്നെ പറയണം. ഞാനത് ഏറ്റെടുത്താപ്പിന്നെ ഇയാളെ വീട്ടിലെത്തിക്കുക എന്നുള്ളത് എന്റെ ഉത്തരവാദിത്തമാ. മനസ്സിലായോ?''

ജിബിയ നിസ്സഹായതയോടെ തലയാട്ടി.

''വാ... പോകാം.''

ജെയ്സൺ മുൻപേ നടന്നു. എങ്ങോട്ടെന്ന ചോദ്യം നാവിൻതുമ്പിലുണ്ടെങ്കിലും ചോദിക്കാനറച്ച് ജിബിയ അവനെ പിൻചെന്നു.

ജെയ്സൺ അവളെ ബസ്സ്റ്റാൻഡിലേക്കാണ് കൂട്ടിക്കൊണ്ടുപോയത്.

''ഞാൻ ടിക്കറ്റ് ബുക്ക്ചെയ്ത ബസ്സിൽത്തന്നെ പോകാം.'' ജെയ്സൺ പറഞ്ഞു.

''എന്റെ കയ്യിൽ അതിനൊള്ള പൈസയില്ല. കേരളാ സ്റ്റേറ്റ് ബസ് കിട്ടത്തില്ലേ ഇവിടുന്ന്.'' ജിബിയ ചോദിച്ചു.

''എന്റെ കൂടെ യാത്ര ചെയ്യാൻ എന്തേലും ബുദ്ധിമുട്ടുണ്ടോ?''

''അതുകൊണ്ടല്ല. എന്റെ കയ്യിലാകെ...''

''മനസ്സിലായി. ടിക്കറ്റിന്റെ പൈസ പിന്നെ എപ്പോഴെങ്കിലും തന്നാമതി.''

ജെയ്സൺ ജിബിയയ്ക്കുകൂടി ടിക്കറ്റ് തരപ്പെടുത്തി. ജിബിയയ്ക്കു കിട്ടിയ സീറ്റിനടുത്തേക്ക് ഇരിക്കാൻവേണ്ടി തന്റെ മുൻനിര സീറ്റ് മറ്റൊരാൾക്ക് വിട്ടുനൽകി.

ജെയ്സണും ജിബിയയും അടുത്തടുത്ത സീറ്റുകളിൽ ഇരുന്നു. ലഗേജ് എല്ലാം ബസിന്റെ ലോവർ കാരിയറിനുള്ളിൽ എടുത്തുവച്ചു സഹായിച്ചതും ജെയ്സണായിരുന്നു.

ഒരുമിച്ചിരുന്നു യാത്ര ചെയ്യവേ ജിബിയ ചുരുങ്ങിക്കൂടി തമ്മിൽ സ്പർശിക്കാതിരിക്കാൻ അമിതശ്രദ്ധ ചെലുത്തി നിശ്ശബ്ദയായി ഇരിക്കുന്നതുകണ്ട് ജെയ്സൺ ചോദിച്ചു: ''പുരുഷവിദ്വേഷിയാണോ?''

ജിബിയ കണ്ണു മിഴിച്ചു. ''എന്നാ അങ്ങനെ ചോദിച്ചെ?''

''തൊട്ടാൽ പൊട്ടുന്നപോലുള്ള ഇരിപ്പുകണ്ടിട്ട് ചോദിച്ചതാ.''

''ഞാൻ കാരണം ആർക്കും ബുദ്ധിമുട്ട് ആകാതിരിക്കാൻ വേണ്ടിയാ.''

''സുന്ദരിയായ ഒരു പെൺകുട്ടിയുടെ കയ്യോ തോളോ കൈവിരലോ അറിയാതൊന്നു സ്പർശിക്കുന്നത് ആർക്കാ ബുദ്ധിമുട്ട്? വല്ല കാട്ടുമൃഗങ്ങളുമാണെങ്കി ഈ പറഞ്ഞത് ശരിയാ. ഞാൻ ഒന്നാന്തരം മനുഷ്യനല്ലേ. ചെറുപ്പക്കാരൻ. ബാച്ചിലർ. എനിക്ക് ഒരു ബുദ്ധിമുട്ടുമില്ല. എന്നു മാത്രമല്ല, ഇഷ്ടവുമാണ്.''

ജിബിയ ചൂളിപ്പോയി.

''എന്നോടെന്തിനാ ഇങ്ങനെയൊക്കെ പറയുന്നെ?''

“എന്നോട് അങ്ങനെ പറഞ്ഞതുകൊണ്ടാ.” ജെയ്സൺ കുസൃതിയോടെ പറഞ്ഞു.

“പെൺകുട്ടികളാകുമ്പം അവനവനെ സൂക്ഷിക്കണ്ടേ.”

“വേണം, വേണം. സൂക്ഷിക്കണം. നല്ലതാ.” ജെയ്സൺ ചിരിച്ചുകൊണ്ട് സമ്മതിച്ചു.

പിന്നീടങ്ങോട്ട് സംസാരിക്കാനുള്ള തടസ്സം മാറിക്കിട്ടി. ജെയ്സൺ തന്റെ കുടുംബത്തെക്കുറിച്ചും ലക്ഷ്യങ്ങളെക്കുറിച്ചും പറഞ്ഞു.

“ഹോട്ടൽ മാനേജ്മെന്റ് പഠിക്കണമെന്നായിരുന്നു ആഗ്രഹം. പക്ഷേ, അതിനുള്ള ഫീസും മറ്റും കുടുംബത്തിനു താങ്ങാൻ പറ്റില്ലെന്നു തോന്നിയപ്പോൾ ജനറൽ നഴ്സിങ്ങിനു പോകാമെന്നു തീരുമാനിക്കുകയാ ചെയ്തെ. ഒന്നര വർഷംകൂടി കഴിഞ്ഞാൽ ഒരു ജിഎൻഎം സർട്ടിഫിക്കറ്റ് കയ്യിൽ കിട്ടും. നോർത്തിലെ ഏതെങ്കിലും ഹോസ്പിറ്റലിൽ ജോലിക്കു കേറണമെന്നാ ആഗ്രഹം.”

ജിബിയയോട് അവൻ പുതിയ ഹോസ്റ്റലിലെ താമസത്തെക്കുറിച്ചും പഠിപ്പിനെക്കുറിച്ചും ചോദിച്ചു.

“വീട്ടിൽ ചെന്നിട്ട് തിരിച്ചു പോരണോ വേണ്ടയോ എന്ന് ഞാനാലോചിക്കുവാ. എനിക്കു മതിയായി. ഹോസ്റ്റലിലെ കാര്യം ഓർക്കാനേ വയ്യ. ഒരു റൂമിൽ ഇരുപത്തിനാല് പേര് എന്നൊക്ക പറഞ്ഞാ ഓർത്തു നോക്കിക്കേ. എന്തൊരു നരകമാ അത്. ഫുഡ് കഴിക്കുന്ന കാര്യം ഓർക്കുമ്പം ഓക്കാനം വരും. ബാത്റൂമിലോട്ട് കാലുകുത്താൻ അറയ്ക്കും. നാട്ടിൽ ചെന്നിട്ട് വല്ല വീട്ടിലും അടുക്കളപ്പണിക്കു നിക്കുന്നതാ ഇതിനേക്കായിലും ഭേദം.” ജിബിയ തന്റെ ദുരിതങ്ങളെക്കുറിച്ച് വാചാലയായി.

“സാരമില്ല. ഇതെല്ലാം മാറും. ഇതിപ്പോ നിങ്ങളെ പുതിയ സ്ഥലത്തേക്കു മാറ്റിയത് കൂടുതൽ സീറ്റുകൾക്ക് അംഗീകാരം കിട്ടാൻ വേണ്ടിയാ. ഈ മാനേജ്മെന്റിന് വേറെയും നഴ്സിങ് സ്കൂളുകളും കോളജുകളും ഉണ്ട്. തോറ്റു പിന്മാറാതെ എങ്ങനെയും പിടിച്ചുനിൽക്കുന്നവർക്കേ എവിടെങ്കിലും എത്താൻ കഴിയൂ.”

ജെയ്സൺ അവളെ ധൈര്യപ്പെടുത്താൻവേണ്ടി സംസാരിച്ചുകൊണ്ടിരുന്നു. പതിയപ്പതിയെ ജെയ്സണും താനും തമ്മിലുള്ള അകലം കുറഞ്ഞുവരുന്നത് അവൾക്കു തിരിച്ചറിയാനായി.

യാത്രയ്ക്കിടയിൽ ജെയ്സൺ ഹാൻഡ് ബാഗിൽ കരുതിയിരുന്ന ബിസ്കറ്റും വെള്ളവും അവൾക്കു പങ്കിട്ടുകൊടുക്കാൻ ശ്രമിച്ചു. നന്ദിപൂർവം അവൾ അതു നിരസിച്ചു.

“പേടിയായിട്ടാണോ?” ജെയ്സൺ ചോദിച്ചു.

“കൂടെ യാത്ര ചെയ്യുന്നവർ തരുന്ന ഒന്നും വാങ്ങിക്കഴിക്കരുതെന്ന് ടിവിയിലൊക്കെ കാണാറൊണ്ട്.” ജിബിയ സത്യം വെളിപ്പെടുത്തി.

ജെയ്സൺ അതു കേട്ട് ചിരിച്ചു.

''അതൊക്കെ അന്യർ വാങ്ങിത്തരുമ്പോഴാ ശ്രദ്ധിക്കേണ്ടത്. ഞാൻ അന്യനാണോ? നമ്മൾ ഒരേ നഴ്സിങ് ഇൻസ്റ്റിറ്റ്യൂട്ടിൽ പഠിക്കുന്നവരല്ലേ.''

''എന്റെ ക്ലാസ്മേറ്റല്ലല്ലോ. സീനിയറല്ലേ. പിന്നെ, ഒത്തിരി പരിചയോം ഇല്ലല്ലോ.''

''അതുകൊള്ളാം. ഇപ്പഴും എന്നെ വിശ്വാസത്തിലെടുത്തിട്ടില്ല, അല്ലേ?''

''വിശ്വാസമൊക്കെയാ.'' ജിബിയ ചമ്മിയ ചിരിയോടെ പറഞ്ഞു.

''എന്നാലും ബിസ്കറ്റും വെള്ളോം വേണ്ട, അല്ലേ?''

''അതു കഴിച്ചില്ലെങ്കിലും എനിക്കൊരു കൊഴപ്പോം ഇല്ലന്നേ. കഴിച്ചിട്ട് വല്ല വയറുവേദനയോ മറ്റോ വന്നാ എന്നാ ചെയ്യും?''

''സുല്ല്.'' ജെയ്സൺ പിൻവാങ്ങി.

ഇടയ്ക്ക് ഏതോ തട്ടുകടയുടെ മുന്നിൽ ബസ് നിർത്തിയപ്പോൾ ജെയ്സൺ അവളോടു ചോദിച്ചു: ''ചായ കുടിക്കുന്നോ? ഏലക്കായുടേയും ഇഞ്ചിയുടേയും ടേസ്റ്റുള്ള സൂപ്പർ ചായ കിട്ടും.''

''എനിക്കു വേണ്ട.''

''അതും പേടിയാണോ?''

''എന്നാത്തിനാ വയറ് ചീത്തയാക്കുന്നെ. അതിപ്പം അടങ്ങിയിരിക്കുവാ.''

''ശരി. ഞാനൊരു ചായ കുടിച്ചിട്ട് വരാം.''

ജെയ്സൺ എഴുന്നേറ്റ് ബസ്സിന്റെ മുൻഭാഗത്തേക്കു പോയി. ചായ കുടിക്കാൻ ഇറങ്ങുന്നവർ വേറെയുമുണ്ടായിരുന്നു. ജെയ്സൺ പൊയ്ക്കഴിഞ്ഞപ്പോൾ ജിബിയയ്ക്കു പേടി തോന്നി. ഒരു ബസ്സിനുള്ളിൽ മങ്ങിയ നീല വെളിച്ചത്തിൽ താൻ ഏതൊക്കെയോ അജ്ഞാതരുടെ കൂടെ യാത്ര ചെയ്യുകയാണ്. ബസ്സിൽ കയറുന്നതിനു മുമ്പ് ഇതിന്റെ ബോർഡ്പോലും വായിച്ചില്ലല്ലോ എന്ന ഓർമ്മ അവളിൽ ഒരങ്കലാപ്പുണ്ടാക്കി. ഈ ബസ് മംഗലാപുരത്തിനാണോ ഗോവയ്ക്കാണോ, അതോ മൈസൂറിനാണോ എന്ന് തനിക്കറിഞ്ഞുകൂടാ.

ഒരു പെൺകുട്ടി തനിച്ചു യാത്ര ചെയ്യുമ്പോൾ എന്തെല്ലാം മുൻകരുതലുകൾ എടുക്കണമെന്നും ഏതെല്ലാം പ്രതിസന്ധികളെ അഭിമുഖീകരിക്കണമെന്നും വേവലാതിയോടെ അവൾ ചിന്തിച്ചു. പുരുഷനാണെങ്കിൽ ഇത്തരം ആശങ്കകൾ ഒന്നുമില്ല. അവനു കൂടുതൽ കാര്യങ്ങൾ അറിയാം. അവനു ധൈര്യമുണ്ട്. അവന് ഒന്നും നഷ്ടപ്പെടാനില്ല.

മറുവശത്തെ സീറ്റുകളിലേക്ക് കണ്ണോടിച്ചപ്പോൾ അതിലുള്ള പലരും പ്രണയജോടികളാണെന്നൊരു സംശയം അവൾക്കുണ്ടായി. മന്ത്രിക്കുന്ന

പോലെ സംസാരിക്കുന്നു. അടക്കിയ ചിരിക്കുമീതെ നിഗൂഢതയുടെ ആവരണം പൊതിയപ്പെട്ടിരിക്കുന്നു.

ചായ കുടിച്ചിട്ട് തിരികെ വന്നവരിൽ പലരും ജിബിയയെ നോക്കുന്നുണ്ടായിരുന്നു. ചിലരുടെ മുഖത്ത് അർത്ഥഗർഭമായ പുഞ്ചിരി.

ജെയ്സൺ തിരിച്ചു വന്നപ്പോൾ ജിബിയ പരാതി പറഞ്ഞു. ''ചിലരൊക്കെ വല്ലാത്ത നോട്ടമാ നോക്കുന്നെ.''

''നമ്മളവരെ നോക്കാതിരുന്നാ മതി.'' ജെയ്സൺ അൽപം പരുഷമായി പറഞ്ഞു.

ജിബിയ അമ്പരപ്പോടെ അവനെ നോക്കി. ചായ കുടിക്കാൻ കൂടെ ചെല്ലാതിരുന്നതിന്റെ നീരസമാണോ?

ബസ് വീണ്ടും ഓടിത്തുടങ്ങി. പത്തുമണിയോടെ ലൈറ്റുകൾ മിക്കവയും അണഞ്ഞു. തീരെ മങ്ങിയ നീല വെട്ടം മാത്രം. ഓരോ നിര സീറ്റുകളെയും മറയ്ക്കുന്ന ഇളംനീല കർട്ടനുകൾ നിവർന്നു. തൊട്ടപ്പുറത്തുള്ള സീറ്റുകളിൽ ഇരിക്കുന്നവരെപ്പോലും കാണാൻ വയ്യ. മുമ്പിലും പുറകിലുമുള്ളവരെയും കാണാൻ നിവൃത്തിയില്ല. ബസിനുള്ളിൽ ഈ രണ്ടു സീറ്റുകളിൽ ഒരു സ്വകാര്യ ലോകം.

ജെയ്സൺ തന്റെ പുഷ്ബാക്ക് സീറ്റ് പിന്നോട്ടു ചായ്ച്ചു.

''സീറ്റ് ചായ്ക്കട്ടെ?'' ജിബിയയോട് അവൻ തിരക്കി.

''വേണ്ട.'' അവൾ പെട്ടെന്നു പറഞ്ഞു.

ജെയ്സൺ തന്റെ സീറ്റിൽ ചാരിക്കിടന്നു. മുൻനിരയിലുണ്ടായിരുന്ന ആൾ സീറ്റ് ചായ്ച്ചപ്പോൾ ജിബിയയ്ക്കു ബുദ്ധിമുട്ടായി. ആ സീറ്റിന്റെ പിൻഭാഗം അവളുടെ മൂക്കിൽ തുമ്പിൽ സ്പർശിച്ചുകൊണ്ടിരുന്നു.

ജിബിയ ജെയ്സണെ നോക്കി. അവൻ കണ്ണടച്ചു കിടക്കുകയാണ്.

''ചേട്ടായീ...'' അവൾ പതിയ വിളിച്ചു. ജെയ്സൺ കണ്ണു തുറന്നു.

''സീറ്റൊന്നു ചായ്ച്ചു തരുവോ? ഇരിക്കാൻ ബുദ്ധിമുട്ടാ.''

''അതല്ലേ ആദ്യമേ ചോദിച്ചേ.''

ജെയ്സൺ അവളുടെ സീറ്റ് ചായ്ച്ചു വയ്ക്കുന്നതിനിടയിൽ അവന്റെ ഉടലും കൈമുട്ടും അവളുടെ ദേഹത്ത് മനഃപൂർവമല്ലാതെ സ്പർശിക്കുകയും അമരുകയും ചെയ്തു.

ജിബിയ ശ്വാസമടക്കിപ്പിടിച്ച് ചുരുങ്ങിക്കൂടി.

സീറ്റ് ചായ്ച്ചുകഴിഞ്ഞപ്പോൾ സുഖമായി ചാരിക്കിടക്കാമെന്നായി.

''ഒരു താങ്ക്സ്പോലും പറയരുത്.'' ജെയ്സൺ പിറുപിറുത്തു.

ജിബിയ അവനെ നോക്കി. തൊട്ടരികിലാണ് അവൻ കിടക്കുന്നത്. തമ്മിൽ സ്പർശിക്കാതിരിക്കണമെങ്കിൽ ശ്രദ്ധവയ്ക്കണം. അവന്റെ മുഖം മങ്ങിക്കാണാം. ശ്വാസോച്ഛ്വാസത്തിന്റെ ശബ്ദം കേൾക്കാം. ഈ

നിഴലിരുട്ടിൽ അവൻ സ്പർശിച്ചാൽ, ആലിംഗനം ചെയ്താൽ തനിക്ക് എന്തു ചെയ്യാൻ സാധിക്കും?

ആ ഓർമയിൽ അവളുടെ മനസ്സമാധാനം പോയി.

അൽപം കഴിഞ്ഞപ്പോൾ ജെയ്സന്റെ കൂർക്കംവലി നേർത്തു കേൾക്കായി. അവൻ ഉറങ്ങിക്കഴിഞ്ഞിരിക്കുന്നു. തന്റെ ഭയമെല്ലാം വെറുതെയായിരുന്നല്ലോ എന്നോർത്തപ്പോൾ അവൾക്കു ജാള്യം തോന്നി. ക്രമേണ മയക്കം അവളുടെ കണ്ണുകളിലേക്കും വന്നു. ശരീരം ബസ്സിന്റെ കുലുക്കങ്ങളുമായി രമ്യതയിലായി. നീണ്ട പാലങ്ങൾ കയറുമ്പോഴോ ടോളുകളിൽ നിർത്തുമ്പോഴോ മാത്രം ജിബിയയ്ക്ക് ഉറക്കം ഞെട്ടി. അപ്പോഴെല്ലാം അവൾ കണ്ണുമിഴിച്ച് ജെയ്സണെ നോക്കി. അവൻ ഉറങ്ങുന്നതുകണ്ട് സമാധാനത്തോടെ അവളും ഉറങ്ങി.

വെളുപ്പാൻ കാലത്തെപ്പോഴോ ജിബിയ കണ്ണു തുറന്നപ്പോൾ കണ്ട കാഴ്ച അവളെത്തന്നെ അമ്പരപ്പിച്ചു. തന്റെ തല ജെയ്സന്റെ തോളത്താണ്. അങ്ങോട്ട് അറിയാതെ ചാഞ്ഞുപോയതാണ്. അവൻ പുതച്ചിരുന്ന ഷാൾകൊണ്ട് തന്നെക്കൂടി പുതപ്പിച്ചിട്ടുണ്ട്. ബസ്സിനുള്ളിൽ കുളിരു തോന്നുന്നത്ര തണുപ്പ്. ഷാൾ മെല്ലെ മാറ്റിയതും എ സിയുടെ തണുപ്പ് ഉടലിലേക്ക് അരിച്ചു കയറി. മാറ്റിയിട്ട ഷാളിന്റെ തുമ്പ് പരതിയെടുത്ത് പതിയെ തന്റെ തോളത്തുകൂടിയിട്ട് പുതച്ചു. വീണ്ടും ജെയ്സണെ നോക്കി. ഒന്നും അറിഞ്ഞിട്ടില്ല. സുഖകരമായ ഉറക്കം. ജിബിയ കണ്ണടച്ചു.

നേരം വെളുത്ത് എട്ടുമണിയോടെ കോട്ടയം പ്രൈവറ്റ് ബസ്സ്റ്റാൻഡിലെത്തി രണ്ടുപേരും ഇറങ്ങി. ലഗേജ് എടുത്തു.

''ജിബിയയ്ക്ക് ഏറ്റുമാനൂരിൽ ഇറങ്ങാരുന്നല്ലോ. അതല്ലാരുന്നോ എളുപ്പം?''

''ആണോ? എനിക്കറിയാമ്മേലാരുന്നു. എന്നോടു പറഞ്ഞില്ലല്ലോ.''

''ഞാൻ നോക്കുമ്പോ കണ്ണും പൂട്ടി കിടക്കുവാ. ആ സുഖം നശിപ്പിക്കണ്ടല്ലോന്നു കരുതി.''

''എന്നെ ഇന്നലെ ഷാള് പുതപ്പിച്ചായിരുന്നോ?''

''ങാഹ്. ഞാൻ നോക്കുമ്പോ തണുത്തിട്ട് ചുരുണ്ടുകൂടി ഇടയ്ക്കിടയ്ക്ക് വിറയ്ക്കുന്നു. ചൂടു കിട്ടാൻ വേണ്ടി എന്റെ തോളത്തോട്ടു ചാഞ്ഞു വന്നു.''

''അതൊന്നും അറിഞ്ഞോണ്ടല്ല കേട്ടോ. ഞാനിടയ്ക്ക് ഒണന്നു നോക്കിയപ്പോ ആകെ ചമ്മലായിപ്പോയി.''

''അറിയാതെ പറ്റിപ്പോയതാണെന്ന് എനിക്കറിയരുതോ. എന്നെ തൊടാതിരിക്കാൻ വേണ്ടി മുള്ളുമുരിക്കിന്റെ അടുത്തിരിക്കുന്നപോലെ ഇരുന്നയാളാ.'' ജെയ്സൺ കളിയാക്കി.

ജിബിയ ചിരിച്ചു.

''ജിബീടെ ബസ് എവിടാണെന്നു നോക്കാം.''

ജെയ്സൺ ബസ് തിരഞ്ഞു പോയി. കുറച്ചു കഴിഞ്ഞു തിരികെ വന്നു.

''ഒരു തീക്കോയി-തലനാട് ബസ് കെടപ്പൊണ്ട്. അതു മതിയോ?''

''മതി. എവിടെയാ?''

ജെയ്സൺ ജിബിയയെ കൂട്ടിക്കൊണ്ടു പോയി ബസ്സിൽ കയറ്റിയിരുത്തി. ലഗേജ് എടുത്തു വച്ചുകൊടുത്തു.

''എല്ലാറ്റിനും ഒരുപാട് താങ്ക്സൊണ്ട്ട്ടോ.'' ജിബിയ അവനോടു നന്ദി അറിയിച്ചു.

''എല്ലാറ്റിനും എന്നുവച്ചാ എന്തിനൊക്കെയാ?''

''ചെയ്ത സഹായത്തിനെല്ലാം.''

''ലിസ്റ്റിട്ട് പറ.''

''റെയിൽവേസ്റ്റേഷനിൽവന്നു കൂട്ടിക്കൊണ്ടു പോയതിന്. ബസ് ടിക്കറ്റ് എടുത്തുതന്നതിന്. സീറ്റ് ചായ്ച്ചു തന്നതിന്. ഷാളിട്ട് പുതപ്പിച്ചതിന്. അങ്ങനെ... ഇവിടെത്തിയിട്ട് എന്നെ തലനാട് ബസ്സിൽ കേറ്റി വിടുന്നതിനും കൂടി.''

''ഇതെല്ലാം ഓർമ്മേലൊണ്ടായാ മതി. ശരി, പോട്ടെ.'' ജെയ്സൺ പറഞ്ഞു.

''ചേട്ടായിക്ക് വേറെ ബസ്സിൽ പോണോ?''

''എനിക്ക് ടൗൺ ബസ് കിട്ടും ഇഷ്ടം പോലെ. വീട്ടിച്ചെന്നിട്ട് എന്നെ വിളിക്കുവോ. അതോ, ഞാൻ വിളിക്കണോ?''

''വിളിക്കാം.''

''ശരി.''

ജിബിയയുടെ ബസ് സ്റ്റാർട്ട് ചെയ്ത് പുറപ്പെട്ടപ്പോഴും ജെയ്സൺ ബസ്സ്റ്റാൻഡിൽതന്നെ നിൽപുണ്ടായിരുന്നു.

രണ്ടു മണിക്കൂറിനുശേഷം ജിബിയ തീക്കോയി പള്ളിവാതിൽക്കൽ ബസ്സിറങ്ങി. ഫോൺ ചെയ്തറിയിച്ചിരുന്നതിനാൽ ജോർജുകുട്ടി പള്ളിവാതിൽക്കൽ കാത്തുനിൽപുണ്ടായിരുന്നു. ഒരു ഓട്ടോറിക്ഷ പിടിച്ച് അപ്പോൾത്തന്നെ വീട്ടിലേക്കു തിരിച്ചു.

നാട്ടിൽ വന്നു ബസ്സിറങ്ങുമ്പോഴും പള്ളിവാതിൽക്കൽ സ്റ്റോപ്പും കിണറും പള്ളിപ്പരിസരവും സ്കൂളും എല്ലാം കാണുമ്പോഴും അവാച്യമായ ഒരു സന്തോഷം അവളുടെ മനസ്സിൽ അലയടിക്കുന്നുണ്ടായിരുന്നു.

തന്റെ സ്വന്തം നാട്. പരിചിതമായ മുഖങ്ങൾ. പരിചയം നിറഞ്ഞ ചിരികൾ. സ്നേഹമുള്ള ക്ഷേമാന്വേഷണങ്ങൾ.

വീട്ടുമുറ്റത്തിനു താഴെ റോഡരുകിൽ ഓട്ടോറിക്ഷ നിന്നതും ജോസ്ന

ചാടിയിറങ്ങി വന്നു. പിറകെ ബിൻസിയും എത്തി. ചേച്ചീ എന്നു വിളിച്ച് ജോസ്ന അവളെ കെട്ടിപ്പിടിച്ചു.

ബിൻസി മകളെ അടിമുടി നോക്കിയിട്ട് പരിതപിച്ചു.

''നീയങ്ങ് കോലംകെട്ടു പോയല്ലോ മോളേ.''

''ഞാൻ സുഖവാസത്തിനൊന്നും പോയതല്ലാരുന്നല്ലോ.'' ജിബിയ മറുപടിയും പറഞ്ഞു.

ബിൻസിയും ജോസ്നയും കൂടി ലഗേജ് വീട്ടിലേക്കു ചുമന്നു. ''അയ്യോ... ഇതിനെന്നാ മുടിഞ്ഞ കനമാ. ചേച്ചി എങ്ങനെ ഇതെല്ലാം അവിടുന്നിവിടം വരെ ചുമന്നോണ്ടു വന്നു?''

ജോസ്ന സ്യൂട്ട്കേസ് എടുത്ത് തലയിൽ കേറ്റാൻ ശ്രമിച്ചിട്ട് പൊങ്ങുന്നില്ല.

''ഞാനല്ല, ബസ്സല്ലേ ചൊമന്നത്.''

''എന്നാലും എങ്ങനെ ബസിൽ കേറ്റി?''

സ്യൂട്ട്കേസ് താങ്ങാൻ ജോർജ്കുട്ടി ജോസ്നയെ സഹായിച്ചു.

''മമ്മീ... തിന്നാൻ വല്ലതും തായോ.'' ജിബിയ അടുക്കളയിലെ ബഞ്ചിൽ പട്ടിണിപ്പാവത്തെപ്പോലെ ഇരുന്നു നിലവിളിച്ചു.

''പല്ലു തേക്കണ്ടേ, കുളിക്കണ്ടേ?''

''ഒന്നും വേണ്ട. ഇന്നലെ ഉച്ചയ്ക്കുശേഷം ഞാൻ പച്ചവെള്ളം പോലും കുടിച്ചിട്ടില്ല. വെശന്നിട്ടെനിക്കു ഭ്രാന്ത് പിടിക്കുന്നു.''

ജിബിയ മുടിയഴിച്ചിട്ട് രണ്ടു കൈകൊണ്ടും തല മാന്തി. ബിൻസി കപ്പ വേവിച്ചതും മത്തിക്കറിയും വിളമ്പി അവളുടെ മുന്നിൽ വച്ചു കൊടുത്തു. പാത്രം കഴുകുന്ന ചരുവത്തിലെ വെള്ളത്തിൽ കയ്യിട്ടൊന്നിളക്കിയിട്ട് ജിബിയ പരവേശത്തോടെ ഭക്ഷണം വാരിക്കഴിക്കാൻ തുടങ്ങി.

''ഇതൊന്നും പോരാ എനിക്ക്. ഇതൊന്നും പോരാ കേട്ടോ.'' ജിബിയ ആക്രാന്തത്തോടെ പറഞ്ഞു.

''നീയെന്നാടീ കഴിഞ്ഞ മൂന്നാലു മാസം പട്ടിണി കെടക്കുവാരുന്നോ?''

മകളുടെ ആർത്തി കണ്ട് ബിൻസി മൂക്കത്തു വിരൽ വച്ചു.

''എന്റമ്മോ. എന്നാ ടേസ്റ്റാ. നിങ്ങളിതൊക്കെയല്ലേ എന്നും കഴിച്ചോണ്ടിരുന്നെ. ഓർത്തിട്ടെനിക്ക് കുശുമ്പ് വരുന്നു.''

''പതിയെ കഴിക്കെടീ. വയറിനു വല്ല സൂക്കേടും പിടിക്കും.''

''പഴങ്കഞ്ഞി ഇരിപ്പുണ്ടോ മമ്മീ. എനിക്കതും വേണം.'' ജിബിയയുടെ ആവശ്യങ്ങൾക്ക് അറുതിയില്ല.

''നിനക്കവിടെ തിന്നാനൊന്നും കിട്ടത്തില്ലാരുന്നോ?'' ജോർജുകുട്ടി ചോദിച്ചു.

“എന്റെ പപ്പാ, ഒന്നും പറയണ്ട. ഒരാഴ്ചയെങ്കിലും ഞങ്ങടെ ഹോസ്റ്റലിൽ പോയി താമസിച്ചു നോക്ക്. അന്നേരമറിയാം വിവരം. രണ്ടാഴ്ച തെകച്ച് നിക്കൂല്ല. ഞാൻ ഇനി തിരിച്ച് പോകത്തില്ല കേട്ടോ. എന്നെ കൊന്നാലും പോകത്തില്ല.”

ഒടുവിലത്തെ വാക്കുകൾ ജോർജുകുട്ടിയെ ഷോക്കടിപ്പിച്ചു. ബിൻസി കണ്ണുരുട്ടി മകളെ നോക്കി.

“നീ എന്നാ വർത്തമാനമാടീ പറയുന്നെ. അന്നേരം ഇതുവരെ മൊടക്കിയ പൈസയൊക്കെയോ?”

“ഞാൻ വല്ല വീട്ടിലും അടുക്കളപ്പണിക്കു നിന്നിട്ടായാലും ശരി ആ പൈസ തിരിച്ചുതന്നോളാം. എനിക്കിനി നഴ്സിങ് പഠിക്കണ്ടായേ. എന്റെ ദൈവമേ, മതിയായി.”

അതോടെ ജോർജുകുട്ടി മകളുടെ അരികിൽനിന്ന് എഴുന്നേറ്റു പോയി. ബിൻസി മകളെ നോക്കിക്കൊണ്ട് താടിക്കു കയ്യൂന്നി ഇരുന്നു.

കഴിച്ചുകൊണ്ടിരിക്കുന്നതിനിടയിൽ മൊബൈലിൽ കോൾ വന്നു. ജെയ്സൺ എന്നു പറഞ്ഞുകൊണ്ട് ജോസ്ന ഫോൺ അവളുടെ കയ്യിൽ കൊടുത്തു. ജിബിയ ഫോൺ അറ്റൻഡ് ചെയ്തു.

“ഹലോ...”

“ഹലോ... വീട്ടിലെത്തിയോന്നറിയാൻ വിളിച്ചതാ.”

“അയ്യോ... എത്തി.”

“എന്നിട്ടെന്താ വിളിക്കാഞ്ഞത്. വിവരം പറയണ്ടേ. ഞാനല്ലേ കൂട്ടിക്കൊണ്ടു പോന്നത്. വീട്ടിലെത്തിയില്ലെങ്കി എന്നോടല്ലേ ചോദിക്കത്തൊള്ളൂ.”

“അയ്യോ, ചേട്ടായീ...സോറി. സോറി. ഞാൻ വന്നു കേറിയതേയൊള്ളൂ.”

“എന്നിട്ട് എന്തോ കഴിച്ചുകൊണ്ടിരിക്കുന്ന ലക്ഷണത്തിലാണല്ലോ.”

“വെശന്നു പ്രാണെടുത്തിട്ട് വന്നപാടെ കുറച്ച് കപ്പ തിന്നുവാ.”

“ശരി, ശരി. എന്തായാലും കൊള്ളാം. ഒരു വാക്ക് പറയണ്ടേ.”

“സോറി.”

“ഉം. ശരി. വയ്ക്കുവാ.”

കോൾ കട്ടായി.

“ആരാ മോളെ അത്?”

“ഞാനിന്നലെ ഫോണിൽ വിളിച്ചപ്പം പറഞ്ഞില്ലാരുന്നോ. ഞാൻ പഠിക്കുന്ന ഇൻസ്റ്റിറ്റ്യൂട്ടിൽ പഠിക്കുന്ന ചേട്ടനാ. എന്റെ സീനിയറാ.”

“നീ അവരുമായിട്ടൊക്കെ ഇപ്പഴേ കൂട്ടായോ?” ബിൻസിയുടെ ചോദ്യത്തിന് തെല്ല് മൂർച്ചയുണ്ടായിരുന്നു.

‘‘എന്റെ മമ്മീ, ആ ചേട്ടനില്ലെങ്കി ഞാനാ മജസ്റ്റിക്കിലെ റെയിൽവേ സ്റ്റേഷനിൽ ഇപ്പഴും വായും പൊളിച്ചു നിന്നേനേ. ഒരാപത്തു നേരത്ത് സഹായിച്ചതാണോ ഇപ്പം കുറ്റം. ഞാൻ ചെന്നു കൂട്ടുകൂടിയതൊന്നു മല്ല. പപ്പയ്ക്കറിയാം ആളെ. പപ്പയെന്നെ ബാംഗ്ലൂരിൽ കൊണ്ടുവിട്ടപ്പഴും ആ ചേട്ടന്റെ ഹെൽപ്പൊണ്ടാരുന്നു.’’

‘‘ഞാൻ ചോദിച്ചെന്നേ ഒള്ളൂ. അതിനു നീയിത്ര ദേഷ്യപ്പെടുന്നത് എന്തിനാ?’’

‘‘ഞാൻ ദേഷ്യപ്പെട്ടതല്ല. കാര്യം പറഞ്ഞതാ.’’

ഭക്ഷണം കഴിച്ച് കൈ കഴുകിയിട്ട് ജിബിയ മുറ്റത്തേക്കിറങ്ങി. വീടിന്റെ പരിസരവും ആറ്റിൻകരയും വെള്ളമൊഴുക്കും കാണാനൊരു കൊതി. ആറ്റിനക്കരെ നെല്ലിക്കുന്നേൽകാരുടെ വീടു കണ്ടിട്ട് അവൾക്ക് കേവല പരിചയം മാത്രമേ തോന്നിയൊള്ളൂ. ആ വീടോ റോബിൻസോ അവിടത്തെ മറ്റ് അംഗങ്ങളോ തന്റെ സ്മരണയിൽപോലും വന്നില്ലല്ലോ എന്ന് അവൾ അത്ഭുതത്തോടെ ഓർത്തു. മുമ്പായിരുന്നെങ്കിൽ എല്ലാ യ്പോഴും ആ വീടിനു നേർക്കായിരുന്നു അവളുടെ കണ്ണും മനസ്സും പാഞ്ഞിരുന്നത്. ആ വീടിനുള്ളിലായിരുന്നു ഹൃദയം സൂക്ഷിച്ചിരുന്നത്.

ആ വീടിനും പരിസരത്തിനും ഒരു പൂന്തോട്ടത്തിനു നടുവിലെ സുഖവാസമന്ദിരത്തെക്കാൾ ഭംഗിയുണ്ടായിരുന്നു.

ഇപ്പോൾ, തനിക്കു പ്രിയപ്പെട്ടതായിരുന്ന ആരോ ഒരാൾ പണ്ടെന്നോ മരിച്ചുപോയ ഒരു വീടുപോലെ മാത്രമേ അവൾക്കു തോന്നിയുള്ളൂ.

* * *

കോളിങ്ബെൽ കേട്ട് സുഭദ്ര വാതിൽക്കൽ ചെന്ന് പുറത്തേക്കു തല നീട്ടി നോക്കി.

സിറ്റൗട്ടിൽ ഒരു പെൺകുട്ടി നിൽക്കുന്നു.

‘‘ആരാ?’’ സുഭദ്ര ചോദിച്ചു.

‘‘പവിത്രേടെ വീടല്ലേ ഇത്?’’

‘‘പവിത്രേടെയോ? ഇതെന്റെ വീടാ. ഞാൻ കാശുമൊടക്കി പണി യിച്ച വീട്.’’ സുഭദ്ര മുഖത്തടിച്ചപോലെ പറഞ്ഞു.

‘‘പവിത്രയില്ലേ ഇവിടെ?’’

‘‘നീയാരാ?’’

‘‘ഞാൻ കൂട്ടുകാരിയാ.’’

‘‘നിന്നോടാരു പറഞ്ഞു ചെരിപ്പിട്ടോണ്ട് സിറ്റൗട്ടിലോട്ട് കേറാൻ. വെളക്കുവയ്ക്കുന്ന സ്ഥലമാ ഇത്. ഒരു മര്യാദ വേണ്ടേ.’’

‘‘സോറി. ഞാനോർത്തില്ല.’’

ജിബിയ ഉടൻ സിമന്റ് പടികളിറങ്ങി മുറ്റത്ത് ചെരുപ്പഴിച്ചുവച്ചു.

''നീ ആരാണെന്നാ പറഞ്ഞത്?'' സുഭദ്ര സിറ്റൗട്ടിലേക്ക് ഇറങ്ങിച്ചെന്നു.

''പവിത്രേടെ കൂടെ പഠിച്ചതാ. എന്റെ പേര് ജിബിയ. അവൾക്കറിയാം.''

ജിബിയ വീണ്ടും സിറ്റൗട്ടിലേക്കുള്ള പടി കയറി.

''അവിടെ നില്ല്. നീ എങ്ങോട്ടാ ഓടിക്കേറി പോകുന്നെ.''

''പവിത്ര ഇല്ലേ ഇവിടെ?''

''ഒണ്ടെങ്കിലെന്താ. നിന്നെ കാണിക്കണംന്ന് നിർബന്ധം വല്ലതും ഒണ്ടോ?''

''ഞാൻ സോറി പറഞ്ഞല്ലോ.''

''ഓ... അതായിപ്പം വല്യ കാര്യം. ആട്ടെ, നിനക്ക് പവിത്രയെ കാണേണ്ട കാര്യമെന്നതാ?''

''കണ്ടിട്ടൊത്തിരി നാളായി. ഞങ്ങൾ വല്യ കൂട്ടാരുന്നു. എനിക്കവൾടെ കല്യാണം കൂടാൻ പറ്റിയില്ല. അതിനു മുൻപ് ബാംഗ്ലൂർക്ക് പഠിക്കാൻ പോകേണ്ടി വന്നു.''

''കല്യാണത്തിനുപോലും വരാത്തവളാണോ വല്യ കൂട്ടുകാരി. അതുകൊണ്ടെന്നാ, സമ്മാനമൊന്നും വാങ്ങിക്കൊടുക്കേണ്ടി വന്നില്ലല്ലോ.''

ഇതെന്തു സ്ത്രീയാണെന്നു വിചാരിച്ച് ജിബിയ അന്തം വിട്ടു.

''എനിക്ക് പവിത്രയെ ഒന്നു കാണാൻ പറ്റ്വോ?''

''അങ്ങനൊന്നും കാണാൻ പറ്റത്തില്ല. കൂട്ടുകാരിയാണത്രെ. കൂടെ പഠിച്ചതാണോ വല്യ കാര്യം. സ്വന്തക്കാര് വല്ലവരുമാണെങ്കി വേണ്ടില്ല. വേഷംകെട്ടി വന്നോളും. ആർക്കറിയാം എന്നാ തട്ടിപ്പുംകൊണ്ടിറങ്ങിയതാണെന്ന്.''

''ഞാനാരടേം ഒന്നും തട്ടിക്കൊണ്ടു പോകാൻ വന്നതല്ല.'' നീരസത്തിൽ പറഞ്ഞിട്ട് ജിബിയ മുറ്റത്തേക്കിറങ്ങി, ചെരിപ്പിട്ട് തിരിഞ്ഞു നടന്നു.

''ബിയാ...'' വാതിൽക്കൽനിന്ന് പരിചിതമായ വിളികേട്ട് അവൾ തലതിരിച്ചു നോക്കി.

പവിത്ര സിറ്റൗട്ടിലേക്ക് ഓടിയിറങ്ങി വരുന്നു.

പതിനഞ്ച്

നൈറ്റിയിൽ പവിത്രയെ കണ്ട് ജിബിയ ഒരു നിമിഷം അന്തംവിട്ടു നിന്നു. കൗമാരം വിട്ടിട്ടില്ലാത്ത പെണ്ണ്. പതിനെട്ടുകാരി. വർണശബളമായ വേഷങ്ങളണിഞ്ഞ് ഉല്ലാസപ്പൂത്തിരിപോലെ പരിലസിക്കേണ്ട സുന്ദരി, പരാധീനക്കാരിയായ ഒരു വീട്ടമ്മയുടെ കോലം കെട്ടി നിൽക്കുന്നു.

തിരികെ സിറ്റൗട്ടിലേക്കുചെന്ന ജിബിയ ആശ്ചര്യത്തോടെ ചോദിച്ചു: ''നീയാകെ മാറിപ്പോയല്ലോടീ. നൈറ്റിയിട്ടോണ്ടു നിൽക്കുന്നു. നിന്റെ അമ്മപോലും സാരിയോ ചുരിദാറോ ആണല്ലോ എപ്പഴും.''

''ഇവിടെനിക്കു കിട്ടിയ യൂണിഫോം ഇതാണ്.'' സുഭദ്രയെ ഒന്നു പാളി നോക്കിയിട്ട് പവിത്ര പറഞ്ഞു.

''വീട്ടിലിരിക്കുന്ന കെട്ടിയവളുമാര് നൈറ്റിയിട്ടോണ്ടിരുന്നാ മതി. വല്യ വേഷംകെട്ടലൊക്കെ ആരേക്കാണിക്കാനാ?'' സുഭദ്ര കടുപ്പിച്ചു തന്നെ പറഞ്ഞു.

''നീ കേറിവാടീ. വാ. നീ തിരിച്ചു പോകുവാരുന്നോ എന്നെ കാണാണ്ട്? ഞാൻ പുറകില് തുണിയലക്കിക്കൊണ്ടു നിൽക്കുവാരുന്നു.''

''ഈ സ്ത്രീ എന്നോടു പറഞ്ഞു നിന്നെ കാണാൻ പറ്റത്തില്ലെന്ന്. ഞാനിവിടുന്ന് ഏതാണ്ട് അടിച്ചുമാറ്റിക്കൊണ്ടു പോകാൻ വന്ന തട്ടിപ്പുകാരിയാണോന്നു സംശയം.''

''ഇവളെന്റെ കൂടെ പഠിച്ചതാ അമ്മേ. കൊറേ വർഷം ഞങ്ങളൊന്നിച്ച് ഒരേ ക്ലാസിലാരുന്നു.''

''അതിനിപ്പം എന്നാ. പഠിത്തമൊക്കെ കഴിഞ്ഞില്ലേ. ഇനി അവനോന്റെ കാര്യം.'' സുഭദ്ര നീരസത്തോടെ പറഞ്ഞു.

''ഇവള് ബാംഗ്ലൂർ നഴ്സിങ് പഠിക്കുവാ. എന്നെ കാണാൻ വന്നതാ.''

''ആ... കണ്ടല്ലോ. ഇനിയെന്താ കൊഴപ്പം?''

''കേറിവാടീ. നീ വന്നിട്ട് ഞാനൊന്നിരിക്കാൻ പോലും പറഞ്ഞില്ലല്ലോ.'' പവിത്ര വീണ്ടും ജിബിയയെ ക്ഷണിച്ചു.

''നിന്റെ അലക്ക് തീർന്നാരുന്നോ?'' സുഭദ്ര ചോദിച്ചു.

''അലക്കിക്കഴിഞ്ഞു. ഇനി വിരിച്ചിട്ടാ മതി.''

''എന്നാപ്പോയി അതു ചെയ്യ്. ഇവിടെ നൂറുകൂട്ടം പണി കെടക്കുമ്പഴാണോ വല്ലവളുമാരേം വിളിച്ചു കേറ്റി കൊതീം നൊണേം പറയാൻ പോകുന്നെ. നീ കല്യാണം കഴിഞ്ഞ പെണ്ണാ. അതു മറക്കണ്ട. ഇവക്കൊക്കെ എന്തുമാകാം.''

''അവളെന്നെ കാണാൻ വേണ്ടി വന്നതല്ലേ അമ്മേ. കുറച്ചുനേരം ഞങ്ങള് വർത്തമാനം പറയട്ടെ. ഞങ്ങളത്രയ്ക്കു സ്നേഹിച്ചു കഴിഞ്ഞവരാ.''

''എന്നതാ ഇത്രയ്ക്കു പറയാനൊള്ളത്. അവള് ബാംഗ്ലൂര് പഠിക്കാൻ പോയി. പഠിക്കട്ട്. നീ കല്യാണം കഴിച്ചു. ഈ വീട്ടിലെ കാര്യങ്ങൾ നോക്കി ജീവിക്കുന്നു. ഇതിൽ കൂടുതൽ എന്നതാ വല്യ വിശേഷം?''

''എനിക്കെന്റെ കൂട്ടുകാരിയോട് സംസാരിക്കാൻപോലും പറ്റത്തില്ലേ. ഇതെന്നാ ജയിലാണോ? ഞങ്ങള് വർത്തമാനം പറയുന്നിടത്ത് അമ്മയെന്തിനാ നിക്കുന്നെ. എപ്പഴും ഇങ്ങനാണല്ലോ. എന്റെ വീട്ടീന്ന് ആരെങ്കിലും വന്നാലും നടുക്ക് കേറി നിക്കും. അവര് പോകുന്നതുവരെ മാറത്തില്ല. സഹിച്ചു സഹിച്ചു ഞാൻ മടുത്തു.'' പവിത്ര സഹികെട്ടാണു പറഞ്ഞത്.

''ആങ്ഹാ... നീയെന്നോട് തട്ടിക്കേറുന്നോടീ. അവനിങ്ങ് വരട്ടെ. ഞാൻ പറഞ്ഞിട്ടേയൊള്ളൂ. നിനക്കിത് ജയിലാ, അല്ലേടീ എരണംകെട്ടവളെ. എന്റെ ചെറുക്കൻ വേലയെടുത്തോണ്ടു കൊണ്ടുവരുന്നത് മൂന്നു നേരം ഞണ്ണുമ്പം നിനക്കിത് ജയിലൊന്നുമല്ലല്ലോ. പിന്നെ, ഞാൻ നടുക്കു കേറി നിന്നെങ്കി ഇതെന്റെ വീടാ. എനിക്കിഷ്ടമൊള്ളെടത്ത് ഞാൻ നിക്കും. വേണ്ടിവന്നാ തലേക്കേറി നെരങ്ങും. ആരാ ചോദിക്കാൻ? വീട്ടീന്ന് വരുന്നവരോട് ഇവിടുത്തെ കുറ്റങ്ങള് പറഞ്ഞു കേപ്പിക്കാൻ പറ്റാത്തതിന്റെ വെഷമം.'' സുഭദ്ര നാക്കിട്ടലച്ചുകൊണ്ടിരുന്നു.

എന്തൊക്കെയോ അലറിപ്പറയാൻ നാവും തൊണ്ടയും തരിച്ചെങ്കിലും പവിത്ര പെട്ടെന്ന് നിശ്ശബ്ദയായി നിറമിഴികളോടെ ജിബിയയെ നോക്കി നിന്നു.

''ഇതെന്തൊരു സ്ത്രീയാ പവിത്രേ. ഇതു നിന്റെ ഹസ്ബൻഡിന്റെ അമ്മയാണോ? ഇവരെ വല്ല ഭ്രാന്താശുപത്രീലെങ്ങാനും കൊണ്ടിടാൻ മൂപ്പരോട് പറ. കഷ്ടം! ഞാമ്പോകുവാ. ഞാനിവിടെ ഇനിയൊരു നിമിഷം നിൽക്കുന്നില്ല. ഞാൻ നിന്റെ വീട്ടിൽ കേറി നിന്റമ്മയോട് ഇങ്ങോട്ടു വരാനൊള്ള വഴിയൊക്കെ ചോദിച്ചു മനസ്സിലാക്കിയാ വന്നെ. തിരിച്ചു ചെല്ലുമ്പം വിശേഷങ്ങള് പറയണംന്നു പറഞ്ഞിട്ടൊണ്ട്. ഞാമ്പറഞ്ഞോളാം.''

ജിബിയ അമർഷത്തോടെ സുഭദ്രയെ ഒന്നു നോക്കിയിട്ട് സിറ്റൗട്ടിൽ നിന്ന് തിരിച്ചിറങ്ങി. പവിത്ര ഒന്നും മിണ്ടാതെ നിന്നു.

''പിന്നേ... അവളങ്ങു ചെന്ന് പറഞ്ഞാ നിന്റെ വീട്ടുകാരു വന്ന് എന്നെ മൂക്കിലോട്ട് വലിച്ചു കേറ്റും.''

സുഭദ്ര പിറുപിറുത്തുകൊണ്ട് അകത്തേക്കു കയറിപ്പോയി.

ജിബിയ തിരിച്ചുപോകുമ്പോൾ അജിതമ്മയുടെ വീട്ടിൽ കയറി.

''അയ്യോടീ, നീ ഇത്ര പെട്ടെന്നിങ്ങു പോന്നോ? അവിടെ പോയിട്ട് അവളെ കണ്ടില്ലേ. എന്നാ ഒണ്ട് വിശേഷങ്ങള്?'' അജിതമ്മ തയ്യൽയന്ത്രം നിർത്തിവച്ച് ഉത്സാഹത്തോടെ ചോദിച്ചു.

ജിബിയ സംഭവിച്ചതു മുഴുവൻ അതേപടി അവരോടു വിവരിച്ചു.

''നിങ്ങള് ഭയങ്കര കൊലച്ചതിയാ അവളോടു കാണിച്ചത്, കേട്ടോ. ആ തള്ള ഒരു മനുഷ്യസ്ത്രീയൊന്നുമല്ല. പിശാച്! പവിത്രയോടു മിണ്ടാൻപോലും സമ്മതിക്കുന്നില്ലെന്നേ. അവളൊരു വല്യ നൈറ്റിയി ട്ടോണ്ട് നിൽക്കുന്നതു കണ്ടപ്പഴേ എനിക്കു തോന്നി അവൾടെ അവസ്ഥ അത്ര നല്ലതല്ലല്ലോന്ന്. ആ സ്ത്രീ അവളെ മണ്ണെണ്ണയൊഴിച്ച് കത്തിക്കും കേട്ടോ.''

''നീ എന്തുവാടീ മോളേ പറയുന്നെ. ഇന്നത്തെ കാലത്ത് അങ്ങനെ വല്ലോം നടക്കുവോ?''

''ഇന്നത്തെ കാലത്തിന്റെ മേന്മ ഒന്നും പറയണ്ട. എന്തൊക്കെ നടക്കുന്നു. പത്രോം ടിവീം കണ്ടാ മതിയല്ലോ. നമ്മടെ വീട്ടിലും നമ്മടെ സ്വന്തക്കാരടെ വീട്ടിലും ഇങ്ങനൊന്നും നടക്കുന്നില്ലല്ലോന്നുള്ളത് ആശ്വാസമല്ലേ. അവളെ കല്യാണം കഴിപ്പിച്ചു വിട്ടേപ്പിന്നെ അവളോട് നിങ്ങക്കാർക്കെങ്കിലും മനസ്സ് തുറന്ന് സംസാരിക്കാൻ പറ്റീട്ടൊണ്ടോ?''

''അവളും അവനുംകൂടെ വിരുന്നിനു വന്നപ്പം സംസാരിച്ചല്ലോ.''

''അതല്ല, ആ വീട്ടിൽ ചെന്ന് സംസാരിക്കാൻ പറ്റീട്ടൊണ്ടോ? ഇല്ലെന്ന് അവള് ആ സ്ത്രീടെ മുന്നിൽവച്ചു പറഞ്ഞു. നിങ്ങളാര് ചെന്നാലും അവര് അരികത്ത്ന്ന് മാറത്തേയില്ലെന്ന്.''

''അതൊക്കെ ശരിയാ.''

''അമ്മയവരെ ഫോണിൽ വിളിക്കാറൊണ്ടോ?''

''അവൾക്ക് ഫോണില്ല.''

''ഒരെണ്ണം വാങ്ങിച്ചുകൊടുക്കാത്തതെന്താ?''

''കൊടുത്തതാ. പക്ഷേ, ആ സ്ത്രീ തിരിച്ചു കൊടുത്തയച്ചു.''

''ആങ്ഹാ... എന്നിട്ട് നിങ്ങള് സമ്മതിച്ചോ? കൊള്ളാം. ഞാനൊന്നും പറയുന്നില്ല. നിങ്ങളെല്ലാരുംകൂടെ അവളുടെ ജീവിതം നശിപ്പിച്ചു. ഇനി യൊരു ദിവസം കാണേണ്ടി വരും ഫാനേ കെട്ടിത്തൂങ്ങി നിക്കുന്നത്.''

രോഷാധിക്യംകൊണ്ട് ജിബിയയുടെ വാവിട്ടു പോയി.

''ബിയാമോളേ.'' അജിതമ്മ നടുക്കത്തിൽ വിളിച്ചു: ''എന്നാ വർത്ത മാനമാടീ പറഞ്ഞത്?''

''സോറി. എന്റെ വെഷമംകൊണ്ട് പറഞ്ഞു പോയതാ. പക്ഷേ, ഇങ്ങനെ പോയാ അവള് സൂയിസൈഡ് ചെയ്യും, ഒറപ്പാ. അത്രയ്ക്കു

സഹിക്കുന്നൊണ്ട്. ഒന്നുകിൽ ആ തള്ളയെ അവിടുന്നു മാറ്റണം. അല്ലെങ്കി അവര് രണ്ടുപേരും മാറണം. കല്യാണത്തിനു മുൻപ് അയലത്തുകാരോടൊക്കെ ഒന്നന്വേഷിക്കാമ്മേലാരുന്നോ അവരടെ സ്വഭാവം?''

അജിതമ്മയ്ക്ക് ഒന്നും പറയാനില്ലായിരുന്നു.

''ഞാമ്പോട്ടെ. വല്യ സന്തോഷത്തിൽ വന്നതാ ഞാൻ അവളെ കാണാൻ വേണ്ടി. ഇപ്പം ഇത്ൂപോലൊരു സങ്കടം വേറെയില്ലെനിക്ക്.''

ജിബിയ പോയി.

അജിതമ്മ നഖം കടിച്ച് കുഷ്യനിട്ട തയ്യൽ സ്റ്റൂളിലേക്ക് ഇരുന്നു. രോഷവും പകയും സങ്കടവുമെല്ലാം അവരുടെ ഉള്ളിൽ കൂടിക്കുഴഞ്ഞു. ഫോണെടുത്ത് അജിതമ്മ സുഭദ്രയെ വിളിച്ചു. പെട്ടെന്നുതന്നെ ലൈനിൽ കിട്ടി.

''ചേച്ചീ... പവിത്രേടെ കയ്യിലോട്ട് ഫോൺ കൊടുത്തേ.''

''എന്നതാ ഇത്ര അത്യാവശ്യം?''

''എനിക്കെന്റെ മകളോടു് സംസാരിക്കണം. പറ്റ്വോ, ഇല്ലയോ?''

''അജിതയെന്താ ഒരുമാതിരി ഭീഷണിപോലെ.''

അജിതമ്മയ്ക്കു വിറഞ്ഞു കയറി.

''ഫോൺ കൊടുക്കാൻ പറ്റ്വോ ഇല്ലയോന്നു പറ.''

''ഓ... ഞാൻ കൊടുത്തേക്കാം.''

അൽപനിമിഷങ്ങൾ അജിതമ്മ വീർപ്പടക്കി നിന്നു.

''ദാ, നിന്റെ തള്ള വിളിക്കുന്നു.'' സുഭദ്രയുടെ സ്വരം.

ഫോൺ കൈമാറുന്ന ഒച്ച.

''ഹലോ...''

''മോളേ, ഇതു ഞാനാ. എന്തുവാടീ അവിടെ പ്രശ്നം? ബിയാമോൾ ഇവിടെവന്നു പറഞ്ഞു, നിന്നോട് സംസാരിക്കാൻ പ്രകാശന്റമ്മ സമ്മതിച്ചില്ലെന്ന്.''

''പറഞ്ഞതൊക്കെ ശരിയാ അമ്മേ.''

''നിനക്ക് ആരോടും സംസാരിക്കാൻ അനുവാദമില്ലേ?''

''എന്നോട് സംസാരിക്കണ്ടെന്നൊന്നും പറയുന്നില്ല. പക്ഷേ...''

''എന്താ പക്ഷേ?''

''അമ്മ വന്ന് സംസാരിച്ചുനോക്ക്. അപ്പോ മനസ്സിലാകും.''

അജിതമ്മ എന്തു പറയണമെന്നറിയാതെ നിന്നു. മറുവശത്തുനിന്നു സുഭദ്രയുടെ ഹലോ വിളി കേട്ടതും അവൾ കോൾ കട്ട് ചെയ്തു.

അപ്പോൾത്തന്നെ അജിതമ്മ ഞണ്ടുകല്ലിലെ തറവാട്ടിലേക്കു ഫോൺ കോൾ വിട്ടു.

എന്താ ചേച്ചീ... എന്നു ചോദിച്ചുകൊണ്ട് ശിവരാജൻ മറുതലയ്ക്കൽ വന്നു.

അജിതമ്മ, പവിത്രയെപ്പറ്റി ജിബിയ പറഞ്ഞ കാര്യങ്ങൾ ശിവരാജനെ ധരിപ്പിച്ചു.

''ഞങ്ങളെന്താ ചെയ്യണ്ടതെന്ന് ചേച്ചി പറ. അവിടെച്ചെന്ന് വഴക്കുണ്ടാക്കണോ? ആ സുഭദ്രയെ നാലു ചീത്ത വിളിക്കണോ? പ്രകാശനെ പിടിച്ച് നാലു പൊട്ടിക്കണോ? അതോ നമ്മടെ പെങ്കൊച്ചിനെ വിളിച്ചോണ്ടു വരണോ? ഇതൊന്നുമല്ലെങ്കി പൊലീസ് സ്റ്റേഷനിൽ പരാതി കൊടുക്കണോ?''

''ഇങ്ങനെ പോയാ ശരിയാവത്തില്ല. അവളു വിരുന്നു വന്നു പോയ ശേഷം ഇതുവരെ ഇങ്ങോട്ട് അവളെ വിട്ടിട്ടില്ല. നമ്മളവിടെ ചെന്നാ ആ തള്ള നമ്മടെ കാൽച്ചുവട്ടീന്ന് മാറത്തില്ല. നമുക്ക് നമ്മടെ മോളോടു സംസാരിക്കണ്ടേ.''

''ചോദിക്കാം ചേച്ചീ. നമുക്കവിടെച്ചെന്ന് മുഖത്തു നോക്കി ചോദിക്കാം. ആ ഫോണിന്റെ പ്രശ്നം ഉണ്ടായപ്പഴേ നമ്മള് കാര്യത്തിനൊരു തീരുമാനം ഉണ്ടാക്കണമായിരുന്നു.''

''ഇന്നിപ്പോ ചേട്ടൻ ഇവിടില്ലല്ലോ. വാഗമണ്ണിനു പോയേക്കുവാ. നാളെ നമുക്കൊന്നു പോകാം വെട്ടിപ്പറമ്പിന്.''

''ആയ്ക്കോട്ടെ. ഞങ്ങൾ റെഡി.'' ശിവരാജൻ ഉറപ്പു നൽകി.

അജിതമ്മയ്ക്കു പാതി സമാധാനമായി.

* * *

ജയപ്രകാശ് രണ്ടുമണിക്ക് ഉച്ചയൂണിനു വീട്ടിലെത്തിയപ്പോൾ സുഭദ്ര ഹാളിൽ വെറും നിലത്ത് കമിഴ്ന്നു കിടക്കുകയാണ്.

ജയപ്രകാശ് അമ്പരപ്പിൽ അരികെ ചെന്നു വിളിച്ചു.

''അമ്മേ... അമ്മയെന്നാ ഈ തറേക്കെടക്കുന്നേ. എന്നാ പറ്റി?''

സുഭദ്ര പതിയെ ഒരു വശം ചരിഞ്ഞ് ഒരൊറ്റ കരച്ചിൽ.

''എന്താ അമ്മേ... കാര്യം പറ.''

''എടാ മോനേ എനിക്കു ഭ്രാന്താണോടാ? എന്നെ ഭ്രാന്താശുപത്രീ കൊണ്ടുപോയി പൂട്ടിയിടണോ?''

''ആര് പറഞ്ഞു അമ്മയ്ക്കു ഭ്രാന്താണെന്ന്? അമ്മയിങ്ങോട്ട് എഴുന്നേറ്റേ.''

''ഇല്ല. എനിക്കിനി ചത്താമതി. ഒരു മകനെ വളത്തിക്കൊണ്ടുവന്ന് കല്യാണം കഴിപ്പിച്ചിട്ട് എനിക്കിത് കേക്കേണ്ടി വന്നല്ലോ ഈശ്വരാ.''

''കരയാണ്ട് കാര്യം പറ അമ്മേ.''

''പവിത്രേടെ വീട്ടീന്ന് ഒരുത്തി ഇന്നിവിടെ വന്നു. അവള് പവിത്രയെ എങ്ങോട്ടും വിടാതെ വർത്തമാനം തൊടങ്ങിയപ്പോ ഞാനൊന്നു പറഞ്ഞു

പോയി, ഇവിടെ കൊറച്ച് പണി തീരാനൊണ്ട്. മക്കളേ പോയിട്ട് പിന്നെ ഞാനും വാ എന്ന്. അവളൊടനെ പറയാ എനിക്ക് പ്രാന്താണെന്ന്. എന്നെ പ്രാന്താശുപത്രീ കൊണ്ടുപോയി പൂട്ടിയിടാൻ. ഞാമ്പറയുന്നെ കള്ളമാണോന്ന് പവിത്രേ വിളിച്ച് ചോദിച്ചുനോക്ക്.''

ജയപ്രകാശ് ഉടൻ പവിത്രയെ വിളിച്ചു ചോദ്യം ചെയ്തു.

''അമ്മ പറയുന്നത് സത്യമാണോടീ?''

''ഇവളൊണ്ടല്ലോ. ഇവള് അവൾടെ കൂടെ നിന്നോണ്ട് എന്നോടു തട്ടിക്കേറുവാ പ്രകാശാ. ഇത് ജെയിലാണെന്ന്. അവക്കിവിടുത്തെ ജീവിതം മടുത്തെന്ന്. നീ കൊണ്ടെക്കൊടുക്കുന്നത് മൂക്കുമുട്ടെ തിന്നാൻ ഒരു മടുപ്പുമില്ല. അതിന്റെ നന്ദിയാ ഇന്നവളു കാണിച്ചത്.'' എഴുന്നേറ്റിരുന്നിട്ട് സുഭദ്ര പിരികേറ്റി.

''നീയങ്ങനെ പറഞ്ഞോടീ?'' ജയപ്രകാശ് പവിത്രയുടെ നേർക്ക് ക്ഷുഭിതനായി.

''എന്റെ കൂട്ടുകാരി കാണാൻ വന്നപ്പോ, എന്നോട് പറയുകപോലും ചെയ്യാണ്ട് തിരിച്ചയച്ചു. ഞാൻ കണ്ടിട്ട് വിളിച്ചു വരുത്തിയപ്പം അകത്തു കയറാൻപോലും സമ്മതിച്ചില്ല. സംസാരിക്കാനും പറ്റത്തില്ലെന്നു പറഞ്ഞപ്പോ ഇതെന്താ ജെയിലാണോന്നു ഞാൻ ചോദിച്ചുപോയി. അതാണോ പ്രകാശേട്ടാ വല്യ തെറ്റ്?''

''കാണാൻ വന്നവള് പറഞ്ഞോ അമ്മയ്ക്കു പ്രാന്താണെന്ന്?''

''അങ്ങനത്ത മാതിരി സംസാരിക്കുകേം പെരുമാറുകേം ചെയ്താ ആർക്കാ ദേഷ്യം വരാത്തെ. ഞാൻ സഹിക്കുന്നപോലെ എല്ലാരും സഹിക്കോ?''

''നേരം വെളുത്തപ്പം മുതൽക്ക് ഓട്ടോ ഓടിച്ച്, വെശന്നപ്പം ഇത്തിരി ചോറുണ്ണാൻ വേണ്ടി വന്നതാ ഞാൻ. ഒരു ദിവസമെങ്കിലും സമാധാനം തരോ നിങ്ങൾ? ഒരു ദിവസം അമ്മയ്ക്കു പരാതിയെങ്കിൽ അടുത്ത ദിവസം ഭാര്യയ്ക്ക്. രണ്ടുപേരുംകൂടി എന്റെ തല തല്ലിപ്പൊട്ടിക്ക്. അതാ നല്ലത്.''

അതും പറഞ്ഞ് ജയപ്രകാശ് എഴുന്നേറ്റ് മുറ്റത്തേക്കിറങ്ങി. അവിടെ തണലിൽ ഇട്ടിരുന്ന ഓട്ടോയിൽ കയറി റോഡിലേക്ക് ഓടിച്ചുപോയി. അതു കണ്ടപ്പോൾ പവിത്രയ്ക്ക് കരച്ചിൽ വന്നു. സുഭദ്ര ചീറ്റപ്പുലിയെ പോലെ അവളുടെ നേർക്ക് ചീറി.

''നിനക്കിപ്പം തൃപ്തിയായല്ലോ. അല്ലേടീ. വെശന്നു കേറിവന്ന എന്റെ മോൻ ഒരു തുള്ളി വെള്ളംപോലും കുടിക്കാണ്ട് മനസ്സുവെഷമിച്ച് എറങ്ങിപ്പോയപ്പം നിനക്ക് നെറഞ്ഞല്ലോ, അല്ലേടീ.''

''എനിക്കല്ല, നിങ്ങക്കാ തൃപ്തിയായത്.''

അതും പറഞ്ഞ് പവിത്ര കണ്ണുതുടച്ചുകൊണ്ട് പിന്നാമ്പുറത്തേക്ക് ഇറങ്ങിപ്പോയി.

രാത്രി കുടിച്ചിട്ടാണ് ജയപ്രകാശ് വീട്ടിലെത്തിയത്. വന്നയുടനെ പവിത്രയെ വിളിച്ച് ചോറുവിളമ്പാൻ പറഞ്ഞു. പവിത്ര ചോറും കറികളും വിളമ്പി വച്ചു.

''അമ്മയെന്ത്യേ?''

''കെടന്നെന്നു തോന്നുന്നു.''

ജയപ്രകാശ് ചെന്നു വിളിച്ചു.

''അമ്മേ അത്താഴം വിളമ്പി. വാ, എണീറ്റു വാ.''

''എനിക്കു വേണ്ട.'' സുഭദ്ര പിണങ്ങിപ്പറഞ്ഞു.

''എന്താ അമ്മേ പ്രശ്നം?''

''അവളു വന്ന് വിളിക്കട്ടെ.''

''പവിത്ര വന്നു വിളിച്ചാ മതിയോ?''

''വിളിച്ചാ മാത്രം പോരാ. ക്ഷമ പറയണം.''

''എന്തിന്?''

''ഇന്നീ വീട്ടിലിത്രേം പ്രശ്നമൊണ്ടായത് അവള് കാരണമല്ലേ. നമ്മള് മാത്രം താമസിച്ചോണ്ടിരുന്നപ്പം വല്ല പ്രശ്നോം ഒണ്ടാരുന്നോ?''

''അവളെന്നാ തെറ്റാ ചെയ്തേന്നു കൂടി പറ.''

''അവള് കാരണമല്ലേ മറ്റവളെന്നെ പ്രാന്തീന്നു വിളിച്ചത്. ഞാനവളെ ജയിലിലിട്ടിരിക്കുന്ന പോലെയാണെന്ന് അവള് പറഞ്ഞില്ലേ?''

''അതെല്ലാം കഴിഞ്ഞില്ലേ അമ്മേ.''

''എന്നോടവള് ക്ഷമ പറയണം. ഇല്ലെങ്കി നാളെ ഈ വീട്ടി ചോറു വെക്കുന്നത് എനിക്കൊന്നു കാണണം. എന്റെ വീടാ ഇത്.''

ജയപ്രകാശ് തിരികെ പോയി പവിത്രയോട് അഭ്യർത്ഥിച്ചു: ''നീ ചെന്ന് ഒരു വാക്ക് പറ മോളേ. പ്രശ്നം തീരട്ടെ. എനിക്കു മനസ്സമാധാനമായിട്ട് കെടന്നൊറങ്ങണ്ടേ. അതോ ഞാനിനീം ഓട്ടോ എടുത്തോണ്ട് കള്ളുഷാപ്പിലോട്ടു പോണോ?''

''ഇത് അനീതിയല്ലേ പ്രകാശേട്ടാ. ആരാ തെറ്റ് ചെയ്തെ. അവര് തെറ്റ് ചെയ്തിട്ട് എന്നെക്കൊണ്ടു കാലു പിടിപ്പിക്കുവാ. ഇതിപ്പം എത്രാമത്തെ തവണയാ ഇങ്ങനെ. പ്രകാശേട്ടനെ ഓർത്തിട്ടാ ഞാനെപ്പഴും സമ്മതിക്കുന്നെ.''

''ഇന്നൊരു ദിവസംകൂടെ നീ ചെന്നു വിളിക്ക്. നിന്റെ ഭാഗത്ത് തെറ്റൊന്നുമില്ലെന്ന് എനിക്കറിയാം. നമുക്കു മനസ്സമാധാനമല്ലേ വലുത്. ചെല്ലെടീ.''

ഒടുവിൽ പവിത്ര സുഭദ്രയുടെ മുറിയിൽ ചെന്നു.

''അമ്മേ... ചോറുണ്ണാൻ വാ.''

സുഭദ്ര ഉടൻ കട്ടിലിൽ എഴുന്നേറ്റിരുന്നു. കാലുകൾ രണ്ടും താഴേക്ക് തൂക്കിയിട്ടു.

''എന്നോട് ക്ഷമ പറയ്. ഇന്നീ വീട്ടിലൊണ്ടായ എല്ലാ പ്രശ്നത്തിനും കാരണക്കാരി ഞാനാണെന്നും അമ്മ തെറ്റ് ക്ഷമിച്ച് എണീറ്റുവന്നു ചോറുണ്ണണമെന്നും പറ. എന്റെ കാലു തൊട്ട് പറ.''

അനുസരിക്കയല്ലാതെ ഗത്യന്തരമില്ലെന്ന് മുൻഅനുഭവങ്ങളിൽനിന്ന് അവൾക്കു മനസ്സിലായിട്ടുണ്ട്. ഇല്ലെങ്കിൽ ഈ രാത്രി ഒരു കാളരാത്രി യായി മാറും.

''ഇന്ന് ഈ വീട്ടിലൊണ്ടായ എല്ലാ പ്രശ്നത്തിനും കാരണക്കാരി ഞാനാ. എന്റെ തെറ്റ് ക്ഷമിച്ച് അമ്മ എണീറ്റുവന്ന് അത്താഴം കഴി ക്കണം.''

യാന്ത്രികമായി പറയുന്നതിനൊപ്പം പവിത്ര കുനിഞ്ഞ് സുഭദ്രയുടെ കാലിലും തൊട്ടു. അവളുടെ മനസ്സിൽ അപമാനത്തിന്റെ തീച്ചൂള എരി യുന്നുണ്ടായിരുന്നു.

സുഭദ്ര എഴുന്നേറ്റുവന്നു. ജയപ്രകാശിന്റെയും പവിത്രയുടെയും ഒപ്പമിരുന്നു ഭക്ഷണം കഴിച്ചു.

രാത്രി കിടക്കുമ്പോൾ പവിത്ര സ്വകാര്യമായി ചോദിച്ചു: ''പ്രകാ ശേട്ടൻ ഇന്നും കള്ളുകുടിച്ചു അല്ലേ?''

''ങാ, കുടിച്ചു.''

''എന്തിനാ ഇങ്ങനെ കുടിക്കുന്നെ. അതിന്റെ ദോഷവശങ്ങളൊക്കെ ഞാനെത്ര തവണ പറഞ്ഞു തന്നു?''

''മനസ്സൊന്ന് അലിയാൻ വേണ്ടിയാടീ. കള്ള് ചെല്ലുമ്പം പോട്ടെ പോട്ടേന്നൊരു തോന്നലു വരും. ഇല്ലെങ്കി ഞാനിവിടെ വരുമ്പം നിങ്ങള് തമ്മിൽ വഴക്കാണെങ്കി എനിക്കു കലി കേറും. അതാ.''

''ഞാനല്ല പ്രകാശേട്ടാ വഴക്കൊണ്ടാക്കിയത്.''

''എനിക്കറിയാം. നീ ഒറു ചെവീം ഒരു കണ്ണും അടച്ചുവെച്ചേക്ക്.''

''പക്ഷേ, പ്രകാശേട്ടന്റെ അമ്മയെന്നോട് കാണിക്കുന്ന തെറ്റിന് ഞാൻ അമ്മേടെ കാലുപിടിച്ച് ക്ഷമ ചോദിക്കേണ്ടി വരുമ്പം എന്റെ മനസ്സിടിഞ്ഞു പോവ്വാ. അതറിയോ പ്രകാശേട്ടന്?''

''എടീ നിനക്ക് ഞാനില്ലേടീ.'' അയാൾ അവളെ മുറുകെ കെട്ടി പ്പിടിച്ചു.

''പ്രകാശേട്ടനെ ഓർത്തു മാത്രമാ ഞാനെല്ലാം സഹിക്കുന്നെ.''

''ആ... അതു മതി. നീ എന്നെ മാത്രം ഓർത്താ മതി.''

അയാളുടെ പരിരംഭണച്ചൂടിൽ അവളുടെ ആവലാതികൾ ഉരുകി.

* * *

ഓട്ടോറിക്ഷയിലും രണ്ടു ബൈക്കിലുമാണ് അവർ വന്നത്. ആകെ ഏഴുപേർ. സത്യാനന്ദൻ, ശിവരാജൻ, ഇന്ദിര, സുദർശനൻ, രമേശൻ, അജിതമ്മ, മാളുക്കുട്ടിയമ്മ.

ജയപ്രകാശും പവിത്രയുംകൂടി ഓട്ടോറിക്ഷ കഴുകിത്തുടയ്ക്കുകയായിരുന്നു. തന്റെ വീട്ടിൽനിന്നു വന്ന സംഘത്തെ കണ്ട് പവിത്ര ആശ്ചര്യസ്തബ്ധയായി. ജയപ്രകാശിനും എന്തോ പന്തികേട് തോന്നി.

''എന്നാ എല്ലാരുംകൂടെ ഇത്രേം രാവിലെ?''

''കാര്യമൊണ്ടായിട്ടുതന്നെയാ വന്നത്.'' ശിവരാജൻ ഗൗരവത്തിൽ പറഞ്ഞു.

''എന്തെങ്കിലും പ്രശ്നം ഒണ്ടോ?''

''ഒണ്ടല്ലോ. മുറ്റത്തു നിന്നോണ്ട് സംസാരിക്കണോ, അതോ അകത്തോട്ടു കേറിയിരുന്നു സംസാരിക്കാൻ പറ്റ്വോ?''

''ശിവമാമനെന്നാ വല്ലാത്തൊരു ദേഷ്യംപോലെ.''

''വീട്ടിൽ കാണാൻ വരുന്നവരെ നിന്റെ അമ്മ ആട്ടിയോടിക്കുകയാണെന്നറിഞ്ഞു. അതൊന്നു ചോദിക്കാനുംകൂടി വന്നതാ.''

''അമ്മ ആരെ ആട്ടിയോടിച്ചു?''

''പവിത്രമോൾടെ കൂടെ പഠിച്ച ഒരു കൂട്ടുകാരി കാണാൻ വന്നപ്പോ നിങ്ങടെ അമ്മ എന്താ ചെയ്തെ? വീട്ടിക്കേറ്റിയില്ല. സംസാരിക്കാൻ സമ്മതിച്ചില്ല.''

''അമ്മയ്ക്കവളുടെ സംസാരോം പെരുമാറ്റോം ഇഷ്ടപ്പെട്ടില്ല. അമ്മയെ അവള് പ്രാന്തീന്നു വിളിച്ചു. അന്നേരം അമ്മ വീട്ടീന്ന് ഇറങ്ങിപ്പോകാൻ പറഞ്ഞു കാണും.''

''പ്രകാശാ... നീ പൊട്ടൻ കളിക്കരുത്. എന്താ സംഭവിച്ചതെന്ന് പവിത്രമോള് പറയട്ടെ.'' സത്യനന്ദൻ പറഞ്ഞു.

ജിബിയ വീട്ടിൽ വന്നപ്പോഴുണ്ടായ സംഭവം പവിത്ര അതേപടി പറഞ്ഞു. രാത്രി സുഭദ്രയുടെ കാലുപിടിച്ച് ക്ഷമ പറയേണ്ടി വന്നുവെന്നുകൂടി വെളിപ്പെടുത്തി.

''പ്രകാശാ... ഇതിലാരുടെ ഭാഗത്താ തെറ്റ്. നീതന്നെ പറ.'' രമേശൻ ചോദിച്ചു.

''അമ്മേടെ വീട്. ഈ വീട്ടിലോട്ട് വന്നവൾടെ പെരുമാറ്റം അമ്മയ്ക്കു പിടിച്ചില്ല. അമ്മ വീട്ടിക്കേറ്റിയില്ല.'' ജയപ്രകാശ് പറഞ്ഞു.

''അതു ശരി. സംസാരിക്കാൻ സമ്മതിക്കാത്തതോ?'' ശിവരാജന്റെ നെറ്റി ചുളിഞ്ഞു.

''അമ്മേടെ സ്വഭാവം ചെലനേരത്ത് അങ്ങനാ. എനിക്കുപോലും പിടിക്കത്തില്ല. എന്റെ കൂട്ടുകാര് ഇവിടെ വരുമ്പം അമ്മ മോശമായിട്ട് പെരുമാറിയതിന് ഞാനെന്തുമാത്രം വഴക്കൊണ്ടാക്കിയിരിക്കുന്നു അമ്മേടടുത്ത്.''

''നിനക്കറിയാം അമ്മേടെ സ്വഭാവം മോശമാണെന്ന്. പിന്നെ നീയെന്തിനാ ഇവളെക്കൊണ്ട് അമ്മേടെ കാലു പിടിപ്പിച്ചത്?''

''വഴക്കു തീരാൻ വേണ്ടിയാ ശിവമാമാ. നമുക്ക് രാത്രി സമാധാന മായിട്ട് കെടന്നൊറങ്ങണ്ടേ.''

''ഇങ്ങനെ പോയാ പറ്റത്തില്ലല്ലോ പ്രകാശാ. നിന്റമ്മയെ കണ്ട് ഞങ്ങക്ക് സംസാരിക്കണം. കഴിഞ്ഞയാഴ്ച പവിത്രമോൾടെ ചിറ്റ വീണ് കയ്യൊടിഞ്ഞ് ആശുപത്രീലായി. ഒന്നു കാണാൻ പൊയ്ക്കോട്ടേന്ന് ഇവള് എത്ര തവണ കെഞ്ചി ചോദിച്ചതാ. നിന്റെ ഫോണിലല്ലേ വിളിച്ച് വിവരം പറഞ്ഞത്. നീ ഇവളെ വിട്ടോ?''

''ശിവമാമാ, ഇവിടെ ഒഴിവില്ലാരുന്നു. കൊറേ പണികളൊക്കെ ഒണ്ടാ രുന്നു. ഇവളെ ഞാൻ വേണ്ടേ കൊണ്ടുവരാൻ. എനിക്കും അതിനൊള്ള സമയം കിട്ടിയില്ല.''

''നിന്റെ അമ്മ സമ്മതിച്ചില്ല. അത്രേയൊള്ളൂ കാര്യം. നീ വെറുതെ വരട്ടുന്യായം പറയണ്ട പ്രകാശാ. ഞങ്ങടെ പെങ്കൊച്ചിനെ നിനക്ക് കല്യാണം കഴിപ്പിച്ചുതന്നത്, ഇവിടുത്തെ അടുക്കളവേല ചെയ്യാനും അമ്മേടെ കാലു പിടിപ്പിക്കാനും അവരടെ അടിമയായിട്ടു വെച്ചോണ്ടിരി ക്കാനുമല്ല. അവൾടെ അഭിമാനോം അവകാശോം ആവശ്യങ്ങളും നിറ വേറ്റാൻ കൂടി വേണ്ടീട്ടാ. മനസ്സിലായോ?'' ശിവരാജൻ ദൃഢസ്വരത്തിൽ പറഞ്ഞു.

''എല്ലാരും വാ. ഇവന്റെ തള്ളയോടു സംസാരിക്കണ്ടേ. ഇവൻ പേടിച്ചിട്ടാ നമ്മളെ വീട്ടിലോട്ടു കേറ്റാത്തെ.''

രമേശൻ സിറ്റൗട്ടിനു നേർക്കു നടന്നു. പുറകെ ശിവരാജനും സത്യാ നന്ദനും അജിതമ്മയും ചെന്നു. പവിത്ര പരിഭ്രമത്തോടെ സുദർശന നോട് കെഞ്ചി.

''അച്ഛാ... വഴക്കൊന്നും ഉണ്ടാക്കല്ലേ.''

''ഞങ്ങളാരും വഴക്കിനു വന്നതല്ല. അന്യായം ചെയ്തത് ചോദി ക്കണ്ടേ.''

എല്ലാവരുംകൂടി വീടിനകത്തേക്കു കയറിച്ചെന്നപ്പോൾ സുഭദ്ര സാരി യുടുത്ത് കുറിതൊട്ട് എവിടെയോ പോകാനൊരുങ്ങി വരികയാണ്. വീട്ടിലേക്കു വന്നവരെ നോക്കുകപോലും ചെയ്യാതെ അവർ വാതിൽ ക്കലേക്കു ചെന്നപ്പോൾ അജിതമ്മ വാതിലിൽ അടഞ്ഞു നിന്നു.

''വഴി മാറ്. എനിക്കു പോണം.'' സുഭദ്ര പരുഷമായി പറഞ്ഞു.

''ഞങ്ങളാരും വന്നത് ചേച്ചി കണ്ടില്ലേ. ഒരക്ഷരം മിണ്ടാതെ ചേച്ചി യെങ്ങോട്ടാ പോകുന്നെ?''

''എനിക്ക് കുടുംബശ്രീടെ മീറ്റീങ്ങൊണ്ട്.''

''മീറ്റിങ്ങോ, നിങ്ങളൊരു മാങ്ങാത്തൊലിക്കും പോകണ്ട. ഞങ്ങളെ ല്ലാരും കൂടെ വന്നെന്നു കണ്ടപ്പം രക്ഷപ്പെടാൻ നോക്കുന്നോ. ഞങ്ങളു സംസാരിക്കാനാ വന്നെ. സംസാരിച്ചിട്ട് പോയാ മതി.''

''എനിക്കൊന്നും സംസാരിക്കാനില്ല.''

''നിങ്ങക്കില്ലെങ്കി ഞങ്ങക്കൊണ്ട്. പവിത്രമോളെ കാണാൻ അജിതമ്മ ഇവിടെ അഞ്ചു തവണ വന്നപ്പഴും നിങ്ങക്ക് ഒരെടത്തും പോകണ്ടാരു ന്നല്ലോ. അവൾടെ കാൽച്ചുവട്ടീന്ന് മാറാതെ നിന്നില്ലേ.'' സത്യാനന്ദൻ ചോദിച്ചു. ''മാളുക്കുട്ടീം ഇന്ദിരേംകൂടി ഇവിടെ വന്നപ്പഴും നിങ്ങള് ഒര ക്ഷരം മിണ്ടാൻ സമ്മതിച്ചില്ല പവിത്രമേളെക്കൊണ്ട്. ഇപ്പം നിങ്ങള് വീട്ടീന്നെറങ്ങി ഓടുന്നോ? നിങ്ങടെ വീടല്ലേ ഇത്.''

''പ്രകാശാ, എടാ മോനേ പ്രകാശാ. ഇങ്ങോട്ടു വന്നേ. ഇവരെല്ലാം കൂടി എന്നെ തല്ലാൻ വന്നേക്കുന്നു.''

സുഭദ്ര അയൽക്കാരുകൂടി കേൾക്കാൻ പാകത്തിൽ ഉറക്കെ വിളിച്ചു പറഞ്ഞു. ജയപ്രകാശും പവിത്രയുംകൂടി സിറ്റൗട്ടിൽനിന്ന് ഹാളിലേക്കു കയറി.

''പ്രകാശാ, ആ വാതിലടച്ചേക്ക്. ഇല്ലെങ്കി നിന്റെ അമ്മ ഇറങ്ങി ഓടും.''

''ഞാനെന്തിനാ ഓടുന്നെ. എനിക്കാരേം പേടിയില്ല. എന്റെ വീടാ ഇത്.'' സുഭദ്ര പറഞ്ഞു.

''ഞങ്ങക്ക് ചെല കാര്യങ്ങൾ പറയാനൊണ്ട്. ഒന്നാമത്തെ കാര്യം പവിത്രമോളെ കാണാൻ ഞങ്ങടെ വീട്ടീന്ന് വരുന്നവരോട് മാന്യമാ യിട്ടു പെരുമാറണം. ഇന്നേവരെ ഈ സ്ത്രീ ഞങ്ങടെ വീട്ടീന്നു വന്ന വരോട് കേറിയിരിക്കാൻ പറഞ്ഞിട്ടില്ല. ഒരു ഗ്ലാസ് വെള്ളംപോലും കൊടുത്തിട്ടുമില്ല. പവിത്രമോള് കണ്ടില്ലെങ്കി അവളിവിടില്ലെന്നും പറഞ്ഞ് തിരിച്ചയയ്ക്കും. രണ്ടാമത്തെ കാര്യം, ഞങ്ങളാരെങ്കിലും പവിത്ര മോളോടു സംസാരിക്കുമ്പം ഒരു പാരയായിട്ട് ഇടയ്ക്കു കേറി നിൽ ക്കണ്ട. മൂന്നാമത്തെ കാര്യം, ഞങ്ങളവൾക്ക് ഒരു ഫോൺ കൊടുത്ത യയ്ക്കും. അതിൽ വിളിച്ച് സംസാരിക്കും. അതു പറ്റത്തില്ലെങ്കി ഇപ്പം വിവരം പറയണം. ബാക്കി ഞങ്ങള് നോക്കിക്കോളാം.''

ശിവരാജൻ മറുപടിക്കായി സുഭദ്രയേയും ജയപ്രകാശിനേയും മാറിമാറി നോക്കി.

പതിനാറ്

അവധി ദിവസങ്ങൾ കാറ്റത്തെ കരിയിലപോലെ പറന്നുപറന്നങ്ങനെ പോവുകയാണ്. തിരിച്ചുപോകേണ്ട തീയതി അടുത്തുവരുന്തോറും ജിബിയയ്ക്ക് വേവലാതിയായി.

നഴ്സിങ് പഠനം ഉപേക്ഷിച്ചിട്ട് മറ്റെന്തു വേണമെങ്കിലും ചെയ്യാമെന്ന് അവൾ ബിൻസിയോടു പലയാവർത്തി കെഞ്ചി നോക്കി.

''രൂപ എത്രായിരം കൊടുത്തതാ അവിടെ അഡ്മിഷനു വേണ്ടീട്ട്. അതു വല്ലതും തിരിച്ചുകിട്ടോ? ഇല്ലല്ലോ. കെടപ്പാടം പണയംവച്ച കാശാ. നിനക്ക് ചുമ്മാ നാക്കുവളച്ച് പറഞ്ഞാ മതി. അതിന്റെ കഷ്ടപ്പാടു മുഴുവൻ സഹിക്കേണ്ടത് നിന്റെ പപ്പയാ.'' ബിൻസി വിട്ടുവീഴ്ചയില്ലാത്ത നിലപാടിലായിരുന്നു.

''ഞാനിവിടെ എവിടെങ്കിലും ജോലിക്കു പോകാം.'' ജിബിയ വാദിച്ചു നോക്കി.

''പ്ലസ് ടു വരെ പഠിച്ച നിനക്കെന്നാ ജോലി കിട്ടാനാ. ഡിഗ്രിക്കാരു പോലും ജോലി തെണ്ടിനടക്കുവാ.''

''ഞാനേതെങ്കിലും ടെക്സ്റ്റൈൽ ഷോപ്പിൽ സെയിൽസ് ഗേളായിട്ട് നിക്കാം. അതല്ലെങ്കി ഹോംനഴ്സായിട്ട് പൊയ്ക്കോളാം.''

''നീ ഇപ്പം ജോലി ചെയ്ത് ഒന്നും ഒണ്ടാക്കണ്ട. നിന്നെ ഒരു കോഴ്സ് പഠിക്കാൻ വിട്ടതാണെങ്കി അത് പഠിച്ചാ മാത്രം മതി.''

''എനിക്കാ നരകത്തിലോട്ട് പോകുന്ന കാര്യം ഓർക്കുമ്പം തല പെരുക്കുവാ. എന്തൊരു കഷ്ടപ്പാടാ.''

''കഷ്ടപ്പെടണമെടീ. അല്ലാതെയൊന്നും ജീവിക്കാമ്പറ്റത്തില്ല ഇന്നത്തെക്കാലത്ത്.''

''ഈ മമ്മിക്കൊരു മനസ്സാക്ഷിയില്ല. പപ്പയോട് പറയുന്നതാ ഇതിനേക്കായിലും ഭേദം.''

''ഞാനേ. നിന്റെ കാര്യം മാത്രം നോക്കിയാപ്പോരാ. ഈ വീട്ടിലൊള്ള എല്ലാരേം കാണേണ്ടവളാ.''

ബിൻസി ആ തർക്കം അവിടെ അവസാനിപ്പിച്ചു.

പിറ്റേദിവസം ജിബിയയ്ക്ക് ഒരു ഫോൺ കാൾ വന്നു. ബിൻസിയുടെ മൊബൈലിലേക്ക് പവിത്ര വിളിച്ചതാണ്.

''ബിയാ, ഞാനാടീ. എനിക്ക് നിന്നെ കാണണം. ഒന്നു വരോ?''

''നീ എവിടെയാ?''

''ഞാനിപ്പം ഞണ്ടുകല്ലിലെ വീട്ടിലാ. ഇന്ന് പഞ്ചായത്ത് പടിക്കലോട്ട് വരും. നീയെന്നാ തിരിച്ചു പോകുന്നെ?''

''തിരുച്ചുപോകണോ വേണ്ടയോന്ന് ആലോചിച്ചോണ്ടിരിക്കുവാ.''

''അതെന്നാ?''

''കാണുമ്പം പറയാം. ഞാൻ നാളെ വരാം. അന്നേരം നീ വീട്ടിലൊണ്ടാവ്വോ.''

''ങാ. നാളെ വാ. രാവിലെ വരണേ.''

''എന്തിനാ രാവിലെ, നീ എങ്ങോട്ടെങ്കിലും പോകുവാണോ?''

''എന്തെല്ലാം പറയാനൊണ്ട്. പറഞ്ഞു തീരണ്ടേ.''

''ങാ. ശരിയെടാ. ഞാൻ വന്നേക്കാം.''

അടുത്ത ദിവസം രാവിലെത്തന്നെ ജിബിയ അജിതമ്മയുടെ വീട്ടിലേക്കു പോയി. പുഴ മുറിച്ചുകടന്ന് റബർ തോട്ടത്തിലൂടെയുള്ള കുറുക്കുവഴിയേ പോയതിനാൽ പെട്ടെന്നുതന്നെ അജിതമ്മയുടെ വീട്ടിലെത്തി.

ജിബിയയെ കാത്തിരുന്ന പവിത്ര ഓടിയിറങ്ങിവന്ന് ആശ്ലേഷിച്ചു. ആലിംഗനം വിടാതെ അവൾ കുറെനേരം അങ്ങനെതന്നെ നിന്നു.

''എന്താടീ.''

ജിബിയ അവളുടെ താടിത്തുമ്പ് വിരലുകളിൽ ഉയർത്തി ചോദിച്ചു.

''എത്ര നാളായി നിന്നെ കണ്ടിട്ടും മിണ്ടീട്ടും. പ്രകാശേട്ടന്റെ വീട്ടിൽ എനിക്ക് ഇതിനൊന്നും സ്വാതന്ത്ര്യമില്ല.'' പവിത്ര പറഞ്ഞു.

''അതെനിക്ക് അന്നു മനസ്സിലായി. അതെന്തൊരു ദുഷ്ടയാ ആ സ്ത്രീ.''

''ഒന്നും പറയാതിരിക്ക്യാ ഭേദം. എനിക്കു പേടിയാ ആ തള്ളയെ. അവര് ഒച്ചയെടുത്ത് എന്റെ പേര് വിളിക്കുമ്പം ഞാൻ നടുങ്ങിപ്പോകും.''

''നീയെന്തിനാ അങ്ങനെ പേടിക്കുന്നെ? നിന്റെ വായിൽ നാക്കില്ലേ. ഒള്ള കാര്യം തൊറന്നു പറയരുതോ.''

''നിനക്കറിയാഞ്ഞിട്ടാ മോളെ. ഞാനെല്ലാം പറയാം. ബാ.'' പവിത്ര ജിബിയയുടെ കൈപിടിച്ച് വീട്ടിനുള്ളിലേക്ക് നടക്കുന്നതിനിടയിൽ പറഞ്ഞു: ''ഞാനിപ്പം ഇവിടെ വന്നേക്കുന്നത് അവരടെ സമ്മതത്തോടെയല്ല. എൻ്റച്ഛനും അമ്മേം മുത്തച്ഛനും മാമന്മാരും എല്ലാരും കൂടെ വന്ന് വഴക്കുണ്ടാക്കി കൂട്ടിക്കൊണ്ടുവന്നതാ.''

അജിതമ്മ ജിബിയയെ കണ്ട് ചിരിച്ചു.

''നിന്നെ കാത്തിരിക്ക്യാ ഇവള്. എന്റെ മോളെ, നീയന്ന് ഇവളെ കാണാൻ പോയിട്ട് വന്നപ്പൊ പറഞ്ഞില്ലേ കൊറേ കാര്യങ്ങള്. അതു

കേട്ടിട്ട് ഞങ്ങളു ചെന്നു കൂട്ടിക്കൊണ്ടുവന്നതാ. ആ തള്ള വിടത്തില്ലാരുന്ന്.''

''ഞങ്ങളിത്തിരി വർത്തമാനം പറയട്ടെ അമ്മേ. ഇടയ്ക്ക് കേറല്ലേ. ഇവളങ്ങ് ബാംഗ്ലൂരിലോട്ട് പോയിക്കഴിഞ്ഞാപ്പിന്നെ എനിക്ക് കാണാൻ പറ്റത്തില്ലല്ലോ.''

പവിത്ര ജിബിയയെ മുറിയിലേക്കു കൊണ്ടുപോയി.

''നിന്റെ വിശേഷങ്ങളൊക്കെ പറയെടാ. ബാംഗ്ലൂര് പോയിട്ട് അവിടെ നല്ല സുഖാണോ? ഇഷ്ടംപോലെ കൂട്ടുകാരൊക്കെ ഒണ്ടോ?''

''സത്യം പറഞ്ഞാ എനിക്ക് തിരിച്ചുപോകണ്ട ബാംഗ്ലൂരിലോട്ട്. ഞാനിട്ടിട്ട് പോന്നതാ. എന്റെ എല്ലാ സാധനങ്ങളും വാരിക്കെട്ടിക്കൊണ്ടു പോന്നു.''

ജിബിയ തന്റെ യാത്രയും പഠനവും ഹോസ്റ്റൽ വാസവും അടക്കം എല്ലാ ദുരിതങ്ങളും പവിത്രയുടെ മുൻപിൽ വിവരിച്ചു.

''ഇതൊന്നും ഒന്നുമല്ല മോളേ. ഞാൻ അനുഭവിക്കുന്നതുവച്ച് നോക്കിയാ നീ സ്വർഗത്തിലാ.''

പവിത്ര ഭർതൃവീട്ടിൽ താൻ അനുഭവിക്കേണ്ടിവന്ന പീഡനങ്ങളെപ്പറ്റി വിവരിച്ചുതുടങ്ങി.

''സമാധാനമായിട്ട് ടോയ്‌ലെറ്റിപ്പോകാമ്പോലും പറ്റത്തില്ലെന്നു പറഞ്ഞാ നീ വിശ്വസിക്കോ. പ്രകാശേട്ടന്റെ അമ്മ അതിന്റെ മുമ്പി വന്ന് നിക്കും. കഴിഞ്ഞില്ലേ, കഴിഞ്ഞില്ലേ എന്നു ചോദിച്ച്. കുളിക്കാൻ കേറിയാലും ഇങ്ങനെത്തന്നെയാ. ഞാനും പ്രകാശേട്ടനും രാത്രി കെടക്കുമ്പം അവര് വാതിൽക്കൽ വന്ന് പൂച്ചേപ്പോലെ പതുങ്ങിനിക്കും. അകത്ത് ഞങ്ങളു പറയുന്നതു കേക്കാൻ. നമ്മളെന്തെങ്കിലും ഒരു പരാതി പ്രകാശേട്ടനോടു പറയുമ്പം വാതില് തള്ളിത്തൊറന്നോണ്ട് കേറിവരും. പിന്നെ ചെവിരണ്ടും അടച്ചുപിടിച്ചാ മതി.''

''നിങ്ങള് കതകിനു കുറ്റിയിട്ടോണ്ടല്ലേ കെടക്കുന്നേ?''

''ആ തള്ള സമ്മതിക്കത്തില്ലന്നേ.''

''നിന്റെ പ്രകാശേട്ടന് ഇതൊന്നും ചോദിക്കാനൊള്ള തന്റേടം ഇല്ലേ?''

''അവര് സ്വൈര്യം കൊടുക്കത്തില്ലെന്നേ. എതിർത്തു വല്ലതും പറഞ്ഞുപോയാ പിന്നെ ആ രാത്രി കെടന്നൊറങ്ങണ്ട. നാക്കിട്ടലച്ചോണ്ടിരിക്കും. എടാ ഞാനാടാ നിന്നെ വളത്തിയത്, ഇന്നലെയൊരു പെണ്ണിനെ കിട്ടിയപ്പം നിനക്ക് പെറ്റതള്ളയെ കണ്ടുകൂട അല്ലേടാ...ന്നും പറഞ്ഞ് തൊടങ്ങിയാപ്പിന്നെ ഇടയ്ക്ക് നെഞ്ചത്തടിക്കലും കരച്ചിലും തറേലോട്ട് കെടന്ന് ഉരുളലും എന്റെ കൊച്ചേ നമ്മളന്തംവിട്ടുപോകും. വല്ല നിവൃത്തിയൊണ്ടെങ്കി പ്രകാശേട്ടൻ വാ തൊറക്കത്തില്ല.''

''നിങ്ങക്ക് ആ വീട്ടീന്ന് മാറിത്താമസിക്കാൻ പറ്റത്തില്ലേ. വാടകവീട്ടിലോട്ട്?''

"അത് പ്രകാശേട്ടന് വയ്യ. പെണ്ണുകെട്ടിയപ്പം പെറ്റതള്ളയെ ഉപേക്ഷിച്ചെന്ന് നാട്ടുകാര് പറഞ്ഞെങ്കിലോന്നു പേടി."

"ഭക്ഷണം കിട്ട്വോ നിനക്ക് വിശപ്പ് മാറാൻ?"

"പ്രകാശേട്ടനില്ലാത്തപ്പം അവര് വെളമ്പിത്തരുന്നത് കഴിച്ചോണം."

"എടീ, നീയും പ്രകാശേട്ടനും കൂടി വല്ലപ്പഴും പൊറത്ത് പോയി കഴിക്കുവോ."

"ഒരു രക്ഷേം ഇല്ല മോളെ. പ്രകാശേട്ടന് എന്നെ പുറത്ത് കൊണ്ടു പോണംന്നൊണ്ട്. ഞങ്ങള് ഡ്രെസ്സൊക്കെ മാറി എറങ്ങണതുവരെ തള്ള അനങ്ങാണ്ടിരിക്കും. പെട്ടെന്നൊരു നെലവിളീം വീഴ്ചേം. നമ്മള് നോക്കുമ്പം നിലത്തുകെടന്ന് ഉരുളുവാ. വയറുവേദന. ദഹനക്കേട്. ഇഞ്ചി ഇടിച്ചു പിഴിഞ്ഞ് നീരെടുത്തു കൊടുക്കണം."

"എപ്പഴും ഇതേ അടവാണോ?"

"ചെലപ്പം തലകറക്കം. അതല്ലെങ്കി കാലുവേദന. എന്നെ വിളിച്ച് രണ്ടു കാലും മാറിമാറി തടവിക്കും. വെള്ളം തിളപ്പിച്ച് ആവി പിടിപ്പിക്കും. എന്തെല്ലാം കുതന്ത്രങ്ങളാണെന്നറിയാവോ അവരടെ കയ്യില്."

"ഇതൊക്കെ അടവാണെന്ന് നിന്റെ പ്രകാശേട്ടനറിഞ്ഞൂടെ."

"അറിയാം. എല്ലാം അറിയാം. പക്ഷേ, ധിക്കരിക്കാൻ പോയാ അതോടെ സമാധാനം പോകും. വഴക്കും പ്രാക്കും വീട്ടിൽ ചോറുവയ്ക്കാതിരിക്കലും. എന്തെല്ലാം സമരമുറകളാ."

"അയലത്തുകാരോട് പറഞ്ഞ് ആ സ്ത്രീയെ ഒന്നുപദേശിച്ചാ നേരെയാവത്തില്ലേടീ."

"അയലത്തുകാർക്ക് കണ്ണെടുത്താ കണ്ടൂടാ. എന്റടുത്ത് ആരെങ്കിലും മിണ്ടാൻ വരുന്നത് അവർക്കിഷ്ടമല്ല. അവര് ചെന്ന് അയലത്തുകാരോടു പറഞ്ഞിരിക്ക്യാ പവിത്രയ്ക്ക് ആരും മിണ്ടാൻ ചെല്ലുന്നത് ഇഷ്ടമല്ലാന്ന്. എന്നിട്ട് എന്റടുത്ത് പറയുന്നത് വേറൊന്ന്. ഒന്നിനേം അടുപ്പിക്കരുത്. കണ്ണുതെറ്റിയാ കയ്യിക്കിട്ടുന്നത് അടിച്ചുമാറ്റും. കെഴക്കേടത്തെ ശോഭ ആളു പെശകാ. പ്രകാശനുമായിട്ട് അടുത്തുകൂടാൻ നോക്കിയപ്പം ആട്ടിവിട്ടതാ എന്നൊക്കെ."

"ചുരുക്കത്തിൽ നിനക്ക് ആരുമായിട്ടും യാതൊരുവിധ കമ്യൂണിക്കേഷനും അനുവാദമില്ല."

"അതല്ലേ കഷ്ടം! വീട്ടീന്നുപോലും ആരു വന്നാലും മിണ്ടാൻ പറ്റത്തില്ല. അവരുവന്ന് നടുക്കു കേറി നിക്കുമ്പം നമ്മളെന്നാ പറയാനാ."

"ഇപ്പം എങ്ങനാ ഇങ്ങോട്ടുവിട്ടത്?"

"വിട്ടതൊന്നുമല്ല. അച്ഛനും അമ്മേം മാമന്മാരും കൂടെ അവിടെ ചെന്ന് ഭയങ്കര വഴക്കൊണ്ടാക്കി. ഞങ്ങള് പവിത്രയെ മൂന്നാലു ദിവസത്തേക്ക് വീട്ടിലോട്ടു കൊണ്ടുപോവുകാന്ന് പറഞ്ഞു. പ്രകാശേട്ടൻ പറഞ്ഞു അമ്മയോടു ചോദിച്ചിട്ട് പൊയ്ക്കോളാൻ. അമ്മയോടു ചോദിച്ചപ്പം എന്നോടു ചോദിക്കണ്ട എന്ന് അമ്മ. ഒടുക്കം, പ്രകാശേട്ടനെ നിർബന്ധിച്ച് സമ്മതിപ്പിച്ചിട്ടാ അവരെന്നേംകൊണ്ട് പോന്നത്."

പവിത്ര പറഞ്ഞു നിർത്തി.

''ഇനീം അങ്ങോട്ടു തന്നെയല്ലേ തിരിച്ചു ചെല്ലേണ്ടത്.''

''അതെനിക്ക് ഓർക്കാമ്പോലും വയ്യ. ആ സ്ത്രീയുടെ കൂടെ ജീവിക്കണ്ടേ. ഒന്നോ രണ്ടോ മാസമല്ലല്ലോ. ഒന്നോ രണ്ടോ വർഷമല്ലല്ലോ. ജീവപര്യന്തം ഇതിനേക്കാളും എത്ര ഭേദമാ.''

''ഈ ബന്ധം വേണ്ടെന്നു വച്ചാലോ?''

''പറയാനെളുപ്പാ. പിന്നെ ഞാനെന്നാ ചെയ്യും? ഇവിടെ വന്നുനിന്നാ ഞാനൊരധികപ്പറ്റല്ലേ. കുറച്ചു ദിവസം എല്ലാരും വല്യ സഹതാപമൊക്കെ കാണിക്കും. പിന്നെ എന്നെ കുറ്റം പറയും. കെട്ടിച്ചുവിട്ടതല്ലേ. സഹിച്ചും ക്ഷമിച്ചും നിക്കണ്ടേ. കണ്ടില്ലാ കേട്ടില്ലാന്നു വിചാരിക്കണ്ടേ. ഇപ്പം ഈ അലിവുകാണിക്കുന്ന അച്ഛനും അമ്മേം പോലും എനിക്കെതിരെ തിരിയും. ഒഴിവാക്കിയ ഭാരം വീണ്ടും വന്ന് തലേക്കേറിയിരിക്കുന്നു എന്നു പറഞ്ഞ്.''

''നീ എങ്ങനെ ജീവിക്കുമെടീ അവിടെച്ചെന്ന്?''

''എനിക്കറിഞ്ഞൂടാ. സഹിക്കാൻ പറ്റാതാകുമ്പം ഞാൻ ഒരു കത്തെഴുതിവച്ചട്ട് സൂയിസൈഡ് ചെയ്യും.'' പവിത്ര നിരാശയോടെ പറഞ്ഞു.

''മിണ്ടിപ്പോകരുത്. പറയുന്ന വർത്തമാനം. പത്തൊൻപതാം വയസ്സിൽ ജീവിതം തീർത്തുകളയാനോ. ശരിക്കു തൊടങ്ങീട്ടുപോലുമില്ല.'' ജിബിയ അവളെ ശാസിച്ചു.

''എന്റെ ജീവിതം ഇങ്ങനായിപ്പോയി. നീയെങ്കിലും രക്ഷപ്പെടണം ബിയാ. ബാംഗ്ലൂരിലെ കഷ്ടപ്പാടൊക്കെ പറഞ്ഞെങ്കിലും നീ ഒന്നു മനസ്സിലാക്കണം. നിനക്ക് പഠിക്കാൻ ഭാഗ്യമൊണ്ടല്ലോ. നമുക്ക് പഠിക്കാൻ പറ്റുന്ന കാലമാ നമ്മടെ ജീവിതത്തിലെ ഏറ്റോം നല്ല കാലം.. നീയത് നിസ്സാരായിട്ട് കാണരുത്. എന്റെ ജീവിതം വച്ചു നോക്കുമ്പം നീ എന്തുമാത്രം ഭാഗ്യവതിയാ. കളയല്ലേ മോളെ ഈ ഭാഗ്യം.''

''നീയും എന്റെകൂടെ ഒണ്ടായിരുന്നെങ്കി എത്ര നന്നായിരുന്നേനേ. ആ ബന്ധം വേണ്ടെന്നു വച്ചിട്ട് നിനക്ക് പോന്നൂടെ മോളെ.''

''അതൊരു വിധിയാണ് ബിയാ. കുറ്റവാളികളെ ശിക്ഷിച്ച് ജയിലിൽ അടച്ചുകഴിഞ്ഞാ പിന്നെ അവർക്ക് പുറത്തിറങ്ങണെങ്കി ശിക്ഷ കഴിയണ്ടേ. അതുപോലെയാ ഇതും. പ്രായപൂർത്തിയായീന്നൊരു കുറ്റം ഞാൻ ചെയ്തുപോയി. ഒടനെ വീട്ടുകാരെല്ലാം കൂടെ ഒരു ശിക്ഷ വിധിച്ചു. കല്യാണം. ഇപ്പം ഞാനാ ജയിലിക്കെടക്കുവാ. അതിനകത്ത് കേറിയാപ്പിന്നെ പൊറത്തെറങ്ങാൻ പറ്റത്തില്ല. ഒന്നുകിൽ മരിക്കണം. അല്ലെങ്കി ചാവുന്നതുവരെ ശിക്ഷ അനുഭവിക്കണം.''

പവിത്രയുടെ മുഖത്തേക്കു നോക്കിയിരുന്നപ്പോൾ ജിബിയയ്ക്കു സങ്കടം വന്നു. കുട്ടിത്തം വിട്ടുമാറാത്ത മുഖത്ത് നൈരാശ്യവും ദുഃഖവും. എന്തെന്ത് കഴിവുകളുള്ള പെൺകുട്ടി. അസൂയപോലും തോന്നിയിട്ടുണ്ട്.

''തിരിച്ചു പോകാതിരിക്കാൻ ഒരു വഴീം ഇല്ലേ?''

"ഇല്ലെടീ. ഞാൻ വന്നിട്ട് നാലുദിവസം കഴിഞ്ഞു. ഞണ്ടുകല്ലിലെ വീട്ടിലാരുന്നു രണ്ടുദിവസം. കരഞ്ഞും പറഞ്ഞും സങ്കടമൊക്കെ ഒരു വിധം ഒതുക്കി. മൂന്നോ നാലോ ദിവസം കഴിയുമ്പം തിരിച്ചുപോണം."

"എന്തുവന്നാലും നീ കടുങ്കയ്യൊന്നും ചെയ്യല്ലേ. എങ്ങനെങ്കിലും പിടിച്ചുനിക്കണം. ഞാൻ വരാം. നീ തിരിച്ചു പോകുന്നതുവരെ ഞാൻ എന്നും വരാം. കേട്ടോ."

ജിബിയ അവളെ കെട്ടിപ്പിടിച്ച് നെറ്റിയിൽ ഉമ്മ നൽകി.

"ജീവനോടിരുന്നാലേ നമുക്ക് കാണാനും സങ്കടം പറയാനും പറ്റത്തൊള്ളൂ. അത് ഓർമ്മ വേണം."

ജിബിയ അവളുടെ കവിളത്ത് തലോടി.

പവിത്ര വേദനയുറഞ്ഞ് തണുത്ത ഒരു പുഞ്ചിരിയോടെ കേട്ടുനിന്നു.

* * *

നേരംപോക്കിന് പാറക്കടവിലെ ആഞ്ഞിലിച്ചുവട്ടിൽ ചീട്ടുകളിക്കാൻ പോയ ജോർജുകുട്ടി തിരിച്ചു വന്നപ്പോൾ ബിൻസിയോടു തിരക്കി: "രാവിലെ പോയ ബിയാമോള് ഇതുവരെ വന്നില്ലേ?"

"അവളുവരുമ്പം ഉച്ചകഴിയും. പവിത്രേടങ്ങോട്ടല്ലേ പോയത്."

"ഉച്ച കഴിഞ്ഞല്ലോടീ."

"വരുന്ന വഴിക്ക് അവള് ഞണ്ടുമ്പുഴേലെ വീട്ടിലും കേറുമെന്നു പറഞ്ഞു. ജൂലിയെ കാണാൻ. അവളും കൂടെ പഠിച്ചതല്ലേ." ബിൻസി പറഞ്ഞു.

"എന്നോട് അനുവാദം ചോദിക്കലും പറച്ചിലുമൊന്നും ഇല്ലെന്നായി അല്ലേ?"

"അവളുപോയപ്പം പപ്പാ ഇവിടൊണ്ടാരുന്നോ?"

"അവക്ക് ബാംഗ്ലൂരിലോട്ട് പോകാൻ ഒട്ടും മനസ്സില്ലെങ്കി വിടണോ." ജോർജുകുട്ടി സംശയം പ്രകടിപ്പിച്ചു.

"ഇതെന്നാ ഇപ്പം പെട്ടെന്നിങ്ങനൊരു ബോധോദയം?"

ബിൻസി ചോറു വിളമ്പുന്നതിനിടയിൽ ആശ്ചര്യത്തോടെ ജോർജുകുട്ടിയെ നോക്കി.

"എടീ അവളവിടെച്ചെന്ന് മൂന്നരക്കൊല്ലം കഷ്ടപ്പെടണ്ടേ. അവളീ വീട്ടീന്നു പോയപ്പം ഒരു വെളിച്ചം ഇല്ലാണ്ടായപോലെയാ തോന്നിയത്. നമുക്കൊന്നു കാണണംന്നുവച്ചാ ഓടിച്ചെല്ലാൻ പറ്റുന്ന ദൂരമാണോ?"

"എനിക്കും മനപ്രയാസമൊക്കെ ഒണ്ട്. പക്ഷേ, ഇത്രേം കാശു മൊടക്കീട്ട്."

"അവളെ ഒത്തിരി നിർബന്ധിക്കാനൊന്നും പോകണ്ട കേട്ടോ."

ജോർജുകുട്ടി ചക്കക്കുരുവും മാങ്ങയുംകൂടി കറിവച്ചത് ചോറിലൊഴിച്ചു കുഴച്ചു.

ജിബിയ വീട്ടിൽ തിരിച്ചെത്തിയപ്പോൾ അഞ്ചുണികഴിഞ്ഞു. അപ്പോഴേക്കും ജോർജുകുട്ടി പള്ളിവാതുക്കലേക്ക് പൊയ്ക്കഴിഞ്ഞിരുന്നു.

‘‘എവിടാരുന്നെടീ നീ ഇത്രേം നേരം. പപ്പാ വഴക്കു പറഞ്ഞിട്ടാ പോയത്?’’

‘‘ഓ... ഒന്നും പറയണ്ട. ഓരോരുത്തരെ കണ്ടും വർത്തമാനം പറഞ്ഞും ഒക്കെ വന്നപ്പഴത്തേക്കിന് നേരമങ്ങ് പോയി.’’

‘‘നീ വല്ലതും കഴിച്ചാരുന്നോ?’’

‘‘പവിത്രേടെ വീട്ടിന്ന് ചോറുണ്ടു.’’

‘‘അവക്കെന്നാ ഒണ്ടെടീ വിശേഷം?’’

‘‘എന്റെ മമ്മീ അതൊരു കദനകഥയാ.’’

‘‘കല്യാണമൊക്കെ കഴിച്ച് ചെറുക്കന്റെ വീട്ടിച്ചെന്നു താമസിക്കുമ്പം അവനോന്റെ വീടുപോലെയൊന്നും ഒക്കത്തില്ല. അതെല്ലാർക്കും അങ്ങനെയാ.’’

‘‘എന്നാലും ഇതു കൊറേ കടുപ്പമാ മമ്മീ.’’

‘‘ഓ... അതൊക്കെ ശെരിയായിക്കോളും. പപ്പാ ഇന്നെന്നോട് ഒരു കാര്യം പറഞ്ഞു. നിനക്ക് ബാംഗ്ലൂരിലോട്ട് പോകാൻ തീരെ മനസ്സില്ലെങ്കി പോകണ്ടാന്ന്.’’

‘‘ങ്ഹാ... എന്നിട്ട്?’’ അവൾ പ്രത്യേകിച്ചൊരു ഭാവവുമില്ലാതെ ചോദിച്ചു.

ഇങ്ങനൊരു വാക്ക് കേൾക്കാൻ കാത്തിരുന്നവളാണ്. കേൾക്കുമ്പോൾ തുള്ളിച്ചാടേണ്ടവളാണ്. ബിൻസിക്ക് അത്ഭുതമായി.

‘‘രണ്ടുവർഷത്തിനകം പറമ്പു മുറിച്ചുവിറ്റിട്ടെങ്കിലും നിന്നെ കെട്ടിച്ചുവിടും.’’

‘‘അതു കൊള്ളാല്ലോ. ആരടെ കൂടെ?’’

‘‘പവിത്രയ്ക്ക് കിട്ടിയ പോലെ ഏതെങ്കിലും ഓട്ടോ ഡ്രൈവറോ കടയിലെ കണക്കെഴുത്തുകാരനോ കൂലിപ്പണിക്കാരനോ ആരെയെങ്കിലും കിട്ടും. നമ്മടെ സാമ്പത്തികത്തിനൊപ്പിച്ച് നോക്കിയാ മതിയല്ലോ.’’

‘‘അതിനുവച്ച വെള്ളം അങ്ങ് മാറ്റിയേക്ക്. ഞാൻ ബാംഗ്ലൂർക്ക് പൊക്കോളാം. എനിക്ക് കല്യാണോം വേണ്ട സന്ന്യാസോം വേണ്ട.’’

‘‘അതെന്താടീ നിനക്കൊരു മനംമാറ്റം?’’

‘‘ങാ... എന്റെ മനസ്സുമാറി.’’

അതും പറഞ്ഞ് ജിബിയ അകത്തേക്കു കയറിപ്പോയി. ബിൻസി അതുകണ്ട് ആശ്വാസനിശ്വാസമുതിർത്തു.

രണ്ടു ദിവസത്തിനുശേഷം ജിബിയയ്ക്ക് ഒരു ഫോൺകാൾ വന്നു. ബിൻസിയാണ് അറ്റൻഡ് ചെയ്തത്. അവർ അപ്പോൾത്തന്നെ ജിബിയയെ വിളിച്ച് ഫോൺ കൊടുത്തു.

"ആരാ?"

"മറ്റേ ചെറുക്കനാ. അവന്റെ പൈസ കൊടുത്തില്ലല്ലോ."

"പതുക്കെപ്പറ."

ജിബിയ ഫോൺ കാതോടു ചേർത്തു. "ഹലോ..."

"പൈസ ചോദിക്കാൻ വിളിച്ചതല്ല. ഞാനാ പൈസേടെ കാര്യമോർത്തു വെഷമിച്ചിരിക്കുവാണെന്നാണോ നിങ്ങടെ വിചാരം?"

"ശ്ശോ... മമ്മി എന്നോടായിട്ടു പറഞ്ഞതാ."

"എന്തായാലും കൊള്ളാം. നല്ല പാർട്ടിയാ. ഇത്രേം ദിവസത്തിനിടയ്ക്ക് ഒരു ഫോൺകോൾ? ചത്തോന്നറിയാൻ വേണ്ടിയെങ്കിലും?"

"അയ്യോ... ചാകാൻവേണ്ടി ചേട്ടായിക്ക് ഒരു സൂക്കേടും ഇല്ലാരുന്നല്ലോ."

"നല്ല മറുപടി."

"യ്യോ... സോറി. ഓർക്കാഞ്ഞിട്ടല്ലട്ടോ. വിളിച്ചിട്ട് എന്നാ പറയാനാന്ന് ഓർക്കുമ്പം..."

"ഹലോ ഹൗ ഓൾഡ്ഡാർയൂന്ന് ചോദിച്ചൂടെ?"

ജിബിയ അതുകേട്ട് ചിരിച്ചു.

"തിരിച്ചുപോകണ്ടേ ജിബീ. വീട്ടിലിങ്ങനെ ഉണ്ടും ഒറങ്ങിം കഴിഞ്ഞാ മതിയോ?"

"പോകാം. പോകണം."

"എങ്ങനാ പോകുന്നെ?"

"കോട്ടയത്ത്ന്ന് ട്രെയിനില്."

"ടിക്കറ്റ് ബുക്ക് ചെയ്തോ?"

"ഇല്ലാ. ഇവിടാരൊണ്ട് ബുക്ക് ചെയ്യാൻ."

"പിന്നെങ്ങനെയാ."

"ജനറൽ കംപാർട്ട്മെന്റിൽ തള്ളിക്കേറിപ്പോണം."

മറുവശത്ത് മൗനം.

"ചേട്ടായി ബുക്ക് ചെയ്തോ?"

"ങ്ഹാ... ഞാൻ ചെയ്തു."

"പൈസയൊള്ളവർക്ക് ഏസീല്കേറിപ്പോകാല്ലോ." ജിബിയ ചിരിച്ചുംകൊണ്ട് പറഞ്ഞു.

"ഫ്ളൈറ്റിൽ പോയാലോന്ന് ആലോചിച്ചതാ. പോക്കറ്റ് വീർത്തിരിക്കുവാ, പൈസ നിറഞ്ഞിട്ട്."

"കളിയാക്കിയതാ അല്ലേ?"

"പോകുന്ന ദിവസം ഏതാന്ന് തീരുമാനിച്ചോ?"

"അടുത്ത ഞായറാഴ്ച. തിങ്കളാഴ്ചയല്ലേ ക്ലാസ് തുടങ്ങുന്നെ."

''അതൊക്കെ ഓർമയൊണ്ട് അല്ലേ?''

ജിബിയ മിണ്ടാതെ നിന്നു.

''ശരി. വെറുതെ വിളിച്ചെന്നേയുള്ളൂ. സൺഡേ കാണാം. വയ്ക്കട്ടെ.''

''ഓകെ. താങ്ക്യൂ.''

ജിബിയ ഫോണിൽ നോക്കി. കോൾ കട്ടായിട്ടില്ല. ഒടുവിൽ അവൾ തന്നെ കട്ട് ചെയ്തു.

* * *

പതിവുപോലെ ട്രെയിൻ ലേറ്റാണെന്ന അനൗൺസ്മെന്റ് ഉച്ചഭാഷിണിയിലൂടെ വരുന്നുണ്ടായിരുന്നു.

''പതിനൊന്നു മിനിറ്റ് ലേറ്റ്.'' ജോർജുകുട്ടി ജിബിയയോടു പറഞ്ഞു.

ട്രെയിൻ വന്നു നിന്നാലുടൻ ലഗേജും പെറുക്കി ഓടാൻ തയ്യാറായി നിൽക്കുകയാണ് ജിബിയയും ജോർജുകുട്ടിയും. ജനറൽ കംപാർട്ട്മെന്റ് ട്രെയിനിന്റെ ഏതറ്റത്താണെന്ന് നിശ്ചയം പോരാ.

ദീപാവലി അവധി കഴിഞ്ഞുള്ള മടക്കയാത്രയായതിനാൽ പ്ലാറ്റ്ഫോമിൽനിന്നു തിരിയാൻ പറ്റാത്തത്ര തിരക്കുണ്ട്.

''ഹലോ... പപ്പാ.''

പരിചിതശബ്ദം കേട്ട് ജിബിയ ഞെട്ടിത്തിരിഞ്ഞപ്പോൾ ജെയ്സൺ മുന്നിൽ. പപ്പയ്ക്ക് ഷേക്ക്ഹാൻഡ് കൊടുക്കുന്നു.

''ഹലോ ജിബീ...''

ജെയ്സൺ ഷേക്ക്ഹാൻഡിനു കൈനീട്ടുമോ എന്ന് അവൾ ശങ്കിച്ചുവെങ്കിലും അതുണ്ടായില്ല.

''വിളിച്ചിട്ട് ഫോണെടുത്തില്ലല്ലോ?'' ജെയ്സൺ ജിബിയയോടു പരിഭവം പറഞ്ഞു.

''അയ്യോ കണ്ടില്ല. സൈലന്റിലാ. അതാ.''

അവൾ പഴ്സിൽനിന്ന് ഫോൺ എടുത്തു നോക്കി. മൂന്ന് മിസ്ഡ് കോൾ.

''പപ്പാ പൈസ കൊടുക്കണേ.'' ജിബിയ ഓർമിപ്പിച്ചു.

ജോർജുകുട്ടി ഷർട്ടിന്റെ പോക്കറ്റിൽ കയ്യിട്ട് നോട്ടുകൾ എടുത്ത് എണ്ണി.

''എത്രയാ മോനേ?'' ജോർജുകുട്ടി ചോദിച്ചു.

''ജിബീടെ കയ്യിൽ കൊടുത്താ മതി. ഞാൻ വാങ്ങിച്ചോളാം.''

''കൊടുക്ക് പപ്പാ. എത്രയാ. അറുനൂറോ എഴുന്നൂറോ?''

ജോർജുകുട്ടി ആയിരംരൂപ കൊടുത്തു. ബാക്കിയുണ്ടെങ്കിൽ ജിബിയയെ ഏൽപിച്ചേക്കാൻ പറഞ്ഞു.

''ഇന്ന് ഭയങ്കര തെരക്കാ. ട്രെയിൻ വരുമ്പം കേറിപ്പറ്റാൻ ബുദ്ധി മുട്ടായിരിക്കും.'' ജെയ്സൺ മുന്നറിയിപ്പെന്നോണം പറഞ്ഞു.

''എന്നാ ചെയ്യാനാ കേറിപ്പോയല്ലേ പറ്റൂ.''

''ഞാൻ രണ്ട് ടിക്കറ്റ് ബുക്ക് ചെയ്തിട്ടൊണ്ട്. എന്റെയൊരു ഫ്രണ്ടിനു വേണ്ടി ചെയ്തതാ. പക്ഷേ, ഫ്രണ്ടിന് ഇന്നു വരാൻ പറ്റില്ല. വേണെ ങ്കിൽ ആ ടിക്കറ്റിൽ ജിബിക്ക് യാത്ര ചെയ്യാം.''

ജെയ്സൺ ഒരു ഓഫർ മുന്നോട്ടുവച്ചു.

''അങ്ങനെ വേറൊരാൾക്ക് ആ ടിക്കറ്റിൽ പകരം യാത്ര ചെയ്യാൻ പറ്റുവോ?'' ജോർജുകുട്ടി സംശയം പ്രകടിപ്പിച്ചു.

''പറ്റും. ഞാൻ ടി.ടി.ആറിനോടു പറഞ്ഞു തിരുത്തിച്ചോളാം.'' ജെയ്സൺ പറഞ്ഞു.

''ഏതായാലും ട്രെയിൻ വരട്ടെ. നോക്കാം.''

ജോർജുകുട്ടി ട്രെയിൻ വരാൻ കാത്തുനിന്നു.

ട്രെയിൻ എത്തിയപ്പോൾ എല്ലാ വാതിലുകളിലേക്കും യാത്രക്കാർ ഇരമ്പിയാർത്തു. ജിബിയയും ജോർജുകുട്ടിയും ജനറൽ കംപാർട്ടു മെന്റുകൾ ലക്ഷ്യമാക്കി ലഗേജും തൂക്കി ഓടി.

ജെയ്സൺ പറഞ്ഞതായിരുന്നു സത്യം. ജനറൽ കംപാർട്ടുമെന്റു കളിൽ ഈച്ചയ്ക്ക് കയറാൻ സ്ഥലമില്ല. എന്നിട്ടും ആളുകൾ ഞെരുങ്ങി ക്കയറാൻ ശ്രമിക്കുകയാണ്.

''ഞാൻ പറഞ്ഞില്ലേ, ഇതാണ് സ്ഥിതി.'' ജെയ്സൺ ജോർജുകുട്ടി യോടു പറഞ്ഞു.

''മറ്റേ ടിക്കറ്റിന് എത്ര രൂപയാകും.''

''അത് ചെറിയ തുകയേ ഒള്ളൂ. ഞാൻ നോക്കീട്ട് ജിബിയോടു പറഞ്ഞോളാം. ഇപ്പം കേറാൻ നോക്ക്.''

ജെയ്സന്റെ ഔദാര്യം സ്വീകരിക്കണോ വേണ്ടയോ എന്ന് സംശ യിച്ച ശേഷം ജോർജുകുട്ടി മകളോടു പറഞ്ഞു: ''നിങ്ങളൊന്നിച്ച് ഒരേ സ്ഥലത്ത് പഠിക്കുന്നോരല്ലേ. ഇങ്ങോട്ടുവന്നപ്പഴും ഈ പയ്യനല്ലേ സഹാ യിച്ചത്. നീ കേറിക്കോ മോളേ.''

ലഗേജ് എടുത്തു കയറ്റാൻ ജെയ്സണും സഹായിച്ചു. ട്രെയിനി നുള്ളിൽ കയറി ടിക്കറ്റ് നോക്കി സീറ്റ് നമ്പർ കണ്ടുപിടിച്ചു.

ജോർജുകുട്ടിക്ക് കഷ്ടിച്ചു പുറത്തിറങ്ങാനുള്ള സമയമേ കിട്ടി യൂള്ളൂ. അപ്പോഴേക്കും ട്രെയിൻ ചലിച്ചുതുടങ്ങി. ജോർജുകുട്ടി പ്ലാറ്റ് ഫോമിലൂടെ നടന്നുകൊണ്ട് മകളെ നോക്കി കൈവീശിക്കാട്ടി.

ഏതോ ചെറുപ്പക്കാരന്റെയൊപ്പം മകളെ യാത്ര അയയ്ക്കുന്നതിന്റെ ആശങ്ക മുഴുവൻ ജോർജുകുട്ടിയുടെ മനസ്സിൽ ബാക്കിയായി. ഒന്നു യാത്ര പറയാൻകൂടി പറ്റിയില്ല എന്ന നിരാശയും.

പതിനേഴ്

മൂന്നുപേർക്ക് ഇരിക്കാവുന്ന സീറ്റുകളിൽ അഞ്ചും ആറും പേർ വീതം തിങ്ങിഞെരുങ്ങി ഇരിക്കുകയാണ്. ജനറൽ കംപാർട്ട്മെന്റിൽ കയറാൻ സാധിക്കാതെ കണ്ണിൽകണ്ട ബോഗികളിൽ കയറിപ്പറ്റിയവരും റിസർവേഷൻ ഇല്ലാത്ത ഹ്രസ്വദൂര യാത്രക്കാരും റിസർവ് ചെയ്യാൻ ശ്രമിച്ചിട്ട് വെയ്റ്റിങ് ലിസ്റ്റിലുള്ളവരും അക്കൂട്ടത്തിലുണ്ട്.

ജെയ്സൺ തനിക്കു കിട്ടിയ വിൻഡോസൈഡ് സീറ്റിൽ ജിബിയയെ ഇരുത്തി. അവളുടെ തൊട്ടടുത്തായി അവനും ഇരുന്നു. ജെയ്സന്റെ ഉടലിനോടു ചേർന്നുരുമ്മി ഇരിക്കുമ്പോൾ ജിബിയയ്ക്ക് അസ്വസ്ഥത തോന്നിയിരുന്നു. പക്ഷേ, അവൾ നോക്കിയപ്പോൾ എല്ലാവരും അങ്ങനെയൊക്കെയാണ്. നാട്ടിലേക്കു വന്ന ബസ് യാത്രയിൽ താൻ ജെയ്സൺന്റെ തോളത്ത് തലവച്ചു ചാരിയിരുന്നുറങ്ങിയതുകൂടി ഓർമ വന്നപ്പോൾ ആദ്യം തോന്നിയ ഈർഷ്യ മാറി.

''വീട്ടീന്ന് എന്തൊക്കെ സ്പെഷലാണ് കൊണ്ടുവന്നിരിക്കുന്നെ?'' ജെയ്സൺ ചോദിച്ചു.

''സ്പെഷലൊന്നുമില്ല.'' ജിബിയ കുസൃതിയോടെ പറഞ്ഞു.

''അതു നുണ. ഒന്നുമില്ലാതിരിക്കാൻ ഒരു സാധ്യതേം ഇല്ല. പ്രത്യേകിച്ചും ആദ്യത്തെ തവണ അവധിക്കു വീട്ടിൽ പോയിട്ടു വരുമ്പം.''

''ആദ്യത്തെ അവധിക്കെന്നാ പ്രത്യേകത?'' ജിബിയ ചോദിച്ചു.

''അതോ, ബാംഗ്ലൂരിലെ മെസ്സിൽ ഉണക്കച്ചപ്പാത്തീം, വെള്ളയരിച്ചോറും പുഴുവും പാറ്റയുമൊക്കെയുള്ള സാമ്പാറും ഒക്കെ മാസങ്ങളോളം കഴിച്ചിട്ടു പോയതല്ലേ. ആ ചരിത്രമൊക്കെ വീട്ടിപ്പറയുമ്പം അവര് എന്തെങ്കിലുമൊക്കെ ഉണ്ടാക്കി തന്നുവിടുമല്ലോ.''

''എല്ലാം അറിയാം, അല്ലേ?''

''ഞാൻ രണ്ടുവർഷത്തോളമായില്ലേ ഈ പോക്കും വരവും തൊടങ്ങീട്ട്.''

''മമ്മി എന്തൊക്കെയോ പാക്ക്ചെയ്തു തന്നുവിട്ടിട്ടൊണ്ട്. ആറ്റിലെ മീൻപിടിച്ച് ഉണക്കി അച്ചാറിട്ടത്. നാരങ്ങാ അച്ചാർ, കടുമാങ്ങ, പിന്നെ ചിപ്സും ചക്ക വറുത്തതും അങ്ങനെ കുറേ...''

"ഏതു ബാഗിലാ അതൊക്കെ?"

"അടിച്ചു മാറ്റാൻ വേണ്ടിയാണോ?"

"മനസ്സിലായി, അല്ലേ?" ജെയ്സൺ ചിരിയോടെ പറഞ്ഞു: "ഞാനും കുറേ സാധനങ്ങൾ കൊണ്ടുവന്നിട്ടൊണ്ട്. വേണ്ടെന്നു പറഞ്ഞാലും അമ്മച്ചി കെട്ടിപ്പൊതിഞ്ഞു തന്നുവിടും."

"അമ്മയെ വിളിക്കുന്നതാണോ അമ്മച്ചി?"

"ഞാൻ മമ്മീന്നു വിളിക്കും, അമ്മേന്നു വിളിക്കും, അമ്മച്ചീന്നു വിളിക്കും, റോസമ്മേന്നും വിളിക്കും."

ജിബിയ അതുകേട്ട് ചിരിച്ചു.

"പിന്നൊരു കാര്യം." ജെയ്സൺ സ്വരം താഴ്ത്തി: "സ്പെഷൽ ഐറ്റംസൊക്കെ ലോക്കുള്ള പെട്ടിയിൽ വച്ച് സൂക്ഷിക്കണം. ഇല്ലെങ്കി ആരെങ്കിലുമൊക്കെ കട്ടുതിന്നും. എല്ലാരടേം മുമ്പി വെളമ്പാൻ പോയാൽ ഒറ്റ ദിവസംകൊണ്ട് ടിന്നുകൾ ശൂന്യമാകും."

"അതൊക്കെ മമ്മി പറഞ്ഞയച്ചിട്ടൊണ്ട്."

"എന്നുവച്ച് എല്ലാം ഒളിപ്പിച്ചുവയ്ക്കരുത്. കൂട്ടുകാർക്ക് പങ്കിട്ടു കൊടുക്കാനുള്ളത് കരുതീട്ടില്ലേ?"

"ഒണ്ട്."

"നന്നായി. ടിടിആർ വരുമ്പോ കാണിക്കാൻ ഐഡി കാർഡൊണ്ടോ?" ജെയ്സൺ പെട്ടെന്നു വിഷയം മാറ്റി.

"വോട്ടേഴ്സ് ഐഡി ഒണ്ട്. മതിയോ?"

"ങ്ആഹാ... പതിനെട്ട് വയസ്സ് തെകഞ്ഞതല്ലേ ഒള്ളൂ."

"കഴിഞ്ഞ നവംബറിലാരുന്നു. പപ്പാ അപ്പത്തന്നെ എന്നെ കൂട്ടിക്കൊണ്ട് പോയി വേട്ടേഴ്സ് ലിസ്റ്റിൽ എന്റെ പേര് ചേർത്തു."

"പപ്പാ രാഷ്ട്രീയക്കാരനാണോ?"

"ങാ, കൊറച്ച്. കഴിഞ്ഞ മാർച്ചിലെ ഇലക്ഷന് എന്നെക്കൊണ്ട് വോട്ട് ചെയ്യിക്കാൻ വേണ്ടി ചെയ്തതാ."

"പപ്പാ ഏതു പാർട്ടിയാ?"

"എനിക്ക് രാഷ്ട്രീയം ഒന്നും അറിയാനേ വയ്യ. പ്രധാനമന്ത്രീം മുഖ്യമന്ത്രീം ആരാണെന്നു ചോദിച്ചാ പറയാം. അവരേതു പാർട്ടിയാണെന്നു ചോദിച്ചാ ഒരു പിടീം ഇല്ല."

"ഇന്ത്യൻ പ്രസിഡന്റ്?"

"പ്ലീസ്... നാണം കെടുത്തല്ലേ."

ജെയ്സൺ അവളുടെ കുസൃതിയും അപേക്ഷയും കുറുകിയ കണ്ണുകളിലേക്ക് രണ്ടു നിമിഷം നോക്കിയിരുന്നു.

ട്രെയിൻ തൃശ്ശൂർ കഴിഞ്ഞതോടെ തിരക്ക് കുറഞ്ഞുതുടങ്ങിയിരുന്നു.

രാത്രിയാകാൻ പോവുകയാണ്. റിസർവേഷൻ ഇല്ലാത്തവരെല്ലാം ബോഗിയിൽനിന്നു പൊയ്ക്കഴിഞ്ഞു.

''ടി.ടി.ആർ. വരുമ്പം ടിക്കറ്റ് ബുക്ക് ചെയ്ത ആളിന്റെ പേരും ജിബിയുടെ ഐഡിയും വയസ്സുമൊക്കെ ഒത്തുനോക്കും. അപ്പോ എന്തു ചെയ്യും?''

''അങ്ങനെയൊക്കെ ഒണ്ടോ? എനിക്ക് ഒന്നും അറിയത്തില്ല.'' ജിബിയ പരിഭ്രമിച്ചു.

''പേര് വ്യത്യാസമൊണ്ടെങ്കി ഇതിൽ യാത്രചെയ്യാൻ സമ്മതിക്കത്തില്ല. ഇറക്കിവിടും.''

ജിബിയ കണ്ണു മിഴിച്ചു.

''പേടിക്കണ്ടടോ. എന്റെ ഫ്രണ്ടിന്റെ പേരും തന്റെ പേരും ഒന്നു തന്നെയാ.''

''എന്റെ അതേ പേരോ?''

''പേരുമാത്രമല്ല, വയസ്സും.''

''അതാരാ ഇത്ര കൃത്യമായിട്ട്...'' ജിബിയയ്ക്ക് ജിജ്ഞാസയേറി.

''താൻതന്നെ.'' അവൻ കുസൃതിയോടെ പറഞ്ഞു.

''എനിക്കു വേണ്ടീട്ടുകൂടെ ടിക്കറ്റ് ബുക്ക് ചെയ്താരുന്നോ? എന്നോടു പറയാതെ.'' അവൾ ആശ്ചര്യത്തിൽ അവനെ നോക്കി.

''പിന്നല്ലാതെ...''

''എന്നോട് നേരത്തെ പറഞ്ഞില്ലല്ലോ.''

''ഒരു സർപ്രൈസായിട്ട് സൂക്ഷിച്ചതാ.''

''ഞാനീ ടിക്കറ്റ് വേണ്ടെന്നു പറഞ്ഞിരുന്നെങ്കിലോ?''

''എന്റെ പൈസ റെയിൽവേ കൊണ്ടുപോയെന്നു കരുതും.''

''ഞാൻ കേറുമെന്ന് ചേട്ടായിക്ക് ഒറപ്പാരുന്നോ?''

''എനിക്കറിയാം ഇന്നത്തെ തിരക്ക്. ഞാൻ കോട്ടയം ടു ബാംഗ്ലൂർ പലതവണ പോയി വന്നതല്ലേ.''

ജിബിയ മുഖം താഴ്ത്തി ചിന്താധീനയായി ഇരുന്നു. അൽപം കഴിഞ്ഞ് വീണ്ടും അവനെ നോക്കി.

ആ നോട്ടത്തിൽ എന്തൊക്കെയോ സംശയങ്ങളുണ്ടെന്ന് ജെയ്സണു തോന്നി.

''രാത്രി കഴിക്കാൻ എന്തേലും കൊണ്ടുവന്നിട്ടുണ്ടോ?'' അവൻ വിഷയം മാറ്റി.

''ഇല്ല. കഴിച്ചിട്ടാ പോന്നത്.''

''എപ്പോ കഴിച്ചു?''

''ഉച്ചയ്ക്ക്.''

''അതു മതിയോ? രാത്രിയിലത്തേക്കുള്ളത് സൂക്ഷിക്കാനൊള്ള സൗകര്യം വയറ്റിത്തന്നെ ഒണ്ടോ? രാത്രി അയവെട്ടിയാ മതിയാരിക്കും, ആടിനെപ്പോലെ.''

ജിബിയ മുഖം കുനിച്ചിരുന്ന് ചിരിച്ചു.

ട്രെയിനിൽ ചിലരൊക്കെ ബർത്ത് നിവർത്തിത്തുടങ്ങിയിരുന്നു. പാലക്കാട് കഴിഞ്ഞ് കുതിച്ചു പായുകയാണു ട്രെയിൻ. ജെയ്സൺ തന്റെ ബാഗിൽനിന്ന് ഫുഡ് പാക്കറ്റുകൾ എടുത്തു. അതിലൊന്ന് ജിബിയയ്ക്കു നീട്ടി. അവൾ അപ്പോൾത്തന്നെ നിരസിച്ചു.

''എനിക്കു വേണ്ട.''

''ട്രെയിനിൽവച്ച് അന്യർ തരുന്ന ഭക്ഷണം വാങ്ങിക്കഴിക്കരുതെന്നല്ലേയുള്ളൂ. ഞാൻ അന്യനല്ലല്ലോ.''

''വേണ്ടാഞ്ഞിട്ടാ.''

''വീട്ടീന്നു ഞാൻ അമ്മച്ചിയെക്കൊണ്ട് ചോറും കറിയും പാക്ക് ചെയ്യിച്ച് കൊണ്ടുവന്നതാ. കഴിച്ചില്ലെങ്കി എന്നേം എന്റെ അമ്മച്ചിയേം ആക്ഷേപിക്കുന്നപോലെയാ.''

''എനിക്കു വെശപ്പില്ലാഞ്ഞിട്ടാണെന്നേ.''

''വെശപ്പില്ലെങ്കി ഇതു വാങ്ങിച്ച് ആ ജനലിക്കൂടെ എറിഞ്ഞുകളഞ്ഞേക്ക്.''

തങ്ങളുടെ സംഭാഷണത്തിന് മറ്റുള്ളവരും ചെവിയോർക്കുന്നുണ്ടെന്നു കണ്ടപ്പോൾ ജിബിയ ആ ഭക്ഷണപ്പൊതി വാങ്ങി മടിയിൽ വച്ചു.

ജെയ്സൺ തന്റെ ഭക്ഷണപ്പൊതിയഴിച്ച് വിടർത്തിവച്ചു. നാടൻ കുത്തരിച്ചോറിന്റെയും വറുത്തരച്ച കറിയുടെയും മറ്റും ഗന്ധം വായുവിൽ കലർന്നു.

ജിബിയ അനങ്ങാതിരിക്കുകയാണ്.

''കഴിക്കുന്നില്ലേ?'' ജെയ്സൺ ചോദിച്ചു.

''പിന്നെ കഴിച്ചോളാം.''

ജെയ്സൺ അഴിച്ച പൊതി ജിബിയയുടെ മടിയിലേക്കു വച്ചുകൊടുത്തു. പകരം അവൾ അഴിക്കാതെ വച്ചിരുന്നത് എടുത്തു. ജിബിയ പകച്ചു നോക്കിയപ്പോൾ അവൻ അവളുടെ മൂക്കിൻതുമ്പിനു നേർക്കു വിരൽ ചൂണ്ടി.

''കഴിക്കെടീ അത്. ആരെ കാണിക്കാനാ ഈ ജാട. എന്റെ കൂടെ അങ്ങോട്ടുമിങ്ങോട്ടും യാത്ര ചെയ്യാം. എന്നിട്ട് വേഷംകെട്ട്.''

ജെയ്സന്റെ ദേഷ്യം കണ്ട് ജിബിയ വിരണ്ടുപോയി.

അവൾ വേഗം മടിയിലിരുന്ന പൊതിയിൽനിന്നു ചോറുവാരിത്തിന്നാൻ തുടങ്ങി. അതിനിടയിൽ ജെയ്സണോട് പറഞ്ഞു:

''കഴിക്ക് ചേട്ടായീ. ഇപ്പഴും ചെറിയ ചൂടുണ്ട്.''

ജെയ്സൺ പുഞ്ചിരിച്ച് തല കുലുക്കി. ജെയ്സൺ ചോറുപൊതി അഴിച്ച് മടിയൽവച്ച് കഴിക്കാൻ തുടങ്ങി.

''കറിയൊക്കെ സൂപ്പറാണല്ലോ. അമ്മച്ചിയുണ്ടാക്കിയതാണോ?''

''അതെ. ഇഷ്ടപ്പെട്ടോ?''

''നല്ല ടേസ്റ്റ്. രണ്ടു പാക്കറ്റ് എടുത്തപ്പോൾ അമ്മച്ചി ചോദിച്ചില്ലേ ആർക്കാണെന്ന്.''

''ചോദിച്ചു.'' ജെയ്സൺ തലയാട്ടി.

''അന്നേരം എന്നാ പറഞ്ഞു?''

''ഊഹിക്കാമോ?''

''ഫ്രെണ്ടിനാണെന്ന് അല്ലേ?''

''അല്ല.''

''പിന്നെ?''

''എനിക്ക് വളരെ ഇഷ്ടമുള്ള ഒരാൾക്കു വേണ്ടിയാണെന്ന്.''

ജിബിയയുടെ നെഞ്ചിനു കീഴെ ഒരു തീത്തുള്ളി പാഞ്ഞു. അവൾ ഒരു നിമിഷം അവനെ ഉറ്റു നോക്കി. പിന്നെ മുഖം താഴ്ത്തി. ഒരുരുള ചോറുകൂടി കഴിച്ചു.

''എല്ലാം പ്രീപ്ലാൻഡ് ആയിരുന്നോ?'' പെട്ടെന്നായിരുന്നു ചോദ്യം.

ജെയ്സൺ ഒന്നു പതറി.

''അങ്ങനെ ഒളിച്ചുകളിയൊന്നുമില്ല. ഞാനിഷ്ടപ്പെട്ട ഒരു പെൺകുട്ടിയെ എന്റെ കൂടെ കൊണ്ടുപോകണം. ഞാനവൾക്കു കാവലായി നിൽക്കണം എന്നൊരാഗ്രഹം.''

ജിബിയ താനറിയാതെ തരളിതയായി. അതു മറയ്ക്കാൻ വേണ്ടി കുറച്ചു ചോറുകൂടി വാരി വായിലിട്ടു ചവച്ചു. എന്നിട്ട് സാധാരണ മട്ടിൽ തിരക്കി: ''അമ്മ ചോദിച്ചില്ലേ ആരാണെന്ന്?''

''ചോദിച്ചു.''

''എന്നിട്ട്?''

''അമ്മയോടു ഞാൻ എല്ലാം പറഞ്ഞു.''

''എന്തെല്ലാം?''

''നമ്മൾ തമ്മിൽ ഇന്നലെവരെ ഉണ്ടായിട്ടുള്ളതെല്ലാം.''

''ഇന്നലെ വരെ എന്നാ ഒണ്ടായെന്നാ?'' ജിബിയ പരിഭ്രമിച്ചു.

''ബാംഗ്ലൂരീന്ന് നമ്മൾ ഒന്നിച്ച് കോട്ടയത്തിന് ബസ്സിൽ വന്നില്ലേ. അതൊക്കെ.''

ഭക്ഷണത്തിനുശേഷം രണ്ടുപേരും കൈ കഴുകി വന്നു. ജെയ്സൺ തങ്ങളുടെ ബർത്ത് നമ്പറുകൾ ജിബിയയ്ക്കു കാട്ടിക്കൊടുത്തു.

“ഒരു അപ്പർ ബർത്തും മിഡിൽ ബർത്തും. ഇതിലേതു വേണം?”

“ചേട്ടായിതന്നെ പറഞ്ഞാ മതി. എനിക്കിതൊന്നും അറിയില്ല.”

“ഞാൻ അപ്പർബർത്തിൽ കിടന്നോളാം. ജിബിയ മിഡിൽ ബർത്തിൽ കേറിക്കോ.”

അവൾക്കു പിടിച്ചു കയറാനൊന്നും വശമില്ലായിരുന്നു. ജെയ്സൺ കൈപിടിച്ച് കയറ്റി. ഹാൻഡ്ബാഗ് തലയണയായി വച്ചുകൊണ്ട് അവൾ ഒരു വശം ചരിഞ്ഞു കിടന്നു.

“കംഫർട്ടബിളാണോ?” ജെയ്സൺ ചോദിച്ചു.

“ഉം... ചേട്ടായി എന്നോടെന്തിനാ ചൂടായത്?” ജിബിയ പരിഭവത്തിൽ ചോദിച്ചു.

“ങാഹാ... അതോ, ജാഡ കാണിച്ചിട്ട്. നമ്മളൊരാളെ കൈവെള്ളേൽ എടുത്തുവച്ച് കൊണ്ടു നടക്കുവാ. ബാംഗ്ലൂരീന്ന് കൂട്ടിക്കൊണ്ടു വരുന്നു. ടിക്കറ്റ് ബുക്ക്ചെയ്ത് തിരികെ കൊണ്ടുപോകുന്നു. ഫുഡ് കൊടുക്കുന്നു. അതിനൊക്കെ ഒരു മാതിരി പുല്ലുവെല. ദേഷ്യം വരാതിരിക്കുവോ?”

“എന്നോടു മാത്രം ഇത്രേം അടുപ്പം കാണിക്കുന്ന കണ്ടപ്പം എനിക്ക് സംശയം തോന്നി. ഞാനും മറ്റുള്ളവരേപ്പോലെ തന്നെയല്ലേ. എനിക്കെന്താ പ്രത്യേകത?”

“അതെനിക്ക് പറയാനറിഞ്ഞുകൂട. താനും പപ്പായും കൂടി അന്ന് ബാംഗ്ലൂർക്കു പോകാൻ ട്രെയിനിൽ കേറിയില്ലേ. ആദ്യം കണ്ടപ്പഴേ എനിക്കൊരു തോന്നലുണ്ടായതാ ഇതെന്റെ വേണ്ടപ്പെട്ട ആരോ ആണല്ലോന്ന്.”

“എനിക്കങ്ങനെ തോന്നിയില്ലല്ലോ.”

പറഞ്ഞതും, വേണ്ടായിരുന്നുവെന്ന് അവൾക്കു തോന്നി. ജെയ്സന്റെ മുഖം മങ്ങുന്നത് അവൾ കണ്ടു.

“സോറി. ഞാൻ വേറൊന്നും ഉദ്ദേശിച്ചു പറഞ്ഞതല്ല.” അവൾ ക്ഷമാപണം നടത്തി.

ജെയ്സൺ ഒന്നും മിണ്ടാതെ എതിർവശത്തുള്ള അപ്പർ ബർത്തിലേക്കു കയറി. അവിടെ സൗകര്യപ്രദമായി കിടന്നു. ചരിഞ്ഞു കിടന്ന് നോക്കുമ്പോൾ ജിബിയ കിടക്കുന്നതു കാണാം. അവൻ അവളെത്തന്നെ നോക്കിക്കൊണ്ടു കിടന്നു. അവൻ നോക്കുന്നുണ്ടെന്നു കണ്ട് ജിബിയ പതിയെ കണ്ണുകൾ പൂട്ടി.

വളവുകളിൽ ഇരുമ്പുചക്രങ്ങൾ ഉരസിയുണ്ടാകുന്ന ശബ്ദത്തിലും, ട്രെയിനിന്റെ കുലുക്കത്തിലും പാലങ്ങളിൽ കൂടി കടന്നുപോകുമ്പഴത്തെ മുഴക്കത്തിലും ഇടയ്ക്കിടെ ഞെട്ടിയുണർന്നും മയങ്ങിയും ജിബിയ നേരം വെളുപ്പിച്ചു.

ഏഴു മണിയോടെ ട്രെയിൻ ബാംഗ്ലൂർ മജസ്റ്റിക്കിൽ എത്തി. ജിബിയ അതിരാവിലെതന്നെ ഉണർന്നെണീറ്റിരുപ്പുണ്ടായിരുന്നു. ആറരയ്ക്ക്

അവൾ ജെയ്സണെ വിളിച്ചുണർത്തി. മജസ്റ്റിക്കിൽ ഇറങ്ങിയപ്പോൾ ലഗേജ് എടുക്കാൻ ജെയ്സൺ അവളെ സഹായിച്ചു.

പുറത്തിറങ്ങിയശേഷം ഒരു കോഫി ഷോപ്പിൽ കയറി അവർ ചായയും ഇഡ്ഡലിയും കഴിച്ചു. പിന്നെ ഓട്ടോറിക്ഷ വിളിച്ച് ഹോസ്റ്റലിലേക്കു തിരിച്ചു.

ജിബിയ ധർമസങ്കടത്തിലായിരുന്നു. ജെയ്സൺ തന്നെ ഹോസ്റ്റലിൽ കൊണ്ടുവിട്ടാൽ അത് മറ്റുള്ളവർ കാണും. പലരിലും സംശയം ജനിച്ചുവെന്നും വരാം.

അവളുടെ ആശയക്കുഴപ്പം മനസ്സിലാക്കിയതുപോലെ ജെയ്സൺ പറഞ്ഞു:

''നിങ്ങളുടെ ഹോസ്റ്റലിൽ ഞാനിറങ്ങുന്നില്ല. കൊണ്ടുവിട്ടിട്ട് ഞാനീ ഓട്ടോയിൽത്തന്നെ എന്റെ ഹോസ്റ്റലിലോട്ട് പൊയ്ക്കോളാം. ടെൻഷനടിക്കണ്ട.''

അതു കേട്ടപ്പോൾ ജിബിയയ്ക്ക് വല്ലാത്തൊരു ജാള്യം തോന്നി.

ജിബിയയെ ഹോസ്റ്റൽ ഗേറ്റിൽ എത്തിച്ചശേഷം, ജെയ്സൺ അതേ ഓട്ടോയിൽത്തന്നെ തിരികെ പോയി. ഓട്ടോ റിക്ഷയിൽനിന്ന് ലഗേജ് ഇറക്കുന്ന തിരക്കിനിടയിൽ ജിബിയ അവനോടൊരു നന്ദിവാക്കുപോലും പറഞ്ഞതുമില്ല.

ഹോസ്റ്റലിൽ ജിബിയയുടെ സഹപാഠികളിൽ ചിലരൊക്കെ എത്തിച്ചേർന്നിട്ടുണ്ടായിരുന്നു.

''നീ എങ്ങനെയാ വന്നത്, ബസ്സിലാണോ?'' ലിയാ തോമസ് ചോദിച്ചു.

''അല്ല. ട്രെയിനിൽ.''

''ഐലൻഡ് എക്സ്പ്രസ്സിലോ?''

''അതെ.''

''എവിടുന്നാ കേറിയത്, ആലുവായീന്നോ?''

''അല്ല, കോട്ടയത്ത്ന്ന്.''

''പോടീ കള്ളം പറയാതെ. ഞങ്ങളും അതിലാണല്ലോ വന്നെ. ജനറൽ കംപാർട്ട്മെന്റിലൊന്നും കണ്ടില്ലല്ലോ.''

''ഞാൻ ടിക്കറ്റ് ബുക്ക് ചെയ്ത് അതിലാ വന്നെ.''

''ആണോടീ. ബർത്ത് ഒക്കെ ഒണ്ടായിരുന്നോ?''

''പിന്നില്ലാതെ. ഞാൻ സുഖമായിട്ട് കെടന്നൊറങ്ങി.''

''ആണോ? ഞങ്ങള് തിങ്ങി ഞെരുങ്ങി വശംകെട്ടു പോയി. ഒരു പോള കണ്ണടച്ചില്ല, ട്രെയിനീന്ന് ഇറങ്ങിയപ്പഴും നിന്നെ കണ്ടില്ലല്ലോ!''

''ഞാൻ ട്രെയിനിന്റെ മറ്റേ അറ്റത്തല്ലായിരുന്നോ. ഞാനിറങ്ങി വന്നപ്പോഴേക്കും നിങ്ങളൊക്കെ പോയി.''

ജിബിയ പറഞ്ഞതെല്ലാം സത്യമായിരുന്നു. ഒപ്പം അതിലൊരു വലിയ കള്ളവും ഒളിഞ്ഞുകിടന്നു.

എല്ലാവരും ക്ലാസിലേക്കു പോകാനുള്ള തിരക്കിലാണ്. ലിയായും ബെറ്റിയും ഇന്നു ക്ലാസ്സിൽ പോകുന്നില്ലെന്നു തീരുമാനിച്ചു. ഉറങ്ങണം. രാത്രി ഉറങ്ങിയിട്ടില്ല.

''നൂറ്റൻപതു രൂപ ഫൈൻ കെട്ടേണ്ടി വരും.'' ട്രീസ മുന്നറിയിപ്പ് നൽകി.

ഒരു അധ്യയനദിവസം അറ്റൻഡൻസ് നഷ്ടപ്പെടുത്തിയാലുള്ള പെനാൽറ്റിയാണ് നൂറ്റൻപതു രൂപ.

''ആണോ? നമ്മളോടു വാങ്ങുന്ന കൊള്ള ഫീസുകൂടാതെ മാനേജ്മെന്റ് വേറെ കൊള്ളയടിക്കുന്നോ? ഇവരിതിനൊക്കെ ദൈവത്തിന്റടുത്ത് ഫൈനടയ്ക്കേണ്ടി വരില്ലേ?''

ലിയായുടെ അമർഷമായിരുന്നു അത്.

ജിബിയ ഫോണെടുത്ത് നോക്കിയപ്പോൾ വീട്ടിൽനിന്ന് രണ്ട് മിസ്ഡ് കോളുകളുണ്ട്. അവൾ വീട്ടിലേക്കു തിരിച്ചു വിളിച്ച് താൻ ഹോസ്റ്റലിൽ എത്തിയെന്നും ക്ലാസ്സിലേക്കു പോകാനുള്ള തിരക്കിലാണെന്നും വൈകുന്നേരം വിളിക്കാമെന്നും പറഞ്ഞ് ഫോൺ വച്ചു.

റൂമിൽ ഡബിൾ ഡെക്കർ കട്ടിലുകളുടെ നിര. കട്ടിലുകൾക്ക് ഇടയിലും കീഴിലുമൊക്കെയായി കൂട്ടിയിട്ട സ്യൂട്ട്കേസുകൾ, ട്രാവൽ ബാഗുകൾ... വൃത്തിഹീനമായ ടോയ്‌ലെറ്റും വാഷ്ബേസിനും. സ്വർഗത്തിൽനിന്ന് വീണ്ടും നരകത്തിലേക്ക് തിരിച്ചെത്തിയപോലെ. ഈ ദുരിതം താൻ അതിജീവിക്കുമോ എന്ന് ജിബിയയ്ക്ക് പിന്നെയും സംശയമായി. ഒന്നോ രണ്ടോ മാസങ്ങളല്ല, വർഷങ്ങളോളം ഇതനുഭവിച്ചേ പറ്റൂ.

പെട്ടെന്ന് അവളുടെ മനസ്സിൽ പവിത്രയുടെ കദനം നിറഞ്ഞ മുഖവും കണ്ണു നിറഞ്ഞു നിൽക്കുന്ന കണ്ണീരിന്റെ തിളക്കവും ഓർമ വന്നു. എവിടുന്നോ ഒരു ശക്തി ലഭിക്കുന്നതായി അവൾക്കു തോന്നി. ഇത് അതിനെക്കാൾ എത്ര ഭേദം.

അവൾ ആശ്വസിക്കാൻ ശ്രമിച്ചു. കോളജ് തുറന്ന ദിവസമായതിനാൽ ക്ലാസ്സിൽ വിദ്യാർത്ഥികളുടെ എണ്ണം കുറവായിരുന്നു. വൈകുന്നേരം ഹോസ്റ്റലിൽ തിരിച്ചെത്തിയിട്ട് ബാഗ് തുറന്ന് ഫോൺ എടുത്തു നോക്കി. അതിൽ ഒരു മിസ്ഡ് കോൾ. ജെയ്സന്റേയാണ്.

രാവിലെ സുരക്ഷിതമായി ഇവിടെത്തിച്ചിട്ട് ഒരു താങ്ക്സ്പോലും പറഞ്ഞില്ലല്ലോ എന്ന് അവൾ ഓർത്തു. റൂമിൽനിന്ന് ഇറങ്ങി കോണിപ്പടി കയറി പാതിയോളം ചെന്നിട്ട് ജിബിയ ജെയ്സണെ വിളിച്ചു.

പെട്ടെന്നുതന്നെ ആളെ ലൈനിൽ കിട്ടി.

''ഹലോ, ജിബീ...''

‘‘മിസ്ഡ് കോൾ ഇപ്പഴാ കണ്ടത്. രാവിലെ താങ്ക്സ് പറയാൻ വിട്ടു പോയി ട്ടോ. സോറി.’’

‘‘താങ്ക്സ് പറയാൻ മറന്നാൽ സോറിയാണോ പറയേണ്ടത്, താങ്ക്സ് തന്നെയല്ലേ.’’

‘‘അതും ഒണ്ട്. ഒരുപാട് നന്ദി.’’

‘‘ക്ലാസ്സിൽ പോയോ?’’

‘‘പോയി. ഇല്ലേങ്കി നൂറ്റൻപതു രൂപ ഫൈനടയ്ക്കണ്ടേ.’’

‘‘ഞാനും പോയി. ക്ലാസ്സ് കഴിഞ്ഞപ്പഴാ വിളിച്ചത്.’’

‘‘ട്രെയിൻ ടിക്കറ്റിന്റെ പൈസ തരാം കേട്ടോ.’’

‘‘അതുമാത്രം പോരല്ലോ. സൂപ്പർ ഫുഡല്ലേ രാത്രി കഴിച്ചത്. അതിന്റെ പൈസ. പിന്നെ ബ്രേക്ഫാസ്റ്റിന്റെ പൈസ ഞാനല്ലേ കൊടുത്തത്. പിന്നെ ഓട്ടോ ചാർജ്.’’

‘‘എല്ലാംകൂടി ചേർത്ത് പറഞ്ഞാ മതി.’’

‘‘താൻ എല്ലാ കണക്കുകളും ഇങ്ങനെ പൈസ കൊടുത്ത് തീർക്ക്വോ? എല്ലാ ബന്ധങ്ങളേയും ഇങ്ങനെയാണോ കാണുന്നെ.’’

‘‘പൈസ തരാനൊള്ളത് തരണ്ടേ.’’

‘‘ആ പൈസ തിരിച്ചു കിട്ടാൻ വേണ്ടിയാണോ ഞാനിത്രേം കരുതലോടെ തന്നെ എന്റെ കൂടെ കൊണ്ടുവന്നത്? ആ കണക്ക് പൈസ തന്നാൽ തീരുന്നതാണോ?’’

‘‘പിന്നെ ഞാനെന്നതാ ചെയ്യണ്ടേ.’’

‘‘എടോ, ഇതൊക്കെ തന്നോടുള്ള സ്നേഹം കൊണ്ടാ. അത്രയ്ക്ക് ഇഷ്ടം തോന്നിയതുകൊണ്ട്. കുറച്ചൂടെ തെളിച്ചു പറയണോ? ഐ ലവ് യൂ. ഇതൊക്കെ പറഞ്ഞാലേ മനസ്സിലാവത്തൊള്ളോ. കാണുമ്പം അറിഞ്ഞുകൂടെ. പൊട്ടിയൊന്നും അല്ലല്ലോ.’’

ജിബിയ തരിച്ചു നിന്നുപോയി.

സ്റ്റെയർകേസിന്റെ ഹാൻഡ് റെയിലിൽ പിടിച്ച് അവൾ അങ്ങിങ്ങ് പതറിപ്പതറി നോക്കി.

‘‘ജിബീ, താനെന്താ ഒന്നും മിണ്ടാത്തെ?’’

‘‘വേണ്ട.’’ അവളുടെ തൊണ്ടയിടറി. ‘‘എന്നെ സ്നേഹിക്കണ്ട. എന്നോടിനി ഒരിഷ്ടോം കാണിക്കണ്ട.’’

‘‘എന്താ കാര്യം? എന്നെ കൊള്ളത്തില്ലേ. എന്നോട് ഒരിഷ്ടോം തോന്നിയില്ലേ. തൊറന്നു പറ. ഞാനെപ്പോഴെങ്കിലും മോശമായിട്ടു പെരുമാറിയോ?’’

‘‘ഇല്ല. എന്റടുത്ത് നല്ലപോലെയാ പെരുമാറിയത്. നല്ലയാളാ. ഇഷ്ടക്കേടൊണ്ടായിട്ടല്ല. എനിക്കു പറ്റത്തില്ല. സോറി... സോറി...’’

‘‘അതിന് താനെന്തിനാ കരയുന്നെ?’’

‘‘വേണ്ട. ഇതിവിടെ നിർത്താം. സോറി.’’

ജിബിയ കോൾ കട്ട് ചെയ്തു. തളർന്ന് സ്റ്റെയറിലേക്ക് ഇരുന്നു. അവളുടെ കണ്ണിൽനിന്ന് വലിയ തുള്ളികൾ രൂപപ്പെട്ട് അടർന്നു വീഴുന്നത് അവളെത്തന്നെ ആശ്ചര്യപ്പെടുത്തി.

ഇതെന്തുകൊണ്ടാണ്?

പ്രണയത്തിന്റെ തീക്കടൽ നീന്തിക്കടന്ന് കരപറ്റിയതേ ഉള്ളൂ. ഹൃദയത്തിൽ കഠാര കുത്തിയിറക്കിയപോലുള്ള ആ പ്രാണവേദന അനുഭവിച്ച്, തൊണ്ടയിലും ശ്വാസത്തിലും ആ മുറിവിലെ ചോരയുടെ ഗന്ധവും ചുവയും അറിഞ്ഞ്, ശരീരവും മനസ്സും വറ്റിവരണ്ട് എത്രനാൾ കഴിഞ്ഞുകൂടി.

വീണ്ടും ഒരു പ്രണയമോ?

‘‘വേണ്ട... സോറി... എനിക്കു പറ്റില്ല.’’

അവൾ വീണ്ടും അറിയാതെ പറഞ്ഞുപോയി. എന്നിട്ട് ചുറ്റും നോക്കി. ആരെങ്കിലും കേട്ടുവോ! വേഗം കണ്ണും കരളും തുടച്ചു. അന്നുരാത്രി കിടക്കുമ്പോൾ അവൾ പ്രാർത്ഥിച്ചു. ദൈവമേ... എന്നെ പ്രലോഭനങ്ങളിലും പരീക്ഷണങ്ങളിലും ഉൾപ്പെടുത്തരുതേ. കൂട്ടത്തിൽ അവൾ ജെയ്സണുവേണ്ടിയും പ്രാർത്ഥിച്ചു.

‘‘ആ നല്ല മനുഷ്യനെ ഇതിൽനിന്നു പിൻതിരിപ്പിക്കണേ. ചേട്ടായിക്ക് നല്ലബുദ്ധി തോന്നിക്കണേ.’’

അങ്ങനെ പ്രാർത്ഥിക്കുമ്പോഴും അവൾ ഫോൺ ഇടംകയ്യിൽ പിടിച്ചിട്ടുണ്ടായിരുന്നു.

ഒരു മിസ്ഡ് കോൾ?

ഒരു മെസ്സേജ്?

ജെയ്സണ് വലിയ സങ്കടമായിട്ടുണ്ടാകുമോ?

അവൾ ഇടയ്ക്കിടയ്ക്ക് ഫോണിൽ നോക്കിക്കൊണ്ടു കിടന്നു.

പതിനെട്ട്

പവിത്ര വീട്ടിൽ എത്തിയിട്ട് ഒരാഴ്ച കഴിഞ്ഞു. പതിനഞ്ചു മിനിറ്റ് ഓട്ടോ ഓടിച്ചാൽ വന്നു പോകാവുന്ന ദൂരമേ ഉള്ളൂ. എന്നിട്ടും ജയ പ്രകാശ് ഇതേവരെ അവളെ കാണാൻ വന്നിട്ടില്ല. ഒരു ഫോൺകോൾ പോലും ചെയ്തിട്ടില്ല.

''ഇതെന്താടീ അവനിങ്ങനെ?'' മൂക്കത്ത് വിരൽ വച്ച് അജിതമ്മ പലതവണ മകളോടു ചോദിച്ചു.

''പ്രകാശേട്ടൻ പെണങ്ങീട്ടാ. എനിക്കറിയാം.''

''അവനെന്തിനാ പെണങ്ങുന്നെ?''

''ഇവിടുന്ന് എല്ലാരുംകൂടെ ചെന്ന് പ്രകാശേട്ടന്റെ അമ്മയെ വഴക്ക് പറഞ്ഞില്ലേ. അതു മാത്രമല്ല, നിർബന്ധിച്ച് പ്രകാശേട്ടനെക്കൊണ്ട് സമ്മതിപ്പിച്ചിട്ടല്ലേ എന്നെ അവിടുന്ന് കൂട്ടിക്കൊണ്ടുപോന്നെ. അതൊന്നും പ്രകാശേട്ടന് ഇഷ്ടപ്പെട്ടുകാണത്തില്ല.''

''എന്നാലും അവർ നിന്റെ കെട്ടിയവനല്ലേടീ മോളേ. ഒരു മനസ്സാക്ഷി വേണ്ടേ. ഒരാഴ്ച കഴിഞ്ഞിട്ടും സ്വന്തം ഭാര്യയ്ക്ക് എന്തു സംഭവിച്ചെന്ന് അവനറിയണ്ടേ. ഇവിടംവരെ ഒന്നു വന്നിട്ട് പോകാരുന്നല്ലോ. ഒന്നു ഫോൺ വിളിക്കായിരുന്നല്ലോ. പഞ്ചായത്തുപടീക്കൂടെ അവനെത്ര തവണ ഓട്ടം പോയിട്ടൊണ്ടായിരിക്കും. ഒന്നിങ്ങോട്ടു കേറാൻ തോന്നിയോ?''

''ആ തള്ള പറഞ്ഞുകൊടുത്തായിരിക്കും ഇനി അവളെ വിളിക്കണ്ട ഉപേക്ഷിച്ചേക്കാൻ.''

''അതു കേട്ട് അനുസരിക്കാനൊള്ളതേ ഒള്ളോ അവൻ. ഒന്നുമല്ലേലും ഒരാണല്ലേടീ. ആണുങ്ങളായാ കൊറച്ചു സാമർത്ഥ്യോം തന്റേടോം ഒക്കെ വേണം.''

''നിങ്ങളെല്ലാരും കൂടെ പിടിച്ച് തലേലോട്ടു വച്ചു തന്നതല്ലേ. വേണ്ടാ വേണ്ടാന്നു കാലുപിടിച്ച് ഞാനെത്ര കരഞ്ഞിട്ടും കേക്കാതെ.''

അവിടെ അജിതമ്മയുടെ നാവിറങ്ങിപ്പോയി.

പവിത്രയെ കാണാനോ കൂട്ടിക്കൊണ്ടുപോകാനോ ജയപ്രകാശ് വന്നില്ലെന്നറിഞ്ഞപ്പോൾ ശിവരാജവും രമേശനും രോഷാകുലരായി.

“അതെന്തു മര്യാദയാ. പോക്രിത്തരത്തിനും ഒരതിരില്ലേ. ചോദിക്ക ണ്ടായോ?”

ശിവരാജനും രമേശനും കൂടി പവിത്രയുടെ അച്ഛൻ സുദർശന നെയും കൂട്ടി ഓട്ടോറിക്ഷാ സ്റ്റാൻഡിൽ ചെന്ന് ജയപ്രകാശിനെ കണ്ടു.

“നീയെന്നാ പ്രകാശാ പവിത്രേ വിളിച്ചോണ്ടു പോകാൻ വരാത്തെ. അവളെ ഉപേക്ഷിച്ചോ?”

“നിങ്ങള് ബലമായിട്ട് കൂട്ടിക്കൊണ്ടുപോയതല്ലേ. തിരിച്ചുകൊണ്ടു വിടുമെന്നു വിചാരിച്ചു.”

“ശരി, ഞങ്ങള് കൊണ്ടുവിട്ടോളാം. ഇത്രേം ദിവസത്തിനെടയ്ക്ക് നീ അവളെപ്പറ്റി അന്വേഷിച്ചോ. ഫോണിൽ പോലും വിളിച്ചില്ലല്ലോ. അതെവിടുത്തെ ഞായമാ?”

“നിങ്ങള് സമാധാനത്തിൽ വിളിച്ചോണ്ടു പോയതല്ലല്ലോ. ഭീഷണി പ്പെടുത്തീട്ട് കൊണ്ടുപോയതല്ലേ. അതെനിക്കത്ര ഇഷ്ടപ്പെട്ടില്ല.”

“ഇതിനൊക്കെ നിന്നോട് മറുപടി പറഞ്ഞാ കൂടിപ്പോകും പ്രകാശാ. അന്തസ്സൊള്ളവനാണെങ്കി നീ വന്ന് അവളെ വിളിച്ചോണ്ടു പോ.”

“എനിക്ക് അന്തസ്സിച്ചിരി കൊറവാ.”

“ഞങ്ങള് കൊണ്ടുവിട്ടില്ലെങ്കി നീയവളെ വിളിച്ചോണ്ട് പോകത്തില്ല?”

“തൽക്കാലം അങ്ങനൊരുദ്ദേശ്യം ഇല്ല.”

“ശരി, നമുക്ക് നോക്കാം.”

ശിവരാജനും രമേശനും സുദർശനും കൂടി വീട്ടിലെത്തി അജിതമ്മ യോടു പറഞ്ഞു.

“അവിളിവിടെ നിന്നോട്ടെ. അവൻ വിളിക്കാൻ വരുവോന്ന് അറിഞ്ഞിട്ടു മതി ബാക്കി കാര്യം.”

“ഇവിടെ നിർത്താൻ പറ്റുവോ രമേശാ. നാട്ടുകാരോട് എന്നാ സമാ ധാനം പറയും? ഇപ്പത്തന്നെ അയലത്ത്കാര് സംശയം വച്ച് ചോദ്യം തൊടങ്ങി, പവിമോള് കെട്ടിയോന്റെ വീട്ടീന്ന് വഴക്കിട്ട് വന്നതാണോന്ന്.” അജിതമ്മ പറഞ്ഞു.

“അവനു വേണെങ്കി അവൻ വന്നു വിളിക്കും. ഇല്ലെങ്കി അവനിവളെ വേണ്ടെന്നു കരുതിക്കോട്ടെ. നമുക്ക് പൊലീസിലൊരു പരാതി കൊടുക്കാം. ഗാർഹികപീഡനത്തിന്. അവനേം തള്ളയേം ജയിലിക്കേറ്റണം. കൊടുത്ത സ്ത്രീധനോം തിരിച്ചു വാങ്ങണം.” ശിവരാജൻ അമർഷത്തോടെ പറഞ്ഞു.

പക്ഷേ, ആ വാശി മൂന്നു ദിവസത്തിനപ്പുറത്തേക്കു നീണ്ടില്ല. പവിത്ര യ്ക്കു പെട്ടെന്നൊരു തളർച്ചയും വിറയലും. അജിതമ്മയ്ക്ക് ആകെ യൊരു പന്തികേടു തോന്നി. ഈരാറ്റുപേട്ടയിലെ ആശുപത്രിയിൽ കൊണ്ടുപോയി പരിശോധിപ്പിച്ചപ്പോൾ ഒരു സത്യം വെളിവായി.

പവിത്ര ഗർഭം ധരിച്ചിരിക്കുന്നു.

വിവരം അറിഞ്ഞപ്പോൾ സന്തോഷിക്കുകയാണോ ദുഃഖിക്കുകയാണോ വേണ്ടതെന്നു തിരിച്ചറിയാതെ അജിതമ്മ കുഴങ്ങിപ്പോയി.

പവിത്രയുടെ ഉദരത്തിൽ മാത്രമല്ല നെഞ്ചിലും ഒരു ഭാരം വന്ന് അമർന്നപോലെയായി. കേവലം പത്തൊൻപതു വയസ്സിൽ, നോട്ട്ബുക്കുകളുമായി കോളജിലേക്കു പോകേണ്ട ഒരു പെൺകുട്ടി, ഒക്കത്തൊരു കുഞ്ഞിനെയും വച്ച് വഴിയരികിൽ നിന്നുകൊണ്ട് തന്റെ സഹപാഠികളായിരുന്നവർ കോളജിലേക്ക് പോവുകയും വരികയും ചെയ്യുന്നത് വെറുതെ കാണുന്ന ഒരു ചിത്രം അവളുടെ മനസ്സിൽ തെളിഞ്ഞു.

എന്തിനു വേണ്ടിയാണ് തന്റെ കല്യാണം നടത്തപ്പെട്ടത്?

എന്തിനു വേണ്ടിയാണ് താൻ ഗർഭിണിയായതും ഒരു കുഞ്ഞിനെ പ്രസവിക്കാൻ പോകുന്നതും.

തന്റെ സംഭാവന ഇല്ലെങ്കിൽ പോലും ലോകത്ത് ജനസംഖ്യയ്ക്ക് യാതൊരു കുറവുമില്ല.

തന്റെ വയറ്റിൽനിന്നു പിറക്കാൻപോകുന്നത് മാനവരാശിയെ രക്ഷയിലേക്കു നയിക്കാനുള്ള ഒരു മഹാവതാരമായിരിക്കുമെന്ന വിശ്വാസവുമില്ല.

ഒരു കുഞ്ഞ് ജനിക്കും, അത്രതന്നെ. അതിനെ താൻ പാൽ കൊടുത്തും പഴം കൊടുത്തും വളർത്തും. തന്നിൽനിന്നു വെള്ളവും വളവും വലിച്ചെടുത്ത് അത് പ്രായപൂർത്തിയിലെത്തും. താനപ്പോൾ അടുക്കളപ്പാത്രങ്ങൾക്കും പാചകജോലികൾക്കും വീടു വൃത്തിയാക്കലുകൾക്കുമിടയിൽ ഞെരിഞ്ഞമർന്ന് കോലംകെട്ട് വറ്റിവരണ്ടു പോകും. പഠിച്ച് എവിടെയോ എത്തിച്ചേരേണ്ടവളായ താൻ. ഇതിന്റെ പേരാണോ വിധി?

‘‘നിനക്കൊരു സന്തോഷോം തോന്നുന്നില്ലേ മോളേ?’’ വീട്ടിലെത്തിയപ്പോൾ അജിതമ്മ ചോദിച്ചു.

‘‘ആ നരകത്തിലോട്ട് ഒരു കുഞ്ഞും വരുമെന്നറിഞ്ഞിട്ട് നിന്ന് സന്തോഷിക്കാനോ?’’ പവിത്ര ചോദിച്ചു.

അജിതമ്മ മകളുടെ മുഖത്തേക്കു വല്ലായ്മയോടെ നോക്കിയിരുന്നു.

‘‘പ്രകാശനെ അറിയിക്കണ്ടേ.’’

പവിത്ര ഒന്നും മിണ്ടാതെ വിദൂരതയിലേക്കു നോക്കിയിരുന്നു.

അജിതമ്മ ഭർത്താവിനെയും സഹോദരനെയും വിവരം അറിയിച്ചു. അവർക്കും സന്തോഷത്തെക്കാൾ, ഒരു പ്രഹരമേറ്റതുപോലെയാണു തോന്നിയത്. ജയപ്രകാശ് പവിത്രയെ വിളിച്ചുകൊണ്ടുപോകാൻ തയ്യാറല്ലെങ്കിൽ ആ ബന്ധം അവസാനിപ്പിക്കുന്നതിനെക്കുറിച്ചുപോലും അവർ ആലോചിച്ചുകൊണ്ടിരിക്കെയാണ് ഓർക്കാപ്പുറത്ത് ഇങ്ങനെയൊരു വഴിത്തിരിവ്.

‘‘ഇനി നമ്മളുതന്നെ അവളെ തിരിച്ചുകൊണ്ടുവിടുക. അല്ലാതെന്തു ചെയ്യാനാ?’’ സത്യാനന്ദൻ ധർമസങ്കടത്തിൽ പറഞ്ഞു.

''അന്നേരം പ്രകാശനും ആ തള്ളേം ജയിച്ചപോലായി. അവരടെ വാശി.''

''നമ്മള് നിവൃത്തികേടിലായിപ്പോയില്ലേ.''

എല്ലാവരും കൂടി ആലോചിച്ച് പവിത്രയെ ജയപ്രകാശന്റെ വീട്ടിൽ കൊണ്ടുവിടാൻ ഒരു ദിവസം തീരുമാനിച്ചു. അക്കാര്യം ജയപ്രകാശിനെ ഫോണിൽ വിളിച്ചു പറയുകയും ചെയ്തു.

''നിനക്ക് മറ്റന്നാൾ എന്തേലും അസൗകര്യമൊണ്ടെങ്കി ഇപ്പപ്പറയണം. ഞങ്ങളവിടെ വന്നു കഴിയുമ്പം ഞഞ്ഞാപിഞ്ഞാ പറയരുത്.''

''നിങ്ങള് എപ്പം വേണേലും കൊണ്ടുവിട്ടോ, ഒരു കൊഴപ്പോം ഇല്ല.'' ജയപ്രകാശ് അനുകൂലസ്വരത്തിൽ പറഞ്ഞു.

ഭർതൃഭവനത്തിലേക്കു പവിത്രയെ തിരിച്ചയയ്ക്കുന്നതിനു മുൻപ് അജിതമ്മ മകൾക്ക് ചില ഉപദേശങ്ങൾ നൽകാൻ മറന്നില്ല.

''കഴിയുന്നിടത്തോളം ആ തള്ളയുമായിട്ട് ഒത്തുപോകാൻ നോക്കണം. നിനക്കിനി ആ വീട്ടിൽ തന്നെ ജീവിച്ചേപറ്റൂ. ഒരു കുഞ്ഞും കൂടി ആയിക്കഴിയുമ്പം ഇട്ടെറിഞ്ഞുപോരാനൊന്നും വയ്യാത്ത അവസ്ഥയാ. കൊറേയൊക്കെ സഹിക്കേം ക്ഷമിക്കേം ചെയ്യാതെ നിവ!ൃത്തിയില്ല. ഇതിനേക്കാളും വല്യ ദുരിതോം വേദനേം അനുഭവിക്കുന്നോര് ലോകത്ത് ലക്ഷക്കണക്കിനൊണ്ടെന്ന് നീ ഓർക്കണം.''

''ഞാനെന്തിനാ അവരെയോർക്കുന്നെ. എന്നെക്കായിലും സന്തോഷമായിട്ട് ജീവിക്കുന്നോരടെ കാര്യം മാത്രേ ഞാനോർക്കുന്നൊള്ളൂ. എന്നെ ഒരു നരകത്തിലോട്ട് കൊണ്ടുതള്ളീട്ട് അവിടെ കെടക്കുന്ന മറ്റുള്ളോരെ നോക്കി സമാധാനിച്ചോളാൻ.'' പവിത്ര രോഷം പൂണ്ടു.

ഞണ്ടുകല്ലിൽനിന്നു സത്യാനന്ദനും ശിവരാജനും രമേശനും പിറ്റേന്നു രാവിലെ പഞ്ചായത്തു പടിക്കലെത്തി. സുദർശനനും അജിതമ്മയും പവിത്രയും പോകാനൊരുങ്ങി നിൽപുണ്ടായിരുന്നു.

''പവിത്ര ഗർഭിണിയാണെന്നൊള്ള വിവരമൊന്നും ഇപ്പം അവരോട് പറയണ്ട. അതൊക്കെ മൂന്നാലുദിവസം കഴിഞ്ഞിട്ട് സൗകര്യംപോലെ അറിയിച്ചാ മതി.'' സത്യാനന്ദൻ അജിതമ്മയോടു പറഞ്ഞു.

''ഇപ്പം പറഞ്ഞാലെന്നാ?''

''എടീ മോളെ... അത് അറിഞ്ഞതുകാരണം നമ്മള് തോറ്റു കീഴടങ്ങിയതാണെന്ന് അവര് കരുതും. മാത്രമല്ല, അതിന് ചെല ചടങ്ങ് ഒക്കെയില്ലേ. അവര് നമ്മളെ അറിയിക്കട്ടെ. നമ്മളവളെ ആശുപത്രീ കൊണ്ടുപോയി പരിശോധിപ്പിച്ച കാര്യമൊന്നും പറയണ്ട. നമുക്കവരോട് വേറെ കുറച്ചു കാര്യങ്ങള് പറയാനൊണ്ട്. അതിന്റെ വെലപോകാതിരിക്കണെങ്കി ഇത് തൽക്കാലം പറയാതിരിക്ക്യാ നല്ലത്.''

അജിതമ്മയ്ക്ക് കാര്യം ബോധ്യപ്പെട്ടു.

പവിത്ര എല്ലാം കേട്ടുകൊണ്ട് മൂകസാക്ഷിയെപ്പോലെ നിന്നു.

പവിത്രയെയും കൂട്ടി അവർ വെട്ടിപ്പറമ്പിൽ ജയപ്രകാശിന്റെ വീട്ടിലെത്തി. അമ്മയും മകനും വീട്ടിൽത്തന്നെയുണ്ടായിരുന്നു. പവിത്രയെ വിളിക്കാൻ വരികയോ കാണാൻ വരികയോ, അവളുടെ വിവരങ്ങൾ അന്വേഷിക്കുകയോ ചെയ്യാത്തതിൽ തങ്ങൾക്ക് ജയപ്രകാശിനോടുള്ള അതൃപ്തി ആദ്യമേ തന്നെ ശിവരാജൻ തുറന്നുപറഞ്ഞു.

''ഇതൊന്നും നല്ല രീതിയല്ല. ബന്ധങ്ങൾക്ക് വെല കൽപിക്കുന്നോര് ഒരിക്കലും ഇങ്ങനെ ചെയ്യത്തില്ല. അവനവനു മാത്രമല്ല, മറ്റുള്ളോർക്കും ഒണ്ട് അന്തസ്സും അഭിമാനോം. അതറിയുന്നോര് അതിനെ മാനിക്കും.''

''അവളെ നിങ്ങള് ബലമായിട്ട് വിളിച്ചോണ്ടു പോയതാ. നിങ്ങളുതന്നെ കൊണ്ടുവിടണം. അതെന്റെ വാശിയാരുന്നു.'' ജയപ്രകാശ് പറഞ്ഞു.

''എട മോനേ, നീ ഒരു വശത്തെ ന്യായം മാത്രം നോക്കിയാ മതിയോ?'' സത്യാനന്ദൻ ചോദിച്ചു. ''നിന്റെ അമ്മ ഇവളോട് എന്തെല്ലാം ക്രൂരത കാണിച്ചു. അപ്പഴൊക്കെ നീ ന്യായത്തിന്റേം നീതീടേം കൂടെ നിന്നോ? വകുപ്പു പറയുമ്പം എല്ലാം പറയണ്ടേ.''

''അമ്മേടെ വീടാ ഇത്. ഇവിടെ താമസിക്കുമ്പം അമ്മേടെ ഇഷ്ടത്തിനൊപ്പിച്ചേ പറ്റത്തൊള്ളൂ.''

''അതൊക്കെ നീ ചെയ്താ മതി. ഞങ്ങള് ഞങ്ങടെ പെങ്കൊച്ചിനെ നിന്റമ്മയ്ക്കല്ല കെട്ടിച്ചുകൊടുത്തെ. നിനക്കാ. അത് നീയവളെ സംരക്ഷിക്കുമെന്നു കരുതീട്ടാ. കല്യാണത്തിനു മുൻപ് നീ പറഞ്ഞാരുന്നോ അമ്മേടെ വീടാ ഇത്, അമ്മ കാണിക്കുന്നതെല്ലാം സഹിച്ചും ക്ഷമിച്ചും ജീവിക്കാൻ പറ്റുമെങ്കി മാത്രം കല്യാണത്തിനു സമ്മതിച്ചാ മതീന്ന്. നീ പറഞ്ഞോ? ഇല്ലല്ലോ?''

''നിങ്ങളു വല്യ വർത്തമാനമൊന്നും പറയണ്ട.''

സുഭദ്ര ഇടപെട്ടു. ''ആ സ്ത്രീധനത്തീന്നു തിരിച്ചുവാങ്ങിയ പതിനയ്യായിരം രൂപ ഇതുവരെ തന്നിട്ടില്ല. ചോദിക്കുമ്പഴൊക്കെ ഓരോരോ സൂത്രങ്ങള് പറഞ്ഞ് ഒഴിഞ്ഞുമാറുന്നു. അതുപോലും തന്നുതീർക്കാൻ പറ്റാത്ത നിങ്ങള് ഒരു ന്യായോം പറയണ്ട.''

''പതിനയ്യായിരം രൂപയോ.'' ശിവരാജൻ കലി പൂണ്ടു. ''ഞങ്ങടെ പെങ്കൊച്ചിനെ ഇവിടെ കൊണ്ടിട്ട് പീഡിപ്പിക്കുന്നതും പോരാഞ്ഞിട്ട് ഇനീം കാശങ്ങോട്ട് തരണംന്നോ. അവളോട് മാനം മര്യാദയ്ക്ക് പെരുമാറീട്ട് പറ പൈസ തരാൻ. പതിനഞ്ചല്ല മുപ്പത് തരും.''

''ആങ്ഹ! അതു കൊള്ളാവല്ലോ. തരാനൊള്ള പൈസ ചോദിച്ചപ്പം ഇങ്ങോട്ട് ചാടിക്കടിക്കുന്നോ. നാണമില്ലേ നിങ്ങക്ക്.'' സുഭദ്ര തട്ടിക്കയറി.

''ഞങ്ങടെ കൊച്ചിനെയിട്ട് വെഷമിപ്പിക്കുന്നേന് നിങ്ങക്കു പൈസേം തരണം അല്ലേ? ഞങ്ങള് പേട്ട പൊലീസ് സ്റ്റേഷനിൽ കടലാസുകൊടുത്തിട്ടൊണ്ട്. നിങ്ങൾ അവളെയിട്ട് പീഡിപ്പിക്കുവാണെന്ന്. മര്യാദയ്ക്ക് അവളോടു പെരുമാറിയില്ലെങ്കി നിങ്ങള് ചെലപ്പം ജെയിലി കെടക്കേണ്ടി

വരും. സ്ത്രീധനബാക്കി ചോദിച്ച കാര്യോം ഞങ്ങള് പറഞ്ഞോളാം.'' രമേശൻ സുഭദ്രയ്ക്കു താക്കീത് നൽകി.

അതു കേട്ടതോടെ സുഭദ്രയൊന്നു വിരണ്ടു. മരുമകളെ ദ്രോഹിക്കുന്ന പല അമ്മായിയമ്മമാരും ജയിലിൽ പോകേണ്ടിവന്ന കഥകൾ അവർ പത്രങ്ങളിൽ വായിക്കുകയും ടിവിയിൽ കാണുകയും ചെയ്തിട്ടുണ്ട്.

''അതുമാത്രല്ലാ, ഞങ്ങള് പവിത്രയ്ക്ക് ഒരു ഫോൺ കൊടുത്തിട്ടൊണ്ട്. മുൻപ് ഞങ്ങൾ കൊടുത്ത ഫോൺ നിങ്ങൾ ഓഫ് ചെയ്ത് തിരിച്ചു കൊടുത്തയച്ചു. ഇപ്രാവശ്യം അതു നടക്കത്തില്ല. ഒരു മൊബൈൽ ഫോൺ കയ്യിൽ വെക്കാനൊള്ള അവകാശം ഈ ഇന്ത്യാമഹാരാജ്യത്ത് അവൾക്കും ഒണ്ട്. ഞങ്ങള് പൊലീസിനോടും ചോദിച്ചു. എന്തേലും കൊഴപ്പമൊണ്ടോന്ന്. അവരു പറഞ്ഞു കൊടുത്തയച്ചോളാൻ.''

സുദർശൻ പറഞ്ഞതുകേട്ട് സുഭദ്രയുടെ മുഖം കനത്തു. അവർ മുറിക്കുള്ളിലേക്കു കയറി വാതിലടച്ചു.

''പ്രകാശാ...'' രമേശൻ വിളിച്ചു. ''നിന്നോട് ഞങ്ങൾ കൂടുതലൊന്നും പറയുന്നില്ല. നീ ഓട്ടോ ഓടിക്കുന്ന സ്റ്റാൻഡിൽ വേറേം ഓട്ടോക്കാരൊണ്ടല്ലോ. നീയവരോടൊക്കെ ഒന്നു ചോദിച്ചുനോക്കണം. നിന്റമ്മ പെരുമാറുന്ന പോലെയാണോ അവരുടെയൊക്കെ അമ്മമാര് അവരടെ ഭാര്യയോട് പെരുമാറുന്നേന്ന്. അമ്മേടെ വാക്കുകേട്ട് നീയീ പാവം പെണ്ണിനെ കണ്ണീരു കുടിപ്പിച്ചാലൊണ്ടല്ലോ, അതിന്റെ ഫലം നീ അനുഭവിക്കും.''

സുഭദ്ര പിന്നെ മുറി തുറന്ന് ഇറങ്ങിവരികയോ വന്നവർക്ക് പച്ചവെള്ളമെങ്കിലും കുടിക്കാൻ കൊടുക്കുകയോ ചെയ്തില്ല. ജയപ്രകാശിനോട് ഓരോരോ കാര്യകാരണങ്ങൾ പറഞ്ഞ് ബോധ്യപ്പെടുത്തിയ ശേഷം പവിത്രയോടു യാത്രയും പറഞ്ഞ്, അവളുടെ സ്വന്തക്കാർ തിരിച്ചുപോയി.

ഉച്ചയ്ക്കും വൈകുന്നേരവും അജിതമ്മ മകളെ ഫോണിൽ വിളിച്ചു. സുഭദ്രയെ പ്രകോപിപ്പിക്കണ്ടല്ലോ എന്നു കരുതി അജിതമ്മ ഏതാനും വാക്കുകളിൽ ക്ഷേമാന്വേഷണം നടത്തിയശേഷം കോൾ കട്ട് ചെയ്തു. ഒരാഴ്ചയോളം കുഴപ്പമില്ലാതെ പോയി.

പെട്ടെന്നൊരു ദിവസം പവിത്രയുടെ നമ്പർ പ്രവർത്തനരഹിതമായി. രാവിലെയും ഉച്ചയ്ക്കും വൈകുന്നേരവും വിളിച്ചിട്ടും ഒരനക്കവും ഇല്ല. അജിതമ്മ വേവലാതിപൂണ്ട് ജയപ്രകാശിന്റെ ഫോണിലേക്ക് വിളിച്ചു ചോദിച്ചപ്പോൾ അയാൾ പറഞ്ഞു: ''അവൾടെ ഫോണിന് ഒരു കൊഴപ്പോം ഇല്ലായിരുന്നല്ലോ. ഞാനൊന്നു വിളിച്ചുനോക്കട്ടെ. എന്നിട്ട് തിരിച്ചു വിളിക്കാം.''

അഞ്ചുമിനിറ്റിനുള്ളിൽ അജിതമ്മയ്ക്ക് ജയപ്രകാശിന്റെ കോൾ വന്നു: ''ഞാൻ വിളിച്ചപ്പം സ്വിച്ച്ഡോഫാ പറയുന്നെ. രാത്രി വീട്ടിച്ചെല്ലുമ്പം നോക്കാം എന്നാ പറ്റിയെന്ന്.''

രാത്രി പത്തുമണിക്കുശേഷം അജിതമ്മ വീണ്ടും ജയപ്രകാശിന്റെ ഫോണിലേക്കു വിളിച്ചു.

''അവൾടെ ഫോണിന് എന്നാ പറ്റിയതാ? നീ വീട്ടിലെത്തിയോ പ്രകാശാ. അവളെന്തിയേ?''

''അവളെന്റടുത്തിരിപ്പൊണ്ട്. ഞാൻ കൊടുക്കാം.'' പ്രകാശൻ പവിത്ര യുടെ കയ്യിലേക്ക് ഫോൺ കൊടുത്ത് എന്തോ പറഞ്ഞത് അജിതമ്മ യ്ക്കു വ്യക്തമായില്ല.

''ഹലോ... അമ്മേ...''

''മോളെ നിന്റെ ഫോണിനെന്നാ പറ്റി? എത്ര വിളി വിളിച്ചു. ദേ, ഇപ്പം വിളിച്ചിട്ടും കിട്ടുന്നില്ല.''

''അത് വല്യകഥയാ അമ്മേ. രാവിലെ ഞാൻ ഡ്രസ് അലക്കാൻ പോയ തക്കത്തിന് എന്റെ ഫോൺ മുറീന്നെറങ്ങി അടുക്കളേച്ചെന്നു. അവിടൊരു ബക്കറ്റിൽ വെള്ളമിരിക്കുന്ന കണ്ടപ്പം അതിനൊരാഗ്രഹം. മുങ്ങിക്കുളിച്ചാലോന്ന്. ഭയങ്കര ചൂടല്ലേ. കുളീം കഴിഞ്ഞ് തിരിച്ചുവന്ന് ഒന്നും അറിയാത്തപോലെ മേശപ്പുറത്തു കേറിയിരുന്നു. ഞാൻ ഡ്രെസ്സെല്ലാം അലക്കി വിരിച്ചിട്ടുവന്നു ഫോണെടുത്ത് പ്രകാശേട്ടനെ വിളിച്ചുനോക്കിയപ്പം കിട്ടുന്നില്ല. പിറകിലത്തെ കവറു തുറന്നു നോക്കി യപ്പം ഫോണിരുന്നു കരയുന്നു. എല്ലാടത്തും കണ്ണുനീര്.''

''നീ എന്തൊക്കെയാ മോളെ പറയുന്നെ?'' അജിതമ്മയ്ക്ക് ഒന്നും മനസ്സിലായില്ല

''കൊറേ കഴിയുമ്പം മനസ്സിലായിക്കോളും.''

അജിതമ്മയ്ക്കു പതിയെപ്പതിയെ അതിന്റെ പൊരുൾ ബോധ്യപ്പെട്ടു.

''ആ തള്ള ചെയ്ത പണിയാണോ മോളേ?''

''ആ... ഞാൻ കണ്ടില്ല.''

''അതിനി നന്നാക്കിയെടുക്കാൻ പറ്റില്ലേ.''

''ഫോൺ നന്നാക്കിയാലും ഇനീം അതിനു കുളിക്കണംന്ന് തോന്നി യാലോ?''

''അല്ലെങ്കി വേറൊരെണ്ണം വാങ്ങിത്തരാം.''

''ഒന്നും വേണ്ടമ്മേ. വെറുതെ കാശുകളയാന്നേ ഒള്ളൂ. ഫോണിന്റെ സ്വഭാവം മാറ്റാൻ പറ്റത്തില്ലല്ലോ.''

പവിത്രയുടെ ആ മറുപടിയിൽ എല്ലാം അടങ്ങിയിരുന്നു.

* * *

ജിബിയയുടെ ബാച്ചിലുള്ളവരെയെല്ലാം പഴയ സ്ഥലത്തേക്കുതന്നെ മാറ്റുകയാണെന്ന വിവരം, ജെയ്സൺ അളവറ്റ സന്തോഷത്തോടെ യാണ് അവളെ അറിയിച്ചത്.

''അതെന്നാ ചേട്ടായീ പെട്ടെന്നൊരു മാറ്റം?''

‘‘നിങ്ങടെ ബാച്ചിലുള്ളവർക്ക് ഇതുവരെ ഗവൺമെന്റിന്റെ അംഗീകാരം കിട്ടിയിട്ടില്ലാരുന്നു. ഇപ്പം കോളേജുകാര് കൈക്കൂലി കൊടുത്ത് കുറെ സീറ്റിനുംകൂടി റെക്കഗ്നീഷൻ വാങ്ങി. ഇനി പേടിക്കണ്ട. ധൈര്യമായിട്ട് എക്സാം എഴുതാം. സർട്ടിഫിക്കറ്റ് കിട്ടാതിരിക്കില്ല.’’

‘‘ഞങ്ങടെ ബാച്ച് രക്ഷപ്പെട്ടു അല്ലേ?’’

‘‘ഷുവർ...’’

‘‘എന്തിനാ ഞങ്ങളെ മാറ്റുന്നെ?’’

‘‘അവിടെ ഇനി അവര് വേറൊരു പേരിൽ നഴ്സിങ് സ്കൂൾ സ്ഥാപിച്ച്, പുതിയ ബാച്ചുകൾക്ക് അവിടെ അഡ്മിഷൻ കൊടുക്കും.’’

‘‘ഹൊ... എനിക്ക് സന്തോഷമായി. ഇവിടെക്കെടന്നു നരകിക്കുവാരുന്നു. ഇവിടുത്തെ ദുരിതം വച്ചുനോക്കുമ്പം അവിടം സ്വർഗമാണെന്നു തോന്നും.’’

‘‘അത് ഞാനിവിടെ ഉള്ളതുകൊണ്ടല്ലേ..’’

‘‘അയ്യട! പോ... അവിടന്ന്...’’

‘‘ഞാനിവിടുന്ന് പോണംന്നോ? എങ്ങോട്ടു പോകാനാ? അതും നിന്നെ ഇവിടെ വിട്ടിട്ട്?’’

‘‘ഒരിടത്തോട്ടും പോകാൻ തോന്നുന്നില്ലേ?’’

‘‘ഇല്ല. എനിക്ക് സീനിയർ ആവണ്ടാരുന്നു. നിന്റെ ബാച്ചിൽ ചേർന്നു പഠിച്ചാ മതിയാരുന്നു.’’

‘‘ഇപ്പഴെന്നാ കുഴപ്പം. ഇവിടുന്ന് അങ്ങോട്ടു ഷിഫ്റ്റ് ചെയ്തു കഴിയുമ്പം നമ്മളൊന്നിച്ചല്ലേ.’’

‘‘അതൊക്കെ ശരിയാ. എന്നാലും നിന്നേക്കാൾ ഒരു വർഷം മുമ്പ് എന്റെ കോഴ്സ് തീരുമല്ലോ. നിന്നെ ഇവിടെ വിട്ടിട്ട് എങ്ങനെ പോകും?’’

‘‘അത്രയ്ക്കിഷ്ടാണോ എന്നോട്?’’

‘‘ഇനിയും വിശ്വാസമായിട്ടില്ലേടി മുത്തേ. കഷ്ടമാണ് കേട്ടോ.’’

‘‘ക്ലാസിൽ പോകാൻ നേരമായി. ഞാൻ വൈകുന്നേരം വിളിക്കാട്ടോ.’’ ജിബിയ കോൾ കട്ട് ചെയ്തു.

പെയിന്റടിക്കുകയോ ടൈൽസ് പതിപ്പിക്കുയോ ചെയ്യാത്ത പരുക്കൻ കോണിപ്പടിയിലിരുന്ന് അവൾ ആരോടെന്നില്ലാതെ പുഞ്ചിരി തൂകി. അവൾ ചാരിയിരുന്ന ഇരിമ്പു റെയ്ലിങ്ങിനോടും കൈപിടിച്ചിരിക്കുന്ന അലുമിനിയം അഴികളോടുംപോലും അവൾക്ക് സ്നേഹം തോന്നി. ഹൃദയം വീണ്ടും സ്നേഹസാന്ദ്രമായിരിക്കുന്നു. ഇനിയൊരിക്കലും ആരെയും പ്രണയിക്കുകയില്ലെന്നും ലോകത്ത് ഒരു പുരുഷനെയും വിശ്വസിക്കുകയില്ലെന്നും മനസ്സാ പ്രതിജ്ഞയെടുത്തിരുന്ന താൻ. എങ്ങനെ എല്ലാം മറക്കാൻ കഴിഞ്ഞു! വാൾകൊണ്ട് വെട്ടിപ്പിളർന്ന പോലെ ഹൃദയത്തിലുണ്ടായിരുന്ന മുറിവ് എങ്ങനെ ഇത്രയും വേഗം സുഖപ്പെട്ടു! ഓർത്താൽ അദ്ഭുതവും അമ്പരപ്പുമാണ്. എത്രമാത്രം

പ്രതിരോധിച്ചു താൻ. എങ്ങനെയെല്ലാം ചെറുത്തു നിന്നു. എല്ലാ വാതിലുകളും അടച്ചിട്ട് കരഞ്ഞു പറഞ്ഞില്ലേ. എന്നെ വിട്ടേക്ക്. വാതിലെന്നല്ല ഒരു ജാലകംപോലും തുറക്കില്ല. ഞാൻ പ്രണയിക്കാൻ വന്നവളല്ല. പഠിക്കാൻവേണ്ടി മാത്രമാണ്. എന്നിട്ടും കള്ളൻ സ്നേഹത്താക്കോൽ കൊണ്ട് ഓരോ വാതിലും ഓരോരോ ജാലകങ്ങളും തുറന്നു.

ഇപ്പോൾ ഒരു ദിവസം പോലും കാണാതിരിക്കാൻ വയ്യ. ആ സ്വരം ദിവസത്തിൽ ഒരു തവണയെങ്കിലും കേട്ടില്ലെങ്കിൽ അന്ന് സൂര്യോദയവും അസ്തമനവും ഇല്ല. ചന്ദ്രനുദിക്കുകയോ നക്ഷത്രജാലങ്ങൾ ആകാശത്ത് വിരിയുകയോ ഇല്ല. ഭൂഗോളം തിരിയുകയുമില്ല. എന്തൊരു കാന്തശക്തിയാണ് ഈ പ്രണയത്തിന് എന്നോർക്കുമ്പോൾ അമ്പരന്ന് ദുർബലപ്പെട്ടുപോകുന്നു.

ജിബിയ തന്റെ കയ്യിലിരിക്കുന്ന ആ ചെറിയ മൊബൈൽ ഫോണിനെ വാത്സല്യത്തോടെ നോക്കി. അതിപ്പോൾ വെറുമൊരു ഫോണല്ല. അവളുടെ കൈക്കുഞ്ഞാണ്. അവളുടെ ജീവനാണ്. അതിനോട് അവൾ കൊഞ്ചുകയും പരിഭവിക്കുകയും ചെയ്യും. അതിനെ അവൾ ലാളിച്ച് ഉമ്മ കൊടുത്ത് കൂടെ കിടത്തിയുറക്കും. എന്നിട്ട് തന്നെത്താൻ പറയും. വട്ട്! നമുക്ക് വട്ടാണ്.

കൂടെ പഠിക്കുന്ന പല കൂട്ടുകാരികൾക്കും പ്രണയമുണ്ട്. എന്നാലും തന്റെ പ്രണയം അതുപോലെയൊന്നുമല്ല എന്ന് അവൾ വിശ്വസിച്ചു. അത് വിശുദ്ധവും സ്വർഗീയവുമാണ്. അതിന്മേൽ ദൈവത്തിന്റെ ആശീർവാദമുണ്ട്. അമൂല്യവും അനുപമവുമാണത്. അത്തരത്തിലൊരു പ്രണയം ലോകത്തുതന്നെ വേറെയില്ല.

ജെയ്സൺ പറഞ്ഞത് വാസ്തവമാണെന്ന് വൈകുന്നേരത്തോടെ അവൾക്ക് ബോധ്യപ്പെട്ടു. ഞായറാഴ്ച, എല്ലാവരും ലഗേജ് പാക്ക് ചെയ്ത് തയ്യാറായിരിക്കാൻ അധികൃതരിൽനിന്നു നിർദ്ദേശം കിട്ടി.

ഞായറാഴ്ച വരാൻ കാത്തിരിക്കുകയായിരുന്നു ജിബിയ. സ്കൂൾ ബസ് എത്തിയപ്പോൾ ലഗേജുമായി കൂട്ടുകാർക്കൊപ്പം അവൾ അതിൽ കയറിയിരുന്ന്, തന്നെ ഏറെ ദുരിതപ്പെടുത്തിയ ആ ഹോസ്റ്റലിന്റെ നേർക്ക് കൈവീശി വിടപറഞ്ഞു. കമ്മനഹള്ളിയിലെ ഹോസ്റ്റലിനു മുൻപിൽ സ്കൂൾ ബസ് ചെന്നുനിന്നു. ലഗേജുമായി കൂട്ടുകാർക്കൊപ്പം ജിബിയയും ഇറങ്ങി. തങ്ങൾ എത്തുന്നത് കാണാൻ കാത്തുനിൽക്കുന്നവർക്കിടയിൽ ജെയ്സന്റെ മുഖം അവൾ കണ്ടു. അവന്റെ മുഖത്ത് എന്തൊരു സന്തോഷം!

പത്തൊമ്പത്

മകളെ കാണാൻ അജിതമ്മ ജയപ്രകാശിന്റെ വീട്ടിലെത്തിയപ്പോൾ പവിത്ര മാത്രമേ വീട്ടിലുണ്ടായിരുന്നുള്ളൂ. സുഭദ്ര വീട്ടിൽ ഇല്ലെന്നറിഞ്ഞതും അജിത നേരെ ചെന്ന് മകളെ കെട്ടിപ്പിടിച്ചു.

''വേണ്ട വേണ്ട.. ഈ കള്ളസ്നേഹമൊന്നും എന്റടത്തു വേണ്ട.'' പവിത്ര ദുർബലമായി കുതറി.

''എന്റെ കൊച്ചേ, നിന്റെയൊരു കോലം. ഇവിടെ നിനക്ക് ദാരിദ്ര്യോം പട്ടിണീമാണോടീ?''

''അതൊന്നും പറയാതിരിക്ക്യാ ഭേദം. ഇവിടെ തിന്നാനും കുടിക്കാനും ഒള്ളതിനേക്കാൾ ഭേദം പട്ടിണിതന്നെയാ.''

''അതെന്നാടീ, നിനക്ക് ആ തള്ള ഒന്നും തരത്തില്ലേ?''

''എന്റെയമ്മേ, ഒന്നും പറയാതിരിക്ക്യാ ഭേദം.''

''എന്താന്ന് പറ.''

''രാവിലേം ഉച്ചയ്ക്കുമൊക്കെ എല്ലാം ഒണ്ടാക്കിവയ്പിക്കും. എന്നിട്ട് പട്ടിണിയിരിക്കും. എനിക്കാണെങ്കി രാവിലെ എട്ടുമണിയാകുമ്പഴേക്കും വെശന്നിട്ട് കാലു വെറയ്ക്കും. വയറ്റിലൊരു കുഞ്ഞ് കെടപ്പില്ലേ. അതിനും കൂടിയുള്ളത് കഴിക്കേണ്ടവളല്ലേ ഞാൻ. തള്ളയ്ക്കറിയാം. ഞാൻ വെശന്ന് കണ്ണുകാണാതിരിക്ക്യാണെന്ന്. പക്ഷേ, ഞാനെടുത്ത് കഴിക്കാൻ പാടില്ല. അവരുംകൂടി കഴിക്കാൻ വരുമ്പം ഒരുമിച്ചിരുന്ന് അവര് വെളമ്പിത്തരുന്നതേ കഴിക്കാൻ പാടൊള്ളൂ. പന്ത്രണ്ടുമണിവരെയൊക്കെ അവര് എന്നെയിട്ട് പൊരിക്കും.''

''നീ വാ തൊറന്ന് പറയണം. എനിക്ക് വെശക്കുന്നു, കഴിക്കാൻ പോവാണെന്ന്.''

''നന്നായി. പിന്നെ രണ്ടുദിവസത്തേക്ക് ചെവി അടച്ചുവച്ചാ മതി.''

''അവരെന്തെങ്കിലും പറഞ്ഞോട്ടെ. നീയത് ഗൗനിക്കണ്ട.''

''അമ്മയ്ക്ക് പറയാനെളുപ്പാ. തന്തയ്ക്കും തള്ളയ്ക്കും വിളിക്കലും നമ്മടെ കുടുംബത്തിലൊള്ളവരെ ആക്ഷേപിക്കലും വളർത്തിയതിന്റെ

കേടാണെന്ന കുറ്റപ്പെടുത്തലും. ഇതൊക്കെ കേട്ടോണ്ടിരിക്കുന്നതിനേക്കാൾ എത്രയോ ഭേദമാ പട്ടിണി കെടക്കുന്നെ.''

''നിനക്ക് അവനോട് പറഞ്ഞുകൂടെ. നീ ഗർഭിണിയാണെന്നും സമയത്ത് ആഹാരം കഴിച്ചില്ലെങ്കി ഭയങ്കര പരവേശമാണെന്നുമൊക്കെ.''

''അതിലൊന്നും ഒരു കാര്യോം ഇല്ലമ്മേ. അമ്മയോടു വഴക്കിടാൻ പ്രകാശേട്ടന് തീരെ താൽപര്യമില്ല. ഞാനെന്തെങ്കിലും പരാതി പറഞ്ഞാ അതങ്ങ് ക്ഷമിച്ചേക്കാൻ പറയും, ഇതൊക്കെ എല്ലാ വീട്ടിലും ഒള്ളതാണെന്ന്. പ്രകാശേട്ടന് എന്റെ പരാതിയൊക്കെ നിസ്സാരമാ. ഞാൻ പ്രഗ്നന്റാണെന്ന് അറിഞ്ഞപ്പഴും പറഞ്ഞത്, കല്യാണം കഴിച്ചാ അതൊക്കെ സാധാരണ സംഭവിക്കുന്നതല്ലേന്നാ. അത്രേയൊള്ളൂ പ്രകാശേട്ടന്.''

''അവന്റമ്മ അറിഞ്ഞപ്പോ എന്നാ പറഞ്ഞു?''

''അതറിഞ്ഞപ്പം മുതല് ഇരുന്നു കണക്കുകൂട്ടുവാ. കല്യാണം നിശ്ചയിച്ച ഡേറ്റ്. കല്യാണം നടന്ന ഡേറ്റ്. പിന്നെ ഞാൻ പ്രഗ്നന്റായ ഡേറ്റ്. എത്ര കൂട്ടീട്ടും ഗുണിച്ചിട്ടും അവർക്ക് ഉത്തരം കിട്ടാത്തപോലെയാ. ഇടയ്ക്ക് സംശയിച്ച് എന്നെ നോക്കും. ഒരു ദിവസം എന്നോട് ചോദിച്ചു, കല്യാണം കഴിഞ്ഞശേഷം എനിക്ക് പീരിയഡ്സ് ആയില്ലാരുന്നോന്ന്.''

''അപ്പഴല്ലേ നിന്നെ അടുക്കളേലും സിറ്റൗട്ടിലും ഹാളിലും കേറ്റാതെ കുഷ്ഠരോഗിയെ മാറ്റിനിർത്തുന്നപോലെ മുറീത്തന്നെ ഇരുത്തിയത്. ഏഴുദിവസം. അതൊന്നും അവർക്ക് ഓർമയില്ലേ?''

''ഓർമ്മയില്ലാഞ്ഞിട്ടാണോ? എന്നെ അപമാനിക്കാൻ കിട്ടുന്ന അവസരം ഉപയോഗിക്കുവാ. മാസങ്ങളും ദിവസങ്ങളും എണ്ണിപ്പെറുക്കിയുള്ള അവരടെ കണക്കുകൂട്ടല് കാണുമ്പോ അറപ്പു തോന്നും. ഞാൻ പുറത്തെവിടെയോ പോയി ഒരു കുഞ്ഞിനേ സമ്പാദിച്ചോണ്ടു വന്നപോലത്തെ നോട്ടോം.'' പവിത്ര അമർഷം പൂണ്ടു.

''ആ ഫോൺ അവര് മനപൂർവം നശിപ്പിച്ചതാ അല്ലേ മോളേ?''

''എന്നാ സംശയം. ഞാൻ കാണാതെ എടുത്ത് ബക്കറ്റിലെ വെള്ളത്തിലിട്ടു. എന്നിട്ട് ഞാനൊന്നുമറിഞ്ഞില്ലേന്നൊള്ള ആഭിനയോം.''

''ഇവിടുത്തെ ജോലി ചെയ്യാനൊക്കെ സുഭദ്ര സഹായിക്കോ?''

''പ്രകാശേട്ടനിവിടൊണ്ടെങ്കി എല്ലാം അവരുതന്നെയാ ചെയ്യുന്നതെന്നു കാണിക്കാൻ വെപ്രാളപ്പെട്ട് ഓടുന്ന കാണാം. പക്ഷേ പ്രകാശേട്ടൻ വെളുപ്പിനെ ഓട്ടോയുംകൊണ്ട് പോയാ പാതിരാത്രിയല്ലേ തിരിച്ചു വരുന്നെ. എനിക്ക് തീരെ വയ്യെങ്കിലും എന്നെക്കൊണ്ട് പണിയെടുപ്പിച്ചോണ്ടിരിക്കും. എനിക്ക് ഓക്കാനോം ഛർദ്ദിലും തലകറക്കോം ഒക്കെ വരുമ്പം ഒക്കെ എനിക്ക് പണി ചെയ്യാൻ മടിയായിട്ടൊള്ള അഭിനയമാണെന്നാ പറച്ചിൽ. മൂന്നുംനാലും മാസത്തിലൊക്കെ എനിക്ക് മനം പെരട്ടലും ഛർദീം ഒണ്ടാരുന്നു. അവരെന്നെ ഛർദ്ദിക്കാൻ സമ്മതിക്കത്തില്ല. ഒക്കെ എന്റെ വെളച്ചിലാണെന്ന്. തളർന്നു കൊഴഞ്ഞ് വീണാലും

ശരി എന്നെ ഇരിക്കാനും സമ്മതിക്കത്തില്ല, കെടക്കാനും സമ്മതിക്കത്തില്ല.''

''രണ്ടുമക്കളെ പ്രസവിച്ച തള്ളയല്ലേ അത്. ഒരു കുഞ്ഞിനെ വയറ്റിലിട്ടോണ്ടു നടക്കുന്ന പെണ്ണിന്റെ ബുദ്ധിമുട്ടും പ്രയാസോം അവർക്കറിയത്തില്ലേ?''

''അവര് പ്രഗ്നന്റായിരുന്നകാലത്ത് ആരും അവരെ നോക്കിയില്ലെന്ന്.''

''അതിന്റെ ശിക്ഷ നീയാണോ അനുഭവിക്കേണ്ടത്? ഇതു നല്ല കൂത്ത്. ഛെ! അവനും ഒരു ചൊണയില്ലാത്തവനായിപ്പോയല്ലോ.''

പവിത്ര അമ്മയ്ക്കു ചായയിട്ടു കൊടുത്തു. ചായ കുടിക്കുമ്പോൾ അജിതമ്മ പരിതപിച്ചു: ''നിനക്കിങ്ങനൊരു വിധിവന്നല്ലോ മോളേ?''

''വിധി വന്നതൊന്നുമല്ല. അമ്മയാ എന്റെ ജീവിതം തൊലച്ചത്. എന്നെ പഠിക്കാൻ വിടാതെ, എന്റെ ഇഷ്ടം നോക്കാതെ ഭാരം ഒഴിവാക്കാൻ വേണ്ടി അമ്മയാ എന്നെ ഈ നരകത്തിലോട്ട് തള്ളിവിട്ടത്. ഇപ്പം എനിക്ക് ജീവിക്കണമെന്ന ആഗ്രഹമേയില്ല. എന്തിനാ ജീവിക്കുന്നേ. ഒരു കുഞ്ഞും കൂടി വരുന്നതോടെ എന്റെ ജോലിഭാരം എരട്ടിയാകും. അതിനേം വെച്ചോണ്ട് ഈ നരകത്തിൽ കെടന്ന് തൊഴയണം.'' പവിത്ര വീറോടെ പറഞ്ഞു.

''അമ്മേ മാത്രം പഴിച്ചോണ്ടിരുന്നോ? അച്ഛന് ഒരു കുറ്റോം ഇല്ലേടീ?''

''അച്ഛനും കണക്കാ. അമ്മേടെ സ്വന്തക്കാരും എന്നെ ഒഴിവാക്കാനാ നോക്കിയത്. എനിക്ക് എല്ലാരുമൊണ്ടെന്നാ അതുവരെ ഞാൻ വിചാരിച്ചോണ്ടിരുന്നെ. ഇപ്പം എനിക്ക് മനസ്സിലായി എനിക്കാരും ഇല്ലായിരുന്നെന്ന്. കാണിച്ച സ്നേഹമൊക്കെ വെറും വേഷംകെട്ട് മാത്രം.''

''നീ ഇങ്ങനെ തന്നെ പറയണമെടീ. പതിനെട്ടു വർഷം നിന്നെ വളർത്തി പഠിപ്പിച്ച് കല്യാണോം നടത്തിത്തന്ന എന്നോടുതന്നെ പറയണം.'' അജിതമ്മ മകളോടു പരിഭവം പൂണ്ടു.

പവിത്ര ഒന്നും മിണ്ടാതിരുന്നു.

അവളുടെ വീർത്തുന്തിയ വയറിലേക്കു നോക്കി അജിതമ്മ പറഞ്ഞു.

''നിനക്കിത് ആറാംമാസമല്ലേ. അടുത്തമാസം നിന്നെ വിളിച്ചോണ്ടു പോകാൻ വരണ്ടേ.''

''ചടങ്ങ് മാത്രം കൃത്യായിട്ട് നടത്തിയാ മതി. എല്ലാർക്കും തൃപ്തിയായിക്കോളും.''

''നീയെന്നാടീ ഇങ്ങനൊക്കെ സംസാരിക്കുന്നെ?''

''അമ്മ ആ തള്ളേടെ കൂടെ രണ്ടു ദിവസം ഇവിടെ താമസിച്ചു നോക്ക്. അപ്പഴറിയാം വിവരം?''

അവർ സംസാരിച്ചുകൊണ്ടുനിൽക്കെ മുറ്റത്ത് കാൽപെരുമാറ്റം കേട്ടു.

“അവർ വന്നെന്നു തോന്നുന്നു.”

രണ്ടുപേരുംകൂടി എഴുന്നേറ്റ് വാതിൽക്കലേക്കു ചെന്നപ്പോൾ സിറ്റൗട്ടിനു താഴെക്കിടക്കുന്ന ചെരിപ്പ് പരിശോധിക്കുകയാണ് സുഭദ്ര.

“ആങ്ഹാ, അജിത ഇവിടൊണ്ടായിരുന്നോ? നിങ്ങടെയാണോ ഈ ചെരിപ്പ്?”

“ആ... അതെ.”

“കണ്ടിട്ട് ആണുങ്ങടെ ചെരിപ്പുപോലെ. ഞാനും പ്രകാശനും ഇല്ലാത്ത നേരത്ത് ഏതവനാ ഈ വീട്ടിക്കേറിയേന്നു നോക്കുവാരുന്നു ഞാൻ.”

“അതെന്നാ വർത്തമാനമാ ചേച്ചീ. നിങ്ങളമ്മേം മകനും ഇല്ലാത്ത നേരത്ത് ഇവിടെ ആണുങ്ങള് വരികേം പോവുകേം ചെയ്യാറൊണ്ടോ?”

“എനിക്കറിയാമ്മേല. അതുകൊണ്ടല്ലേ ഞാൻ നോക്കിയത് ആരടെ ചെരിപ്പാണെന്ന്.”

“നല്ല നോട്ടം.” അജിതമ്മ നെറ്റിചുളിച്ചു.

“ഞാനും പ്രകാശനും വീട്ടിലില്ലാത്ത കൃത്യനേരം നോക്കി എങ്ങനെ വന്നുകേറി. ഞാൻ പോയിക്കഴിഞ്ഞ് നീ അയലത്തെങ്ങാനും ചെന്ന് ഫോൺ വിളിച്ചു വരുത്തിയതാണോടീ?” സുഭദ്ര പവിത്രയോട് ചോദിച്ചു.

പവിത്ര ഉത്തരം പറയാതെ അർത്ഥഗർഭമായി അമ്മയെ നോക്കി.

“ഞാൻ ആരും വിളിച്ചിട്ടു വന്നതല്ല. എന്റെ മോളെ കാണണംന്നു തോന്നി. ഇവിടെ വരാൻ പറ്റത്തില്ലേ?”

“എന്റെ കുറ്റം മുഴുവൻ പറഞ്ഞുകേൾപ്പിച്ചു കാണും മകളമ്മേടടുത്ത്. ഒത്തുകിട്ടിയതല്ലേ.” സുഭദ്ര പവിത്രയെ തറപ്പിച്ച് നോക്കി.

“അതിപ്പം എന്റെ മോള് പറഞ്ഞില്ലെങ്കിലും അറിയാം.”

“എന്തറിയാമെന്നാ?” സുഭദ്ര തട്ടിക്കയറി.

“എല്ലാം അറിയാം. നിങ്ങളെന്റെ മോളെയിട്ട് കഷ്ടപ്പെടുത്തുന്നത്, നിങ്ങള് കാണിക്കുന്ന കുശുമ്പും കുന്നായ്മേം അസൂയേം പോരും. എല്ലാം. അവൾടെ ഫോണെടുത്ത് വെള്ളത്തിലിട്ടത് നിങ്ങളല്ലേ?”

“ഞാൻ ഫോൺ വെള്ളത്തിലിട്ടെന്നോ. വീട്ടിക്കേറിവന്ന് അനാവശ്യം പറഞ്ഞാലൊണ്ടല്ലോ. അടിച്ചെറക്കും ഇവിടന്ന് അമ്മയേം മോളേം.” സുഭദ്ര ക്രോധാവേശം പൂണ്ട് ചീറി.

“നിങ്ങള് ഒലത്തും. ഞങ്ങള് പൊലീസിൽ പരാതി കൊടുത്തിട്ടൊണ്ട്. എന്റെ മോള് ഒരു വാക്ക് പറഞ്ഞാ മതി പൊലീസിന്റടുത്ത്. പിന്നെ നിങ്ങടെ താമസം ഈ വീട്ടിലായിരിക്കത്തില്ല. ജെയിലിൽ.”

അതു കേട്ടതോടെ സുഭദ്ര ഒന്നയഞ്ഞു.

“ഇതെന്തൊക്കെയാ മോളെ നിന്റമ്മ പറയുന്നത്. ഞാൻ നിന്നോടെന്നാ ചെയ്തെന്നാ.”

സുഭദ്ര ഒരു തെറ്റും ചെയ്യാത്തവളെപ്പോലെ പകച്ച് പവിത്രയോടു ചോദിച്ചു.

''വല്യ അഭിനയമൊന്നും വേണ്ട. എല്ലാം ഞങ്ങക്കറിയാം.'' അജിതമ്മ വീറോടെ പറഞ്ഞു.

''എന്നാലേ ഞാനനുഭവിച്ചതിന്റെ നൂറിലൊന്നുപോലും അജിതേടെ മോളനുഭവിച്ചിട്ടില്ല. അതറിയ്വോ? എന്റമ്മായിയമ്മ എന്നോടു ചെയ്തത് എന്തൊക്കെയാന്ന് ആർക്കും അറിയത്തില്ല. അതുവച്ചുനോക്കുമ്പം ഇതൊക്കെ നിസ്സാരം.''

''ചേച്ചി അനുഭവിച്ചെന്നുവച്ച് ബാക്കിയുള്ളവരേം ശിക്ഷിക്കുവാണോ വേണ്ടത്. ചേച്ചീടെ ദുരിതം ഇനിയാർക്കും ഒണ്ടാവരുതെന്നു കരുതി നല്ലപോലെ നോക്കുവല്ലേ ചെയ്യേണ്ടത്.''

''ഒരു വേഷമോം അനുഭവിക്കാതെ അങ്ങനെയങ്ങ് സുഖിച്ചാ കൊള്ള ത്തില്ലല്ലോ.''

''ഇതെവിടുത്തെ ന്യായമാ ചേച്ചീ.'' അജിതമ്മ അസ്ഡാളിച്ച് ചോദിച്ചു: ''നിങ്ങളനുഭവിച്ചെങ്കി അതു നിങ്ങടെ കയ്യിലിരിപ്പുകൊണ്ടാ. കല്യാണം കഴിക്കാതെ ഒരുത്തന്റെ കൂടെ ചാടിപ്പോയതല്ലേ നിങ്ങള്. അങ്ങനൊരു ത്തിയേം വിളിച്ചോണ്ട് മകൻ വീട്ടിലോട്ട് ചെല്ലുമ്പം ആ അമ്മയ്ക്ക് അതു സഹിക്കാൻ പറ്റീന്നു വരത്തില്ല. അതുപോലെയാണോ എന്റെ മോള്. കല്യാണമാലോചിച്ച്, തമ്മിലിഷ്ടപ്പെട്ട്, ചോദിച്ച പൊന്നും പണോം തന്നു കെട്ടിച്ചുതന്നതല്ലേ നിങ്ങടെ മകന്. നിങ്ങളോട് നിങ്ങട മ്മായിയമ്മ മോശമായിട്ട് പെരുമാറിയെങ്കി നിങ്ങള് സഹിച്ചോണം. അതിന്റെ പേരും പറഞ്ഞ് എന്റെ മോളെ കഷ്ടപ്പെടുത്താൻ പറ്റത്തില്ല.''

''എന്റീശ്വരാ, ഞാനെന്തായീ കേക്കുന്നേ. ഈ കള്ളക്കഥയൊക്കെ നിങ്ങളോട് ആര് പറഞ്ഞു?'' സുഭദ്ര നെഞ്ചത്ത് കൈവച്ച് വിലപിച്ചു.

''കള്ളക്കഥയൊന്നുമല്ല. ഞങ്ങള് നിങ്ങടെ ചരിത്രം ഈയിടയ്ക്ക് അന്വേഷിച്ചറിഞ്ഞതാ. ഞങ്ങളോടു പറഞ്ഞത് പ്രകാശന്റച്ഛൻ മരിച്ചു പോയെന്നല്ലേ. അയാളുപേക്ഷിച്ചുപോയതല്ലേ. നിങ്ങടെ കെട്ടിയവന്റെ വീട്ടുകാര് രാമപുരത്ത് ഇപ്പഴും ഒണ്ടല്ലോ. നിങ്ങളെ ആ വീട്ടിൽ കേറ്റ്വോ? കണ്ടവന്റെ കൂടെപ്പോയിട്ട് അവരടെ വീട്ടിന്നു കിട്ടിയ ദുഷ്ടത്തരമൊക്കെ നേരാംവണ്ണം കല്യാണം കഴിപ്പിച്ചുതന്ന എന്റെ മോൾടെ തലേലോട്ട് അടിച്ചേൽപിക്കുന്നോ?'' അജിതമ്മ രോഷാകുലയായി ചോദിച്ചു.

''ഞാനിതു കേക്കേണ്ടിവന്നല്ലോ എന്റെ ഭഗവാനേ. എനിക്കിനി ജീവിച്ചിരിക്കണ്ടായേ. വീട്ടിക്കേറി വന്ന് എന്റെ മൊഖത്തുനോക്കി അപ രാധം വിളിച്ചു പറയുന്നോ. എന്റെ മോനിങ്ങ് വന്നോട്ടെ. രണ്ടിലൊ ന്നറിഞ്ഞിട്ടേയൊള്ളൂ.'' സുഭദ്ര നെഞ്ചത്തടിച്ചു.

''രണ്ടും മൂന്നുമൊന്നും അറിയാനില്ല. അറിയേണ്ടതൊക്കെ ഞങ്ങള റിഞ്ഞു. പക്ഷേ, താമസിച്ചുപോയി. കല്യാണത്തിനു മുന്നേ അന്വേഷി ക്കേണ്ടതാരുന്നു.''

''ഇതാരാ പറഞ്ഞത്? എനിക്കറിയണം. എനിക്കിപ്പറിയണം. പറ.'' സുഭദ്ര ചീറിക്കൊണ്ട് ചോദിച്ചു.

''നിങ്ങക്കറിയാവല്ലോ നിങ്ങടെ കഥ. പിന്നെന്തിനാ ഈ വേഷം കെട്ടല്.'' അജിതമ്മയും ഒട്ടും വിട്ടുകൊടുത്തില്ല.

''എന്റെ വീട്ടീന്നെറങ്ങിപ്പോ. പോകാനാ പറഞ്ഞത്.'' സുഭദ്ര പുറത്തേക്ക് കൈചൂണ്ടി അലറി.

''ഞാൻ പോകാൻ വേണ്ടിത്തന്നെയാ വന്നത്. അല്ലാതെ ഇവിടെ ഉണ്ണാനും ഒറങ്ങാനുമല്ല. എനിക്ക് വീടൊണ്ട്.''

അജിതമ്മ പോകാൻ തയാറായി.

''എന്റെ മോളോട് കൊറച്ചെങ്കിലും അലിവു കാണിക്കട്ടേന്നു വിചാരിച്ചാ ഒന്നും പറയാതെ ഇത്രേം നാളും ക്ഷമിച്ചെ. ഇപ്പം മനസ്സിലായി നിങ്ങളൊരു ദുഷ്ടത്തിയാണെന്ന്. പക്ഷേ, എന്റെ മോളെ ഇനി കഷ്ടപ്പെടുത്തിയാലൊണ്ടല്ലോ നിങ്ങള് വിവരമറിയും.''

സിറ്റൗട്ടിലേക്കിറങ്ങിയിട്ട് അജിതമ്മ പവിത്രയോടായി പറഞ്ഞു. ''മോളേ നിന്നെ ഇവര് ദ്രോഹിച്ചാ നീ ധൈര്യമായിട്ട് ഞങ്ങളോടു പറയണം. ബാക്കി ഞങ്ങളു നോക്കിക്കോളാം.''

അജിതമ്മ മുറ്റത്തേക്കിറങ്ങി നടന്നുപോയി. പവിത്ര അതുനോക്കി വാതിൽക്കൽ നിന്നു.

''എടീ...'' സുഭദ്ര തീ പാറുന്നനോട്ടവുമായി നിന്ന് ആക്രോശിച്ചു. ''എന്റെ മോനിങ്ങോട്ടു വരട്ടെ. നിനക്കൊള്ളത് അവൻ തന്നോളും. നിന്റേം നിന്റെ തള്ളേടേം അഹങ്കാരം ഇന്നത്തോടെ തീർത്തേക്കാം.''

പവിത്രയുടെ മുഖത്ത് നിർവികാരതയായിരുന്നു. ഒന്നിനോടും അവൾക്ക് ഭയം തോന്നിയില്ല. തല്ലുന്നെങ്കിൽ തല്ലട്ടെ, കൊല്ലുന്നെങ്കിൽ കൊല്ലട്ടെ. മരണം എത്ര ഭേദം!

രാത്രി ജയപ്രകാശ് ഓട്ടോയുമായി എത്തിയപ്പോൾ സുഭദ്ര വെറും തറയിൽ കിടക്കുകയാണ്. അതു കണ്ടപ്പോഴേ അയാൾക്ക് കലാപം മണത്തു.

സുഭദ്ര അലമുറയിട്ടുകൊണ്ടും മുടി വാരിവലിച്ചിട്ടുകൊണ്ടും നെഞ്ചത്ത് തല്ലിക്കൊണ്ടും മകന്റെ മുന്നിൽ വിലാപക്കൊടുങ്കാറ്റഴിച്ചുവിട്ടു. ജയപ്രകാശ് ആ കാറ്റത്ത് ഉലഞ്ഞുതുള്ളിവന്നു പവിത്രയോട് ചോദിച്ചു.

''അമ്മ പറഞ്ഞതൊക്കെ സത്യമാണോ?''

''എന്റമ്മ പറഞ്ഞതോ, പ്രകാശേട്ടന്റമ്മ പറഞ്ഞതോ?''

''നിന്റമ്മ ഇവിടെക്കേറിവന്ന് എന്റമ്മയോട് അങ്ങനൊക്കെ സംസാരിച്ചോ?''

''എന്നോടു ചോദിക്കണ്ട പ്രകാശേട്ടാ. ഞാനൊരു പൊട്ടിയാ. പത്തമ്പത് വയസ്സ് തെകഞ്ഞിട്ടില്ല. എന്തൊക്കെയാ സംഭവിച്ചേന്നും ഇനി സംഭവിക്കാൻ പോകുന്നേന്നും ഒന്നും എനിക്കറിയത്തില്ല.''

ജയപ്രകാശ് കൈവലിച്ച് അവളുടെ ചെകിട്ടത്ത് ആഞ്ഞടിച്ചു. പവിത്ര വേച്ചുപോയി ഭിത്തിയിൽ ചാരിനിന്നു.

''ഇതിന്റെ അർത്ഥം നിനക്കു മനസ്സിലായോടീ?''

''ഇല്ല.'' പവിത്ര ഒട്ടും പതറാതെ പറഞ്ഞു.

ജയപ്രകാശ് കൈവീശി ഒറ്റയടികൂടി അടിച്ചു. ഇത്തവണ പവിത്ര കണ്ണിലിരുട്ടുകയറി കുഴഞ്ഞുവീണുപോയി.

മുഖത്ത് വെള്ളം വീണ് കണ്ണുതുറക്കുമ്പോൾ താൻ ഭിത്തിചാരി ഹാളിലിരിക്കുകയാണെന്ന് അവൾ കണ്ടു. ജയപ്രകാശ് ഒരു കൈകൊണ്ട് ചുമലിൽ താങ്ങിപ്പിടിച്ചിട്ടുണ്ട്. നിലത്ത് ഒരു പ്ലാസ്റ്റിക് മഗ്ഗിൽ വെള്ളം. സുഭദ്ര കുറച്ചുമാറി നോക്കിനിൽപുണ്ട്. ജയപ്രകാശ് പവിത്രയെ താങ്ങിയെണീപ്പിച്ച് കട്ടിലിൽ കൊണ്ടുചെന്നിരുത്തി. അവളുടെ കണ്ണിൽനിന്നു ശൂന്യമായൊരു നോട്ടം അയാളുടെ നേർക്ക് വീണു. അയാൾ എഴുന്നേറ്റ് കുളിക്കാൻ പോയി.

രാത്രി അത്താഴത്തിനിരുന്നപ്പോൾ സുഭദ്ര കഴിക്കാൻ വന്നില്ല. ജയപ്രകാശ് ചെന്നു വിളിച്ചപ്പോൾ സുഭദ്ര പറഞ്ഞു: ''അവളെന്നോട് ക്ഷമ പറയണം. അവൾടെ അമ്മ എന്റെ വീട്ടിക്കേറിവന്ന് എന്റെ മുഖത്തു നോക്കിപ്പറഞ്ഞ വർത്തമാനത്തിന്. ഇല്ലെങ്കി എനിക്ക് വേണ്ട. നിങ്ങള് കഴിച്ചോ.''

ഒടുക്കം ജയപ്രകാശ് പവിത്രയുടെ മുന്നിൽ ചെന്ന് അമ്മയുടെ ഡിമാന്റ് പറഞ്ഞു. ''ഞാൻ ക്ഷമ പറഞ്ഞാ എന്റമ്മ പറഞ്ഞ സത്യങ്ങളൊക്കെ കള്ളങ്ങളായിട്ട് മാറ്വോ?'' പവിത്ര ചോദിച്ചു.

അവളുടെ വലതുകവിളും കണ്ണും നീര് വന്നു ചീർത്തിരുന്നു.

''നീയൊന്ന് ചെന്നു പറ. അമ്മേടെ സൂക്കട് തീരട്ടെ.''

പവിത്ര ഒന്നും മിണ്ടാതെ എഴുന്നേറ്റുപോയി. പതിവുപോലെ സുഭദ്ര കട്ടിലിലിരുന്ന് കാലുകൾ താഴേക്കു തൂക്കിയിട്ടു. പവിത്ര ആ കാലിൽ തൊട്ട് ചെയ്യാത്ത തെറ്റിന് മാപ്പു പറഞ്ഞിട്ടു പോന്നു.

ഉറങ്ങാൻ കിടക്കുമ്പോൾ അവൾ ജയപ്രകാശിനോടു പറഞ്ഞു.

''ചെയ്യാത്ത തെറ്റിന് എന്നെ തല്ലുമ്പം, ഇല്ലാത്ത കുറ്റത്തിന് അമ്മേടെ കാലുപിടിച്ചു ക്ഷമ പറയിക്കുമ്പം പ്രകാശേട്ടന്റെ വെലയാ കൊറഞ്ഞു പോകുന്നെ.''

''നീ വെലകൊറച്ചാ എനിക്ക് കോപ്പാ, പോടീ.'' ജയപ്രകാശ് പൊട്ടിത്തെറിച്ചു. ''എന്റെ ഒരു രോമത്തിന്റെ വെലയൊണ്ടോടീ നിനക്ക്. ആ നീയാ എന്റെ വെല കൊറയ്ക്കുന്നെ.''

ചെവികളിലൂടെ പാഞ്ഞിറങ്ങിയ ഒരു തരിപ്പ് പവിത്രയുടെ പാദാദികേശം വ്യാപിച്ചു. ആണും പെണ്ണും കെട്ട ഒരു നികൃഷ്ടജീവിയുടെ കൂടെയാണ് താൻ കിടക്കുന്നതെന്ന് അറപ്പോടെ അവൾ ഓർത്തു. വെറുപ്പിന്റെ നുരകൾ അവളുടെ മനസ്സിലേക്ക് അരിച്ചരിച്ചു വന്നുകൊണ്ടിരുന്നു.

പിറ്റേന്ന്, ജയപ്രകാശ് ഓട്ടോയിലും സുഭദ്ര ചിട്ടിപ്പിരിവിനും പൊയ്ക്കഴിഞ്ഞപ്പോൾ കൈപ്പൻപ്ലാക്കലെ ശാന്തമ്മ പവിത്രയെ കാണാൻ വന്നു. അവരാണ് ഏറ്റവും അടുത്ത അയലത്തുകാർ.

''ഇന്നലെ ഇവിടെ വല്യ ബഹളം കേട്ടല്ലോ കൊച്ചേ. എന്നതാരുന്നു?''

''ഇവിടൊന്നുമില്ലാരുന്നു. പ്രകാശേട്ടന്റമ്മ എന്നെ വഴക്കുപറഞ്ഞതാ.''

''മോടെ അമ്മ വന്നപ്പഴും കേട്ടല്ലോ ഒച്ചേം വഴക്കും.''

''അമ്മ വന്നത് പ്രകാശേട്ടന്റമ്മയ്ക്ക് ഇഷ്ടപ്പെട്ടില്ല. അതാ.''

''ഇതെന്താ ചെകിട് വീർത്തിരിക്കുന്നെ. കണ്ണിന്റെ താഴേം നീരാണല്ലോ. പ്രകാശൻ അടിച്ചോ?''

ഒടുവിൽ പവിത്രയ്ക്ക് എല്ലാം പറയേണ്ടിവന്നു.

ശാന്തമ്മയാണ് അവൾക്കവിടെ ഒരു തുണയും ആശ്വാസവും. സുഭദ്ര വീട്ടിലില്ലാത്തപ്പോൾ അവർ എന്തെങ്കിലും പലഹാരങ്ങൾ കൊണ്ടുവന്നുകൊടുക്കും. എന്നിട്ടു പറയും: ''വെശന്നിരിക്കരുത് മോള്. വയറ്റിലൊരു കൊച്ചുള്ളതല്ലേ. അതിനു വളരണ്ടേ. സുഭദ്രേടെ സ്വഭാവം ഞങ്ങക്കെല്ലാം അറിയാം. അവരോടു സംസാരിക്കാൻ ചെന്നാ നമ്മള് നാറും. അതുകൊണ്ടാ അയലത്തുകാരാരും അവരോടു ചോദിക്കാനും പറയാനും ചെല്ലാത്തെ.'' ഇപ്പോഴും ശാന്തമ്മ അവളെ ആശ്വസിപ്പിച്ചു.

''ഞാൻ മോടെ വീട്ടിലോട്ടു വിളിച്ചുപറയട്ടെ തല്ലീന്ന്. അവര് വന്നു ചോദിക്കട്ടെ.''

''ഒന്നും വേണ്ട. എന്തൊക്കെ ചോദിച്ചാലും പറഞ്ഞാലും അവസാനം ഞാനീ വീട്ടിത്തന്നെയല്ലേ താമസിക്കേണ്ടത്. ഭർത്താവിനെ മാറിയെടുക്കാൻ പറ്റോ? അമ്മായിമ്മേനെ മാറിയെടുക്കാൻ പറ്റോ? ഇവരോടു പെണങ്ങി ഒരു കുഞ്ഞുമായിട്ട് എനിക്കെന്റെ വീട്ടിൽ പോയി ജീവിക്കാൻ പറ്റോ? അവിടുന്ന് നീതി കിട്ടീരുന്നെങ്കി എനിക്കിങ്ങനൊന്നും വരത്തില്ലാരുന്നല്ലോ.''

''എന്നാലും നിന്നെ തല്ലിയ കാര്യം അവരെ ഒന്നറിയിക്കണ്ടേ.''

''വേണ്ട. പിന്നെ പരാതിയായി, പൊലീസ്കേസായി, ഭീഷണിയായി, ഒത്തുതീർപ്പായി... പിന്നേം ഞാനിവിടെത്തന്നെ. വയറ്റിലൊരു കുഞ്ഞു കെടപ്പൊണ്ടല്ലോന്നു വിചാരിച്ചിട്ടാ. ഇല്ലെങ്കി ഞാൻ ചത്തേനെ. ഇപ്പം എന്റെ ഏറ്റോം വല്യ ആഗ്രഹം പ്രസവത്തോടെ ഞാനും എന്റെ കുഞ്ഞും മരിച്ചുപോണേന്നാ.''

ജീവിതനൈരാശ്യം മുഴുവൻ വിതുമ്പിയ ആ വാക്കുകൾ കേട്ട് ശാന്തമ്മ താടിക്കു കയ്യൂന്നി വല്ലായ്മയോടെ അവളുടെ മുഖത്തേക്കു തന്നെ നോക്കിയിരുന്നു.

മകൻ, പവിത്രയെ അടിച്ച വിവരം അവൾ വീട്ടുകാരെ അറിയിക്കുമെന്നും പൊലീസ് ഇടപെടൽ ഉണ്ടാകുമെന്നും ഒരു ഭീതി സുഭദ്രയ്ക്ക് ആദ്യദിവസങ്ങളിൽ ഉണ്ടായിരുന്നു. അത് ക്രമേണ മാറി.

രണ്ടാഴ്ചയ്ക്കു ശേഷം, അജിതമ്മ സുഭദ്രയെ ഫോണിൽ വിളിച്ചപ്പോഴും അവർക്കൊരു ഉൾഭയമുണ്ടായി. അറച്ചറച്ചാണ് സുഭദ്ര ഫോൺ അറ്റന്റ് ചെയ്തത്.

''ഹലോ... എന്നാ അജിതെ വിളിച്ചെ?''

''പവിത്രയ്ക്കിത് ഏഴാം മാസമല്ലേ. ഞങ്ങള് വന്ന് കൂട്ടിക്കൊണ്ടു പോരണ്ടേ.''

''പിന്നേ... വേണം വേണം. ചടങ്ങൊന്നും തെറ്റിക്കണ്ട.'

''എന്നാ ഞങ്ങള് വരേണ്ടത്?''

''നിങ്ങടെ സൗകര്യംപോലെ തീരുമാനിച്ചിട്ട് അറിയിച്ചാ മതി.''

ആശ്വാസത്തോടെയാണ് സുഭദ്ര ഫോൺ വച്ചത്. ജയപ്രകാശ് പവിത്രയെ അടിച്ച കാര്യം ഇതുവരെ അവരാരും അറിഞ്ഞിട്ടില്ല.

അന്നു മുതൽ, പവിത്രയെ വിളിച്ചോണ്ടുപോകാൻ വീട്ടുകാർ വരുന്നതുവരെ സുഭദ്ര തോന്നുമ്പോഴെല്ലാം പവിത്രയോട് പറഞ്ഞുകൊണ്ടിരുന്നു.

''പിന്നേ... ഏഴാം മാസത്തി പോയാ പിന്നെ ഇങ്ങോട്ട് തിരിച്ചു വന്നേക്കല്ല്, കേട്ടോ.''

''പിന്നെ ഞാനെങ്ങോട്ടു പോകും?''

''എടയ്ക്ക് വരണ്ടാന്നാ പറഞ്ഞെ. പ്രസവിച്ച് തൊണ്ണൂറു കഴിഞ്ഞിട്ട് പോന്നാ മതി.''

സഹികെട്ട് ഒടുവിൽ പവിത്ര പറഞ്ഞു.

''തിരിച്ചുവരാൻ ഇടവരുത്തല്ലേന്നാ എന്റേം പ്രാർഥന. എത്രപേര് പ്രസവത്തോടെ മരിച്ചുപോകുന്നു. എന്റേം കുഞ്ഞിന്റേം ജീവനെടുത്തോളണേന്ന് ഞാനെന്നും പ്രാർത്ഥിക്കുന്നൊണ്ട്. പോരേ.''

ആ ഉത്തരത്തിൽ തൃപ്തിപ്പെട്ട മട്ടിൽ ഒന്നും മിണ്ടാതെ സുഭദ്ര തലയാട്ടി.

മുൻകൂട്ടി അറിയിച്ചിരുന്നതനുസരിച്ച് നിശ്ചിത ദിവസംതന്നെ പവിത്രയുടെ വീട്ടുകാർ വന്ന് അവളെ കൂട്ടിക്കൊണ്ടുപോവുകയും ചെയ്തു.

* * *

നഴ്സിങ് പഠനത്തിന്റെ ആദ്യവർഷം അവസാനിക്കാൻ പോവുകയാണ്. പരീക്ഷയ്ക്ക് ഇനി ഏതാനും ആഴ്ചകളേയുള്ളൂ. അതിനുള്ള തയ്യാറെടുപ്പിലാണ് ജിബിയ അടക്കം വിദ്യാർത്ഥികൾ എല്ലാവരും. അതിനിടയിൽ ഹോസ്റ്റൽ ഫീസ് വർദ്ധിപ്പിച്ചുകൊണ്ടുള്ള ഒരു പ്രഖ്യാപനം മാനേജ്മെന്റിന്റെ ഭാഗത്തുനിന്നുണ്ടായത് വിദ്യാർത്ഥികളെ ചൊടിപ്പിച്ചു. ഹോസ്റ്റൽ ഫീസ് കൂട്ടുന്നെങ്കിൽ, തരുന്ന ഭക്ഷണവും മെച്ചപ്പെട്ടതാക്കണമെന്നു വിദ്യാർത്ഥികൾ വാദിച്ചു.

സാമ്പാറിലും വെള്ളയരിച്ചോറിലുമൊക്കെ പുഴുക്കൾ ചത്തു കിടക്കുന്നതിന് ഒരറുതി വരുത്തണമെന്ന് ജെയ്സണും സംഘവും ചേർന്ന് മാനേജ്മെന്റിനു നിവേദനം നൽകി.

ഭക്ഷണക്രമത്തിൽ യാതൊരു മാറ്റവും വരുത്താൻ തയ്യാറല്ലെന്ന നിലപാടിൽ മാനേജ്മെന്റ് ഉറച്ചുനിന്നു. വിദ്യാർത്ഥികളെല്ലാവരും കൂടിയാലോചിച്ച് മാനേജ്മെന്റിൽനിന്ന് നീതിലഭിക്കാൻ വേണ്ടി ഒരു സമ്മർദ്ദസമരം നടത്താൻ തീരുമാനിച്ചു. ജെയ്സൺ ഉൾപ്പടെ പന്ത്രണ്ടുപേരടങ്ങുന്ന സമരസമിതിക്ക് രൂപം കൊടുത്തു. ഒരു ദിവസം പ്ലക്കാർഡുകളും പിടിച്ച് ഓഫീസിനു മുന്നിൽ സത്യഗ്രഹം നടത്തുകയും ചെയ്തു.

രാത്രി, ജിബിയ, ജെയ്സണെപ്പറ്റി കൂട്ടുകാരികളോട് അഭിമാനത്തോടെ സംസാരിക്കുകയായിരുന്നു.

''ജെയ്സൺ ചേട്ടായി ഒന്നു തീരുമാനിച്ചാ അതു നടത്തിച്ചിരിക്കും. അത്ര മിടുക്കനാ.''

''നിന്റെ ജെയ്സൺ ചേട്ടായി മാത്രമല്ലല്ലോ സമരത്തിന്റെ മുന്നിൽ നിൽക്കുന്നത്. വേറേം പതിനൊന്നു പേരൊണ്ട്.''

''എന്നാലും കൺവീനർ ജെയ്സൺ ചേട്ടായി അല്ലേ.'' ജിബിയ പറഞ്ഞു.

അതിനിടയിൽ സീനിയർ വിദ്യാർത്ഥിയായ ആതിര മുറിയിലേക്ക് ഓടി വന്നു.

''ദേ, ലൈറ്റണച്ചോ.'' ഹോസ്റ്റൽറൂമിലെല്ലാം ഗുണ്ടകള് കേറി കണ്ടവരെയൊക്കെ പിടിച്ചു തല്ലുന്നു. എല്ലാ റൂമിലും കേറി അടിക്കുവാ.''

എല്ലാവരും ഞെട്ടിത്തരിച്ചിരുന്നുപോയി.

''ഇവിടേം വരുവോ. ഇതു ഗേൾസിന്റെ ഹോസ്റ്റലല്ലേ.'' ഷേർളി ചോദിച്ചു.

''ഗുണ്ടകള് അതു വല്ലതും നോക്കുവോ. ഈശ്വരാ, എനിക്ക് പേടിയായിട്ട് വയ്യ.''

അത്രയും പറഞ്ഞ് ആതിര ഓടിപ്പോയി.

''അതു മാനേജ്മെന്റ് ചെയ്യിക്കുന്നതാ. സമരക്കാരെ അടിച്ചൊതുക്കാൻ.''

സിനി എഴുന്നേറ്റ് ലൈറ്റ് ഓഫ് ചെയ്തു.

''വാതിലടയ്ക്കെടീ.'' ഇരുട്ടത്ത് മെറ്റിൽഡയുടെ ശബ്ദം ഉയർന്നു.

ജിബിയ കാതോർത്തു. ബോയ്സ് ഹോസ്റ്റലിന്റെ ഭാഗത്തുനിന്ന് അട്ടഹാസവും ബഹളവും നിലവിളിയുമൊക്കെ കേൾക്കാമായിരുന്നു.

ദൈവമേ ജെയ്സൺ! ജിബിയ നെഞ്ചിൽ കൈവച്ച് വിലപിച്ചു.

ഇരുപത്

ക്ലാസ് കഴിഞ്ഞ് കൂട്ടുകാരികളോടൊപ്പം ഹോസ്പിറ്റലിൽ പോയി ജിബിയ ജെയ്സണെയും സഹപാഠികളെയും സന്ദർശിച്ചു. ജെയ്സ ണോടൊപ്പം സമരക്കാരായ ഏഴുപേർ കൂടി ഹോസ്പിറ്റലിൽ അഡ്മിറ്റ് ചെയ്യപ്പെട്ടിട്ടുണ്ടായിരുന്നു. രണ്ടുപേരുടെ കൈയിലെ അസ്ഥികൾക്കു പൊട്ടലുണ്ട്. ജെയ്സന്റെ പുറത്തും തലയിലും മുഖത്തും നെഞ്ചിലും കൈകളിലുമെല്ലാം അടിയേറ്റ ക്ഷതങ്ങൾ കരിവാളിച്ചു കിടന്നു.

ജെയ്സന്റെ ബെഡിനരികെ ഇരുന്നിട്ട് ജിബിയ ചോദിച്ചു: ''നിങ്ങള് പത്തുപന്ത്രണ്ട് പേരുണ്ടായിട്ടും ഒന്നും ചെയ്യാൻ പറ്റിയില്ലേ?''

''ഞങ്ങളെല്ലാം ഒന്നിച്ചല്ലായിരുന്നല്ലോ. അവന്മാര് ഓരോരോ റൂമു കളിൽ കേറിവന്ന് ഓർക്കാപ്പുറത്ത് അടി തൊടങ്ങി.''

''നിങ്ങള് വാതിലടച്ച് കെടന്നില്ലാരുന്നോ?''

''എവിടന്ന്. ചെലര് പഠിച്ചോണ്ടിരിക്കുന്നു. ചെലര് ഫോൺ ചെയ്യുന്നു. ഞാനും ടോം ചെറിയാനും കൂടെ ഇനിയുള്ള സമരനടപടി ചർച്ച ചെയ്യുവാരുന്നു. മൂന്നാലുപേര് കുറുവടീം പത്തലുമൊക്കെയായിട്ട് റൂമിലോട്ട് ഇടിച്ചുകേറിവന്നു. ചോദ്യോം പറച്ചിലും ഒന്നുമില്ല. അടി തൊടങ്ങി.''

ജെയ്സൺ ഒന്നു നിർത്തി. രാത്രി നടന്ന സംഭവങ്ങൾ അവൻ ഓർമ്മയിൽ റീവൈൻഡ് ചെയ്യുന്നുണ്ടായിരുന്നു. രണ്ടു നിമിഷത്തിനു ശേഷം അവൻ തുടർന്നു: ''ഞങ്ങൾ സഹായത്തിന് മറ്റുള്ളവരെ അലറി വിളിച്ചു. ആരു വരാൻ... എല്ലാ റൂമിലും അവന്മാര് മൂന്നുംനാലും പേര് വീതം തള്ളിക്കയറി അടി തൊടങ്ങിയാരുന്നു. ആര് ആരെ സഹായി ക്കാനാ? അരമണിക്കൂറിനകത്ത് സകല പരിപാടീം കഴിഞ്ഞു.''

ജെയ്സന്റെ തലയ്ക്കും താടിക്കും ചെറിയ ബാൻഡേജ് ഉണ്ട്. കുറുവടിയും പത്തലും ഉപയോഗിച്ചുള്ള അടിയായിരുന്നതിനാൽ ക്ഷത ങ്ങളെല്ലാം നീരുവന്ന് ചീർത്ത് തൊലിക്കുള്ളിൽ രക്തം കട്ടപിടിച്ച പോലിരുന്നു.

''ചെയർമാനോടും മാനേജരോടും കംപ്ലെയ്ന്റ് ചെയ്തില്ലേ?'' ജിബിയ ചോദിച്ചു.

‘‘ഓ... ചെയ്തു. അവരാണല്ലോ വണ്ടീല് കേറ്റി എല്ലാരേം ഹോസ്പിറ്റലിൽ എത്തിച്ചെ.’’

‘‘അവര് പൊലീസിൽ അറിയിച്ചോ?’’

‘‘അറിയിച്ചുകാണും. എല്ലാം അവരുതന്നയല്ലേ ചെയ്യുന്നെ. ഗുണ്ടകളെ വിളിച്ചുവരുത്തി ഞങ്ങളെ തല്ലിച്ചത് മാനേജ്മെന്റ്, പരുക്കുപറ്റിയ ഞങ്ങളെ ഹോസ്പിറ്റലിൽ എത്തിച്ചത് മാനേജ്മെന്റ്, പൊലീസിൽ പരാതി കൊടുക്കുന്നതും മാനേജ്മെന്റ്. എങ്ങനെയൊണ്ട് സ്ക്രീൻ പ്ലേ...’’

ജിബിയ അനുകമ്പയോടെ അവന്റെ തലയിലും മുഖത്തെ ക്ഷതങ്ങളിലും കയ്യോടിച്ചു.

‘‘നല്ല സുഖം.’’ ജെയ്സൺ അവളെ നോക്കി പുഞ്ചിരിതൂകി.

‘‘വേദനയില്ലേ?’’

‘‘നീ ഇവിടെവന്ന് ഇരിക്കുന്നതുവരെ ഒടുക്കത്തെ വേദനയാരുന്നു. ഇപ്പം എവിടെപ്പോയെന്നറിഞ്ഞില്ല.’’

‘‘ഞാനൊന്നും ചെയ്തില്ലല്ലോ.’’

‘‘എന്റടുത്തുവന്ന് ഇരുന്നില്ലേ. എന്നെ തൊട്ടില്ലേ?’’

‘‘അയ്യോടാ! എനിക്ക് അത്ഭുതശക്തിയൊന്നും ഇല്ല.’’

‘‘പക്ഷേ, പ്രേമത്തിന് ചില അത്ഭുതസിദ്ധികളൊണ്ട്.’’

‘‘അതെന്തൊക്കെയാ?’’

‘‘തമ്മിൽ കാണാത്ത സമയത്ത് ഒരു മിനിറ്റിനെ ഒരു മണിക്കൂറാക്കി വലിച്ചുനീട്ടും. കണ്ടുമുട്ടുമ്പം മണിക്കൂറിനെ ഒരു മിനിറ്റാക്കി ചുരുക്കിക്കളയും. കാണാതിരിക്കുമ്പം ലോകം ഭീമാകാരവും നമ്മള് കടുകുമണി പോലെ ചെറുതും ആയിപ്പോകും. കണ്ടുമുട്ടുമ്പം നമ്മൾ വലുതും ലോകം തീരെ ചെറുതുമാകും. അങ്ങനെ പറയാനാണെങ്കി ഒരുപാടൊണ്ട്. തമ്മിൽ സംസാരിക്കുന്ന വാക്കിനെല്ലാം മധുരം. കാണുന്ന കണ്ണിന് എന്തെന്നില്ലാത്ത സന്തോഷം. തൊടുന്ന വിരലിന് ഇലക്ട്രിക് ചാർജ്. ഒന്നു തലോടിയാൽ കുളിരും നിർവൃതീം.’’

ജിബിയ ലജ്ജയിൽ കുതിർന്നു മിഴികൾ താഴ്ത്തി. കൂട്ടുകാരികൾ അവരെ തനിച്ചുവിട്ടിട്ട് മറ്റ് ബെഡുകളിലുള്ള സഹപാഠികളെ സന്ദർശിക്കുകയായിരുന്നു.

‘‘ഇനീം സമരം ചെയ്യുന്നുണ്ടോ?’’

‘‘എന്തിന്, തല്ലുകൊള്ളാൻ വേണ്ടിയോ? സത്യം പറഞ്ഞാ നിങ്ങൾക്കു വേണ്ടിയാരുന്നു സമരം. ബോയ്സ് മെസ്സിൽ ഞങ്ങൾക്ക് കുറച്ചു ഭേദപ്പെട്ട ഫുഡാ കിട്ടുന്നേ. നിങ്ങടെ ഫുഡിലെ പുഴുവിനെ ഒഴിവാക്കാൻ വേണ്ടി ചെയ്ത സമരമാ.’’

‘‘അയ്യോടാ, സോറി. എന്തെങ്കിലും മാറ്റം ഒണ്ടാകുവോ?’’

‘‘ഞങ്ങടെ ശരീരത്തിന് കൊറച്ച് കൊറച്ച് മാറ്റം വന്നിട്ടൊണ്ട്.’’ ജെയ്സൺ ചിരിച്ചു.

ജിബിയ അവന്റെ കൈത്തണ്ടയിൽ തലോടി.

''ഇനി സമരത്തിനൊന്നും പോണ്ട കേട്ടോ. സാരമില്ല.''

''ഇവന്മാർക്കിട്ട് എന്തെങ്കിലും ഒരു പണി കൊടുത്തിട്ടേ ഞാനിവിടന്നു പോവത്തൊള്ളൂ.''

ജിബിയ അവന്റെ നെറ്റിയും തലോടി.

''ഇതൊക്കെ വിട്ടേക്ക്. എക്സാം നന്നായിട്ട് എഴുതിയേക്കണം. ഇപ്രാവശ്യം ഞാൻ വീട്ടിച്ചെല്ലുമ്പം ഇയാടെ കാര്യം പറയാനിരിക്ക്യാ.''

''ആരോട്?''

''എന്റെ മമ്മിയോട്.''

''അതെന്തിനാ?''

''മമ്മിക്കൊരു സന്തോഷമാകട്ടെ.''

''സന്തോഷമോ? വഴക്കുപറയത്തില്ലേ. എന്റെ വീട്ടിലെങ്ങാനും അറിഞ്ഞാ കൊല്ലും.''

''പ്രേമിക്കുന്നത് അത്ര വല്യ കുറ്റമാണോ നിങ്ങടെ വീട്ടിൽ?''

''ഞങ്ങടെ വീട്ടിലെന്നല്ല, നമ്മടെ നാട്ടിൽ എല്ലാടത്തും അങ്ങനാ. ആൺകുട്ടികൾ പ്രേമിച്ചാ വീട്ടുകാര് അതു കൊള്ളാവുന്ന ബന്ധമാണോന്നു നോക്കീട്ടേ എതിർപ്പ് കാണിക്കത്തൊള്ളൂ. തമ്മിൽ ചേർക്കാൻ കൊള്ളാവുന്നതാണെങ്കി ഒരു കൊഴപ്പോം ഇല്ല. പക്ഷേ, പെൺകുട്ടികൾ പ്രേമിക്കാൻ പോയാ ചൂലും ചൂരലും പത്തലുമൊക്കെയായിട്ട് വരും.'' ജിബിയ പറഞ്ഞു.

''എനിക്കൊരു പ്ലാനൊണ്ടാരുന്നു. നമ്മടെ ബന്ധം രണ്ട് വീട്ടിലും ഒന്നു സൂചിപ്പിച്ചേക്കാമെന്ന്. വേറാരും വന്ന് എടയ്ക്കു കേറണ്ടാല്ലോന്നു വിചാരിച്ചിട്ടാ. ഒരു ദിവസം ഇയാളെ എന്റെ വീട്ടിൽ കൊണ്ടുപോയി വീട്ടിലുള്ളവർക്ക് പരിചയപ്പെടുത്തണം, പിന്നൊരു ദിവസം ഞാൻ തന്റെ വീട്ടിൽ വന്ന് ഇവളെ വേറെയാർക്കും കൊടുക്കരുത്, സമയമാകുമ്പം ഞാൻ വന്ന് കെട്ടിക്കോളാം എന്നു പറയണം, എന്നൊക്കെ.''

''പൊന്നുമോനേ, അതൊക്കെ മനസ്സിവച്ചിരുന്നാ മതി. കോഴ്സ് കഴിഞ്ഞ് എവിടെങ്കിലും ജോലിക്കു കേറീട്ട് വേണെങ്കി ആലോചിച്ചു നോക്കാം.''

ജിബിയ ഗൗരവം നിറഞ്ഞ പുഞ്ചിരിയോടെ മുന്നറിയിപ്പെന്നപോലെ പറഞ്ഞു.

* * *

വീട്ടിൽ തിരിച്ചെത്തിയശേഷം ആദ്യത്തെ ഒരാഴ്ച പവിത്രയോട് എല്ലാവർക്കും വലിയ സ്നേഹവും അനുകമ്പയുമൊക്കെ ആയിരുന്നു. പതിയെപ്പതിയെ അജിതമ്മ തന്നെ അസ്വസ്ഥത പ്രകടിപ്പിച്ചു തുടങ്ങി.

“പ്രകാശനെന്നാ ഇങ്ങോട്ട് വരാത്തെ?”

“അതൊക്കെ പ്രാകശേട്ടന്റമ്മ എങ്ങനെങ്കിലും മണത്തറിയും. അമ്മയെ പേടിയാ.”

പവിത്ര ജയപ്രകാശിനെ പലപ്പോഴും ന്യായീകരിക്കുന്നത് അജി തമ്മയ്ക്ക് ഇഷ്ടപ്പെടാറില്ല.

“അവനൊരാണല്ലേ. അവനെന്താ തള്ളേടെ മുഖത്തു നോക്കി ന്യായം പറയാനൊള്ള തന്റേടമില്ലാത്തെ. ആണുങ്ങളായാ നട്ടെല്ല് വേണ്ടേ.”

“ഞാനിത്രയൊക്കെ പറഞ്ഞിട്ടും അമ്മയ്ക്കു മനസ്സിലായില്ലേ. അവര് സ്വൈരം കൊടുക്കത്തില്ലെന്നേ. അവര് വാ തൊറന്ന് സംസാരിക്കാൻ തൊടങ്ങിയാ നമുക്കു വീട്ടീന്നെറങ്ങി വല്ലടത്തോട്ടും ഓടിപ്പൊയ്ക്കള യാൻ തോന്നും.”

“നീയിങ്ങനെ ഇവിടെത്തന്നെ നിൽക്കുന്നത് എനിക്കു നാണക്കേടാ. ഒള്ളത് പറയാല്ലോ. ഇങ്ങനൊന്നും ആരും വന്ന് നിക്കത്തില്ല. ഏഴാം മാസത്തിൽ പ്രസവത്തിനു കൂട്ടിക്കൊണ്ട് വരികാന്നൊള്ളത് ഒരു ചടങ്ങു മാത്രമാ. മൂന്നാലുദിവസം കഴിയുമ്പം കെട്ടിയവൻ വന്ന് അവന്റെ വീട്ടി ലോട്ടു വിളിച്ചോണ്ടുപോകും. പിന്നെ മാസം തെകയുമ്പഴാ വരുന്നെ. ഇവിടങ്ങളിലൊക്കെ എല്ലാരും അങ്ങനാ. ഇപ്പത്തന്നെ അയൽപക്കം കാര് ചോദിച്ചു തൊടങ്ങി. ഞാനെന്നാ പറയും. എന്നാ നാണക്കേടാ.” അജിതമ്മ തന്റെ അതൃപ്തി വെളിപ്പെടുത്തി.

“ഞാനിപ്പം എന്നാ ചെയ്യണം, അമ്മ പറ. ആ സ്ത്രീ അന്ത്യശാസനം തന്ന് വിട്ടേക്കുവാ പ്രസവിച്ച് തൊണ്ണൂറ് തെകയാതെ ആ വീട്ടിലോട്ടു ചെല്ലണ്ടാന്ന്. ഞാനൊരിക്കലും ചെല്ലാതിരുന്നാ അവർക്ക് അത്രേം സന്തോഷം.”

“നീ പ്രകാശനോട് പറ വന്നു വിളിച്ചോണ്ടുപോകാൻ. ഇവിടെ ഇങ്ങനെ നിക്കുന്നത് ഭയങ്കര മോശമാണെന്ന്. അവനു തീരെ വിവര മില്ലേ.”

“വിവരമില്ലാത്തത് അമ്മയ്ക്കാ. ഞാൻ പറഞ്ഞാരുന്നോ എന്നെ കെട്ടിച്ചുവിടാൻ. ഞാനാരേം പഴിക്കുന്നില്ല. എന്റമ്മേടെ കയ്യിലിരിപ്പിന്റെ ഫലമാ ഞാനിപ്പം അനുഭവിക്കുന്നെ. കല്യാണം കഴിപ്പിക്കാഞ്ഞിട്ട് ഇരി ക്കപ്പൊറുതിയില്ലാരുന്നു.”

“എടീ നിന്റെ ജാതകത്തില് പിന്നെ ഇരുപത്തൊൻപതു വയസ്സു കഴിയണം.”

“ഇരുപത്തൊൻപതോ മുപ്പത്തൊൻപതോ കഴിഞ്ഞോട്ടെ. ഞാൻ ആരേം ബുദ്ധിമുട്ടിക്കാതെ പഠിച്ച് ജോലി ചെയ്ത് ജീവിച്ചോളാരുന്നു. അതിനു സമ്മതിച്ചോ? ഇല്ല. എന്നാ കല്യാണം കഴിക്കുന്ന ചെറുക്കന്റെ വീട്ടുകാരെക്കുറിച്ച് വേണ്ടപോലെ അന്വേഷിച്ചോ? അതും ഇല്ല. അവ രടെ അയലത്തെ വീട്ടിലൊക്കെ ചെന്ന് ചോദിച്ചാ മതിയാരുന്നു. ഒന്നും വേണ്ട. ഒരാള് മെനക്കെട്ട് ഇവിടെ വന്ന് പറഞ്ഞതല്ലേ, വല്ല നിവൃത്തീം

ഒണ്ടെങ്കി ആ വീട്ടിലോട്ട് കെട്ടിച്ചയയ്ക്കല്ലേന്ന്. അതും കേട്ടില്ല. നിർബ ന്ധിച്ച് നരകത്തിലോട്ടു തള്ളിവിട്ടിട്ട്... ഇപ്പം എനിക്കാണോ കുറ്റം?''

പവിത്ര അറുത്തുമുറിച്ചുതന്നെ സംസാരിച്ചു. അജിതമ്മയ്ക്ക് ഉത്തരം മുട്ടി.

''ഞാനിത് കേക്കണമെടീ. തയ്യൽമെഷീൻ ചവിട്ടിയാ ഞാനെന്റെ മക്കളെ വളർത്തിയത്. ഒരെണ്ണത്തിനെയെങ്കിലും കണ്ണുതെളിച്ച് വിടാൻ നോക്കിയത് ഇപ്പം എന്റെ തെറ്റ്. സമ്മതിച്ചു. എന്റെ തെറ്റ് തന്നെയാ.''

അജിതമ്മ തൊണ്ടയിടറിപ്പറഞ്ഞിട്ട് മകളുടെ മുന്നിൽനിന്ന് എഴു ന്നേറ്റുപോയി.

ഒരാഴ്ച കൂടി കാത്തിട്ട് അജിതമ്മ ഒരു ദിവസം സുഭദ്രയെ കാണാൻ ഒറ്റയ്ക്ക് വെട്ടിപ്പറമ്പിനു പോയി. വരാന്തയിൽ കയറി ഡോർ ബെല്ലടി ച്ചിട്ടു കാത്തുനിന്നു. കുറെ കഴിഞ്ഞിട്ടും വാതിൽ തുറക്കുന്നില്ല.

''കോളിങ് ബെല്ലടിക്കുമ്പം ആ സ്ത്രീ ആദ്യം ജനലിക്കൂടെ ഒളിഞ്ഞു നോക്കും. ഇഷ്ടപ്പെടാത്തവരാണെങ്കി വാതിലു തൊറക്കത്തില്ല. ആരും ഇല്ലെന്നു വിചാരിച്ച് എല്ലാരും തിരിച്ചുപോകും. അങ്ങനെ പോരാനാ ണെങ്കി അമ്മ പോകണ്ട.''

പവിത്ര, മുന്നറിയിപ്പു നൽകിയിരുന്നതിനാൽ അജിതമ്മ വരാന്ത യുടെ അരഭിത്തിയിൽ കയറി ഇരിപ്പുറപ്പിച്ചു. അരമണിക്കൂർ കഴിഞ്ഞ പ്പോൾ വാതിൽ തുറക്കപ്പെട്ടു. അജിതമ്മയെ കണ്ട് ആശ്ചര്യം ഭാവിച്ച് സുഭദ്ര പറഞ്ഞു:

''അല്ല ഇതാര്, അജിതയോ... എപ്പം വന്നു? വിളിക്കാമ്മേലാരുന്നോ? ഞാനടുക്കളപ്പൊറത്ത് കൊറച്ച് പണിയിലായിരുന്നു. തുണിയലക്കാ നൊണ്ടാരുന്നു. ബെല്ലടിച്ചാരുന്നോ?''

''കാര്യമൊക്കെ എനിക്ക് മനസ്സിലായി. രാത്രിയായാലും ശരി കണ്ടിട്ടേ പോകുന്നുള്ളൂന്ന് കരുതിക്കൂട്ടിയാ ഞാനിവിടിരുന്നെ.''

''എന്നാ മനസ്സിലായെന്നാ അജിത പറയുന്നെ?''

''ഞാൻ നിങ്ങളോടു തർക്കിക്കാനൊന്നും വന്നതല്ല. പവിത്രമോളെ ഞങ്ങള് ഏഴാം മാസത്തിവന്നു വിളിച്ചോണ്ടു പോന്നിട്ട് നിങ്ങളാരും അങ്ങോട്ടു തിരിഞ്ഞു കേറാത്തത് എന്താന്നു പറ?''

''പ്രസവത്തിനു വിളിച്ചോണ്ടു പോയാ പ്രസവിച്ചു കഴിഞ്ഞ് കൊണ്ടു വിടുന്നതല്ലേ പതിവ്.''

''അതാണോ നാട്ടുനടപ്പ്?''

''ഇവിടങ്ങളിലൊക്കെ അങ്ങനാ?''

''ഞങ്ങടവിടെ അങ്ങനല്ല. മൂന്നോ നാലോ മൈൽ ദൂരം മാറുമ്പോ ഴേക്കും ആചാരത്തിനും രീതികൾക്കും ഒക്കെ മാറ്റം വരുവോ? നിങ്ങള് താമസിക്കുന്ന സ്ഥലം തമിഴ്നാടൊന്നുമല്ലല്ലോ?''

''ഇവിടിങ്ങനാണെന്നു ഞാൻ പറഞ്ഞാ ഇങ്ങനാ. എന്റെ വീട്ടിൽ

ഞാൻ പറയുന്നതാ ന്യായം. അത് തിരുത്താനൊന്നും ആരും ഇങ്ങോട്ടു വരണ്ട.''

''ഞങ്ങളോട് നാട്ടുകാരു ചോദിക്കുമ്പം എന്നാ പറയണം? പെണങ്ങി പ്പോന്നതാണോന്നാ അവരുടെ ചോദ്യം. പ്രകാശനാണെങ്കി അങ്ങോട്ട് വരുന്നേയില്ല. ഞാൻ കണ്ടിട്ടില്ല ഇങ്ങനൊരിടത്തും.''

''പ്രസവിച്ച് തൊണ്ണൂറുകഴിഞ്ഞിട്ട് ഇങ്ങോട്ടു കൊണ്ടുവന്ന് വിട്ടാ മതി. വേറെ വർത്തമാനമൊന്നും വേണ്ട.''

അജിതമ്മ എത്രയൊക്കെ പറഞ്ഞിട്ടും സുഭദ്ര തന്റെ നിലപാടിൽ നിന്നു കടുകിടയ്ക്ക് വ്യതിചലിക്കാൻ മനസ്സു കാണിച്ചില്ല.

''ഇങ്ങനാണെങ്കി പ്രസവശേഷം അവളെ ഇങ്ങോട്ടു വിടണോന്ന് ഞങ്ങക്ക് ഒന്നൂടെ ആലോചിക്കേണ്ടിവരും.'' അവസാനവാക്കെന്നപോലെ അജിതമ്മ പറഞ്ഞു.

''അയ്യോ വിട്ടില്ലെങ്കി അത്രേം സന്തോഷം!''

സുഭദ്ര അകത്തു കയറി വാതിലടച്ചു.

'ദുഃഖവും സങ്കടവും സഹിക്കാൻ വയ്യാതെ നിങ്ങള് ഒരു ഗതീം പിടിക്കാതെ പുഴുത്ത് ചാകും' എന്നു പ്രാകിക്കൊണ്ട് അജിതമ്മ തിരികെ പോന്നു.

അജിതമ്മയുടെ സഹോദരന്മാർ ശിവരാജനും രമേശനും പിന്നീട് ഓട്ടോറിക്ഷ സ്റ്റാൻഡിൽ ചെന്ന് ജയപ്രകാശിനെ കണ്ട് ബോധവൽക്കരി ക്കാൻ ഒരു ശ്രമം നടത്തി.

''നീയൊരു ചെറുപ്പക്കാരനല്ലേ. ഈ ഓട്ടോസ്റ്റാൻഡിൽ നിന്നെപ്പോലത്തെ ചെറുപ്പക്കാര് വേറേം ഒണ്ടല്ലോ. അവരൊക്കെ ഇങ്ങനാണോന്ന് നീയൊന്ന ന്വേഷിച്ചുനോക്ക്. അവർക്കും പെണ്ണും പെടക്കോഴീം ഒക്കെ ഒണ്ടായി രിക്കുമല്ലോ.'' ശിവരാജൻ ഗുണദോഷിച്ചു.

''പൊന്നു മാമന്മാരെ അവളവിടെ കുറച്ചു നാള് സന്തോഷമായിട്ട് കഴിഞ്ഞോട്ടെ. എന്റെ വീട്ടിലാണെങ്കി അമ്മ നല്ല പോരെടുക്കും. അവക്ക് യാതൊരു സ്വസ്ഥതേം സമാധാനോം കിട്ടത്തില്ല. രാവിലെ ഓട്ടോയും കൊണ്ട് എറങ്ങിയാ ഞാൻ പാതിരാത്രിക്കാ തിരിച്ചുചെല്ലുന്നെ. എനിക്ക് കണ്ണിലെണ്ണേം ഒഴിച്ച് അവളെ നോക്കിയിരിക്കാൻ പറ്റുവോ?'' ഇതാ യിരുന്നു ജയപ്രകാശിന്റെ മറുപടി.

ഇനിയൊന്നും പറഞ്ഞിട്ട് കാര്യമില്ലെന്ന് ശിവരാജനും രമേശനും ബോധ്യപ്പെട്ടു.

* * *

ഒന്നാം വർഷാന്ത്യ പരീക്ഷ കഴിഞ്ഞു. ജിബിയ നാട്ടിലേക്കു തിരിച്ചു പോരാനൊരുങ്ങി. ജെയ്സൺ ബസിൽ ടിക്കറ്റ് ബുക്ക് ചെയ്തിട്ടുണ്ടാ യിരുന്നു. തിരിച്ചുപോകാൻ പറ്റുന്ന കൃത്യദിവസം അറിയാത്തതിനാൽ

ട്രെയിൻ ടിക്കറ്റ് ബുക്കിങ് അസാധ്യമായിരുന്നു. ജനറൽ കംപാർട്ട്മെന്റിൽ പൊയ്ക്കോളാമെന്ന് ജിബിയ എളിമ പ്രകടിപ്പിച്ചപ്പോൾ ജെയ്സൺ അവളെ ശാസിച്ചു.

''നിനക്ക് ദുരഭിമാനം ഇത്തിരി കൂടുതലാ. നിനക്ക് തോന്നുന്നപോലെ നിന്നെയങ്ങനെ വിടാൻ പറ്റത്തില്ല. നീ വീട്ടിൽ എത്തുന്നതുവരെയുള്ള സുരക്ഷിതത്വം നോക്കേണ്ടത് ഞാനാ.''

''അതൊക്കെ ഇപ്പഴേ നോക്കണോ? ലൈസൻസൊന്നും തന്നിട്ടില്ലല്ലോ ആരും?''

''ലേണേഴ്സ് ഒണ്ട്. അത് ധാരാളം മതി. ലൈസൻസ് എന്റെ മനസ്സിലൊണ്ട്. സമയം വരുമ്പം വേണ്ടപ്പെട്ടവരെ കാണിക്കും.''

ബസ്സിൽ അടുത്തടുത്ത സീറ്റുകളിൽ ഇരുന്നാണ് യാത്ര. ജിബിയയ്ക്ക് ഏറ്റവും അഭിമാനം തോന്നിയത് ജെയ്സൺ അവളുടെ ശരീരത്തെ ബഹുമാനിക്കുന്നതിലൂടെ കാട്ടിയ അന്തസ്സിലായിരുന്നു. ബസ്സിൽ ഒരുമിച്ചു യാത്ര ചെയ്യുമ്പോൾ അവൻ അവളുടെ കരമെടുത്തു മടിയിൽ വച്ച് തലോടിയെന്നു വരും. അവളുടെ മൃദുവിരലുകളിൽ തന്റെ വിരലുകൾ കൊരുത്തുവെന്നു വരും. ഒരുവേള അവളുടെ കൈത്തലം ചുണ്ടോടു ചേർത്തുവെന്നു വരും. സെമിസ്ലീപ്പറിൽ പുഷ് ബാക്ക്സീറ്റിൽ ചാരിക്കിടക്കുമ്പോൾ ഷാൾകൊണ്ട് പുതപ്പിച്ച് തോളത്തേക്കു ശിരസ്സു ചേർത്തുവച്ചുവെന്നു വരും. അതിലെല്ലാം എന്തെന്നില്ലാത്ത കരുതലും സ്നേഹവും വാത്സല്യവുമുണ്ട്. ഇടയൻ തന്റെ കുഞ്ഞാടിനെ നോക്കുന്ന പോലെയാണ് അവൾക്കതെല്ലാം അനുഭവപ്പെടുന്നത്.

ഇത്തവണയും കോട്ടയത്ത് ബസ് എത്തിയശേഷം ജിബിയയുടെ ലഗേജ് എല്ലാം ഇറക്കി, തീക്കോയി-തലനാട് ബസിൽ കയറ്റിവച്ച് സീറ്റും പിടിച്ചുകൊടുത്ത ശേഷമാണ് ജെയ്സൺ യാത്ര പറഞ്ഞത്.

''താങ്ക്സ്ണ്ട് കേട്ടോ. ബസ്ടിക്കറ്റിന്റെ പൈസ ഞാൻ തന്നില്ല. കൊറെയൊണ്ട് തരാൻ.'' ജിബിയ പറഞ്ഞു.

''സൂക്ഷിച്ചുവച്ചോ. നമുക്ക് പത്തു സെന്റ് സ്ഥലം വാങ്ങി വീടുവയ്ക്കാം.'' ജെയ്സൺ പരിഹസിച്ചു.

''ഞാൻ കടക്കാരിയല്ലേ.. അത് വീട്ടിയില്ലെങ്കി ഒരു സമാധാനമില്ല.''

''ഇയാള് ഞാൻ വിളിക്കുമ്പം ഫോണെടുത്താ മതി. അപ്പോ കുറെ കടങ്ങളൊക്കെ തീരും.''

അവൻ പറഞ്ഞതുകേട്ട് ജിബിയയ്ക്കു ചിരിവന്നു.

ബസ് പുറപ്പെടാൻ സമയമായപ്പോൾ അവളുടെ തലയിൽ രണ്ടു തവണ മൃദുവായി തട്ടിയിട്ട് അവൻ ഇറങ്ങിപ്പോയി.

ഇത്തവണ ജിബിയ വീട്ടിലെത്തിയപ്പോൾ അവളെ കണ്ട് ബിൻസി വിസ്മയം പൂണ്ടു.

''കഴിഞ്ഞ പ്രാവശ്യം വന്നപോലെയല്ലല്ലോ. ഇവിടുന്നു പോയതിനേക്കായിലും നന്നായിരിക്കുന്നു.''

എന്റെ മനസ്സിൽ സന്തോഷമുണ്ടായിരുന്നു, എന്നെ നല്ലപോലെ കെയർ ചെയ്യാൻ 'ഒരാൾ' ഉണ്ടായിരുന്നു എന്നൊക്കെ പറയാൻ അവളുടെ നാവു തരിച്ചു.

''ഇപ്പം ബാംഗ്ലൂരുമായിട്ട് പരിചയപ്പെട്ടല്ലോ. ഞാനങ്ങ് അഡ്ജസ്റ്റ് ചെയ്ത കാരണം വല്യ പ്രശ്നമൊന്നുമില്ല.'' ജിബിയ കപടഗൗരവത്തിൽ പറഞ്ഞു.

''മനസ്സിന് സന്തോഷംണ്ടെങ്കി ശരീരോം നന്നാകും.'' ബിൻസി പറഞ്ഞു.

ജിബിയ പൊതുവേ നല്ല പ്രസരിപ്പിലായിരുന്നു. പുഴയ്ക്കക്കരെയുള്ള വീട് ഇപ്പോൾ അവളിൽ ഓരോർമ്മയും ഉണർത്തുന്നില്ല. നൈരാശ്യമോ വേദനയോ അനുഭവപ്പെടുത്തുന്നില്ല. നടുവിലൊഴുകുന്ന പുഴയും അതിന്റെ കരകളും ഒരിക്കൽ തന്റേതും റോബിൻസിന്റേതുമായിരുന്നു. എന്നാലിപ്പോൾ അവയെ തനിക്കു മാത്രമായി തിരിച്ചുകിട്ടിയിരിക്കുന്നു. റോബിൻസ് തന്നെ വിട്ടുപോയത് തന്റെ ഭാഗ്യമായി എന്ന് അവൾ കരുതിത്തുടങ്ങി. സ്വാർത്ഥനായ ഒരാൾ തന്നെ ഉപേക്ഷിച്ചു സ്ഥലം വിട്ടപ്പോൾ സ്നേഹധനനായ ഒരുവൻ ആ സ്ഥാനത്ത് എത്തിച്ചേർന്നിരിക്കുന്നു.

ജിബിയ വീട്ടിൽ സന്തോഷത്തോടും പ്രസരിപ്പോടും കൂടി പെരുമാറുകയും എല്ലാവരോടും അലിവു കാണിക്കുകയും ചെയ്തു. പവിത്ര പ്രസവത്തിനു വന്നിട്ടുണ്ടെന്നറിഞ്ഞ് അവൾ ഒരു ദിവസം അജിതമ്മയുടെ വീട്ടിൽ പോയി പവിത്രയെ കണ്ടു. വയറുന്തി നേരാംവണ്ണം നടക്കാൻ പോലും പറ്റാതെ വിഷമിക്കുന്ന പവിത്രയെ കണ്ടപ്പോൾ ജിബിയയ്ക്കു സങ്കടം തോന്നി. റോബിൻസ് തന്നെ കല്യാണം കഴിച്ചിരുന്നെങ്കിൽ താൻ ഈ അവസ്ഥയിലായേനെ എന്ന് ഓർത്തപ്പോൾ, അയാൾ ഉപേക്ഷിച്ചുപോയതിൽ എന്തെന്നില്ലാത്ത ആശ്വാസം!

പവിത്ര ജിബിയയോട് കുറേ സങ്കടങ്ങൾ പറഞ്ഞു കരഞ്ഞു.

''എനിക്ക് പ്രസവത്തോടെ മരിച്ചുപോയാ മതി. ഒരു കുഞ്ഞിനെയും കൊണ്ട് ആ വീട്ടിൽ പോയി ജീവിക്കുന്നത് എനിക്ക് ആലോചിക്കാൻ പോലും വയ്യ.''

പവിത്രയുടെ സ്വരത്തിൽ കടുത്ത നൈരാശ്യമുണ്ടായിരുന്നു. ജിബിയ അവളെ ഉപദേശിച്ചു.

''നീയിങ്ങനെ ചിന്തിക്കാനേ പാടില്ല. വരാൻപോകുന്ന ജീവിതം എന്താണെന്ന് നമുക്കൊരിക്കലും പറയാൻ പറ്റത്തില്ല. നിനക്കറിയാല്ലോ, റോബിൻസ് എന്നെ ഉപേക്ഷിച്ചപ്പം സുയിസൈഡ് ചെയ്യാൻ പോയവളാ ഞാൻ. ചെയ്തിരുന്നെങ്കിലോ! ഞാനെന്തൊരു മണ്ടിയായിപ്പോയെനെ. ഇപ്പം എനിക്ക് നല്ല പ്രതീക്ഷയൊണ്ട്. സന്തോഷംണ്ട്. എല്ലാ പ്രയാസങ്ങളും മാറി ഒരു നല്ലകാലം വരുംന്ന്.''

''ഞാനൊരിക്കലും ഇതീന്ന് രക്ഷപ്പെടാൻ പോണില്ലെടാ. കൈരേഖപോലെ വരച്ചിട്ടിരിക്ക്യാ എന്റെ ജീവിതം. ഒരു മാറ്റോം കാണാനില്ല എങ്ങും.''

''നോക്ക് ഞാനില്ലേ നിനക്ക്. എന്റെ കോഴ്സ് കഴിഞ്ഞോട്ടെ. ഞാനെവിടെങ്കിലും ജോലിക്ക് കേറും. പിന്നെ നിന്നെ ഹെൽപ് ചെയ്യാൻ എനിക്കു പറ്റും?''

''എങ്ങനെ? എന്തു ഹെൽപ്?''

''അതൊന്നും ഇപ്പം എനിക്കറിയാമ്മേല.''

''നിന്റെ ആഗ്രഹംകൊണ്ട് പറയുന്നതല്ലേ. സമ്മതിച്ചു.'' പവിത്ര വിഷാദമന്ദഹാസത്തോടെ പറഞ്ഞു.

പ്രസവത്തിന് ഇനിയും ഒന്നരമാസം കൂടിയല്ലേയുള്ളൂ. നിന്റെ കുഞ്ഞിനെ കണ്ടിട്ടേ ഞാൻ ബാംഗ്ലൂരിലോട്ട് പോകുന്നൊള്ളൂ.''

''ഇനിയെന്നാ കോഴ്സ് തൊടങ്ങുന്നെ.''

''ജൂലൈ ഫസ്റ്റ് വീക്ക്.''

''അപ്പഴേക്കും എന്റെ ഡെലിവറി കഴിയും.'' പവിത്ര പറഞ്ഞു.

എന്നാൽ നിശ്ചിത തീയതിക്ക് ഒൻപതു ദിവസം മുൻപേ പവിത്രയ്ക്ക് വല്ലാത്ത അസ്വസ്ഥത തുടങ്ങി.

ഹോസ്പിറ്റലിലേക്കു കൊണ്ടുപോകുന്നതിനു മുൻപ് അവൾ ജിബിയയ്ക്ക് ഫോൺ ചെയ്തു.

''ജിബിയാ... എനിക്ക് പെയ്ൻ തൊടങ്ങിയോന്ന് സംശയം. അമ്മയോടു പറഞ്ഞിട്ട് സമ്മതിക്കുന്നില്ല. ഡേറ്റായില്ലെന്നാ പറയുന്നെ. ഞാനിന്ന് എന്തായാലും ഹോസ്പിറ്റലിപ്പോകും.''

''ചെന്നിട്ട് വിളിക്കണേ മോളേ.'' ജിബിയ ഓർമ്മിപ്പിച്ചു.

ഒരു പകലും രാത്രിയും കടന്നുപോയി. അടുത്ത ദിവസം രാവിലെ ജിബിയയ്ക്ക് ഫോൺവന്നു. മറുവശത്ത് അജിതമ്മയായിരുന്നു.

''പവിത്രമോള് പ്രസവിച്ചു. ഇന്നു രാവിലെ. ആൺകുട്ടി. നിന്നെ വിളിച്ചറിയിക്കണംന്ന് പ്രത്യേകം പറഞ്ഞേൽപിച്ചിട്ടൊണ്ടാരുന്നു.''

സന്തോഷംകൊണ്ട് ജിബിയയുടെ കണ്ണു നിറഞ്ഞു. പവിത്ര സുഖമായിരിക്കുന്നോ എന്നു ചോദിക്കാൻ ഭാവിക്കുമ്പോഴേക്കും കോൾ കട്ടായി.

ഇരുപത്തിയൊന്ന്

ജിബിയ വിതിലിൽ മെല്ലെ മുട്ടി വിളിച്ചു. കതക് ചാരിയിട്ടേയുള്ളൂ വെങ്കിലും തുറക്കാൻ അവൾക്കു ധൈര്യം വന്നില്ല. അജിതമ്മയാണ് വാതിൽ തുറന്നത്. ജിബിയയെ കണ്ടപ്പോൾ അവർക്ക് സന്തോഷമായി.

''എനിക്ക് അകത്തോട്ടു കേറി വരാമോ?''

''ഓ... വന്നോ... വന്നോ...''

എന്നിട്ട് പവിത്രയെ വിളിച്ചു. ''മോളേ, ബിയാമോള് വന്നിരിക്കുന്നു.''

പവിത്ര കിടക്കയിൽ കണ്ണടച്ചു കിടക്കുകയായിരുന്നു. ഒരു നേരിയ മയക്കം. ജിബിയ അരികെ ചെന്നപ്പോൾ അവൾ വീർത്ത കൺപോള കൾ ഉയർത്തി നോക്കി.

''ന്റെ കർത്താവേ, ഇതൊരമ്മയാണോ? കഴിഞ്ഞകൊല്ലം എന്റെ കൂടെ സ്കൂളിലെ ബഞ്ചിമ്മേലിരുന്ന് മൂളിപ്പാട്ടു പാടിയ കൊച്ചല്ലേ.'' ജിബിയ അതിശയത്തിൽ ചോദിച്ചു.

പവിത്ര മന്ദഹാസം തൂകി.

''എവിടെ മോളെ നിന്റെ പുത്രൻ?''

''നഴ്സ്മാര് കുളിപ്പിക്കാൻ കൊണ്ടുപോയതാ.'' പവിത്ര മന്ത്രിച്ചു.

ജിബിയ അവളെ സൂക്ഷിച്ചു നോക്കി. പഴയ പവിത്രയല്ല. മുഖത്ത് നൈരാശ്യമില്ല. വേവലാതിയില്ല. ആരോടും വിദ്വേഷമില്ല. ശാന്തഭാവം.

''സിസേറിയനൊന്നുമല്ലാരുന്നല്ലോ?'' ജിബിയ ചോദിച്ചു.

''അല്ല. നോർമലാ.'' അജിതമ്മ പറഞ്ഞു: ''സിസേറിയനായിരുന്നെങ്കി രൂപയെത്ര ചെലവായേനേ. പക്ഷേ, വല്യ ബുദ്ധിമുട്ടാരുന്നു കേട്ടോ. മിനിഞ്ഞാന്നു രാവിലെ ലേബർറൂമിൽ കേറ്റിയതാ. ഡ്രിപ്പിട്ടപ്പം മൊതല് തൊടങ്ങിയ വേദനേം കരച്ചിലും. എന്റെ ഗുരുവായൂരപ്പാ... കേട്ടുനിൽക്കു ന്നോർക്ക് സഹിക്കാൻ പറ്റത്തില്ലാരുന്നു കേട്ടോ. ഇന്നലെ വെളുപ്പാൻ കാലംവരെ എന്തൊരു നെലവിളിയാരുന്നു. ആശുപത്രി മുഴുവൻ കിടുക്കി ക്കളഞ്ഞു.''

''ഭയങ്കര പെയ്നാരുന്നോടാ?'' ജിബിയ അവളുടെ മുടിയിൽ തലോടി.

''അയ്യോ... കരഞ്ഞുകരഞ്ഞ് എന്റെ ഒച്ച കുഞ്ഞുപിള്ളാരടെ പോലെയായി. എന്റെ കരച്ചില് കേട്ടിട്ട് അമ്മയൊക്കെ വിചാരിച്ചത് പ്രസവിച്ചെന്നാ. കൊച്ചിന്റെ കരച്ചിലുപോലിരുന്നു.'' പവിത്ര പറഞ്ഞു.

''അത് നേരാ കേട്ടോ.'' അജിതമ്മ സമ്മതിച്ചു കൊടുത്തു.

''ഞാൻ മരിച്ചുപോകത്തേയൊള്ളെന്ന് ഒറപ്പിച്ചതാ. വേദനകൊണ്ട് എടയ്ക്കു ബോധം പോകും. നഴ്സമാര് മുഖത്തു വെള്ളം തളിച്ച് ഒണത്തും.'' പവിത്ര വിശദീകരിച്ചു.

''ഡോക്ടറുംകൂടെ വെഷമിച്ചു പോയെന്നേ. അവരടെ ഒരു വേവലാതീം പരവേശോം ഒന്നു കാണേണ്ടതാരുന്നു.'' അജിതമ്മ കൂട്ടിച്ചേർത്തു.

ഒരു കുഞ്ഞിന്റെ കരച്ചിൽ ശബ്ദം ഇടനാഴിയിൽനിന്നു കേൾക്കാമായിരുന്നു. അത് കൂടുതൽ വ്യക്തമായിക്കൊണ്ടിരുന്നു.

''കുളിപ്പിച്ച് കൊണ്ടുവരുന്നുണ്ടെന്നു തോന്നുന്നു.''

അജിതമ്മ വാതിൽക്കലേക്കു നീങ്ങി. രണ്ടു നഴ്സുമാർ വാതിൽക്കലെത്തി. ഒരാളുടെ കൈയിലിരുന്ന് അലമുറയിടുന്നപോലെ കരയുകയാണ് ഒരു ചോരക്കുഞ്ഞ്.

''അയ്യോഡാ... കരയല്ലേടാ മുത്തേ.'' നഴ്സ് കൊഞ്ചലോടെ കുഞ്ഞിനോടു പറഞ്ഞു. ''കുളിപ്പിച്ചത് അവന് ഇഷ്ടപ്പെട്ടില്ല. ഭയങ്കര ദ്രോഹം ചെയ്തെന്നാ പറയുന്നെ. അതിന്റെ കൂടെ വെശപ്പും തൊടങ്ങി.''

നഴ്സ് കുഞ്ഞിനെ പവിത്രയുടെ കട്ടിലിനരികെയുള്ള തൊട്ടിലിലേക്കു കിടത്താൻ ഭാവിച്ചു.

''ഇങ്ങ് തന്നേക്ക്.'' പവിത്ര ഇരുകൈയും നീട്ടി.

അവളുടെ മുഖത്തുണ്ടായ ഭാവമാറ്റം ജിബിയ ശ്രദ്ധിച്ചു. ഒരു നിധി കൈനീട്ടി വാങ്ങുന്നതുപോലെയാണ് അവൾ കുഞ്ഞിനെ കയ്യിലെടുത്തത്. ബെഡ്ഡിൽ തൊട്ടരികെ വിരിച്ച ഫ്ളാനലിൽ കുഞ്ഞിനെ കിടത്തി. അമ്മയുടെ സ്പർശമേറ്റതും കുഞ്ഞ് കരച്ചിൽ നിർത്തി. മറുവശത്തേക്ക് അൽപം ചരിഞ്ഞ് ഗൗൺ തുറന്ന് പവിത്ര കുഞ്ഞിനു പാൽ കൊടുക്കാൻ തുടങ്ങി.

ജിബിയ ആ മുറിയിലുള്ള കാര്യം അവൾ മറന്നു. അമ്മയെ മറന്നു. ലോകത്തെ മറന്നു. പവിത്രയ്ക്ക് അദ്ഭുതകരമായ മാറ്റം സംഭവിച്ചിട്ടുണ്ടെന്ന് ജിബിയയ്ക്കു തോന്നി. പ്രസവത്തിനു മുമ്പ് അവൾക്ക് ജീവിതം വേണ്ടായിരുന്നു. ഭർത്താവിനെയും ദാമ്പത്യസുഖവും വേണ്ടായിരുന്നു. കുഞ്ഞ് മരിച്ചുപിറക്കാനും അതിനോടൊപ്പം താനും മരിച്ചുപോകാനും അവൾ ആഗ്രഹിച്ചിരുന്നു. എന്നാലിപ്പോൾ അവളുടെ ലോകത്ത് അമ്മയും കുഞ്ഞും മാത്രമേയുള്ളൂ.

കുറച്ചു കഴിഞ്ഞപ്പോൾ കോറിഡോറിൽനിന്ന് സംസാരശബ്ദങ്ങൾ കേട്ടു.

മുറിയിലേക്ക് പവിത്രയുടെ ബന്ധുജനങ്ങൾ തള്ളിക്കയറി വന്നു. പവിത്രയുടെ മാമന്മാരും മുത്തച്ഛനും മുത്തശ്ശിയും. സുദർശനന്റെ ബന്ധുക്കൾ. എല്ലാവരും കുഞ്ഞിനെയും അമ്മയെയും കാണാനുള്ള വരവാണ്.

ജിബിയ പതിയെപ്പതിയെ പിൻവാങ്ങി.

''ഞാൻ പോട്ടേഡോ...പിന്നെ വരാ'' എന്നുപറഞ്ഞ് അവൾ മുറിവിട്ടു പോന്നു.

പിന്നീട് കുഞ്ഞിന്റെ ഇരുപത്തിയെട്ട് കെട്ടിന്റെ അന്നാണ് ജിബിയ പവിത്രയെ കാണാൻ പോയത്. അജിതമ്മ അവളെ ക്ഷണിച്ചിട്ടുണ്ടായിരുന്നു. ഇപ്രാവശ്യം പവിത്രയെ കണ്ടപ്പോൾ മറ്റൊരു അദ്ഭുതംകൂടി സംഭവിച്ചതായി ജിബിയയ്ക്കു തോന്നി. ബാലികാസഹജമായ ഭാവഹാവാദികൾ അവളിൽനിന്ന് മാഞ്ഞുപോയിരിക്കുന്നു. മെല്ലിച്ചിരുന്ന കൗമാരക്കാരി തടിച്ച സ്ത്രീയായി മാറി. ധാരാളം സന്തോഷവും പ്രതീക്ഷകളും ഉത്തരവാദിത്തങ്ങളും ഉള്ള നല്ലൊരു ജീവിതം അവളെ കാത്തിരിപ്പുണ്ടെന്നു തോന്നുമായിരുന്നു.

ജിബിയ അവളോട് അൽപനേരം സംസാരിച്ചു. കുഞ്ഞിനെ എടുത്തു ലാളിച്ചു.

''നിനക്കിപ്പം ഒരു നിരാശം തോന്നുന്നില്ലേ നിന്റെ ജീവിതം ഇങ്ങനായിപ്പോയതിൽ.''

''ഇല്ലെടീ. ഇങ്ങനൊക്കെത്തന്നെയല്ലേ എല്ലാ പെണ്ണുങ്ങടേം ജീവിതം.'' പവിത്ര പറഞ്ഞു.

''നിന്നെ വേണ്ടപോലെ സംരക്ഷിക്കാത്ത ഹസ്ബൻഡ്, നിന്നെ എങ്ങനെയൊക്കെ ദ്രോഹിക്കാം എന്നു ഗവേഷണം നടത്തിക്കൊണ്ടിരിക്കുന്ന അമ്മായിയമ്മ. ഇതൊന്നും ഇപ്പം നിന്നെ അലട്ടുന്നില്ലേ?''

''എനിക്കെന്റെ മോനുണ്ടല്ലോ.'' പവിത്ര പറഞ്ഞു.

''ആ സ്ത്രീ നിന്റെ മോനെ കാണാൻ വന്നില്ലേ?''

''ആശുപത്രീൽ ഒരു പ്രാവശ്യം വന്നു. ഇവിടെ രണ്ടു തവണ. എന്റെ കുഞ്ഞിന്റെ മൊഖത്തോട്ടു നോക്കീട്ട് പറയുവാ, പ്രകാശന്റെ ഒരു ലക്ഷണോം ഇല്ലല്ലോന്ന്. ചെവീം കണ്ണും മൂക്കുമൊക്കെ വേറാരടയോ പോലിരിക്കുന്നെന്ന്. എന്റെ മുത്തശ്ശിക്ക് അതു കേട്ടിട്ട് വെറഞ്ഞു കേറി വന്നു. മുത്തശ്ശി മൊഖത്തടിച്ചപോലെ ചോദിച്ചു: അല്ല സുഭദ്രേ, നിങ്ങടെ മോൻ ചങ്ങാതിമാരേം വിളിച്ചോണ്ടാണോ എന്നും രാത്രി വീട്ടി വരുന്നേന്ന്. അവരങ്ങ് ചമ്മി വെളറിപ്പോയി. എന്നിട്ടു പറയുവാ എനിക്കു തോന്നിയ കാര്യം തൊറന്നു പറഞ്ഞതാണോ കുറ്റവായിപ്പോയതെന്ന്.''

''അയ്യേ, അവരെന്തൊരു സ്ത്രീയാ?''

''അമ്മേം രണ്ടു വർത്തമാനം പറഞ്ഞു. നിങ്ങടെ പാരമ്പര്യമൊന്നും ഞങ്ങടെ വീട്ടിലെ പെണ്ണുങ്ങക്കില്ല. എന്റെ മോള് അങ്ങോട്ടു കെട്ടി വന്നിട്ട് രണ്ടു പ്രാവശ്യം മാസമൊറ കാണിച്ചിട്ടല്ലേ ഗർഭിണിയായത്. ഇവിടന്ന് കെട്ടിപ്പൊതിഞ്ഞോണ്ട് കൊണ്ടുവന്നതൊന്നുമല്ലല്ലോന്ന്.''

''നന്നായിപ്പോയി. അതുതന്നെ പറയണാരുന്നു.'' ജിബിയ ആവേശം പൂണ്ടു.

''അവരങ്ങ് ഐസായിപ്പോയി. ഏതാണ്ടൊരു കെട്ട വർത്തമാനം പറയാൻ തൊടങ്ങിയപ്പോഴേക്കും അമ്മ കൈചൂണ്ടിക്കൊണ്ടു പറഞ്ഞു: ''അതൊക്കെ നിങ്ങടെ വീട്ടിച്ചെന്ന് പറഞ്ഞാ മതി. ഇതെന്റെ വീടാ. ഇവിടെ വച്ച് വൃത്തികെട്ട ഭാഷ പറഞ്ഞാ തിരിച്ചുപോകുമ്പം വായില് പല്ലു കാണത്തില്ലെന്ന്. പിന്നെ ഒരക്ഷരം മിണ്ടാതെ അവരെറങ്ങി ഒറ്റ പ്പോക്ക്.'' പവിത്ര പറഞ്ഞുകൊണ്ടിരുന്നു.

''ഇതിന്റെയൊക്കെ പകരം വീട്ടാതിരിക്ക്വോ അവര്? നീ അങ്ങോട്ട് തിരിച്ചു ചെല്ലുമ്പം.'' ജിബിയ ചോദിച്ചു.

''അതിപ്പം അവരോട് തേൻപെരട്ടി സംസാരിച്ചാലും അവിടെച്ചെല്ലുമ്പം അവരെന്നെ എങ്ങനൊക്കെ ദ്രോഹിക്കാവോ അങ്ങനൊക്കെ ദ്രോഹിക്കും.'' പവിത്ര ഉത്തമ ബോധ്യത്തോടെ പറഞ്ഞു.

''നിനക്ക് പേടിയില്ലേ മോളേ?''

''ഓ... അവരെന്നെ മണ്ണെണ്ണേം പെട്രോളുമൊഴിച്ച് കത്തിക്കാനൊന്നും പോണില്ല. പേട്ട പൊലീസ് സ്റ്റേഷനിൽ ശിവമാമനും അമ്മേംകൂടെ ഒരു പരാതി കൊടുത്തിട്ടുണ്ടായിരുന്നു. ഒരു ദിവസം പ്രകാശേട്ടനെ സ്റ്റേഷനിലോട്ട് വിളിപ്പിച്ച് പൊലീസുകാര് വെരട്ടുകേം ചെയ്തു. അമ്മയെ നെലയ്ക്കു നിർത്തിയില്ലെങ്കി അമ്മേം മോനും കൂടി അഴിയെണ്ണേണ്ടി വരുമെന്ന്.''

''എന്നിട്ട്?''

''അതിന്റെ പെണക്കം ശിവമാമനോടും അമ്മയോടും പ്രകാശേട്ടന് ഇതുവരെ തീർന്നിട്ടില്ല. ശിവമാമനോട് നേരെ നിന്ന് ചോദിക്കാനുള്ള ധൈര്യമില്ലാത്തോണ്ട് അമ്മേടടുത്ത് കുറെ തട്ടിക്കേറി. അമ്മ പറഞ്ഞു, ഞാനും പത്രങ്ങള് വായിക്കുകേം ടിവി കാണുകേം ഒക്കെ ചെയ്യാ റൊണ്ട് പ്രകാശാ. മണ്ണെണ്ണയൊഴിച്ച് കത്തിക്കുന്നതും കെട്ടിത്തൂക്കുന്ന തുമൊക്കെ മിക്ക ദിവസോം ഒണ്ട്. എന്റെ മോൾക്ക് അങ്ങനൊരു ഗതി വരാതെ നോക്കേണ്ടത് എന്റെ കടമയാ എന്ന്.''

''പ്രകാശേട്ടനെന്നാ പറഞ്ഞു അന്നേരം?''

''എന്നാ പറയാൻ. കെറുവിച്ചങ്ങ് പോയി. എന്നിട്ട് തള്ളേടടുത്ത് കൊറേ ദേഷ്യപ്പെട്ടു. ജെയിലിക്കേറാണ്ട് സൂക്ഷിച്ചോളാനും പറഞ്ഞു. അതായിപ്പം എന്റെ ധൈര്യം.'' പവിത്ര ആശ്വാസത്തോടെ പറഞ്ഞു.

ജിബിയ അവളുടെ മുഖത്തേക്കു നോക്കി നിമിഷങ്ങളോളം നിന്നു.

''ഇതൊക്കെയൊരു ജീവിതമാണോടീ. ഇത്രേം കൊണ്ട് തൃപ്തി യായോ നിനക്ക്?''

''അല്ലാതിപ്പം എന്നാ ചെയ്യാനാ. ഒരു കുഞ്ഞൊണ്ടായിപ്പോയില്ലേ. അതിനെ വളത്തണം. ഇനി അതാ എന്റെ ജീവിതം.''

മാസം ഒന്നുകൂടി കഴിഞ്ഞു. ജിബിയയ്ക്ക് തിരിച്ചുപോകേണ്ട ദിവസമടുത്തു. ജോർജുകുട്ടി സെമസ്റ്റർ ഫീസടയ്ക്കാനുള്ള പണം കണ്ടെത്താനുള്ള കഠിനയത്നത്തിലായിരുന്നു. റബ്ബറിന്റെ വില ഇടിഞ്ഞുപോയതിനാൽ തോട്ടങ്ങൾ ടാപ്ചെയ്യാതെ വെറുതെ ഇട്ടിരിക്കുകയാണ്. ടാപ്പ് ചെയ്താൽ വെട്ടുകാരന്റെ കൂലി കൊടുക്കാൻപോലും തികയില്ല അതിൽനിന്നുള്ള വരുമാനം. റബ്ബറിന്റെ വിലയിടിവ് കർഷകരെ മാത്രമല്ല, ടാപ്പിങ് തൊഴിലാളികളേയും ബാധിച്ചു. ആരുടെയെങ്കിലും തോട്ടത്തിൽ റബ്ബർ വെട്ടാൻ പോകുന്നതിൽ എന്തെങ്കിലും അന്തസ്സുകുറവുണ്ടെന്ന് പ്രദേശത്തെ സാധാരണക്കാർ ആരും വിചാരിച്ചിട്ടില്ല. മിക്കവാറും എല്ലാവരുംതന്നെ സ്വന്തമായി പത്ത് റബ്ബർമരമെങ്കിലും ഉള്ളവരും അത് തനിയെ ടാപ് ചെയ്യുന്നവരുമാണ്. എന്നാൽ റബ്ബർവെട്ട് തൊഴിൽ ഇല്ലാത്ത അവസരത്തിൽ മറ്റ് കൂലിപ്പണികൾക്കു പോകുന്നത് മാനക്കേടായിട്ട് കരുതുന്നവരാണ് മിക്ക ടാപ്പിങ് തൊഴിലാളികളും. അതിനാൽ ജോർജ്കുട്ടിക്കും മറ്റാരുടെയെങ്കിലും പുരയിടത്തിൽ കിളയ്ക്കാൻ പോകുന്നത് അഭിമാനക്ഷതമായിട്ടുതന്നെ തോന്നി.

ഒരു നിർധനകുടുംബത്തിലെ ഭക്ഷണച്ചെലവുകൾ എങ്ങനെയും നിവർത്തിച്ചുകൊണ്ടുപോകാം. പക്ഷേ, മക്കളുടെ വിദ്യാഭ്യാസച്ചെലവുകൾ, കുടുംബാംഗങ്ങളുടെ ആശുപത്രിച്ചെലവുകൾ എന്നിവ മിക്കവാറും അപ്രതീക്ഷിതമായതിനാൽ താങ്ങാനാകാതെ വലഞ്ഞുപോകുന്ന അവസ്ഥ എല്ലാ സാധാരണ കുടുംബങ്ങളിലുമുണ്ടായിരുന്നു. വീട്ടമ്മയുടെ കെട്ടുതാലിവരെ സമീപത്തെ സ്വകാര്യ പണമിടപാടു സ്ഥാപനത്തിലേക്കു പോകും. പിന്നീടൊരിക്കലും അവയൊന്നും തിരിച്ചുവരികയുമില്ല. അങ്ങനെ ബിൻസിയുടേതായി അവശേഷിച്ചിരുന്ന രണ്ട് മൊട്ട് കമ്മലും രണ്ടുമൂന്നു ഗ്രാം തൂക്കം വരുന്ന രണ്ടു മോതിരവും ജോസ്നയുടെ കാതിലെ കമ്മലുംകൂടി പണയം വച്ചിട്ടാണ് ജോർജ്കുട്ടി ജിബിയയുടെ സെമസ്റ്റർ ഫീസിനുള്ള പണം ഒപ്പിച്ചത്.

ബാംഗ്ലൂരിലേക്കു പോകുന്നതിനു മുൻപ് ഒരിക്കൽകൂടി ജിബിയ പവിത്രയെ കാണാൻ പോയി. അവളെ കണ്ടിട്ട് ജിബിയ അദ്ഭുതസ്തബ്ധയായിപ്പോയി.

''നീ പവിത്രയാണോ, അതോ പവിത്രേടെ ചേച്ചിയോ?''

''എന്റെ വണ്ണം കണ്ടിട്ടാണോ? അയ്യോടീ ഇത് പ്രസവരക്ഷയല്ലേ. അരിഷ്ടം, ലേഹ്യം, നെയ്യ്, പാൽ, തൈര്, മീൻ, ഇറച്ചി, മുട്ട എന്നു വേണ്ട, മുത്തശ്ശി എന്നെക്കൊണ്ട് കഴിപ്പിക്കാത്ത ഭക്ഷണസാധനങ്ങളില്ല. മുത്തശ്ശിയല്ലേ എന്റേം മോന്റേം കാര്യങ്ങളെല്ലാം നോക്കുന്നെ. എന്റമ്മയ്ക്ക് എന്റെ കാര്യത്തിൽ ഒന്നും ചെയ്യണ്ട.''

''മുത്തശ്ശി ഞണ്ടുകല്ലിലല്ലേ താമസം?''

''അതറിഞ്ഞില്ലേ. എന്നെ പ്രസവത്തിന് ഹോസ്പിറ്റലിൽ അഡ്മിറ്റ് ചെയ്തതുമുതൽ മുത്തശ്ശി എന്റടുത്തുന്ന് മാറീട്ടില്ല. ഞാൻ പറഞ്ഞിട്ടില്ലേടീ. മുത്തശ്ശീം മുത്തച്ഛനും മാമൻമാരും കൂടിയല്ലേ എന്നെ വളർത്തിയത്. അവർക്കെന്നോടുള്ള ഇന്റിമസിയൊന്നും എന്റമ്മയ്ക്ക് എന്നോടില്ല.

അതാ എനിക്ക് അമ്മയോടു ദേഷ്യം. കടമ തീർക്കണംന്നല്ലാതെ സ്നേഹം ഇല്ല. വേറൊരമ്മയാണെങ്കി എന്നെ ഇങ്ങനൊരു കല്യാണക്കുടുക്കിൽ കൊണ്ടുപോയി കെട്ടിയിടുവോ? എനിക്കൊരു മകളുണ്ടെങ്കി ഞാനൊരിക്കലും ചെയ്യില്ല.''

''അത് പിന്നെ, ജാതകത്തിൽ പത്തൊൻപതാം വയസ്സിൽ കല്യാണം നടത്തിയില്ലെങ്കി...''

''ജാതകം! ജാതകം നോക്കീട്ടാണോ ലോകത്തെല്ലാവരും കല്യാണം കഴിക്കുന്നെ?'' പവിത്രയ്ക്കു ദേഷ്യം വന്നു.

''എടീ, നീയിങ്ങനെ വണ്ണിച്ചുപോയാ എന്നാ ചെയ്യും. ഇപ്പത്തന്നെ ഒരു തടിച്ചി അമ്മച്ചി ലുക്കായി.''

''ഇതൊക്കെ വെട്ടിപ്പറമ്പിലോട്ട് ചെല്ലുമ്പം തീരൂല്ലേ. പ്രകാശേട്ടന്റെ അമ്മേടെ കൂടെ ഒരു മാസം താമസിച്ചാ മതി, ഞാനിതിന്റെ മൂന്നിലൊന്നാകും.'' പവിത്ര ചെറുചിരിയോടെ പറഞ്ഞു.

അവളുടെ കുഞ്ഞിനെ മടിയിലെടുത്തുവച്ച് കുറേ കൊഞ്ചിച്ചിട്ടാണ് ജിബിയ യാത്ര പറഞ്ഞത്. അപ്പോഴേക്കും അവൻ, അവളുടെ ചുരിദാർ ചൂടുമൂത്രംകൊണ്ട് നനച്ചുകൊടുത്തിരുന്നു.

''നിന്റെ മോൻ എന്തായാലും കൊള്ളാം. ആന്റി പോകുവാണെങ്കി ഇതുംകൂടെ ഇരിക്കട്ടേന്ന്.'' ജിബിയ ചിരിച്ചുകൊണ്ടു പറഞ്ഞു.

''അയ്യോടീ, വേറെ ചുരിദാറ് തരട്ടെ. ഇതിവിടെ കഴുകിയിട്ടേക്കാം.'' പവിത്ര ക്ഷമാപണസ്വരത്തിൽ പറഞ്ഞു.

''ഒന്നു പോടീ. വല്യ ആളാകല്ലേ.''

ജിബിയ പോകാനിറങ്ങി. ഞായറാഴ്ചയോ, തിങ്കളാഴ്ചയോ താൻ ബാംഗ്ലൂരിലേക്കു പോകുമെന്നുകൂടി പറഞ്ഞിട്ടാണ് ജിബിയ പോയത്.

പതിവുപോലെ ജെയ്സൺ ടിക്കറ്റ് ബുക്ക് ചെയ്തിട്ടുണ്ടായിരുന്നു. ജോർജുകുട്ടിക്ക് മകളെ കോട്ടയം റെയിൽവേ സ്റ്റേഷനിൽ കൊണ്ടുവിടേണ്ടി വന്നില്ല. ജിബിയ ഇപ്പോൾ തനിയെ ദൂരയാത്ര ചെയ്യാനുള്ള ആത്മവിശ്വാസം കൈവരിച്ചിരുന്നു.

ജെയ്സന്റെ കൂടെ ജിബിയ സ്ലീപ്പർകോച്ചിൽതന്നെ കയറി. ഇത്തവണയും ജെയ്സൺ ജിബിയയ്ക്ക് വേറെ ഭക്ഷണപ്പൊതി കരുതിയിട്ടുണ്ടായിരുന്നു.

''രണ്ടു പാക്കറ്റ് എന്തിനാണെന്ന് വീട്ടിലുള്ളവര് ചോദിച്ചില്ലെ?''

ജിബിയ കുസൃതിയോടെ അവനെ നോക്കി.

''ചോദിച്ചു. ഞാൻ പറഞ്ഞു നിനക്കാണെന്ന്. അപ്പോ മൈ ഡിയർ മം എന്തൊക്കെയോ സ്പെഷലുകൂടി ഉണ്ടാക്കി നിന്റെ പാഴ്സലിൽ വച്ചിട്ടൊണ്ട്.''

''എനിക്കാണെന്നു പറഞ്ഞിട്ട് ആർക്കും ഞെട്ടലൊണ്ടായില്ലേ?'' ജിബിയ ചോദിച്ചു.

''എന്തിനാ ഞെട്ടുന്നെ. നിന്നെ അവർക്കെല്ലാം ക്ലിയറായിട്ടറിയാം. നീ മുടി ചീകുന്ന സ്റ്റൈലുവരെ അവർക്കറിയാം. എല്ലാം ഞാൻ വീട്ടിൽ പറഞ്ഞു കൊടുത്തിട്ടുണ്ട്. വേണ്ടാരുന്നു, അല്ലേ?''

''ആയ്ക്കോട്ടെ, ആയ്ക്കോട്ടെ. ഇനി ഞാൻ വലതുകാല് വച്ച് അങ്ങോട്ടു വന്നു കേറിയാ മതി, അല്ലേ? ബാക്കിയെല്ലാം റെഡിയാ.''

''കാലേതായാലും കുഴപ്പമില്ല. ഞങ്ങടെയൊക്കെ ഇടത്തേ കാലിന് വലതുകാലിന്റത്രേം വെലയൊണ്ട്.'' ജെയ്സൺ പരിഹസിക്കുംപോലെ പറഞ്ഞു.

ജിബിയ ഫുഡ് പാക്കറ്റ് അഴിച്ചു നോക്കി. ജെയ്സൺ പറഞ്ഞത് വാസ്തവമായിരുന്നു. ജയ്സന്റെ പാക്കറ്റിൽ ഇല്ലാത്ത രണ്ടു വിഭവങ്ങൾകൂടി ജിബിയയ്ക്കുള്ള പാക്കറ്റിലുണ്ടായിരുന്നു. പാവയ്ക്ക കൊണ്ടാട്ടവും മുട്ടത്തോരനും.

ജിബിയ അത് ജെയ്സണുമായി പങ്കുവച്ചു കഴിച്ചു. ട്രെയിൻ പാലക്കാട് നഗരം പിന്നിട്ട് സൈറൺ മുഴക്കി പാഞ്ഞുകൊണ്ടിരുന്നു.

* * *

പവിത്ര പ്രസവിച്ചിട്ട് തൊണ്ണൂറ് ദിനരാത്രങ്ങൾ കഴിഞ്ഞു. നല്ലൊരു ദിവസം നോക്കി അവളെയും കുഞ്ഞിനെയും വെട്ടിപ്പറമ്പിൽ കൊണ്ടുവിടാൻ അജിതമ്മയും സുദർശനനും മറ്റു ബന്ധുജനങ്ങളുമായി ധാരണയായി. കൊണ്ടുചെല്ലുന്ന ദിവസം തീരുമാനിച്ച് സുഭദ്രയെയും പ്രകാശനെയും വിവരം അറിയിച്ചു. അതനുസരിച്ച് രണ്ട് ഓട്ടോറിക്ഷകളിലായി നിശ്ചിതദിവസംതന്നെ അവർ പവിത്രയെയും കുഞ്ഞിനെയും വെട്ടിപ്പറമ്പിലെ വീട്ടിലെത്തിച്ചു.

സുഭദ്ര പതിവുപോലെ മുഖം വീർപ്പിച്ചുതന്നെ ഇരുന്നു. ജയപ്രകാശിന്റെ കുഞ്ഞിനോടുകൂടി അവർ ആ ദേഷ്യം കാണിച്ചു. ചടങ്ങ് ഭംഗിയായി നിർവഹിച്ചശേഷം അജിതമ്മയും കൂട്ടരും തിരിച്ചുപോയി.

പിറ്റേന്ന് ജയപ്രകാശ് ഓട്ടോ റിക്ഷയുമായി ജോലിക്കു പോയിക്കഴിഞ്ഞപ്പോൾ സുഭദ്ര പവിത്രയെ വിളിച്ച് വെല്ലുവിളിപോലെ പറഞ്ഞു: ''ഇത് ഞാൻ പണിയിച്ച വീടാ. നിന്റെ വീട്ടിൽ വച്ച് നിന്റമ്മ പറഞ്ഞതെന്താ. ഇത് ഞങ്ങടെ വീടാണെന്ന്. മര്യാദയ്ക്കു സംസാരിക്കണമെന്ന്. ഇപ്പം ഞാൻ നിന്നോടു പറയുവാ. ഇതെന്റെ വീടാ. ഇവിടെ നീ അധികനാൾ സുഖിച്ചു വാഴാമെന്നു വിചാരിക്കണ്ട, ഞാനീ വീട് വിക്കാൻ പോകുവാ. പതിനൊന്നു ലക്ഷം രൂപയ്ക്ക്.''

പവിത്ര അതുകേട്ട് നടുങ്ങി നിന്നു.

രാത്രി ജയപ്രകാശ് വന്നപ്പോൾ പവിത്ര ചോദിച്ചു: ''അമ്മ പറയുന്നു ഈ വീട് വിൽക്കാൻ പോകുവാന്ന്. നേരാണോ പ്രകാശേട്ടാ?''

''വിൽക്കാൻ ആലോചനയൊണ്ട്.''

''എന്തിനാ പ്രകാശേട്ടാ വിൽക്കുന്നെ?''

''ഈ വീട് പണിത വകേൽ കടങ്ങള് കൊറേ ഒണ്ട്. വിറ്റ് കടം തീർത്തേച്ചാൽ പിന്നെ പലിശകൊടുത്ത് മുടിയണ്ടല്ലോ.''

''അമ്മ പറഞ്ഞത് എന്നെ ഈ വീട്ടിൽ താമസിച്ച് സുഖിപ്പിക്കത്തില്ലെന്നാ. ഞാനെന്നാ ചെയ്തിട്ടാ.''

''നിനക്കിത്തിരി സൗകര്യങ്ങള് കൂടിപ്പോയെന്നാ അമ്മയ്ക്കു സംശയം.''

''ഞാൻ മാത്രമല്ലല്ലോ ഇവിടെ താമസിക്കുന്നെ. അമ്മേം പ്രകാശേട്ടനും കൂടിയല്ലേ. ഇനി നമ്മുടെ മോനുംകൂടിയുള്ളതല്ലേ ഈ വീട്. ഇതു വിറ്റുകളഞ്ഞാ ആർക്കാ നഷ്ടം പ്രകാശേട്ടാ?''

''അമ്മേടെ പേരിലാ വീട്.''

''എന്നുവച്ച് ആരെങ്കിലും എലിയെ തോപ്പിക്കാൻ വേണ്ടി ഇല്ലം ചുടുവോ?''

''ഇത് വിറ്റാലും വേറെ സ്ഥലോം വീടും വാങ്ങും. അതും നോക്കുന്നൊണ്ട്.'' ജയപ്രകാശ് പറഞ്ഞു.

ആദ്യം ഇതെല്ലാം വെറും ഭീഷണിയായിട്ടേ പവിത്ര കരുതിയൊള്ളൂ. ഒരു ദിവസം ഒരു കൂട്ടർ വീട് കാണാനെത്തി. വീടും പരിസരവും വിശദമായി കണ്ടു. ഒന്നൊന്നരമണിക്കൂറോളം വില സംബന്ധിച്ചുള്ള തർക്കം നീണ്ടു നിന്നു. ഒടുവിൽ രണ്ടുകൂട്ടർക്കും സ്വീകാര്യമായ ഒരു തുകയ്ക്ക് കച്ചവടം ഉറപ്പിച്ചു. അന്നുതന്നെ മുദ്രപ്പത്രത്തിൽ അഡ്വാൻസ് ഉടമ്പടി എഴുതി. ജയപ്രകാശ് അഡ്വാൻസ് തുക വാങ്ങി സുഭദ്രയെ ഏൽപിച്ചു.

പവിത്ര മൂകസാക്ഷിയെപ്പോലെ വിറങ്ങലിച്ചു നിന്നു.

ഇരുപത്തിരണ്ട്

ആറുമാസത്തിനുള്ളിൽ തീറാധാരം നടത്തി വീട് ഒഴിഞ്ഞുകൊടുക്കണം എന്നാണ് അഡ്വാൻസ് ഉടമ്പടിയിൽ പറഞ്ഞിരിക്കുന്നത്. ജയപ്രകാശും സുഭദ്രയും വേറെ വീടുവാങ്ങാൻ അന്വേഷണം തുടങ്ങി. കുറേ സ്ഥലങ്ങളും വീടുകളും കണ്ടുകഴിഞ്ഞപ്പോഴാണ് മനസ്സിലായത്, തങ്ങൾക്ക് ഉണ്ടായിരുന്നതുപോലൊരു വീടോ സ്ഥലമോ അടുത്ത പ്രദേശത്തൊന്നും ഇരട്ടി വിലകൊടുത്താൽ പോലും കിട്ടാനില്ലെന്ന്.

“ഈ വീട് വിൽക്കേണ്ട ആവശ്യംണ്ടായിരുന്നോ പ്രകാശേട്ടാ. എന്നോടൊള്ള വാശിക്ക് അമ്മ വിറ്റതല്ലേ?”

പവിത്ര ഇടയ്ക്കിടെ ജയപ്രകാശിനോടു ചോദിക്കും.

“അമ്മേടെ വീട്. അമ്മേടെ ഇഷ്ടംപോലെ ചെയ്യട്ടെ.” ജയപ്രകാശ് ഒഴുക്കൻമട്ടിൽ പറഞ്ഞു.

വീട് കച്ചവടമാക്കി എന്നറിഞ്ഞപ്പോൾ ജ്യോതി തിരക്കിപ്പിടിച്ചു വന്നു. അവളുടെ രണ്ടു കുട്ടികളും ഭർത്താവും ഒപ്പമുണ്ടായിരുന്നു. അവൾക്ക് അവളുടെ ഓഹറി കിട്ടണം.

“നിന്നെ കല്യാണം കഴിച്ചയച്ചപ്പം നിനക്കു തരാനുള്ളതൊക്കെ തന്നാരുന്നു.” സുഭദ്ര തർക്കിച്ചു.

“കൊറച്ച് സ്വർണോം പൈസേം തന്നിട്ടൊണ്ടാരിക്കും. എനിക്കെന്റെ ഓഹരി തന്നില്ലെങ്കി ഞാൻ കോടതീ പോകും.”

ഒടുവിൽ സ്വത്തിന്റെ മൂന്നിലൊന്നു കൊടുക്കാമെന്നു സുഭദ്രയെക്കൊണ്ടു സമ്മതിപ്പിച്ചിട്ടേ ജ്യോതി മടങ്ങിയൊള്ളൂ.

“ഇപ്പം എങ്ങനിരിക്കുന്നു. ഇനീം ആരെങ്കിലും വരാനൊണ്ടോ ഓഹരീടെ കണക്കും പറഞ്ഞോണ്ട്?” പവിത്ര ജയപ്രകാശിനോടു ചോദിച്ചു.

“നീ വല്യ വർത്തമാനമൊന്നും പറയണ്ട. തിന്നാനും കുടിക്കാനും കിട്ടുന്നില്ലേ. പറ്റുന്ന പണീം ചെയ്ത്, കൊച്ചിനേം നോക്കി വീട്ടിലടങ്ങിയിരുന്നോ. വേറെ കാര്യങ്ങളൊന്നും തെരക്കണ്ട.”

“അങ്ങനാണോ എല്ലാടത്തും?”

“എല്ലാടത്തേം കാര്യം എനിക്കറിയണ്ട. ഇവിടുത്തെ കാര്യവാ പറഞ്ഞത്. പെണ്ണുങ്ങള് വെച്ചുവെളമ്പി, വീടും നോക്കി ഇരുന്നാ മതി.

വീടു വിക്കുന്നുണ്ടോ വാങ്ങുന്നുണ്ടോ പൈസ എവിടുന്നു വരുന്നു, എങ്ങോട്ടു പോകുന്നു എന്നൊന്നും നീ അറിയണ്ട. അതൊക്കെ വീട്ടിലെ ആണുങ്ങൾ നോക്കിക്കോളും.''

''പ്രകാശേട്ടന്റെ അമ്മേം പെങ്ങളും ആണാണോ?''

ജയപ്രകാശിനു പെട്ടെന്നു ദേഷ്യം വന്നു. ''എന്താടീ?''

''ഈ വീട്ടിൽ തീരുമാനമെടുക്കുന്നതും പൈസ കൈകാര്യം ചെയ്യുന്നതും വാങ്ങുന്നതും വിൽക്കുന്നതുമെല്ലാം അമ്മയാണല്ലോ. വെച്ചു വിളമ്പി തിന്നു കുടിച്ച് വീട്ടിൽ അടങ്ങിയൊതുങ്ങി ഇരിക്കേണ്ട പെങ്ങൾ ഇവിടെ വന്നു വല്യ കലാപം ഒണ്ടാക്കി ഓഹരിം വാങ്ങിച്ചോണ്ടാണല്ലോ പോയത്.''

''അത് അവൾടെ അവകാശമാ.''

''എനിക്കിവിടെ അവകാശമൊന്നുമില്ലേ?''

''അവളു ചെയ്തപോലെ നീയും വീട്ടിപ്പോയി കണക്കു പറഞ്ഞ് കിട്ടാനൊള്ള ഓഹരി വാങ്ങിച്ചോണ്ടു വാ. അതാണ് മിടുക്ക്.''

''തെണ്ടിക്കേറിവന്ന പട്ടീടെ വിലപോലും എനിക്കില്ലാത്ത ഈ വീട്ടിലോട്ട് ഇനീം ഞാൻ കൊണ്ടുവരാനോ? ഈ വീടും സൗകര്യോം കണ്ടിട്ടാ എന്റെ വീട്ടുകാര് കല്യാണത്തിനു സമ്മതിച്ചെ. ഇതു വിൽക്കുന്നൂന്നു പറയുമ്പം എന്നേം അവരേം ഒക്കെ ചതിച്ചപോലെയാ.''പവിത്ര വാദിച്ചു.

''ഇതെന്റെ വീടല്ലെന്നു പറഞ്ഞില്ലേ. അമ്മേടെ വീട് അമ്മയ്ക്കിഷ്ടമുള്ളപോലെ ചെയ്യും.''

''ഇതൊന്നും കല്യാണാലോചനേടെ സമയത്തു പറഞ്ഞില്ലല്ലോ?''

''പറയാൻ മനസ്സില്ലാരുന്നു. കൊണ്ടുചെന്നു കേസ് കൊടുക്കാൻ പറ നിന്റച്ഛനോട്.''

''അച്ഛനും അമ്മേം ചോദിക്കുമ്പം ഇതുപോലെ പറഞ്ഞാ മതി.''

പവിത്ര വാഗ്വാദം അവിടെ നിർത്തി.

വീടും സ്ഥലവും വിൽക്കുന്നു എന്നറിഞ്ഞപ്പോൾ പവിത്രയുടെ വീട്ടുകാർ ചോദിക്കാനെത്തി. ജയപ്രകാശ് അവരുടെ മുന്നിൽ കൈ മലർത്തി.

''എനിക്കറിഞ്ഞൂട. അമ്മയോടു ചോദിക്ക്. അമ്മേടെ വീടാ.''

സുഭദ്ര താടകവേഷം പൂണ്ട് ചെറുത്തു നിന്നു.

''എന്റെ വീടാ. എന്റെ ഇഷ്ടംപോലെ ചെയ്യും. നിങ്ങളാരാ ചോദിക്കാൻ?''

''ഇതാണോ ചേച്ചീ മര്യാദ? ഒരു വീടും സൗകര്യങ്ങളും കാട്ടി കല്യാണം നടത്തുക. എന്നിട്ട് എല്ലാം വിറ്റ് തുലയ്ക്കുക. ഞങ്ങടെ പെങ്കൊച്ചും അവൾടെ കുഞ്ഞും എവിടെ താമസിക്കും, പകരം നിങ്ങൾ വീടു വാങ്ങിയോ? ഇല്ലല്ലോ.''

''ഞാനും എന്റെ മോനും എവിടെ താമസിക്കുന്നോ അവിടെ. ഞങ്ങള് പീടികത്തിണ്ണേ കെടക്കുവാണെങ്കി അവിടെ കെടക്കേണ്ടി വരും അവക്കും.'' സുഭദ്ര തീർത്തു പറഞ്ഞു.

പരസ്പരമുള്ള വാക്കുതർക്കം നീണ്ടുപോയതല്ലാതെ ഒന്നിനും ഒരു പരിഹാരവും ഉണ്ടായില്ല. തിരിച്ചുപോകാൻ നേരം അജിതമ്മ പവിത്രയെ വിളിച്ചു ചോദിച്ചു: ''നീയെന്നാ ചെയ്യും മോളെ. ഇവരിങ്ങനെ തൊട ങ്ങിയാ? നിനക്കു പിന്നേം കഷ്ടപ്പാടാണല്ലോ.''

''ഇങ്ങനൊരിടത്തു കൊണ്ടുവന്നു തള്ളിയപ്പം അമ്മയ്ക്കു മനസ്സ മാധാനം കിട്ടിയല്ലോ. അതുമതി.'' പവിത്ര പാരുഷ്യത്തോടെ പറഞ്ഞതു കേട്ട് അജിതമ്മ നിസ്സഹായയായി നിന്നു.

ഒരു ദിവസം സുഭദ്രയും ജയപ്രകാശുംകൂടി രാവിലെ ഒരു സ്ഥലം കാണാൻ പോയിട്ട് ഉച്ചതിരിഞ്ഞപ്പോൾ മടങ്ങിയെത്തി.

''ഒരു സ്ഥലം കണ്ട് അഡ്വാൻസ് കൊടുത്തു.'' ജയപ്രകാശ് പവിത്ര യോടു പറഞ്ഞു.

''അവളെ ബോധിപ്പിക്കേണ്ട കാര്യമൊന്നുമില്ലടാ.''

വാതിലിനപ്പുറത്തുനിന്ന് സുഭദ്രയുടെ അശരീരി വന്നു. അത് മിക്ക പ്പോഴും കേൾക്കാറുള്ളതാണ്. ജയപ്രകാശും പവിത്രയും എത്ര സ്വരം താഴ്ത്തി സംസാരിച്ചാലും ഭിത്തിക്കപ്പുറത്തുനിന്ന് മുഖത്തടിച്ചപോലെ പ്രതികരണം വരും. കിടക്കറവാതിൽക്കൽ ഒളിഞ്ഞുനിന്ന് അകത്തെ സംഭാഷണങ്ങൾ കേൾക്കുന്നതു സുഭദ്രയ്ക്കു ഹരമാണ്. ജയപ്രകാശ് പലതവണ അതിനെതിരെ പ്രതികരിച്ചിട്ടുമുണ്ട്.

''അമ്മയ്ക്കു നാണമില്ലേ, മകനും മരുമകളും കെടക്കുന്ന മുറീടെ വാതുക്കൽ വന്ന് ഒളിച്ചുനിക്കാൻ.''

അപ്പഴും സുഭദ്ര പറയും: ''എന്റെ വീടാ ഇത്. ഇവിടെ ഞാൻ എനിക്ക് ഇഷ്ടമൊള്ളടത്തിരിക്കും ആരാ ചോദിക്കാൻ?''

വാങ്ങാൻ പോകുന്ന സ്ഥലത്തിന്റെ ഒരു സംക്ഷിപ്ത വിവരണം ജയപ്രകാശ് പവിത്രയ്ക്കു നൽകി. പാതാമ്പുഴ എന്ന പ്രദേശത്തിനടു ത്താണ് സ്ഥലം വാങ്ങുന്നത്. നാലര സെന്റ് സ്ഥലം. വീടില്ല. ആറു മാസത്തിനകം വീടുവച്ച് മാറണം. പൂഞ്ഞാറിൽനിന്ന് ഏഴോ എട്ടോ കിലോമീറ്റർ ദൂരമുണ്ട്. ഓട്ടോ പോകുന്ന റോഡുണ്ട്. കുന്നുംപ്രദേശ മായതുകൊണ്ട് വെള്ളത്തിന് അൽപം ബുദ്ധിമുട്ടുണ്ടായേക്കും.''

പവിത്ര എല്ലാം കേട്ട് മൗനമായി ഇരുന്നു.

''നീയെന്നാ ഒന്നും മിണ്ടാത്തെ?''

''എന്നാ മിണ്ടാനാ. ഇവിടുന്നു പോണത് ഏതെങ്കിലും പാതാള പ്പുഴേലോട്ടായിരിക്കുംന്ന് എനിക്കറിയാരുന്നു.''

''പാതാളപ്പുഴയല്ലെടീ. പാതാമ്പുഴ.''

''എനിക്കെല്ലാം ഒരുപോലെയാ.''

''രണ്ടാഴ്ചയ്ക്കകം സ്ഥലം എഴുതി വാങ്ങി വീടുപണി തൊടങ്ങും.'' ജയപ്രകാശ് പറഞ്ഞു.

ഈ വീടുവിറ്റ് അകലേക്കു പോകുമ്പോൾ ഇതിന്റെ പകുതിപോലും ജീവിത സൗകര്യങ്ങൾ ലഭിക്കുകില്ലെന്ന് പവിത്ര എപ്പഴേ ഊഹിച്ചു കഴിഞ്ഞിരിക്കുന്നു.

ജയപ്രകാശ് പറഞ്ഞപോലെ രണ്ടാഴ്ചയ്ക്കുള്ളിൽ നാലര സെന്റ് സ്ഥലം സുഭദ്രയുടെ പേരിൽ തീറാധാരം ചെയ്തു വാങ്ങി അവിടെ വീടുപണിയും തുടങ്ങി.

പവിത്രയോട് ജയപ്രകാശ് വീടിനെപ്പറ്റി പറഞ്ഞു. ''രണ്ടു മുറി, ഒന്ന് അമ്മയ്ക്ക്. അടുത്തതു നമുക്ക്. പിന്നെ അടുക്കള. അതു ചെറുതാ. കുളിമുറിയൊക്കെ പുറത്താ.''

''ഉം.'' പവിത്ര വെറുതെ മൂളി.

ജീവിതം ഒരു തുരങ്കത്തിലൂടെയാണ് കടന്നുപോകുന്നതെന്ന് അവൾക്കു തോന്നി. ആകെയൊരു വെളിച്ചം തന്റെ കുഞ്ഞ് മാത്രമാണ്. അതിന്റെ നോട്ടം, ചിരി, കൊച്ചുകൊച്ചുമ്മകൾ... ആ വെളിച്ചത്തിലാണ് മുന്നോട്ടു പോകുന്നത്.

സുഭദ്ര കുഞ്ഞിന്റെ ഇരുപത്തെട്ടുകെട്ടിനു ചൊല്ലിവിളിച്ച പേര് ജയ കൃഷ്ണൻ എന്നായിരുന്നെങ്കിലും പവിത്ര തന്റെ കുഞ്ഞിനെ അപ്പു എന്ന ചെല്ലപ്പേരിട്ടാണു വിളിച്ചത്. അതിന്റെ പേരിൽ സുഭദ്ര അവളോടു കുറേ കലഹിച്ചു. ജയപ്രകാശിനോട് കുറേ ഏഷണി പറഞ്ഞു.

''ഞാനേ നിന്റെ പേരുംകൂടി ചേർത്താണ് അവനു ജയകൃഷ്ണൻ എന്നു പേരിട്ടത്. അവളതു നശിപ്പിക്കാൻ വേണ്ടിയല്ലേ അപ്പൂന്നു വിളി ക്കണത്.''

ജയപ്രകാശ് പവിത്രയെ വിളിച്ചു ശകാരിച്ചു. ''നീയെന്തിനാ അമ്മ യിട്ട പേര് മായ്ച്ചുകളയാൻ നോക്കുന്നെ. ആ പേരുതന്നെ വിളിച്ചാ മതി.''

''ഞാനീ ഇത്തിരിപ്പോന്ന കുഞ്ഞിനെ ജയകൃഷ്ണാന്നു വിളിക്കണോ. അതോ, കൃഷ്ണൻകുട്ടീന്നു വിളിക്കണോ? ഞാനവനെ കൊഞ്ചിക്കണ പേരാ അപ്പു. അപ്പുക്കുട്ടൻ. അതുമാത്രമല്ല, ഞാൻ ഉണ്ണീന്നും ഉണ്ണി ക്കുട്ടാന്നും വാവേന്നും കണ്ണാന്നും ഒക്കെ വിളിക്കാറൊണ്ട്. ഒരമ്മയ്ക്ക് സ്വന്തം കുഞ്ഞിനെ കൊഞ്ചിക്കാനും വയ്യേ ഈ വീട്ടിൽ?''

''അമ്മയിട്ട പേര് ഇല്ലാതാക്കരുതെന്നാ ഞാൻ പറഞ്ഞത്.''

''അമ്മയിട്ട പേര് ആരില്ലാതാക്കി. സ്കൂളിച്ചേർക്കുമ്പം ആ പേരിട്ടോ. സർട്ടിഫിക്കറ്റിലും റേഷൻ കാർഡിലുമൊക്കെ ആ പേരുതന്നെ വന്നോട്ടെ. എനിക്കെന്താ വിരോധം?''

അതോടെ സുഭദ്ര രാകിമിനുക്കി മകന്റെ കയ്യിൽ കൊടുത്തുവിട്ട ആയുധത്തിന്റെ മുന മടങ്ങി.

''അമ്മയ്ക്കു കുഞ്ഞിനോടാണോ സ്നേഹം. അതോ അമ്മയിട്ട പേരിനോടാണോ?'' പവിത്ര ചോദിച്ചു.

''അതെന്നാ അങ്ങനൊരു ചോദ്യം?'' ജയപ്രകാശിന്റെ നെറ്റി ചുളിഞ്ഞു.

''കുഞ്ഞിനെ പാലുകുടിപ്പിക്കാൻ സമ്മതിക്കത്തില്ലല്ലോ പ്രകാശേട്ടന്റെ അമ്മ. കുഞ്ഞ് വെശന്നു കരയുമ്പം ഞാൻ പാലുകൊടുക്കാൻ ഭാവിച്ചാ അപ്പത്തന്നെ അമ്മ ചാടി വീഴും. ഇപ്പക്കൊടുക്കണ്ട, ഇത്തിരി മുമ്പല്ലേ കുടിച്ചത് എന്നു പറഞ്ഞ് എടുത്തോണ്ടുപോകും. ഇനി അഥവാ ഞാൻ പാലു കൊടുത്തോണ്ടിരിക്കുകാണെങ്കി ഇടയ്ക്കുവച്ച് അമ്മ വന്നു വഴക്കൊണ്ടാക്കും. മതി പാലു കൊടുത്തത്. അതു നിർത്തിച്ചേ അടങ്ങൂ. ഞാനെപ്പ പാലുകൊടുത്താലും അമ്മവന്നു തുറിച്ചു നോക്കിക്കൊണ്ടു നിക്കും. മുറിക്കകത്തുവച്ച് കൊടുക്കാന്നുവച്ചാ അതിനും സമ്മതിക്കത്തില്ല.'' പവിത്ര വെറുപ്പോടെ പറഞ്ഞു.

''അമ്മ നോക്കിനിന്നൂന്നുവച്ച് എന്താടീ കൊഴപ്പം. നിന്റെ പാലു കൊറഞ്ഞു പോയോ, അതോ വല്ലതും കൊഴിഞ്ഞുപോയോ?''

''എനിക്കിഷ്ടല്ല.''

''അങ്ങനെ നിന്റിഷ്ടം നടത്താൻ ഇതു നിന്റെ വീടല്ല.''

അതോടെ പവിത്ര വായ പൂട്ടി.

കൃത്യം ആറുമാസം തികഞ്ഞപ്പോൾ വീടുവാങ്ങാൻ അഡ്വാൻസ് തന്നയാൾ തീറാധാരം നടത്താൻ തയ്യാറാണെന്ന് അറിയിച്ചു വന്നു.

പാതാമ്പുഴയിലെ വീടിന്റെ പണി പാതികഴിഞ്ഞതേയുള്ളൂ. സുഭദ്രയും ജയപ്രകാശുംകൂടി കെഞ്ചി ചോദിച്ചു: ''ഒരു മൂന്നുമാസത്തെ അവധീംകൂടി തരാമോ? ഞങ്ങടെ വീടിന്റെ പണി കഴിഞ്ഞിട്ടില്ല.''

''മൂന്നുമാസമൊന്നും പറ്റത്തില്ല. ഒന്നോ, രണ്ടോ ആഴ്ചയാണെങ്കി വേണ്ടില്ല.''

ഒടുക്കം ജയപ്രകാശ് കാലുപിടിച്ച് അപേക്ഷിച്ചപ്പോൾ അയാൾ ഒരു ഭേദഗതി നിർദേശിച്ചു: ''ഒന്നോ രണ്ടോ മാസത്തേക്ക് വീട് വേണമെങ്കിൽ വാടകയ്ക്കു തരാം. പക്ഷേ, തീറാധാരം ഉടനെ നടത്തണം.''

സുഭദ്രയ്ക്കും ജയപ്രകാശിനും അത് അംഗീകരിക്കേണ്ടി വന്നു. അതനുസരിച്ച് ഒരാഴ്ചയ്ക്കുള്ളിൽ വീടിന്റെ പ്രമാണം റജിസ്റ്റർ ചെയ്തു കൊടുത്തു. പുതിയ വീട്ടുടമ ഒരു തുക വാടക നിശ്ചയിച്ച് ഉടമ്പടി എഴുതി മൂന്നുമാസം താമസിക്കാനുള്ള അനുമതി നൽകി. അങ്ങനെ സ്വന്തം വീട്ടിൽ വാടകയ്ക്കു താമസിക്കാനുള്ള ഭാഗ്യവും സുഭദ്രയ്ക്കും ജയപ്രകാശിനും ലഭിച്ചു.

അടുത്ത മൂന്നുമാസംകൊണ്ടും വീടിന്റെ പണി തീർന്നിട്ടുണ്ടായിരുന്നില്ല. പക്ഷേ, കരാർ അനുസരിച്ച് വീടു മാറിക്കൊടുക്കേണ്ട അവസ്ഥ വന്നു. ഇത്തവണ ഒരു മാസത്തേക്കുകൂടി ജയപ്രകാശ് അവധി നീട്ടി ചോദിച്ചെങ്കിലും വീട്ടുടമ അതിനു തയ്യാറായില്ല. രണ്ടാഴ്ചയ്ക്കു വേണ്ടിയും ഒരാഴ്ചയ്ക്കു വേണ്ടിയുമൊക്കെ സുഭദ്രയയും കുറെ പറഞ്ഞുനോക്കി.

''ഒരു ദിവസത്തേക്കുപോലും നീട്ടിത്തരത്തില്ല.'' പുതിയ വീട്ടുടമ കട്ടായം പറഞ്ഞു.

പഴയ വീട്ടിലെ ഫർണിച്ചറും മറ്റ് സാധനങ്ങളും പുതിയ വീട്ടിലേക്കു കൊണ്ടുപോകുന്നത് അത്ര എളുപ്പമായിരുന്നില്ല. ഓട്ടോറിക്ഷയിൽ കൊണ്ടുപോകാവുന്നവയെല്ലാം ജയപ്രകാശ് അങ്ങനെ വീട്ടിലെത്തിച്ചു. പഴയ വീടിനു മുറികൾ നാലെണ്ണമുണ്ടായിരുന്നതിനാൽ അതിലെല്ലാം കട്ടിലും കസേരയും ദിവാൻകോട്ടും ടീപ്പോകളും കസേരകളും യഥേഷ്ടം ഉണ്ടായിരുന്നു.

'പാലുകാച്ചൽ' ചടങ്ങ് നടത്തി കേറിത്താമസിക്കാൻ ചെന്ന ദിവസമാണ് പവിത്ര ആദ്യമായി പുതിയ വീടു കാണുന്നത്. അവൾ ഞെട്ടിപ്പോയി! പണിതീരാത്ത ഒരു വീട്! വീടെന്നു പറഞ്ഞുകൂടാ. ഒരു തൊഴുത്ത്. നാലുപശുക്കളെ കെട്ടിയിടാം. രണ്ടു ചെറിയ മുറികൾ. രണ്ടു കട്ടിലിട്ടപ്പോൾ മുറി നിറഞ്ഞു. കഷ്ടിച്ച് ഒരു അലമാരകൂടി വയ്ക്കാം. കസേരയിടാനോ ഒരു മേശയോ ദിവാനോ ഇടാൻ പോലുമോ സ്ഥലമില്ല. ജനാലകൾക്ക് പാളികളോ ചില്ലോ ഘടിപ്പിച്ചിട്ടില്ല. മുന്നിലും പുറകിലും ഓരോ വാതിലുണ്ട്. അതിനു മാത്രമേ കതകുള്ളൂ. അടുക്കളയും അതിന്റെ പാദകവും നന്നേ ഇടുങ്ങിയതായിരുന്നു. രണ്ടുമുറികളുടെ മുന്നിൽ ഒരു നീളൻ വരാന്തയുള്ളത് അഴികളിട്ട് അടച്ചതുകൊണ്ട് അവിടെ കുറേ ഫർണിച്ചറുകൾ സ്ഥാപിക്കാൻ പറ്റി. എത്രയൊക്കെ ക്രമീകരിച്ചിട്ടും മൂന്നു കട്ടിലുകളും കസേരകളും രണ്ടു മേശയും ഒരു ദിവാൻകോട്ടും ടീപ്പോയ്കളും ഒരു ബെഞ്ചും ഇടാൻ സ്ഥലമില്ലാതെ മിച്ചം വന്നു. അത് വരാന്തയുടെ ഒരു മൂലയിൽ മീതേയ്ക്കുമീതെ അട്ടിയിട്ടു.

ഫ്രിഡ്ജ്, ആറു ഫാനുകൾ, ടിവി, മിക്സി, ട്യൂബ്ലൈറ്റുകൾ, ബൽബുകൾ ഇവയൊക്കെ എന്തുചെയ്യണമെന്ന് ആർക്കും ഒരൂഹവും കിട്ടിയില്ല. വാഷിങ്മെഷീൻ സ്ഥലം മെനക്കെടുത്തുന്ന ഒരു ആക്രി വസ്തുവായി. കാരണം പുതിയ വീട്ടിൽ കറന്റ് ഉണ്ടായിരുന്നില്ല. ജയപ്രകാശിന്റെ വീട്ടിലേക്കു കറന്റ് കിട്ടാൻ രണ്ട് പോസ്റ്റുകൾ സ്ഥാപിക്കണമായിരുന്നു. കയ്യിലുണ്ടായിരുന്ന പൈസയെല്ലാം തീർന്നതോടെ ജയപ്രകാശ് ആകെ വിഷമത്തിലായി.

പൈപ്പ് കണക്ഷനോ കിണറോ വെള്ളം പമ്പ്ചെയ്യാൻ മോട്ടോർ പമ്പോ വൈദ്യുതി വെളിച്ചമോ ഇല്ലാത്ത ആ വീടിനുള്ളിൽ എന്തു വേണമെന്നറിയാതെ പവിത്ര പകച്ചുനിന്നു. വീട്ടിലേക്കാവശ്യമുള്ള വെള്ളമെടുക്കാൻ വീട്ടിൽനിന്ന് റോഡിലേക്കുള്ള ഇറക്കമിറങ്ങി റോഡ് ക്രോസ് ചെയ്ത് വീണ്ടും ഒരു പറമ്പിറങ്ങി പന്നിവേലിത്തോടിനരികിലുള്ള ഓലിയിൽ ചെല്ലണമായിരുന്നു. ഓലിയിൽ കുടം മുക്കിയെടുക്കാനുള്ളത്ര വെള്ളമുണ്ട്.

രാത്രി മണ്ണെണ്ണ വിളക്കിന്റെ അരണ്ട വെട്ടത്തിൽ പവിത്രയ്ക്ക് ആളുകളെ നിഴൽരൂപങ്ങളായാണ് തോന്നിയത്. താനിതുവരെ താമസിച്ചിരുന്ന വീടല്ല, ഇതാണ് യഥാർത്ഥ നരകം എന്ന് അവൾക്കു ബോധ്യപ്പെട്ടുകഴിഞ്ഞു. ഇവിടുന്ന് ശവക്കുഴിയിലേക്ക് എത്ര ദൂരമുണ്ടെന്ന് അവൾ സങ്കൽപിച്ചു നോക്കി. ഒരൊറ്റച്ചുവട് അകലം മാത്രം.

* * *

ജിബിയയുടെ രണ്ടാംവർഷ പരീക്ഷയും കഴിഞ്ഞു. ഇത്തവണ ട്രെയിനിലാണ് കോട്ടയത്തു വന്നത്. ജെയ്സണും ഒപ്പമുണ്ടായിരുന്നു. ജെയ്സൺ ട്രെയിനിൽനിന്നിറങ്ങി പുറത്തേക്കുള്ള സ്റ്റെയർകേസിനു നേരെ, ജിബിയയേയുംകൂട്ടി നടന്നു. തൊട്ടുപിന്നിൽ ബാഗുകൾ ചുമലിലേറ്റിയും ട്രോളിബാഗ് നിലത്തുകൂടി ഉരുട്ടി വലിച്ച് ജിബിയയും.

ഓർക്കാപ്പുറത്ത് ജെയ്സൺ മധ്യവയസ്കയായ ഒരു സുന്ദരിയെ ആലിംഗനം ചെയ്യുന്നതുകണ്ട് ജിബിയ അന്തംവിട്ടു നിന്നുപോയി.

അടുത്ത നിമിഷംതന്നെ ജെയ്സൺ അവരെ ജിബിയയ്ക്കു പരിചയപ്പെടുത്തി: ''എന്റെ മമ്മിയാ. റോസമ്മ.''

ജിബിയയ്ക്ക് ആരുടെയെങ്കിലും പിന്നിൽ ഒളിക്കാനാണ് ആദ്യം തോന്നിയത്. റോസമ്മ മുന്നോട്ടുവന്ന് അവളുടെ തോളത്തു പിടിച്ചു.

''ജെയ്മോൻ എന്നോട് എല്ലാം പറഞ്ഞിട്ടൊണ്ട്. കൊറച്ചിലൊന്നും വിചാരിക്കണ്ട.''

''എന്നോട് ഒന്നു സൂചിപ്പിച്ചുപോലുമില്ല.''

''സൂചിപ്പിച്ചാൽ അയ്യോ, ഇപ്പം വേണ്ട. പിന്നയാകട്ടെ, എനിക്കു ധൈര്യമില്ല എന്നെല്ലാം പറഞ്ഞ് ഒഴിഞ്ഞുമാറും. അതുകൊണ്ടാ. ഒരു സർപ്രൈസ് ആയിക്കോട്ടേന്നുകൂടി വിചാരിച്ചു.'' ജെയ്സൺ പറഞ്ഞു.

ജിബിയയുടെ വലത്തെ തോളത്ത് കിടന്ന ബാഗ് റോസമ്മ ഏറ്റു വാങ്ങി. അവളുടെ ചുമലിൽ കനത്ത ഒരു ബാഗുണ്ടായിരുന്നു. ട്രോളി ബാഗ് വലംകയ്യിലും. റെയിൽവേ സ്റ്റേഷന്റെ പുറത്തേക്ക് മൂവരും ഒന്നിച്ചു നടന്നു.

''ഞങ്ങടെ വീട്ടിലൊന്ന് കേറീട്ടു പോകാം.'' റോസമ്മ ജിബിയയെ ക്ഷണിച്ചു.

''അയ്യോ... ഇപ്പം വേണ്ട. വേറൊരിക്കലായിക്കോട്ടെ.'' ജിബിയ ക്ഷമാപണസ്വരത്തിൽ പറഞ്ഞു.

''എപ്പച്ചോദിച്ചാലും ഇവക്കതുതന്നെയാ മറുപടി. റെക്കോർഡ് ചെയ്തുവച്ചിരിക്കുവാ.'' ജെയ്സൺ പറഞ്ഞു.

''എല്ലാവരേം ഒന്നു പരിചയപ്പെട്ടിരിക്കാം. അതു നല്ലതല്ലേ.'' റോസമ്മ വീണ്ടും താൽപര്യപ്പെട്ടു.

പക്ഷേ, ജിബിയ വഴങ്ങിയില്ല. അവളെ ഓട്ടോയിൽ നാഗമ്പടം ബസ്സ്റ്റാന്റിലെത്തിച്ച് ബസ്സിൽ കയറ്റി അയച്ചതിനുശേഷമാണ് ജെയ്സണും റോസമ്മയും വീട്ടിലേക്കു പോയത്.

''എങ്ങനെയൊണ്ട് മമ്മീ കണ്ടിട്ട്?'' ജെയ്സൺ തിരക്കി.

''നീ ഫോട്ടോ കാണിച്ചതല്ലേ. അങ്ങനൊക്കെത്തന്നെ.''

''ഗമയെടുക്കാതെ പറ. ഇഷ്ടപ്പെട്ടോ?''

''സുന്ദരിയാ. നിനക്കു ചേരും. എനിക്കിഷ്ടമായി.''

''എന്റമ്മച്ചിക്ക് ഇഷ്ടപ്പെടാതെ വരുമോന്നായിരുന്നു എന്റെ പേടി.''

ജെയ്സൺ ആശ്വാസത്തോടെ പറഞ്ഞു.

''നല്ല പ്രകൃതം. പക്ഷേ, സ്വഭാവം നമുക്കറിയാമ്മേലല്ലോ.'' റോസമ്മ സംശയം പ്രകടിപ്പിച്ചു.

''സ്വഭാവം എനിക്കറിയാം. ഞാൻ രണ്ടുവർഷമായിട്ട് കാണുന്നതല്ലേ. ഞാനല്ലേ കോഴിക്കുഞ്ഞിനെ കാക്കുന്നപോലെ കാത്ത് കൊണ്ടുനടക്കണെ, പരുന്തും പാക്കാനുമൊന്നും റാഞ്ചിക്കൊണ്ടു പോകാതെ.'' ജെയ്സൺ ചിരിയോടെ പറഞ്ഞു.

ജിബിയ പതിനൊന്നര മണിയോടെ വീട്ടിലെത്തി. ജിബിയ ചെന്നു ചേർന്നതോടെ പിന്നീടുള്ള ഏതാനും ദിവസങ്ങൾ വീട്ടിലെല്ലാവർക്കും ആഹ്ലാദപൂർണമായിരുന്നു. ഏറെനാളായി കാത്തുകാത്തിരുന്ന ഏറ്റവും പ്രിയപ്പെട്ട അതിഥി എത്തിച്ചേർന്നപോലെ. ജിബിയയ്ക്കാണെങ്കിൽ പറഞ്ഞാലുംപറഞ്ഞാലും തീരാത്ത ബാംഗ്ലൂർ വിശേഷങ്ങൾ. ബിൻസിക്കും ജോസ്നയ്ക്കും എടുപ്പത് നാട്ടുവിശേഷങ്ങളും പറയാനുണ്ടായിരുന്നു.

മാസാദ്യവെള്ളിയാഴ്ച ജിബിയ ജോസ്നയെയും കൂട്ടി രാവിലെ പള്ളിയിൽ പൊയ്ക്കഴിഞ്ഞപ്പോൾ ബിൻസി, റബ്ബർ ടാപ്പിങ് കഴിഞ്ഞുവന്ന ജോർജുകുട്ടിക്കു കട്ടൻകാപ്പി കൊടുത്തിട്ടു പറഞ്ഞു: ''ബിയാ മോളെ ഒരു ചെറുക്കൻ എടയ്ക്കൊക്കെ വിളിക്കുന്നൊണ്ട് കേട്ടോ. ആരാണെന്ന് ഒന്നു ചോദിച്ചേക്കണേ.''

''ഏതു ചെറുക്കൻ?''

''ഏതാണെന്ന് അറിയാമ്മേല. എനിക്കു തോന്നുന്നത് ആ കോട്ടയം കാരനാണെന്നാ. അവൾക്കു ടിക്കറ്റെടുത്തു കൊടുക്കുകേം ബസ്സിനു കൊണ്ടുവരികേം ചെയ്ത ഒരുത്തനില്ലേ.''

''ആ... അവനാണോ? അവനൊരു നല്ല പയ്യനാ.''

''എന്നുവച്ച് നമ്മുടെ മോളെ അഴിച്ചു വിട്ടേക്കാമെന്നോ? അവരിഷ്ടം പോലെ പ്രേമിച്ചു നടക്കട്ടെന്നോ?''

''അങ്ങനല്ലെടീ ഞാനുദ്ദേശിച്ചെ. പ്രേമമൊന്നും ആയിരിക്കത്തില്ലെന്നാ. ഇപ്പം ആമ്പിള്ളേരും പെമ്പിള്ളേരുംകൂടെ ഭയങ്കര ഫ്രണ്ട്ഷിപ്പാ. എടാ, പോടാന്നൊക്കെയാ വിളീം പറച്ചിലും.'' ജോർജുകുട്ടി ചിരിയോടെ പറഞ്ഞു.

''ഇതങ്ങനെയൊന്നുമല്ലെന്നേ...''

''അവളിനീം പ്രേമിക്കാൻ പോകുവോടീ? ചൂടുവെള്ളത്തിൽ വീണ പൂച്ചയല്ലേ അവള്. പച്ചവെള്ളം കണ്ടാലും മാറി നടക്കത്തേയൊള്ളൂ.''

''അങ്ങനെ കണ്ണുമടച്ച് വിശ്വസിക്കണ്ട. അവന്റെ കോള് വരുമ്പം അവൾടെ മൊഖം ഒന്നു കാണേണ്ടതാ. ഞാനൊരു പെണ്ണല്ലേ. എനിക്കതു തിരിച്ചറിയാം ജോർജൂട്ടിച്ചായാ. ഒരു തെളക്കോം പുഞ്ചിരീം മൂളിപ്പാട്ടും ഉല്ലാസോം. ഒന്നു ചോദിച്ചുവച്ചോ. അതാ നല്ലത്.''

ജോർജുകുട്ടി അപ്പോൾത്തന്നെ അതു മനസ്സിൽ കുറിച്ചിട്ടു.

ഇരുപത്തിമൂന്ന്

ജിബിയയും ജോസ്നയും പള്ളിയിൽനിന്നു തിരിച്ചുവന്ന ഉടനെ ജോർജ്കുട്ടി ജിബിയയോടു പറഞ്ഞു: ''നിന്റെ ഫോണിങ്ങോട്ടു തന്നെ.''

''എന്നാ പപ്പാ. പപ്പാടെ ഫോണിന് എന്നാ പറ്റി?''

''എന്റെ ഫോണ് എങ്ങാണ്ടുവച്ചു മറന്നു. അതിലോട്ടൊന്നു വിളിക്കാനാ. ഈ വീട്ടിലോ പറമ്പിലോ എവിടെങ്കിലും കാണും.''

''അതിന് മമ്മീടെ ഫോണീന്നു വിളിച്ചാ മതിയാരുന്നല്ലോ.''

''അവടെ ഫോണിലെ പൈസയെല്ലാം തീർന്നേച്ചിരിക്കുവാ.''

''പപ്പാടെ നമ്പരിലോട്ട് ഞാൻ വിളിക്കാവല്ലോ.''

ജിബിയ ഫോണെടുത്ത് ജോർജുകുട്ടിയുടെ നമ്പർ വിളിക്കാൻ ഭാവിച്ചു.

''എനിക്കറിയാം വിളിക്കാൻ. നീ ബുദ്ധിമുട്ടണ്ട.''

ജോർജുകുട്ടി കൈനീട്ടി ഫോൺ പിടിച്ചെടുത്തു.

''നീ പോയി കാപ്പി കുടിക്ക്.''

ജോർജുകുട്ടി വെറുതെ തന്റെ ഫോണിലേക്ക് ഒരു കോൾ വിട്ടു. അകത്തെവിടെയോനിന്ന് റിങ് ടോൺ കേട്ടു.

''പപ്പാടെ ഫോൺ ഇവിടെത്തന്നെയൊണ്ട്.''

''ങാ, മനസ്സിലായി. ഞാനെടുത്തോളാം.''

''എന്നാ എന്റെ ഫോണിങ്ങു തന്നേക്ക്.''

''നിനക്കെന്നാ ഇത്ര ധൃതി?''

''ഒരു കൂട്ടുകാരി വിളിക്കും.''

''വിളിക്കട്ടെ.''

''ഞാനങ്ങോട്ട് മിസ്കോൾ വിട്ടേക്കാമെന്നാ പറഞ്ഞിരിക്കുന്നേ.''

''നമ്പരു പറ. ഏതു കൂട്ടുകാരിയാ?''

''ഞാൻ വിളിച്ചോളാം പപ്പാ.'' ജിബിയ ഫോണിനു കൈ നീട്ടി.

ജോർജുകുട്ടി മകളെ സൂക്ഷിച്ചു നോക്കി. എന്നിട്ടു വരാന്തയിലെ ബെഞ്ചിലിരുന്ന് ജിബിയയുടെ ഫോണിലെ കോൾ ലിസ്റ്റും എസ്എം എസ്സും പരിശോധിക്കാൻ തുടങ്ങി.

ഒരു പ്രത്യേക നമ്പറിൽനിന്ന് കൂടുതൽ കോളുകൾ വന്നിരിക്കുന്ന തായി കണ്ടു. മിസ്കോളുകളും ഇൻകമിങ് കോളുകളുമാണ് കൂടുതൽ. മെസ്സേജുകളെല്ലാം ചെറിയ അന്വേഷണങ്ങളാണ്. എന്തു ചെയ്യുന്നു, കുളിച്ചോ, കഴിച്ചോ, ഉറങ്ങിയോ, എന്തു കഴിച്ചു. ഇതൊക്കെയാണ് കൂടുതൽ.

ബിൻസി, കപ്പ വേവിച്ചതും ചുട്ട ഉണക്കമീൻ കാന്താരിമുളകു ചേർത്തു ചമ്മന്തിയിടിച്ചതും എടുത്തുവച്ചിട്ട് കഴിക്കാൻ ജോസ്നയെയും ജിബിയ യെയും വിളിച്ചു. ജോസ്ന പള്ളിയിൽ പോയ ഡ്രസ്സ്പോലും മാറാതെ ചെന്നിരുന്നു കഴിച്ചുതുടങ്ങി.

ജിബിയ മുറിക്കകത്തു കയറി ജനലിൽക്കൂടി വരാന്തയിലേക്കു നോക്കി നിൽക്കുകയാണ്.

''നീയെന്താടീ ഇവിടെ നിരക്കുന്നെ. നിനക്ക് തിന്നാനൊന്നും വേണ്ടായോ?'' ബിൻസി ചോദിച്ചു.

''പപ്പാ എന്നതാ നോക്കുന്നെ എന്റെ ഫോണിനകത്ത്?'' ജിബിയ അമർഷം അമർത്തിപ്പിടിച്ച് ബിൻസിയെ നോക്കി.

''ഞാമ്പറഞ്ഞിട്ടാ നോക്കുന്നെ. എന്താ?''

''ഞാനെന്നാ കാണിച്ചിട്ടാ വല്യ പരിശോധന?''

''നിനക്കേ ഫോണിക്കളി ഇത്തിരി കൂടുതലാ. ഒന്നു നോക്കിയേ ക്കാൻ ഞാൻ പറഞ്ഞാരുന്നു. കൊഴപ്പം വല്ലതുമൊണ്ടോ?''

''എന്നോട് പറഞ്ഞാപ്പോരെ. ഞാൻ കാണിച്ചുകൊടുക്കാല്ലോ.'' ജിബിയ നീരസം പൂണ്ടു.

''നീയങ്ങനെ വെഷമിച്ച് കാണിക്കണ്ട. അല്ലാതെ കാണാനൊള്ള ബുദ്ധീം അധികാരോം ഒണ്ട് നിന്റെ പപ്പായ്ക്ക്.'' ബിൻസി ശാസനാ രൂപേണ പറഞ്ഞു.

''അതിനാണോ കള്ളത്തരോം പറഞ്ഞോണ്ട് എന്റെ ഫോൺ വാങ്ങി ച്ചെടുത്തെ.''

''നിന്റെ ഫോണോ? മിണ്ടരുത് നീ. ആ മനുഷ്യൻ കൈവെള്ള പൊട്ടിച്ചുണ്ടാക്കിയ കാശുകൊടുത്തു വാങ്ങിച്ച ഫോണാ. ങ്ഹും! നിന്റെ ഫോൺ.'' ബിൻസി സ്വരം താഴ്ത്തി താക്കീതു ചെയ്തു.

ഫോൺ പരിശോധിച്ചുകഴിഞ്ഞ് ജോർജുകുട്ടി ബെഞ്ചിൽനിന്ന് എഴുന്നേറ്റ് അകത്തേക്കു വന്നു. ഫോൺ ജിബിയയുടെ നേർക്കു നീട്ടി.

''ഇന്നാ നിന്റെ ഫോൺ.''

ഒന്നു മടിച്ചശേഷം ജിബിയ അതു വാങ്ങി.

''ഇതിനകത്ത് ഒരു നമ്പറിലോട്ട് കൊറേ വിളീം മെസ്സേജും ഒക്കെ ഒണ്ടല്ലോ. ആരാ അത്?''

''എന്നെ വളിച്ചതാ. ഞാൻ വിളിച്ചതല്ല.''

''അതെനിക്കു മനസ്സിലായി. രണ്ടു ദിവസത്തെതന്നെ കൊറേ ഒണ്ടല്ലോ. അതിനു മുൻപത്തെയൊക്കെ മായ്ച്ചുകളഞ്ഞതല്ലേ.''

''ഇല്ല പപ്പാ.''

''പിന്നെ മിനിഞ്ഞാന്നുമൊതല് വെളിപാടുപോലെ ഒണ്ടായതാണോ വിളീം എസ്സെമ്മസ്സും.''

ജിബിയ മിണ്ടുന്നില്ല.

''ആരാണെന്നു പറയാൻ മടിയാണെങ്കിൽ ഫോൺ മമ്മീടെ കയ്യി ലോട്ടു കൊടുത്തേക്ക്. ഇനി നീയത് കൊണ്ടുനടക്കണ്ട.''

ജിബിയ പെട്ടെന്നു ഫോൺ ബിൻസിയുടെ നേർക്കു നീട്ടി. ബിൻസി അതു വാങ്ങും മുൻപേ ജിബിയായുടെ ചെകിട്ടത്ത് അടി പൊട്ടി. ഫോൺ താഴെ വീണു. ബിൻസിപോലും ഞെട്ടിപ്പോയി. ജിബിയ കവിൾ പൊത്തി ക്കൊണ്ട് ചുമരിലേക്കു ചാരി.

ജോർജുകുട്ടി കുനിഞ്ഞ് ഫോൺ എടുത്തു. അത് ബിൻസിയുടെ കയ്യിൽ കൊടുത്തിട്ടു പറഞ്ഞു: ''അതിൽ ആദ്യം കാണുന്ന നമ്പറി ലോട്ടു വിളിക്ക്.''

ബിൻസി നമ്പർ എടുത്തിട്ട് കോൾ ബട്ടൻ അമർത്തി.

''ഞാനെന്നതാ പറയണ്ടേ?'' ബിൻസി ചോദിച്ചു.

''നീയിവൾടെ പെറ്റ തള്ളയല്ലേ. ഞാൻ പറഞ്ഞുതരണോ എന്നാ ചോദിക്കണെന്ന്.''

ഇതിനകം മറുവശത്ത് കോൾ എടുത്തു.

''ഹലോ മൈ ഡിയർ ജിബൂ. പള്ളീപ്പോയിട്ട് തിരിച്ചെത്തിയോ?''

''ങാ, ഇപ്പഴിഞ്ഞട്ട് എത്തിയതേയൊള്ളൂ.''

''സ്വരം എന്നാ വല്ലാണ്ടിരിക്കുന്നെ. എന്നാ പറ്റി?''

''ഒന്നും പറ്റിയില്ല. ഞാൻ അവളുടെ മമ്മിയാ. അവൾടെ കയ്യിലോട്ടു കൊടുക്കാം.''

മറുവശത്ത് അനക്കമില്ല. ബിൻസി മകളുടെ നേർക്ക് ഫോൺ നീട്ടി. ജിബിയ ഫോൺ വാങ്ങുന്നില്ല.

''പിടിക്കെടീ.'' ബിൻസി ശാസിച്ചു.

അവൾ ഫോൺ വാങ്ങി.

''സംസാരിക്ക്.'' ബിൻസി നിർദേശിച്ചു. ജിബിയ ഫോൺ കാതോടു ചേർത്തു.

''ഹലോ...''

''എന്താ പ്രശ്നം, എന്തു പറ്റി?''

''എനിക്കറിഞ്ഞൂടാ. പപ്പേം മമ്മീം ഫോൺ ചെക്ക്ചെയ്തിട്ടു വിളി ച്ചതാ.''

''അയ്യോ, ഇപ്പം ഞാനെന്നതാ പറയണ്ടേ.''

''പപ്പേം മമ്മീം അടുത്തുനിപ്പൊണ്ട്. എന്തേലും പറയാനൊണ്ടെങ്കി പറഞ്ഞോ.'' ഗദ്ഗദംകൊണ്ട് ജിബിയയുടെ സ്വരം വല്ലാതെ ഇടറി.

''ശരി. പപ്പായ്ക്കു കൊട്.''

ജിബിയ ഫോൺ ജോർജുകുട്ടിയുടെ നേർക്കു നീട്ടി. ജോർജുകുട്ടി ഫോൺ വാങ്ങി വിളിച്ചു.

''ഹലോ...''

''ഹലോ പപ്പാ. എന്റെ പേര് ജെയ്സൺന്നാ. നമ്മള് തമ്മി കാണുകേം സംസാരിക്കുകേം ചെയ്തിട്ടൊണ്ട്. ജിബീം എന്റെ കാര്യം പറഞ്ഞിട്ടൊണ്ടായിരിക്കും. കോട്ടയത്താ എന്റെ വീട്.''

''ങാ, എനിക്കോർമ്മയൊണ്ട്.'' ജോർജുകുട്ടി പറഞ്ഞു.

''എന്നതാ അവിടുത്തെ പ്രോബ്ലം എന്നെനിക്കറിഞ്ഞൂട. എന്തേലും ചോദിച്ചാ പറയാരുന്നു.''

''ഞാനവൾടെ ഫോണ് നോക്കിയപ്പം നിന്റെ വിളീം എസ്സെമ്മസ്സും കൂടുതൽ. അതിനുതക്ക ബന്ധം എന്താന്നു ചോദിക്കുവാരുന്നു.''

''ഞങ്ങള് ഒരേ ഇൻസ്റ്റിറ്റ്യൂട്ടിലല്ലേ പഠിക്കുന്നെ. പലപ്പഴും ഞങ്ങളൊന്നിച്ചാ ബാംഗ്ലൂരിലോട്ട് പോകുന്നേം വരുന്നേം.''

''അത്രേയൊള്ളോ?''

''വേറെന്നതാ?''

''ഫോൺവിളീം മെസ്സേജുകളും കണ്ടിട്ട് അങ്ങനല്ല തോന്നിയേ. അത്രേ ഒള്ളെങ്കി ഇവിടംകൊണ്ട് നിർത്തിയേക്ക്. മേലാൽ അവളെ വിളിക്കോ മെസ്സേജ് അയയ്ക്കുവോ ചെയ്തേക്കരുത്.''

''പപ്പാ വിചാരിക്കുന്നപോലെയല്ല. എനിക്കു ജിബിയെ വല്യ ഇഷ്ടമാ. എന്നുവച്ചാ കല്യാണം കഴിക്കാനൊള്ള ഇഷ്ടത്തിന്റെ കാര്യമാ പറയുന്നെ. ഞാനെന്റെ വീട്ടിൽ ഇക്കാര്യം പറഞ്ഞിട്ടൊണ്ട്. ഇവിടാർക്കും ഒരെതിർപ്പും ഇല്ല.''

''അത് നിങ്ങടെ കാര്യം. ഞാനെന്റെ മകളെ ബാംഗ്ലൂരിലോട്ടു വിട്ടത് പ്രേമിക്കാനും കല്യാണച്ചെറുക്കനെ കണ്ടുപിടിക്കാനുമല്ല. നഴ്സിങ് പഠിക്കാൻ വേണ്ടിയാ.''

''അവള് പഠിച്ചോട്ടെ. ഞാനതിനു തടസ്സം പറഞ്ഞില്ലല്ലോ. ഞാനും നഴ്സിങ്ങാ പഠിക്കുന്നെ. അവൾ പഠിച്ച് നഴ്സായിട്ടു വരണംന്നു തന്നെയാ എന്റേം ആഗ്രഹം. കല്യാണമൊക്കെ നിങ്ങൾക്കിഷ്ടമൊള്ളപ്പം നടത്തിയാ മതി.''

''അവളെ കെട്ടിക്കേണ്ടകാലത്ത് ഞങ്ങളതു വേണ്ടപോലെ ചെയ്തോളാം. ബുക്കിങ്ങൊന്നും വേണ്ട. അത് ശരിയാവത്തില്ല. നീ ഫോൺ വച്ചോ. കൂടുതലൊന്നും പറയാനില്ല.''

ജോർജുകുട്ടി കോൾ കട്ടാക്കി. എന്നിട്ടു ഫോൺ ജിബിയയുടെ നേരെ നീട്ടി.

‘‘എനിക്കു വേണ്ട ഫോൺ.’’

‘‘വേണ്ടേ. നിനക്ക് അവനെ വിളിക്കാൻ വേണ്ടിയാണോ ഫോൺ വാങ്ങിച്ചുതന്നെ. അതോ ഞങ്ങളെ വിളിക്കാൻ വേണ്ടിയാണോ?’’

‘‘എനിക്കാരേം വിളിക്കണ്ട.’’

‘‘എന്നാ നീയിനി പഠിക്കാനും പോകണ്ട. ഇവിടിരുന്നാ മതി. മൂന്നാല് ആടിനേം കോഴിയേം വാങ്ങിച്ചു തന്നേക്കാം. അതിനു പുല്ലും വെള്ളോം ഒക്കെ കൊടുത്തുകൊണ്ടു നടന്നോ. അതാ നല്ലത്.’’

ജിബിയ അവരുടെ മുന്നിൽനിന്ന് പിന്തിരിഞ്ഞുനടക്കാൻ ഭാവിച്ചു.

‘‘നിക്കെടീ അവിടെ.’’ ജോർജ്ജുകുട്ടി വിളിച്ചു.

ജിബിയ നിന്നു. ‘

‘‘എടീ, ചൂടുവെള്ളത്തിൽ വീണ പൂച്ച പച്ചവെള്ളം കണ്ടാലും അറയ്ക്കുംന്ന് കേട്ടിട്ടൊണ്ട്. നിനക്ക് ആ ജന്തൂന്റെ ബോധംപോലും ഇല്ലേടീ.’’

ജിബിയ മിണ്ടുന്നില്ല.

‘‘അവനെന്തായാലും മനസ്സിലൊള്ളതു മറച്ചുവെക്കാതെ തൊറന്നു പറഞ്ഞു. അവനിഷ്ടമാണെന്നും കല്യാണം കഴിക്കണമെന്നും. നിന്റെ മനസ്സിലും അങ്ങനൊരാഗ്രഹം ഒണ്ടോ?’’

ജിബിയ മറുപടി പറയാൻ അറച്ചു.

‘‘ഒള്ള കാര്യം തൊറന്നു പറയെടീ.’’

‘‘എനിക്ക് ഇഷ്ടക്കൊറവൊന്നുമില്ല.’’

‘‘അവൻ വാക്ക് തന്നിട്ടൊണ്ടോ നിന്നെ കല്യാണം കഴിച്ചോളാന്ന്.’’

‘‘ഒണ്ട്.’’

‘‘അഞ്ചാറുകൊല്ലം നീയൊരുത്തന്റെ പൊറകെ നടന്നതല്ലേ. അവൻ കെട്ടുമെന്നു വിശ്വസിച്ചോണ്ട്. അതൊക്കെ നീയങ്ങു മറന്നോ?’’

‘‘ജെയ്സൺ അതുപോലൊന്നുമല്ല.’’

‘‘ഏതുപോലല്ല? എടീ, നീയെന്നുവച്ചാ റോബിൻസിനു ജീവനായിരുന്നല്ലോ. അവന്റെ വീട്ടുകാർക്കും ഇഷ്ടമായിരുന്നല്ലോ. നമ്മള് രണ്ടു വീട്ടുകാരു തമ്മിലും വല്യ സ്നേഹമായിരുന്നല്ലോ. അതിനെക്കായിലും വല്യ സ്നേഹോം വിശ്വാസോം ഒന്നും ഇനി ഒണ്ടാകാനില്ലല്ലോ. എന്നിട്ട് ഒറ്റ ദിവസംകൊണ്ട് എല്ലാം വെള്ളത്തിൽ വരച്ച വരപോലെയായില്ലേടീ?’’

ജിബിയ തല താഴ്ത്തി നിന്നു.

‘‘അത്രേ ഒള്ളെടീ മനുഷ്യമ്മാര് തമ്മിലൊള്ള ബന്ധം. ഒരു വാക്ക് തെറ്റിച്ചാ തീരുന്നതേയൊള്ളൂ. എല്ലാരും അങ്ങനൊക്കെത്തന്നെയാ. ഈ പറയുന്ന ചെറുക്കനും പഠിത്തം കഴിഞ്ഞ് ജർമ്മനീലോ ഇംഗ്ലണ്ടിലോ ഒള്ള ഒരു നഴ്സിന്റെ ആലോചന വരുമ്പം അവളുടെ കൂടെ വിമാനം കേറി പോകാനൊള്ളതേ ഒള്ളൂ. ഒരുത്തനേം വിശ്വസിക്കരുതെന്നൊള്ള പാഠം നിന്നേക്കാളും നന്നായിട്ട് പഠിച്ച ആരാ ഒള്ളത്.’’

അതിനും ജിബിയയ്ക്കു മറുപടിയില്ല.

''നിന്നെ ഇത്രേം വളർത്തി പഠിപ്പിച്ചു കൊണ്ടുവന്ന ഞങ്ങൾക്ക്, ഒരു കല്യാണച്ചെറുക്കനെക്കൂടി തേടിത്തരാനുള്ള കഴിവില്ലെന്നാണോ നിന്റെ തോന്നല്? അങ്ങനെയാണെങ്കി ഇനി നീതന്നെ നിന്റെ കാര്യം നോക്കിക്കോ.''

പറഞ്ഞവസാനിപ്പിച്ചിട്ട് ജോർജുകുട്ടി ഒരു ഷർട്ടുമെടുത്തിട്ട് പുറത്തേക്കിറങ്ങിപ്പോയി.

അടുത്തത് ബിൻസിയുടെ ഊഴമായിരുന്നു.

''പ്രേമിക്കാൻ നടക്കുന്നു. നീയെന്നാ വിചാരിച്ചെ? നിനക്കു പറ്റിയ ചെറുക്കനെ കണ്ടുപിടിക്കാൻ വേണ്ടി വിട്ടിരിക്കുകാണെന്നോ. ഒരുത്തൻ പറ്റിച്ചിട്ടു പോയാ വേറൊരുത്തൻ. ഇതിനാണോടീ നീ ജീവിക്കുന്നെ? ബാക്കിയൊള്ളോര് ചങ്കുകലങ്ങി പണിയെടുത്ത് കാശൊണ്ടാക്കിത്തന്നു വിട്ടേക്കുവാ, പഠിച്ചുകേറി എവിടെങ്കിലുമെത്തി രക്ഷപ്പെട്ടോട്ടേന്നു വിചാരിച്ച്. നഴ്സിങ് പഠിച്ച് അതിന്റെ സർട്ടിഫിക്കറ്റ് വാങ്ങുന്നതിനേക്കാളും ഒരുത്തിക്കു വലുത് അപ്പഴത്തേക്കിന് കെട്ടാൻ പറ്റിയ ഒരു ചെറുക്കനെ തെരഞ്ഞുപിടിച്ചു വെക്കുന്നതാ.''

''ഞാനാരേം തെരഞ്ഞുപിടിച്ചു വെച്ചിട്ടൊന്നുമില്ല.'' ജിബിയ അരിശം പൂണ്ടു.

''പിന്നെ എന്നതാടീ ആ ചെറുക്കനുമായിട്ടൊള്ള അടുപ്പം? നീ തന്നെ പറഞ്ഞല്ലോ സ്നേഹമാണെന്ന്. അത് കല്യാണം കഴിക്കാൻ വേണ്ടിയല്ലേ. അതോ നേരംപോക്കാണോ?''

''പഠിച്ചു ജയിച്ച് ജോലിയൊക്കെ കിട്ടിക്കഴിഞ്ഞിട്ട് ആലോചിക്കാൻ വേണ്ടിയാ.''

''അതിനിപ്പഴേ വെള്ളം അടുപ്പത്തു വെക്കണോ? നിനക്കറിയാല്ലോ. പഠിത്തം തീരണെങ്കി ഇനീംണ്ട് ഒന്നൊന്നര വർഷം. അതുകഴിഞ്ഞ് ഒന്നുരണ്ടു വർഷം എക്സ്പീരിയൻസ് വേണ്ടേ. അതും കഴിഞ്ഞല്ലേ ജോലി കിട്ടത്തൊള്ളൂ. അന്നേരം നീ കല്യാണം കഴിക്കാൻ പോണോ അതോ നിന്നെ പഠിപ്പിക്കാൻ വേണ്ടി പണയംവച്ച കെടപ്പാടം എങ്ങനെങ്കിലും തിരിച്ചെടുക്കാൻ നോക്കുന്നോ?''

''അതൊന്നും ചെയ്യില്ലാന്നു ഞാൻ പറഞ്ഞോ?''

''എന്തിനാടീ പറയുന്നെ. പ്രവൃത്തി കണ്ടാ ഊഹിക്കാൻ പറ്റുവല്ലോ, എങ്ങനെങ്കിലും ജോലി കിട്ടിക്കഴിഞ്ഞാ ഒടനെ ഇഷ്ടപ്പെട്ട ചെറുക്കനേം കൂട്ടി സ്വന്തമായിട്ട് ജീവിക്കാനാ ഉത്സാഹംന്ന്.''

''എന്നെ എല്ലാരുംകൂടെ ഒന്നു തല്ലിക്കൊല്ലാവോ. അതാ ഇതിനേക്കാളും ഭേദം.''

ജിബിയ കട്ടിലിൽ ചെന്നുവീണ് വാവിട്ടു കരഞ്ഞു. അതോടെ ബിൻസി പിൻവാങ്ങി.

* * *

ഒരു എളിയിൽ വെള്ളം നിറച്ച കുടവും മറ്റേ എളിയിൽ കൈക്കുഞ്ഞിനേയും വെച്ച് റോഡ് മുറിച്ചു കടന്നു കയറ്റംകയറി വരികയായിരുന്നു പവിത്ര.

മുറ്റത്തേക്കു കയറിയ അവൾ അന്തംവിട്ടു നിന്നുപോയി. അമ്മയും ജിബിയായും കൺമുന്നിൽ.

''ഇവളെന്താ ഈ കാണിക്കുന്നെ.''

അജിതമ്മ ഓടിവന്ന് പവിത്രയുടെ ഒക്കത്തിരുന്ന കുഞ്ഞിനെ പിടിച്ചു വാങ്ങി. ജിബിയ വന്ന് അവളുടെ കുടവും പിടിച്ചെടുത്ത് വരാന്തയിലേക്കു കയറാനുള്ള നടക്കല്ലിൽ കൊണ്ടുവച്ചു.

''എന്റെ മോളെ, നിന്റെയൊരു കോലം.'' ജിബിയ താടിക്കു കൈപ്പടം താങ്ങി വിലപിച്ചു. ''എന്നാ പറ്റീതാടീ. ഞാൻ കഴിഞ്ഞ തവണ കണ്ടപ്പം തടിച്ചുചീർത്ത് അമ്മച്ചിയേപ്പോലിരുന്ന പെണ്ണാണോ ഇത്!''

അയഞ്ഞ്, നിറംമങ്ങിയ ഒരു നൈറ്റി ആയിരുന്നു പവിത്രയുടെ വേഷം. വിഷാദം കലർന്ന ഒരു പുഞ്ചിരിയായിരുന്നു പവിത്രയുടെ മറുപടി.

അജിതമ്മ കുഞ്ഞിനെ ഒക്കത്തും തോളത്തും വച്ച് കൊഞ്ചിച്ചുകൊണ്ടു കല്ലുംകുഴിയുമുള്ള മുറ്റത്തുകൂടി നടന്നു.

''ഇവിടെ നീ ഒറ്റയ്ക്കേ ഒള്ളോടീ?'' ജിബിയ ചോദിച്ചു.

''ഞാനും മോനും പോരേ?''പവിത്ര പിന്നെയും പുഞ്ചിരിച്ചു.

''ഇതെന്തു വീടാ പെണ്ണേ നീ ഒന്നിനൊന്നു കീഴോട്ടു പോവാണോ? സാധാരണ കല്യാണം കഴിയുമ്പം എല്ലാരും ഒന്നു തെളിയും.''

ജിബിയ അമ്പരപ്പിലായിരുന്നു.

''ഇവിടുത്തെ വിശേഷങ്ങളൊന്നും പറയാതിരിക്കുന്നതാ ഭേദം.'' പവിത്ര അത്രയുമേ പറഞ്ഞുള്ളൂ. കട്ടൻകാപ്പിയിടാൻ അവൾ അടുക്കളയിൽ കയറി. ഉണങ്ങിയ തെങ്ങോലച്ചൂട്ടും ചുള്ളികളും കീറിയ മടലുകളും ഉപയോഗിച്ച് അവൾ അടുപ്പിൽ തീ പിടിപ്പിച്ചു.

''ഗ്യാസുപോലും ഇല്ലേടീ.''

''തീർന്നിട്ട് രണ്ടാഴ്ചയായി. പ്രകാശേട്ടനോട് എന്നും പറയുന്നതാ ഗ്യാസ് തീർന്നെന്ന്. ആ... കൊണ്ടുവരാം എന്നു പറഞ്ഞു പോകും. എന്നിട്ടു രാത്രി വരുമ്പം പറയും നാളെയാട്ടേന്ന്. നമ്മളിവിടെക്കെടന്ന് അടുപ്പൂതിയൂതി വിറകുകൊള്ളിപോലെ പുകയുന്നതൊന്നും പ്രകാശേട്ടനു പ്രശ്നമല്ല.''

പവിത്ര കാപ്പി തിളപ്പിക്കാൻ വെള്ളം വെക്കുന്നതിനിടയിൽ പറഞ്ഞു.

''ഗ്യാസ് കൊണ്ടുവരാതെ ഒന്നും വെച്ചുണ്ടാക്കാൻ പറ്റില്ലെന്നു പറയണം.''

''അതൊക്കെ നോക്കിയതാ. ഗ്യാസില്ലാത്ത കാലത്തും മനുഷ്യര് ഭൂമീൽ ജീവിച്ചിട്ടൊണ്ടത്രെ. ഇവിടെ കറന്റില്ല. പൈപ്പോ കിണറോ ഇല്ല. പ്രകാശേട്ടൻ പറയുന്നത് ഇതൊന്നുമില്ലാതേം മനുഷ്യര് ജീവിക്കുന്നുണ്ടെന്നാ. പാലുവാങ്ങാറില്ല. പാലില്ലാതെ മനുഷ്യർ ജീവിക്കുന്നില്ലേ.

എന്തു സാധനം തീർന്നാലും മൂന്നാലു ദിവസം പുറകെ നടന്നു പറയണം. എന്തെങ്കിലും തീർന്നൂന്നു കേക്കുന്നത് പ്രകാശേട്ടനു ഭയങ്കര ദേഷ്യമാ.'' പവിത്ര വെളിപ്പെടുത്തി.

''ആ തള്ള എവിടെപ്പോയെടീ?''

അജിതമ്മ അടുക്കളയിലേക്കുവന്നു ചോദിച്ചു.

''വെട്ടിപ്പറമ്പിനു പോയതാ. ചിട്ടിപ്പിരിവിന്.''

''ഏതായാലും മോളെ കെട്ടിച്ചയച്ച കൂട്ടരും അവരുടെ വീടും എല്ലാം കൊള്ളാം.''

ജിബിയ അജിതമ്മയ്ക്ക് വാക്കുകൊണ്ടൊരു കുത്ത് കൊടുത്തു.

''ഇങ്ങനെ വല്ലേം വരുമെന്നു വിചാരിച്ചാണോ? അവനോന്റെ കുഞ്ഞുങ്ങള് നശിച്ച വീട്ടിൽപോയി നരകിച്ചോട്ടേന്ന് പെറ്റതള്ളമാരു വിചാരിക്കുവോ ജിയാമോളെ. അന്നു കണ്ടപ്പം നല്ല ചെറുക്കൻ, നല്ല വീട്. ഓടിച്ചെന്ന് ഒന്നു കാണണംന്നു വെച്ചാ ദൂരോം കുറവ്.''

അജിതമ്മ തന്റെ ഭാഗം ന്യായീകരിച്ചു.

''അമ്മ മനപ്പൂർവം ചെയ്തതാ ബിയാ. പഞ്ചായത്തു പടിക്കല് ഞങ്ങടെ അയലത്തൊള്ള രണ്ടു പെമ്പിള്ളാരടെ കല്യാണം അടുത്തടുത്ത് നടന്നു. ഒരു റാണിമോൾടേം പിന്നൊരു സുനിതേടേം. അമ്മ അപ്പഴേ ഒറപ്പിച്ചു, എന്റെ മോൾടേം കല്യാണം നടത്തണം. അയൽപക്കത്ത് ടിവി വാങ്ങിയതു കണ്ടിട്ട്, എവിടുന്നെങ്കിലും കടം വാങ്ങിയോ താലിമാല പണയം വച്ചോ ടിവി വാങ്ങുന്ന ഒരു കുശുമ്പില്ലേ. അതുപോലെയാരുന്നു അമ്മയ്ക്ക്. റാണിമോൾക്ക് ഇരുപത്തിനാലു വയസ്സുണ്ടാരുന്നു. സുനിതയ്ക്ക് ഇരുപത്തിരണ്ടും. അതൊന്നും അമ്മ കണക്കാക്കിയില്ല. പതിനെട്ടു കഴിഞ്ഞ എന്നേം പിടിച്ചു കെട്ടിച്ചു. അമ്മയ്ക്കു സമാധാനമായി.

''ദൈവമേ... കഷ്ടം!'' ജിബിയ മൂക്കത്ത് വിരൽവെച്ചു.

''ഇവള് ചുമ്മാ എന്നെ കുറ്റം പറയുന്നതാ. നീയിതൊന്നും വിശ്വസിച്ചേക്കല്ലേ.'' അജിതമ്മ ഓർമ്മിപ്പിച്ചു.

''ബിയാ, നിനക്കു കേൾക്കണോ? ചങ്ങനാശ്ശേരീന്ന് നല്ലൊരാലോചന വന്നതാ. നല്ല കുടിവെള്ളം കിട്ടത്തില്ലെന്നുപറഞ്ഞ് അമ്മേം മാമൻമാരും കൂടെ വേണ്ടെന്നു വെച്ചു. അവർക്കു സ്ത്രീധനമൊന്നും വേണ്ട. എന്നെ മതിയായിരുന്നു. സമ്മതിച്ചില്ല. കോട്ടയത്തുന്ന് ഒരു പട്ടാളക്കാരന്റെ ആലോചന വന്നു. അതും വല്യ വീടും പുരയിടോം സ്വത്തും. പട്ടാളക്കാരന്റെ കൂടെ അയയ്ക്കുന്നില്ലെന്നു പറഞ്ഞ് അതും ഉപേക്ഷിച്ചു. അവരും സ്ത്രീധനം ചോദിച്ചില്ല. പിന്നെ തീക്കോയി വാകമറ്റത്തുന്ന് വേറൊരാലോചന വന്നു, അവര് വല്യ പണക്കാരാ. കാറും ജൗളിക്കടേം ഒക്കെയൊണ്ട്. ആ വീട്ടിച്ചെന്നാ നമ്മളെപ്പോലുള്ള പാവങ്ങക്ക് ഒരു വെലേം കാണത്തില്ലെന്ന്. അതെല്ലാം ഉപേക്ഷിച്ചിട്ടാ, മൂന്നുനേരം ആഹാരത്തിനു മുട്ടുന്ന ഈ വീട്ടിലോട്ട് എന്നെ അയച്ചത്.''

''ഓരോരുത്തർക്ക് ഓരോ വിധിയൊണ്ട്. അതനുഭവിച്ചേ പറ്റത്തൊള്ളൂ.'' അജിതമ്മ ഒരു പഴഞ്ചൊല്ലുപോലെ അതു നിസ്സാരമാക്കി.

വാസ്തവത്തിൽ പവിത്രയുടെ നില അത്യന്തം ശോചനീയമാണെന്ന് ജിബിയയ്ക്കു ബോധ്യപ്പെട്ടു കഴിഞ്ഞിരുന്നു.

''നീയെങ്ങനെ കഴിയുന്നെടീ ഈ വീട്ടിൽ? കറന്റും വെള്ളോം ഗ്യാസും ഒന്നുമില്ലാതെ. അതൊന്നും ഇല്ലാത്ത വീട്ടീന്നു വന്നതാണെങ്കി പ്രശ്നമില്ലാരുന്നു. വെറും പരുക്കൻ തറയാണല്ലോ ഇതിന്റെ അകം. ഇതെങ്ങനെ തൂത്തു തുടച്ചു വൃത്തിയാക്കും?'' ജിബിയ ചോദിച്ചു.

''ഇവിടുത്തെ അമ്മയ്ക്കും മകനും ഇതൊന്നും പ്രശ്നമല്ല. ഞാൻ പറഞ്ഞില്ലേ സാധനങ്ങള് തീർന്നാ വാങ്ങത്തില്ല. തലേൽവെക്കാൻ എണ്ണയില്ലാതെ, ചോറുവെക്കാൻ അരിയില്ലാതെ, കട്ടൻകാപ്പിക്ക് പഞ്ചസാരയില്ലാതെ ഞാനിവിടിരുന്നു പൊരിഞ്ഞിട്ടൊണ്ട്. പ്രകാശേട്ടൻ ഏതെങ്കിലും ഹോട്ടലീന്നു കഴിക്കും. പ്രകാശേട്ടന്റമ്മ ചിട്ടി പിരിക്കാൻ പോണ വഴി എവിടുന്നെങ്കിലും കഴിക്കും. ഞാൻ കഴിച്ചോ ഇല്ലയോ, വെച്ചോ വിളമ്പിയോ... ഒന്നും അറിയേണ്ട ആർക്കും. പട്ടിണിയാരുന്നെന്നു പറഞ്ഞാ ദേഷ്യപ്പെടും. നിനക്കു വാ തൊറന്നു പറയാൻ മേലാരുന്നോ അരി തീർന്നെന്ന്. പത്തുപ്രാവശ്യത്തിക്കൂടുതലൊക്കെ എങ്ങനാ പറയുന്നെ.''

''നീ പ്രകാശേട്ടന്റെ കയ്യീന്ന് കുറച്ചു പൈസ വാങ്ങി കയ്യിൽ വെച്ചേക്കണം. എന്നിട്ടു നീ തന്നെ കടേൽപോയി വാങ്ങണം.''

''പത്തുരൂപ തികച്ച് എന്റെ കയ്യിൽ തരില്ല. വീട്ടിലെ പെണ്ണുങ്ങള് കാശ് കൈകാര്യം ചെയ്യുന്നത് ഐശ്വര്യക്കേടാണെന്ന്.''

ജിബിയ അർത്ഥഗർഭമായി അജിതമ്മയെ നോക്കി.

''കൊറച്ചൊക്കെ ഇവൾടെ കഴിവുകേടാണെന്നേ. പെണ്ണുങ്ങളായാൽ സാമർത്ഥ്യം വേണം. ഭർത്താവിനെ കയ്യിലെടുക്കണം. ഇവളേംകൊണ്ട് അതിനൊന്നും കൊള്ളത്തില്ല.'' അജിതമ്മ പറഞ്ഞു.

''നിനക്ക് നിന്റെ വീട്ടിലോട്ടു തിരിച്ചു പോയാലെന്നാ?'' ജിബിയ ചോദിച്ചു.

''എന്റമ്മേടടുത്തോട്ടോ. എന്നെ കൊല്ലണം. എന്നോടിങ്ങനൊരു കൊലച്ചതി ചെയ്ത, ഈയമ്മേക്കാളും ഭേദം പ്രകാശേട്ടന്റമ്മ തന്നെയാ. ഞാനവരുടെ ആരുമല്ലല്ലോന്നു സമാധാനിക്കാല്ലോ.''

അജിതമ്മയോടുള്ള അമർഷവും വിരോധവും സങ്കടവുമെല്ലാം ആ വാക്കുകളിലുണ്ടായിരുന്നു.

''നമ്മളൊരു സ്ഥലം മേടിച്ചു വീടുവെക്കുന്നേനു മുൻപ് അവിടെ വെള്ളം കിട്ടുവോ, കറന്റ് കിട്ടുവോ എന്നൊക്കെ അന്വേഷിക്കണ്ടേ. അമ്മയ്ക്കും മകനും അതൊന്നും പ്രശ്നമല്ല. രണ്ടു പോസ്റ്റിട്ടാ കറന്റ് എടുക്കാം. പക്ഷേ, പ്രകാശേട്ടന്റെ കൈയിൽ കാശില്ല. ഉപേക്ഷ വിചാരിച്ചിട്ടാ. ഇവിടെ കറന്റില്ലാത്തൊരു വീട് ഇതുമാത്രേയൊള്ളൂ. ചോദിച്ചാ പ്രകാശേട്ടൻ പറയും, ഇത്രപോലും സൗകര്യങ്ങളില്ലാത്ത വീടുകള്

ലക്ഷക്കണക്കിനൊണ്ടെന്ന്. വീടില്ലാത്തവരെക്കാൾ ഭേദമല്ലേന്ന്. സത്യം പറഞ്ഞാ എന്റെ കൊച്ചിനെ ഓർത്തു മാത്രം ജീവിക്കുവാ.''

ജിബിയായ്ക്ക് അതെല്ലാം കേട്ടപ്പോൾ എന്തെന്നില്ലാത്ത സങ്കടം വന്നു. തിരിച്ചുപോകാൻ നേരം അവൾ പവിത്രയെ കെട്ടിപ്പിടിച്ച് ഒന്നും മിണ്ടാതെ കുറച്ചുനേരം നിന്നു. നൂറുരൂപ അവളുടെ കൈയിൽ വച്ചു കൊടുത്തു. എത്ര നിർബന്ധിച്ചിട്ടും പവിത്ര അതു വാങ്ങിയില്ല. ഒടുവിൽ കുഞ്ഞിന്റെ ചുരുട്ടിയ വിരലുകൾക്കിടയിൽ തിരുകി.

''നിന്റെ ജീവിതം ഇങ്ങനെ തീരാനൊള്ളതല്ല. ഇവിടുന്ന് എങ്ങനെങ്കിലും രക്ഷപ്പെടാൻ നോക്കണം. ഒരു വർഷംകൂടി കഴിഞ്ഞാ എന്റെ പഠിത്തം കഴിയും. അതുകഴിഞ്ഞാ ഞാൻ നോക്കിക്കോളാം നിന്റെ കാര്യം.''

അതു കേട്ടപ്പോൾ പവിത്രയ്ക്കു കരച്ചിൽ വന്നു.

''ഒന്നും ചെയ്തില്ലെങ്കിലും ഒരു സങ്കടോമില്ലെടാ. ഇത്രേം പറയാനൊള്ള മനസ്സൊണ്ടായല്ലോ.''

''ഇത് വെറുതെ പറഞ്ഞതല്ലെടീ. ഞാൻ രക്ഷപ്പെട്ടാ നിന്നേം ഞാനിവിടുന്ന് രക്ഷപ്പെടുത്തിയിരിക്കും.''

ജിബിയ അവളുടെ പുറത്തു തഴുകി ആശ്വസിപ്പിച്ചു.

''എന്റെ അവധി കഴിഞ്ഞു. മറ്റന്നാള് തിരിച്ചു പോകുവാ ബാംഗ്ലൂർക്ക്. എനിക്കറിയത്തില്ലല്ലോ നിന്റെ വീട്. അതാ നിന്റമ്മേംകൊണ്ടു വന്നെ. തൃപ്തിയായി.''

തിരിച്ചു പോകുന്നതിനു മുൻപ് അജിതമ്മയും കുഞ്ഞിന്റെ കൈയിൽ ഇരുനൂറോ മുന്നൂറോ വച്ചുകൊടുത്തു.

''എന്തിനാ അമ്മേ. ഇതുകൊണ്ടൊന്നും ഒരു കാര്യേം ഇല്ല. പ്രകാശേട്ടൻ വാങ്ങിച്ചോണ്ടു പോകും.''

''ഇരിക്കട്ടെ, എന്തേലും ആവശ്യം വരും.''

തിരിച്ച് പാതാമ്പുഴ ടൗണിലേക്കു നടക്കുമ്പോൾ ജിബിയ അജിതമ്മയോടു പറഞ്ഞു:

''നിങ്ങള് അമ്മേം അച്ഛനും മാമൻമാരും കൂടെക്കൂടെ അവിടെപ്പോണം. അവളെ കണ്ട് ആശ്വസിപ്പിക്കണം. എങ്ങനിരുന്ന പെണ്ണാ. ഞങ്ങളു പഠിച്ച സ്കൂളിൽപോലും അത്രേം സുന്ദരീം മിടുക്കീം ആയിട്ട് വേറൊരു പെണ്ണില്ലാരുന്നു. അവൾടെ ജീവിതമാ നിങ്ങളെല്ലാരുംകൂടി ഒരു നരകക്കുഴീ കൊണ്ടിട്ടിരിക്കുന്നെ.''

അജിതമ്മ അവളുടെ സംസാരംകേട്ട് വിസ്മയാധീനയായി. ഇത്രയൊക്കെ പറയാനുള്ള വിവരമുണ്ടോ ഈ പെങ്കൊച്ചിന്.

രണ്ടു ദിവസത്തിനു ശേഷം ജിബിയ ബാംഗ്ലൂരിലേക്ക് യാത്രയായി.

ഇരുപത്തിനാല്

ഇത്തവണയും ടിക്കറ്റ് ബുക്ക് ചെയ്ത് ജിബിയയെ ബാംഗ്ലൂരിലേക്കു കൊണ്ടുപോകാൻ ജെയ്സൺ കോട്ടയം റെയിൽവേ സ്റ്റേഷനിൽ എത്തിയിട്ടുണ്ടായിരുന്നു.

ജെയ്സന്റെ നഴ്സിങ് പഠനവും ഫൈനൽ പരീക്ഷയും കഴിഞ്ഞതിനാൽ അവനു ബാംഗ്ലൂരിലേക്കു വരേണ്ട കാര്യം ഉണ്ടായിരുന്നില്ല.

‘‘വീട്ടീന്നു വെലക്കൊണ്ടല്ലോ അല്ലേ എന്നോടു മിണ്ടരുതെന്നും ഫോൺ ചെയ്യരുതെന്നും.’’ ജെയ്സൺ യാത്രയ്ക്കിടയിൽ ചോദിച്ചു.

‘‘മമ്മി ഓർമിപ്പിച്ചു. അവനോന്റെ കാര്യം നോക്കി നിലയ്ക്കുനിന്നാ അവനവനുതന്നെ നല്ലത് എന്ന്.’’

‘‘പപ്പാ ഒന്നും പറഞ്ഞില്ലേ?’’

‘‘ഇല്ല. മമ്മിയോടു ഞാൻ പറഞ്ഞാരുന്നു ചേട്ടായീടെ കോഴ്സ് കംപ്ലീറ്റ് ചെയ്തെന്ന്. ഇനി ബാംഗ്ലൂരിലേക്ക് ഇല്ലെന്ന്. അതു മമ്മി പപ്പായോടു പറഞ്ഞുകാണും. അതോടെ സമാധാനമായല്ലോ.’’

‘‘ഞാനിപ്പോ കൂടെ വരുന്നത് അറിഞ്ഞാലോ?’’

‘‘ഇത് ചേട്ടായി സർട്ടിഫിക്കറ്റ് വാങ്ങാൻ വേണ്ടി വരുന്നതല്ലേ.’’

‘‘സർട്ടിഫിക്കറ്റ് കിട്ടണെങ്കി ഇനീം രണ്ടുമാസം കൂടി കഴിയും.’’

‘‘മമ്മിയോടെന്നതാ പറഞ്ഞെ?’’

‘‘മമ്മിക്കറിയാം. ഞാൻ നിന്നെക്കൊണ്ടുവിടാൻ വേണ്ടി പോന്നതാണെന്ന്.’’

‘‘പപ്പേം മറ്റുള്ളവരും സംശയിക്കില്ലേ?’’

‘‘പപ്പയ്ക്കിതിലൊന്നും ഒരിന്ററസ്റ്റില്ല. രാവിലെ പോയി കട തുറക്കും. കണക്കെഴുതും. മുതലാളി എങ്ങോട്ടെങ്കിലും യാത്ര പോണൊണ്ടെങ്കി കൂടെപ്പോകും. മമ്മിക്കാ വീട്ടിലെ ഉത്തരവാദിത്തമെല്ലാം.’’

‘‘ചേട്ടായി ഇനി എന്താ ചെയ്യാമ്പോണെ?’’

‘‘എവിടെങ്കിലും ജോലിക്കു കേറണം. കോഴ്സിന്റെ കംപ്ലീഷൻ സർട്ടിഫിക്കറ്റ് മതി അതിന്.’’

''എന്തെങ്കിലും പ്ലാൻ ചെയ്തിട്ടുണ്ടോ?''

''നോർത്തിലെവിടെങ്കിലും നോക്കാം. ബോംബെയോ ഡൽഹിയോ. നീ അടുത്ത വർഷം കോഴ്സ് കംപ്ലീറ്റ് ചെയ്തു വരുമ്പഴേക്കും നിനക്കും കൂടി വരാൻ പറ്റുന്ന ഒരു സ്ഥലമായിരിക്കണം.''

''കേരളത്തിൽതന്നെ നോക്കിയാലോ?''

''കേരളത്തിൽ ജിഎൻഎംകാർക്ക് ശമ്പളം തീരെ കുറവാ. നോർത്തിപ്പോയാ വേറൊരു ഗുണംകൂടിയൊണ്ട്. ഹിന്ദി പഠിക്കാം.''

''ഞാനീ വർഷം ഒറ്റയ്ക്കേയുള്ളൂ, അല്ലേ?''

''ഒറ്റയ്ക്കോ. എത്രപേരുണ്ട് നിന്റെ കൂടെ?''

''ചേട്ടായി ഇല്ലല്ലോ.''

''ഞാനല്ലേ അവധിക്കു നിന്നെ കൂട്ടിക്കൊണ്ടുവരുന്നതും കൊണ്ടുവിടുന്നതും.''

ജെയ്സൺ സാന്ത്വനരൂപേണ പറഞ്ഞുവെങ്കിലും ജിബിയയുടെ മനസ്സിൽ വിഷാദം ഉറഞ്ഞുകൂടി. തന്റെ സുരക്ഷിതത്വം നഷ്ടപ്പെടുന്ന പോലൊരു ആശങ്ക അവൾക്കുണ്ടായി. വിളിച്ചാൽ വിളി കേൾക്കാനും ഓടിച്ചെല്ലാനും കയ്യെത്തുന്ന അകലത്തിൽ ഉണ്ടായിരുന്ന ആൾ പോവുകയാണ്.

പിറ്റേന്നു രാവിലെ ബാംഗ്ലൂരിൽ എത്തിയശേഷം ജെയ്സൺ ജിബിയയെ ഷോപ്പിങ് മാളിൽ കൂട്ടിക്കൊണ്ടുപോയി അവൾക്ക് അത്യാവശ്യം വേണ്ടുന്ന സാധനങ്ങൾ വാങ്ങിക്കൊടുത്തു.

''ഞാനില്ലാത്തപ്പം ഇതൊന്നും പുറത്തുപോയി വാങ്ങേണ്ടി വരരുത്.'' ജെയ്സൺ അവളെ ഓർമ്മിപ്പിച്ചു: ''ഞാൻ പോയിക്കഴിയുമ്പം പലരും നുഴഞ്ഞുകേറാൻ നോക്കും. അതിനൊക്കെ പലപല സൂത്രബുദ്ധികളുമായിട്ടു വരും.''

''ആരു വരുമെന്നാ?'' ജിബിയ വിസ്മയം പൂണ്ടു.

''വേറെ ആമ്പിള്ളേര്. അല്ലാതാരാ.''

''എന്നെ വളയ്ക്കാനോ?'' ജിബിയയ്ക്കു ചിരി വന്നു.

''എന്താ സംശയം?''

''ഞാനും ചേട്ടായീം തമ്മിലൊള്ള സ്നേഹം അറിയാത്ത ആരാ ഒള്ളത്. നമ്മളെ പിരിക്കാൻ ആരു നോക്കിയാലും പറ്റ്വോ?''

''എന്നൊക്കെ നമുക്കിപ്പം തോന്നും. ഞാൻ രംഗത്തില്ലെന്നു കാണുമ്പം പലരും അങ്കത്തിനിറങ്ങും. നിനക്ക് ആണുങ്ങടെ മനസ്സറിയാഞ്ഞിട്ടാ. ഞാനെത്ര പേരോടു ഫൈറ്റ് ചെയ്തിട്ടാണ് നിന്നെ എനിക്കു കിട്ടിയത്.''

''ഫൈറ്റ് ചെയ്തെന്നോ! ആരോട്?''

''നിന്നെ പലർക്കും നോട്ടംണ്ടായിരുന്നു. ഞാൻ നിന്നോടു മിണ്ടിയാ എന്റെ പല്ലടിച്ചു താഴെയിടുമെന്നു ഭീഷണിപ്പെടുത്തിയവന്മാരൊണ്ട്.

ഒരുത്തനുമായിട്ട് ഹോസ്റ്റൽറൂമിൽവച്ച് നല്ല ഉഗ്രൻ ഇടി നടത്തീട്ടൊണ്ട്. നിന്നെപ്പറ്റി മോശമായിട്ടു പറഞ്ഞവന്റെ ചെവിക്കല്ലിനു കൊടുത്തിട്ടൊണ്ട്. നീയെന്താ വിചാരിച്ചെ, ഇവളെ ജെയ്സൺ എടുത്തോട്ടെ എന്നു പറഞ്ഞ് എല്ലാരുംകൂടെ കൂളായിട്ടു വിട്ടുതന്നതാണെന്നോ?''

ജിബിയ ആശ്ചര്യസ്തബ്ധയായി അവന്റെ മുഖത്തേക്കു നോക്കി നിന്നു.

''കൊറേ ചട്ടമ്പിത്തരം കയ്യിലൊണ്ട്, അല്ലേ?''

''പുറമെ കാണുന്നപോലെ ഞാനത്ര ശാന്തനൊന്നുമല്ല. നിന്നെ ഞാനാദ്യം കണ്ടപ്പഴേ മനസ്സിൽ വരച്ചിട്ടതാ, നിന്നെ ഒരുത്തനും വിട്ടു കൊടുക്കില്ലെന്ന് അപ്പഴേ തീരുമാനിച്ചു.''

''ഇതൊന്നും ഞാനറിഞ്ഞില്ലല്ലോ.''

''അതാ പറഞ്ഞത് നിനക്ക് ആണുങ്ങളെപ്പറ്റി അറിയത്തില്ലെന്ന്. ഞാൻ കളമൊഴിഞ്ഞെന്നു വിചാരിച്ച് പലരും ഇടിച്ചു കേറും. പല വഴീക്കൂടെ. സഹായിക്കാനും കൂട്ടുകൂടാനും കൂടെ വരാനും പ്രലോഭി പ്പിക്കാനും ഒക്കെ ശ്രമിച്ചെന്നിരിക്കും.''

''എന്നെ വിശ്വാസമില്ലേ ചേട്ടായിക്ക്?''

''വിശ്വാസമില്ലാഞ്ഞിട്ടല്ല. അങ്ങനൊക്കെ സംഭവിച്ച ചരിത്രം ഒള്ളതു കൊണ്ടാ. കൂട്ടുകാരന്റെ കൂടെ നിന്നോണ്ട് അവന്റെ പെണ്ണിനെ അടി ച്ചോണ്ടുപോയ സംഭവങ്ങൾവരെ ഒണ്ട്. ഈ ആണുങ്ങളെന്നു പറയുന്ന വർഗം പണ്ടുമുതലേ വേട്ടക്കാരാ. പെണ്ണുങ്ങള് ഇരകളും. ഇപ്പഴും അങ്ങ നൊക്കെത്തന്നെയല്ലേ. നിയമത്തിലെ വാക്ക് പോലും ഇര എന്നുതന്നെ യല്ലേ.''

''ആണുങ്ങളെയെല്ലാം പേടിക്കണംന്നാണോ?''

''എല്ലാവരേയുമല്ല. പേടിക്കേണ്ടവരെ. നിനക്കുതന്നെ പല സംഭ വങ്ങളും അറിയാമല്ലോ.''

അറിയാം എന്ന് ജിബിയ തലയാട്ടി.

പ്രേമത്തിന്റെ വെളിച്ചത്തിൽ കണ്ണഞ്ചിപ്പോയവർ. ഇരകൾ പലരുണ്ട്. ആതിര, മെറ്റിൽഡ, രേഷ്മ, ജെസ്സി, ലിൻസി. പക്ഷേ, അവരൊക്കെ എങ്ങനെയോ കരകാണാക്കടലിൽനിന്ന് നീന്തിത്തുടിച്ചു കരപറ്റി. കൂട്ടു കാരെല്ലാം വീട്ടിൽ പോയി, തനിച്ചേയുള്ളൂ, താമസസ്ഥലത്തു വന്നാൽ ഞായറാഴ്ച പകൽ മുഴുവൻ സല്ലപിക്കാം എന്നുപറഞ്ഞാണ് ആതിര യുടെ കാമുകൻ അവളെ ക്ഷണിച്ചത്. അവൾ അവന്റെ താമസസ്ഥല ത്തെത്തിയപ്പോൾ അവൻ മധുരം കൊടുത്തും മയക്കുമരുന്നു കൊടുത്തും സൽക്കരിച്ചു. അവൾക്കു ബോധം വീണപ്പോഴാണറിയുന്നത്, കാമുകൻ ഒരാളല്ല മറ്റ് നാലുപേരുകൂടി ഉണ്ടെന്ന്. ആത്മഹത്യ ചെയ്യാൻപോയ അവളെ സമാധാനിപ്പിച്ച് പിടിച്ചുനിർത്താൻ താനുൾപ്പടെ എത്രപേരുടെ ഉപദേശവും സാന്ത്വനവും വേണ്ടി വന്നു.

മെറ്റിൽഡ വിളക്കുകെടുത്തും ശലഭംപോലായിരുന്നു. ബോബി യുടെ ഒപ്പം യാത്ര. ഹോസ്റ്റലിൽനിന്നിറങ്ങി ഹോട്ടലിൽ മുറിയെടുത്തിട്ട്

വീട്ടിൽ വിളിച്ചു പറയും, നാളെയാണ് അവധി തുടങ്ങുന്നതെന്ന്. തിരിച്ചു വരുന്നത് ക്ലാസ് തുടങ്ങുന്നതിന് ഒരു ദിവസം മുൻപേ. അപ്പോഴും ഹോട്ടലിൽ മുറിയെടുത്തു തങ്ങും. ഒടുവിൽ ഉദരത്തിൽ ജീവന്റെ കുരുന്നു മുള ഉണ്ടെന്നറിഞ്ഞപ്പോഴാണ് അവൾ ഞെട്ടിയത്. വീട്ടുകാരറിയാതെ, ഹോസ്പിറ്റൽ അധികൃതരറിയാതെ, കോളജ് അതോറിറ്റി അറിയാതെ അതു നുള്ളിക്കളയാൻവേണ്ടി അവൾ അനുഭവിച്ച ആധിവേദനകൾ!

ഇപ്പോഴും ഉണ്ട്, കൗശലം ഒളിപ്പിച്ച് കാത്തുനിൽക്കുന്ന കഴുകന്മാരെ ത്തേടി നിലാവത്ത് ഇറങ്ങിച്ചെല്ലുന്ന പിടക്കോഴികൾ. എത്ര പറഞ്ഞാലും മനസ്സിലാകാത്തവർ. ഒരു ചിരി കണ്ടാൽ, ഒരു കള്ളക്കണ്ണേറു കിട്ടിയാൽ അതു മതി. അത്തരം കുറുക്കന്മാർക്കു പുതുതായി എത്തുന്ന ജൂനിയേഴ്സിനെ കൂട്ടിമുട്ടിച്ചു കൊടുക്കുന്ന സീനിയർ പെൺകുട്ടികളും ഉണ്ട്.

‘‘അവൻ നല്ലവനാ. ഇന്നസെന്റ് ഗൈ. നിന്നോടു ഭയങ്കര ഇഷ്ടമാ. ധൈര്യമായിട്ട് പ്രേമിച്ചോ. ഞങ്ങളൊണ്ട് കട്ട സപ്പോർട്ട്.’’

ഇതിനെല്ലാം പുറമെയാണ് ഒന്നിച്ചുള്ള യാത്രയ്ക്കിടയിലെ ലീലാ വിലാസങ്ങൾ.

ജെയ്സൺ ജിബിയയെ നഴ്സിങ് ഇൻസ്റ്റിറ്റ്യൂട്ടിലെത്തിച്ച്, കൂട്ടു കാരോടു ക്ഷേമാന്വേഷണവും നടത്തിയിട്ടാണ് തിരിച്ചുപോയത്.

അവനെ യാത്രയയയ്ക്കാൻ ഗേറ്റ് വരെ ജിബിയ വന്നു.

‘‘മാർക്ക് ലിസ്റ്റും സർട്ടിഫിക്കറ്റും വാങ്ങാൻ ഞാൻ വരും. അപ്പ ക്കാണാം.’’ ജെയ്സൺ പറഞ്ഞു.

അവൾക്കു കരച്ചിൽ വന്നുകഴിഞ്ഞു. അവൻ കൈ വീശിക്കാട്ടിയിട്ട് റോഡിലേക്ക് ഇറങ്ങി നടന്നു. അവൻ മറയുന്നതുവരെ ജിബിയ അവിടെ ത്തന്നെ നിന്നു.

* * *

അപ്പുവിനെ ഓലിയുടെ കരയ്ക്കു നിർത്തിയിട്ട് ഓലിയിൽനിന്നു കുനിഞ്ഞ്, ചെറിയ പ്ലാസ്റ്റിക് ബക്കറ്റ് കൊണ്ടു വെള്ളം കോരി കുടത്തിൽ ഒഴിക്കുക യാണ് പവിത്ര.

‘‘മ്മേ... ദേ... മ്മേ...’’

അപ്പു വിളിക്കുന്നതുകേട്ട് പവിത്ര തല തിരിച്ചു നോക്കി. മുരിക്കാ നിക്കലെ ശ്യാമളച്ചേച്ചിയാണ്.

‘‘ഇപ്രാവശ്യത്തെ ഒണക്കിന് ഓലി വറ്റിപ്പോണ ലക്ഷണമാ.’’ ശ്യാമള പവിത്രയോടു പറഞ്ഞു. ‘‘ഏതു വേനക്കും വറ്റാത്ത ഓലിയാരുന്നു. ഇപ്പക്കണ്ടില്ലേ കുനിഞ്ഞുകെടന്നു കോരണേ.’’

പവിത്ര കുടം നിറച്ച് തിരിഞ്ഞു നിന്നു.

‘‘ഇതുംകൂടെ വറ്റിയാ ഞാൻ എന്നാ ചെയ്യും?’’ പവിത്ര പാതി ആത്മഗതംപോലെ ചോദിച്ചു.

''കെട്ടിയവനോടു പറ. എന്നും രാത്രി വരുമ്പം മൂന്നാലു കന്നാസി നകത്ത് വെള്ളം കൊണ്ടുവരാൻ.''

''ഓ.. ഞാൻ കൊറേ പറഞ്ഞതാ. ആ... കൊണ്ടുവരാന്നു പറയുന്ന തല്ലാതെ ഇതുവരെ കൊണ്ടുവന്നിട്ടില്ല.''

''നിന്നെക്കൊണ്ടു കൊള്ളാഞ്ഞിട്ട്. അല്ലാതെന്താ. അല്ലെങ്കി ഇന്നത്തെ ക്കാലത്ത് ആരെങ്കിലും കറന്റില്ലാത്ത വീട്ടിൽ താമസിക്കാൻ സമ്മതിക്കോ? കൊല്ലം ഒന്നു കഴിഞ്ഞില്ലേ. ആവശ്യംണ്ടെങ്കി എപ്പഴേ കറന്റെടുക്കാ രുന്നു.''

''ഞാൻ പറഞ്ഞുപറഞ്ഞ് മടുത്തു.''

''ഒരിരുപത്തയ്യായിരം രൂപേടെ മൊടക്കല്ലേ ഒള്ളൂ.''

''ചേച്ചീ, പോസ്റ്റിട്ട് ലൈൻ വലിച്ചാ മാത്രം മതിയോ? വീടിനകത്തു വയറിങ് ചെയ്യണ്ടേ.''

''വേണ്ട. നാട്ടുകാര് വന്നു ചെയ്തുതരും ഫ്രീയായിട്ട്. നിങ്ങളൊക്കെ ഏതു ലോകത്താ ജീവിക്കുന്നെ?''

പവിത്രയുടെ മുഖം താണു.

''ഈ വെള്ളം വറ്റിയാ ഇവിടുന്നു കോരാൻ ഞാൻ സമ്മതിക്കത്തില്ല കേട്ടോ. ഞങ്ങടെ ഓലിയാ.''

''ചേച്ചിക്ക് കെണറൊണ്ടല്ലോ.''

''ആ... കെണറ്റിലും വെള്ളം ഇത്രയൊക്കെയേ ഒള്ളൂ.''

മുരിക്കനാനിക്കൽ വീട്ടുകാരുടെ സ്ഥലത്താണ് ഓലി.

''നീ വെഷമിക്കാൻ പറഞ്ഞതല്ല. നിന്റെ കഷ്ടപ്പാടൊക്കെ എനി ക്കറിയാം. ഒരു മൂവായിരമോ നാലായിരമോ രൂപ മൊടക്കിയാ കുന്നു മ്മേളിലെ പാറക്കുളത്തീന്ന് ഓസിട്ട് വെള്ളമെടുക്കാവല്ലോ. അഞ്ഞൂറു ലിറ്ററിന്റെ ഒരു ടാങ്ക്കൂടി മേടിച്ചു വച്ചാപ്പോരെ. ആവശ്യത്തിനു വെള്ളം വീട്ടുമുറ്റത്തു കിട്ടുവല്ലോ.''

''അതറിയാൻ വയ്യാഞ്ഞിട്ടല്ല ചേച്ചീ. നമ്മള് പറയുമ്പം ചെയ്തു തരാനൊള്ള മനസ്സുവേണ്ടേ.''

''നീയെത്രകാലം വെള്ളം കോരി ചൊമന്നോണ്ട് കൊടുക്കും. തള്ള യ്ക്കും മോനും കുളിക്കാനും കുടിക്കാനും അലക്കാനും ഓട്ടോറിക്ഷ കഴുകാനും. ആ തള്ളയോടും മകനോടും പറ, വല്ലപ്പഴുമെങ്കിലും വന്ന് ഒരു കൊടം വെള്ളം കോരാൻ.''

''അതൊന്നും നടക്കത്തില്ല ചേച്ചീ.''

''ശരി. പണി ഞാൻ കണ്ടിട്ടൊണ്ട്. ഇവിടുത്തെ വെള്ളം കോരല് ഞാനങ്ങ് നിർത്തിച്ചേക്കാം.''

വാസ്തവത്തിൽ പവിത്രയും അത് ആഗ്രഹിച്ചിരുന്നു. ഈ ഓലി യിൽനിന്നു വെള്ളംകോരരുത് എന്നൊരു വിലക്ക് വന്നാല് അമ്മയും മകനുംകൂടി മറ്റൊരു മാർഗം കണ്ടെത്തിക്കൊള്ളും.

പവിത്ര കുഞ്ഞിനെ എടുത്ത് ഒക്കത്തുവച്ചു. ശ്യാമള കുടം എടുത്തു മറ്റേ ഒക്കത്തു വച്ചുകൊടുത്തു.

''കൊച്ചിനെ വീട്ടിലിരുത്തീട്ട് പോന്നാപ്പോരേ മോളേ.''

''സമ്മതിക്കത്തില്ലെന്നേ. ഭയങ്കര വാശിക്കാരനാ. ഞാനെങ്ങോട്ടു മാറിയാലും കൂടെ നിക്കും.''

പവിത്ര കയറ്റം കയറി വീട്ടിലെത്തിയപ്പോൾ കലിതുള്ളി നിൽക്കുകയാണ് ജയപ്രകാശ്.

''എത്ര നേരമായെടീ പോയിട്ട്. നീയെന്നാ കെണറു കുത്തി വെള്ളമെടുത്തോണ്ടു വരുവാണോ?''

''പ്രകാശേട്ടാ, ഓലീൽ വെള്ളം തീരാറായി. ശ്യാമളച്ചേച്ചി പറഞ്ഞു വെള്ളം കോരല് നിർത്തിയേക്കാൻ.''

''അവടച്ഛന്റെ വകയാണോ ഓലീം വെള്ളോം.''

''പിന്നല്ലാതെ നമ്മടെയാണോ?''

''ആ വെള്ളം ഈ ബക്കറ്റിലോട്ടൊഴിക്ക്. ഓട്ടോ കഴുകട്ടെ.''

''ഓട്ടോയൊക്കെ ആ തോട്ടിക്കൊണ്ടുപോയി കഴുകിയാപ്പോരേ പ്രകാശേട്ടാ.''

''നീ പോടീ പുല്ലേ. ഞാനാ തീരുമാനിക്കുന്നെ എവിടെ കഴുകണം കഴുകണ്ടാ എന്നൊക്കെ.''

പവിത്ര വെള്ളം ഒഴിച്ചു കൊടുത്തു. കാലിക്കുടവുമായി അകത്തേക്കു കയറിയപ്പോൾ സുഭദ്ര ദേഷ്യപ്പെട്ടു.

''കുളിക്കാനൊള്ള വെള്ളം കൊണ്ടുവരാൻ പറഞ്ഞിട്ട്?''

''പ്രകാശേട്ടൻ അത് ഓട്ടോ കഴുകാനെടുത്തു.''

''വേറെ കോരിക്കൊണ്ടു വാടീ.''

''എന്നെക്കൊണ്ടു വയ്യ. മടുത്തു.''

പവിത്ര അപ്പുവിനേയുംകൊണ്ട് അകത്തുകയറി കട്ടിലിൽ ഇരുന്നു. സുഭദ്ര ഉടൻ വഴക്കിനു വന്നു.

''ചെന്നു വെള്ളം കോരടീ. കല്യാണത്തിനു പോകേണ്ടതാ.''

''ശ്യാമളച്ചേച്ചിക്ക് ഇഷ്ടമല്ല. ഇനി വെള്ളമെടുക്കാൻ സമ്മതിക്കത്തില്ലെന്ന്.''

''ആങ്ഹാ! അവളങ്ങനെ പറഞ്ഞോ? നീ കൊടം എടുത്തോണ്ടു വാ.''

സുഭദ്ര സാരി കയറ്റിക്കുത്തി മുൻപേ ഇറങ്ങി.

പുറകെ കുടവുമായി പവിത്രയും. അപ്പു അമ്മയെ വിളിച്ചു കരഞ്ഞു.

''പ്രകാശേട്ടാ മോനെ നോക്കിയേക്ക്.''

പവിത്ര സുഭദ്രയ്ക്കൊപ്പം ഓലിക്കലെത്തി.

സുഭദ്ര നേരെ ശ്യാമളയുടെ വീട്ടുമുറ്റത്തേക്കു നീങ്ങി. പവിത്ര ഓലിയിൽനിന്ന് ചെറിയ ബക്കറ്റിൽ വെള്ളം കോരി കുടത്തിൽ ഒഴിച്ചു. ശ്യാമളയുടെ മുറ്റത്തുനിന്ന് വലിയ ഒച്ച കേട്ട് പവിത്ര നോക്കിയപ്പോൾ ശ്യാമളയും സുഭദ്രയും കയ്യും കാലും തലയുമിളക്കി പരസ്പരം വെല്ലുവിളിക്കുന്ന കാഴ്ച കണ്ടു.

''ഞങ്ങക്ക് സ്ഥലം ശരിയാക്കിത്തന്ന ബ്രോക്കറ് ഈ ഓലീന്നു നിങ്ങക്കിഷ്ടമുള്ള കാലത്തോളം വെള്ളം കോരാമെന്നാ അന്നു പറഞ്ഞത്. അന്നു നിന്റെ കെട്ടിയോനൊണ്ടായിരുന്നല്ലോ കേട്ടോണ്ടു നിക്കാൻ. വെള്ളം കോരാൻ പറ്റത്തില്ലെന്നു പറഞ്ഞില്ലല്ലോ അന്ന്. അയാക്കടെ വായിലെന്താ പഴമായിരുന്നോ?''

''ഇത് ഞങ്ങടെ സ്ഥലം. ഞങ്ങടെ ഓലി. അവിടുന്ന് നിങ്ങളു വെള്ളം കോരണ്ടാന്നു പറഞ്ഞാ കോരണ്ട.''

''പോടീ അവിടുന്ന്. വെള്ളം കോരിയാ നീ എന്നാ ചെയ്യും?'' സുഭദ്ര ചീറി.

''ഓലി ഞാൻ കല്ലും മണ്ണുമിട്ട് മൂടും.''

''ഇപ്പത്തന്നെ ചെയ്യടീ. ചൊണയൊണ്ടെങ്കി ചെയ്യ്. പഞ്ചായത്തു പ്രസിഡന്റിനും മെമ്പർക്കും പരാതി കൊടുക്കാൻ പോകുവാ ഞാൻ.''

''ങാ, നിങ്ങളു ചെന്നു കൊടുക്ക്.''

''കൊടുക്കുമെടീ. കാണിച്ചു തരാം ഈ സുഭദ്ര ആരാണെന്ന്.''

''പ്രത്യേകിച്ചു കാണിച്ചു തരണ്ട. ഇവിടുത്തുകാർക്കെല്ലാം അറിയാം നിങ്ങളാരാണെന്ന്.''

ശ്യാമളയും വിട്ടുകൊടുത്തില്ല.

തൽക്കാലം വഴക്കവസാനിപ്പിച്ച് സുഭദ്ര തിരികെ പോന്നു. വീട്ടിലെത്തിയിട്ട് അവർ മകനോടു തട്ടിക്കയറി.

''ഒരു കൊഴൽകെണറു കുത്താൻ പറഞ്ഞിട്ട് എത്ര നാളായെടാ. നിന്നെക്കൊണ്ടു കൊള്ളത്തില്ലേ?''

''വൈകുന്നേരത്തേക്കു മതിയോ? കല്യാണത്തിനു പോയിട്ട് രാത്രി വന്നിരുന്നു ഞാൻ കുഴിക്കാം.'' ജയപ്രകാശ് പരിഹസിച്ചു.

''വകയ്ക്കു കൊള്ളാത്തവൻ.'' കലിതുള്ളി സുഭദ്ര വീടിനുള്ളിലേക്കു പോയി.

ഒൻപതുമണിയോടെ സുഭദ്രയും പവിത്രയും ജയപ്രകാശും ഒരുങ്ങിയിറങ്ങി. സുഭദ്രയുടെ സഹോദരന്റെ മകളുടെ കല്യാണമാണ്. ഓട്ടോറിക്ഷ പതിവുപോലെ തന്നെ സ്റ്റാർട്ടാകാതെ തുമ്മിത്തുമ്മി നിന്നു.

''തള്ളെടീ. പ്രത്യേകിച്ചു പറയണോ?'' ജയപ്രകാശ് പവിത്രയെ ശാസിച്ചു.

സുഭദ്ര അപ്പുവിനെയുംകൊണ്ട് ഓട്ടോറിക്ഷയിൽ കയറിയിരുന്നു.

“സ്റ്റാർട്ടാകാതെ അമ്മ കേറിയാലെങ്ങനാ?” ജയപ്രകാശ് ദേഷ്യപ്പെട്ടു.

“എന്നെക്കൊണ്ടു വയ്യ വെയിലുകൊള്ളാൻ.”

പവിത്ര ഓട്ടോയുടെ പുറകിൽനിന്ന് അതു തള്ളിയുരുട്ടി. ജയപ്രകാശ് ഓട്ടോയിൽ കയറിയിരുന്ന് ഗിയറിട്ട് ഓട്ടോ സ്റ്റാർട്ടാക്കാനുള്ള ശ്രമം തുടങ്ങി.

“ഒന്നു സ്പീഡിൽ തള്ളടീ കഴുതേ. ഇങ്ങനെ തള്ളിയാ എങ്ങനാ സ്റ്റാർട്ടാകുന്നെ.”

പവിത്ര സർവശക്തിയും കാലുകളിൽ ആവാഹിച്ച് പാദങ്ങൾ മൺറോഡിലൂന്നി രണ്ടു കയ്യുംകൊണ്ട് ആഞ്ഞു തള്ളിനോക്കി. രണ്ടു മനുഷ്യരുടെ ഭാരവും ഓട്ടോറിക്ഷയുടെ ഭാരവും റോഡിന്റെ ശോച്യാവസ്ഥയും അവളുടെ സകല പരിശ്രമങ്ങളേയും വെല്ലുവിളിച്ചുകൊണ്ടിരുന്നു. പവിത്ര വിയർപ്പിൽ കുളിച്ചു.

“അമ്മ പൊറത്തോട്ടൊന്നിറങ്ങിക്കേ. കേറി ഞെളിഞ്ഞിരിക്കുവാ.” ജയപ്രകാശ് ശാസിച്ചു.

“ഞാനിരിക്കുന്നകൊണ്ടാണോ അവള് തള്ളീട്ട് നീങ്ങാത്തെ. ശവം...”

സുഭദ്ര പിറുപിറുത്തുകൊണ്ട് കുഞ്ഞിനെയും എടുത്ത് ഇറങ്ങി. സ്പീഡാക്കാൻവേണ്ടി ജയപ്രകാശും ഓട്ടോയിൽനിന്നിറങ്ങി ഹാൻഡിൽ പിടിച്ചുകൊണ്ടു തള്ളി. അൽപം സ്പീഡ് കിട്ടിയപ്പോൾ ചാടിക്കേറിയിരുന്ന് ഓട്ടോ സ്റ്റാർട്ട് ചെയ്തു. ആഞ്ഞു തള്ളിക്കൊണ്ടിരുന്ന പവിത്ര പിടിവിട്ട് മുന്നോട്ടു വേച്ചുവേച്ചു പോയി മൺറോഡിൽ കൈകൾ കുത്തി വീണു.

ജയപ്രകാശ് ഇറങ്ങിവന്നു ശകാരിച്ചു.

“നിന്നോടു പറഞ്ഞിട്ടില്ലേടീ ഓട്ടോ സ്റ്റാർട്ടായാ ഒടനെ പിടിവിട്ടേക്കണംന്ന്. ബുദ്ധിയില്ലാത്ത കഴുത.”

പവിത്ര കയ്യിൽ പുരണ്ട മണ്ണും പൊടിയും ഓട്ടോയിൽ കിടന്ന കരിനിറമുള്ള തോർത്തിൽ തുടച്ചു. കുറച്ചു കരിയും ഓയിലുംകൂടി കൈകളിൽ പുരണ്ടു. അവളുടെ ഇടതു കൈമുട്ടിലെ തൊലിയിളകി ചോര വരുന്നുണ്ടായിരുന്നു.

“കേറ് എവിടെങ്കിലും ചെന്നിട്ട് കൈ കഴികാം.” ജയപ്രകാശ് തട്ടിക്കയറി.

പവിത്ര ഓട്ടോറിക്ഷയിൽ കയറിയിരുന്നു.

“എടാ, ഒരു ബാറ്ററി മേടിച്ചു വച്ചാ തീരുന്ന പ്രശ്നമല്ലേയൊള്ളൂ. ആ പെണ്ണിനെക്കൊണ്ട് എല്ലാ ദിവസോം ഇങ്ങനെ തള്ളിക്കണോ?”

റോഡരുകിൽ ആടുതീറ്റിക്കൊണ്ടിരുന്ന ചന്ദ്രൻനായർ ജയപ്രകാശിനോടു ചോദിച്ചു.

''അതിനൊള്ള പൈസയിങ്ങ് തന്നാട്ടെ. വല്യ വകുപ്പ് പറഞ്ഞാപ്പോരല്ലോ.''

ജയപ്രകാശ് മുറുമുറുത്തുകൊണ്ട് ഓട്ടോയിൽ കയറി ഓടിച്ചു പോയി. ആരെങ്കിലും അതിനുള്ള പൈസ ദാനം ചെയ്താലും തന്റെ ഭർത്താവ് ബാറ്ററി വാങ്ങി വയ്ക്കില്ലെന്നു പവിത്രയ്ക്കറിയാം. പൈസ കൊടുത്ത് റമ്മും ബ്രാണ്ടിയുമൊഴികെ മറ്റെന്തു സാധനം വാങ്ങുന്നതിനും ഇത്രയേറെ എതിർപ്പുള്ള ഒരാളെ പവിത്ര വേറെ കണ്ടിട്ടേയില്ല.

വിയർത്തു കുതിർന്ന സാരിയും കൈമുട്ടിൽ ചോരയും കരിയും മണ്ണും പുരണ്ട കൈകളിൽ ഓയിലും കരിയുമായി ഓട്ടോയിൽ ഇരിക്കവേ അവൾ ഓർത്തു, ഒരു കല്യാണത്തിനു പോവുകയാണ്.

ഇത് എന്താരു ജീവിതം! ഇതിന് ഒരന്ത്യം എത്രയും പെട്ടെന്നുണ്ടായെങ്കിൽ... വർഷങ്ങളോളം ആയുസ്സ് നീളുന്നത് ഓർത്തപ്പോൾ അവൾക്കു ഭയം തോന്നി.

* * *

ഫൈനൽ പരീക്ഷയുടെ തീയതികൾ കിട്ടിയപ്പോൾ മുതൽ ജിബിയ പരിഭ്രാന്തിയിലായി. മൂന്നുവർഷം നീണ്ട യുദ്ധത്തിന്റെ പരിസമാപ്തി കുറിക്കാൻ ഇനി ഏതാനും ദിവസങ്ങൾ മാത്രം. തന്റെ ജീവിതത്തിൽ കഴിഞ്ഞ മൂന്നു വർഷം അനുഭവിച്ച യാതനകളോളം ഇനിയൊരു കാലത്തും അനുഭവിക്കേണ്ടി വരില്ലെന്ന് അവൾ വിചാരിച്ചു.

കന്നുകാലിത്തൊഴുത്തിലെ ജീവിതമായിരുന്നു. ഛർദ്ദിക്കാൻ തോന്നുന്ന ഭക്ഷണവും നാനാതരം വിയർപ്പുഗന്ധങ്ങളും ഉച്ഛ്വാസഗന്ധങ്ങളുംകൊണ്ട് പുളിച്ച വായു തളംകെട്ടിയ മുറിയും വേണ്ട സമയത്ത് കഴുകാൻ പറ്റാതെയും ഉണക്കാൻ പറ്റാതെയും ധരിക്കേണ്ടിവന്ന വസ്ത്രങ്ങളുടെ ഈർപ്പവും അധ്യാപകരുടെ നിരുത്തരവാദപരമായ പെരുമാറ്റവും മാനേജ്മെന്റിന്റെ ഒടുങ്ങാത്ത ലാഭക്കൊതിയും വീട്ടിലെ കഷ്ടപ്പാടുകൾക്കിടയിൽ അയച്ചുകിട്ടുന്ന പൈസയുടെ കണക്കറ്റ മൂല്യവും, ഇതെല്ലാം ചേർന്നുള്ള ഒരു യുദ്ധക്കളം.

എല്ലാവരും കിട്ടിയ സ്റ്റഡിലീവ് ഉപയോഗപ്പെടുത്തി, എല്ലാ അലസതയും ഉപേക്ഷിച്ച് കൊണ്ടുപിടിച്ചിരുന്നു പഠിക്കുകയാണ്.

ആകെ നാല് പരീക്ഷയേയുള്ളു. രണ്ട് സബ്ജക്ടും രണ്ട് പ്രാക്ടിക്കലും. പിന്നെ ഒരു വൈവയും. മിഡ്വൈഫറിയും കമ്മ്യൂണിറ്റി ഹെൽത്ത് നഴ്സിങ്ങുമാണു സബ്ജക്ടുകൾ. തിയറികളാണ് പഠിക്കേണ്ടത്. അതിന്റെ തന്നെയാണ് രണ്ടു പ്രാക്ടിക്കൽ പരീക്ഷകൾ. ഒന്ന് ഇന്റേണലും അടുത്തത് എക്സ്റ്റേണലും. എല്ലാ പരീക്ഷകൾക്കും അൻപതിലാണു മാർക്ക്.

പാസ്മാർക്കു കിട്ടി കടന്നുകൂടിയാൽ നഴ്സായി. പിന്നെ ഒരു തിരിഞ്ഞുനോട്ടത്തിന്റെ ആവശ്യമില്ല.

അൽപം ഉഴപ്പിയായ വിനീത, മറ്റെല്ലാവരും ഉറക്കമിളച്ചിരുന്നു പഠിക്കുന്നതുകണ്ട് ഇടയ്ക്കിടെ കളിയാക്കും.

''പഠിപ്പിച്ചോണ്ടിരുന്നപ്പം ഇതിന്റെ നാലിലൊന്ന് ഉത്സാഹം കാണിച്ചിരുന്നെങ്കി... ഇപ്പം ഈ പരാക്രമത്തിന്റെ വല്ല കാര്യോം ഒണ്ടാരുന്നോ? അന്നേരം എല്ലാത്തിന്റേം തലമണ്ടേൽ പ്രേമം.''

''പോടീ അവിടുന്ന്. പ്രേമിക്കേണ്ട നേരത്ത് ഞങ്ങൾ പ്രേമിക്കും. എക്സാം എഴുതേണ്ട സമയത്ത് എഴുതി പാസാകും.'' നിലീന പ്രത്യുത്തരം നൽകി.

കംപയിൻ സ്റ്റഡിക്ക് ഇരിക്കവേ ജിബിയ പറഞ്ഞു: ''ആരെന്നാ പറഞ്ഞാലും ശരി, തോറ്റുപോയാ എനിക്ക് വീട്ടിലോട്ട് തിരിച്ചു പോവണ്ട. വല്ല ട്രെയിനിനും തലവച്ചാ മതി.''

ഇടയ്ക്കിടെ ജെയ്സൺ ജിബിയായെ ഫോണിൽ വിളിച്ച് ധൈര്യപ്പെടുത്തുന്നുണ്ടായിരുന്നു.

''ആത്മവിശ്വാസം കളയാതിരുന്നാ മതി പാസ്സാകും.''

ജെയ്സൺ നല്ല മാർക്കോടെയാണു പാസ്സായത്. കോഴ്സ് കംപ്ലീഷൻ സർട്ടിഫിക്കറ്റ് കിട്ടിയ ഉടൻതന്നെ അവൻ നാഗ്പൂരിലെ ഒരു ഹോസ്പിറ്റലിൽ ജോലിക്കു കയറി. അധികം വൈകാതെ കർണാടക സ്റ്റേറ്റിന്റെ റജിസ്ട്രേഷൻ സർട്ടിഫിക്കറ്റും ഡിപ്ലോമ ഇൻ നഴ്സിങ് സർട്ടിഫിക്കറ്റും കിട്ടി.

ഇനി വേണ്ടത് എക്സ്പീരിയൻസാണ്. അതിനായിട്ടാണ് അവൻ നാഗ്പൂരിലേക്കു പോയത്. മാസം നാലായിരം രൂപ ശമ്പളം. അത്യാവശ്യഘട്ടങ്ങളിൽ അതിൽനിന്ന് ഒരു പങ്ക് അവൻ ജിബിയയ്ക്കും അയച്ചുകൊടുത്തിരുന്നു.

പരീക്ഷയുടെ ദിനങ്ങൾ അടുത്തതോടെ ജിബിയയ്ക്കു വേവലാതി കൂടി. വധശിക്ഷ കിട്ടിയേക്കാവുന്ന കുറ്റവാളിയെപോലെയാണ് ആദ്യ ദിവസം അവൾ പരീക്ഷാഹാളിലേക്കു പോയത്.

മിഡ്വൈഫറിയുടെ തിയറികൾ അവൾ സാമാന്യം ഭംഗിയായിട്ടെഴുതി. അതോടെ ആത്മവിശ്വാസം വർദ്ധിച്ചു.

പരീക്ഷകളെല്ലാം കഴിഞ്ഞപ്പോൾ ജിബിയ ജെയ്സണെ വിളിച്ചു പറഞ്ഞു: ''ഞാൻ പാസ്സാകും. എനിക്കുകൂടി ഒരു വേക്കൻസി കണ്ടുവച്ചോ.''

ഇരുപത്തിയഞ്ച്

പരീക്ഷകൾ അവസാനിച്ചു. കോഴ്സ് കംപ്ലീഷൻ സർട്ടിഫിക്കറ്റ് കൈയിൽ കിട്ടിയാൽ ബാംഗ്ലൂരിനോടു യാത്ര പറയാം. ലഗേജ് എല്ലാം തയ്യാറാക്കി വച്ചിരിക്കുകയാണ്. കോഴ്സ് കഴിഞ്ഞുപോകുന്ന കൂട്ടുകാരികൾ യാത്ര പറയുന്നു. ചിലർക്കു പിരിഞ്ഞുപോകുന്നതിന്റെ മനോവേദന. ചിലർക്ക് പഠിത്തവും ഹോസ്റ്റൽ വാസത്തിന്റെ യാതനകളും അവസാനിച്ചതിന്റെ ആശ്വാസവും സന്തോഷവും.

ഇനിയെന്ത് എന്നു നിശ്ചയമില്ലാത്തവരാണ് അധികം പേരും. ഏതെങ്കിലുമൊക്കെ ഹോസ്പിറ്റലുകളിൽ ജോലിക്കു കയറിക്കൂടി എക്സ്പീരിയൻസ് നേടിയെടുക്കണം എന്നതാണ് ഭാവിയെപ്പറ്റി ആകെക്കൂടിയുള്ള ധാരണ. ചിലർക്ക് വലിയ പ്രതീക്ഷകളുണ്ട്. ഒന്നോ രണ്ടോ വർഷത്തെ പരിശീലനം സിദ്ധിച്ചുകഴിഞ്ഞാൽ കടൽകടന്നു പോകാൻ സാധ്യതയുള്ളവർ. ഗൾഫിലും ചില വിദേശരാജ്യങ്ങളിലും ജോലി സാധ്യത കണ്ടുവച്ചിരിക്കുന്നവർ. വിദേശത്തു ജോലിചെയ്യുന്ന ബന്ധുജനങ്ങൾ ഉള്ളവർ.

''ഞാൻ നാട്ടിലെവിടെയെങ്കിലും ഹോസ്പിറ്റലിൽ കേറും.'' ബെറ്റി പറഞ്ഞു. ''എന്നെ എന്റെ വീട്ടുകാര് എങ്ങോട്ടും വിടത്തുമില്ല. എനിക്കൊരിടത്തോട്ടും പോവുകേം വേണ്ട.''

''ബിഎസ്സി നഴ്സിങ് പഠിച്ചിരുന്നെങ്കി അതിനൊരു വെലയൊണ്ട്. എവിടേം ജോലികിട്ടാനെളുപ്പവാ. നല്ല ശമ്പളോം കിട്ടിയേനെ. ജിഎൻഎമ്മിന് ഒരു വെലേം ഇല്ലെന്നേ.'' ആതിര അഭിപ്രായപ്പെട്ടു.

''എന്തോ വല്യ തേങ്ങാക്കൊല കിട്ടുമെന്നു വിചാരിച്ചാ എല്ലാരും പഠിച്ചേ. ഇനിയാണു മക്കളേ നക്ഷത്രം എണ്ണാൻ പോണത്.''

പ്രവീണ എല്ലാവർക്കും മുന്നറിയിപ്പു നൽകി.

''ഞാൻ നോർത്തിൽ പോവ്വാ.'' ജിബിയ വെളിപ്പെടുത്തി.

''ഓ... നിന്റെ കെട്ടിയോൻ അവിടാണല്ലോ. നിനക്കുവേണ്ടി അവൻ സീറ്റ് റിസർവ് ചെയ്തു വച്ചേക്കുവല്ലേ.'' മീര കളിയാക്കി.

''വണ്ടാതീനം പറയല്ലേ മീരേ. എനിക്കു കെട്ടിയോനൊന്നും ഇല്ല.''

പിന്നെ കുറേ നേരത്തേക്കു മുറിയിൽ നിശ്ശബ്ദതയായി.

വീട്ടിൽനിന്നു കോൾ വന്നപ്പോൾ ജിബിയ ഫോണുമെടുത്ത് വരാന്ത യിലേക്ക് ഇറങ്ങിപ്പോയി. മറുവശത്ത് ജോർജുകുട്ടിയായിരുന്നു.

"മോളേ, നീ വരുമ്പം ആ സെക്യൂരിറ്റി പൈസ വാങ്ങിച്ചോണ്ടു വരണേ. പതിനായിരം രൂപയൊണ്ടാരുന്നു."

"ചോദിക്കാം പപ്പാ. അവര് തരുംന്ന് തോന്നുന്നില്ല. അവര് കൊറേ കള്ളക്കണക്ക് പറയും."

"എന്നാ കള്ളക്കണക്ക്?"

"എനിക്കറിയാമ്മേല പപ്പാ. പൈസ അവരടെ കയ്യിലല്ലേ. അതു തരാതിരിക്കാൻ വേണ്ടി എന്തെങ്കിലുമൊക്കെ ഫൈൻ നമ്മടെ പേരി ലെഴുതി വയ്ക്കും."

"അതെന്നാ പോക്രിത്തരമാ. പഠിത്തം കഴിയുമ്പം തിരിച്ചുതരാംന്നു പറഞ്ഞ് നമ്മടെ കയ്യീന്ന് സെക്യൂരിറ്റിയായിട്ട് വാങ്ങിവച്ചിട്ട് ഇപ്പം തര ത്തില്ലെന്നോ? ഞാൻ വരണോ ചോദിക്കാൻ?"

"പപ്പാ വന്നിട്ടും കാര്യമൊന്നുമില്ല. അവര് ഒരു ലിസ്റ്റെടുത്ത് കാണിക്കും. നമുക്കു പിടിച്ചുവാങ്ങാനൊന്നും പറ്റത്തില്ലല്ലോ പപ്പാ."

"ശരി. നീ നാളെ അവിടുന്നു കേറത്തില്ലേ."

"നാളെ വൈകുന്നേരം."

പിന്നെ ആടിയും പാടിയും അന്താക്ഷരി കളിച്ചും വെളുപ്പാൻകാലം വരെ അവർ അവസാനരാത്രി അവിസ്മരണീയമാക്കി.

പിറ്റേന്ന് വൈകിയാണ് എല്ലാവരും ഉണർന്നത്. പന്ത്രണ്ടു മണിക്കു മുമ്പേ ഓഫീസിൽപോയി ഓരോരുത്തരായി കോഴ്സ് കംപ്ലീഷൻ സർട്ടിഫിക്കറ്റ് വാങ്ങി. കോഷൻഡിപ്പോസിറ്റ് പലർക്കു പല തുകയാണു തിരിച്ചു കിട്ടിയത്. ജിബിയയ്ക്ക് ആയിരത്തി അറുനൂറ്റൻപതു രൂപയേ കിട്ടിയുള്ളൂ. രണ്ടായിരത്തിനും മൂവായിരത്തിനുമിടയ്ക്ക് തുക തിരിച്ചു കിട്ടിയവർ ഉണ്ടായിരുന്നു. ആയിരംപോലും തികച്ചു കിട്ടാത്തവരും.

ജിബിയ സ്വപ്നംപോലും കാണാത്ത ഫൈനുകളാണ് മാനേജ് മെന്റ് കൊടുത്ത ചാർജ്ഷീറ്റിൽ ഉണ്ടായിരുന്നത്. ഹാജർ നഷ്ടപ്പെട്ട തിനു ഫൈൻ. സുഖമില്ലാതെ വന്ന ചില സന്ദർഭങ്ങളിൽ ഹാഫ്ഡേ ക്ലാസ് ലീവെടുത്തതിനു ഫൈൻ. കമ്മ്യൂണിറ്റി ഹെൽത്ത് പ്രോഗ്രാമിനു പോയപ്പോൾ ഉപയോഗിച്ച തെർമോമീറ്റർ പൊട്ടിയതിനു ഫൈൻ. മെസ്സിൽ ഗ്ലാസ് ഉടഞ്ഞതിനു ഫൈൻ. പിന്നെ മനസ്സിലാകാത്ത എന്തെ ല്ലാമോ കാര്യങ്ങൾക്കു ഫൈൻ.

തിരികെ റൂമിലെത്തിയപ്പോൾ പ്രവീണ തലയിൽ കൈവച്ച് പ്രാകി.

"ഒരു കാലത്തും ഗതിപിടിക്കത്തില്ല. ഈ സ്കൂള് പൂട്ടിപ്പോയിട്ട് മാനേജ്മെന്റ് പിച്ചപ്പാത്രമെടുത്തു തെണ്ടും."

"നിന്റെ നാക്ക് പൊന്നായി വരട്ടെ." ട്രീസ അവളെ അനുഗ്രഹിച്ചു.

എല്ലാവർക്കുമുണ്ടായിരുന്നു കടുത്ത അമർഷം. പക്ഷേ, പ്രതിഷേധം പ്രകടിപ്പിക്കാനോ സമരം ചെയ്യാനോ സമയമില്ല. എല്ലാവർക്കും എങ്ങനെയെങ്കിലും വീട്ടിലേക്കു തിരിച്ചുപോയാൽ മതി. മാത്രമല്ല, പ്രതിഷേധിക്കാൻ നിന്നാൽ മാനേജ്മെന്റ് പരീക്ഷയിൽ തോൽപ്പിച്ചാലോ എന്ന പേടിയും. ഇന്റേണൽ പരീക്ഷകളുടെ മാർക്കുകൾ തയ്യാറാക്കുന്നത് മാനേജ്മെന്റ് അതോറിറ്റിയാണ്. രോഷം അടക്കിപ്പിടിച്ചും ഉച്ചത്തിൽ പ്രാകിയും അസംതൃപ്തി പ്രകടിപ്പിച്ചിട്ട് എല്ലാവരും മടക്കയാത്രയ്ക്കൊരുങ്ങി. അഡ്രസ് കൈമാറുന്നു, കെട്ടിപ്പിടിച്ചു യാത്ര പറയുന്നു, ചിലർ വിതുമ്പുന്നു. ഇത്യാദി കാര്യങ്ങൾ എല്ലാ വർഷത്തെയുംപോലെ ഇത്തവണയും നടന്നു.

ജിബിയയ്ക്കുവേണ്ടി ജെയ്സൺ ട്രെയിനിന് ടിക്കറ്റ് ബുക്ക് ചെയ്തിട്ടുണ്ടായിരുന്നു. ജെയ്സൺ ജോലിചെയ്യുന്ന ഹോസ്പിറ്റലിൽനിന്ന് ലീവ് കിട്ടാത്തതുകൊണ്ട് ജിബിയയുടെ കൂടെ ചേരാൻ പറ്റിയില്ല. എങ്കിലും ഫോണിൽ അവന്റെ സ്ഥിരം സാന്നിധ്യമുണ്ടായിരുന്നു. പിറ്റേന്നു രാവിലെ പതിനൊന്നു മണിയോടെ ജിബിയ വീട്ടിൽ തിരിച്ചെത്തി. പകൽ മുഴുവൻ കിടന്നുറങ്ങി. വൈകുന്നേരം എണീറ്റ് മുറ്റത്തേക്കുള്ള സിമന്റ്പടിയിൽ പോക്കുവെയിലും കാഞ്ഞ് ഇരിക്കുമ്പോൾ ബിൻസി ചോദിച്ചു:

''അവിടുന്നു പോന്നപ്പം എല്ലാം എടുത്തോണ്ടു പോന്നാരുന്നോ ബിയാ?''

''എല്ലാം എടുത്തു മമ്മീ.''

''ഇത്രേ ഒണ്ടാരുന്നൊള്ളോ കൊണ്ടുപോരാൻ?''

''എന്റെ മമ്മീ, ഒരു പഴന്തുണിപോലും അവിടിട്ടിട്ടു പോന്നില്ല.''

''ആർക്കറിയാം. നോട്ടമോ സൂക്ഷമോ ഒണ്ടോ? ജോറൂട്ടിച്ചായൻ ഒരു ഷർട്ടോ മുണ്ടോ വാങ്ങീട്ട് കൊല്ലം മൂന്നായി. വല്ല കല്യാണത്തിനും പോകാൻവേണ്ടി ഒരെണ്ണം എടുക്കാൻ മേലാരുന്നോന്നു ചോദിക്കുമ്പം പറയും, ആ കാശുകൊണ്ടു പിള്ളാർക്ക് എന്നതെങ്കിലും വാങ്ങിച്ചു കൊടുക്കെടീന്ന്. നിങ്ങക്കതിന്റെ വെല വല്ലതും അറിയാവോ?''

''അറിയാം. മമ്മി കൂടെക്കൂടെ കണക്കു പറഞ്ഞ് അതിന്റെ വെല കളയാതിരുന്നാ മതി.'' ജിബിയ പറഞ്ഞു.

ജോസ്ന തൊട്ടുമുകളിലെ പടിയിലിരുന്ന് അവളുടെ മുടി പിന്നുന്നുണ്ടായിരുന്നു.

''മറ്റേ ചെറുക്കനെ നീയിപ്പം കാണാറൊണ്ടോടീ?'' ബിൻസി ചോദിച്ചു.

''ഏതു ചെറുക്കൻ?''

''കോട്ടയത്തൊള്ള...''

''കോട്ടയത്തങ്ങനെ എത്ര ചെറുക്കന്മാരൊണ്ട്?''

''പെണ്ണേ നീ വെളച്ചിലെടുക്കല്ലേ.'' ബിൻസി ശാസിച്ചു.

''ജെയ്സന്റെ കാര്യമാണെങ്കി, പുള്ളിക്കാരൻ കോഴ്സ് കഴിഞ്ഞു പോയിട്ട് വർഷം ഒന്നായി. ഇപ്പം മഹാരാഷ്ട്രേലോ മറ്റോ ജോലി ചെയ്യുവാ.''

“നല്ല കാര്യം. അവൻ വിളിക്കുകേം മിണ്ടുകേം ഒന്നും ചെയ്യാറില്ലേടീ, സത്യം പറ.”

“എല്ലാരുംകൂടെ വെലക്കീരിക്കുവല്ലേ.”

“അയ്യോ, പാവം! അതുകാരണം അവനുമായിട്ട് യാതൊരു ബന്ധോം ഇല്ല!”

“വിളിക്കാറൊണ്ട്. അതിനിപ്പം എന്നാ?”

“ഒന്നുമില്ല.” ബിൻസി വിപരീതാർത്ഥത്തിൽ പറഞ്ഞു. “ജോറൂട്ടിച്ചായൻ നിനക്ക് പാലായിലോ മറ്റോ ഒരാശുപത്രീൽ ജോലീടെ കാര്യം പറഞ്ഞുവെച്ചിട്ടുണ്ട്.”

“പാലായിലോ?”

“എന്നാ കൊഴപ്പം? ദിവസോം പോയിവരാവുന്ന ദൂരമല്ലേ ഒള്ളൂ.”

“ഇവിടെ നിന്നോണ്ട് ജോലി ചെയ്താ ഒന്നും പഠിക്കത്തില്ല മമ്മീ.”

“ഇനിയെന്നാ പഠിക്കാനാ? പഠിച്ചിട്ടല്ലേ വന്നേക്കുന്നെ.”

“അതൊന്നും പോര. പുറത്തെവിടെങ്കിലും പോയി ജോലി ചെയ്യണം. ഇംഗ്ലീഷും ഹിന്ദീം പഠിക്കണം. എന്നാലേ എവിടെ ചെന്നാലും ജോലി കിട്ടത്തൊള്ളൂ.”

“നീയെന്നതാ ബിയാ പറയുന്നെ. അന്നേരം ഈ കേരളത്തിലെ ആശുപത്രീ ജോലി ചെയ്യുന്ന നഴ്സുമാരെല്ലാം ഒന്നും അറിയാത്തവരാണോ?”

“എന്റെ മമ്മീ, അങ്ങനല്ല. ഇവിടെ വല്ല ഹോസ്പിറ്റലിലും കേറിയാ അവിടംകൊണ്ടു നിന്നുപോകും നമ്മടെ വളർച്ച. നോർത്തിലൊക്കെ പോയി ജോലിചെയ്യുമ്പം നല്ല എക്സ്പീരിയൻസ് കിട്ടും. ഇംഗ്ലീഷും ഹിന്ദീം പഠിക്കാം. പിന്നെ, ഗൾഫിലൊക്കെ പോകാൻ ചാൻസ് കൂടുതലായിട്ട് കിട്ടും. ഇവിടെ പൊട്ടക്കിണറ്റിലെ തവളേപ്പോലെ കെടക്കേണ്ടിവരും. എനിക്കു കിട്ടുന്ന ശമ്പളം എന്റെ സ്വന്തം ആവശ്യത്തിനുപോലും തെകയത്തുമില്ല.”

ജിബിയ പറഞ്ഞപ്പോൾ അതിൽ കഴമ്പുണ്ടെന്നു ബിൻസിക്കും തോന്നി. പക്ഷേ, രാത്രി ജോർജുകുട്ടി വന്ന് ജിബിയായുടെ ഭാവികാര്യങ്ങൾ തീരുമാനിക്കുന്നതിനിടയിൽ അസന്നിഗ്ദ്ധമായി പറഞ്ഞു:

“പാലായിലെ ആശുപത്രീ ജോലി ചെയ്തിട്ടു കിട്ടുന്ന എക്സ്പീരിയൻസൊക്കെ മതി. കേരളം വിട്ട് എങ്ങോട്ടും പോകണ്ട. മൂന്ന് മൂന്നേകാൽ വർഷത്തോളം അന്യദേശത്ത് പോയി ജീവിച്ച് കൊതി തീർന്നില്ലേ. മതി.”

ജോർജുകുട്ടി കർശന നിർദ്ദേശം നൽകിയതോടെ ജിബിയയുടെ ആഗ്രഹങ്ങൾക്കു മീതെ ഇരുട്ടു വീണു.

ജെയ്സൺ ജോലി ചെയ്യുന്നിടത്ത് അവനോടൊപ്പം പോയി ജോലി ചെയ്യാൻ എന്തെന്നില്ലാത്ത ആവേശമായിരുന്നു അവൾക്ക്. വെള്ളം വീണ് തീ അണഞ്ഞതുപോലെ അതു കെട്ടടങ്ങി.

* * *

പതിവുപോലെ അന്നും രാത്രി വൈകിവന്ന ജയപ്രകാശിനോട് പവിത്ര പറഞ്ഞു: ''ഞാനീ മണ്ണെണ്ണപ്പുക ശ്വസിച്ചു മടുത്തു. ഇഞ്ചിഞ്ചായിട്ടു മരിക്കുവാ. ഇതിനൊരവസാനമില്ലേ?''

ജയപ്രകാശിന് ഒരു കുലുക്കവുമില്ല.

''നീ ശ്വസിക്കുന്നപോലത്തെ അതേ വായുതന്നെയാ ഞാനും ശ്വസിക്കുന്നെ. ഞാൻ ജീവിക്കുന്നിടത്തോളം ജീവിച്ചാ മതി നീ.''

''ലോകത്തെവിടെങ്കിലും കാണുവോ ഇങ്ങനൊരു വീട്. ഈ പ്രദേശത്തൊള്ള എല്ലാ വീട്ടിലും കറന്റൊണ്ട്. ഇവിടെ മാത്രം...''

''നിനക്ക് കറന്റില്ലാതെ ജീവിക്കാൻ വയ്യെങ്കി ആ കഴുത്തേക്കെടക്കുന്നത് ഇങ്ങോട്ടഴിച്ചു താടീ. നാളെ കറണ്ട് കൊണ്ടുവരാം ഞാൻ.''

അതോടെ പവിത്ര നിശ്ശബ്ദയായി.

''നീയെന്തിനാടാ പ്രകാശാ അവൾടെ അനുവാദം ചോദിക്കാൻ നിൽക്കുന്നെ. നിനക്കുവേണെങ്കി അവൾടെ കഴുത്തേന്ന് അഴിച്ചെടുത്തോണ്ടു പോണം. അവളെന്നാ ചെയ്യാനാ?'' സുഭദ്ര എരികേറ്റിക്കൊടുത്തു.

''ആണത്തമില്ലാത്തവരാ കെട്ടുതാലി പറിച്ചെടുത്തോണ്ടുപോയി പണയം വയ്ക്കേം വിൽക്കേം ചെയ്യുന്നെ.'' പവിത്ര ആരോടെന്നില്ലാതെ പറഞ്ഞു.

അമ്മയ്ക്കും മകനും കൂസലൊന്നുമില്ല.

ആകെ അവശേഷിക്കുന്ന സ്വർണം താലിമാലയും രണ്ട് മൊട്ടുകമ്മലും മാത്രമാണ്. ഓരോ തവണയും ജയപ്രകാശ് എന്തെങ്കിലും കാരണം പറഞ്ഞ് ഓരോരോ ആഭരണങ്ങൾ കൊണ്ടുപോയി. പണയം വച്ചുവെന്നാണ് പറച്ചിലെങ്കിലും ഒരിക്കലും പണയ രസീതോ, എത്ര തുക എടുത്തു എന്നതിന്റെ വ്യക്തമായ രേഖയോ പവിത്ര കണ്ടിട്ടില്ല. പണയം വയ്ക്കാൻവേണ്ടി ഓരോ ആഭരണവും ചോദിക്കുമ്പോൾ ജയപ്രകാശിന്റെ നാവിൽ തേനും പാലുമാണ്.

''രണ്ടാഴ്ചയ്ക്കകം എടുത്തുതരാം. വണ്ടീടെ ടാക്സും ഇൻഷുറൻസും അടയ്ക്കാനാ. നമ്മടെ ഓട്ടോയല്ലേ. നീയല്ലാതാരാ എന്നെ സഹായിക്കാൻ. എന്റെ ചക്കരയല്ലേ. ഞാനൊടനെ എടുത്തുതരാന്നേ.''

ആ സ്നേഹവും സ്വർണം കൊടുക്കുമ്പോഴത്തെ സന്തോഷവും ആ ഒരു ദിവസം മാത്രമേ ഉണ്ടാവൂ. രണ്ടാഴ്ചയ്ക്കകം തിരിച്ചു തരാമെന്നു പറഞ്ഞ സ്വർണം രണ്ടും ആറും പത്തും മാസങ്ങൾ കഴിഞ്ഞിട്ടും എടുത്തുതരാഞ്ഞിട്ട് ചോദിക്കുമ്പോൾ ജയപ്രകാശിന്റെ മുഖത്തു വെറുപ്പ് കത്തിക്കാളുന്നതു കണ്ട് പവിത്ര അന്തംവിട്ടുപോയിട്ടുണ്ട്.

''നിന്റെ കോപ്പിലെ സൊർണം. നിന്റെ മുക്കാപ്പവൻ കൊണ്ടല്ലേ ഞാൻ കുടുംബം നടത്തുന്നെ. സ്വർണത്തിനു മാത്രേ കണക്കൊള്ളോടീ. മൂന്നുനേരം ഉരുട്ടിവിഴുങ്ങുന്ന ആഹാരത്തിനു കണക്കില്ലേ. ആ സ്വർണം എടുത്തോണ്ടു വന്ന് വായിലോട്ടു കുത്തിക്കേറ്റിയാ നിന്റെ വയറ് നെറയോടീ?''

ഏതെല്ലാം തരത്തിലുള്ള സ്വർണാഭരണങ്ങൾ ഉണ്ടായിരുന്നതാണ്. നെക്ലസ്, വള, മോതിരം, ജിമിക്കിക്കമ്മൽ, മൂക്കുത്തി എല്ലാം ഉണ്ടായിരുന്നു. അപ്പുവിന്റെ ഇരുപത്തെട്ടിന് അവനും കുറേ കുഞ്ഞു മോതിരങ്ങളും ഒരു ചെയിൻ മാലയും രണ്ടു തളയും ഒരരഞ്ഞാണവും ബ്രേസ്ലെറ്റും കിട്ടി.

അളവിലും തൂക്കത്തിലും ചെറുതായിരുന്നെങ്കിലും അഞ്ചു പവനോളമുണ്ടായിരുന്നു അപ്പുവിന്റേതു മാത്രം. അതെല്ലാം പണയം വച്ച് പോയി. ഇനി പണയം വയ്ക്കാൻ അവശേഷിക്കുന്നതു കെട്ടുതാലി മാത്രം. അതും അധികം വൈകാതെ കൊള്ളയടിക്കപ്പെടുമെന്ന് പവിത്രയ്ക്ക് അറിയാം.

പിറ്റേന്നു രാവിലെ ജയപ്രകാശ് ഓട്ടോയുമായി പോകാൻനേരം ചോദിച്ചു: ''നിനക്ക് കറന്റാണോ വലുത്, അതോ ഒരുപിടി സ്വർണമാണോ?''

പവിത്ര ആലോചിച്ചു. സ്വർണത്തിനു നിലനിൽപ്പില്ല. അത് ഏതു നിമിഷവും നഷ്ടപ്പെടാം. അവസാനം കറന്റുമില്ല, സ്വർണവുമില്ല എന്ന അവസ്ഥ വരാം.

''എനിക്ക് കറന്റ് മതി. മാലയെടുത്തോ.''

ജയപ്രകാശിന് ഇതിൽപരമൊരു സന്തോഷമില്ല.

''അഴിച്ചു താ.'' അയാൾ കൈ നീട്ടി.

''അഴിച്ചെടുത്തോണ്ടു പൊയ്ക്കോ. താലി തിരിച്ചുതന്നേക്കണം.''

ജയപ്രകാശ് ഒരു മടിയും കൂടാതെ പവിത്രയുടെ കഴുത്തിൽനിന്നു താലിമാല ഊരി.

''ഇതിനു പകരം നിനക്ക് ഞാൻ അഞ്ചുപവന്റെ മാല വാങ്ങിത്തരും.''

പവിത്രയ്ക്കതുകേട്ട് ചിരി വന്നു. എത്ര പൊള്ളയായ വാഗ്ദാനം.

അന്നു രാത്രി ജയപ്രകാശ് കുടിച്ചു കുന്തംമറിഞ്ഞാണ് വീട്ടിലെത്തിയത്. കൂടെ രണ്ടു കൂട്ടുകാരും ഒരു കുപ്പി റമ്മും. സുഭദ്രയ്ക്കും പവിത്രയ്ക്കും ചിക്കൻ ഫ്രൈയും പൊറോട്ടയും. തന്റെ താലിമാല വിറ്റ ആഘോഷമാണെന്ന് പവിത്രയ്ക്കു മനസ്സിലായി. ഇനി പണയം വയ്ക്കാൻ ഒന്നും ചോദിച്ചു വരില്ലല്ലോ എന്ന് അവൾ സമാധാനിച്ചു.

ഇരുപത്തിയാറ്

നട്ടുച്ച നേരമായതിനാൽ ആറ്റിൻകര ഏറക്കുറേ വിജനമായിരുന്നു. പണ്ട് പാറക്കടവ് മാത്രമായിരുന്നു ഇക്കരെനിന്ന് ആറ്റിലേക്കു തുറക്കുന്ന ഒരേയൊരു കുളിക്കടവ്. ഇപ്പോൾ എന്തുമാത്രം മാറ്റം വന്നിരിക്കുന്നുവെന്ന് ജിബിയ തെല്ല് വിസ്മയത്തോടെ കണ്ടു. ആറ്റിൻകരയോടു ചേർന്ന് പറമ്പുള്ളവർ അവരവർക്കു സ്വകാര്യമായി ഉപയോഗിക്കാൻ കുളിക്കടവുകൾ സ്വന്തമായി നിർമ്മിച്ചിരിക്കുന്നു. അലക്കാനും കുളിക്കാനും പുഴയിലേക്ക് ഇറങ്ങിച്ചെല്ലാനും കരിങ്കല്ലും സിമന്റുംകൊണ്ടു പടികളുണ്ടാക്കിയിട്ടിരിക്കുന്നു.

മീനച്ചിലാർ കുറച്ചൊന്നു മെലിഞ്ഞതായി ജിബിയയ്ക്കു തോന്നി. വലിയ വീതിയും ആഴവുമുള്ള പുഴയായിട്ടാണ് മനസ്സിൽ തിളങ്ങിയും കലങ്ങിയും കിടന്നിരുന്നത്.

അലക്കാനും കുളിക്കാനുമായി കൂടെവന്ന ജോസ്നയോട് ജിബിയ പറയുകയും ചെയ്തു.

''ഇതെന്താടീ മോളേ ഇതിന്റെ വീതി കൊറഞ്ഞുപോയോ?''

''വീതിയൊന്നും കൊറഞ്ഞിട്ടില്ല ചേച്ചീ. ചേച്ചിക്കെന്നാ അങ്ങനെ തോന്നിയേ?''

''ആറ്റിൻകരയൊക്കെ ആരെങ്കിലും കയ്യാലകെട്ടി ഇറക്കിയെടുത്തോന്ന് സംശയം.

''അതൊന്നും നടക്കത്തില്ലെന്നേ. മണലുവാരാൻ സമ്മതിക്കത്തില്ലല്ലോ. ഒന്നും വേണ്ട, ആ കെടക്കുന്ന ഉണ്ടക്കല്ലുകളൊണ്ടല്ലോ, അതിനെടയ്ക്കൊള്ള വെള്ളാരംകല്ല് പെറുക്കാൻപോലും ആരും സമ്മതിക്കത്തില്ല. ചെക്ക്ഡാം വന്നപ്പോ വീതി കൂടുവാ ചെയ്തെ.'' ജോസ്ന വിശദീകരിച്ചു.

ജിബിയ വസ്ത്രങ്ങൾ സോപ്പിട്ട് കുതിർത്ത് പാറമേൽ വച്ചിട്ട് ഫോൺ എടുത്തുകൊണ്ടു കയ്യാലക്കെട്ടിന്റെ താഴെയുള്ള ഒറ്റക്കല്ലിനു മീതേ പോയി ഇരുന്നു.

''എടീ, ആരെങ്കിലും വരുന്നൊണ്ടെങ്കി പറഞ്ഞേക്കണം.'' അവൾ ജോസ്നയ്ക്കു നിർദേശം നൽകി.

വീട്ടിൽ വച്ച് ജെയ്സണെ ഫോണിൽ വിളിക്കാൻ നിവൃത്തിയില്ല. ബിൻസി ചെവി വട്ടംപിടിച്ച് സംശയം തോന്നിയാൽ ചോദിക്കും.

''ആരാടീ ഫോണിൽ?''

ജെയ്സൺ ആണെന്നറിഞ്ഞാൽ പിന്നെ വല്യമ്മച്ചിയുടെ ഭാഷയിൽ 'ചെവിതല' കേൾക്കണ്ട. ഉപദേശങ്ങളും ഉദ്ധരണികളും ഉപമകളും ഉദാഹരണങ്ങളും ഇടതടവില്ലാതെയേ ബിൻസിയുടെ നാവിൽനിന്നു പ്രവഹിക്കൂ.

ജെയ്സന്റെ നമ്പറെടുത്ത് വിളിച്ചപ്പോൾത്തന്നെ ആളെ ലൈനിൽ കിട്ടി.

''ഇന്നലെ രാത്രി വിളിച്ചിട്ടെന്നാ എടുക്കാതിരുന്നെ?'' ജിബിയ ചോദിച്ചു.

''ഇന്നലെ മുതൽ നൈറ്റ് തൊടങ്ങി.''

''എന്നോടു പറഞ്ഞില്ലല്ലോ.''

''എടീ പോത്തേ. മിനിഞ്ഞാന്നു വിളിച്ചിട്ട് നിന്നെ കിട്ടിയോ?''

''എത്ര ദിവസത്തേക്കാ നൈറ്റ്?''

''നാലഞ്ചു ദിവസം കാണും.''

''നൈറ്റ് വല്യ കഷ്ടപ്പാടല്ലേ?''

''ചെയ്യാണ്ടിരിക്കാൻ പറ്റുവോ. വലിച്ചെറിഞ്ഞിട്ട് പോരാൻ തോന്നും ചെലനേരത്ത്. കേരളത്തിൽ അപ്പീം മൂത്രേം കോരാൻ ഇല്ലാഞ്ഞിട്ടാണോ നോർത്തിൽവന്ന് ഹിന്ദിക്കാരുടെ കോരുന്നെ.''

''അതെല്ലാം നമ്മളുതന്നെ ചെയ്യണോ ചേട്ടായീ.''

''ആ... നമ്മളുതന്നെ ചെയ്യണം. ഒന്നിരിക്കാൻ നേരം കിട്ടത്തില്ല ചെല ദിവസം. നഴ്സുമാരെയിട്ട് പിഴിഞ്ഞ് ചോരേം നീരും മാത്രമല്ല, മജ്ജേം കൂടി ഊറ്റിയെടുക്കും ഇവിടുത്തെ ഹോസ്പിറ്റലുകാര്.''

''എന്നിട്ടാണോ എന്നേക്കൂടെ അങ്ങോട്ടു വിളിച്ചെ?'' ജിബിയ പരിഭവിച്ചു.

''ഞാൻ പൊതുവെ പറഞ്ഞതാ. ഇത് കൊറച്ചൂടെ ഭേദംണ്ട്. മെഡിക്കൽ കോളജാ. സർക്കാരിന്റെയല്ലേ. പ്രൈവറ്റിലോട്ടു ചെന്നാലൊണ്ടല്ലോ യാതൊരു നീതീം കിട്ടത്തില്ല. അതെല്ലാം പോട്ടെ പെണ്ണേ. നിന്റെ കാര്യം എങ്ങനാ?''

''എന്നെ അങ്ങോട്ടു വിടത്തില്ല ചേട്ടായീ. എനിക്കു പാലായിലൊരു ഹോസ്പിറ്റലിൽ ജോലി പറഞ്ഞുവെച്ചേക്കുവാ പപ്പാ.''

''എന്തുവാടീ ഇത്. ഒരു ദയ വേണ്ടേ. ഞാനെന്തിനാ ഈ മഹാരാഷ്ട്രേൽ വന്നുകെടക്കുന്നെ. നീയുംകൂടി വരുവാണെങ്കി നമുക്ക് കാണാനും മിണ്ടാനും പറ്റുവല്ലോന്നു വിചാരിച്ചാ. നീയില്ലെങ്കിപ്പിന്നെ ഞാനെന്തിനാ?''

''എന്നെ നോക്കണ്ട ചേട്ടായീ.''

''ഞാൻ നിനക്കുവേണ്ടി വേക്കൻസി റസർവ് ചെയ്തു വച്ചിരുന്നതാ. ഇനിയിപ്പം അവരത് വേറെ വല്ലവർക്കും കൊടുക്കും.''

''ഞാനിപ്പം പ്രേമത്തെപ്പറ്റീം കല്യാണത്തെപ്പറ്റീം ഒന്നും ചിന്തിക്കേ വേണ്ടെന്നാ മമ്മി പറയുന്നെ. ഞാനെന്നാ ചെയ്യാനാ. പപ്പാ കുറേ ദിവസ മായിട്ട് നിർബന്ധിക്കുവാ പാലായിലെ ഹോസ്പിറ്റലിൽ പോകാൻ. ഞാനാണെങ്കി അടുത്താഴ്ചയാകട്ടെ പിന്നത്തെ ആഴ്ചയാകട്ടേന്നൊക്കെ പറഞ്ഞ് മാറിമാറി നിക്കുവാ, എന്തേലും ഒരു വാതില് തൊറന്നു കിട്ടൂ ല്ലോന്നു വിചാരിച്ച്.''

''ഇങ്ങോട്ടുവരവ് നടക്കത്തില്ലല്ലേ.''

''നടക്കത്തില്ലെന്നേ.''

''ചേച്ചീ...'' ജോസ്നയുടെ വിളികേട്ട് ഫോൺ താഴ്ത്തി ജിബിയ എഴുന്നേറ്റു.

ഇഞ്ചപ്പാറയ്ക്കലെ സിസിലിക്കുട്ടി റബർ തോട്ടത്തിലൂടെ വരുന്നു ണ്ടായിരുന്നു. അവർ ആറ്റിറമ്പിലേക്കുള്ള നടക്കല്ലിറങ്ങി.

''അലക്കാനിറങ്ങിയതാണോടീ കൊച്ചേ?'' സിസിലിക്കുട്ടി ജിബിയ യോടു ചോദിച്ചു.

''ങാ, അതെ. ''

''നിന്റെ പഠിത്തമൊക്കെ കഴിഞ്ഞോ. ബാംഗ്ലൂരിലല്ലാരുന്നോ നീ?''

''ങാ, കഴിഞ്ഞു.''

''ബാംഗ്ലൂരില് നഴ്സിങ്ങിനു പോണ പെമ്പിള്ളാര് അവിടന്നുതന്നെ ഓരോരോ ചെറുക്കന്മാരെ കണ്ടുപിടിച്ച് തിരിച്ചുവന്നാലൊടനെ കല്യാണം നടത്തുവാന്നാണല്ലോ കേൾവി. നിനക്കാരേം കിട്ടിയില്ല്യോടീ.''

പരിഹാസമാണ്.

''മൂന്നാലു പേരൊണ്ട് ചേച്ചീ. ആരെ കെട്ടണംന്നു തീരുമാനിച്ചി ട്ടില്ല. നറുക്കിട്ടാലോന്ന് ആലോചിക്കുവാ.'' ജിബിയ പറഞ്ഞു.

''അതു നീയെന്നെ ഒന്നിരുത്തിയതാണല്ലോടീ കൊച്ചേ.''

ജിബിയ കൂസാതെ സിസിലിക്കുട്ടിയുടെ മുഖത്തേക്കുതന്നെ തുറിച്ചു നോക്കി.

''നെല്ലിക്കുന്നേലെ റോബിൻസിന്റെ പെണ്ണു പ്രസവിച്ച വിവരം അറിഞ്ഞാരുന്നോ. കൊച്ചിനിപ്പം ഒരു വയസ്സ് കഴിഞ്ഞു. അതിന്റെ ഒന്നാം പെറന്നാള് എന്തുമാതിരി ആഘോഷമാരുന്നു.''

മനപ്പൂർവം കുത്തുന്നതാണെന്ന് ജിബിയയ്ക്കു മനസ്സിലായി.

''അതിനു ഞാനെന്നാ വേണം.'' ജിബിയ ചോദിച്ചു.

''അല്ല, ഞാമ്പറഞ്ഞെന്നേയൊള്ളൂ.''

ഫോൺസംഭാഷണം മുടങ്ങിയതിന്റെ ഈർഷ്യ ജിബിയയുടെ ഉള്ളിൽ നുരയുന്നുണ്ടായിരുന്നു.

''എടീ മോളേ, വേഗം തുണിയലക്ക്. വാ.''

ജിബിയ ഫോൺ മാറ്റിവച്ച് മുട്ടൊപ്പം വെള്ളത്തിലിറങ്ങിനിന്ന് സോപ്പിട്ടു കുതിർത്തുവച്ച തുണികൾ പാറയിൽ അടിച്ച് അലക്കിത്തുടങ്ങി. ജോസ്ന അതെല്ലാം വെള്ളത്തിൽ അലമ്പിപ്പിഴിഞ്ഞ് പാറപ്പുറത്ത് ഉണക്കാനിട്ടു.

സിസിലിക്കുട്ടി പുഴ മുറിച്ചുകടന്ന് അക്കരയ്ക്കു പോയി.

''ചേച്ചി പറഞ്ഞത് എനിക്കിഷ്ടപ്പെട്ടു.'' ജോസ്ന ജിബിയയോട് സ്വരം താഴ്ത്തി പറഞ്ഞു. ''അവർക്കേ ഏഷണിപറച്ചില് ഇത്തിരി കൂടുതലാ. പാഷാണത്തിൽ കൃമീന്നാ എല്ലാരും വിളിക്കുന്നെ.''

അതുകേട്ട് ജിബിയയ്ക്കു ചിരി വന്നു.

''പിന്നേ, ഞാൻ ചേട്ടായിയെ ഫോൺ വിളിച്ച കാര്യമൊന്നും വീട്ടിച്ചെന്നു പറഞ്ഞേക്കല്ലേ.''

''പോ ചേച്ചീ. എനിക്കതല്ലേ പണി.''

ജിബിയ അക്കാര്യത്തിൽ ജോസ്നയുടെ സേവ പിടിച്ചിരിക്കുകയാണ്. എല്ലാവരേയും പറ്റിച്ച് ജെയ്സണെ വിളിക്കാൻ പറ്റില്ലെന്ന് അവൾക്കറിയാം. ജോസ്നയെ വശത്താക്കിതോടെ അതെളുപ്പമായി.

എന്നിരുന്നാലും ബിൻസി ജോസ്നയെ വിളിച്ച് രഹസ്യമായി ചോദിക്കും: ''അവളാരെയെങ്കിലും ഫോണി വിളിക്കുന്നത് കേട്ടാരുന്നോടീ?''

''വിളിച്ചാലെന്നാ?''

''എന്റടുത്തു പറയണം.''

അതിന് ജോസ്നയെ ഏൽപ്പിച്ചിരിക്കുകയാണ്.

''ഞാനിപ്പം ഡബിൾ ഏജന്റാ.'' ജോസ്ന ജിബിയയോടു പറയും.

''ചേട്ടായിയെ വിളിച്ചിട്ട്?'' ജോസ്ന ചോദിച്ചു.

''ഭയങ്കര നിരാശയാ. എനിക്കുവേണ്ടി വേക്കൻസി റെക്കമൻഡ് ചെയ്തുവെച്ചിരുന്നതല്ലേ.''

''ശ്ശൊ... അതിനി വേറാരെങ്കിലും കൊണ്ടുപോകുവോ?''

''അതല്ലേ കഷ്ടം.''

''ചേച്ചിയെ പപ്പാ വിടത്തില്ല. ഒറപ്പാ.''

''പാലായിലെ ഹോസ്പിറ്റലിൽ എന്തായാലും ഞാൻ പോകത്തില്ല.'' ജിബിയ ആരോടോ പകപോക്കുന്നപോലെ പറഞ്ഞു.

''പപ്പാ നിർബന്ധിച്ചാ എന്നാ ചെയ്യും ചേച്ചീ. ഇപ്പോ എലക്ഷന്റെ ചൂടിലായതുകൊണ്ടാ ഒന്നും പറയാത്തെ.'' ജോസ്ന മുന്നറിയിപ്പെന്നോണം പറഞ്ഞു.

അപ്പറഞ്ഞതു ശരിയാണെന്നു ജിബിയയ്ക്കും തോന്നി. രാജ്യമെങ്ങും ഇലക്ഷൻ പ്രചാരണം നടക്കുകയാണ്. ചില ദിവസങ്ങളിൽ പപ്പായും പ്രചാരണത്തിനു പോകാറുണ്ട്.

അന്നും ഇലക്ഷൻ പ്രചാരണം കഴിഞ്ഞ് രാത്രി വൈകിയാണ് ജോർജുകുട്ടി വീട്ടിലെത്തിയത്. അത്താഴം വിളിമ്പിക്കൊടുക്കുന്നതിനിടയിൽ മമ്മി പപ്പായോടു ചോദിക്കുന്നത് ജിബിയ കേട്ടു.

''ജോറൂട്ടിച്ചായനിങ്ങനെ രാപകലില്ലാതെ എലക്ഷനെന്നു പറഞ്ഞു നടന്നിട്ടെന്നാ കിട്ടാനാ. ആ പെണ്ണ് പഠിച്ചേച്ചു വന്ന് നിക്കുവാ. അതിനെ വിടെങ്കിലും ഒരു ജോലി ശെരിയാക്കിക്കൊട്. അയലത്തുകാരോട് സമാധാനം പറഞ്ഞു മടുത്തു.''

''അവളൊന്നു വിശ്രമിച്ചോട്ടേന്നു വിചാരിച്ചാ. ബാംഗ്ലൂരിപ്പോയിക്കെടന്ന് കൊറേ നരകിച്ചതല്ലേ. വായ്ക്കു രുചിയായിട്ട് എന്തേലും കഴിച്ച് ഒന്നു നന്നായിക്കോട്ടെ.''

''ഇത്രേമൊക്കെ നന്നായാ മതി. പെണ്ണ് ജോലിക്കു പോട്ടെ. അല്ലെങ്കിപ്പിന്നെ എന്നാത്തിനാ നഴ്സിങ്ങ് പഠിപ്പിച്ചെ.''

ഈ മമ്മിയ്ക്ക് എന്തിന്റെ സൂക്കേടാണെന്നോർത്ത് ജിബിയ അരിശം പൂണ്ടു.

* * *

കറന്റ് കണക്ഷൻ കിട്ടിയ ദിവസമാണ്. ലൈൻമാൻ വന്നു ചാർജ് ചെയ്തിട്ടു പോയി.

പവിത്ര ലൈറ്റുകളിട്ടു നോക്കി. എല്ലാം തെളിയുന്നുണ്ട്. ഫാൻ ഫിക്സ് ചെയ്തെങ്കിലും അതൊന്നും കറങ്ങാൻ കൂട്ടാക്കിയില്ല. ഒന്നരവർഷത്തോളം അനക്കമറ്റിരുന്ന് അതു കേടായിട്ടുണ്ടാവാം എന്ന് ഇലക്ട്രീഷ്യൻ പറഞ്ഞു. ''അഴിച്ച് റിപ്പയർ ചെയ്യണം.''

കറന്റില്ലാതിരുന്ന കാലത്ത് വെറുതെ എന്തിനു ടിവി എന്നു പറഞ്ഞ് ജയപ്രകാശ് അത് ഏതോ കൂട്ടുകാരനു ചുളുവിലയ്ക്കു വിറ്റുകളഞ്ഞിരുന്നു.

ഫ്രിഡ്ജ് കണക്ട് ചെയ്തു നോക്കിയപ്പോൾ അതു പ്രവർത്തിക്കുന്നുണ്ട്. വാഷിങ്മെഷീന് ചലനമൊന്നുമില്ല. കുന്നിൻമുകളിലെ പാറക്കുളത്തിൽനിന്ന് ഹോസ്പൈപ്പിട്ട് വെള്ളം വീട്ടിലെത്തിക്കാനുള്ള സൗകര്യംകൂടി ജയപ്രകാശ് ചെയ്തുകൊടുത്തപ്പോൾ സുഭദ്ര പറഞ്ഞു: ''അവന്റെ നല്ല മനസ്സുകൊണ്ടു ചെയ്തുതരുന്നതാ ഇതൊക്കെ. നന്ദി വേണമെടീ, നന്ദി.''

''അവനവന്റെ വീട്ടിൽ വെള്ളോം കറന്റും കൊണ്ടുവന്നതാണോ വല്യ കാര്യം. അതും രണ്ടുവർഷത്തോളം കെടന്ന് നരകിച്ചിട്ട്. ഒടുക്കം എന്റെ കെട്ടുതാലി പൊട്ടിച്ച് വിൽക്കേണ്ടി വന്നില്ലേ?''

''തർക്കുത്തരം പറയുന്നോടീ മൂധേവീ. ഒരു നല്ല കാര്യം ചെയ്തു കിട്ടിയപ്പം സന്തോഷിക്കുവല്ല, അസത്ത്.'' സുഭദ്ര തലയിൽ കൈവച്ച് പ്രാകുകയും ചെയ്തു. ''നീ ഒരു കാലത്തും ഗതിപിടിക്കത്തില്ലെടീ.''

''സ്വന്തം മകനെയാ പ്രാകുന്നതെന്നോർത്തോ. ഞാൻ ഗതിപിടിക്കണെങ്കി എന്റെ കെട്ടിയോൻ ഗതിപിടിക്കണമല്ലോ.'' പവിത്ര പിറുപിറുത്തു.

''എന്റെ മകനേ... അവനു വേറെ പെണ്ണു കിട്ടുമെടീ. നീയൊണ്ടല്ലോ പുഴുത്തു ചാകത്തേയൊള്ളൂ.''

''ഹായ്, എത്ര മനോഹരമായ ആഗ്രഹം.'' പവിത്ര നിന്ദകലർന്ന ചിരിയോടെ പറഞ്ഞു.

രാത്രി മൂക്കറ്റം കുടിച്ചാണ് ജയപ്രകാശ് ഓട്ടോ ഓടിച്ചു വീട്ടിലെത്തിയത്. മുറ്റത്ത് ട്യൂബ് വെളിച്ചത്തിൽ ഓട്ടോ നിർത്തിയിട്ട് അയാൾ വീടും മുറ്റവും ആകമാനം ഒന്നു വീക്ഷിച്ചു.

''എടീ പവിത്രേ...ഡീ...'' അയാൾ മുറ്റത്തുനിന്ന് വിളിച്ചു.

പവിത്ര അപ്പുവിനെ എടുത്ത് ഒക്കത്തുവച്ചുകൊണ്ട് വാതിൽക്കലേക്കു ചെന്നു.

''എന്നാ വിളിച്ചെ?''

''കണ്ടോടീ വെളിച്ചം. നീയെന്നതാടീ വിചാരിച്ചെ. ഞാൻനോക്കിയാ കറന്റ് വരത്തില്ലെന്നോ. നിനക്ക് ജയപ്രകാശിനെ അറിയാമ്മേല. മിനിറ്റു വച്ച് കൊണ്ടെത്തന്നില്ലേടീ കറണ്ട്.''

''കഴിഞ്ഞ ഒന്നര വർഷം ഈ കറന്റെവിടാരുന്നു. ആയിരത്തഞ്ഞൂറ് തവണ പറഞ്ഞിട്ടും കറന്റ് വന്നില്ലല്ലോ. ഇപ്പം എങ്ങനാ മിനിറ്റ് വച്ച് വന്നെ?'' പവിത്ര ചോദിച്ചു.

''എനിക്കുംകൂടെ തോന്നണം കറണ്ട് വേണംന്ന് മനസ്സിലായോടീ?''

''മനസ്സിലായി.'' കഴുത്തിൽ പരതിക്കൊണ്ട് പവിത്ര പറഞ്ഞു. ''മൂന്നു പവന്റെ കെട്ടുതാലിയാ പൊട്ടിച്ചോണ്ടു പോയത്. ഇനിയത് എന്നെങ്കിലും തിരിച്ചെടുക്കോ. എന്നിട്ട് കറന്റെടുത്തതിന്റെ സാമർത്ഥ്യം''

''എടീ, സ്വർണം എന്തിനുകൊള്ളാം, ചുമ്മാ കഴുത്തിലിട്ടോണ്ട് നടക്കാനല്ലാതെ. അതുപോയങ്കിലെന്നാ വീടു നിറയെ വെളിച്ചം വന്നില്ലേ. അതല്ലേടീ വല്യ കാര്യം.''

''അങ്ങനെ പറഞ്ഞുകൊടുക്കടാ പ്രകാശാ.'' സുഭദ്ര മകനെ എരികേറ്റി. ഈ വീടു പണിതിട്ട് അവൾടെ വീട്ടീന്ന് എന്തേലും ഒരു സഹായം കിട്ടിയോ? എല്ലാടത്തും ഭാര്യവീട്ടുകാര് രണ്ടും മൂന്നും ലക്ഷം വീതമാ വീടുപണിക്കു കൊടുക്കുന്നെ. സ്വന്തം മോൾക്ക് താമസിക്കാനൊള്ള വീടാണെന്നൊരു ചിന്ത വേണ്ടേ. ആയിരം രൂപ തന്നോടീ നിന്റെ വീട്ടുകാര്.''

''എന്റെ വീട്ടുകാര് നല്ലൊന്നാന്തരം വീടു കണ്ടിട്ടു മാത്രമാ എന്നെ കെട്ടിച്ചയച്ചത്. ഇങ്ങനൊരു വീട്ടിലോട്ടാണെന്നറിഞ്ഞിരുന്നെങ്കി ഒരിക്കലും ഈ കല്യാണം നടക്കത്തില്ലാരുന്നു. അവരെ വീടുകാണിച്ചു പറ്റിച്ചിട്ട് വിറ്റുകളഞ്ഞതും പോരാഞ്ഞ് ഇനീം കൊണ്ടുവന്നു സഹായിക്കണോരുന്നോ?'' പവിത്ര ചോദിച്ചു.

''എടീ, കടോം കഷ്ടപ്പാടുമൊക്കെ എല്ലാവർക്കും വരും. അത് കണ്ടും അറിഞ്ഞും സഹായിക്കണം. അത് ഭാര്യവീട്ടുകാരടെ കടമയാ.'' സുഭദ്ര ആക്രോശിച്ചു.

ഇരുപത്തിമ്മൂന്നു പവന്റെ സ്വർണം തന്നതാ എനിക്കും എന്റെ മോനും കൂടെ. എന്ത്യേ? ഒരു പവൻ തെകച്ചെടുക്കാനൊണ്ടോ ഇപ്പം. എവിടെപ്പോയി. അത് ശൂന്യാകാശത്ത്ന്ന് വന്നതല്ലല്ലോ. അതൊക്കെ ഈ വീടിനു വേണ്ടീട്ടാ ചെലവാക്കിയത്. അവസാനം കെട്ടുതാലി വിറ്റ് കറന്റുമെടുത്തു. എന്നിട്ട് എന്റെ വീട്ടീന്ന് ഒന്നും തന്നില്ലെന്നോ. ഇനീം കൊണ്ടുവന്ന് കൊടാഞ്ഞിടണാരുന്നോ?''

''കണ്ടോടാ അവടെ നാക്ക്. നീയിരിക്കുമ്പം ഇത്രേമാണെങ്കി നീയില്ലാത്തപ്പഴത്തെ കാര്യം ഓർത്തുനോക്ക്. നിനക്ക് ചൊണയില്ലാഞ്ഞിട്ട്.''

പവിത്ര ഇനിയൊന്നും പറയാനും കേൾക്കാനും നിൽക്കാതെ അപ്പുവിനെയുംകൊണ്ട് അകത്തേക്കു പോയി.

അമ്മയും മകനും തമ്മിൽ സ്വരംതാഴ്ത്തി സംസാരിക്കുന്നതു കേട്ടുകൊണ്ട് അവൾ അപ്പുവിനെ ചേർത്തുപിടിച്ച് കട്ടിലിൽ കിടന്നു. കുറച്ചു കഴിഞ്ഞ് ജയപ്രകാശ് മുറിയിലേക്കു കയറിവന്നു.

''നിന്റെ സ്വർണം മുഴുവൻ ഒരു തരിപോലും കുറയാതെ തിരിച്ചു തരുമെടീ ഞാൻ. മുഴുവനും തരും. രണ്ടുപവൻ കൂടുതൽ വേണെങ്കി അതും തരും.''

ഇത്തരം പൊള്ളവാക്കുൾ കേൾക്കുമ്പോൾ തികട്ടിവരാറുള്ള അസഹിഷ്ണുത ഇത്തവണയും പവിത്രയെ കടിച്ചു കുടഞ്ഞു. മദ്യപിച്ച് സംസാരിക്കുന്നവരോട് തർക്കത്തിനു നിൽക്കരുത് എന്നു മുത്തശ്ശി പഠിപ്പിച്ച പാഠം അവൾ ഓർത്തു. കുടിച്ചു ലക്കില്ലാത്തവർക്ക് ഏതറ്റംവരെ വേണമെങ്കിലും പോകാം. അത് ഞാൻ കള്ളുകുടിച്ചപ്പോൾ അറിയാതെ പറഞ്ഞുപോയതാണെന്ന് പിറ്റേന്ന് ഏറ്റുപറഞ്ഞാൽ തീരുന്ന പ്രശ്നമേയുള്ളൂ. മറുപടി പറയുന്നവർക്ക് പരിമിതികളുണ്ട്. അവർക്കു സ്വബോധം കൈവെടിഞ്ഞ് ഒരു വാക്ക് മിണ്ടാനാവില്ല.

''കഴിക്കാനെടുക്കട്ടെ.'' നിർവികാരതയിൽ പവിത്ര ചോദിച്ചു.

''വേണ്ട. ഷാപ്പീന്നു കഴിച്ചു.''

പവിത്ര മിണ്ടിയില്ല.

''ഞാനൊരു ടിവി പറഞ്ഞിട്ടൊണ്ട്. നാളെ കൊണ്ടുവരും കൊറച്ചു പഴയതാ.'' ജയപ്രകാശ് പറഞ്ഞു.

''എനിക്കു ടിവിയൊന്നും കാണണ്ട.''

''വേണ്ട. നീ കാണണ്ട. അമ്മ കാണ്ടോട്ടെ. എലക്ഷന്റെ റിസൽട്ട് വരുമ്പം വാർത്ത കേക്കണ്ടായോ?''

''എനിക്കുവേണ്ടിയാണെന്നു പറയാതിരുന്നാ മതി.''

പവിത്രയ്ക്കു ടിവി, സിനിമ, മറ്റ് കലാകായികവിനോദങ്ങൾ ഇവയൊന്നിലും യാതൊരു താൽപര്യവും തോന്നുന്നുണ്ടായിരുന്നില്ല.

അതൊന്നും ആസ്വദിക്കാൻ പറ്റാത്ത ഒരു നിലവാരത്തിലേക്ക് താൻ തരംതാഴ്ത്തപ്പെട്ടപോലൊരു ബോധ്യം അവൾക്കുണ്ടായി.

ആകെയൊരു ജീവിത പ്രചോദനം 'അപ്പു'വിന്റെ മുഖവും അവന്റെ നിഷ്കളങ്കമായ മിഴികളിലെ വിസ്മയപ്പൂക്കളും അതിശയപ്പുഞ്ചിരികളുമാണ്.

പിറ്റേന്ന് ഉച്ചതിരിഞ്ഞ നേരത്ത് റോഡരുകിൽ നിർത്തിയ ഓട്ടോയിൽനിന്ന് ഇറങ്ങുന്നവരെ കണ്ട് പവിത്ര ആശ്ചര്യപ്പെട്ടു. ജിബിയയയും ജോസ്നയുമായിരുന്നു അത്!

സുഭദ്ര വീട്ടിലുണ്ടായിരുന്നെങ്കിലും അനുവാദത്തിനൊന്നും കാത്തുനിൽക്കാതെ ജിബിയ ജോസ്നയെയുംകൂട്ടി വരാന്തയിൽ ചെന്നു കയറി.

സുഭദ്രയ്ക്ക് ആളെ മനസ്സിലായി. അവർ ഉടൻ വെട്ടിത്തിരിഞ്ഞ് മുറിയിലേക്കു കയറിപ്പോയി. പവിത്ര ഇറങ്ങിച്ചെന്ന് രണ്ടുപേരെയും സ്വീകരിച്ചു.

"എന്റെ മോളേ... നിനക്കെന്നാ പറ്റിയതാ?"

ജിബിയ അമ്പരപ്പിൽ പവിത്രയെ അടിമുടി നോക്കി.

"നിനക്കിപ്പം പ്രായം എത്രയാ. മുപ്പതോ മുപ്പത്തഞ്ചോ?"

"പോടീ കളിയാക്കാതെ." പവിത്ര പുഞ്ചിരി തൂകി.

"സത്യം നിനക്കെന്തെങ്കിലും അസുഖം പിടിച്ചിരുന്നോ?"

"ഇല്ലന്നേ. എനിക്കൊരു കുഴപ്പോം ഇല്ല. ചെലപ്പോ എനിക്കതിശയം തോന്നും."

"എന്താ?"

"ഞാനിപ്പഴും ജീവിച്ചിരിക്കുന്നല്ലോന്നോർത്തിട്ട്."

ജിബിയ അപ്പുവിനെ എടുക്കാൻ കൈ നീട്ടിയപ്പോൾ അവൻ പിന്നോട്ടു മാറി.

"പേടിക്കണ്ട കുട്ടാ. അമ്മേടെ കൂട്ടുകാരിയാ." ജിബിയ കൊഞ്ചിപ്പറഞ്ഞു നോക്കി.

അവൻ വായിൽ ചൂണ്ടുവിരലിട്ട് ലജ്ജിച്ച് മാറി നിന്നു.

"എന്നായിത്ര ഗമ. കഴിഞ്ഞതവണ ഞാൻ വന്നപ്പം എന്റടുത്തോട്ട് രണ്ടുകയ്യും നീട്ടി ചാടിവന്നതാണല്ലോ."

ജിബിയ അവനെ കടന്നെടുത്തതും അവൻ ഒറ്റക്കരച്ചിൽ.

"അയ്യോഡാ ചക്കരേ..." ജിബിയ അവനെ നിലത്തു നിർത്തി.

"ചേച്ചീടെ കൂട്ടു വേണ്ടാട്ടോ. എന്റൂടെ വാ. നമുക്ക് റോട്ടിലോട്ട് പോകാം." ജോസ്ന അവന്റെ കൈക്കു പിടിച്ചു. അപ്പോൾ മടിയൊന്നും കൂടാതെ അവൻ അവളോടൊപ്പം നീങ്ങി.

"നിന്റമ്മായിയമ്മ മെരുങ്ങിയോ? എന്നെ കണ്ടിട്ട് കടക്കെടീ വെളീലെന്നു പറഞ്ഞില്ലല്ലോ."

“ഇപ്പം പഴേപോലല്ല. എന്നെ പറഞ്ഞാ ഞാനും വല്ലതുമൊക്കെ പറയും.”

“എന്നാലും എന്റെ മോളേ നീയെന്നാ ഇത്രയ്ക്കങ്ങു മെലിഞ്ഞു പോയെ. ശ്ശൊ, എനിക്കു സങ്കടം വരുന്നു.”

ജിബിയ വിഷാദത്തോടെ അവളുടെ തോളത്ത് കയ്യിട്ട് കിടക്കയിലേക്കിരുന്നു.

“കലുങ്കിനടീലൊക്കെ ചില നാടോടി കുടുംബങ്ങള് ജീവിക്കുന്ന കണ്ടിട്ടില്ലേ. അതുപോലൊരു ജീവിതമാ എന്റേത്. ഇന്നലെയാ ഈ വീട്ടീ കറന്റ് കിട്ടിയത്. ഈ വീടിന്റെ തറ കണ്ടോ. പണിതപ്പം ഇട്ട കോൺക്രീറ്റാ. ഒരൊറ്റ ജനലിനുപോലും ചില്ലോ കതകോ ഇല്ല. ദാരിദ്ര്യ രേഖ ഞങ്ങടെ തലയ്ക്കു മോളിക്കൂടെയാ കടന്നുപോകുന്നേ.” ചെറു ചിരിയോടെ പവിത്ര പറഞ്ഞു.

“ഇതീന്ന് ഒരു മോചനം ഇല്ലേടീ .ഗതിപിടിക്കാനൊരു വഴീം നിന്റെ ഹസ്ബൻഡ് നോക്കീട്ട് കണ്ടില്ലേ?”

“അതൊന്നും പറയാതിരിക്യാ ഭേദം. റേഷനരീം ആട്ടേം വാങ്ങിച്ചു തന്നാ എല്ലാമായീന്നാ മൂപ്പരടെ വിചാരം. അതുപോലും ഇല്ലാതെ ജീവിക്കുന്നോര് ഒരുപാടുണ്ടത്രെ.”

“രക്ഷപ്പെടണംന്ന് ആഗ്രഹമില്ലേ. നിന്റെ ഹസ്ബെൻഡിന്?”

“പുള്ളിക്കാരന് കുറേ കൂട്ടുകാരൊണ്ട്. കുടി, വലി, സിന്മ കാണല്. അത്രേം മതി. വീടും കുടുംബോം ഏതോ പൊറമ്പോക്കിലാ, നീ പറ... എന്നാ ബാംഗ്ലൂരീന്ന് വന്നേ. ഇനിയെപ്പഴാ പോണേ?” പവിത്ര തിരക്കി.

“എന്റെ പഠിത്തമൊക്കെ തീർന്നെടീ ബുദ്ദൂ. ഞാനിപ്പം ഒരു നഴ്സാ.” ജിബിയ അറ്റൻഷനായി നിന്ന് പറഞ്ഞു.

“ഓ... കഴിഞ്ഞോ. ഇനി പോകണ്ടേ?” പവിത്ര ചിരിച്ചു:

“ഇനിയെന്നാ ജോലിക്കു കേറുന്നേ. എവിടെയാ?”

“അതൊക്കെ വല്യ ട്രാജഡിയാ. എനിക്ക് നിന്നോട് ഒത്തിരി പറയാനൊണ്ട്.”

“ഇന്ന് എല്ലാം പറഞ്ഞിട്ടു പോയാ മതി.”

“ഞാൻ നാളെ മുതൽ പാലായിലെ മേരിമാതാ ഹോസ്പിറ്റലിൽ ജോലിക്കു കേറുവാ. എനിക്കിഷ്ടംണ്ടായിട്ടല്ല. പപ്പേടെ നിർബന്ധം.”

“അതെന്താ നിനക്കിഷ്ടമില്ലാത്തെ?”

ജിബിയ പവിത്രയോട്, തനിക്ക് ജെയ്സണുമായുള്ള പ്രണയബന്ധം വെളിപ്പെടുത്തി.

“പപ്പയ്ക്കും മമ്മിക്കും ഇഷ്ടമല്ല അത്.”

ഒടുവിൽ അവളുടെ തൊണ്ടയിടറുകയും കണ്ണ് നനയുകയും ചെയ്തു.

ഇരുപത്തിയേഴ്

ജോസ്ന മുറ്റത്തും താഴെ റോഡിലുമൊക്കെ കൊണ്ടുനടന്നപ്പോൾ അപ്പുവിന് അവളോടു സ്നേഹമായി. ആരുമില്ല അവനെ എങ്ങോട്ടും കൊണ്ടുപോകാൻ. കൂട്ടുകൂടാനും ആരുമില്ല. ജയപ്രകാശിന്റെ കൂട്ടുകാരല്ലാതെ ആ വീട്ടിലേക്ക് ആരും വരാറുമില്ല. അമ്മയെ ദേഷ്യം പിടിപ്പിക്കുന്നവരാണ് അവരെല്ലാവരുമെന്ന് അവൻ മനസ്സിലാക്കി വച്ചിട്ടുണ്ട്. അവരെ കാണുമ്പോൾ മുതൽ അമ്മ പിറുപിറുക്കുന്നതും വീട്ടിലെ പാത്രങ്ങൾ കൂടുതൽ ഒച്ച വയ്ക്കുന്നതും അവനോടുകൂടി ദേഷ്യപ്പെടുന്നതും അവൻ ധാരാളം കണ്ടിട്ടുണ്ട്. അവന്റെ അമ്മയോടും അവനോടും സ്നേഹമായി പെരുമാറുന്നവർ തീരെ വിരളമാണ്. ജോസ്ന തെങ്ങിന്റെ പച്ചോല കീറിമെടഞ്ഞ് കളിപ്പന്തും കാറ്റത്തു കറങ്ങുന്ന കാറ്റാടിയും ഉണ്ടാക്കിക്കൊടുത്തു.

ആരും അവനു കളിപ്പാട്ടങ്ങൾ വാങ്ങിക്കൊടുക്കാറില്ല. വളരെ അപൂർവമായി മാത്രം ആരെങ്കിലും അവനെയും കൊണ്ട് പുറത്തേക്കു പോകുമ്പോൾ റോഡരുകിലെ വീടുകളിൽ ചെറിയ കുട്ടികൾ കൊച്ചു വണ്ടിച്ചക്രങ്ങളും കുഞ്ഞു സൈക്കിളുകളും കളിപ്പാട്ടക്കാറുകളും പാവകളും വച്ചു കളിക്കുന്നത് അവൻ കൊതിയോടെ നോക്കി നിന്നിട്ടുണ്ട്. അപ്പോഴെല്ലാം അവന് കൂടെയുള്ളവരുടെ വഴക്കു കിട്ടും.

‘‘എന്നാ കണ്ടാലും കണ്ണും മിഴിച്ച് നോക്കി നിന്നോളും. ഇതാ നിന്നെ എങ്ങാട്ടും കൊണ്ടുപോകാത്തെ. ഇങ്ങട്ട് വാ.’’

അമ്മ മാത്രം അവനെ വഴക്കു പറയാറില്ല. കളിപ്പാട്ടങ്ങൾ അവന് എത്രയേറെ പ്രിയപ്പെട്ടതാണെന്ന് അമ്മയ്ക്കു മാത്രമേ അറിയൂ.

‘‘അമ്മാ... എനിച്ചു വേണം.’’ മുടി വെട്ടിക്കാൻ അമ്മ കൊണ്ടുപോകുമ്പോൾ കടകളിലിരിക്കുന്ന കളിപ്പാട്ടങ്ങളിലേക്കു കൈ ചൂണ്ടി അവൻ പറയും.

‘‘അമ്മേടെ കയ്യില് പൈസയില്ലാഞ്ഞിട്ടല്ലേ ചക്കരേ.’’

‘‘അമ്മേടെ കയ്യിലൊണ്ടല്ലോ.’’

ചില്ലറത്തുട്ടുകൾ അവളുടെ കൈവശം അവൻ കണ്ടിട്ടുണ്ട്. അതിന്റെ മൂല്യമൊന്നും അവനറിയില്ല. പൈസയുണ്ടായിട്ടും അമ്മ വാങ്ങിക്കൊടുക്കുന്നില്ലെന്നാണ് അവന്റെ വിചാരം.’’

ബേക്കറിക്കടയിലെ ചില്ലലമാരകളും മിഠായി ഭരണികളും കാണുമ്പോൾ അവനു കൊതിയാകും. അത്തരം കടകളുടെ മുന്നിലൂടെ കടന്നുപോകേണ്ടി വരുമ്പോഴെല്ലാം അമ്മ അവന്റെ കയ്യിൽ മുറുകെ പിടിച്ചുകൊണ്ടു വേഗത്തിൽ നടക്കും. അൻപതു പൈസയുടെ മിഠായി വാങ്ങിക്കൊടുത്താലും ജയപ്രകാശിന്റെ മുന്നിൽ കണക്ക് ബോധിപ്പിക്കേണ്ടി വരും.

''ആരു പറഞ്ഞു മുട്ടായി വാങ്ങിക്കൊടുക്കാൻ, ഈ പ്രായത്തിൽ മുട്ടായി തിന്നാൽ പല്ല് പുഴുകുത്തിപ്പോകും.''

അമ്പതു രൂപയിൽ കവിഞ്ഞ ഒരു തുക അടുത്ത കാലത്തൊന്നും പവിത്ര കൈകാര്യം ചെയ്തിട്ടില്ല. പിച്ചക്കാരു വീട്ടിൽ വന്നാൽ കൊടുക്കാൻ രണ്ടു രൂപയുടെ ചില്ലറപോലും ജയപ്രകാശ് വീട്ടിൽ വച്ചിട്ടു പോകാറില്ല.

''പെണ്ണുങ്ങടെ കയ്യിൽ കാശിരിക്കുന്നത് ഐശ്വര്യക്കേടാ.''

പവിത്രയ്ക്ക് ഇതു കേട്ടുകേട്ട് ചെവി തഴമ്പിച്ചു.

സുഭദ്രയുടെ കൈവശം എത്ര പണമിരുന്നാലും കുഴപ്പമില്ല.

''അമ്മേടെ തൊഴിലാ അത്. ചിട്ടി നടത്തലും കാശ് പിരിക്കലും.''

അതാണ് ജയപ്രകാശ് പറയുന്ന ന്യായം.

വീട്ടിലെ ഒരു സാധനവും തീർന്നെന്നു പറയാൻ പാടില്ല. അരി തീർന്നെന്നു പറഞ്ഞാൽ ജയപ്രകാശ് അവളുടെ മുഖത്തേക്കു തുറിച്ചു നോക്കും. അരിപ്പാത്രം അക്ഷയപാത്രമാണെന്നപോലെ. പഞ്ചസാരയും പച്ചക്കറികളും ഇല്ലെന്നു പറഞ്ഞാൽ ജയപ്രകാശിനു കലി കയറും. ഗ്യാസ് തീർന്നെന്നു കേട്ടാൽ കടിച്ചു കീറാൻ ചെല്ലും. ഇതൊന്നും ഒരിക്കലും തീരാൻ പാടില്ല.

അതു പോട്ടെന്നുവച്ച് ക്ഷമിക്കാൻ അവൾക്കു പറ്റുന്നില്ല. കാരണം ആഴ്ചയിൽ ഒരു തവണയെങ്കിലും വീട്ടിൽ മദ്യപാന സൽക്കാരമുണ്ടാകും. അതിനു പറ്റിയ നാലഞ്ചു കൂട്ടുകാരുമുണ്ട്. അന്ന് ഒന്നുരണ്ടു കിലോ ചിക്കനും അത്രതന്നെ മത്തിയോ കൊഴുവയോ പൊടിമീനോ അങ്ങനെ എന്തെങ്കിലും, പിന്നെ നാലുകിലോ കപ്പയും വാങ്ങിക്കൊണ്ടു വരും. അതെല്ലാം ജയപ്രകാശ് ആവശ്യപ്പെടുന്നപോലെ വറുത്തും കറിവച്ചും വേവിച്ചു കൊടുക്കണം. പിന്നെ പാതിരാ കഴിയുന്നതുവരെ കുടിയും തീറ്റയും ബഹളവുമാണ്. പിറ്റേ ദിവസം ഒഴിഞ്ഞ കുപ്പിയെടുത്ത് അതിൽ രേഖപ്പെടുത്തിയ വില വായിച്ച് പവിത്ര അന്തംവിട്ടു നിൽക്കും. അഞ്ഞൂറ്, എഴുനൂറ്, എഴുനൂറ്റമ്പത്... അങ്ങനെപോകും വിലനിലവാരം. എല്ലാംകൂടി ആയിരത്തഞ്ഞൂറ് രൂപയെങ്കിലും പൊട്ടിച്ചിട്ടുണ്ടാകും രാത്രി. എന്നിട്ട് പിറ്റേന്നു ചോദ്യം ചെയ്യലും ഉണ്ടാകും.

''ഇന്നലത്തെ ബാക്കി മീൻ വറുത്തത് എവിടെ? ആര് തീർത്തു. മൊകത്തു നോക്കി കള്ളം പറയുന്നോടീ.''

''ഞാൻ നിങ്ങടെ ഒരു സാധനോം തൊട്ടു നോക്കീട്ടില്ല.''

അതൊന്നും ജയപ്രകാശിനു വിശ്വാസം വരില്ല.

മരുമകളുടെ കുറ്റം കണ്ടുപിടിക്കാൻ വ്യഗ്രതയോടെ നടക്കുന്ന സുഭദ്രയ്ക്ക് മകന്റെ മദ്യപാനവും ദുർച്ചെലവുകളും കാണാൻ കണ്ണില്ല. അതേപ്പറ്റി ചോദിച്ചാൽ സുഭദ്ര പറയും: ‘‘അവളൊറ്റയൊരുത്തിയാ എന്റെ മോനെ കുടിയനാക്കിയത്. കല്യാണത്തിനുമുന്നേ കുടിക്കത്തേ ഇല്ലാരുന്നു. വീട്ടിലിരിക്കുന്ന പെണ്ണ് നന്നായാ ഒരാണും കുടിക്കത്തില്ല.’’

കല്യാണത്തിനു മുമ്പും കൂട്ടുകാരുടെ ഒപ്പം മദ്യപിക്കുമായിരുന്നെന്ന് ജയപ്രകാശ് തന്നെ പവിത്രയോടു സമ്മതിച്ചിട്ടുണ്ട്.

‘‘ഈ റൂമിന്റെ ഭിത്തിയൊന്നും ഇതുവരെ തേച്ചില്ലേടീ. ഇപ്പഴും പഴന്തുണിയാണല്ലോ നിന്റെ ജനൽകർട്ടൻ. അതിനു കതകു വയ്ക്കുന്നില്ലേ?’’ ജിബിയ ചോദിച്ചു.

‘‘വീടിന്റെ പണി തീർന്നു. ഇനി ഒന്നും ചെയ്യാനില്ല.’’ പവിത്രയുടെ സ്വരത്തിൽ നിർവികാരതയായിരുന്നു.

‘‘നിന്റെ സ്വർണമൊക്കെ എവിടെ? ഒരു കമ്മൽപോലുമില്ലേ ബാക്കി.’’

‘‘എല്ലാം പോയി. എന്റെ താലിമാല പൊട്ടിച്ചിട്ടാ ഇവിടെ കറന്റ് എടുത്തെ.’’

‘‘അതൊക്കെ ഇനി തിരിച്ചു കിട്ട്വോ?’’

‘‘ആദ്യോക്കെ എനിക്കു പ്രതീക്ഷയൊണ്ടാരുന്നു എന്നെങ്കിലും പണയം എടുത്തുതരുംന്ന്. മോതിരം പോയി. വളകൾ പോയി. നെക്ലേസ് പോയി. ഇപ്പം എനിക്കറിയാം ഒന്നും തിരിച്ചുവരില്ലെന്ന്.’’

‘‘എന്നാലും ഒരുതരി പൊന്നുപോലുമില്ലാതെ?’’

‘‘എനിക്കൊന്നും വേണ്ടടാ. നല്ല ഡ്രസ്സ്, സ്വർണം, നല്ല ഭക്ഷണം ഇതിനോടൊള്ള കൊതിയൊക്കെ തീർന്നു.’’

‘‘വീട്ടീന്ന് ആരും വരാറില്ലേ. അജിതമ്മേം അച്ഛനും മാമന്മാരും മുത്തച്ഛനും മുത്തശ്ശീം ഒക്കെ?’’

‘‘വല്ലപ്പഴെങ്ങാനും വരും. അവർക്കിപ്പം എന്നെ കാണുമ്പത്തന്നെ വല്യ മനപ്രയാസമാ. അവരാണല്ലോ എന്നെ ഈ കുപ്പക്കുഴീൽ കൊണ്ടിട്ട തെന്ന് അവർക്കുതന്നെ അറിയാം. എന്നെ കാണാതിരുന്നാ അത്രയ്ക്കു വെഷമം കൊറഞ്ഞുകിട്ടൂല്ലോ.’’

‘‘അജിതമ്മയ്ക്കായിരുന്നല്ലോ നിന്നെ കല്യാണം കഴിപ്പിക്കാഞ്ഞിട്ട് ഇരിക്കപ്പൊറുതിയില്ലാഞ്ഞത്. ഇപ്പം എന്നാ പറയുന്നു?’’ ജിബിയ ചേദിച്ചു.

‘‘അമ്മേം പ്രകാശേട്ടന്റെ അമ്മേം കൂടെ ഒട്ടും ചേരത്തില്ല. കീരീം പാമ്പും പോലെയാ. ഒരിക്കൽ പ്രകാശേട്ടന്റമ്മ എന്റമ്മയോടു പറഞ്ഞു, നിങ്ങളിവിടെ വരണത് ഇഷ്ടമല്ലെന്ന്.’’

‘‘അതു കേട്ടാ ഒടനെ അജിതമ്മ മാറി നിൽക്കാണോ വേണ്ടത്. നിന്റെ അമ്മേം കണക്കാ. ഓർക്കുമ്പം എനിക്ക് ദേഷ്യം വരും.’’

‘‘അതു പോട്ടെടാ. അതേപ്പറ്റിയൊന്നും ആലോചിക്കണ്ട.’’

‘‘നീയെനിക്കൊരു ചായപോലും തന്നില്ലല്ലോ.’’

''പാലില്ല മോളേ. അതിവിടെ വാങ്ങാറില്ല. ചെലവാത്രെ. പഞ്ചസാര തീർന്നിട്ട് മൂന്നു ദിവസായി. പറഞ്ഞു പറഞ്ഞ് മടുത്തു. പ്രകാശേട്ടന് രാവിലെ എണീറ്റ് ഓട്ടോയുംകൊണ്ടു പോയാ മതി. ഹോട്ടലീന്നാ ഭക്ഷണം.''

ജോസ്ന അപ്പുവിനേയുംകൊണ്ടു തിരിച്ചെത്തി. അവൻ ആഹ്ലാദവാനായിരുന്നു.

''എവിടെ പോയതാ രണ്ടുപേരും?'' ജിബിയ ചോദിച്ചു.

''ഞങ്ങൾ റോഡിലൊക്കെ പോയി. പിന്നെ ആ വല്യ പാറയുടെ കീഴെ. തോടിന്റെ കരയ്ക്ക് ഇല്ലിക്കൂട്ടം നിൽക്കുന്നിടത്ത്. ഇവനാ എന്നെ കൊണ്ടുപോയത്.'' ജോസ്ന ചിരിച്ചുകൊണ്ടു പറഞ്ഞു.

''അവനെപ്പഴും പുറത്തോട്ടു പോണം. വീട്ടിലിരിക്കാൻ കഴിയത്തേയില്ല.'' പവിത്ര പറഞ്ഞു.

''മുറ്റത്തിന്റെ വിളുമ്പത്തു ചെന്ന് റോഡിൽക്കൂടി പോകുന്ന മനുഷ്യരേം വണ്ടികളുമൊക്കെ നോക്കിയിരിപ്പാ ഏതു നേരത്തും.''

''കുസൃതിയാണോടീ?'' ജിബിയ ചോദിച്ചു.

''ഇല്ലെന്നേ. പാവമാ.''

ജിബിയ ഷോൾഡർ ബാഗ് തുറന്ന് രണ്ടു പ്ലാസ്റ്റിക് കവറുകൾ പുറത്തെടുത്ത് അപ്പുവിനെ അടുത്തേക്കു വിളിച്ചു.

''മോനിങ്ങ് വാ.''

അവൻ സങ്കോചമില്ലാതെ അരികെ ചെന്നു. ജിബിയ അവന്റെ നിക്കറും മഞ്ഞ ബനിയനും ഊരിമാറ്റി കവിറിനുള്ളിലുണ്ടായിരുന്ന ഡ്രസ്സ് എടുത്ത് അണിയിച്ചു. എന്നിട്ടു പവിത്രയോടു പറഞ്ഞു: ''കുറച്ചു ലൂസാണല്ലേ. ഇത്രേം മെലിഞ്ഞിട്ടാണെന്ന് ഞാനോർത്തില്ലല്ലോ.''

അനന്തരം അവൾ പവിത്രയ്ക്ക് ഒരു ചുരിദാർ സെറ്റ് സമ്മാനിച്ചു.

''ഇത് നിനക്കൊള്ളതാ.''

പവിത്ര അത് നെഞ്ചോടു ചേർത്തുപിടിച്ചു. രണ്ടു നിമിഷത്തിനുള്ളിൽ അവളുടെ കണ്ണു നിറഞ്ഞു. ആരെങ്കിലും അവൾക്കൊരു ഡ്രസ്സ് എടുത്തു കൊടുത്തിട്ട് ഒരു വർഷമെങ്കിലും കഴിഞ്ഞിരുന്നു. കഴിഞ്ഞ ഓണത്തിന് അജിതമ്മ കൊടുത്ത നൈറ്റിയും ചുരിദാറുമായിരുന്നു അവസാനത്തേത്.

''എന്നാ പറ്റിയെടീ?'' ജിബിയ പരിഭ്രമിച്ചു.

പവിത്ര പെട്ടെന്ന് അവളെ കെട്ടിപ്പിടിച്ചു തേങ്ങി. ജിബിയ അവളുടെ ചുമലിൽ തട്ടി.

''നിന്നെ ഞാൻ എന്നും ഓർക്കുമാരുന്നു.'' ജിബിയ അവളുടെ ചുമലിൽ തലോടി. ''നിന്റെ ദുരിതോം കഷ്ടപ്പാടും. ഇവിടെക്കെടന്ന് ഇങ്ങനെ വാടിക്കരിഞ്ഞ് പോകേണ്ടവളല്ല നീ. ഞാനൊണ്ട് കേട്ടോടീ നിനക്ക്.''

അതു കേട്ടപ്പോൾ പവിത്രയ്ക്ക് ഒന്നുകൂടി വിഷമമായി. അവളുടെ കണ്ണീർ വീണ് ജിബിയയുടെ ചുമൽ നനഞ്ഞു. കണ്ടുനിന്ന ജോസ്നയ്ക്കും സങ്കടം വന്നു.

ജിബിയ പവിത്രയെ പിടിച്ചുനിർത്തി അവളുടെ കണ്ണും കവിളും തന്റെ ഷാൾകൊണ്ടു തുടച്ചു. മുറിയിലെ അലമാരയുടെ ചില്ല് വിണ്ടു പൊട്ടിയ വലിയ കണ്ണാടിയിലേക്ക് അവൾ നോക്കി. തന്റെ നിറത്തിനും ഉടലിനും കേടൊന്നുമില്ല. പവിത്ര നീരൂറ്റിയ കരിമ്പിൻചണ്ടിപോലെ.

''സാരമില്ല. ഈ വെഷമമെല്ലാം മാറും.'' ജിബിയ അവളെ ആശ്വസിപ്പിച്ചു.

അവളും ജോസ്നയും പോകാനിറങ്ങിയപ്പോൾ റോഡുവരെ മോനേയുംകൊണ്ട് പവിത്ര അനുഗമിച്ചു.

''മോളിത്തിരി മുന്നോട്ടു നടന്നോ.'' പവിത്ര ജോസ്നയോടു പറഞ്ഞു.

ജിബിയയോട് അവൾക്കു സ്വകാര്യമായി സംസാരിക്കാനുണ്ടായിരുന്നു. ജോസ്ന മുന്നോട്ടു നടന്നു.

''ഒടനെ കല്യാണം കഴിക്കാനൊന്നും പോണ്ട കേട്ടോ.'' പവിത്ര സ്വരം താഴ്ത്തി. ''നമ്മള് പഠിച്ച് ഒരു ജോലി കിട്ടിയാപ്പിന്നെ നമ്മടെ ജീവിതം നമ്മടെ കയ്യിലാ. കല്യാണം കഴിക്കുമ്പം നമ്മടെ മുഴുവൻ ജീവിതോം വേറൊരാൾക്ക് വിട്ടുകൊടുക്കണം. നമ്മടെ പാതി കൊടുത്തിട്ട് അയാൾടെ പാതി കിട്ടൂന്ന് വിചാരിക്കണ്ട. നമ്മടെ പാതിപോലും നമുക്കു കിട്ടൂല്ല. എത്രയൊക്കെ സ്നേഹിച്ചാലും. ശരി.''

''ജെയ്സൺചേട്ടായി നീ വിചാരിക്കുന്നപോലെത്ത ആളല്ല.''

''നല്ലയാളായിരിക്കട്ടെ. എന്നാലും കല്യാണത്തിനു മുന്നേ നിന്റെ രണ്ടുകാലും നിലത്തു നല്ലപോലെ ഒറപ്പിച്ചേക്കണം. അതിലേ നിക്കാവൂ.''

ജിബിയയ്ക്ക് അതു മനസ്സിലായി. അവൾ ഉവ്വെന്നു തലയാട്ടി.

''പോട്ടേഡാ?''

''ഉം... പറ്റുമ്പോഴൊക്കെ വരണേ. ദൂരം കൂടുതലാണല്ലോന്നു വിചാരിക്കല്ലേ.''

''ഇല്ല, ഇല്ലെടാ. ഞാൻ വരും.''

ജിബിയ നടന്നു നീങ്ങി.

വളവിൽ മറയുന്നതിനു മുൻപ് അവൾ കൂടെക്കൂടെ തിരിഞ്ഞു നോക്കി. പവിത്ര നിന്നേടത്തുതന്നെ നിന്ന് കൈ വീശുന്നുണ്ടായിരുന്നു. അവളെ അനുകരിച്ച് അപ്പുവും.

* * *

ഇന്റർവ്യൂ ഹ്രസ്വമായിരുന്നു. പഠിച്ച നഴ്സിങ് സ്കൂളിന്റെ വിവരങ്ങൾ ചോദിച്ചു. ജോലി കഴിഞ്ഞ് വീട്ടിൽ പോയി വരാനുള്ള സാഹചര്യങ്ങൾ തിരക്കി. ഒടുവിൽ നഴ്സിങ് കോഴ്സ് പാസായതിന്റെ സർട്ടിഫിക്കറ്റ് ചോദിച്ചു.

''ഗവണ്മെന്റ് അപ്രൂവ്ഡ് സർട്ടിഫിക്കറ്റ് കിട്ടാൻ നാലുമാസം കൂടി വേണ്ടിവരും. സ്കൂളീന്നുള്ള കംപ്ലീഷൻ സർട്ടിഫിക്കറ്റ് ഒണ്ട്.''

ജിബിയ അതെടുത്തു കൊടുത്തു.

ഹോസ്പിറ്റലിന്റെ മാനേജിങ് ഡയറക്ടർ അതിൽ ഒന്നു കണ്ണോടിച്ചിട്ട് മേശപ്പുറത്തു വച്ചു.

''വേണമെങ്കിൽ ഇവിടെ ഹോസ്റ്റൽ സൗകര്യം ഉണ്ട്. വീട്ടിൽ പോയി വരാൻ പറ്റുമെങ്കിൽ അതായിരിക്കും നല്ലത്.''

''പോയി വരാമെന്നാ മോള് പറയുന്നെ.'' ജോർജുകുട്ടി കയറിപ്പറഞ്ഞു.

''ശരി. നാളെ മുതൽ വന്നോളൂ. ആദ്യത്തെ ആറുമാസം ട്രെയ്നിങ് പീരിയഡായിരിക്കും. ഇന്റേൺഷിപ്പായിട്ട് കണക്കാക്കിയാ മതി. ശമ്പളമായിട്ട് ഒന്നും പ്രതീക്ഷിക്കരുത്. ട്രാവൽ അലവൻസ് തരും.''

''ആറുമാസം കഴിഞ്ഞാലോ?'' ജോർജുകുട്ടി ചോദിച്ചു.

''മൂവായിരം രൂപ പ്രതിമാസ ശമ്പളം.''

ജോർജുകുട്ടി ജിബിയയെ നോക്കി. അതു മതിയോ എന്ന മട്ടിൽ.

ജിബിയ മിണ്ടിയില്ല.

''നാളെ രാവിലെ അഡ്മിനിസ്ട്രേറ്റീവ് ഓഫിസിലെത്തി നഴ്സിങ് സൂപ്പർവൈസറെ കാണണം. ബാക്കി കാര്യങ്ങൾ അവൾ പറഞ്ഞു തരും.'' മാനേജിങ് ഡയറക്ടർ പറഞ്ഞു.

ഇന്റർവ്യൂ കഴിഞ്ഞു. ജോർജുകുട്ടിയും ജിബിയയും വീട്ടിലേക്കു മടങ്ങി.

''ബിയാമോൾക്ക് ജോലി കിട്ടി.'' ചെന്നപാടെ ജോർജുകുട്ടി ബിൻസിയെ വിളിച്ചു പറഞ്ഞു.

''നേരാണോ, മേരിമാതായിൽ തന്നെ?''

''ആന്നെടീ.''

''എന്റീശോയേ. എന്റെ മോൾടെ ഭാഗ്യം.''

ബിൻസി നെഞ്ചത്തു കൈവച്ച് ആകാശങ്ങളിലേക്ക് കണ്ണയച്ചു.

''ഇന്റർവ്യൂ ഒക്കെ അവള് ഈസിയായി പാസ്സായോ?''

''അങ്ങനെ പരീക്ഷമാതിരിയുള്ള ചോദ്യങ്ങളൊന്നും ഒണ്ടാരുന്നില്ലെന്നേ.''

ജോർജുകുട്ടി അതീവസന്തുഷ്ടനായിരുന്നു.

''മേരിമാതായിൽ ജോലി കിട്ടുകാന്നു വച്ചാ ചില്ലറക്കാര്യമാണോ?''

''ഇവക്കെന്നാ ഒരു സന്തോഷമില്ലാത്തപോലെ.'' ബിൻസി ആരാഞ്ഞു.

''ആദ്യത്തെ ആറുമാസാ ശമ്പളമില്ലാതെ ജോലി ചെയ്യണം. വണ്ടിക്കൂലി തരാംന്ന്.'' ജിബിയ പിറുപിറുത്തു.

''ആറുമാസമോ? ശമ്പളമില്ലാണ്ട്?'' ബിൻസി അമ്പരന്നു.

''ആറുമാസമൊക്കെ പെട്ടെന്നു പോകുമെടീ.'' ജോർജുകുട്ടി ഭാര്യയെ സാന്ത്വനിപ്പിച്ചു. ''എവിടെച്ചെന്നാലും എക്സ്പീരിയൻസ് വേണ്ടായോ? ആറുമാസം കൊണ്ട് നല്ല കൈത്തഴക്കം വരും. പിന്നെ എവിടെച്ചെന്നാലും ജോലി കിട്ടും.''

പിറ്റേന്ന് അതിരാവിലെതന്നെ ജിബിയ തീക്കോയി പള്ളിവാതുക്കൽ ജംക്ഷനിൽനിന്ന് പാലായിലേക്കു ബസ് കയറി.

മേരിമാതാ ഹോസ്പിറ്റലിൽ ജോലിക്കു ചേരാനുള്ള നടപടിക്രമങ്ങൾ ഒന്നര മണിക്കൂർകൊണ്ട് കഴിഞ്ഞു. നഴ്സിന്റെ യൂണിഫോം ഹോസ്പിറ്റലിൽനിന്ന് ജിബിയയ്ക്കു കിട്ടി.

ജനറൽ വാർഡിലായിരുന്നു ആദ്യത്തെ ഡ്യൂട്ടി. ഏതാണ്ട് നാൽപതോളം രോഗികളുള്ള വാർഡ്. രണ്ടു നഴ്സുമാർ. പിന്നെ ജിബിയയും. നഴ്സുമാർ രണ്ടുപേരും നിലംതൊടാതെ പാഞ്ഞുനടക്കുകയാണ്. ജിബിയ പുതുതായി ജോലിക്കു ചേർന്നതാണെന്നറിഞ്ഞപ്പോൾ, നഴ്സ് സൂസമ്മ അവളോട് എക്സ്പീരിയൻസുണ്ടോ എന്നു തിരക്കി.

''ഇല്ല. പഠിച്ചിറങ്ങിയതേയുള്ളൂ.''

''ശരി. പതിനെട്ടിലെ പേഷ്യന്റിന് ഡ്രിപ്പിടണം. ഐവി സ്റ്റാന്റ് കൊണ്ടുവയ്ക്ക്.''

അത്രയും പറഞ്ഞ് നഴ്സ് പാഞ്ഞുപോയി.

ജിബിയയ്ക്ക് ഐവി സ്റ്റാന്റ് എവിടെ എന്നറിയില്ല. ആരോടൊക്കെയോ ചോദിച്ച് സ്റ്റോർ റൂമിൽ കയറി ഐവി സ്റ്റാന്റ് കണ്ടുപിടിച്ചു കൊണ്ടു വന്നു.

''പേഷ്യന്റിന്റെ റിസ്റ്റിൽ ക്യാനുല കൊടുക്ക്.''

ജിബിയയുടെ നട്ടെല്ലിലൂടെ ഒരു വിറയൽ കടന്നുപോയി. ജിബിയയ്ക്ക് ക്യാനുല എന്താണെന്നറിയാം. ഇന്നേവരെ ഒരാൾക്കും ക്യാനുല ഇട്ട് പരിചയമില്ല.

നീഡിലും കേസും സിറിഞ്ചും എടുത്തുകൊണ്ടുവന്നപ്പോൾ തന്നെ അവളുടെ കൈ വിറയ്ക്കാൻ തുടങ്ങിയിരുന്നു.

സ്പിരിറ്റിൽ കോട്ടൺ മുക്കി പേഷ്യന്റിന്റെ റിസ്റ്റ് തുടച്ചു. ക്യാനുല നീഡിൽ എടുത്തു പിടിച്ച് അതു കയറ്റേണ്ട ഞരമ്പ് തിരയാൻ തുടങ്ങിയതും അവളുടെ കണ്ണിൽ നീരാവി കയറി.

പേഷ്യന്റ് അവളുടെ മുഖത്തേക്കു തുറിച്ചുനോക്കിക്കൊണ്ടിരുന്നു.

ഇരുപത്തിയെട്ട്

രോഗിയുടെയും ബൈസ്റ്റാന്ററുടെയും ആക്രോശം കേട്ട് നഴ്സുമാരുടെ ഡ്യൂട്ടിറൂമിൽനിന്ന് നഴ്സ് പ്രവീണ ഓടി വാർഡിലേക്കു വന്നു.

''ജോലി അറിയാത്തവരെയാണോ സൂചി കുത്താൻ ഏൽപ്പിക്കുന്നെ.'' ബെഡ് നമ്പർ പതിനെട്ടിലെ പേഷ്യന്റിന്റെ ബന്ധു തട്ടിക്കയറി. ''നിങ്ങള് രോഗികളെ കൊല്ലാനാണോ അതോ ചികിത്സിക്കാനാണോ ഈ ആശുപത്രി തുറന്നുവച്ചേക്കുന്നെ?''

ജിബിയ എത്ര ശ്രമിച്ചിട്ടും ക്യാനുല ഘടിപ്പിക്കാൻ ഞരമ്പ് കിട്ടുന്നില്ലായിരുന്നു.

''എന്താടീ, നിനക്കൊരു ക്യാനുല സെറ്റ് ചെയ്യാൻപോലും അറിയത്തില്ലേ?'' നഴ്സ് സൂസമ്മ ജിബിയയുടെ നേർക്കു ചീറി.

''എത്ര കുത്താ കുത്തിയത്. കൈ വേദനിച്ചിട്ടു വയ്യ. നിങ്ങള് ബില്ല് തരുമ്പം ഞങ്ങള് പൈസ എണ്ണിത്തരണ്ടേ. പകരം സൂചിയെടുത്ത് നിങ്ങക്കിട്ട് കുത്തിയാ മതിയോ?'' രോഗി ഉറക്കെ ആവലാതിപ്പെട്ടു.

''ഞരമ്പ് കിട്ടാഞ്ഞിട്ടാ.'' ജിബിയയുടെ കണ്ണു നിറഞ്ഞൊഴുകി.

''എവിടുന്ന് പഠിച്ചിട്ട് വന്നിരിക്കുന്നു നീ? നഴ്സാണത്രെ. വേറെ ഏതെങ്കിലും സ്റ്റേറ്റിപ്പോയി ആമ്പിള്ളാരടെ കൂടെ മൂന്നാലുകൊല്ലം അർമാദിച്ചു നടന്നിട്ട് നഴ്സിന്റെ കുപ്പായോം ഇട്ടോണ്ടു വന്നോളും. നഴ്സാണത്രെ. ക്യാനുല സെറ്റ് ചെയ്യാനറിയില്ല. ഇഞ്ചെക്ഷനെടുക്കാനറിയില്ല. ഒരു കുന്തോം അറിയില്ല. നീയൊക്കെ പിന്നെ എന്തോന്നാ പഠിച്ചെ മൂന്നാലു കൊല്ലം?''

സൂസമ്മ നഴ്സ് ജിബിയയുടെ നേർക്ക് ആക്രോശിച്ചുകൊണ്ടിരുന്നു. അതിനിടയിൽ അവർ പതിനെട്ടാം നമ്പർ ബഡിലെ പേഷ്യന്റിന് ക്യാനുലയും ഡ്രിപ്പും സെറ്റ് ചെയ്തു.

''ഒരു വെളിവുമില്ലാതെ എറങ്ങിപ്പോന്നേക്കുവാ. നഴ്സിങ് പഠിച്ചെന്നു പറഞ്ഞോണ്ട്.''

''സൂസമ്മേ ഒന്നു നിർത്ത്.'' പ്രവീണ ശാസിച്ചു.

''അല്ല സിസ്റ്ററേ, ഒരു ക്യാനുല സെറ്റ് ചെയ്യാൻ പറഞ്ഞാ.''

''മതീന്നു പറഞ്ഞില്ലേ. എല്ലാരും ആദ്യം ഇങ്ങനൊക്കെയാ. ഞാൻ പതിനാറ് വർഷമായിട്ട് ഇവിടെ ജോലി ചെയ്യുവാ. തെറ്റുപറ്റാത്ത ആരേം കണ്ടിട്ടില്ല.''

അതോടെ സൂസമ്മ അടങ്ങി.

ജിബിയയ്ക്കു കരച്ചിലടക്കാൻ കഴിയുന്നില്ലായിരുന്നു. വാർഡിലെ രോഗികളും ബൈസ്റ്റാന്റർമാരുമെല്ലാം കേൾക്കെയാണ് അധിക്ഷേപം. എല്ലാവരും അവളെത്തന്നെ നോക്കിനിൽക്കുകയാണ്.

''നീ എന്റെ കൂടെ വാ.''

പ്രവീണ ജിബിയയെ ഡ്യൂട്ടി റൂമിലേക്കു കൂട്ടിക്കൊണ്ടുപോയി ആശ്വസിപ്പിച്ചു.

''സാരമില്ല. പോട്ടെ.''

അതു കേട്ടപ്പോൾ ജിബിയയുടെ കരച്ചിൽ അണപൊട്ടി.

''കരഞ്ഞിട്ടൊന്നും ഒരു കാര്യോമില്ല. നിനക്ക് ക്യാനുല ഇടാനറിയാവോ?''

''ഇല്ല.''

''പിന്നെ നിന്നോടാരു പറഞ്ഞു ആ ജോലി ഏറ്റെടുക്കാൻ?''

''മറ്റേ സിസ്റ്റർ പറഞ്ഞിട്ടാ.''

''ഇവിടുത്തെ ലിഫ്റ്റ് ഓപ്പറേറ്റർ ലിഫ്റ്റ് കേടാന്നു പറഞ്ഞാ നീ നന്നാക്കുവോ? ഇല്ലല്ലോ. അറിയാൻ പാടില്ലാത്ത ജോലി അറിയാവുന്നവരോടു ചേദിച്ചു മനസ്സിലാക്കീട്ടേ ചെയ്യാവൂ. അതു നീ എപ്പഴും മനസ്സിലോർത്തു വെച്ചോണം. നീ എവിടാ പഠിച്ചത്?''

''ബാംഗ്ലൂർ.''

''ഹോസ്പിറ്റലുള്ള ഇൻസ്റ്റിറ്റ്യൂട്ടാണോ?''

''അല്ല. ഞങ്ങളെ വല്ലപ്പോഴും ഏതെങ്കിലും ഹോസ്പിറ്റലിൽ കൊണ്ടുപോകും. അവിടുത്തെ നഴ്സുമാര് ചെയ്യുന്നതു കാണിച്ചുതരും.''

''അതായത് പ്രാക്ടിക്കൽ എക്സ്പീരിയൻസ് ഇല്ല. നീ വെറും തിയറി മാത്രമെ പഠിച്ചിട്ടൊള്ളൂ. നീയിനി പഠിക്കാൻ കെടക്കുന്നേയൊള്ളൂ. എന്നുവച്ചാ ഇന്നത്തെ നിന്റെ കരച്ചിലൊന്നും കരച്ചിലല്ല. നീ ഇതിന്റങ്ങേയറ്റത്തെ വഴക്കുവരെ കേക്കും. തൊടങ്ങീട്ടേയൊള്ളൂ. തൊട്ടതിനും പിടിച്ചതിനുമൊക്കെ കരയാൻ നിന്നാ നിനക്കതിനേ നേരം കാണത്തൊള്ളൂ. അതുകൊണ്ട്, കണ്ടും കേട്ടും ചോദിച്ചും ഓരോരോ കാര്യങ്ങള് പഠിച്ചുവെച്ചോ.''

ജിബിയ കവിളും കണ്ണും തുടച്ചിട്ട് തലയാട്ടി.

''പഠിക്കാൻ പോകുമ്പം കുറേ കാണാപ്പാഠം പഠിച്ചുവെച്ചിട്ട് ചുറ്റിക്കളിച്ചു നടന്നാ മതി. അതുപോലെയല്ല ജോലീലോട്ടു കേറുമ്പം. ഒരു മിനിറ്റ് നിൽക്കാൻ നേരം കിട്ടത്തില്ല. നാൽപത്-അൻപത് പേഷ്യന്റ്സിന് രണ്ടോ മൂന്നോ നഴ്സുമാരാ. ചെലപ്പോ രണ്ടുപേരേ കാണത്തൊള്ളൂ.

അതിലൊരാള് പേഷ്യന്റിനേംകൊണ്ട് എക്സ്റേയോ ഇസിജിയോ എടുക്കാനോ സ്കാൻ ചെയ്യാനോ പോയിക്കഴിഞ്ഞാ ഒറ്റയാള് നോക്കണം ഒരു വാർഡ് കംപ്ലീറ്റ്. വിളിക്കുന്ന ബെഡിലോട്ടെല്ലാം ഓടിച്ചെല്ലണം. ഡ്രിപ്പിടേണ്ടവർക്ക് അത് കൊടുക്കണം. ഇഞ്ചെക്ഷൻ വേണ്ടവർക്ക് അത്. പേഷ്യന്റിന്റേം കൂടെനിൽക്കുന്നവരുടേം പരാതി ക്ഷമയോടെ കേൾക്കണം. ഓരോ പേഷ്യന്റിന്റേം ചാർട്ട് നോക്കി അവരുടെ മെഡിസിൻ എടുത്തുവെക്കണം. മുറിവും വ്രണങ്ങളും ഒണ്ടെങ്കി അതു ക്ലീൻ ചെയ്ത് മരുന്നിട്ട് ബാൻഡേജ് ചെയ്യണം. പേഷ്യന്റ്സിന്റെ ടെമ്പറേച്ചറും ബിപിയും ഇടയ്ക്കിടയ്ക്കു നോക്കണം. പേഷ്യന്റ് കിടക്കുന്ന ബെഡ്ഡ് എപ്പഴും ക്ലീനായിരിക്കണം. കെടന്നു മൂത്രമൊഴിക്കുന്ന പേഷ്യന്റ്സിന് കത്തീറ്ററിട്ട് കൊടുക്കണം. ബെഡ്പാൻ വേണ്ടവർക്ക് അത്. മലമൂത്രവിസർജനങ്ങളുണ്ടെങ്കിൽ അതു ക്ലീൻ ചെയ്യണം. ഇതിനിടയ്ക്ക് ദിവസോം പത്തുപതിനഞ്ച് പേര് ഡിസ്ചാർജായി പോകും. അവരുടെ ഡിസ്ചാർജ് സമ്മറി എഴുതണം.''

പ്രവീണ സിസ്റ്റർ പറഞ്ഞുകൊണ്ടേയിരുന്നു. ജിബിയയ്ക്ക് അതെല്ലാം കേട്ടിട്ട് തല ചുറ്റുന്നപോലെ തോന്നി.

''തീർന്നില്ല. എല്ലാ ദിവസോം പത്തും പതിനഞ്ചും പുതിയ അഡ്മിഷനും ഒണ്ടാകും. അവരുടെ വൈറ്റൽസ് എടുക്കണം. ചാർട്ടിലത് രേഖപ്പെടുത്തണം. അവരുടെ രോഗവിവരങ്ങൾ മനസ്സിലാക്കിവയ്ക്കണം. ഒരു കവിള് വെള്ളം കുടിക്കാൻ നിനക്കു നേരം കിട്ടത്തില്ല. കൊണ്ടുവരുന്ന ചോറ് ചെലപ്പോ തിരിച്ചു വീട്ടിക്കൊണ്ടുപോകേണ്ടി വരും. അത് ഉണ്ണാൻ സമയം കാണില്ല. നീ പിഡിയിലോ ഐസിയുവിലോ ഒരു ദിവസമെങ്കിലും നിന്നിട്ടൊണ്ടോ?''

''ഇല്ല. കണ്ടിട്ടൊണ്ട്.''

''എല്ലാംകൂടി പറഞ്ഞ് നിന്നെ ഭ്രാന്തു പിടിപ്പിക്കുന്നില്ല. ഡ്യൂട്ടി സമയം കഴിഞ്ഞാലൊടനെ പോകാമെന്നു വിചാരിക്കണ്ട. നിനക്കു പതിനഞ്ചോ ഇരുപതോ ബെഡ് ഒണ്ടെങ്കി അതിൽ കിടക്കുന്ന സകല പേഷ്യന്റിനേം അടുത്ത ഷിഫ്റ്റിനു കേറുന്ന നഴ്സിനു ഹാൻഡോവർ ചെയ്യണം. അവരുടെ അന്നത്തെ എല്ലാ ഡീറ്റെയ്ൽസും പറഞ്ഞു കൊടുക്കണം. എഴുതാനുള്ളത് എഴുതിവയ്ക്കണം. അത്രേം മാത്രം പോര, പേഷ്യന്റിനു വേണ്ടി നീ എടുത്ത ട്രേകൾ, ഫോഴ്സപ്സുകൾ, ബൗളുകൾ, സിസ്സേഴ്സ്, ഹോൾഡറുകൾ, നീഡിൽസ്, ബിപി അപ്പാരറ്റസ് തുടങ്ങി സകല സാധനങ്ങളും ക്ലീൻ ചെയ്ത് അത് ഇരുന്ന സ്റ്റോറിൽത്തന്നെ എത്തിക്കണം. രോഗികൾക്കുവേണ്ടി ഉപയോഗിച്ച കോട്ടൺ, ഗ്ലൗസ്, പാഡുകൾ, സിറിഞ്ചുകൾ, പ്ലാസ്റ്ററുകൾ, മാസ്കുകൾ തുടങ്ങിയവയുടെയെല്ലാം കണക്കുകൾ ഏതേത് പേഷ്യന്റിനുവേണ്ടി എടുത്തു എന്നു കൃത്യമായി കണക്കെഴുതി വയ്ക്കണം.''

കേട്ടുകേട്ട് ജിബിയയ്ക്ക് ഒന്നും മനസ്സിലാകാതെയായി.

''ഇതൊന്നും ഇവിടാരും പറഞ്ഞുതരത്തില്ല. കണ്ടും കേട്ടും ചോദിച്ചും

മനസ്സിലാക്കിക്കോണം. ഇല്ലെങ്കി എല്ലാ ദിവസോം നീ കരയും. ശരി, വാർഡിലോട്ട് ചെല്ല്.'' പ്രവീണ സിസ്റ്റർ നിർത്തി.

ജിബിയ തിരികെപ്പോയി.

വൈകുന്നേരം ആറുമണിക്കു ഡ്യൂട്ടി കഴിഞ്ഞ് അടുത്ത ഷിഫ്റ്റിലെ നഴ്സിന് ഹാൻഡോവർ ചെയ്ത് കണക്കുകൾ എഴുതി ജിബിയ ഹോസ്പിറ്റലിൽനിന്ന് ഇറങ്ങിയപ്പോൾ സമയം ഏഴുമണി കഴിഞ്ഞു. പാലാ-തലനാട് ബസ്സിൽ കയറി തീക്കോയി പള്ളിവാതുക്കൽ എത്തിയപ്പോൾ എട്ടു മണി.

ജോർജുകുട്ടി മകളെ കാത്ത് ബസ്സ്റ്റോപ്പിൽ നിൽപ്പുണ്ടായിരുന്നു.

''ഇതെന്നാ ഇത്രേം താമസിച്ചെ. ആറുമണിവരെയല്ലേ ജോലി സമയം?''

''അതൊക്കെ പറച്ചിലേ ഒള്ളൂ. എറങ്ങുമ്പം ഏഴുമണിയാകും.''

വീട്ടിൽ ചെന്നയുടനെ ജിബിയ അടുക്കളയിൽ കയറി.

''വിശന്നിട്ട് ഭ്രാന്തെടുക്കുവാ. എന്തെങ്കിലും താ.'' അവൾ ബിൻസിയോടു കയർത്തു പറഞ്ഞു.

''നീ ഉച്ചയ്ക്കു ചോറുണ്ടില്ലേ?''

''ചോറ്... ഒരാനേ തിന്നാലും വെശപ്പ് മാറത്തില്ല. എന്റെ മമ്മീ, ഇവിടുന്നു പാലാവരെ ഓടീട്ട് തിരിച്ചും അതുപോലെ ഓടിവരാൻ പറഞ്ഞാ ഞാനത് ദിവസം മൂന്നുപ്രാവശ്യം ചെയ്യാം. എന്നാലും ഈ ജോലിയേക്കാളും ഭേദമാ അത്.''

''അത്രയ്ക്കു വല്യ ജോലിയാണോടീ. നമ്മള് ആശുപത്രീ ചെല്ലുമ്പം കാണുന്ന നഴ്സുമാര് ചെയ്യുന്ന ജോലിതന്നെയല്ലേ നീയും ചെയ്യുന്നെ?''

''നമ്മള് കാണുന്നപോലല്ല മമ്മീ. ഈ വീട്ടീന്ന് രാവിലെ പോയിട്ട് ഞാനിതുവരെ ഒരിടത്തിരുന്നിട്ടില്ല. നിന്നോണ്ടാ ചോറുണ്ടെ. അതു മുഴുവൻ കഴിക്കുന്നേനു മുൻപേ സൂസമ്മ സിസ്റ്ററ് വന്നു വിളിച്ചു. ബാക്കി കളഞ്ഞിട്ട് കയ്യും കഴുകി ഓടി.''

''ശമ്പളമൊന്നും കിട്ടുന്നില്ലെങ്കിപ്പിന്നെ ഇങ്ങനെ ഓടീട്ടെന്തിനാ?'' ബിൻസി ചോദിച്ചു.

''എന്നെക്കൊണ്ടു വയ്യ മമ്മീ. ഞാനിനി പോണില്ല.'' ജിബിയ പറഞ്ഞു.

''പോകാതിരുന്നാലെങ്ങനാ?''

''കാര്യം പറഞ്ഞപ്പം മമ്മിക്കു മനസ്സിലായില്ലേ.''

''അതൊക്കെ മനസ്സിലായി. പക്ഷേ... പതിനായിരക്കണക്കിനു നഴ്സുമാര് ഇങ്ങനെയൊക്കെ ചെയ്തിട്ടല്ലേ ജീവിക്കുന്നേ. അല്ലാതെ നിനക്കു മാത്രല്ലല്ലോ കഷ്ടപ്പാട്.''

''മമ്മീ... ഒന്നാമത് എനിക്കൊന്നും അറിയാമ്മേല. പഠിച്ചത് വേറെ, ചെയ്യേണ്ട ജോലി വേറെ. കൂടെയൊള്ള നഴ്സുമാരടെ വഴക്കു കേട്ടു

മടുത്തു. കരഞ്ഞുകരഞ്ഞെന്റെ കണ്ണിലെ വെള്ളം വറ്റി.'' ജിബിയ ആവലാതിപ്പെട്ടു.

''അറിയാമ്മേലാഞ്ഞിട്ടല്ലേ. ഓരോന്നും പഠിച്ചെടുക്കണം. കൊറേ കഴിയുമ്പം നല്ല കൈത്തഴക്കം വരും. അന്നേരം എല്ലാം എളുപ്പമായിട്ട് തോന്നിക്കോളും.''

''നാലു ബെഡൊക്കെയുള്ള റൂമുകളുണ്ട്. അവിടെ ചില പേഷ്യന്റ്സ് അപ്പിയിട്ട് മൂത്രമൊഴിച്ച് കെടക്കുമ്പം നമ്മളതൊക്കെ ക്ലീൻ ചെയ്ത് അവനെ തൊടച്ചു വൃത്തിയാക്കി ഡ്രസ്സ് മാറ്റി പുതപ്പിച്ചു കെടത്തണം.''

''അതൊക്കെ രോഗീടെ കൂടെ നിക്കുന്നോര് ചെയ്യത്തില്ലേ?''

''ചെലര് സഹായിക്കും. നമ്മളുതന്നെ ചെയ്യണമെന്നാ നിയമം.''

''ഛെ! ഞാനോർത്തത്, കൃത്യനേരത്ത് മരുന്നും ഇഞ്ചെക്ഷനുമൊക്കെ കൊടുത്ത് ബാക്കി സമയം വെറുതെ ഇരുന്നാ മതീന്നാ.''

''ഒന്നും പറയാതിരിക്ക്യാ ഭേദം. ഇത് പഠിക്കണ്ടാരുന്നു.''

അതു പറയുമ്പോൾ ജിബിയയുടെ കണ്ണു നിറഞ്ഞുവരുന്നുണ്ടായിരുന്നു. ബിൻസിക്കും സങ്കടമായി.

വളരെ കൊതിച്ച്, പ്രാർത്ഥിച്ച് കിട്ടിയ മോളാണ്. അതും ജോബിൻ ജനിച്ച് എട്ടു വർഷങ്ങൾക്കു ശേഷം. ഒരു പെൺകുഞ്ഞിനെ കിട്ടായാൽ എങ്ങനെയെല്ലാം അലങ്കരിച്ചു കൊണ്ടുനടക്കാമെന്ന് ഒരുപാട് മോഹിച്ചിട്ടുണ്ട്. അങ്ങനെതന്നെ ലാളിച്ചും കൊഞ്ചിച്ചുമാണ് വളർത്തിയത്. ഇന്ന് അവൾ ജീവിതം കരുപ്പിടിപ്പിക്കാൻ വേണ്ടി അന്യരുടെ വായിലിരിക്കുന്ന വഴക്കുകേട്ടും പ്രായഭേദമന്യേ നാനാതരം രോഗികൾക്കു നടുവിൽനിന്നുകൊണ്ട് അവരെ ശുശ്രൂഷിച്ചും അവരുടെ വിസർജ്യങ്ങൾ കോരിയും വിശ്രമമില്ലാതെ ജോലിയെടുക്കേണ്ടി വരുന്നല്ലോ എന്നത് സഹിക്കാൻ കഴിയാത്ത മനഃപ്രയാസമാണ്.

ബിൻസി അവൾക്കു ഭക്ഷണം വിളമ്പിക്കൊടുത്തു. അവൾ കഴിച്ചുകൊണ്ടിരിക്കുമ്പോൾ അരികെയിരുന്ന് ശിരസ്സിലും പുറത്തും തലോടി.

രാത്രി ഉറങ്ങാൻ കിടക്കുമ്പോൾ ബിൻസി ജോർജുകുട്ടിയോട് സങ്കടം പറഞ്ഞു: ''അവൾക്കു ഭയങ്കര മനപ്രയാസം. കൂടെയൊള്ള നഴ്സുമാരൊക്കെ അവളെ വഴക്കു പറയാണെന്ന്, അവൾക്കൊന്നും അറിയത്തില്ലെന്നും പറഞ്ഞ്...''

''അവളു പിന്നെ എന്നതാ പഠിച്ചത്?''

''പുസ്തകത്തീ പഠിക്കുന്നപോലാണോ ജോറൂട്ടിച്ചായാ ആശുപത്രീ ചെല്ലുമ്പം.''

''ആ... ചെയ്തു പഠിക്കട്ടെ. എല്ലാരും അങ്ങനല്ലേ.''

''അവളെ നഴ്സിങ്ങിനു വിടണ്ടാരുന്നെന്ന് ഇപ്പം തോന്നുവാ.''

''അവക്കൊരു നല്ല ജീവിതം കിട്ടാൻ വേണ്ടിയല്ലേ. അല്ലാതെ അവളു സമ്പാദിച്ച് നമുക്കു സുഖിക്കാൻ വേണ്ടിയാണോ?''

“എന്നാലും ദുരിതംപിടിച്ച പണിയല്ലേ. ചോറു കൊണ്ടുപോയിട്ട് മുഴുവനുണ്ടില്ലെന്ന്. അതിനൊള്ള സമയംപോലും കിട്ടിയില്ലെന്ന്.”

“കൊറേ കഴിയുമ്പം എല്ലാം ശരിയായിക്കൊള്ളും.”

ജോർജുകുട്ടി മനോവിഷമം പുറത്തുകാണിക്കാതെ പറഞ്ഞു.

പിറ്റേന്ന് ജോലിക്കു പോകാൻ ജിബിയയ്ക്കു മടിയായിരുന്നെങ്കിലും ബിൻസി അവളെ, ‘ഒരാഴ്ച പോയി നോക്ക്, എന്നിട്ടു പറ്റുന്നില്ലെങ്കി നിർത്താം’ എന്നു നിർബന്ധിച്ച് പറഞ്ഞയച്ചു.

യാത്രയ്ക്കിടയിൽ അവൾ ബസ്സിലിരുന്നുകൊണ്ട് ജെയ്സണെ ഫോണിൽ വിളിച്ച് തന്റെ ആവലാതികൾ ബോധിപ്പിച്ചു.

“ഞാൻ പറഞ്ഞതല്ലാരുന്നോ നോർത്തിലേക്കു പോരാൻ. കഷ്ടപ്പാട് എല്ലാടത്തും ഒരുപോലെയാ. ഗവണ്മെന്റ് ഹോസ്പിറ്റലിലെ നഴ്സുമാർക്കു മാത്രേ നീതി കിട്ടുന്നൊള്ളൂ. പ്രൈവറ്റ് ഹോസ്പിറ്റലുകാരെല്ലാം അവരെ പിഴിഞ്ഞ് ചോരേം നീരും ഊറ്റിയെടുക്കുവാ.” ജെയ്സൺ പറഞ്ഞു.

“അവിടേം അങ്ങനാണോ?”

“ഇവിടായിരുന്നെങ്കി ശമ്പളമെങ്കിലും കിട്ടിയേനെ. അവിടെനിന്ന് ഒന്നും കിട്ടത്തില്ലല്ലോ. ഇതിനെക്കാൾ ഭേദം ഇന്റേൺഷിപ്പെന്നു പറഞ്ഞ് ഏതെങ്കിലും ഹോസ്പിറ്റലിച്ചെന്നു കേറുന്നതാരുന്നു. ആരും ഇത്രേം കഷ്ടപ്പെടുത്തുകേലല്ലോ. ഇതിപ്പോ ജോലീന്നു പേരും കഠിനാദ്ധ്വാനോം. ശമ്പളോം കിമ്പളോം ഒന്നും കിട്ടത്തുമില്ല.”

“പപ്പാ ഒരു നേതാവിനെക്കൊണ്ട് റെക്കമൻഡ് ചെയ്യിച്ചിട്ട് കിട്ടിയതാ. ഇവിടുത്തെ എക്സ്പീരിയൻസ് സർട്ടിഫിക്കറ്റൊണ്ടെങ്കി ജോലി കിട്ടാനെളുപ്പമാത്രേ.”

“എക്സ്പീരിയൻസൊക്കെ ഏതു ഹോസ്പിറ്റൽ കിട്ടിയാലും ഒരുപോലെയാ. സൂപ്പർ സ്പെഷ്യാലിറ്റി ഹോസ്പിറ്റലിൽ അഞ്ചുവർഷം ജോലിചെയ്തിട്ടു ചെന്നാലും ശരി, പുതിയ അപ്പോയ്ൻമെന്റുകാർക്ക് കൊടുക്കുന്ന ശമ്പളോം പരിഗണനയുമേ എവിടേം കിട്ടത്തൊള്ളൂ. ഹോസ്പിറ്റലിൽ ഡോക്ടർമാർക്കു മാത്രേ വെലയൊള്ളൂ.” ജെയ്സൺ വെളിപ്പെടുത്തി.

“അപ്പപ്പിന്നെന്തിനാ എക്സ്പീരിയൻസ് വേണംന്നു പറയുന്നെ?”

“ആറുമാസംകൊണ്ട് എല്ലാം പഠിക്കുവല്ലോ. അത്രേം മതി. നഴ്സ് മൂത്ത് ഡോക്ടറൊന്നുമാകാൻ പോകുന്നില്ലല്ലോ.”

ജെയ്സൺ പറഞ്ഞതിൽ അത്ര വിശ്വാസം വന്നില്ലെങ്കിലും ശ്യാമള എന്ന നഴ്സിനെ പരിചയപ്പെട്ടപ്പോൾ ജിബിയയ്ക്കു വാസ്തവം ബോധ്യപ്പെട്ടു.

കോട്ടയത്തെ ഒരു ഹോസ്പിറ്റലിൽ പന്ത്രണ്ടു വർഷം ജോലി ചെയ്ത പരിചയസമ്പത്തും പതിനാലായിരം രൂപ ശമ്പളവും ഉള്ള നഴ്സായിരുന്നു ശ്യാമള. ഇളയ കുഞ്ഞിന് അസുഖം മൂർച്ഛിച്ചപ്പോൾ

ശ്യാമള മൂന്നു ദിവസത്തെ ലീവ് ചോദിച്ചു. ''ലീവ് തരാൻ പറ്റില്ല, വേണമെങ്കിൽ ജോലി ഉപേക്ഷിച്ചു പൊയ്ക്കോ'' എന്നായിരുന്നു നഴ്സിങ് സൂപ്പർവൈസറുടെ മറുപടി.

''കാഷ്വൽ ലീവ് എടുത്തുകൂടേ ചേച്ചീ. അല്ലെങ്കി മെഡിക്കൽ ലീവ്.''

''മാസത്തിൽ ഒരു ദിവസമാ കാഷ്വൽ ലീവ്. മെഡിക്കൽ ലീവിന് അപ്ലൈ ചെയ്യണെങ്കി നമുക്ക് അസുഖം ഉണ്ടെന്ന് ഹോസ്പിറ്റലിലെ ഡോക്ടർ സർട്ടിഫൈ ചെയ്യണം. മോളേ, പ്രൈവറ്റ് ഹോസ്പിറ്റലിൽ ഇങ്ങനാ കാര്യങ്ങൾ. എനിക്കെന്റെ കുഞ്ഞല്ലേ വലുത്. യാതൊരു നിവർത്തീം ഇല്ലാതെ വന്നപ്പം ഞാൻ റിസൈൻ ചെയ്തു.'' ശ്യാമള ജിബിയയോടു പറഞ്ഞു.

''പന്ത്രണ്ടു വർഷത്തെ എക്സ്പീരിയൻസിന് ഒരു വെലേം ഇല്ലേ ചേച്ചീ?''

''അവർക്ക് രണ്ടായിരത്തഞ്ഞൂറ് രൂപ കൊടുത്താൽ പുതിയ പിള്ളേരെ കിട്ടും. പിന്നെന്തിനാ എന്നെ. എനിക്കു തരുന്ന പതിനാലായിരം അവരു നോക്കുമ്പം വല്യ നഷ്ടവാ. എന്തെങ്കിലുമൊരു കാരണം നോക്കിയിരിക്കുവാ പിരിച്ചുവിടാനും പിരിഞ്ഞുപോകുന്നെങ്കി അതിനൊള്ള നൂലാമാലകള് ഒപ്പിച്ചുവെക്കാനും.'' ശ്യാമള തന്റെ അനുഭവം വെളിപ്പെടുത്തി. ''ഒരാഴ്ച കഴിഞ്ഞ് ഞാൻ അതേ ഹോസ്പിറ്റലിച്ചെന്നപ്പം പറയുവാ പുതിയതായിട്ട് ജോയിൻ ചെയ്തോളാൻ. മൂവായിരം രൂപ ശമ്പളം.''

''എന്നിട്ട്?''

''ഞാൻ തിരിച്ചുപോന്നു. ഇവിടെ എനിക്കു നാലായിരം കിട്ടുന്നൊണ്ട്.''

''എന്നാലും പതിനാലായിരം കിട്ടിക്കൊണ്ടിരുന്നിടത്ത്...'' ജിബിയയ്ക്ക് അതൊന്നും ഉൾക്കൊള്ളാൻ കഴിയുന്നില്ല.

''എല്ലാം ബിസിനസ്സല്ലേ കൊച്ചേ. നക്കാപ്പിച്ച ശമ്പളം തന്നിട്ട് നമ്മുടെ കഠിനാധ്വാനം വിറ്റ് കൊള്ളലാഭം ഉണ്ടാക്കുവാ. വല്യവല്യ ഹോസ്പിറ്റലുകൾ ഏതെങ്കിലും നഷ്ടക്കച്ചവടത്തിൽ പൂട്ടിപ്പോകുന്നത് എവിടെങ്കിലും കണ്ടിട്ടൊണ്ടോ? ഓരോ ഹോസ്പിറ്റലും വലുതായി വലുതായി വരികയാ. പത്തും പതിനാലും നിലയുള്ള പുതിയ പുതിയ കെട്ടിടങ്ങൾ, നഴ്സിങ് കോളജുകൾ... എല്ലാടത്തും അങ്ങനല്ലേ. ഒരു നഴ്സിന് ആവറേജ് ഇരുപത്തയ്യായിരം രൂപയെങ്കിലും ശമ്പളം കിട്ടണ്ടതാ. അതാണ് നീതി. ഇപ്പം അതിന്റെ നാലിലൊന്ന് കിട്ടുന്നൊണ്ടോ?''

''ശരിക്കും പറഞ്ഞാ ഈ ജോലികൊണ്ട് രക്ഷപ്പെടാനൊന്നും പറ്റില്ല അല്ലേ ചേച്ചീ.''

ജിബിയയുടെ സ്വരത്തിൽ നിരാശ കലർന്നിരുന്നു.

''നമ്മുടെ നാട്ടിൽ ഒരു രക്ഷേം ഇല്ല. അല്ലെങ്കി ഗവണ്മെന്റ്, നഴ്സുമാർക്കു ന്യായമായ ശമ്പള നിരക്ക് പ്രഖ്യാപിക്കണം. ഇപ്പം പുതിയ ഗവണ്മെന്റ് വന്നല്ലോ. നഴ്സുമാർക്കു വേണ്ടി അവരെന്തെങ്കിലും ചെയ്തേക്കുമെന്നു കേൾക്കുന്നൊണ്ട്.''

''ഈ നഴ്സുമാരെല്ലാം ഒന്നിച്ചുനിന്നാ മതിയാരുന്നു. ഇപ്പം അവരോട് എന്തന്യായം കാണിച്ചാലും ചോദിക്കാനാരുമില്ല. ചോദിക്കാൻ തന്റേടമുള്ളവരെ നമ്മളുതന്നെ ഒറ്റപ്പെടുത്തുവാ. ആണുങ്ങളാണെങ്കി എല്ലാരും ഒന്നിച്ചു നിൽക്കും. പെണ്ണുങ്ങള്തന്നെയാ പെണ്ണുങ്ങടെ ഏറ്റോം വല്യ ശത്രു.'' ശ്യാമള അഭിപ്രായപ്പെട്ടു.

ഹോസ്പിറ്റലിലെ പെരുമാറ്റ രീതികളിൽനിന്ന് ജിബിയയ്ക്കും അതു ബോധ്യപ്പെടുന്നുണ്ടായിരുന്നു. ചുരുക്കം ചില നഴ്സുമാരൊഴികെ മേരിമാതായിലെ നഴ്സുമാരെല്ലാം പരസ്പരം ഈർഷ്യയുള്ളവരായിരുന്നു. രോഗികളുടെ മുന്നിൽ മാലാഖമാരെപ്പോലെ സൗമ്യമധുരമായ പെരുമാറ്റവും എളിമ നിറഞ്ഞ ശുശ്രൂഷകളും കാഴ്ചവയ്ക്കുന്നവർ, തങ്ങളിൽ പരസ്പരം കുറ്റം കണ്ടെത്താനും കുശുമ്പു പറയാനും അസൂയയും ഏഷണിയും പരത്തുവാനും മത്സരിക്കുന്നുണ്ടായിരുന്നു.

മനസ്സുവച്ചാൽ എത്രയോ സ്നേഹനിർഭരമായ അന്തരീക്ഷത്തിൽ ജോലിചെയ്യാൻ കഴിയുന്നവരാണ്, കുത്തുവാക്കു പറഞ്ഞും മുഖം വീർപ്പിച്ചു കാട്ടിയും വഴക്കടിച്ചും പരസ്പരം പാരവച്ചും കഠിനമായ ജോലിയെ ഇരട്ടി ഭാരമുള്ളതാക്കുന്നത്!

ഓർക്കുമ്പോൾ ജിബിയയ്ക്കു സങ്കടം തോന്നും.

സൂസമ്മനഴ്സ് പരിസരം നോക്കാതെ ആരുടെ മുന്നിൽ വച്ചും ശകാരിക്കും. കുത്തുവാക്ക് പറയും. അധിക്ഷേപിക്കും. അവർക്ക് അതൊരു ലഹരിയാണ്. മാറിയിരുന്ന് രഹസ്യമായി കുറ്റം പറയുന്നവരുമുണ്ട്. ഓരോരുത്തരുടെയും ജീവിതം അതീവതാൽപര്യത്തോടെ ചികഞ്ഞു നോക്കാൻ ഉത്സാഹം കാണിക്കുകയും ഊഹാപോഹങ്ങൾ പരത്തുകയും ചെയ്യുന്നവരുണ്ട്. തൊഴുത്തിൽകുത്തുണ്ടാക്കി സഹപ്രവർത്തകരെ വേദനിപ്പിച്ചു രസിക്കുന്ന പിശാചുക്കളും മാലാഖമാരുടെ വേഷമണിഞ്ഞ് ഇക്കൂട്ടത്തിലുണ്ടെന്നുള്ളത് ജിബിയയ്ക്ക് അക്ഷരാർത്ഥത്തിൽതന്നെ ബോധ്യപ്പെട്ടു.

പലപ്പോഴും അവൾ അത്തരം വേദനിപ്പിക്കലുകൾക്കും അധിക്ഷേപങ്ങൾക്കും തെറ്റിദ്ധാരണകൾക്കും ഇരയായിത്തീർന്നു.

മൂന്നു മാസത്തിനുള്ളിൽ ജിബിയ മേരിമാതാ ഹോസ്പിറ്റലിലെ സേവനം അവസാനിപ്പിച്ചു.

ഇരുപത്തിയൊമ്പത്

ജിബിയ രാവിലെ ജോലിക്കു പോകാൻ എണീക്കുന്നില്ലെന്നു കണ്ട് ബിൻസി അവളെ ചെന്നു വിളിച്ചുണർത്തി.

''നീയെന്നാ എണീക്കാത്തെ. അലാറം വച്ചില്ലാരുന്നോ?''

''ഇന്നെനിക്ക് ഓഫാ മമ്മീ.'' ജിബിയ കണ്ണു തുറക്കാതെ പറഞ്ഞു.

''നാലു ദിവസം മുൻപ് നിനക്ക് ഓഫു കിട്ടയതല്ലേ. ഇങ്ങനെ അടുപ്പിച്ചടുപ്പിച്ച് അവര് ഓഫ് തരുവോ?''

''നാളെ മുതൽ എനിക്കു നൈറ്റാ. അതാ.'' ജിബിയ തിരിഞ്ഞു കിടന്നു.

ബിൻസി അതത്ര വിശ്വാസം വരാതെ 'നേരാണോ ആവോ ആർക്കറിയാം' എന്നു പിറുപിറുത്തുകൊണ്ട് അടുക്കളയിലേക്കു പോയി.

ഉച്ചയ്ക്ക് അലക്കാനും കുളിക്കാനും പാറക്കടവിൽ പോയപ്പോൾ ജിബിയ ജെയ്സണ് ഫോൺ ചെയ്ത് താൻ മേരിമാതായിൽനിന്നു വിട്ടു പോന്ന വിവരം വെളിപ്പെടുത്തി.

''നന്നായി. വെറുതെ ശമ്പളമില്ലാതെ എന്തിനാ കഴുതേപ്പോലെ പണിയെടുക്കുന്നെ.'' ജെയ്സൺന്റെ മറുപടി വന്നു.

''ഞാനിതുവരെ വീട്ടിൽ പറഞ്ഞില്ല.''

''അതെന്നാ പറയാത്തെ?''

''ഇനി പറയണം. നേരത്തെ പറഞ്ഞാ പിരിഞ്ഞുപോരാൻ സമ്മതിക്കത്തില്ല.''

''പറയാത്തതിന് ഇനി പപ്പേടേം മമ്മീടേം വഴക്ക് കേൾക്കണ്ടേ.''

''ഓ... അതു പിന്നേം സഹിക്കാം. ഹോസ്പിറ്റലിലെ സീനിയേഴ്സിന്റെ ചീത്തവിളീം പരിഹാസോം കേൾക്കണ്ടല്ലോ.'' ജിബിയ പറഞ്ഞു.

''കുറച്ചു ദിവസം വീട്ടിത്തന്നെ നിൽക്ക്. അതു കഴിയുമ്പം ഇങ്ങോട്ടു വാ. ഇവിടിപ്പഴും വേക്കൻസിയൊണ്ട്.''

''വിടുമോന്നറിയില്ല. നോക്കട്ടെ.''

ഫോൺ സംഭാഷണം അവസാനിച്ചുകഴിഞ്ഞപ്പോൾ ജോസ്ന ചോദിച്ചു: ''ചേച്ചി ഇനി പാലായിലെ ഹോസ്പിറ്റലിലോട്ട് പോകുന്നില്ലേ?''

''നീ മമ്മിയോടു ചെന്നു പറഞ്ഞേക്കരുത്. സമയംപോലെ ഞാൻ പറഞ്ഞോളാം.''

''ചേട്ടായി ജോലിചെയ്യുന്നിടത്തോട്ട് പോകാനാണോ?''

''ചെലപ്പം അങ്ങോട്ടാരിക്കും. അതിനെക്കായിലും നല്ല സ്ഥലമുണ്ടെങ്കി അവിടെപ്പോകും.''

''ചേട്ടായി ജോലിചെയ്യുന്നിടത്തു ചെന്നിട്ട് നിങ്ങളൊന്നിച്ചു ജീവിക്കാനോ?''

''പോടീ അവിടുന്ന്. എനിക്കു നഴ്സിങ് ഹോസ്റ്റലൊണ്ട് താമസിക്കാൻ. ജെയ്സൺ ചേട്ടായിക്ക് മെൻസ് ഹോസ്റ്റലും.''

''കാണാൻപോലും പറ്റില്ലേ?''

''കാണാനും മിണ്ടാനുമൊക്കെ പറ്റും. ഓഫ് ഡേയിൽ ഒന്നിച്ച് മാർക്കറ്റിൽ പോകാം. ഷോപ്പിങ് നടത്താം. ഹോട്ടലിൽ പോയി ഫുഡ് കഴിക്കാം.'' ജിബിയ വെളിപ്പെടുത്തി.

''അതൊക്കെ അതിരുകടന്ന സ്വാതന്ത്ര്യമല്ലേ ചേച്ചീ. ഡെയ്ഞ്ചറല്ലേ അത്. ആരും കാണാനും വഴക്കു പറയാനും ഇല്ലെങ്കി നിങ്ങക്കൊന്നിച്ച്...'' ജോസ്ന സംശയത്തിൽ നിർത്തി.

''ഞങ്ങക്കൊന്നിച്ച്?''

''വല്ല ലോഡ്ജിലും റൂമെടുക്കണംന്നു തോന്നിയാ എന്നാ ചെയ്യും?''

''പോടീ തെണ്ടീ. വായീന്നു വരുന്ന വർത്തമാനം! കൊള്ളാവല്ലോ മനസ്സിലിരുപ്പ്.''

''അല്ലാ, അങ്ങനെ തോന്നിക്കൂടാന്നില്ലല്ലോ. ഇന്ത്യാ മഹാരാജ്യം, മഹാരാഷ്ട്രാ സ്റ്റേറ്റ്. ആരും ചോദിക്കാനും പറയാനുമില്ല. അപ്പനും അമ്മേം കൂടെപ്പിറപ്പുകളും സ്വന്തക്കാരുമെല്ലാം ആയിരക്കണക്കിനു മൈലകലെ. നല്ല ചോര തെളയ്ക്കുന്ന പ്രായം.''

ജിബിയ ജോസ്നയെ സൂക്ഷിച്ചു നോക്കി. കണ്ണുകൾ അടിമുടി അവളെ അളന്നു. താൻ നഴ്സിങ് പഠിക്കാൻ പോകുമ്പോഴുണ്ടായിരുന്ന ഏഴാംക്ലാസുകാരി നരന്തു പെണ്ണല്ല. പ്ലസ് വണ്ണിനാണു പഠനം. മനസ്സും ശരീരവും അത്രത്തോളംതന്നെ വളർന്നിരിക്കുന്നു.

''അങ്ങനെയൊക്കെ വേണംന്നൊണ്ടെങ്കി ഞങ്ങക്ക് മഹാരാഷ്ട്ര വരെ പോകണ്ട കാര്യമില്ലാരുന്നു. ബാംഗ്ലൂരുതന്നെ എല്ലാ സൗകര്യം ഒണ്ടാരുന്നു.''

''ആങ്ഹാ... എന്നിട്ട്?'' ജോസ്ന ഉദ്വിഗ്നയായി.

''ആദ്യം അവനവന്റെ മനസ്സ് കളങ്കപ്പെടാതെ സൂക്ഷിക്കാൻ പഠിക്കണം. അന്നേരം ശരീരത്തിനും കേടുവരത്തില്ല. മനസ്സിൽ വേണ്ടാത്ത ആലോചനകള് കേറുമ്പഴാ അതിന് ഓരോരോ വഴി തേടുന്നെ.''

''ഞാൻ ചേച്ചിയെ പരീക്ഷിക്കാൻ വേണ്ടി ചോദിച്ചതാ.''

''നിന്റെ ചോദ്യോം പറച്ചിലും നിപ്പും ഒക്കെ കണ്ടിട്ട് എന്തോ ഒരു ലക്ഷണപ്പെശക്. ഏതെങ്കിലും ലൈനൊണ്ടോടീ?''

''പോ ചേച്ചീ. മാക്രീടെ മോന്തേമായിട്ടു നടക്കുന്ന എനിക്കാ ലൈൻ. അതൊക്കെ ചേച്ചിയെപ്പോലുള്ള സുന്ദരിമാർക്ക്.''

''ഊം... ഞാൻ പിടിച്ചോളാം.'' ജിബിയ താക്കീത് നൽകി.

പിറ്റേന്നു വൈകുന്നേരം ആറുമണിക്ക് നൈറ്റ് ഡ്യൂട്ടിക്കു കേറേണ്ട വൾ നാലുമണിയായിട്ടും പോകാനുള്ള ലക്ഷണമില്ലെന്നുകണ്ട് ബിൻസി കാരണം തിരക്കി.

''എന്നാ ബിയാമോളേ നിന്റെ ഉദ്ദേശ്യം?''

''ഞാനിനി അങ്ങോട്ടു പോകുന്നില്ല മമ്മീ.''

''പോകുന്നില്ലെന്നോ ആറുമാസത്തെ ട്രെയ്നിങ്ങല്ലേ. ഇപ്പം മൂന്നു മാസമല്ലേ ആയിട്ടൊള്ളൂ.''

''എനിക്കു മടുത്തു. ഒന്നാമതേ ശമ്പളമില്ലാത്ത ജോലി. അതു കൂടാതെ സീനിയേഴ്സിന്റെ റാഗിങ്ങും.''

''റാഗിങ്ങോ? അതൊക്കെ നഴ്സിങ്ങിനു പഠിക്കാൻ ചേർന്നപ്പഴല്ലേ.''

''അതായിരുന്നു തമ്മിൽ ഭേദം. ഇവിടെ ചില നഴ്സുമാര് നമ്മടെ നേർക്ക് അലറുന്ന അലർച്ച കേട്ടാ സിംഹം ഞെട്ടിപ്പോകും.''

''അതൊക്കെ നീ എന്നതെങ്കിലും തെറ്റു കാണിച്ചിട്ടല്ലേ.''

''നിസ്സാര കാര്യത്തിനു വല്യ കോലാഹലം ഒണ്ടാക്കും. ഒരു നീഡില് കാണാതെ പോയാ ഹോസ്പിറ്റലെടുത്തു മറിച്ചിടും.''

''ആരെങ്കിലും അങ്ങനെ നിന്നോട് മനപ്പൂർവം പോരെടുക്കുന്നു ണ്ടെങ്കി അതിന്റെ മോളിലൊള്ളവരോടു പരാതിപ്പെടണം.''

''അവിടൊന്നും ഒരു നീതീം കിട്ടത്തില്ല മമ്മീ. നമ്മടെ ചോരയൂറ്റി പരമാവധി പണിയെടുപ്പിക്കുക. അതു മാത്രവാ മാനേജ്മെന്റിന്റെ ഉദ്ദേശ്യം. എനിക്കു നഴ്സാകണ്ടാരുന്നു. അവിടുത്തെ ക്ലീനിങ് ജോലി ക്കാരി ആയാ മതിയാരുന്നു. എന്തു സുഖാ.''

''അതിനാണോടീ നിന്നെ ഇത്രേം കാശുമൊടക്കി പഠിപ്പിച്ചെ. ജോലിക്കു പോകാണ്ടിരുന്നാ പപ്പാ വരുമ്പം നിനക്ക് കിട്ടിക്കോളും.'' ബിൻസി മുന്നറിയിപ്പ് നൽകി.

എന്തൊക്കെ പറഞ്ഞിട്ടും ജിബിയ തന്റെ നിലപാടിൽ ഉറച്ചു നിന്നു.

കുന്നയ്ക്കാട്ടുകാരുടെ മാർമലയിലുള്ള റബ്ബർതോട്ടം സ്ലോട്ടർ വെട്ടാൻ പോയിരുന്ന ജോർജുകുട്ടി വൈകുന്നേരം വീട്ടിലെത്തിയപ്പോൾ ജിബിയ ജോലിക്കു പോയിട്ടില്ലെന്നുകണ്ട് കാരണം തിരക്കി.

''അവളിനി പോകുന്നില്ലെന്നാ പറയുന്നെ.'' ബിൻസി ഭർത്താവി നോടു വെളിപ്പെടുത്തി.

''അതെന്നാ അങ്ങനെ?''

“ഭയങ്കര പാടാന്ന്. അവിടുത്തെ സീനിയർ നഴ്സുമാരൊക്കെ അവളെ കടിച്ചുകീറാൻ നിൽക്കുവാണെന്ന്.”

ജോർജുകുട്ടി ജിബിയായെ വിളിച്ചു ചോദിച്ചപ്പോൾ അവൾ വിശദീകരണം നൽകി.

“എടീ, മേരിമാതായിലെ നഴ്സുമാരൊക്കെ എന്നാ നല്ലതാ. എത്ര നല്ല പെരുമാറ്റവാ. രോഗികളോട് എന്നാ സ്നേഹമായിട്ടാ അവര് നിക്കുന്നെ.” ജോർജുകുട്ടി ആശ്ചര്യപ്പെട്ട് ചോദിച്ചു.

“അതൊക്കെ അങ്ങനെയാ. പേഷ്യന്റിനോടും ബൈസ്റ്റാൻഡറോടുമൊക്കെ നല്ലതായിട്ടാ പെരുമാറുന്നെ. അങ്ങനെ ചെയ്തേ പറ്റത്തൊള്ളൂ. ഏതെങ്കിലും പേഷ്യന്റ് കംപ്ലൈന്റ് ചെയ്താ അവർക്കു നല്ല വഴക്ക് കിട്ടും.” ജിബിയ പറഞ്ഞു.

“പിന്നെ നിന്നോടുമാത്രമെന്നാ വേർത്തിരിവ്?”

“ഞാൻ പേഷ്യന്റല്ലല്ലോ.”

“ഇതിപ്പം നീ മൂന്നുമാസമല്ലേ ജോലി ചെയ്തൊള്ളൂ. ആറുമാസമെങ്കിലും നിൽക്കണ്ടേ.”

“അതിന്റാവശ്യമില്ല പപ്പാ. എന്തിനാ നമ്മള് വെറുതെ ശമ്പളമില്ലാതെ...”

“ഇനി എന്നാ ചെയ്യാനാ നിന്റെ പ്ലാൻ?”

“വേറെവിടെങ്കിലും ജോലിക്കു കേറണം. ശമ്പളമുള്ള ജോലി.”

“മേരിമാതായിൽ അടങ്ങിയൊതുങ്ങി നിന്നിരുന്നെങ്കി നിനക്ക് അവിടെത്തന്നെ കിട്ടിയേനെ.”

“അവിടുത്തെ ജോലി വേണ്ട പപ്പാ.”

ജോർജുകുട്ടി പിന്നെ നിർബന്ധിക്കാൻ പോയില്ല. പക്ഷേ, ഒരു താക്കീത് നൽകി.

“ഒരു കാര്യം പറഞ്ഞേക്കാം. കേരളം വിട്ട് ഒരിടത്തോട്ടും പോകാമെന്നു വിചാരിക്കണ്ട.”

അതൊരു അടിയായിരുന്നു ജിബിയയ്ക്ക്. കുറച്ചു കഴിയുമ്പോൾ നാഗ്പൂരിലേക്കു പോകാമെന്നായിരുന്നു അവളുടെ വിശ്വാസം.

രണ്ടു മാസത്തോളം അവൾ വീട്ടിൽ വെറുതെ നിന്നു. ഒരു ദിവസം ബിൻസിയോടൊപ്പം കളത്തൂക്കടവിലെ അമ്മവീട്ടിൽ പോയത് ഒരു വഴിത്തിരിവിനു കാരണമായി. ബിൻസിയുടെ സഹോദരന്റെ ഭാര്യയുടെ മൂത്ത ചേച്ചിയുടെ മകൾ ലിഡിയ മുംബൈയിലെ ഒരു ഹോസ്പിറ്റലിൽ നഴ്സായി ജോലി ചെയ്യുന്നുണ്ടായിരുന്നു. ലിഡിയയുമായി ബന്ധപ്പെട്ട് വേണമെങ്കിൽ മുംബൈയിൽ ചെന്ന് ജോലി ചെയ്യാം എന്നതായിരുന്നു അനന്തരഫലം.

കുറച്ച് കത്തിടപാടുകൾ, ഫോൺവിളികൾ എന്നിവയ്ക്കു ശേഷം ജിബിയയ്ക്ക്, ലിഡിയ ജോലിചെയ്യുന്ന ഹോസ്പിറ്റലിൽത്തന്നെ ജോലിയിൽ ചേരാൻ അവസരം കിട്ടി. മാസം നാലായിരത്തഞ്ഞൂറ് രൂപയോളം

ശമ്പളം. കേരളത്തിലെ സ്വകാര്യ ആശുപത്രികളിൽ ഒരു നഴ്സിന് കിട്ടുന്ന ശമ്പളത്തെക്കാൾ എന്തുകൊണ്ടും മികച്ച ഓഫർ.

മുംബൈക്കു വണ്ടി കയറുന്നതിനു മുൻപ് ജിബിയ ഒരിക്കൽകൂടി പവിത്രയെ സന്ദർശിക്കാൻ പാതാമ്പുഴയ്ക്കു പോയി.

രാവിലെ പത്തുമണി നേരത്തു ചെന്നാൽ മിക്കവാറും പവിത്രയും മോനും തനിച്ചേ ഉണ്ടാകൂ എന്ന് പരിചയംകൊണ്ട് ജിബിയ മനസ്സിലാക്കിവച്ചിട്ടുണ്ട്. സുഭദ്ര ചിട്ടിപ്പിരിവിനു പോകും. ജയപ്രകാശ് ഓട്ടോയുമായി പോയാൽ രാത്രിയിലേ തിരിച്ചു വരൂ. അതിനാൽ പകൽ മിക്കപ്പോഴും പവിത്രയും അപ്പുക്കുട്ടനും മാത്രമാണ് വീട്ടിൽ.

ജിബിയ ചെല്ലുമ്പോൾ ഗ്രില്ലിട്ടടച്ച വരാന്തയിലിരുന്ന് ചക്രങ്ങൾ ഊരിപ്പോയ കളിപ്പാട്ട കാർ സ്വയം നന്നാക്കാൻ ശ്രമിക്കയാണ് അപ്പു. ജിബിയയെ കണ്ടത് അവനു വലിയ സന്തോഷമായി. മാസത്തിൽ രണ്ടു തവണയെങ്കിലും ജിബിയ പവിത്രയെ കാണാൻ ചെല്ലാറുണ്ടായിരുന്നു. അപ്പോഴെല്ലാം അവന് മിഠായി കിട്ടും. ചെറിയ കളിത്തോക്കോ കളിപ്പാട്ട കാറോ കിട്ടും. അതുമാത്രമല്ല അവനെ ജിബിയയോട് അടുപ്പിച്ചത്, അവന്റെ അമ്മയുടെ മുഖത്ത് സന്തോഷം വിടരുന്നത് ജിബിയയെ കാണുമ്പോൾ മാത്രമാണെന്ന് അവനറിയാം.

''മോനേ... ആരാ വന്നെ?'' അകത്തെവിടെയോനിന്ന് പവിത്രയുടെ ശബ്ദം.

''എടീ, ഞാനാ.'' ജിബിയ അല്പം ഒച്ചയെടുത്തു പറഞ്ഞു.

അപ്പു ഒരു പ്ലാസ്റ്റിക് കസേര വലിച്ചുകൊണ്ടുവന്ന് വാതിൽക്കലിട്ടിട്ട് അതിൽ കയറിനിന്ന് ഓടാമ്പലെടുത്തു. അവൻ തുറന്നുകൊടുത്ത വാതിലിൽക്കൂടി അവൾ അകത്തേക്കു കയറി. പവിത്ര അകത്ത് നിലത്തു വിരിച്ച പായയിൽ കിടപ്പുണ്ടായിരുന്നു.

''നീയെന്നാ കെടക്കുന്നേ? നിനക്കെന്നാ പറ്റിയെടീ.'' ജിബിയ അരികെ ചെന്നിരുന്ന് അമ്പരപ്പിൽ ചോദിച്ചു.

''പനീം ഛർദീം. വയറുവേദനേം. എനിക്കു വയ്യാഞ്ഞിട്ടാ എണീക്കാത്തെ.''

പവിത്ര ശ്വാസം എടുക്കാൻ ബുദ്ധിമുട്ടുന്നുണ്ടായിരുന്നു.

''ഹോസ്പിറ്റലിൽ പോയില്ലേ. മരുന്നൊന്നും വാങ്ങിയില്ലേ?''

ജിബിയ അവളുടെ അരികെ ഇരുന്നു.

''ഒരു തവണ പോയി. ആ മരുന്നു തീർന്നിട്ടിപ്പം നാലു ദിവസമായി. പ്രകാശേട്ടനോടു പറയും വാങ്ങിച്ചോണ്ടു വരണേന്ന്. വരാംന്നു പറഞ്ഞ് രാവിലെ പോകുന്നയാള് രാത്രീ നാലുകാലിലാ വരുന്നേ. മരുന്നു വാങ്ങിച്ചോന്നു ചോദിച്ചാ മരുന്നോ? ഏതു മരുന്ന്, ആർക്ക്? എന്നാരിക്കും മറുപടി.''

''നിന്റെ അമ്മായിമ്മയോടു പറഞ്ഞാലോ?''

‘‘ബെസ്റ്റ്. ഈ അസുഖമൊക്കെ എന്റെ അഭിനയമാണെന്നാ പറയുന്നെ.’’

‘‘ശ്ശോ. എല്ലും തോലും മാത്രമായല്ലോടീ. ഇങ്ങനെ നീ എത്രനാൾ ജീവിക്കും?’’

‘‘ആർക്കു ജീവിക്കണം? ആർക്കു വേണ്ടിയാ. പോകുന്നിടത്തോളം പോട്ടെ. അത്രേം മതി.’’

‘‘ഒരു മോനില്ലേ നിനക്ക്?’’

‘‘അതൊരാണല്ലേടീ. എങ്ങനെങ്കിലും പെഴച്ചോളും.’’ സംഭാഷണങ്ങൾക്കു കാതോർത്ത് അവർക്കരികെ നിൽക്കുന്നുണ്ടായിരുന്നു അപ്പു. അമ്മ പറയുന്നത് സങ്കടങ്ങളാണെന്ന് അവനറിയാം. പക്ഷേ, അതിന്റെ അർത്ഥമൊന്നും പിടിയില്ല.

ജിബിയ ഹാൻഡ്ബാഗ് തുറന്ന് അവനു ബിസ്കറ്റും മിഠായിയും ബസ്സിന്റെ മാതൃകയിലുള്ള കളിപ്പാട്ടവും കൊടുത്തു. അവനതു വാങ്ങി അത്യാഹ്ലാദത്തോടെ വരാന്തയിൽ തുള്ളിച്ചാടി നടന്നു.

‘‘എടീ, നിനക്കു തരാൻ ഇവിടൊന്നും ഇരിപ്പില്ല. കട്ടൻ ചായ മതിയോ?’’

‘‘എനിക്ക് ഒന്നും വേണ്ട. നീ വല്ലതും കഴിച്ചോ ഇന്ന്?’’

‘‘രാവിലെ നുറുക്കു ഗോതമ്പുകൊണ്ട് ഉപ്പുമാവ് ഒണ്ടാക്കി. പ്രകാശേട്ടനും അമ്മയും ഇവിടുന്നു ഭക്ഷണം കഴിക്കൽ കൊറവാ. പ്രകാശേട്ടന് മീനും എറച്ചീമൊക്കെ വേണം. അതിവിടെ വാങ്ങിത്തന്നാലല്ലേ വെക്കാൻ പറ്റത്തൊള്ളു. പുള്ളിക്കാരൻ ഹോട്ടലീന്നു കഴിക്കും. പ്രകാശേട്ടന്റമ്മ എവിടുന്ന് കഴിക്കുന്നോ ആവോ! എനിക്കും മോനും കുറച്ച് റേഷനരി വാങ്ങിച്ചു തരും.’’

‘‘ഇപ്പോ ഉച്ചയ്ക്കു ചോറുവച്ചിട്ടുണ്ടോ?’’

‘‘മോന് രാവിലത്തെ കുറച്ച് ഉപ്പുമാവ് ബാക്കിയിരിപ്പൊണ്ട്. എനിക്കു വേണ്ട. പിന്നെന്തിനാ?’’

ജിബിയ, അവളുടെ കുഴിയിൽ താണുപോയ കണ്ണുകളെ നോക്കി.

ജിബിയ പവിത്രയോട് തന്റെ വിശേഷങ്ങൾ പറഞ്ഞു.

‘‘മുംബൈക്കു പോകുവാ. ഇനി അവിടെയാ ജോലി.’’

‘‘നിന്റെ ചേട്ടായീടെ അടുത്തേക്കാണോ?’’

‘‘അല്ല. അങ്ങോട്ടു വിടത്തില്ല. സാരമില്ല. എവിടെങ്കിലും ആവട്ടെ.’’

കുറേ സമയം സംസാരിച്ചിരുന്നിട്ട് ജിബിയ പോകാൻ എഴുന്നേറ്റു. പവിത്ര എഴുന്നേൽക്കുന്നില്ല. ചുമരും ചാരി ഇരുപ്പാണ്.

‘‘നിനക്ക് കട്ടിലേക്കെടക്കാനൊന്നും അനുവാദമില്ലേടീ?’’ ജിബിയ ചോദിച്ചു.

‘‘അതല്ലേടീ. ഇപ്പം ഇടയ്ക്കിടെ ബ്ലീഡിങ്ങുണ്ടാകും.’’

‘‘നീയൊന്ന് എണീറ്റേ.’’

ജിബിയ സംശയത്തോടെ അവളെ നോക്കി.

''വേണ്ടടീ...''

ജിബിയ നിർബന്ധിച്ച് കൈപിടിച്ച് എഴുന്നേൽപ്പിച്ചു. പായിന്മേൽ വിരിച്ച കീറ ബെഡ്ഷീറ്റിൽ ചോരപ്പാടുകൾ കണ്ട് ജിബിയ അന്ധാളിച്ചു.

''എന്താടീ മോളേ ഇത്?''

''ഞാൻ പറഞ്ഞില്ലേ.''

''അല്ല... അല്ല... സത്യം പറ. എന്തായിത്?''

ജിബിയ അവളുടെ തോളത്തു പിടിച്ചുലച്ചു. ഒടുവിൽ പവിത്രയ്ക്കു തുറന്നു പറയേണ്ടി വന്നു. കൂടെക്കൂടെ ബ്ലീഡിങ് ഉണ്ടാകുന്നു. പ്രൈമറി ഹെൽത്ത് സെന്ററിൽ കൊണ്ടുപോയി പരിശോധിപ്പിച്ചു. അവിടത്തെ ഡോക്ടർ സ്കാനിങ്ങിനു നിർദേശിച്ചു. സ്കാനിങ്ങിനു പോകാൻ സുഭദ്ര സമ്മതിക്കുന്നില്ല. അയ്യായിരം രൂപയാകുമത്രെ. ഒടുവിൽ കോട്ടയം മെഡിക്കൽ കോളജ് ആശുപത്രിയിൽ പോയി ബുക്ക് ചെയ്ത് സ്കാനിങ് നടത്തി. ഓവേറിയൻ സിസ്റ്റ് ആണ്. ഗർഭാശയത്തിൽ വലിയ മുഴ. ഓപ്പറേഷൻ ചെയ്തു നീക്കണം. ഇല്ലെങ്കിൽ അത് കാൻസറായി മാറും. ഇടയ്ക്കിടെ വയറ്റിൽ കടുവ കടിച്ചു കുടയുന്നപോലൊരു വേദന വരും. ചിലന്തിവല പടർന്നപോലെ ആ വേദന ഉടൽ മുഴുവൻ വ്യാപിക്കും. രക്തവാർച്ച രൂക്ഷമാകും. ഓപ്പറേഷൻ നടത്താൻ ഇരുപത്തയ്യായിരം രൂപയ്ക്കു മീതെ ചെലവ് വരും. ജയപ്രകാശിന് ഉള്ള കടം വീട്ടാൻ പറ്റുന്നില്ല. ഇപ്പോൾ ഓപ്പറേഷനെപ്പറ്റി ആരും ചിന്തിക്കുന്നു പോലുമില്ല. പ്രകാശേട്ടന്റമ്മ ഇവിടെല്ലാം പറഞ്ഞുപരത്തിയേക്കണത് എനിക്കു കാൻസറാണെന്നാ. ആറുമാസത്തിനകം ഞാൻ ചത്തുപോവൂത്രേ. എന്നിട്ടു വേണം അവർക്ക് പ്രകാശേട്ടനെക്കൊണ്ടു വേറെ പെണ്ണു കെട്ടിക്കാനെന്ന്. അവരടെ നാക്ക് പൊന്നാകട്ടെ. ആറുമാസം എന്തിനാ. നാളെ ചാവാനും റെഡിയാണല്ലോ ഞാൻ.''

അതു പറയുമ്പോൾ പവിത്രയുടെ കണ്ണുകളിൽ കണ്ട നിസ്സംഗത ജിബിയയെ അമ്പരപ്പിച്ചു.

മുപ്പത്

പവിത്രയുടെ ദയനീയാവസ്ഥ കണ്ടിട്ടുണ്ടായ രോഷവും സങ്കടവുമെല്ലാം ജിബിയ, അജിതമ്മയുടെ മുന്നിലാണ് തീർത്തത്.

''പഠിച്ചോണ്ടിരുന്ന ഒരു പെണ്ണിന്റെ ജീവിതം നിങ്ങടൊറ്റ വാശികൊണ്ടും നിർബന്ധംകൊണ്ടും വലിച്ചോണ്ടുപോയി ഒരു നരകക്കുഴീൽ കൊണ്ടിട്ടിട്ട് നിങ്ങളിവിടെ അനങ്ങാണ്ടിരിക്ക്യാ, അല്ലേ? കൊള്ളാം! ഇതിനെക്കായിലും ഭേദം നിങ്ങളവൾക്ക് കൊറച്ച് വെഷം കൊടുത്ത് കൊല്ലുന്നതാരുന്നു. എങ്ങനേം ഭാരം ഒഴിവായിക്കിട്ടിയാ മതിയല്ലോ.''

സ്തോഭത്തിന്റെ ആധിക്യത്താൽ ജിബിയയുടെ തൊണ്ട ഇടറുന്നുണ്ടായിരുന്നു.

''പെങ്കുട്ടികളായാ സ്വന്തം കാര്യത്തിൽ കൊറച്ചു മിടുക്കു വേണം. എല്ലാവരും ഉരുട്ടി വായിലോട്ടു വച്ചു തരുമെന്നു കരുതിക്കൊണ്ട് ഇരിക്കരുത്. തന്നത്താൻ കൊറച്ചു പൊരുതി നോക്കണം.'' അജിതമ്മ വീറോടെ പറഞ്ഞു.

''അവളൊറ്റയ്ക്ക് ആരോടു പൊരുതാനാ. ആരെങ്കിലും അവളെ സപ്പോർട്ട് ചെയ്യാനൊണ്ടോ? പെറ്റ തള്ളേം തന്തേം കൂടി തിരിഞ്ഞു നോക്കുന്നില്ല. അവക്ക് നീതി കിട്ടുന്നൊണ്ടോന്ന് നിങ്ങളാരെങ്കിലും അന്വേഷിച്ചോ?''

''ഞങ്ങളന്വേഷിക്കുന്നൊണ്ടാരുന്നു. ഞങ്ങളവളെ ഉപേക്ഷിച്ചുകളഞ്ഞതൊന്നുമല്ല.''

''അന്വേഷിച്ചപ്പം എന്നാ മനസ്സിലായി. പവിത്ര ആ വീട്ടിൽ സുഖമായിട്ടും സന്തോഷമായിട്ടും ജീവിക്കുവാണെന്നോ?''

''വെഷമങ്ങളൊണ്ടെന്നു ഞങ്ങൾക്കും അറിയാം.'' അജിതമ്മ സമ്മതിച്ചു.

''എന്നിട്ട് നിങ്ങളത് പരിഹരിക്കാൻ നോക്കിയോ? അവൾക്ക് സഹായം എത്തിച്ചു കൊടുത്തോ?'' ജിബിയ രോഷത്തോടെ ചോദിച്ചു.

''അവക്കെന്നാ കൊടുത്തിട്ടും ഒരു കാര്യോമില്ല. അവൻ കൊണ്ടുപോയി മുടിപ്പിക്കും. ഇരുപത്തിരണ്ടു പവൻ സ്വർണം കൊടുത്തതാ.

ഒരു തരി പൊന്നില്ല. ഒരു ലക്ഷം രൂപ കൊടുത്തു. പിന്നെ ഇടയ്ക്കിടെ നൂറും ഇരുനൂറുമൊക്കെ കൊടുക്കുന്നൊണ്ടാരുന്നു.''

''അതുകൊണ്ട് എല്ലാം തെകഞ്ഞോ?'' ജിബിയ ചോദിച്ചു.

''ഞങ്ങക്കും സങ്കടോം വേദനേം ഒക്കെണ്ട്.''

''എന്നിട്ടാണോ അവളെ അവിടെ കൊല്ലാനിട്ടിരിക്കുന്നെ. അവളൊരു രോഗിയാണെന്നൊള്ള വിവരം അറിയാല്ലോ. എത്രയും പെട്ടെന്ന് ഓപ്പറേഷൻ നടത്തിയില്ലെങ്കി അവൾ രക്ഷപ്പെടത്തില്ലെന്നും അറിയാം, അല്ലേ?''

''എന്റെ കുഞ്ഞേ, ഞങ്ങളെവിടെച്ചെന്നൊണ്ടാക്കും പൈസ. കോട്ടയത്തു കൊണ്ടുപോയി സ്കാനിങ് നടത്താനൊള്ള പൈസയൊക്കെ ഞാനാ മൊടക്കിയത്. എനിക്കീ തയ്യലീന്നു കിട്ടുന്ന വരുമാനമല്ലേ ഒള്ളൂ. കുടുംബം നടത്തണ്ടേ. രണ്ടു പിള്ളേരെ പഠിപ്പിക്കണ്ടേ?''

''നിങ്ങടെ വീട്ടുകാരൊക്കെ ഒണ്ടല്ലോ. അവരോടു പറഞ്ഞാ സഹായിക്കില്ലേ.''

''എന്റെ കൊച്ചേ, എല്ലാരും പരാധീനക്കാരാ. വേണ്ടിവന്നാ രണ്ടായിരോ മൂവായിരോ ഒക്കെ തന്നു സഹായിക്കും. അതുകൊണ്ടെന്നാ ചെയ്യാൻ പറ്റും. മുപ്പതിനായിരം രൂപയില്ലാതെ ആശുപത്രീലോട്ട് കേറാൻ നോക്കണ്ട.''

''എന്നാപ്പിന്നെ അവളവിടെക്കെടന്ന് ചത്തോട്ടേന്നോ?''

''അവടെ കെട്ടിയവന് ഇത്തിരി ഉത്തരവാദിത്തം വേണ്ടേ?'' അതിജമ്മ രോഷം പൂണ്ടു.

ജിബിയ അവരുടെ മുഖത്തേക്കുതന്നെ നോക്കിക്കൊണ്ട് നിമിഷങ്ങളോളം നിന്നു. ചോദിക്കാനും പറയാനുമുള്ള പദങ്ങൾ അവളുടെ മനസ്സിൽ തിരമാലപോലെ അലതല്ലിക്കൊണ്ടിരുന്നു. ഒടുവിൽ എല്ലാം കടിച്ചടക്കി അവൾ സ്വരം താഴ്ത്തി.

''ഞാൻ പോവ്വാ. എനിക്കിനി ഒന്നും പറയാനില്ല.''

വീട്ടിൽ തിരിച്ചെത്തിയ ഉടനെ ജിബിയ ബിൻസിയോടു ചോദിച്ചു: ''മമ്മീടെ കയ്യിൽ സ്വർണം വല്ലോം ഇരിപ്പൊണ്ടോ?''

''ഇപ്പം എന്തിനാ നിനക്ക് സ്വർണം?'' ബിൻസി ആശ്ചര്യപ്പെട്ടു.

''വേണം. അത്യാവശ്യമാ.''

''എന്തിനാന്നു പറ.''

ജിബിയ പവിത്രേടെ രോഗാവസ്ഥയെക്കുറിച്ചു പറഞ്ഞു.

''ആരും ഹെൽപ് ചെയ്തില്ലെങ്കി അവളവിടെക്കെടന്നു ചത്തുപോകും.''

''എടി മോളേ, അവൾടെ വീട്ടുകാർക്കും കെട്ടിയവനും ഇല്ലാത്ത ഉത്തരവാദിത്തം നിനക്കെന്തിനാ?''

''എനിക്കതൊന്നും അറിയാമ്മേല. മമ്മിക്ക് സഹായിക്കാൻ പറ്റ്വോ?''

''നിനക്കറിയാല്ലോ. വരവ് മാലയാ ഞാനിട്ടേക്കുന്നെ. പൊന്നെന്നു പറയാൻ ആകെയൊള്ളത് രണ്ടു കുഞ്ഞു കമ്മലാ. വരവ് കമ്മല് മേടിച്ചിട്ടാ ചെവി ചൊറിഞ്ഞു പഴുക്കും.''

''തൽക്കാലം ഒന്നും ഇടണ്ടാന്നു വയ്ക്ക്.''

''കാതടഞ്ഞു പോകത്തില്ലേടീ. ജോറൂട്ടിച്ചായൻ പലപ്രാവശ്യം ചോദിച്ചിട്ടുപോലും ഞാൻ കൊടുക്കാതെ വെച്ചിരുന്ന മൊതലാ.''

''എന്റെ മമ്മീ, കാതടഞ്ഞു പോകാതിരിക്കാൻ രണ്ടു പച്ചയീർക്കിലി കഷണം തിരുകി വച്ചാ മതി.''

''പോടീ അവിടുന്ന്.''

''അതൊന്നു പണയം വയ്ക്കാൻ താ. ഞാൻ മുംബൈയിൽ പോയി ജോലി ചെയ്ത് പണയമെടുപ്പിച്ചോളാം. എത്ര ഗ്രാമൊണ്ട്?''

''ആറു ഗ്രാം കാണുമായിരിക്കും.''

''മതി. പപ്പാ അറിയണ്ട.''

''ജോറൂട്ടിച്ചായനറിയാതെയോ?''

''ഞാനെടുപ്പിച്ച് തന്നോളാംന്നു പറഞ്ഞില്ലേ. ഇപ്പം ആ ഇത്തിരിപ്പൊന്നിന് ഒരു ജീവന്റെ വെലയാ മമ്മീ.''

ബിൻസിക്കു കാര്യം മനസ്സിലായി.

അൽപം ആലോചിച്ച ശേഷം ബിൻസി തന്റെ കാതിൽ കിടന്ന കമ്മൽ രണ്ടും അഴിച്ച് മകളെ ഏൽപിച്ചു.

''ജോറൂട്ടിച്ചായനോട് ഞാനെന്നാ പറയുമെന്നാ എന്റെ പേടി.''

''പപ്പാ ചോദിച്ചാ ഞാൻ പറഞ്ഞോളാം. മമ്മി പേടിക്കണ്ട.''

''നീ അത്രയ്ക്കങ്ങ് വളന്നോ. ഇതുവരെ നിന്റെ കാര്യം പപ്പയോടു പറയാൻ ഞാൻ വേണായിരുന്നല്ലോ.''

''ഇതെന്റെ കാര്യത്തിനല്ലല്ലോ. ഒരു ജീവൻ രക്ഷിക്കാൻ വേണ്ടിയല്ലേ.''

പിറ്റേ ദിവസം ജോർജുകുട്ടി സ്ലോട്ടർ ടാപ്പിങ്ങിന് മാർമലയ്ക്കു പോയപ്പോൾ ജിബിയയും ബിൻസിയുംകൂടി തീക്കോയി തൊങ്കലിൽ പോയി അവിടുത്തെ സ്വകാര്യ പണമിടപാട് സ്ഥാപനത്തിൽ കമ്മൽ പണയപ്പെടുത്തി പതിനെണ്ണായിരം രൂപ വാങ്ങി. അതിൽ മൂവായിരം രൂപ കയ്യിൽ വച്ചശേഷം ജിബിയ, ബാക്കി പതിനയ്യായിരവുമായി പവിത്രയുടെ വീട്ടിലെത്തി. ആ പണം അജിതമ്മയെ ഏൽപിച്ചിട്ടു പറഞ്ഞു:

''പവിത്രയുടെ ഓപ്പറേഷൻ എത്രയും പെട്ടെന്നു നടത്തണം. ബാക്കി പൈസ നിങ്ങളെങ്ങനെയെങ്കിലും ഉണ്ടാക്കിക്കോ. പൈസ കയ്യിലിരുന്നു തുളുമ്പീട്ട് തരുന്നതല്ല. എന്റെ മമ്മീടെ കാത് പറിച്ചു പണയം വച്ചതാ.''

അജിതമ്മ ആ പൈസയും കയ്യിൽ പിടിച്ച് വിറങ്ങലിച്ചു നിന്നുപോയി.

''അവളങ്ങനൊന്നും പോകാനുള്ളവളല്ല അമ്മേ. അവൾടെ ജീവന്റെ വെലയെന്താന്ന് നിങ്ങക്കാർക്കും അറിയില്ലെങ്കിലും എനിക്കറിയാം.''

''എന്റെ കുഞ്ഞേ... പൈസ ഇല്ലാഞ്ഞിട്ടല്ലേ.''

''അതും അറിയാം. അതുകൊണ്ടാ ഈ പൈസ കൊണ്ടുവന്നു തന്നത്. ഇതു കൊണ്ടുപോയി പുട്ടടിച്ചേക്കരുത്. ഞാൻ നാളെ മുബൈയ്ക്കു പോകും. എന്നുവച്ച് ഈ പൈസ വകമാറ്റി ചെലവഴിച്ചുകളയരുത്. ഞാൻ മുംബൈയിൽ ചെന്നാ ഉടനെ വിളിച്ചു ചോദിക്കും ഓപ്പറേഷന്റെ കാര്യം എന്തായെന്ന്. പോട്ടെ.''

മറുപടിക്കു കാത്തു നിൽക്കാതെ ജിബിയ തിരിഞ്ഞു നടന്നു. അത് നോക്കിനിൽക്കേ അജിതമ്മയുടെ കണ്ണിൽ വെള്ളം വന്നു നിറഞ്ഞു.

പകുതിയോളം പണം കയ്യിൽ വന്നതോടെ അജിതമ്മയ്ക്കു ധൈര്യമായി. ബാക്കി പണം സ്വന്തക്കാരിൽനിന്നും ബന്ധുക്കളിൽനിന്നും കടമായും സംഭാവനയായും സ്വരൂപിക്കാമെന്ന് അവർ കണക്കുകൂട്ടി. ഞണ്ടുകല്ലിലെ തറവാട്ടിൽ ചെന്ന് ആങ്ങളമാരുടെ കയ്യിൽനിന്നും സുദർശനന്റെ ഇടമറുകിലെയും മേലുകാവിലെയും ബന്ധുവീടുകളിൽ നിന്നുമൊക്കെയായി ഇരുപത്തയ്യായിരം രൂപയോളം സംഘടിപ്പിച്ചു.

എന്നിട്ടും കണക്കുകൂട്ടി വന്നപ്പോൾ അയ്യായിരത്തിനും പതിനായിരത്തിനുമിടയ്ക്ക് കുറച്ചു രൂപയുടെ കുറവുകൂടി നികത്താനുണ്ട്. അതിനുവേണ്ടി രമേശനും ശിവരാജനും കൂടി പാതാമ്പുഴ ഓട്ടോറിക്ഷ സ്റ്റാൻഡിൽ ചെന്ന് ജയപ്രകാശുമായി സംസാരിച്ചു.

''എന്റെ കൈയിൽ നയാ പൈസയില്ല.'' ജയപ്രകാശ് കൈ മലർത്തിക്കാട്ടി.

''ആരോടെങ്കിലും കടംവാങ്ങിയാലും മതി.'' രമേശൻ ജയപ്രകാശിനോടു കെഞ്ചി. ''നിനക്ക് ഓട്ടോക്കാര് സുഹൃത്തുക്കളൊക്കെ ഒരു പാടില്ലേ. ആരോടെങ്കിലും വായ്പ ചോദിച്ചാ തരത്തില്ലേ?''

''മേടിക്കാവുന്നിടത്തോളം ഞാൻ മേടിച്ചു കഴിഞ്ഞു. എല്ലാർക്കും ഞാനങ്ങോട്ടു മടക്കിക്കൊടുക്കാൻ കെടക്കുവാ. പലരോടും അവധി പറഞ്ഞുപറഞ്ഞ് അവർക്കെല്ലാം ദേഷ്യമായി. വാങ്ങിച്ച പൈസ കൊടുക്കാതെങ്ങനാ പിന്നേം ചോദിക്കുന്നെ.''

''നീ നോക്കിയാ ആയിരം രൂപപോലും ഒണ്ടാവത്തില്ലേ?'' രമേശനു ക്ഷമ കെട്ടു.

''കളിയാക്കാതെ. ആയിരം രൂപകൊണ്ട് എന്താകാനാ?''

''നിനക്ക് മൂക്കുമുട്ടെ കുടിക്കാൻ പൈസയൊണ്ടല്ലോ. അതെവിടുന്നു വരുന്നു?''

''വല്ലപ്പഴും രണ്ടു പെഗ്ഗടിക്കുന്നതാണോ കുറ്റം?''

ജയപ്രകാശിന്റെ ചെകിട്ടത്തൊന്നു പൊട്ടിക്കണമെന്നുണ്ടായിരുന്നു രമേശന്.

''നീ വാ രമേശാ, അവനോടു കൂടുതൽ സംസാരിച്ചാ നമ്മള് കൈ അയച്ച് വല്ലതും ചെയ്തു പോകും.''

ശിവരാജൻ അനുജനെ കൂട്ടിക്കൊണ്ട് ബൈക്കിൽ കയറി ഓടിച്ചു പോയി.

രാത്രി പതിവുപോലെ ഷെയറിട്ട് കുപ്പി വാങ്ങിക്കുടിച്ച് ജയപ്രകാശ് വീട്ടിലെത്തി. ശിവരാജനോടും രമേശനോടുമുള്ള ദേഷ്യം മുഴുവൻ അയാൾ പവിത്രയുടെ നേർക്ക് തിരിച്ചുവിട്ടു.

''നിന്റെ ഓപ്പറേഷൻ നടത്താൻ അവന്മാര് കാശിനു പാഞ്ഞു നടക്കുന്നു. നിന്റെ മാമന്മാർ. എന്റെ സ്ത്രീധനത്തിന്റെ ബാക്കി പതിനയ്യായിരം ഇതുവരെ തന്നിട്ടില്ല റാസ്കൽസ്. അവനു ഞാനങ്ങോട്ടു കൊടുക്കണംന്ന്... തെണ്ടി.''

പവിത്ര ഒരക്ഷരം മിണ്ടാതിരുന്നു കേട്ടു.

''എനിക്കൊരാവശ്യത്തിന് പത്തുകാശിന്റെ സഹായം ചെയ്തിട്ടില്ല ഈ മാമൻമാര്. വീടുവെച്ചു. അഞ്ചിന്റെ പൈസ തന്നില്ല. കെണറു കുഴിച്ചു. വീടിലോട്ട് കറന്റെടുത്തു. ഒരായിരം രൂപേടെ സഹായം ഇല്ല. ഇങ്ങനെയാണോ ഭാര്യവീട്ടുകാര്? എന്റെ കൂടെ ഓട്ടോ ഓടിക്കുന്ന ഓരോരുത്തൻമാരടെ ഭാര്യവീട്ടുകാര് എന്തൊക്കെയാ കൊടുക്കുന്നെ. ഫ്ഡ്ജ്, ടിവി, ഫാൻ, പൈസ, സ്വർണം... ഇവിടൊരുത്തിയെ ഇവിടെക്കൊണ്ടുവന്നു നടതള്ളീട്ടു പോയേപ്പിന്നെ കാൽകാശിന്റെ പ്രയോജനം ഇന്നേവരെ ഒണ്ടായിട്ടില്ല.''

പവിത്രയ്ക്ക് അതു കേട്ടപ്പോൾ ചിരിയാണു വന്നത്. അവൾക്ക് ചോദിക്കണമെന്നുണ്ടായിരുന്നു, ഉണ്ടായിരുന്ന വീട് വിൽക്കാനും വേറെ പണിയാനും ആരെങ്കിലും നിർബന്ധിച്ചോ? വീടുകാണിച്ചു പറ്റിച്ച് കാശുവാങ്ങി കല്യാണം നടത്തിയിട്ട് വീടുവിറ്റ് കടം തീർക്കുന്ന ചെറ്റത്തരം വേറെ ഏതെങ്കിലും കൂട്ടുകാര് കാണിച്ചോ? ഭാര്യയ്ക്കു മരുന്നും വസ്ത്രവും വാങ്ങിക്കൊടുക്കാതിരിക്കുന്നുണ്ടോ അവർ. ഭാര്യയെ വീട്ടിൽ പട്ടിണിക്കിട്ടിട്ട് അവർ ഹോട്ടലിൽ പോയി മൂക്കുമുട്ടെ തിന്ന് വയർ നിറയ്ക്കാറുണ്ടോ? ഭാര്യയുടെ കെട്ടുതാലി വരെ പറിച്ചെടുത്ത് വിറ്റിട്ടാണോ അവർ കുടുംബം നടത്തുന്നത്?

പവിത്ര വേറെ എന്തെങ്കിലും ഓർക്കാൻ ശ്രമിച്ചു. അവൾ താൻ പഠിച്ച സ്കൂളിന്റെ മുറ്റത്ത് മനസ്സിനെ അലയാൻ വിട്ടു. അതൊരു ആട്ടിൻകുട്ടിയെപോലെ അവിടവിടെ ഓടി നടന്ന്, ഓർമയുടെ കറുകത്തളിരുകൾ കടിച്ചു തിന്നു.

ജയപ്രകാശിന്റെ വായ്ത്താരി അവളിൽനിന്ന് കുറേ അകലെയായി. ഇടയ്ക്ക് സുഭദ്രയുടെ ശബ്ദം കേട്ടപോലെ തോന്നി.

''ചോദിക്കടാ മോനേ. എണ്ണിയെണ്ണി ചോദിക്ക്. അവടെ വായിൽ നാക്കൊണ്ടോന്നു നോക്കിയേ. മൂധേവി. മിണ്ടാതിരിക്കുന്ന കണ്ടില്ലേ.''

ഇടയ്ക്ക് മനസ്സൊന്ന് എത്തിനോക്കിയപ്പോ കേട്ടതാണ്. പവിത്ര വേഗം മനസ്സിനെ സ്കൂൾ മുറ്റത്തേക്കു തന്നെ തിരിച്ചോടിച്ചു.

പിറ്റേന്നു രാവിലെ എഴുന്നേറ്റ് കണ്ണും തിരുമ്മി കോട്ടുവായുമിട്ട് കട്ടിലിൽ ഇരിക്കേ ജയപ്രകാശിന് ഒരു ബോധോദയം. അയാൾ പവിത്രയെ

വിളിച്ച് സ്വർണം പണയം വയ്ക്കാൻ ചോദിക്കുന്നത്ര നയത്തിലും കപടസ്നേഹത്തിലും സംസാരിച്ചു.

''നിന്റെ ഓപ്പറേഷന് നിന്റമ്മ കൂട്ടിവച്ചിരിക്കുന്ന ഇരുപത്തയ്യായിരം രൂപ നീയെനിക്കു വാങ്ങിത്തന്നേര്. വണ്ടീടെ ടെസ്റ്റിങ് നടത്താൻ കാശി ല്ലാണ്ട് ഞാൻ ആകെ പുലിവാല് പിടിച്ചിരിക്കുവാ. ടെസ്റ്റിങ്ങിനു കേറ്റി യില്ലെങ്കി ഓട്ടോ റോഡിലിറക്കാൻ പറ്റത്തില്ല. ടെസ്റ്റിങ് കഴിഞ്ഞാ ഒടനെ ഞാൻ വണ്ടീടെ ബുക്ക് പണയംവച്ച് ആ പൈസ തിരിച്ചു തന്നേക്കാം.''

''അത് നല്ല ബുദ്ധിയാണല്ലോ. പ്രകാശേട്ടനിതൊക്കെ കൃത്യസമ യത്ത് എവിടുന്നു കിട്ടുന്നു.''

''എടീ, ഒറ്റയാഴ്ചത്തെ ഒരു തിരിമറി. ഓപ്പറേഷൻ ഒരാഴ്ച വൈകി യാലും കൊഴപ്പമില്ലല്ലോ. പൈസ ഞാൻ തിരിച്ചു തരാംന്ന്.''

''ആ പൈസ എന്റെ കൂട്ടുകാരി അവൾടമ്മേടെ സ്വർണം പണയം വച്ച് എടുത്ത് അമ്മയെ ഏൽപിച്ചിട്ടു പോയതാ. അവളോട് എന്റമ്മ വേണം ഉത്തരം പറയാൻ.''

''തിരിച്ചങ്ങോട്ടു കൊടുത്തുകഴിയുമ്പം തീരത്തില്ലേ കാര്യം?''

''എന്റെ കയ്യീന്ന് സ്വർണം വാങ്ങിച്ചോണ്ടു പോകുമ്പഴും ഞാനീ വർത്തമാനം കേട്ടിട്ടുള്ളതാ. ഇരുപത്തിരണ്ടര പവൻ. ഒരു ഗ്രാം ബാക്കി യില്ല. ഇനി ഞാനീ വാക്ക് വിശ്വസിക്കണോ?''

''ഓട്ടോ ഓടിയില്ലെങ്കി അടുത്താഴ്ച മൊതൽ നീ ഞണ്ണുന്നതൊന്നു കാണണം.''

അതു കേട്ടപ്പോഴും പവിത്രയ്ക്കു ചിരിക്കാനാണ് തോന്നിയത്. തന്നെ തീറ്റിപ്പോറ്റാൻ മാത്രം ഓടുന്ന ഓട്ടോ!

* * *

മദ്യപിച്ചു ലക്കുകെട്ടവളെപ്പോലെയാണ് ജിബിയ ഹോസ്പിറ്റലിന്റെ കോറിഡോറിലൂടെ നടന്നത്. കാലുകൾ കുഴഞ്ഞുപോകുന്നുണ്ടായി രുന്നു. കണ്ണ് നേരെ നിൽക്കുന്നില്ല. നോട്ടം പതറിപ്പതറിപ്പോകുന്നു. കൺപോളകൾക്കുള്ളിൽ ആരോ മണൽ വാരി വിതറിയ പോലത്തെ കരുകരുപ്പ്.

ഇന്നലെ വൈകുന്നേരം ആറുമണി മുതൽ ഓടുകയാണ്. നീളൻ വരാന്തകൾ. ഇടനാഴികൾ. ചതുര മുറികൾ. ക്യൂബിക്കിളുകൾ, എക്സ്റേ, ലാബോറട്ടറി, സ്കാനിങ്... ഓട്ടം എവിടുന്നു തുടങ്ങുന്നു, എവിടെ അവസാനിക്കുന്നു എന്നൊന്നും ഒരു നിശ്ചയവുമില്ല. റോഡിലിറങ്ങി ഓടിയിരുന്നെങ്കിൽ മുംബൈ മഹാനഗരം ഒന്നു ചുറ്റിവരാനുള്ള ദൂരം താൻ പിന്നിട്ടു എന്ന് അവൾക്കു തോന്നി.

നൈറ്റ് ഡ്യൂട്ടിക്ക് യൂണിഫോം ധരിച്ച് കയറിയപ്പോൾ നല്ല ഉഷാറാ യിരുന്നു. ഇപ്പോൾ ചക്കിലാട്ടി നീരു പിഴിഞ്ഞെടുത്ത കരിമ്പിൻചണ്ടി

പോലെ. നൈറ്റ് ഡ്യൂട്ടി തീരണമെങ്കിൽ ഇനിയും ഓടണം രണ്ടു മണിക്കൂർ കൂടി.

ക്ലോക്കിലെ സൂചികൾക്ക് വേഗതയില്ലാത്ത ഹോസ്പിറ്റലുകൾ.

''ഏയ് ജിബീ... ഇഥറാവോ... കം... ക്വിക്ക്.''

ഏതോ ക്യൂബിക്കിളിൽനിന്ന് സ്റ്റാഫ് നഴ്സ് ഉച്ചത്തിൽ വിളിക്കുന്നു. അതേസമയംതന്നെ മറ്റൊരു ബെഡ്സൈഡിൽനിന്നും വിളിക്കുന്നതു കേൾക്കായി.

''ജിബീ... ഇഥർ... കമോൺ...''

എത്ര ഓടിനടന്നിട്ടും ജോലിയെല്ലാം പെൻഡിങ്ങാണ്. ചിലപ്പോൾ ജിബിയായ്ക്ക് എല്ലാംകൂടി ചുരുട്ടിക്കൂട്ടി എവിടെങ്കിലും വലിച്ചെറിഞ്ഞിട്ട് ഹോസ്പിറ്റലിൽനിന്ന് ഇറങ്ങിയോടാൻ തോന്നും. എന്തൊരു ജീവിതം! ഇതാർക്കുവേണ്ടിയാണ്. ഇങ്ങനെ ജീവിച്ചിട്ട് എന്തു കിട്ടാനാണ്. കഴിക്കാൻ സമയമില്ല. ഒരു മിനിറ്റ് ഇരിക്കാൻ പറ്റില്ല. മൂത്രമൊഴിക്കാൻ തോന്നിയാൽ അതിനും നല്ലനേരം നോക്കണം.

മുംബൈ മീരാറോഡിലെ ലക്ഷ്മി ഹോസ്പിറ്റലിൽ ജോലിക്കെത്തുമ്പോൾ നാലായിരത്തഞ്ഞൂറ് രൂപയെന്ന മോഹിപ്പിക്കുന്ന ശമ്പളം മാത്രമായിരുന്നു മനസ്സിൽ. ഇപ്പോൾ ഒറ്റ ആഗ്രഹമേയുള്ളൂ. എവിടെങ്കിലും ഒന്നു കിടക്കാൻ. മതിവരുവോളം ഒന്നുറങ്ങാൻ. ആ ഉറക്കത്തിൽ ചത്തുപോയാലും മതിയെന്നു ചിലപ്പോൾ ജിബിയയ്ക്കു തോന്നാറുണ്ട്. പിന്നെ ഒന്നും അറിയണ്ടല്ലോ. ഒരു തലവേദനയോ, വയറുവേദനയോ ജലദോഷമോ പിടിപെട്ടാൽപോലും ലീവ് കിട്ടില്ല. ആഴ്ചയിൽ കിട്ടുന്ന ഒരു ദിവസത്തെ അവധി, തുണികൾ കഴുകിയുണക്കി, ഒന്നു കുളിച്ച്, അത്യാവശ്യം സാധനങ്ങൾ വാങ്ങാൻ കടകളിലും ഒന്നു കയറിയിറങ്ങുമ്പോൾ തീർന്നുപോവുകയാണ്. കടൽ തിരയടിച്ചിട്ട് പാദങ്ങൾക്കിടയിൽനിന്ന് മണ്ണും വെള്ളവും ചോർന്നു പോകുന്നപോലെ. വാങ്ങുന്നതോ, ഒരു ബ്രെഡ് പായ്ക്കറ്റ്, പഴം, രണ്ടു പായ്ക്കറ്റ് ബിസ്കറ്റ്, സോപ്പുപൊടി. എത്ര ഞെക്കിപ്പിടിച്ചിട്ടും വീട്ടിലേക്ക് മൂവായിരം തികച്ച് അയച്ചുകൊടുക്കാൻ കഴിയുന്നില്ല.

''ഹേ, ജിബീ... ഇവിടെ വാ...''

ഇൻചാർജ് വിളിക്കുകയല്ല, അലറുകയാണ്.

''ഞാനിവിടെ പേഷ്യന്റിനു കെയറ് കൊടുക്കുകയാണ് മാഡം.''

''അതവിടിട്ടിട്ട് ഇവിടെ വരാൻ.''

ജിബിയ ഇൻചാർജ് രേണുകയുടെ അടുത്തേക്ക് ഓടി. ഇവരൊക്കെ ഇങ്ങനെ അലറുന്നത് എന്തിനാണെന്ന് അവൾക്കു മനസ്സിലായില്ല. എല്ലായിടത്തും ജൂനിയർ നഴ്സുമാരുടെ നേർക്ക് ചാടിക്കടിക്കുന്ന ഇൻചാർജ് മാത്രമേയുള്ളൂ. സഹപ്രവർത്തകരെ മനുഷ്യരായി ഗണിക്കാത്തവർ. അവരെ നിന്ദിക്കുകയും അവരെക്കൊണ്ടു ക്രൂരമായി പണിയെടുപ്പിക്കുകയും ചെയ്യുന്നതിൽ സംതൃപ്തിയടയുന്നവർ. അവരും ഒരിക്കൽ തുടക്കക്കാരായിരുന്നെന്ന് ഓർക്കുന്നേയില്ല.

എല്ലായിടത്തും ഇതുതന്നെ.

ഡ്യൂട്ടി തീർന്ന് ഓവർ കഴിഞ്ഞ് ഹോസ്പിറ്റലിൽ നിന്ന് ഇറങ്ങിയപ്പോൾ ഒൻപതു മണി. എട്ടുണിക്കു തീരുന്ന ഡ്യൂട്ടിയാണ്. ഹോസ്റ്റലിലോട്ട് നടക്കുന്നതിനിടയിൽ വീട്ടിലേക്ക് ഒരു കോൾ. രണ്ടു മിനിറ്റ് സംസാരം. ഹോസ്റ്റലിൽ ചെന്ന് പല്ലുതേച്ച്, മുഖം കഴുകി മെസ്സിലേക്ക് ഓടി. മൂന്ന് ഉണക്കച്ചപ്പാത്തിയും പരിപ്പ് വെന്ത വെള്ളവും. അതിന് മഞ്ഞയും പച്ചയും ഇടകലർന്ന നിറമാണ്. കടുകെണ്ണയുടെ മണം മനം മടുപ്പിക്കും. ഏതാനും പരിപ്പുകളും സവാള കഷണവും ആ കറിയിലുണ്ട്. അതാണ് ബ്രേക്ക്ഫാസ്റ്റ്. ഒരിത്തിരി ചായ. ഗാർഗിൾ ചെയ്ത് തുപ്പാനുള്ളതേയുള്ളൂ. ആ കലക്കവെള്ളത്തിനും ചായ എന്നു പേര്. നിന്നുകൊണ്ട് ചപ്പാത്തി തിന്നിട്ട് ഹോസ്റ്റലിലേക്ക് ഓടി. ഇനി എവിടെങ്കിലും ഒന്നു കിടന്നാൽ മതി. ശവം പോലെ.

ഫോൺ ഇരമ്പുന്നതുകേട്ട് ജിബിയ എടുത്തു നോക്കി. ജെയ്സൺ!

''എന്താ വിളിക്കാത്തെ?'' പരിഭവം.

''വയ്യ ചേട്ടായീ.''

''ഞാൻ നാട്ടിലേക്കു പോവ്വാ.''

''എന്തുപറ്റി?''

''മമ്മി വീണു. ഹോസ്പിറ്റലിലാ. ഐസിയുവിൽ.''

''മൈ ഗോഡ്, എന്തു പറ്റി?''

''അറിയില്ല. പ്രഷർ ലോ ആയിരുന്നെന്നാ പറയുന്നെ. വയ്ക്കട്ടെ. പോണവഴി വിളിക്കാം.''

കോൾ കട്ടായി.

ജിബിയയ്ക്ക് ഉറക്കം പോയി. പോയിട്ട് ഇനി എന്നു വരും?

മുംബൈയിൽ വന്നിട്ട് ആകെ ഒരു തവണയാണ് കാണാൻ പറ്റിയത്. നാഗ്പൂരിൽനിന്ന് ട്രെയിൻ കയറി വന്നിട്ട് കഷ്ടിച്ചു രണ്ടു മണിക്കൂർ കിട്ടി സംസാരിക്കാൻ. ഓഫ്ഡേ ആയിരുന്നിട്ടു പോലും.

ഇനി എന്താണ് സംഭവിക്കാൻ പോകുന്നത്. ഒന്നും അറിയില്ല. ഈ ജീവിതം എവിടെയെത്തും? ആരാണിതെല്ലാം നിയന്ത്രിക്കുന്നത്? എല്ലാം വെറുതെയാണെന്ന് അവൾക്കു തോന്നി.

താൻ ഒരു പുഴു മാത്രമാണ്. മുംബൈയിലെ ഒരാശുപത്രിയിൽ അരിച്ചുനടക്കുന്ന പുഴു. കഴിയുന്നിടത്തോളം ജീവിക്കുക, മരിക്കുക.

ജിബിയയുടെ കൺപോളകൾ കനംവച്ച് അടഞ്ഞു.

മുപ്പത്തിയൊന്ന്

വീട്ടുമുറ്റത്ത് ഓട്ടോറിക്ഷ വന്നു നിന്നു. ദീപ സ്കൂളിൽ പോകാൻ വേണ്ടി കുളിച്ചിട്ട് മുറ്റത്തുനിന്ന് മുടി തോർത്തുകയായിരുന്നു. അവൾ ഓടി അകത്തേക്കു ചെന്നിട്ട് പവിത്രയോടു പറഞ്ഞു.

"ചേച്ചീ, പ്രകാശേട്ടൻ..."

"ഓ... വന്നോ?"

നിർവികാരമായൊരു ചോദ്യം മാത്രമേ പവിത്രയിൽനിന്ന് ഉണ്ടായുള്ളൂ. അജിതമ്മ വരാന്തയിലേക്ക് ഇറങ്ങിച്ചെന്നു. ജയപ്രകാശ് ഓട്ടോറിക്ഷയിൽ നിന്നിറങ്ങി മുണ്ട് മാടിക്കുത്തി മുറ്റത്തു നിൽക്കുകയാണ്.

"നീ ഏതാ?" അജിതമ്മ ചോദിച്ചു.

ജയപ്രകാശ് അവരുടെ നേരെ തുറിച്ചു നോക്കി.

"ചോദിച്ചതു കേട്ടില്ലേ. നീ ആരാണ്? ആരെക്കാണാൻ വന്നതാ?"

"എന്റെ മോനെവിടെയാ?" ജയപ്രകാശ് ചോദിച്ചു.

"നിന്റെ മോനോ? നിനക്ക് മോനുണ്ടോ?"

"അപ്പുവിന്റെ കാര്യമാ ഞാൻ ചോദിച്ചെ."

"അതു നിന്റെയാണെന്ന് ആരു പറഞ്ഞു. വല്ല ഒറപ്പും ഒണ്ടോ നിനക്ക്?"

"ആ... അതു ശരി. നിങ്ങടെ മകള് പെഴയാണെന്ന് ഇപ്പഴെങ്കിലും സമ്മതിച്ചല്ലോ. നന്നായി. ഇത് നിങ്ങടെ വായീന്ന് കേക്കാനിരിക്കുവാരുന്നു ഞാൻ."

"ആന്നെടാ. അവള് നിന്റെ കെട്ട്യോളാണെന്നു പറയുന്നതിനെക്കായിലും അന്തസ്സാടാ അത്. മോനെ കാണാൻ വന്നിരിക്കുന്നു! ഇക്കഴിഞ്ഞ മൂന്നുമാസം നീ എവിടാരുന്നു? ഇപ്പഴാണോ നിനക്ക് കെട്ടിയവളും മോനും ഒണ്ടല്ലോന്നുള്ള ഓർമ വന്നേ."

അജിതമ്മ പൊട്ടിത്തെറിച്ച മാതിരി മുറ്റത്തേക്കിറങ്ങി നിന്ന് ജയപ്രകാശിന്റെ നേർക്ക് ചീറി.

"എന്റെ മോൾടെ ഓപ്പറേഷൻ കഴിഞ്ഞിട്ട് മാസം മൂന്നായി. നീ ഒരു തവണ വന്നോടാ കാണാൻ. ഇവിടെ വരാൻ കൊറച്ചിലാണെങ്കി

വേണ്ട. ആശുപത്രീൽ വന്നോ നീ? ഒരാഴ്ച അവള് ആശുപത്രീ കെട ന്നല്ലോ.''

''അത് ഞാൻ മനപ്പൂർവം വരാത്തതാ. എന്റെ ഓട്ടോടെ ടെസ്റ്റിങ് നടത്താൻ കാശ് ചോദിച്ചിട്ട് തരാതെയാ അവള് ഓപ്പറേഷന് കേറീത്.''

''എന്റെ കുഞ്ഞിന് ഒടൻതന്നെ ഓപ്പറേഷൻ നടത്തണംന്ന് സ്കാനിങ് നടത്തിയ ഡോക്ടറും പറഞ്ഞതല്ലേ. എന്നിട്ട് ആറുമാസം നീയവളെ വെച്ചോണ്ടിരുന്നില്ലേ. വേദനയ്ക്ക് ഒരു ഗുളികപോലും വാങ്ങിക്കൊടുക്കാതെ. ബാക്കിയൊള്ളോര് തെണ്ടി, ഓപ്പറേഷനൊള്ള കാശൊണ്ടാക്കിയപ്പം നിനക്കത് വാങ്ങിക്കൊണ്ടുപോയി വണ്ടീടെ ടെസ്റ്റിങ് നടത്തണം, അല്ലേ?''

''വെറും ഒരാഴ്ചത്തെ തിരിമറിക്കുവേണ്ടിയാ ഞാൻ പൈസ ചോദിച്ചെ. ഏഴു ദിവസത്തിനകത്ത് ഞാൻ തിരിച്ചുതന്നേനെ.''

''നീ ഉണ്ട തരും. വാക്കിനു വെലയില്ലാത്തവൻ. നീ തിരിച്ചെടുത്തു കൊടുക്കാമെന്നു പറഞ്ഞിട്ടല്ലേടാ എന്റെ മോള് ഓരോ പവന്റേം സ്വർണം അഴിച്ചുതന്നത്. ഇരുപത്തിരണ്ടര പവൻ! അവസാനം കെട്ടുതാലി വരെ പറിച്ചോണ്ടു പോയില്ലേ നീ. ഒരു തരി പൊന്നൊണ്ടോടാ ബാക്കി. ആ നീയാ തിരിച്ചും മറിച്ചും തരാൻ പോകുന്നെ.''

''ഞാനേ, ചുമ്മാതെയല്ല സ്വർണം പണയം വച്ചത്. അത്രയ്ക്ക് അത്യാവശ്യം ഒണ്ടായിട്ടാ. അവള് മൂന്നുനേരം ഞണ്ണുന്നുണ്ടാരുന്നല്ലോ. അതിനുകൂടി വേണ്ടീട്ടാ.''

ജയപ്രകാശ് കൂസലെന്യേ പറയുന്നതു കേട്ടിട്ട് അജിതമ്മയ്ക്കു വിറഞ്ഞു കയറി.

''പിന്നേ... എല്ലാരും കെട്ടുതാലി പറിച്ചു വിറ്റിട്ടല്ലേ ഭാര്യയ്ക്കു ഭക്ഷണം കൊടുക്കുന്നെ. നീ ചങ്കൊറപ്പൊള്ള ആണാണെങ്കി ജോലി ചെയ്ത് നിന്റെ കെട്ടിയവളേം മകനേം വേണ്ടപോലെ നോക്കിയേനേ.''

'''ഞാൻ ജോലി ചെയ്യുന്നൊണ്ട്. എല്ലാ ദിവസോം ഓട്ടോ ഓടിച്ചാ ഞാൻ ജീവിക്കുന്നെ.''

''അതുകൊണ്ട് ആർക്കു ഗൊണം. നിന്റെ കൂട്ടുകാർക്കും ബിവ്റിജ് കാർക്കും. നീ കുടിച്ചുമുള്ളിയ കാശൊണ്ടാരുന്നെങ്കി അതുപോലത്തെ ഒരിരുപത്തിരണ്ട് പവൻ വേറെ മേടിക്കാമായിരുന്നല്ലോടാ. പിന്നെ, എന്റെ മോളെ ഊട്ടുന്ന കഥയൊന്നും നീ പറയല്ലേ. നീയും നിന്റമ്മേം ഹോട്ടലിപ്പോയി മൂക്കുമുട്ടെ തട്ടീട്ട് എന്റെ മോള് എത്ര ദിവസം കഞ്ഞി വെക്കാനരിയില്ലാണ്ട് വീട്ടിൽ പട്ടിണി കെടന്നിട്ടൊണ്ടെടാ.''

''നിങ്ങടെ വർത്തമാനം എനിക്കു കേക്കണ്ട. ഞാനെന്റെ മോനെ വിളിച്ചോണ്ടു പോകാൻ വന്നതാ.''

''നിനക്കു ഭാര്യേം മകനും ഇല്ല. നീ പോയി നിന്റെ പണി നോക്ക്. എന്റെ മോടെ ഓപ്പറേഷൻ കഴിഞ്ഞിട്ട് ഇത്രേം നാളും തിരിഞ്ഞു നോക്കാത്ത നീയിപ്പം തെരക്കി വന്നിരിക്കുന്നോ. അവളാശുപത്രീൽ കേറീട്ട് അഞ്ചു

രൂപ നിന്റെ കയ്യീന്നു മൊടക്കിയോ നീ? ഒന്നും വേണ്ട, അരക്കിലോ ഓറഞ്ചു വാങ്ങിച്ചോണ്ടു ചെല്ലാരുന്നല്ലോ നിനക്ക്.''

''ഞാൻ പൈസ ഇടാത്തത്, രൂപാ പതിനയ്യായിരം സ്തീധനബാക്കി എനിക്കു കിട്ടാനൊണ്ട്. ആ കാശ് ഓപ്പറേഷനിലോട്ട് വകവച്ചോ.''

''നീയവൾടെ സ്വർണമെല്ലാം വിറ്റു തൊലച്ചതോ. അത് ഏതു വകുപ്പിൽ പെടുത്തണം.''

''അതെനിക്കു സ്ത്രീധനം കിട്ടിയ മൊതലാ. എന്റിഷ്ടംപോലെ ഞാനത് കൈകാര്യം ചെയ്യും.''

''പിന്നേ, നിനക്കും നിന്റമ്മയ്ക്കും ചെലവ് കഴിയാനും വിറ്റ് കള്ളു കുടിക്കാനും വേണ്ടിയല്ലേ, ഞാനിവിടെ രാപകലെന്നില്ലാതെ തയ്ച്ചു കാശൊണ്ടാക്കി സ്വർണം വാങ്ങിച്ചു വച്ചത്. അത് അവൾടെ കഴുത്തിലും കാതിലും കയ്യിലും ഇടാൻ വേണ്ടിയാ. പിന്നെ സ്ത്രീധന ബാക്കി... എടാ, നീയും നിന്റെ തള്ളേം ഒരു ദിവസമെങ്കിലും എന്റെ മോളോട് ഒരു മനുഷ്യജീവിയോടു പെരുമാറുന്നപോലെ പെരുമാറീട്ടൊണ്ടോ? അവളെ പേടിപ്പിക്കാനും പീഡിപ്പിക്കാനും വേണ്ടി പിന്നേം പിന്നേം നിനക്ക് പൈസ തന്നോണ്ടിരിക്കണം അല്ലേ? നിനക്കു നിന്റെ കെട്ടിയവളെ വേണ്ട. മകനെ മാത്രം മതി, അല്ലേ? ഇവിടങ്ങനൊരു മകനില്ല. നീ പോയി നിന്റെ പണി നോക്ക്.''

രണ്ടും കൽപിച്ചാണ് അജിതമ്മ സംസാരിച്ചത്. വേണ്ടിവന്നാൽ ആ ബന്ധം മുറിക്കാനും അവർ തയ്യാറായിരുന്നു.

സ്നേഹശൂന്യനാണ് ജയപ്രകാശ് എന്ന സത്യം അവർക്കു ബോധ്യപ്പെട്ടുകഴിഞ്ഞു.

ജയപ്രകാശ് ദേഷ്യംപൂണ്ട് ഓട്ടോറിക്ഷയിൽ ചാടിക്കയറി അപ്പോൾത്തന്നെ ഓടിച്ചു പോയി.

''നെറികെട്ടവൻ. നീ ഗുണംപിടിക്കത്തില്ലെടാ.'' അജിതമ്മ നോക്കിനിന്ന് പ്രാകി.

''അയാൾക്കു രണ്ടടി കൂടി കൊടുത്തു വിടേണ്ടതായിരുന്നു.'' വരാന്തയിൽനിന്നു ദീപ പിറുപിറുത്തു.

അപ്പു വാതിലിനരികെ വന്ന് ഒളിഞ്ഞു നോക്കി.

''അച്ഛ പോയോ?'' അവൻ ആരോടെന്നില്ലാതെ ചോദിച്ചു.

''ഇല്ല. പോയില്ല. ഇപ്പം കള്ളു കുടിക്കാൻ പോയതാ. കൊറച്ചു കഴിയുമ്പം വരും. നിന്നേം കൊണ്ടേ അച്ഛ പോകത്തൊള്ള്.'' ദീപ പറഞ്ഞു.

''ഇല്ല. ഞാം പോവത്തില്ലല്ലോ.'' അപ്പു നിഷേധാർത്ഥത്തിൽ തലയാട്ടി.

'''അച്ഛ വന്ന് നിന്നെ എടുത്തോണ്ട് പോകും. നീ അച്ഛേടെകൂടെ പൊക്കോ. അച്ഛേടെ പുന്നാര മോനല്ലേ നീ.''

''വേണ്ടല്ലോ. നിക്ക് പോവണ്ട.'' അപ്പു ചിണുങ്ങിക്കരയാൻ തുടങ്ങി.

''ചുമ്മാ കൊച്ചിനെ പേടിപ്പിക്കാതെടീ.'' തിരികെ വരാന്തയിലേക്കു കയറിയ അജിതമ്മ മകളെ ശാസിച്ചു. '''വാ മോനേ... എന്റെ അപ്പു ക്കുട്ടനെ ഞാനാർക്കും കൊടുത്തു വിടത്തില്ല. വാ...''

അജിതമ്മ അവനെ വാരിയെടുത്ത് അകത്തേക്കു പോയി.

കട്ടിലിൽ, ഏതോ സ്വപ്നലോകത്തേക്കു നോക്കി പ്രതിമപോലെ ഇരിക്കുകയാണ് പവിത്ര.

''അവൻ പൊന്നുമോനെ കൂട്ടിക്കൊണ്ടു പോകാൻ വന്നതാ. ഞാൻ കണക്കിനു പറഞ്ഞുവിട്ടിട്ടൊണ്ട്.

പവിത്ര അജിതമ്മയുടെ നേർക്ക് ശൂന്യമായൊരു നോട്ടം നോക്കി.

''നിന്റെ കാര്യം അവൻ ചോദിച്ചില്ല. ഇപ്പഴും നിന്നെ വേണ്ട അവന്.''

പവിത്ര ഒന്നും മിണ്ടിയില്ല. തന്റെ സ്ഥാനം എവിടെയാണെന്ന് അവൾക്കിനിയും പിടികിട്ടിയിട്ടില്ല. ഭർത്താവിനു വേണ്ടെങ്കിൽ താനെന്തു ചെയ്യണം. ഈ വീട്ടിൽ തനിക്കു സ്ഥാനമുണ്ടോ? ഉണ്ടെങ്കിൽ അത് എത്ര നാൾവരെ. അമ്മയും അച്ഛനും കുറ്റബോധംകൊണ്ട് തന്റെയും മോന്റെയും രക്ഷാകർതൃത്വം താൽക്കാലികമായി ഏറ്റെടുത്തെന്നേ യുള്ളൂ. യഥാർത്ഥത്തിൽ ഇതൊരു അഭയസ്ഥാനമല്ല. തന്നോടുള്ള എല്ലാ ഉത്തരവാദിത്തങ്ങളും അവരുടേതായ രീതിയിൽ തന്റെ അച്ഛ നമ്മമാർ തീർത്തുകഴിഞ്ഞു.

മുന്നോട്ടു പോകുമ്പോൾ അവരുടെ മുന്നിൽ രണ്ട് ബാധ്യതകൾ മലപോലെ ഉയർന്നു നിൽക്കുന്നുണ്ട്. ദീപയെ പഠിപ്പിച്ച് കല്യാണം കഴിപ്പിച്ചു വിടണം. അവൾക്കിപ്പോൾ വയസ്സ് പതിനെട്ട്. തന്നെ കല്യാണം കഴിപ്പിച്ച പ്രായം. അമ്മയ്ക്കിപ്പോൾ അവളുടെ കല്യാണം നടത്താ ഞ്ഞിട്ട് യാതൊരു വേവലാതിയുമില്ല. അവള് പഠിച്ചോട്ടെ എന്നാണു പറച്ചിൽ. അവൾക്കാണെങ്കിൽ പഠിക്കണമെന്ന താൽപര്യം തീരെയില്ല.

അടുത്ത ബാധ്യത വിഷ്ണുവിനെ പഠിപ്പിച്ച് ഒരു നിലയ്ക്കെത്തി ക്കുക എന്നതാണ്. അതിനിടയിൽ ആരോ പിഴുതെറിഞ്ഞ തന്റെ ജീവിത ത്തിന് എവിടെ സ്ഥാനം? എങ്ങോട്ടു നോക്കിയാലും ഒരു ശൂന്യത മാത്രമേ കാണാനുള്ളൂ.

''നീയെന്നാടീ ഒന്നും മിണ്ടാത്തെ?'' മകളുടെ മൗനം ഭേദിക്കാൻ അജിതമ്മ തിരക്കി.

''ഞാൻ എന്നാ പറയാനാ.''

''നിനക്ക് പോണോ അവന്റെ കൂടെ?''

''നിങ്ങളെല്ലാരുംകൂടെ പറഞ്ഞയച്ചാ പോകാതെ പറ്റോ? ഞാനാ യിട്ട് പോയതാണോ? അയച്ചതല്ലേ. വേണ്ടാ വേണ്ടാന്നു കരഞ്ഞു പറഞ്ഞിട്ടും.''

ആ ചോദ്യത്തിനു മറുപടിയില്ല അജിതമ്മയ്ക്ക്.

മകളുടെ മുഖം കാണുമ്പോൾ നെഞ്ചിൽ തീക്കനൽ കുത്തേൽക്കുന്നതുപോലെയാണ്. ഇരുപത്തിരണ്ടു വയസ്സ്. കണ്ടാൽ മുപ്പത്തഞ്ച് തോന്നിക്കും. അജിതമ്മ ഇടയ്ക്ക് മകളുടെ പഴയ ചില ഫോട്ടോകൾ എടുത്തു നോക്കും. എത്ര ഭംഗിയുള്ള പെൺകുട്ടിയായിരുന്നു എന്നോർക്കുമ്പോൾ അവർക്കു കരച്ചിൽ വരും. ഭാരമൊഴിക്കാനുള്ള തത്രപ്പാടിൽ ഇവളെ താനാണല്ലോ കുപ്പക്കുഴിയിലേക്ക് എറിഞ്ഞുകളഞ്ഞത് എന്ന കുറ്റബോധത്തിൽ മനസ്സ് നീറും. പക്ഷേ ഭർതൃമതിയായ ഈ സ്ത്രീയെയും അവളുടെ മകനെയും ഏതു സ്ഥാനത്തു നിർത്തണമെന്ന് ആർക്കും അറിഞ്ഞുകൂട. തന്റെ മകളൊരു വിധവയായിരുന്നെങ്കിൽ പോലും അവൾക്ക് ഒരു ഇടം കണ്ടുപിടിക്കാമായിരുന്നു. ഇത് ഒരു നിവൃത്തിയുമില്ലാത്ത അവസ്ഥയാണ്. ഭർത്താവ് എന്ന കശ്മലൻ ഒരച്ഛന്റെ ലേബൽകൂടി നെറ്റിയിലൊട്ടിച്ച് ജീവനോടിരിക്കുന്നു. അവൻ ഏതു രൂപത്തിലും വരാം. ആട്ടിൻതോലിട്ട ചെന്നായ ആയും പശ്ചാത്താപ വിവശനായും സമാധാനപ്രിയനായും അവനു വേഷം കെട്ടാം.

രാത്രി സുദർശനൻ വന്നപ്പോൾ അജിതമ്മ, ജയപ്രകാശ് മകനെ ചോദിച്ചു വന്നു പോയതിനെപ്പറ്റി പറഞ്ഞു.

''കൊടുത്തു വിട്ടേക്കാമ്മേലാരുന്നോ. കൊണ്ടുപോയി വളത്തട്ടെ, അവനും അവന്റെ തള്ളേംകൂടെ.''

''നിങ്ങളെന്നതാ പറയുന്നെ. കൊച്ച് അവന്റെ കൂടെ പോകുവോ. പോയാത്തന്നെ ആര് നോക്കും. അവൻ രാവിലെ ഓട്ടോയുംകൊണ്ട് പോകും. പിന്നെ ആ തള്ളയല്ലേ ഒള്ളൂ. അവര് നാടുനെരങ്ങാനെറങ്ങിയാ ഇരുട്ടീട്ടല്ലേ വീട്ടിക്കേറി വരത്തൊള്ളൂ.''

''അതല്ലേ പറഞ്ഞെ കൊടുത്തു വിട്ടേക്കാമ്മേലാരുന്നോന്ന്. അവര് വളത്തുന്നതു കാണാരുന്നല്ലോ.''

''ആ കുഞ്ഞ് കരഞ്ഞുകരഞ്ഞ് അതിന്റെ ജീവൻ പോകും.''

സുദർശനൻ അത്താഴം കഴിച്ചുകൊണ്ടിരിക്കെ മുറ്റത്തേക്ക് ഒരു ഓട്ടോറിക്ഷ ഇരമ്പിക്കയറി നിന്നു.

അജിതമ്മയും വിഷ്ണുവും വാതിൽ തുറന്നു നോക്കി. ജയപ്രകാശ് ഓട്ടോയിൽനിന്ന് ഇറങ്ങി. വേറെ രണ്ടുപേരും കൂടെയുണ്ട്. ജയപ്രകാശ് കുടിച്ചു വെളിവുകെട്ട നിലയിലാണെന്ന് ഒരൊറ്റ ചുവടുവയ്പിൽനിന്നു തന്നെ അജിതമ്മയ്ക്കു മനസ്സിലായി.

''അവരെ ഇങ്ങോട്ടെറക്കി വിട്.'' ജയപ്രകാശ് വരാന്തയുടെ നേർക്ക് ആടിയാടി വന്ന് കൈചൂണ്ടി ആക്രോശിച്ചു.

''ആരെ എറക്കി വിടാനാ?'' അജിതമ്മ ചോദിച്ചു.

''എന്റെ ഭാര്യേം എന്റെ മകനേം.''

''നീ മനപ്പൂർവം വഴക്കൊണ്ടാക്കാൻ വന്നിരിക്കയാണോ?''

''അതേ.'' ജയപ്രകാശ് കയ്യടിച്ചു പറഞ്ഞു.

''വഴക്കൊണ്ടാക്കാൻ മാത്രമല്ല, എന്റെ കെട്ടിയവളേം കൊച്ചിനേം കൊണ്ടേ ഞാനിവിടുന്ന് പോകുന്നൊള്ളൂ.''

അത്താഴം കഴിക്കുന്നത് മതിയാക്കി സുദർശനൻ ഇറങ്ങി വന്നു.

''മൂക്കറ്റം കുടിച്ചിട്ട് വന്നേക്കുവാ. വേറേം രണ്ട് കള്ളുകുടിയമ്മാരൊണ്ട് കൂടെ.'' അജിതമ്മ പറഞ്ഞു.

''എടാ, നിനക്കൊന്നും വിവരമില്ലേ. പാതിരാത്രിക്കാണോ ഒരു വീട്ടിക്കേറിവന്ന് വഴക്കൊണ്ടാക്കുന്നെ.''

''എനിക്കിപ്പഴാ വരാനൊത്തത്. എന്റെ ഭാര്യവീടാ ഇത്. ഏതു നേരത്തും എനിക്കിവിടെ വരാം.'' ജയപ്രകാശ് വീറോടെ പറഞ്ഞു.

''എടാ, നീ പോയിട്ട് വെളിവൊള്ള നേരത്ത് വാ. നാളെ രാവിലെ വന്നാ സംസാരിക്കാം.''

''എനിക്കിപ്പം സംസാരിക്കണം.''

''നമ്മളവനോട് സംസാരിക്കാനൊന്നും നിക്കണ്ട. അകത്തോട്ടു കേറി വാതിലടച്ചേക്കാം.'' അജിതമ്മ അകത്തേക്കു കയറി.

''കുടിച്ചിട്ടു വന്നവരോട് ഒന്നും പറയണ്ടന്നേ. കേറി വാ.'' അജിതമ്മ ഭർത്താവിനെയും വിളിച്ചു കയറ്റി വാതിലടച്ചു.

ഉടൻ ജയപ്രകാശ് വരാന്തയിലേക്കു ചാടിക്കയറി വാതിലിൽ ഇടിച്ചിട്ട് വെല്ലുവിളി തുടങ്ങി.

സുദർശനൻ അപ്പോൾത്തന്നെ ഫോണെടുത്ത് ഈരാറ്റുപേട്ട പൊലീസ് സ്റ്റേഷനിലേക്കു വിളിച്ചു. മുഴുവൻ സമയ രാഷ്ട്രീയ പ്രവർത്തകനായതിനാൽ സുദർശനന് പൊലീസ് സ്റ്റേഷനിൽ ചെറുതല്ലാത്ത സ്വാധീനമുണ്ട്. പൊലീസ് ജീപ്പ് എത്തുമ്പോൾ ജയപ്രകാശ് വാതിലിൽ ഇടിച്ചും ചീത്തവിളിച്ചലറിയും ആ വീട്ടിലും പരിസരത്തും ഒരു കലാപാന്തരീക്ഷം സൃഷ്ടിച്ചിരിക്കുകയാണ്.

പൊലീസിനെ കണ്ടതും കൂടെയുണ്ടായിരുന്ന രണ്ടുപേർ ഓടി. അതിലൊരാൾ റോഡിലെ കുഴിയിൽ കാൽ തട്ടി വീണു. മറ്റൊരാൾ സമീപത്തെ റബ്ബർതോട്ടത്തിലേക്ക് ഓടിയൊളിച്ചു. എന്താണു സംഭവിക്കുന്നതെന്ന് മനസ്സിലാകും മുൻപേ ജയപ്രകാശിന്റെ കഴുത്തിൽ പിടിവീണു.

''സാറേ, എന്നെയെന്തിനാ പിടിക്കുന്നേ. ഞാനെന്റെ ഭാര്യേം മോനേം കൂട്ടിക്കൊണ്ടു പോകാൻ വന്നതാ.'' ജയപ്രകാശ് കൈ കൂപ്പിക്കൊണ്ട് പറഞ്ഞു.

''നിന്റെയല്ലേ ഈ ഓട്ടോ?'' പൊലീസ് ചോദിച്ചു.

''അതെ സാറേ എന്റെയാ.''

''നീയല്ലേ ഇങ്ങോട്ട് ഓടിച്ചോണ്ടു വന്നേ.''

''അതെ സാറെ.''

''കേറടാ ജീപ്പിലോട്ട്.''

''സാറേ... ഇതെന്റെ ഭാര്യവീടാ.''

''ഭാര്യവീട്ടിലോട്ട് കുടിച്ചിട്ടു വണ്ടിയോടിക്കാനൊള്ള ലൈസൻസ് ആരാ നിനക്കു തന്നെ.''

കുടുങ്ങിയെന്ന് ഇപ്പോഴാണ് ജയപ്രകാശിന് മനസ്സിലായത്. പൊലീസ് അയാളെ ജീപ്പിൽ കയറ്റിയിരുന്നു.

ജയപ്രകാശിന്റെ വെല്ലുവിളിയും തെറിപറച്ചിലും കേട്ട് അയൽ വാസികൾ മതിലരികുകളിൽ നോക്കിനിൽപ്പുണ്ടായിരുന്നു. പൊലീസ് അവരോടു ചോദിച്ച് വിവരങ്ങൾ ശേഖരിച്ചു. സുദർശനിൽനിന്ന് പരാതി എഴുതി വാങ്ങി. റോഡിൽ വീണുപോയ ആളെയും ജയപ്രകാശിനെയും ജീപ്പിൽ കയറ്റി ഈരാറ്റുപേട്ട സ്റ്റേഷനിലേക്ക് ഓടിച്ചു പോയി.

തലയിണയിലേക്കു കൈമുട്ടൂന്നി, കൈപ്പത്തിയിൽ മുഖം ഉയർത്തി വച്ച് അപ്പുവിന്റെ മുഖത്തും മുടിയിലും തഴുകി അവനെ കിടത്തിയുറ ക്കുകയായിരുന്നു പവിത്ര.

അജിതമ്മ അവിടേക്കു വന്നിട്ട് ചോദിച്ചു:

''ഇവിടെ നടന്ന ബഹളമൊന്നും നീ കേട്ടില്ലേ?''

''കേട്ടു.'' പവിത്ര നിർവികാരമായി പറഞ്ഞു.

''അവനെ പൊലീസ് പിടിച്ചോണ്ടു പോയി.''

''തൂക്കിക്കൊല്ലാനല്ലല്ലോ.''

''നിനക്ക് ഒന്നും തോന്നുന്നില്ലേ.''

''നാളെ എന്റെ കാര്യത്തിലൊരു തീരുമാനമാകും എന്നു മനസ്സി ലായി.''

''എന്തു തീരുമാനം?''

''സ്റ്റേഷനിലോട്ട് വിളിപ്പിക്കുവല്ലോ.''

''എന്നാരു പറഞ്ഞു?''

''അമ്മ പോയിക്കെടന്നൊറങ്ങ്. വഴക്ക് തീർന്നില്ലേ. എല്ലാരും പോയല്ലോ.''

അജിതമ്മ മകളുടെ മുഖത്തേക്കു നോക്കി ഏതാനും നിമിഷംകൂടി നിന്നു.

''ഒറക്കം വരുന്നില്ലേടാ ചക്കരേ...'' പവിത്ര മോനെ കൊഞ്ചിക്കുക യാണ്.

അജിതമ്മ പിൻവാങ്ങി.

പിറ്റേന്ന് അജിതമ്മയേയും സുദർശനനേയും പവിത്രയേയും പൊലീസ് സ്റ്റേഷനിലേക്കു വിളിപ്പിച്ചു. അവർ ചെന്നപ്പോൾ സുഭദ്രയും ഓട്ടോ ഡ്രൈവേഴ്സ് യൂണിയന്റെ കൺവീനറും പാതാമ്പുഴ പഞ്ചായത്ത് വാർഡ് മെമ്പറും സ്റ്റേഷനിലുണ്ടായിരുന്നു.

"എന്താ നിങ്ങളീ രണ്ടു വീട്ടുകാരും തമ്മിലുള്ള പ്രശ്നം?" എസ്.ഐ. മഹേഷ്കുമാർ ചോദിച്ചു.

"ഞങ്ങൾക്ക് ഒരു പ്രശ്നോം ഇല്ല. പ്രശ്നം മുഴുവൻ ജയപ്രകാശും അയാൾടെ അമ്മേം കൂടെ ഒണ്ടാക്കുന്നതാ സാറെ." സുദർശനൻ പറഞ്ഞു.

"ഞങ്ങളല്ല പ്രശ്നം ഒണ്ടാക്കിയത്." സുഭദ്ര ചെറുത്തു. "എന്റെ മോന്റെ ഭാര്യയാണല്ലോ ഇവള്. ഓപ്പറേഷനാണെന്നും പറഞ്ഞ് മൂന്നു മാസം മുൻപ് കൊച്ചിനേംകൊണ്ട് വീട്ടീന്നെറങ്ങിപ്പോയതാ അവള്. പോകരുതെന്ന് എന്റെ മോൻ പറഞ്ഞിട്ട് കേക്കാതെ പോയി. ഇതുവരെ വീട്ടിലോട്ടു തിരിച്ചുവന്നില്ല. ഒന്നുമല്ലേലും എന്റെ മോന്റെ കുഞ്ഞിനെയല്ലേ ഇവള് പ്രസവിച്ചത്. എന്റെ മോൻ ചെന്നാ അതിനെ കാണാൻ പോലും സമ്മതിക്കത്തില്ല. അതിന്റെ സങ്കടംകൊണ്ടാ സാറേ അവനിന്നലെ കുടിച്ചേച്ചും ചെന്നു വഴക്കൊണ്ടാക്കിയത്. ആർക്കായാലും മനോവെഷമം തോന്നത്തില്ലേ സാറേ."

എസ്ഐ തലയാട്ടി.

"ഇനി നിങ്ങള് പറ."

എസ്.ഐ അജിതമ്മയേയും പവിത്രയേയും നോക്കി. പവിത്ര നിസ്സംഗയായി നിന്നതേയുള്ളൂ. അജിതമ്മയാണ് സംസാരിച്ചത്.

"സാറേ, എന്റെ മോക്ക് അത്യാവശ്യമായിട്ട് ഓപ്പറേഷൻ നടത്തണംന്ന് ഒൻപതു മാസം മുന്നേ ഡോക്ടർമാര് പറഞ്ഞതാ. ഇല്ലെങ്കി അത് കാൻസറായിട്ട് മാറുമെന്നു പറഞ്ഞു. ഞങ്ങള് കടോം അതിന്റെ പലിശേമായിട്ട് കഴിയുന്നോരാ. ഞങ്ങടെ കയ്യില് പൈസയില്ല. ആറു മാസം എന്റെ മോള് സഹിക്കാൻ വയ്യാത്ത വേദനേമായിട്ട് നടന്നു. ഈ നിൽക്കുന്ന പ്രകാശന്റെ അമ്മ നാടുമുഴുവൻ പറഞ്ഞോണ്ടു നടന്നു പവിത്രയ്ക്ക് കാൻസറാണെന്നും, ഒടനെ ചത്തുപോകുമെന്നും അതു കഴിയുമ്പം മോനെക്കൊണ്ട് വേറെ പെണ്ണു കെട്ടിക്കുമെന്നും. പ്രകാശനല്ലേ ചികിത്സിക്കേണ്ടേ. അവൻ അനങ്ങിയില്ല. ചത്തുപോകുന്നെങ്കി പോകട്ടേന്നു വിചാരിച്ചുകാണും. എന്റെ മോടെ കൂട്ടുകാരി കാണാൻ ചെന്നപ്പം എന്റെ മോള് ചോരേല് കുളിച്ചു കെടക്കുവാ. അവളതു കണ്ട് വെഷമിച്ച് വീട്ടിപ്പോയി സ്വന്തം അമ്മേടെ കെട്ടുതാലി വാങ്ങി പണയം വച്ച് ഓപ്പറേഷനൊള്ള പൈസ കൊണ്ടെത്തന്നു. അന്നേരം ആ പൈസ പ്രകാശന് വേണം. വണ്ടീടെ ടെസ്റ്റിങ് നടത്തണംന്ന്."

എസ്.ഐ. മുഖം തിരിച്ച് ജയപ്രകാശിനെ നോക്കി.

"നേരാണോടാ നായേ?"

"ഒരാഴ്ചത്തെ തിരിമറിക്കു ചോദിച്ചതാ സാറേ." ജയപ്രകാശ് ഞരങ്ങി.

"ഒരാഴ്ചത്തെ തിരിമറിക്കെന്നു പറഞ്ഞ് പലതവണയായിട്ട് ഇരുപത്തിരണ്ടര പവൻ എന്റെ മോളോട് കെഞ്ചി വാങ്ങിച്ചോണ്ടു പോയിട്ട് ഇന്നേവരെ തിരിച്ചു കൊടുത്തിട്ടില്ല സാറേ. ഒരു തരി പൊന്നില്ല എന്റെ മോൾടെ കയ്യിൽ. കൊടുത്താൽ ഇവൻ തരില്ലെന്ന് ഒറപ്പാ. എന്റെ മോൾടെ

ഓപ്പറേഷനും നടക്കത്തില്ല. കാശ് കൊടുത്തില്ലെന്നും പറഞ്ഞ് ഇവനും ഇവന്റമ്മേംകൂടെ ഭയങ്കര വഴക്കൊണ്ടാക്കി. ഇവളെ ഓപ്പറേഷനു സമ്മതിക്കത്തില്ലെന്നു പറഞ്ഞു. ഒടുക്കം ഞാനും ചേട്ടനും എന്റെ ആങ്ങളമാരും കൂടെ ചെന്ന് മോളെ വിളിച്ചോണ്ടു പോയി ഓപ്പറേഷൻ നടത്തിക്കുവാരുന്നു. ഓപ്പറേഷന് അഞ്ചിന്റെ പൈസ ഇയാള് മൊടക്കീട്ടില്ല. എന്റെ മോള് ഒരാഴ്ച ഐ.സി.യു.വിൽ കെടന്നു. ഇവൻ തിരിഞ്ഞു നോക്കിയില്ല. മൂന്നുമാസം കഴിഞ്ഞു. ഇന്നലെ രാവിലെ അവൻ കൊച്ചിനെ ചോദിച്ചോണ്ട് വന്നേക്കുന്നു. അപ്പഴും അവനു ഭാര്യയെ കാണണ്ട. എന്നിട്ട് ഇന്നലെ രാത്രി കുടിച്ചേച്ചും വന്ന് വഴക്കൊണ്ടാക്കി.'' അജിതമ്മ പറഞ്ഞു നിർത്തി.

എസ്.ഐ. മഹേഷ്കുമാർ കസേരയിൽനിന്ന് എഴുന്നേറ്റ് ജയപ്രകാശിന്റെ മുന്നിൽ വന്നു.

''ഭാര്യേടെ ഓപ്പറേഷന് വല്ലവരും പിരിച്ചു കൊടുത്ത പൈസ നീ വണ്ടീടെ ടെസ്റ്റിങ്ങിനു വേണമെന്നു പറഞ്ഞ് ചോദിച്ചാരുന്നോ?''

ജയപ്രകാശ് ഉവ്വെന്നു തലയാട്ടി.

''സാറേ... ഒരാഴ്ചത്തെ തിരിമറിക്ക്.''

പറഞ്ഞു തീരും മുൻപേ ജയപ്രകാശിന്റെ ചെകിട്ടത്ത് അടി പൊട്ടി. സുഭദ്രയും വാർഡ് മെംബറും യൂണിയൻ നേതാവും ഞെട്ടിത്തരിച്ചു.

''ആ പൈസ തരാത്തകൊണ്ട് ഓപ്പറേഷൻ നടത്തണ്ട എന്നു നീ പറഞ്ഞോ?

അപ്പോഴും ജയപ്രകാശ് തലയാട്ടി. ചെകിടടച്ച് ഒരു അടികൂടി വീണു.

''സാറേ... ഇനി തല്ലരുത്. ഒരു വീടാകുമ്പം ഭാര്യേം ഭർത്താവും തമ്മിൽ...'' വാർഡ് മെമ്പർ പറഞ്ഞുതുടങ്ങിയപ്പോൾ എസ്.ഐ. നിർത്താൻ ചൂണ്ടുവിരൽകൊണ്ട് ആംഗ്യം കാട്ടി.

''നീ ഓപ്പറേഷനു പൈസ മൊടക്കാത്തതു പോട്ടെ. നിന്റെ കയ്യിലില്ല. ഈ മൂന്നുമാസത്തിനിടയ്ക്ക് നീ ഇന്നലെയാണോ ഭാര്യേം കൊച്ചിനേം കാണാൻ ചെന്നത്?''

മറുപടിയില്ല.

''ഉവ്വോടാ?''

വീണ്ടും ജയപ്രകാശ് തലയാട്ടി.

ഒരടികൂടി പൊട്ടി. അത് കനത്തതായിരുന്നു. ജയപ്രകാശ് വേച്ച് വേച്ച് ചുമരിൽ ചെന്നിടിച്ചു നിന്നു.

മുപ്പത്തിരണ്ട്

ജയപ്രകാശിനെക്കൊണ്ടും സുഭദ്രയെക്കൊണ്ടു എഴുതി ഒപ്പു വപ്പിച്ചിട്ടാണ് എസ്.ഐ. മഹേഷ്കുമാർ വഴക്ക് ഒത്തുതീർപ്പാക്കിയത്.

ഇനി ഒരിക്കലും സുദർശനന്റെ വീട്ടിൽ ചെന്ന് വഴക്കുണ്ടാക്കില്ല എന്നായിരുന്നു ജയപ്രകാശിനെക്കൊണ്ടു സമ്മതിപ്പിച്ച വ്യവസ്ഥകളിലൊന്ന്. രണ്ടാമത്തെ വ്യവസ്ഥ, ഭാര്യവീട്ടിൽനിന്ന് പൈസ കൊണ്ടു വരാൻ പറഞ്ഞ് പവിത്രയെ അലട്ടാൻ പാടില്ലെന്നും.

''സ്ത്രീധനബാക്കീന്നൊരു വാക്ക് ഇനി മേലിൽ നിന്റെയോ നിന്റമ്മയുടെയോ വായീന്ന് വീഴാൻ പാടില്ല. കുട്ടിക്കളി മാറാത്ത ഒരു പെണ്ണിനെ കെട്ടിക്കൊണ്ടു വന്ന് അവൾടെ പൈസേം സ്വർണോം എല്ലാം തിന്നു മുടിച്ച് നാലഞ്ചു വർഷം അവളെയിട്ട് പീഡിപ്പിച്ചിട്ട് പിന്നേം കാശ് ചോദിക്കാൻ നിങ്ങൾക്കു നാണമില്ലേ? നല്ല വീടു കാണിച്ചു കല്യാണം കഴിച്ചിട്ട് അതു വിറ്റ് കറന്റ്പോലുമില്ലാത്ത വീട്ടിലോട്ടു കൊണ്ടുപോയി കഷ്ടപ്പെടുത്തിയതിനൊക്കെ നിനക്കെന്തു മറുപടി പറയാനൊണ്ട്.''

''സാറേ... കടമൊണ്ടാരുന്നു. അതുകൊണ്ടാ.'' ജയപ്രകാശ് വിനയാന്വിതനായി.

''നീയവളെ കെട്ടുന്നതിനു മുൻപ് ഉണ്ടാക്കിവച്ച കടത്തിന് ഇവളെന്തു പിഴച്ചു?''

എസ്.ഐയുടെ ചോദ്യത്തിനു മറുപടി പറയാതെ ജയപ്രകാശ് തല കുനിച്ചു.

''നാണംകെട്ടവൻ. ഭാര്യ ചത്തുപോകുമെന്ന് മുന്നറിയിപ്പ് കിട്ടിയിട്ടും ചികിത്സിച്ചില്ല. വല്ലവർക്കും ദയ തോന്നി ചികിത്സിക്കാൻ സംഭാവന ചെയ്ത പൈസ തിരിമറിക്കു കൊടുത്തില്ലപോലും! നീയൊക്കെ മനുഷ്യനാണോടാ? നീയൊക്കെ മനുഷ്യസ്ത്രീയെ അല്ല കല്യാണം കഴിക്കേണ്ടത്. എരുമയെ.''

എസ്.ഐ. ദേഷ്യം കടിച്ചമർത്തി.

സുദർശനൻ ഫോണിന്റെ കാര്യം ഓർമിപ്പിച്ചപ്പോൾ അയാൾ പറഞ്ഞു:

''നിന്റെ അമ്മ വെള്ളത്തിലിട്ടു കേടാക്കിയ ഫോണിനു പകരം നീ നിന്റെ ഭാര്യയ്ക്ക് വേറൊരു ഫോൺ വാങ്ങിച്ചു കൊടുത്തേക്കണം.

എന്നിട്ട് ഈയാഴ്ചതന്നെ അവളേം കൊച്ചിനേം വിളിച്ച് വീട്ടിലോട്ടു കൊണ്ടുപോയേക്കണം. അവൾടെ ഫോണിന് ഇനി എന്തെങ്കിലും കേട് പറ്റിയാ നീയും നിന്റമ്മേം വിവരമറിയും.''

ഇതിനിടയിൽ ജയപ്രകാശിന്റെ കക്ഷിയായിവന്ന വാർഡ് മെമ്പർ സംസാരിക്കാൻ തുടങ്ങി. ''സാറിങ്ങനെ ഏകപക്ഷായമായിട്ട് തീരുമാനമെടുക്കല്ലേ. രണ്ടുപക്ഷോം കേക്കണ്ടേ?''

''ശരി. താൻ പറ. ഈ നിൽക്കുന്ന പോത്തിന്റെ ഭാഗത്തുനിന്നോണ്ട് എന്തു ന്യായമാ തനിക്കു പറയാനുള്ളത്?''

''സാറേ, ജയപ്രകാശിന്റെ സമ്മതമില്ലാതെയാ ആ സ്ത്രീ വീട്ടീന്നിറങ്ങിപ്പോയത്. അത് തെറ്റല്ലേ.''

''ഇറങ്ങിപ്പോയതല്ല. എന്റെ മോളവിടെക്കിടന്ന് ചികിത്സ കിട്ടാതെ മരിച്ചു പോകുമെന്നുള്ള അവസ്ഥ വന്നപ്പോ ചെന്ന് കൂട്ടിക്കൊണ്ടു പോന്നതാ.'' അജിതമ്മ പറഞ്ഞു.

''എന്നാലും ഭർത്താവിന്റെ സമ്മതം ഇല്ലാതെ...''

വാർഡ് മെമ്പർ പറഞ്ഞു തീരും മുൻപേ എസ്.ഐ. കൈകാട്ടി വിലക്കി.

''താൻ മുടന്തൻ ന്യായമൊന്നും പറഞ്ഞോണ്ടുവന്ന് ഒള്ള വെല കളയണ്ട. പൊലീസുകാര് വെറും മണ്ണുണ്ണികളാണെന്നു വിചാരിക്കരുത്. അരിയാഹാരം കഴിച്ചുതന്നെയാ ഞങ്ങളും ജീവിക്കുന്നേ.''

അതോടെ മെമ്പർ വായടച്ചു. ഇരുകക്ഷികളും അവർ വന്ന ദിക്കിലേക്കു മടങ്ങി.

ഒരാഴ്ചയ്ക്കുള്ളിൽ ഓട്ടോറിക്ഷയുമായി ജയപ്രകാശ് പഞ്ചായത്തു പടിയിൽ സുദർശനന്റെ വീട്ടിലെത്തി. പവിത്രയേയും അപ്പുവിനേയും വിളിച്ചുകൊണ്ടുപോകാൻ വന്നതാണെന്നു പറഞ്ഞിട്ട് മുറ്റത്തുതന്നെ നിന്നു. കേറിയിരിക്കാൻ സുദർശനൻ എത്ര പറഞ്ഞിട്ടും അയാൾ വഴങ്ങിയില്ല. പവിത്രയും മകനും വേഗം പോകാനിറങ്ങി.

''മൊബൈല് കൊടുത്തില്ലാന്ന് ഇനി പറഞ്ഞേക്കല്ല്.''

സുദർശനനെയും അജിതമ്മയെയും സാക്ഷിനിർത്തി ജയപ്രകാശ് ചെറിയ ഒരു മൊബൈൽ പവിത്രയുടെ നേർക്കു നീട്ടി.

''മോളേ, അതീന്ന് ഒന്നു വിളിച്ചേ.'' അജിതമ്മ പറഞ്ഞു.

''അതില് സിം കാർഡ് ഇട്ടിട്ടില്ല.'' ജയപ്രകാശ് പറഞ്ഞു.

''പിന്നെന്തിനാ ഫോൺ?''

''സിം കാർഡ് പിന്നെ ഇട്ടു കൊടുത്തേക്കാം.''

''ഒരാഴ്ച സമയം ഉണ്ടാരുന്നല്ലോ. പിന്നീട് ചെയ്യാമെന്നു പറഞ്ഞ എന്തെങ്കിലും കാര്യം നീ ചെയ്തിട്ടൊണ്ടോ?''

''കൊടുക്കാംന്നു പറഞ്ഞില്ലേ.'' ജയപ്രകാശിനു ദേഷ്യം വന്നു.

''മോളേ, ഞാൻ തരാം സിം കാർഡ്.''

അജിതമ്മ തന്റെ ഫോണിൽ രണ്ടു സിം കാർഡ് ഉള്ളതിൽ ഒരെണ്ണം എടുത്ത് പവിത്രയ്ക്കു കൊടുത്തു. അത് ഇടുന്നതിനിടയിൽ അജിതമ്മ ചോദിച്ചു:

''പ്രകാശാ, ഇതൊരു പഴേ ഫോണാണല്ലോ.''

''ഫോണായാപ്പോരെ?'' ജയപ്രകാശ് മുഖം കോട്ടി.

സിം കാർഡ് ഇട്ട് ഫോൺ ചെയ്യാൻ നോക്കിയപ്പോൾ അത് പ്രവർത്തിക്കുന്നില്ല.

''അതിനു ബാറ്ററി ചാർജില്ല.'' ജയപ്രകാശ് പറഞ്ഞു.

''ചുരുക്കിപ്പറഞ്ഞാ നിന്റെ കയ്യിലിരിപ്പിന് ഒരു മാറ്റോം വന്നിട്ടില്ല, അല്ലേ. പവിത്രേനേം ഞങ്ങളേം എങ്ങനേം പറ്റിക്കണംന്നു തന്നെയാ.''

''ബാറ്ററി ചാർജ്ചെയ്യാവുന്നതേയുള്ളൂ.'' ജയപ്രകാശ് പറഞ്ഞു.

അജിതമ്മ ഉടനെ ദീപയെ വിളിച്ച് മേശവലിപ്പിൽ കിടന്ന ഫോൺ എടുത്തുകൊണ്ടുവരാൻ പറഞ്ഞു. വർഷങ്ങൾക്കു മുൻപ് സുഭദ്ര വെള്ളത്തിലിട്ടു കേടാക്കിയ ഫോണായിരുന്നു അത്. ഉപയോഗിക്കുന്നത് ദീപയും വിഷ്ണുവും കൂടിയാണ്. അജിതമ്മ സിംകാർഡ് അതിലേക്കു മാറ്റിയിട്ടു കൊടുത്തു. പകരം ജയപ്രകാശ് കൊണ്ടുവന്ന ഫോൺ കയ്യിൽ വച്ചു.

''ആ ഫോൺ തിരിച്ചു വേണം.'' ജയപ്രകാശ് പറഞ്ഞു.

''അതെന്തിനാ, പകരം ഫോൺ തന്നിട്ടുണ്ടല്ലോ.''

''അതുപോര. മറ്റേ ഫോൺതന്നെ വേണം.''

''എന്താ കാര്യം?''

''അത് എന്റൊരു കൂട്ടുകാരന്റെയാ.''

ജയപ്രകാശിന് സത്യം പറയാതെ നിവൃത്തിയില്ലെന്നു വന്നു.

സുദർശനനും അജിതമ്മയും അയാളെ നോക്കിക്കൊണ്ട് പലതും പറയാനുള്ള വെമ്പലോടെ നിന്നു. ഒടുവിൽ എല്ലാം കടിച്ചടക്കി.

''മോളേ, ആ ഫോൺ തിരിച്ചുകൊടുത്തേക്ക്.'' അജിതമ്മ ദീപയോടു പറഞ്ഞു.

അവൾ, ജയപ്രകാശ് കൊണ്ടുവന്ന ഫോൺ തിരികെ കൊടുത്തു.

അജിതമ്മ തങ്ങളുടെ ഫോണിന്റെ ചാർജർകൂടി പവിത്രയെ ഏൽപിച്ചിട്ട് പ്രകാശനോടു പറഞ്ഞു: ''ഒരു കാര്യമൊണ്ട്. ഞങ്ങള് എപ്പം വിളിച്ചാലും കിട്ടണം. കിട്ടിയില്ലെങ്കി ഞങ്ങള് പരാതി കൊടുക്കും.''

ജയപ്രകാശ് മുഖം വെട്ടിത്തിരിച്ചു.

അപ്പുവിനെയും കൂട്ടി പവിത്ര ഓട്ടോറിക്ഷയിൽ ചെന്നു കയറി. ജയപ്രകാശ് ഉടൻതന്നെ ഓട്ടോറിക്ഷ സ്റ്റാർട്ട് ചെയ്ത് റോഡിലേക്ക് ഓടിച്ചുപോയി.

* * *

പതിനൊന്നാം വാർഡിലെ രോഗികൾക്ക് മരുന്നു കൊടുക്കുകയായിരുന്നു ജിബിയ. നാലു രോഗികളും അവരുടെ ബൈസ്റ്റാൻഡർമാരും ഉള്ള മുറിയാണ്. മരുന്നു കൊടുക്കാൻ വരുമ്പോൾ ബൈസ്റ്റാൻഡർമാർ മുറിയിൽനിന്നു മാറിക്കൊടുക്കും. ഓരോരുത്തർക്കും മരുന്നു നൽകുമ്പോൾ ചാർട്ടിൽ അത് രേഖപ്പെടുത്തണം. ഇഞ്ചെക്ഷൻ കൊടുക്കേണ്ട രോഗികളുണ്ട്. നെബുലൈസേഷൻ നൽകേണ്ട രോഗികളുണ്ട്. തൈലം പുരട്ടിക്കൊടുക്കേണ്ട രോഗികളുണ്ട്. എന്തു ചെയ്താലും ചാർട്ടിൽ എഴുതിയേ തീരൂ.

മുറിയുടെ വാതിൽക്കൽ ഇൻചാർജ് രേണുകാസതീശന്റെ അലർച്ച മുഴങ്ങി.

''ജിബീ...'' ജിബിയ ഞെട്ടിത്തിരിഞ്ഞു.

''ഒൻപതിലെ പേഷ്യന്റിന് സിടി സ്കാൻ ചെയ്യണംന്നു പറഞ്ഞിട്ട്?''

''ഇവിടെയിതു കൊടുത്തു കഴിഞ്ഞിട്ടു പോകാം സിസ്റ്റർ.''

''നിനക്കു തോന്നുമ്പോ പോയാൽ മതിയോ? നിന്റെ വീട്ടുസ്വത്താണോ ഈ ഹോസ്പിറ്റൽ?''

''എന്താ സിസ്റ്ററെ ഇങ്ങനെയൊക്കെ. അശ്വതി പേഷ്യന്റിനേം കൊണ്ട് എം.ആർ.ഐക്കു പോയതു കാരണമാ. ഇല്ലെങ്കിൽ ഇതിപ്പം തീർന്നേനെ.''

''എനിക്കൊരു എസ്ക്യൂസും കേൾക്കണ്ട. സിടി സ്കാനിങ്ങിനു ബുക്ക്ചെയ്താരുന്നോ?''

''ഇല്ല സിസ്റ്റർ. തിരക്കിനിടയിൽ വിട്ടുപോയി.''

''നിനക്കു തോന്നുമ്പം പേഷ്യന്റിനേംകൊണ്ടു പോയാ മതിയോ? അവിടെ ഡസൻകണക്കിനു സ്കാനിങ് നടക്കുന്നതാ. ഇവിടുന്നു പോയിട്ട് നാലഞ്ചു മണിക്കൂർ ക്യൂ നിൽക്കാനാണോ നിന്റെ ഉദ്ദേശ്യം?''

''ബുക്ക് ചെയ്യാം സിസ്റ്റർ.''

''ഡോക്ടർ റൗണ്ട്സിനു വന്നപ്പം ചാർട്ടിലെഴുതീട്ട് പോയതല്ലേ. ഇപ്പം സമയമെന്തായി? നിനക്കു തോന്നുമ്പം ബുക്ക് ചെയ്താ മതിയോ?''

''നിലത്തു നിൽക്കാൻ നേരം കിട്ടണ്ടേ സിസ്റ്ററേ.''

''ഇത് ഞാൻ കംപ്ലെയിന്റ് ചെയ്യും. ഇത്രയ്ക്ക് ഇറെസ്പോൺസിബിൾ ആയിട്ടാണോ മെഡിക്കൽ വാർഡിൽ ഡ്യൂട്ടിക്കു നിൽക്കുന്നെ. ഡോക്ടർ വരട്ടെ.'' രേണുകാ സതീശൻ ഒച്ചയിട്ടു.

''സിസ്റ്ററെന്തിനാ ഇങ്ങനെ ഷൗട്ട് ചെയ്യുന്നെ. ഇവിടുത്തെ തെരക്ക് സിസ്റ്ററും കാണുന്നതല്ലേ. നേരം വെളുത്തേപ്പിന്നെ ഒരു ഗ്ലാസ് വെള്ളം കുടിച്ചിട്ടില്ല.''

ജിബിയയ്ക്ക് കോപവും സങ്കടവും വന്നു. അവൾ റേഡിയോളജി ഡിപ്പാർട്ട്മെന്റിലേക്കു ഫോൺ ചെയ്ത് സ്കാനിങ് ബുക്ക് ചെയ്തു.

''മദാമ്മ എതിർത്തു പറയാനും തുടങ്ങിയോ?'' ഷേർളി വർഗീസ് പരിഹാസത്തിൽ രേണുകയോടു ചോദിക്കുന്നത് അവൾ കേട്ടു. ''വന്നു

കേറിയപ്പോ പൂച്ചയായിരുന്നല്ലോ. പച്ചവെള്ളം ചവച്ചിറക്കുന്നവൾ. ഇപ്പം എല്ലിന്റിടയിൽ കുത്തുന്നുണ്ടായിരിക്കും.''

''ആരാ മദാമ്മ?'' ജിബിയ എരിയുന്ന നോട്ടവുമായി ഷേർളിയുടെ നേർക്കു തിരിഞ്ഞു.

''നീ തന്നെ. എന്താ സംശയം?''

''എന്നെ ഇനി ഇരട്ടപ്പേര് വിളിച്ചാ ഞാൻ കംപ്ലെയിന്റ് ചെയ്യും.'' ജിബിയ താക്കീത് ചെയ്തു. ''ഒരു കൈ സഹായിക്കാൻ മനസ്സില്ല. ഒരു നല്ലവാക്ക് പറയാൻ ആരുടേം നാക്ക് പൊങ്ങത്തില്ല. അസൂയേം ഏഷണീം പറയാനാ എല്ലാർക്കും ഉത്സാഹം. പാരവെക്കാനും.''

ജിബിയ ദേഷ്യവും സങ്കടവും കൊണ്ടു വീർപ്പ് മുട്ടി. ജോലി അവിടെ ഇട്ടിട്ട് എങ്ങോട്ടെങ്കിലും ഓടിപ്പോകാൻ തോന്നി.

റോഡ് ആക്സിഡന്റിൽ കാലിനും വാരിയെല്ലുകൾക്കും പരിക്കേറ്റ രോഗിയെയാണ് സി.ടി. സ്കാനിങ്ങിനു കൊണ്ടുപോകേണ്ടിയിരുന്നത്. എല്ലാത്തരം പരിശോധനകളും എക്സ്റേ, സ്കാനിങ്, ഓർത്തോ ഡിപ്പാർട്ട്മെന്റിന്റെ വക എം.ആർ.ഐ സ്കാനിങ് ഉൾപ്പെടെ ഒരു വട്ടം കഴിഞ്ഞതാണ്. രാവിലെ റൗണ്ട്സിനു വന്ന ഡോക്ടർ വെറുതെ ഒരു സി.ടി. സ്കാൻ കൂടി ചാർട്ടിൽ എഴുതിയിട്ട് പോവുകയാണ്. ജിബിയ ഈവക അഭ്യാസങ്ങൾ നിരന്തരം കണ്ട് ഇപ്പോൾ ഒരുതരം നിസ്സംഗത യിൽ എത്തിക്കഴിഞ്ഞു.

സി.ടി. സ്കാനിങ്ങിന് ഉച്ചകഴിഞ്ഞ് രണ്ടുമണിക്കാണു സമയം ലഭി ച്ചത്. രോഗി കിടപ്പായതിനാൽ ട്രോളി സഹിതം തള്ളിക്കൊണ്ടു പോകണം. ട്രോളിയോടൊപ്പം മോനിട്ടർ, പോർട്ടബിൾ വെന്റിലേറ്റർ എന്നിവയും. ഷിഫ്റ്റിങ് എന്നു പറയുന്നതുതന്നെ കുറച്ചധികം സൂക്ഷ്മജോലികളുടെ ഒരു സമുച്ചയമാണ്. ഇ.സി.ജി. ഇലക്ട്രോഡുകൾ, ബിപി കഫ്സ്, എസ്പിഒടി ട്യൂബിങ്സ് ഇതെല്ലം യഥാവിധി രോഗിയിൽ ഘടിപ്പിച്ചു കൊണ്ടു വേണം റേഡിയോളജി ഡിപ്പാർട്ട്മെന്റിലേക്ക് കൊണ്ടുപോകാൻ.

ജിബിയ ട്രോളി തള്ളി കോറിഡോറിലെത്തിയപ്പോൾ പിന്നിൽനിന്നു ഗർജനം കേട്ടു.

''ഡ്രഗ്ഗ് ട്രേ എവിടെ?''

അപ്പോഴാണ് ജിബിയ അക്കാര്യം ഓർത്തത്. അടിയന്തിരഘട്ടങ്ങ ളിൽ മാത്രമേ ഡ്രഗ്ഗ് ട്രേ പേഷ്യന്റിന്റെ ട്രോളിക്കൊപ്പം സ്കാനിങ്ങിനു കൊണ്ടു പോകാറുള്ളൂ.

''പോണ വഴി ഒരു എമർജൻസി വന്നാ എന്തു ചെയ്യും?'' രേണുകാ സതീശൻ പൊട്ടിത്തെറിക്കുമ്പോലെ ചോദിച്ചു. ''ഉത്തരവാദത്തം! ശമ്പളം മേടിക്കാൻ നേരം കണക്കുകൂട്ടി ചെന്നോളും.''

''ഇത് അത്ര എമർജൻസി കേസല്ലല്ലോ സിസ്റ്റർ.''

''അത് നീയാണോ നിശ്ചയിക്കുന്നെ. അര കിലോമീറ്ററൊണ്ട് റേഡി യോളജിലേക്ക്.''

''സോറി സിസ്റ്റർ. ഡ്രഗ്ഗ് ട്രേയല്ലേ ഞാനെടുത്തോളാം. നൂറുകൂട്ടം ജോലിക്കിടയിൽ ഒരു മറവി ആർക്കാ പറ്റാത്തെ.''

''ഇപ്പം ഞാൻ ഓർമ്മിപ്പിച്ചതുകൊണ്ട്. ഇല്ലെങ്കി പോണ വഴി പേഷ്യന്റിന് ഒരു സ്ട്രോക്കുണ്ടായാ, ഒന്നു പാരലൈസ്ഡ് ആയാ, ഒരു റെസ്പിരേഷൻ പ്രോബ്ലം വന്നാ നീ ഡോക്ടറോടും ഡിപ്പാർട്ട്മെന്റിനോടും എന്തു സമാധാനം പറയും?''

നിർത്താനുദ്ദേശ്യമില്ല രേണുകാസതീശന്.

ജിബിയ ഡ്രഗ്ഗ് ട്രേ കൂടി എടുത്ത് ട്രോളിയിൽ വച്ചു.

ഇൻചാർജ് പറഞ്ഞതിൽ ഒരു വാസ്തവമുണ്ടായിരുന്നു. മൂന്നു കെട്ടിടങ്ങളും രണ്ട് ഓവർ പാസ്സുകളും കടന്നുവേണം റേഡിയോളജി ലാബിലെത്താൻ. അര കിലോമീറ്ററിലധികം ദൂരമുണ്ട്. ജിബിയയോടൊപ്പം ചെന്ന കെയർ അസിസ്റ്റന്റ് ഗീത പറഞ്ഞു:

''ഈ ഇൻചാർജ്മാരും സിഎൽമാരും ആകാശത്ത്ന്ന് പൊട്ടിവീണ വർഗമാ. തൊട്ടതും പിടിച്ചതുമെല്ലാം കുറ്റം. ഓരോ ദിവസോം എത്ര കുറ്റങ്ങള് കണ്ടുപിടിക്കാം എന്ന ഹോംവർക്ക് ചെയ്തോണ്ടാ ഇതുങ്ങളൊക്കെ വീട്ടീന്നു പോരുന്നെ. അവർക്ക് ഒരിക്കലും യാതൊരു തെറ്റും പറ്റീട്ടുമില്ല.''

''ഗീതച്ചേച്ചിക്ക് അറിയ്യോ? ഈ ലോകത്ത് എവിടെ ആയിരുന്നാലും പെണ്ണുങ്ങള് തന്നെയാ പെണ്ണുങ്ങടെ ശത്രു. ഒന്നിച്ചു നിക്കാത്തതു പോട്ടെന്നു വെക്കാം. അങ്ങോട്ടുമിങ്ങോട്ടും കുശുമ്പും കുന്നായ്മേം പാരവെപ്പും. ഇങ്ങനെ പരസ്പരം കണ്ടുകൂടാത്ത വർഗം! എന്നേംകൂടി ചേർത്താ ഞാൻ പറയുന്നെ.''

ജിബിയ പറഞ്ഞതു കേട്ട് ഗൗൺ പുതച്ചുകിടന്ന രോഗി ചിരിച്ചു.

''നിങ്ങൾ മലയാളിയാണോ?'' ഗീത ചോദിച്ചു.

''അതെ.'' അയാൾ പറഞ്ഞു. ''മലാഡിലെനിക്കൊരു ചായക്കടയൊണ്ട്.''

''നന്നായി.'' ഗീത പിറുപിറുത്തു.

''നിങ്ങളുടെ നാടെവിടെയാ?'' രോഗി തിരക്കി.

''കേരളം. കൂടുതലൊന്നും ചോദിക്കണ്ട.'' ഗീത പറഞ്ഞു.

റേഡിയോളജി ലാബിലെത്തി അര മണിക്കൂർ കാത്തുനിന്നിട്ടാണ് സ്കാനിങ് നടന്നത്. അവിടെ നല്ല ക്യൂ ഉണ്ടായിരുന്നു. സ്കാനിങ് കഴിഞ്ഞ് തിരിച്ചെത്തുമ്പോഴേക്കും ജിബിയയുടെ ഡ്യൂട്ടി സമയം കഴിഞ്ഞു.

''ഇവിടെ ചെയ്യാനൊള്ള ജോലിയൊക്കെ ചെയ്തു തീർത്ത് ഓവറു കൊടുത്തിട്ട് പോയാ മതി.''

''സിസ്റ്റർ കണ്ടതല്ലേ, ഞാൻ പേഷ്യന്റിനേം കൊണ്ട് സ്കാനിങ്ങിനു പോയിരിക്കുവല്ലാരുന്നോ?''

''എനിക്കതൊന്നും അറിയണ്ട. മെഡിസിൻ കൊടുക്കാനുള്ളവർക്ക് കൊടുത്ത് ചാർട്ടും റിപ്പോർട്ടും എഴുതി ഓവർ കൊടുക്ക്.''

ജിബിയ ഒന്നും മിണ്ടാതെ ചാർട്ടിൽ എഴുതാനുള്ളത് എഴുതി. അടുത്ത ഷിഫ്റ്റിനു വന്നവർക്ക് ഓവർ കൊടുത്തു. കൈകാലുകളും മുഖവും ലിക്വിഡ്സോപ്പ് ഉപയോഗിച്ചു കഴുകി, ഡ്രസ്സിങ് റൂമിൽചെന്നു യൂണിഫോം മാറി. ലിഫ്റ്റിൽ താഴെയിറങ്ങിയപ്പോൾ ഫോണിൽ കോൾ വന്നു. ഇൻചാർജ് വിളിക്കുന്നു. ജിബിയ ലിഫ്റ്റ് കയറി ഇൻചാർജിന്റെ മുന്നിലെത്തി.

''എന്താ ഞാൻ പറഞ്ഞത് കേൾക്കാതെ പോയെ?''

''സിസ്റ്റർ, എന്റെ ഡ്യൂട്ടി സമയം കഴിഞ്ഞിട്ട് മുക്കാൽ മണിക്കൂർ കൂടി ജോലിയെടുത്തു. അതു പോരേ?''

''ഞാൻ പറഞ്ഞേൽപ്പിച്ച ജോലിയെല്ലാം ചെയ്തോ?''

''എന്റെ ഡ്യൂട്ടി ടൈം കഴിഞ്ഞിട്ടിപ്പോ ഒരു മണിക്കൂറാകുന്നു. ഓവറു കൊടുത്തു.''

''എനിക്കറിയണ്ട. പന്ത്രണ്ടു പേഷ്യന്റിനു മെഡിസിൻ കൊടുത്ത് ഇൻജക്ഷനെടുത്ത് ബിപിയും സാച്ചുറേഷനും നോക്കി ബുക്കിലെ ഴുതീട്ട് പോയാമതി.''

ജിബിയ ഇൻചാർജിനെത്തന്നെ തുറിച്ചു നോക്കി അൽപസമയം നിന്നു. അതിനുശേഷം പിന്തിരിഞ്ഞ് മെഡിക്കൽ വാർഡിൽനിന്ന് ഇറങ്ങി ഒരൊറ്റ നടത്തം.

നഴ്സിങ് ഓഫീസിൽ ചെന്ന് അവൾ പരാതി നൽകി. ഡ്യൂട്ടി കഴിഞ്ഞ് ഡ്രസ്സ് മാറി ഹോസ്പിറ്റലിൽനിന്നു പുറത്തിറങ്ങിയ തന്നെ ഇൻചാർജ് തിരികെ വിളിച്ച് ജോലി ചെയ്യാൻ ആവശ്യപ്പെട്ടു. നഴ്സിങ് ഓഫീസർ ചോദിച്ച ചോദ്യങ്ങൾക്കെല്ലാം ജിബിയ തൃപ്തികരമായ മറുപടി നൽകി. ഡ്യൂട്ടി സമയം കഴിഞ്ഞ് അൻപതു മിനിറ്റോളം താൻ ജോലി ചെയ്തെന്ന് ബോധ്യപ്പെടുത്തി. മെഡിസിൻ കൊടുക്കേണ്ട രോഗികളുടെ ചുമതല അടുത്ത ഷിഫ്റ്റുകാരെ ബോധ്യപ്പെടുത്തി ഓവർ കൊടുത്തിട്ടാണ് പോയതെന്നും വിശദീകരിച്ചു.

ഹോസ്റ്റലിലേക്കു നടക്കുമ്പോൾ ജിബിയ ഓർത്തു: ജോലി പോയാൽ പോട്ടെ. അടിമവേല ചെയ്ത് കുഴഞ്ഞു. ശരീരം എല്ലും തോലുമായിരിക്കുന്നു. മിക്കപ്പോഴും ബ്രേക്ക്ഫാസ്റ്റ് ഇല്ല. ഏഴരയ്ക്ക് ഡ്യൂട്ടിക്കു കേറേണ്ടിവരുമ്പോൾ ബ്രേക്ഫാസ്റ്റ് റഡിയായിട്ടുണ്ടാവില്ല. എട്ടുമണിക്ക് ഹോസ്പിറ്റലിൽ കിട്ടുന്ന ഏലയ്ക്കായിട്ട അറുപതു മില്ലി മസാലച്ചായയാണ് ഒരേയൊരു ആശ്വാസം. ഉച്ചയൂണ് എന്നൊരു സംഗതിയേ ഇല്ല. കഴിക്കാൻ സമയം കിട്ടാറുമില്ല. ഇപ്പോൾ ഹോസ്റ്റലിൽ ചെന്ന് ബാഗിൽനിന്ന് എടുത്തു കഴിക്കുന്ന രണ്ടോ നാലോ ബിസ്കറ്റും പച്ചവെള്ളവുമാണ് ഈ ദിവസത്തെ ആദ്യഭക്ഷണം. ഇപ്പോൾ സമയം മൂന്നര മണി. ഇനി മൂന്ന് ഉണക്കച്ചപ്പാത്തി കിട്ടണമെങ്കിൽ രാത്രി ഏഴുമണിയാകും. ഇതും ജീവിതമാണ്.

ജിബിയ ഹോസ്റ്റലിൽ എത്തുന്നതിനുമുമ്പേ ജെയ്സന്റെ കോൾ വന്നു. കോട്ടയത്തെ വീട്ടിൽനിന്ന് വിളിക്കുകയാണ്.

''മമ്മിയെ ഡിസ്ചാർജ് ചെയ്തു. ഐസിയുവിൽ പത്ത് ദിവസം. രണ്ടാഴ്ച വാർഡിൽ. കാര്യം മനസ്സിലായില്ലേ. ഒരു പെണ്ണ് വീട്ടിലില്ലാതെ പറ്റത്തില്ല. അത്യാവശ്യംന്നു വച്ചാ അത്രയ്ക്ക് അത്യാവശ്യമാ.''

''മനസ്സിലായി.''

''ഞാൻ വേറെ കല്യാണം കഴിക്കാൻ പോവാണെന്ന് തെറ്റിദ്ധരിക്കണ്ട. പക്ഷേ, നമ്മുടെ കല്യാണം എത്രേം പെട്ടെന്ന് നടത്തണം. ഒരു മാസത്തിനകത്തു പറ്റുമെങ്കിൽ അങ്ങനെ.''

ജിബിയ തന്റെ പപ്പയേയും മമ്മിയേയും ഓർത്തു. ജോസ്നയെ ഓർത്തു. ഇപ്പോൾ വെല്യമ്മച്ചികൂടി വീട്ടിലുണ്ട്. അവരുടെയെല്ലാം പ്രതീക്ഷ തന്നിലാണ്. കുറച്ചധികം കടങ്ങളുണ്ട്. മമ്മിയുടെ കമ്മൽ ഇതുവരെ എടുത്തുകൊടുത്തിട്ടില്ല. വേറൊരു വീട്ടിൽ ചെന്ന് അവിടത്തെ ഒരമ്മയെ നോക്കാൻ വേണ്ടിയാണോ തന്റെ പപ്പയും മമ്മിയും തന്നെ പഠിപ്പിച്ചതും ഇത്ര ദൂരെ ജോലിയ്ക്കയച്ചതും. ഇപ്പോൾ താൻ അയച്ചുകൊടുക്കുന്ന ചെറിയ തുകപോലും പപ്പയ്ക്ക് വലിയ കൈത്താങ്ങാണ്.

''എന്തെങ്കിലും പറ. ഞാനിവിടെ ചങ്കുപൊട്ടി നിൽക്കുവാ.''

''അങ്ങനെ ഒറ്റ വാക്കിൽ പറയാൻ പറ്റ്വോ ചേട്ടായീ. എന്നെ വളർത്തിയവരില്ലേ. എന്നെ പഠിപ്പിച്ച് ഇത്രേമൊക്കെ ആക്കിയവരില്ലേ. അവരോടൊക്കെ ചോദിക്കണ്ടേ.''

''ആദ്യം നിന്റെ അഭിപ്രായം പറ. നിനക്ക് സമ്മതമാണോ കല്യാണം നടത്താൻ?''

''എനിക്ക് നൂറു സമ്മതം. പക്ഷേ, വീട്ടിലിപ്പഴും നമ്മടെ കാര്യത്തിൽ എതിർപ്പാണെന്നൊള്ള കാര്യം അറിയാവല്ലോ.''

''ആകെ തകർന്നുനിൽക്കുവാ ഞാൻ. ഭൂകമ്പത്തിലൊക്കെ വീട് ഇടിഞ്ഞുപോയ അവസ്ഥയില്ലേ. അതുപോലെ.''

ജെയ്സൺ എന്താണു പറഞ്ഞുകൊണ്ടു വരുന്നതെന്ന് ജിബിയയ്ക്ക് ആദ്യം മനസ്സിലായില്ല. മിക്ക ദിവസവും ഫോൺ ചെയ്ത് എല്ലാ കാര്യങ്ങളും പറയാറുള്ളതാണ്.

''എടോ, താൻ കേൾക്കുന്നുണ്ടോ?''

''ഒണ്ട്. പറഞ്ഞോ.''

''മമ്മിക്ക് നടക്കാൻ പറ്റത്തില്ല. തന്നത്താൻ എഴുന്നേറ്റിരിക്കാൻ പോലും പറ്റത്തില്ല. ആരെങ്കിലും ഒരാള് വേണം മമ്മീടെ കാര്യങ്ങൾ നോക്കാൻ. പപ്പേം ഞാനും അനിയനും മാത്രേ വീട്ടിലൊള്ളൂന്ന് അറിയാവല്ലോ. പപ്പയ്ക്ക് മില്ലിൽ പോകണം. പപ്പ ജോലി ചെയ്തില്ലേങ്കി വീട്ടിലെ കാര്യങ്ങള് അവതാളത്തിലാകും.''

“ഇതൊക്കെ എന്നോട് പറഞ്ഞിട്ടൊള്ളതല്ലേ.”

“മമ്മി ഒടനെയൊന്നും എണീക്കത്തില്ല. ഇനി എണീക്കുമോന്നു പോലും അറിയാൻ മേല.”

“അങ്ങനെയൊന്നും പറയാതെ. എന്തെല്ലാം ചികിത്സകളൊണ്ട്. ഫലിക്കാതിരിക്കുവോ?”

“അതൊന്നുമല്ല പ്രശ്നം. വീട്ടിലാളുവേണം. മമ്മീനെ നോക്കണ്ടേ. പപ്പേം റിലേറ്റീവ്സും പറയുന്നു എത്രയും പെട്ടെന്ന് ഞാനൊരു പെണ്ണു കെട്ടണംന്ന്.”

അടിവയറ്റിൽനിന്ന് ഒരു തീയാളിക്കയറിയതുപോലെ തോന്നി ജിബിയയ്ക്ക്. ഹോസ്റ്റലിന്റെ ഗേറ്റിൽ അവൾ നിന്നുപോയി.

“എന്നാ ഒന്നും മിണ്ടാത്തെ?”

“ഹോസ്റ്റലിലോട്ട് നടക്കുവാ.”

“വീട്ടിലിപ്പം സമ്മതിച്ചില്ലെങ്കിലോ? എനിക്കറിയേണ്ടത് ഇങ്ങനൊരവസ്ഥേൽ ഞാൻ വിളിച്ചാ നീ എന്റെ വീട്ടിലോട്ട് വരുവോന്നു മാത്രമാ. അത്രയ്ക്ക് അത്യാവശ്യമാ..”

ജിബിയയ്ക്ക് ദേഷ്യവും സങ്കടവും കൂടിക്കുഴഞ്ഞു.

ഓർക്കാപ്പുറത്ത് ഒരു ജീവിതത്തിന്റെ ഉടുപ്പുകൾ മുഴുവൻ മാറ്റി എല്ലാ ബന്ധങ്ങളും മുറിച്ചെറിഞ്ഞ് മറ്റൊരു ജീവിതത്തിലോട്ട് എടുത്തു ചാടിക്കൊള്ളാൻ.

“ഞാനെന്തായാലും വീട്ടിലൊന്നു സംസാരിക്കട്ടെ.”

“ആലോചിക്കാനും മറ്റുള്ളോരുടെ അഭിപ്രായം നോക്കാനും പോയാ ഒന്നും നടക്കത്തില്ല. എനിക്കിപ്പം നീ എന്റെകൂടെ വേണം. യെസ് ഓർ നോ. ഒരു മറുപടി പറഞ്ഞേ പറ്റത്തൊള്ളൂ. മറ്റുള്ളോര് നോ പറഞ്ഞാലും നീയാ ഡിസിഷനെടുക്കേണ്ടത്. എനിക്കു വീട്ടിലൊരാളില്ലാതെ പറ്റത്തില്ല. ഒരു ഹോം നഴ്സിനെ നിർത്തി പരിഹരിക്കാൻ പറ്റുന്ന പ്രശ്നമല്ല. അതിനൊള്ള സാമ്പത്തികസ്ഥിതീം ഇല്ല. ഞാൻ പറഞ്ഞല്ലോ അടിത്തറവരെ പൊളിഞ്ഞെന്ന്.”

“എന്നെയിങ്ങനെ പെരുവഴീ നിർത്തി പൊരിക്കല്ലേ ചേട്ടായീ. ഞാനൊരു മനുഷ്യസ്ത്രീയല്ലേ.”

“ശരി. നീ ഇന്നുതന്നെ ഒരു മറുപടി പറ. പക്ഷേ, ഒരു കാര്യം ഓർത്തോ. നിനക്ക് വരാൻ പറ്റത്തില്ലെങ്കി എനിക്ക് വേറൊരു തീരുമാനം എടുക്കേണ്ടി വരും.”

അടുത്ത നിമിഷം കോൾ കട്ടായി.

എങ്ങനെ ഹോസ്റ്റൽ റൂമിലെത്തിയെന്ന് ജീബിയയ്ക്ക് നിശ്ചയം കിട്ടിയില്ല. കിടക്കയിലേക്കു കയറി. തലയണ കടിച്ചു പിടിച്ച്. എത്ര അടക്കിയിട്ടും സങ്കടത്തിന്റെ അണ പൊട്ടി.

മുപ്പത്തിമൂന്ന്

നഴ്സിങ് ഓഫീസിലേക്കു വിളിക്കുന്നു എന്ന് ഇൻചാർജ് രേണുകാ സതീശൻ പറഞ്ഞപ്പോൾ ജിബിയ ഒന്നു പരിഭ്രമിച്ചു. എന്തെങ്കിലും ഒരു പിഴവിന് വിശദീകരണം ചോദിക്കാനാണ് സാധാരണ നഴ്സിങ് ഓഫീസിലേക്കു വിളിപ്പിക്കുക.

ജിബിയ ഇൻചാർജിന്റെ നേർക്ക് ഒന്നു പാളി നോക്കി. അവർ മുഖം തിരിച്ചു കളഞ്ഞു.

''എന്തിനാ സിസ്റ്ററേ എന്നെ വിളിപ്പിക്കുന്നെ?''

''എനിക്കറിഞ്ഞുകൂട. അവിടെപ്പോയി തിരക്ക്.''

''ആരെങ്കിലും കംപ്ലൈന്റ് ചെയ്തിട്ടുണ്ടോ?''

''എനിക്കെങ്ങനെ അറിയാം.'' രേണുക കൈ മലർത്തി.

വർഷാരാജേഷ് ജിബിയയ്ക്കു മുന്നറിയിപ്പ് നൽകിയിട്ടുണ്ടായിരുന്നു.

''രേണുകയുടെ കണ്ണിലെ കരടാണു നീ. എന്തെങ്കിലും പാര വരും. സൂക്ഷിച്ചോ.''

ജിബിയ നഴ്സിങ് ഓഫീസിലേക്കു പോയി.

''നിന്റെ പേരിൽ കംപ്ലൈന്റുണ്ട്.'' സൂപ്പർവൈസർ സ്വാതി പറഞ്ഞു.

''എന്ത് കംപ്ലൈന്റ്, ആരു തന്നു?''

''ബെഡ് നമ്പർ പതിന്നാലിലെ പേഷ്യന്റ്. അവർക്ക് ഇന്നലെ അത്യാവശ്യമായി കൊടുക്കേണ്ടിയിരുന്ന ഇംജക്ഷൻ കൊടുത്തില്ല. രാത്രി പേഷ്യന്റിനെ ഐസിയുവിലേക്കു മാറ്റേണ്ടി വന്നു.''

''പതിനാലിലെ പേഷ്യന്റോ? ഇന്നലെ ഞാൻ ഡ്യൂട്ടി കഴിഞ്ഞു പോകുമ്പം ഒരു കുഴപ്പോം ഇല്ലാരുന്നല്ലോ.''

''രാത്രി ക്രാഷായി. ഐസിയുവിൽ കയറ്റി. ബൈസ്റ്റാൻഡറും പേഷ്യന്റും ഒരേ സ്വരത്തിൽ പറയുന്നു ഇംജക്ഷൻ എടുത്തിട്ടില്ലെന്ന്. ഫാർമസിയിലെ ബില്ലിൽ ഇംജക്ഷന്റെ മെഡിസിനുണ്ട്. നഴ്സിന്റെ ഡ്യൂട്ടിറൂമിലും ഇംജക്ഷന്റെ മെഡിസിൻ ഉണ്ടായിരുന്നതായി തെളിവുണ്ട്.

തനിക്ക് ഓവർ തന്നത് ഷൈലയല്ലേ. അവരും പറയുന്നു മെഡിസിൻ ഉണ്ടായിരുന്നെന്ന്. പിന്നെന്തുകൊണ്ടു കൊടുത്തില്ല?''

ജിബിയ അന്ധാളിച്ചു.

''ഇല്ല മേഡം. ഓവർ തന്ന ഷൈല സിസ്റ്റർ ഇംജക്ഷന്റെ കാര്യം പറഞ്ഞിട്ടേയില്ല. അതിനുള്ള മെഡിസിനും ബോക്സിൽ ഇല്ലാരുന്നു.''

''പക്ഷേ, ഇന്നു രാവിലെ ട്രേയിൽ അത് ഉണ്ടായിരുന്നല്ലോ. അപ്പോ താനത് ശ്രദ്ധിച്ചിട്ടുമില്ല. കൊടുത്തിട്ടുമില്ല. ഇത് വളരെ സീരിയസ് കേസ് ആണ്. പേഷ്യന്റിന് എന്തെങ്കിലും സംഭവിച്ചിരുന്നെങ്കിലോ?''

''എനിക്കറിയത്തില്ല മേഡം. ഞാൻ ആ പേഷ്യന്റിനു കൊടുക്കേണ്ട തെല്ലാം കൊടുത്തിട്ടുണ്ട്.''

''ഈ എക്സ്പ്ലനേഷനൊന്നും പോര.''

ജിബിയ പരിഭ്രാന്തയായിട്ടാണ് തിരിച്ചുവന്നത്. ഇൻചാർജ് രേണുക ഉടനെ ചോദിച്ചു.

''പണിഷ്മെന്റ് കിട്ടിയോ?''

അവരുടെ നോട്ടവും ഭാവവും കണ്ട് ജിബിയയ്ക്ക് സംശയമായി. അവൾ പതിന്നാലാം നമ്പറിലെ കിടക്കയിൽ ചെന്ന് രോഗിയുമായും ബൈസ്റ്റാൻഡറുമായും സംസാരിച്ചു. ഇംജക്ഷന്റെ ബിൽ അവർ അടച്ചിട്ടുണ്ട്. പക്ഷേ, ഇംജക്ഷൻ എടുത്തിട്ടില്ല.

ജിബിയ ബിൽ വാങ്ങി പരിശോധിച്ചു. സംഗതി സത്യമാണ്. വൈകുന്നേരം ബൈസ്റ്റാൻഡർ മാറി വന്നപ്പോൾ അവൾ ചോദിച്ചു:

''ഇന്നലെ നിങ്ങളായിരുന്നോ പേഷ്യന്റിന്റെ കൂടെ? ഇംജക്ഷന്റെ മെഡിസിൻ ട്രേയിലുണ്ടായിരുന്നെന്ന് തീർച്ചയാണോ?''

''അതെനിക്കറിയില്ല. വൺമിനിറ്റ്.''

അയാൾ പെട്ടെന്ന് ഫോൺ എടുത്ത് അതിലെ ഒരു ഫോട്ടോ അവളെ കാണിച്ചു. തലേദിവസം നഴ്സ് മെഡിസിന്റെ ട്രേ കൊണ്ടുവന്ന് വച്ചിട്ടു പോയപ്പോൾ അയാൾ സ്മാർട്ട്ഫോണിൽ എടുത്ത ഫോട്ടോ. ജിബിയ അതിൽ സൂക്ഷിച്ചു നോക്കി. ഇൻജക്ഷന്റെ മെഡിസിൻ ആ ഫോട്ടോയിൽ ഇല്ല.

''ഞാനിത് വെറുതെ ഒരു രസത്തിന് എടുത്തതാ. വേറെയും ഫോട്ടോസുണ്ട്.''

''എനിക്കീ ഫോൺ ഒന്നു തരണം. ഓഫീസിൽ കാണിച്ചിട്ടു തിരിച്ചു തരാം.''

ബൈസ്റ്റാൻഡർ സമ്മതിച്ചു.

ജിബിയ ആ ഫോണുമായി നഴ്സിങ് ഓഫീസിൽ ചെന്നു. അതിലെ ഫോട്ടോയും അതെടുത്ത സമയവും സൂപ്പർവൈസറെ കാണിച്ചു.

''ഇതിൽ ഇംജക്ഷന്റെ മെഡിസിൻ ഇല്ല മേഡം. പക്ഷേ, ബില്ലിലുണ്ട്. ഞാൻ ഡ്യൂട്ടിക്കു വരുമ്പം ഈ ട്രേ ടേബിളിലൊണ്ട്. ഈ

ഫോട്ടോയുടെ ഡീറ്റെയ്ൽസ് നോക്കിയാലറിയാം. അതായത് എനിക്ക് ഓവർ കിട്ടുന്നതിനു മുൻപേ ഇംജക്ഷന്റെ മെഡിസിൻ കാണാതായി. ഇതാരോ എന്നെ കുടുക്കാൻവേണ്ടി മനഃപൂർവം ചെയ്തതാ.''

സൂപ്പർവൈസർ സംശയത്തോടെ ജിബിയയെ നോക്കിയിട്ടു പറഞ്ഞു:

''ശരി, ഇതിന്റെ സത്യാവസ്ഥ ഞങ്ങളൊന്നന്വേഷിക്കട്ടെ.''

നഴ്സിങ് സൂപ്പർവൈസറുടെ അന്വേഷണത്തിൽ ഗാർബേജ് ബാഗിൽ നിന്ന് ഇംജക്ഷനുള്ള മരുന്ന് ഉപേക്ഷിക്കപ്പെട്ട നിലയിൽ കണ്ടുകിട്ടി. പക്ഷേ, ആരാണ് മെഡിസിൻ എടുത്തുകളഞ്ഞതെന്നു കണ്ടുപിടിക്കാനായില്ല. ജിബിയ ഓവർ എടുക്കുമ്പോൾ ബോക്സിൽ ആ മെഡിസിൻ ഇല്ലായിരുന്നുവെന്ന് ബൈസ്റ്റാൻഡറുടെ ഫോണിലെ ഫോട്ടോയിൽ നിന്ന് വ്യക്തമായതിനാൽ ജിബിയ കഷ്ടിച്ചു രക്ഷപ്പെട്ടു.

ഓവർ കൊടുത്ത ഷൈലയുടെ മേൽ കുറ്റം ആരോപിക്കപ്പെട്ടു. ഷൈല തന്റെ നിരപരാധിത്വം വെളിപ്പെടുത്താൻ കിണഞ്ഞു ശ്രമിച്ചെങ്കിലും ഫലിച്ചില്ല. മരുന്നിന്റെ വിലയും പേഷ്യന്റിന്റെ ഐസിയു ചികിത്സയുടെ ചെലവും പിഴയായി ചുമത്തുമെന്ന നില വന്നപ്പോൾ ഷൈല സത്യം വെളിപ്പെടുത്തി. ഇൻചാർജ് രേണുക നിർദ്ദേശിച്ചിട്ടാണ് താൻ മരുന്നു മാറ്റിയതെന്നും ജിബിയയെ കുടുക്കാനായി ചെയ്തതാണെന്നും.

പിറ്റേന്നുതന്നെ രേണുകയ്ക്കും ഷൈലയ്ക്കും ജോലിയിൽനിന്നു പിരിച്ചുവിട്ടുകൊണ്ടുള്ള ഉത്തരവ് കിട്ടി.

രണ്ടു ദിവസത്തിനു ശേഷം എച്ച്.ആർ.ഡി. ഓഫീസറും നഴ്സിങ് സൂപ്രണ്ടും നഴ്സുമാരുടെ മീറ്റിങ് വിളിച്ചു. രോഗികളുടെ ജീവൻ പണയപ്പെടുത്തിക്കൊണ്ട് വ്യക്തിപരമായ വിരോധം തീർക്കാൻ തുനിയുന്നവർക്ക് ജോലി നഷ്ടപ്പെടുക മാത്രമല്ല, നിയമനടപടികൂടി നേരിടേണ്ടി വരുമെന്നു മുന്നറിയിപ്പ് നൽകി. ഹോസ്പിറ്റൽ സ്റ്റാഫ് പരസ്പരപൂരകമായി പ്രവർത്തിക്കണമെന്നും സഹവർത്തിത്ത്വവും സഹായസന്നദ്ധതയും നിലനിർത്തണമെന്നും കർശനമായ നിർദ്ദേശമുണ്ടായി.

ജിബിയയ്ക്ക് എന്തായാലും അവിടുത്തെ ജോലി മതിയെന്നായി. തന്നെ മറ്റേതെങ്കിലും ഡിപ്പാർട്ട്മെന്റിലേക്കു മാറ്റാൻ അവൾ നഴ്സിങ് ഓഫീസിൽ അപേക്ഷ നൽകി.

ജോലികഴിഞ്ഞ് ഹോസ്റ്റലിൽ എത്തി ഉറങ്ങാൻ കിടക്കുമ്പോൾ അവൾ ഫോൺ എടുത്തു നോക്കി. ജെയ്സന്റെ മിസ്ഡ് കോൾ ഉണ്ടോ?

വിവാഹകാര്യത്തിൽ തനിക്ക് ആലോചിക്കാൻ കൂടുതൽ സമയം വേണമെന്ന് ആവശ്യപ്പെട്ടശേഷം ജെയ്സൺ അൽപം പിണക്കത്തിലാണ്. ഇപ്പോൾ മൂന്നു ദിവസം കഴിഞ്ഞിരിക്കുന്നു. കല്യാണത്തിനു സമ്മതമാണെങ്കിൽ മാത്രം അങ്ങോട്ടു വിളിച്ചാൽ മതി എന്നാണ് ശാസനം. അല്ലാതെയുള്ള സംഭാഷണങ്ങൾക്കൊന്നിനും ഇനി അർത്ഥമില്ലത്രെ.

കഴിഞ്ഞ ദിവസങ്ങളിൽ ജിബിയ പലതവണ ഫോൺ എടുത്ത് വിളിക്കാൻ തുനിഞ്ഞതാണ്. പക്ഷേ, വിളിയുടെ അർത്ഥം മാറിപ്പോകും.

സമ്മതമാണ് എന്നു വരും. എന്നാൽ, മൂന്നു ദിവസത്തെ മൗനം ദുസ്സഹ മായിരിക്കുന്നു.

ജെയ്സണ് ഇങ്ങോട്ടു വിളിച്ചുകൂടെ? കല്യാണത്തിനു സമ്മതമാണോ അല്ലയോ എന്ന അന്ത്യശാസനത്തിനപ്പുറം തങ്ങൾ തമ്മിൽ ഒരു ബന്ധവു മില്ലേ. ഒരു 'യെസ്'ലോ 'നോ'യിലോ തുടരുകയോ അവസാനിക്കു കയോ ചെയ്യുന്നതാണോ വർഷങ്ങളോളം ഇഴുക്കമുള്ള തങ്ങളുടെ സ്നേഹം? ഇങ്ങനെയാണോ എല്ലാ പുരുഷന്മാരും? അവരിൽനിന്ന് എന്താണു പ്രതീക്ഷിക്കാനുള്ളത്?

ജിബിയയ്ക്ക് കടുത്ത നിരാശ തോന്നി.

ചിന്തിച്ചു കിടന്ന് അവൾ മയക്കത്തിലേക്കു വീഴുമ്പോൾ ഫോണിലെ വൈബ്രേറ്റർ ഇരമ്പി. സ്ഥലകാലബോധമില്ലാതെ അവൾ ഫോൺ തപ്പി യെടുത്തു. മാൻഹോളിന്റെ മൂടി തുറക്കുംപോലെ ബദ്ധപ്പെട്ട് കൺ പോളകൾ തുറന്ന് നോക്കുമ്പോൾ ജെയ്സൺ ഫോണിലിരുന്ന് കോപം കൊണ്ട് വിറകൊള്ളുന്നു.

"ഹലോ..."

"ഹലോ."

"എന്നാ ഫോണെടുക്കാനിത്ര താമസം?"

"ഒറങ്ങിപ്പോയി."

"നീയെന്നാ വിളിക്കാതിരുന്നെ?"

"വീട്ടിലോട്ടു വിളിച്ചിട്ട് വിളിക്കാംന്നു വിചാരിച്ചു."

"ദിവസമെത്രയായി ഞാനൊരു കാര്യം പറഞ്ഞിട്ട്. ഇതുവരെ വീട്ടിൽ വിളിച്ചില്ലേ?"

"വീട്ടിൽ പറയണോ വേണ്ടയോന്ന് ആലോചിക്കാൻ എനിക്കു സമയം വേണ്ടേ."

"നീയിതുവരെ ആലോചിച്ചു കഴിഞ്ഞില്ലേ?"

"ഇല്ല."

"അതെന്താ അങ്ങനെ?"

"ഞാനിവിടെ വന്നിട്ട് ആറുമാസംപോലും തികഞ്ഞിട്ടില്ല. മൂന്നര വർഷത്തോളം കാശ്മുടക്കി എന്നെ പഠിപ്പിച്ച വീട്ടുകാരെ ഞെട്ടിക്കാൻ മനസ്സുവരുന്നില്ല. അതിനുവേണ്ടി പണയംവച്ച കെടപ്പാടത്തിന്റെ ആധാരം ഇപ്പഴും ബാങ്കിലാ. ഞാനെന്റെ കാര്യം മാത്രം നോക്കിയാ മതിയോന്ന് ആരോ എന്റെ മനസ്സിലിരുന്നു ചോദിക്കുന്നു."

"വീട്ടുകാര് സമ്മതിച്ചാപ്പോലും നീയിതിനു തയ്യാറല്ലെന്നാണോ പറഞ്ഞോണ്ടു വരുന്നെ."

"ചേട്ടായീ, നമുക്കൊരു മനസ്സാക്ഷിയില്ലേ?"

"വീട്ടുകാരേ, നിന്നെ പഠിപ്പിച്ചത് നിന്റെ ജീവിതം രക്ഷപ്പെടാൻ

വേണ്ടിയാ. അല്ലാതെ പണം കായ്ക്കുന്ന മരത്തിന്റെ വിത്ത് പാകുവല്ല അവര് ചെയ്തത്.''

''എനിക്കു വീട്ടിലിങ്ങനൊന്നും സംസാരിക്കാൻ പറ്റത്തില്ല. കുറച്ചൂടെ ധൈര്യം വേണം.''

''രണ്ടു ദിവസത്തിനകം എനിക്കു മറുപടി കിട്ടണം. അല്ലാതെ എനിക്കിവിടെ പിടിച്ചുനിൽക്കാൻ പറ്റത്തില്ലെന്ന്. മമ്മി കെടപ്പിലാ. നോക്കാനാരുമില്ല. അനിയന് സ്കൂളിപ്പോകണ്ടേ. പപ്പയ്ക്ക് ജോലി ഉപേക്ഷിക്കാൻ പറ്റത്തില്ല. അതോടെ വീട് പട്ടിണിയാകും.''

''ചേട്ടായി വീട്ടിലൊണ്ടല്ലോ മമ്മീനെ നോക്കാൻ.''

''ഹതു കൊള്ളാം. ഞാൻ വീട്ടി നിൽക്കാനോ? എനിക്ക് എവിടെങ്കിലും ജോലിക്കു കേറണ്ടേ. എത്രകാലം ഞാൻ വീട്ടി നിൽക്കും. മമ്മി ഇനി എണീക്കുമോന്നുപോലും തീർച്ചയില്ല.''

''ഞാൻ കല്യാണം കഴിച്ച് അവിടെ വന്നാലും ഇതുതന്നെയല്ലേ അവസ്ഥ. എനിക്കു ജോലിക്കു പോകാൻ പറ്റില്ല. അവിടുത്തെ അടുക്കളപ്പണീം ചെയ്തു നിന്നുപോകും.''

''ഞാൻ ജോലിക്കു പോകുമ്പോ നീ പോയില്ലെങ്കിലും സാരമില്ല. വീട്ടിലെ കാര്യങ്ങള് നടന്നു പോകും.''

''ഹോംനഴ്സിനെ നിർത്തിയാ ശമ്പളം കൊടുക്കണം. എനിക്കാകുമ്പം ഒന്നും തരണ്ടല്ലോ, അല്ലേ?''

''അതെന്നാ വർത്തമാനമാടീ നീ പറയുന്നെ. നിന്നെ കണ്ടോണ്ടൊന്നുമല്ല ഞാനീ ലോകത്തോട്ട് വന്നതും ഇത്രേം കാലം ജീവിച്ചതും.''

''എന്തിനാ എന്നോടു ദേഷ്യപ്പെടുന്നെ. എനിക്കെന്റെ വീട്ടുകാരോട് യാതൊരു ഉത്തരവാദിത്തോം വേണ്ടെന്നാണോ?''

''കൂടുതലൊന്നും പറയണ്ട. രണ്ടു ദിവസത്തിനകം എനിക്കു തീരുമാനം അറിയണം.''

ജിബിയ മിണ്ടാതെ കിടന്നു. കണ്ണു നീറുന്നുണ്ട്. നെഞ്ചിൽ പണ്ടാരോ തറച്ചുവച്ച കഠാരമുന അൽപംകൂടി കുത്തിക്കയറുന്നു.

''നീയെന്നാ മിണ്ടാത്തെ?''

''യെസ് ഓർ നോ അല്ലേ?''

''അതെ.''

''പറയാം.''

''അതല്ല, എനിക്കുപകരം വേറെ ആരെയെങ്കിലും കണ്ടുവച്ചിട്ടുണ്ടെങ്കി അതും പറഞ്ഞേക്ക്.''

ജിബിയ ആദ്യമൊന്നു നടുങ്ങി. പറയാൻ എന്തൊക്കെയോ ആർത്തിരമ്പി വന്നു. വിതുമ്പൽ കടിച്ചമർത്തി പറഞ്ഞു: ''എല്ലാം പറയാം.''

പിന്നെ മറുവശത്ത് മൗനം. നിമിഷങ്ങൾ. കോൾ കട്ടായി.

ജിബിയ അൽപനേരം ഫോണിലേക്കുതന്നെ തുറിച്ചു നോക്കി. ഒരു വിഷജന്തുവിനെ നോക്കുന്നപോലെ. ഞരമ്പുകൾ പെട്ടെന്നു തളർന്നു. അവൾ തലയിണയിലേക്കു മുഖം പൂഴ്ത്തി. കരയാൻ ധാരാളം സമയമുണ്ട്.

കുറച്ചുസമയം അങ്ങനെ പോയി. കുറേ സങ്കടം ഒഴുക്കിക്കളഞ്ഞപ്പോൾ ആശ്വാസം, ധൈര്യം. വീട്ടിലേക്കു വിളിച്ച് അഭിപ്രായം ചോദിക്കാം. ഒന്നും ചോദിച്ചില്ല, പറഞ്ഞില്ല എന്നൊന്നും ആരും പറയാനിടവരരുത്.

ജിബിയ ബിൻസിയുടെ നമ്പറിലേക്കു വിളിച്ചു.

‘‘നീയെന്താ ഈ നേരത്ത്? നിന്റെ നൈറ്റ് കഴിഞ്ഞോ?’’

‘‘അത് കഴിഞ്ഞാരുന്നു.’’

‘‘ഇപ്പം പകലാണോ ജോലി?’’

‘‘അതെ.’’

‘‘നിന്റെ ഒച്ചയെന്നാ അടഞ്ഞിരിക്കുന്നെ. ജലദോഷം ഒണ്ടോ?’’

‘‘ങാ, ചെറുതായിട്ട്.’’

‘‘വേറെ എന്തെങ്കിലും പ്രയാസം ഒണ്ടോ?’’

‘‘ഇല്ല.’’

‘‘എന്നാലും ഇങ്ങനെയല്ലല്ലോ നിന്റെ ശബ്ദം.’’

‘‘ഞാൻ കുറച്ചു കരഞ്ഞാരുന്നു.’’

‘‘അയ്യോടീ... എന്തിന്?’’

‘‘ഇവിടെ കരയാൻ ഓരോ ദിവസോം എന്തെങ്കിലും കാരണമുണ്ടാകും.’’

‘‘ഇന്നെന്നാ പറ്റിയെടീ മോളേ?’’

‘‘ജെയ്സൺ വിളിച്ചിട്ടൊണ്ടാരുന്നു.’’

‘‘അവനിപ്പഴും ഒണ്ടോ?’’

‘‘പിന്നെന്നാ മമ്മി വിചാരിച്ചെ, ചത്തുപോയെന്നോ?’’

‘‘ആങ്ഹാ... എന്നോടാണോ ദേഷ്യം?’’

ജിബിയ അൽപസമയം മിണ്ടാതിരുന്നു.

‘‘അവനെന്നാ പറഞ്ഞിട്ടാ നിനക്കിത്രയ്ക്കു മനഃപ്രയാസം?’’

‘‘ജെയ്സന്റെ മമ്മി സ്ട്രോക്ക് വന്നു കെടപ്പിലായി. ഇനി എണീക്കുമോന്ന് സംശയമാ. എന്നോടു പറഞ്ഞു കല്യാണം ഒടനെ നടത്തണംന്ന്. മമ്മിയെ നോക്കാൻ ആളുവേണം. ജെയ്സണ് ജോലിക്കു പോണം.’’

‘‘നീ അവിടെപ്പോയിനിന്ന് അവന്റെ മമ്മിയെ നോക്കാനോ?’’

‘‘അതു മാത്രമല്ല, മമ്മി ചെയ്തോണ്ടിരുന്ന എല്ലാ ജോലീം ചെയ്യണം. പിന്നെ ജെയ്സന്റെ കാര്യങ്ങളും നോക്കണ്ടേ.’’

‘‘അതു കൊള്ളാവല്ലോ. എന്നാ നീ രണ്ടുകൊല്ലം ഇവിടെ വന്നു നിക്ക്. ഇവിടുത്തെ എല്ലാ പണീം ചെയ്യ്. എനിക്കു കൊറച്ചു നാള് വിശ്രമിക്കണം. എത്ര കൊല്ലമായി ഞാനിവിടെക്കെടന്ന് കഷ്ടപ്പെടുന്നു.’’

''മമ്മിയിതു പറ. ഞാൻ സമ്മതിക്കണോ വേണ്ടയോ?''

''ഇതിനാണോടീ നിന്നെ ഇത്രേം വളർത്തി പഠിപ്പിച്ചെടുത്തെ. വല്ല വന്റേം അടുക്കളജോലി ചെയ്യാനാണെങ്കി അതു കൊറേനേരത്തേ ആകാമായിരുന്നല്ലോ. ഇപ്പം വീടും പണയത്തിലായി. എന്റെ കമ്മലു പോലും ഇതുവരെ എടുത്തിട്ടില്ല.''

''കൊറച്ചു പൈസ ഞാനയച്ചു തന്നാരുന്നല്ലോ.''

''അതുകൊണ്ട് വല്ലതും ആയോടീ. ഇവിടെ നൂറുനൂറാവശ്യങ്ങളാ. നിനക്കറിയാല്ലോ, പപ്പയ്ക്ക് വയ്യാതായി വരുവാ. ഒന്നാമതേ റബ്ബറു വെട്ട് ഇപ്പം ഇല്ല. അതിനു വെലയില്ലാത്ത കാരണം എല്ലാരും റബ്ബറു വെട്ട് നിർത്തി. ജോസ്നമോളെ പഠിപ്പിക്കണ്ടായോ? ഒരു വീടാകുമ്പം എന്നതെല്ലാം ചെലവുകളാ. നീ രണ്ടായിരോ മൂവായിരോ രൂപ അയച്ചു തരുമ്പം അതിവിടെ നിധി കിട്ടുന്നപോലെയാ. അതുവല്ലതും നീ അറിയു ന്നൊണ്ടോ?''

ജീബിയ എല്ലാം കേട്ടുകൊണ്ട് മിണ്ടാതെ കിടന്നു.

''ജോബിനെക്കൊണ്ടാണെങ്കി ഒരുപകാരോം ഇല്ല. പെറ്റ തള്ളേം തന്തേം കൂടെപ്പെറപ്പുകളും എങ്ങനെ കഴിയുന്നെന്നുപോലും അവ നറിയണ്ട. ഇവിടുന്ന് എന്നതേലും കിട്ടാനൊണ്ടോന്നാ അവന്റെ നോട്ടം. മൂത്ത മോനാണെന്നു പറഞ്ഞിട്ട് വല്ല കാര്യോം ഒണ്ടോ? നീയെന്നാ ഒന്നും മിണ്ടാത്തെ?''

''മമ്മി പറഞ്ഞോ. കേക്കുന്നൊണ്ട്.''

''എന്നിട്ട് നീയവനോട് എന്നാ പറഞ്ഞു?''

''വീട്ടിച്ചോദിച്ചിട്ട് പറയാംന്ന്.''

''അതെന്നാത്തിനാ അങ്ങനെ പറഞ്ഞെ? പറ്റത്തില്ലാന്ന് നീ തന്നെ യങ്ങ് പറഞ്ഞാപ്പോരായിരുന്നോ?''

''എനിക്കു പറ്റുവല്ലോ. എനിക്ക് കല്യാണത്തിനു സമ്മതമാണ്. പക്ഷേ, എന്റെ വീട്ടുകാരോടു ചോദിക്കാതെ പറ്റത്തില്ലാന്ന് പറഞ്ഞു.''

''നിനക്കു സമ്മതമാണെങ്കിപ്പിന്നെ നീയെന്തിനാ ഞങ്ങളോടു ചോദി ക്കുന്നെ?''

''നിങ്ങളാരും സമ്മതിക്കുന്നില്ലെങ്കി എനിക്കു വേണ്ട.''

''അതിപ്പം അവനെന്നാ വിചാരിക്കും. ഞങ്ങള് കാരണം നിങ്ങടെ കല്യാണം മൊടങ്ങിയെന്ന്.''

''അങ്ങനെ വിചാരിച്ചാലെന്താ കൊഴപ്പം? ഞാൻ എന്റെ വലിയൊ രിഷ്ടം വേണ്ടെന്നു വയ്ക്കുമ്പം അതാർക്കു വേണ്ടിയാണെന്നും എന്തിനു വേണ്ടിയാണെന്നും അവരുംകൂടി അറിയണ്ടേ. അല്ലെങ്കിലൊടുക്കം ഒരു ചോദ്യം വരും, നീ ഞങ്ങക്കുവേണ്ടി എന്നാ ചെയ്തെന്ന്.''

''കണക്കു പറയുവാണോടീ നീ?''

‘‘നിങ്ങടെ ബുക്കിൽ കണക്കൊണ്ടല്ലോ. വളത്തിയതും പഠിപ്പിച്ചതും വീട് പണയം വച്ചതും എല്ലാം. തിരിച്ചുതരുന്നേന്റെ കണക്കുംകൂടെ വേണ്ടേ.’’

‘‘എന്നാപ്പിന്നെ അവനോടു പറഞ്ഞേക്ക് കല്യാണത്തിന് സമ്മത മാണെന്ന്. ഞങ്ങള് പിച്ചതെണ്ടിയിട്ടായാലും എങ്ങനെങ്കിലും ജീവി ച്ചോളാം.’’

‘‘ങും, ശരി.’’ ജിബിയ കോൾ കട്ട് ചെയ്തു.

കണ്ണിനു വീണ്ടും പുകച്ചിൽ. ഇനി കരയരുതെന്നുറപ്പിച്ച് അവൾ ഹോസ്പിറ്റലിലെ രോഗികളെപ്പറ്റിയോർത്തു കിടന്നു.

അടുത്ത ദിവസം ഹോസ്പിറ്റലിൽ ചെന്നപ്പോൾ ജിബിയയെ നഴ് സിങ് ഓഫിസിലേക്കു വിളിപ്പിച്ചു.

‘‘ഇന്നുമുതൽ ജിബിയയ്ക്ക് ഡിപ്പാർട്ടുമെന്റ് വേറെയാ. കാർഡി യോളജിയുടെ ഐ.സി.യു.വിലാണ് ഡ്യൂട്ടി.’’

‘‘ഞാനിതുവരെ ഐ.സി.യു. ഡ്യൂട്ടി ചെയ്തിട്ടില്ല.’’

‘‘എക്സ്പീരിയൻസ് ഇല്ലെന്നല്ലേയുള്ളൂ. അതൊക്കെ പെട്ടെന്ന് പിക്കപ്പായിക്കൊള്ളും.’’

സന്തോഷിക്കുകയാണോ സങ്കടപ്പെടുകയാണോ വേണ്ടതെന്ന് ജിബിയ യ്ക്ക് അറിയില്ലായിരുന്നു. ഒരു നരകത്തിൽനിന്നു രക്ഷപ്പെടുകയാണ്. അത് മറ്റൊരു നരകത്തിലേക്കാണോ?

കാർഡിയോളജി ഐ.സി.യു. കണ്ടപ്പോൾ അവൾക്ക് ആദ്യം സമാ ധാനമാണ് തോന്നിയത്. ശാന്തമായ അന്തരീക്ഷം. നാൽപത് അൻപത് പേഷ്യന്റ്സിന് രണ്ടോ മൂന്നോ നഴ്സുമാർ എന്ന സ്ഥിതിയല്ല ഇവിടെ. രണ്ടു ബെഡിന് ഒരു നഴ്സ്. പേഷ്യന്റ്സ് എല്ലാംതന്നെ അബോധാ വസ്ഥയിലോ അർധബോധാവസ്ഥയിലോ കിടക്കുന്നവർ. സംസാരി ക്കാനും എണീക്കാനും കഴിയുന്നവർ വിരളം. ഏറ്റവും ആശ്വാസകരം ബൈസ്റ്റാൻഡർമാർ ഇല്ല എന്നതാണ്.

ഇൻചാർജ് ഇവിടെയും മലയാളി തന്നെ. അവരുടെ സ്വഭാവത്തിനു മാത്രം എവിടേയും മാറ്റമൊന്നുമില്ലെന്ന് ഒറ്റ ദിവസംകൊണ്ടുതന്നെ ജിബിയയ്ക്കു ബോധ്യപ്പെട്ടു. കുറ്റങ്ങൾ കണ്ടുപിടിക്കാനും അലറി വിളിക്കാനും ചാടിക്കടിക്കാനും തയ്യാറായി നിൽക്കുന്ന ചീറ്റപ്പുലി.

തന്നെ തീരെ ഇഷ്ടപ്പെട്ടില്ലെന്ന് അടിമുടിയുള്ള നോട്ടം കണ്ടപ്പോഴേ ജിബിയയ്ക്കു മനസ്സിലായി.

‘‘ഒരു കാര്യം ഞാൻ പറഞ്ഞേക്കാം. വേഷം കെട്ടാനൊന്നും ഇവിടെ വരണ്ട. മുഖത്തും കഴുത്തിലും പുട്ടി വാരിയിട്ടോണ്ട് ഇങ്ങോട്ടു വരണ്ട. കല്യാണത്തിനു മേക്കപ്പ് ചെയ്യുന്ന മാതിരി ഇവിടെ പറ്റത്തില്ല. അതു പോലെ, പല തരത്തിലുള്ള കമ്മലും മാലേം വാച്ചും വളേം ഒന്നും ഇവിടെ പറ്റത്തില്ല. അതൊക്കെ വീട്ടില്.’’

ജിബിയ ഒന്നും മിണ്ടാതെ കേട്ടുനിന്നു.

ആകെ ചെയ്യുന്ന മേക്കപ്പ്, കുളിച്ചിട്ടു വരുമ്പോൾ മുഖത്ത് അൽപം പൗഡർ പൂശും എന്നതുമാത്രമാണ്. കറുത്തു തടിച്ച ഈ സ്ത്രീക്ക് തന്റെ തൊലിവെളുപ്പ് തീരെ പിടിച്ചിട്ടില്ലെന്ന് ജിബിയയ്ക്കു മനസ്സിലായി.

''ഒരുങ്ങിക്കെട്ടി വന്നോളും. ഫാഷൻ പരേഡിനാണെന്നാ വിചാരം. ചെല്ല്, പോ.''

ജിബിയ അവരുടെ മുന്നിൽനിന്നു പിന്തിരിഞ്ഞു നടന്നു. ജിബിയയ്ക്കു കിട്ടിയ ക്യൂബിക്കിളിൽവച്ച് സിസ്റ്റർ ലീന സെബാസ്റ്റ്യൻ അടക്കം പറഞ്ഞു: ''അവർക്ക് തൊലി വെളുത്തവരെ കണ്ടുകൂട.''

''എനിക്കു മനസ്സിലായി.'' ജിബിയ പുഞ്ചിരിച്ചു. ''എവിടെച്ചെന്നാലും ഇങ്ങനെതന്നെയാ, അല്ലേ?''

''വാർഡിലും ഇങ്ങനായിരുന്നോ?''

''ഞാൻ കൊറേ അനുഭവിച്ചിട്ടാ വന്നത്.''

''ങാ, എന്നാപ്പിന്നെ സാരമില്ല.''

സിസ്റ്റർ ലീന അവളുടെ പേഷ്യന്റിന്റെ സമീപത്തേക്കു പോയി.

അടുത്ത ദിവസം രാത്രി ജിബിയയ്ക്ക് ജെയ്സന്റെ കോൾ വന്നു.

''എന്താണ് ഡിസിഷൻ?''

അറുത്തു മുറിച്ചാണ് ചോദ്യം. കയ്യിൽ കശാപ്പുകാരന്റെ കത്തിയുള്ളതുപോലെ തോന്നി.

''ഞാൻ വീട്ടിൽ സംസാരിച്ചു.''

''വിശദീകരണമൊന്നും വേണ്ട. യെസ് ഓർ നോ?''

ജിബിയ വീർപ്പടക്കി.

''ഒറ്റവാക്ക് പറഞ്ഞാ മതി. പറഞ്ഞോ.''

ജെയ്സന്റെ സ്വരം ഒന്നുകൂടി കടുത്തിരുന്നു.

''നോ...'' ജിബിയ പറഞ്ഞു.

മറുവശത്ത് നിശ്ശബ്ദത.

നിമിഷങ്ങൾ കടന്നു പോകുന്നുണ്ടോ? അതോ സ്തംഭിച്ചു നിൽക്കയാണോ?

പെട്ടെന്ന് ഇടിനാദംപോലെ വീണ്ടും ആ സ്വരം.

''ഇനിയെന്നെ വിളിക്കരുത്. ഞാനും വിളിക്കില്ല. കഴിഞ്ഞു.''

അടുത്ത നിമിഷം താഴെവീണുടഞ്ഞപോലെ കോൾ കട്ടായി.

മുപ്പത്തിന്നാല്

ജയപ്രകാശ് കൂട്ടുകാരുമൊത്ത് രാത്രി പത്തരമണിക്ക് ഓട്ടോയിൽ എത്തി. ഓട്ടോറിക്ഷ വീടിനു താഴെ റോഡരികിൽ നിർത്തി ഇറങ്ങി. മൊബൈലിന്റെ ടോർച്ച് തെളിച്ച്, മണ്ണ് വെട്ടിപ്പൊഴിച്ചുണ്ടാക്കിയ പടികൾ കയറി വീട്ടുമുറ്റത്തേക്കു വന്നു. വീട്ടിൽ വെളിച്ചത്തിന്റെ തരിപോലുമില്ല.

''ഇതെന്നാ ജയപ്രകാശാ, നിന്റെ വീട്ടിൽ എല്ലാവരും ലൈറ്റും കെടുത്തി കെടന്നൊറങ്ങിയോ? നേരം ഇരുട്ടിയല്ലേയൊള്ളൂ.'' ശ്രീക്കുട്ടൻ സമീപത്തെ വീടുകളെ നോക്കി. ''ഇവിടെ മാത്രേ വെളിച്ചം ഇല്ലാതൊള്ളല്ലോ. ബാക്കി എല്ലാടത്തും ലൈറ്റൊണ്ടല്ലോ.''

ജയപ്രകാശ് വരാന്തയുടെ പടിയിലേക്കു കയറി വിളിച്ചു: ''എടിയേ... പവിത്രേ... ഇവിടെല്ലാരും ചത്തോ?''

''കതകടച്ചിട്ടില്ല. ചാരിയിട്ടേയൊള്ളൂ.''

ഇരുട്ടത്തുനിന്ന് പവിത്രയുടെ മറുപടി വന്നു.

''നീയവിടെ എന്നാ ചെയ്യുവാ. ഇങ്ങോട്ടു വന്നേടീ.''

''ഞാൻ വന്നിട്ടെന്നാ ചെയ്യാനാ. ഇവിടെ കറന്റില്ല.''

''അതെന്നാ പറ്റി? ബാക്കി എല്ലാടത്തും ഒണ്ടല്ലോ.''

''അവരൊക്കെ കറന്റ് ചാർജ് അടയ്ക്കുന്നോരാ. അവരടെ വീട്ടിലെ ഫ്യൂസൊന്നും ആരും ഊരിക്കൊണ്ടുപോയിട്ടില്ല.''

''ഇവിടുത്തെ ഫ്യൂസ് ഊരിയോ?''

''എനിക്കറിയാമ്മേല. ഇന്നലെ ഒരു ലൈൻമാൻ വന്ന് ഇന്നുകൂടെ അടച്ചില്ലേൽ കറന്റ് കട്ട് ചെയ്യും എന്നു പറഞ്ഞാരുന്നല്ലോ.''

''എന്നിട്ടിപ്പഴാണോടീ നീ പറയുന്നെ?''

''രാവിലെ പറഞ്ഞില്ലേ.''

''അവര് വന്ന് പീസൂരിയപ്പം പറയാത്തതെന്താ?''

''അത് ഞാനറിഞ്ഞില്ലെന്ന്. വൈകിട്ടല്ലേ മനസ്സിലായെ.''

''വൈകീട്ട് പറഞ്ഞില്ലല്ലോ നീ.''

‘‘പറഞ്ഞിട്ടെന്നാ കാര്യം. ഇനി നാളെ ആപ്പീസിക്കൊണ്ടുപോയി പൈസ അടയ്ക്കണം. എന്നാലേ കറന്റ് കിട്ടത്തൊള്ളൂ.’’

‘‘നിനക്കിതൊക്കെ കൃത്യമായിട്ട് പറഞ്ഞാലെന്നാ?’’

‘‘നൂറ്റമ്പതു തവണ പറയുന്നൊണ്ട്. അതിക്കൂടുതലെങ്ങനാ?’’

‘‘നിനക്കൊരു വെളക്കു കത്തിച്ചു വെക്കാല്ലോടീ ശവമേ...’’

‘‘മണ്ണെണ്ണയില്ല. മൂന്നാഴ്ചയായല്ലോ പറയാൻ തൊടങ്ങീട്ട്. തീർന്നൂ, തീർന്നൂന്ന്.’’

‘‘ഇവിടെ പിന്നെ എന്നതാ ഒള്ളത്?’’

‘‘രണ്ട് ജീവച്ഛവങ്ങള്. ഒന്നിന്റെ പേരറിയാല്ലോ, പവിത്ര. ഇപ്പ വിളിച്ച തല്ലേയൊള്ളൂ ശവമേന്ന്. അടുത്തതിന്റെ പേര് അപ്പു.’’

കൂട്ടുകാരെല്ലാം ഈ സംഭാഷണം കേൾക്കുന്നൊണ്ടെന്ന് ഓർത്തപ്പോൾ ജയപ്രകാശിനു കലികയറി.

‘‘അമ്മയെവിടേന്നാ ചോദിച്ചെ?’’

‘‘എനിക്കറിയാമ്മേല. നാലുമണി കഴിഞ്ഞപ്പം ഒരുങ്ങിയെറങ്ങിപ്പോയതാ.’’

‘‘നിന്നോട് എഴുന്നേറ്റു വരാനല്ലേ പറഞ്ഞെ.’’

പവിത്ര വാതിൽക്കലേക്ക് ഇറങ്ങി നിന്നു.

‘‘ങാ, ഞാൻ വന്നു.’’

‘‘ദാ, ഇതു പിടി.’’

‘‘എന്നതാ? കാണാമ്മേല’’

‘‘ഒരു കിലോ കൊഴുവ. പിന്നെ കൊറച്ച് മത്തിയൊണ്ട്. അത് പീര വെച്ചോ. കൊഴുവ ഇപ്പത്തന്നെ വറക്കണം.’’

‘‘ഈ ഇരുട്ടത്തോ?’’

ജയപ്രകാശിന് അബദ്ധം മനസ്സിലായി. അയാൾ മുറ്റത്തേക്കിറങ്ങി കൂട്ടുകാരുമായി ആലോചിച്ചു.

‘‘അന്തോണിച്ചന്റെ വീട്ടിലോട്ട് പോയാലോ?’’

‘‘ഇത്രേം രാത്രിയായിട്ട് മീനുംകൊണ്ടു ചെന്നാ അവള് നാഗവല്ലിയാകും.’’ അന്തോണിച്ചൻ പറഞ്ഞു.

‘‘പ്രകാശാ, ഞാനെന്റെ വീട്ടിലെ പീസൂരിക്കൊണ്ടു വരാം. എന്റെ കെട്ടിയോളും പിള്ളേരും അവടെ വീട്ടിപ്പോയിരിക്കുവാണല്ലോ. ഇവിടുന്നു തിരിച്ചു പോകുമ്പം ഞാനതു കൊണ്ടുപോയി ഫിറ്റ് ചെയ്തോളാം.’’

ഓമനക്കുട്ടന്റെ വീട്ടിലോട്ട് അധികം ദൂരമില്ല. ജയപ്രകാശിന്റെ ഓട്ടോയുമെടുത്ത് ഓമനക്കുട്ടനും അന്തോണിച്ചനും പോയി. പത്തുമിനിറ്റിനുള്ളിൽ ഫ്യൂസ് ഊരിക്കൊണ്ടു വന്നു. അത് ജയപ്രകാശിന്റെ വീട്ടിലെ ഫ്യൂസ് ഊരിയ സ്ഥാനത്ത് തിരുകിക്കയറ്റി.

വീടിന്റെ വരാന്തയിൽ വെളിച്ചം പരന്നു.

''വെളീലത്തെ ലൈറ്റുംകൂടെ ഇടാൻ പറ.'' അന്തോണിച്ചൻ പറഞ്ഞു.

''അതിന്റെ ബൾബ് പോയതാ. എല്ലാരും വരാന്തേലോട്ട് കേറിവാ.''

ജയപ്രകാശ് കാരിബാഗുകൾ തൂക്കിപ്പിടിച്ച് വരാന്തയിൽ കയറി.

''ദാ, എത്രേം പെട്ടെന്ന് കൊഴുവ വറക്ക്. അതുകഴിഞ്ഞ് കപ്പേം പുഴുങ്ങി മത്തിപ്പീരേം ശരിയാക്ക്. ആദ്യം നാല് ഗ്ലാസിങ്ങെടുക്ക്.''

കാരിബാഗുകൾ നീട്ടിക്കൊണ്ട് ജയപ്രകാശ് പവിത്രയോടു പറഞ്ഞു.

''അടുക്കളേ ലൈറ്റില്ല. ബൾബ് പോയിട്ട് ദിവസമെത്രയായി. എല്ലാ ദിവസോം പറയുന്നതല്ലേ ബൾബ് വാങ്ങിച്ചുതാ ബൾബ് വാങ്ങിച്ചുതാ എന്ന്.''

''മുറീലെ ബൾബ് ഊരി അടുക്കളേലോട്ട് ഇട്ടാപ്പോരേ?'' അന്തോണിച്ചൻ ചോദിച്ചു.

''ഇവിടൊരു മുറീലേ ലൈറ്റൊള്ളൂ. അത് അമ്മേടെ മുറിയാ. പൂട്ടിക്കൊണ്ട് പോയേക്കുവാ. ഞങ്ങടെ മുറീലെ ബൾബ് പണ്ടേ ഫ്യൂസായതാ. പിന്നെ, വരാന്തയിലേത് ട്യൂബാ.'' പവിത്ര പറഞ്ഞു.

''വേറൊരിടത്തും ബൾബില്ലേ? നിന്റെ കക്കൂസിപ്പോലും ഒരു ബൾബില്ലേടാ പ്രകാശാ?''

''ഒണ്ടായിരുന്നതാ.'' ജയപ്രകാശ് തല ചൊറിഞ്ഞു.

''ഒരു ബൾബ് പോയാ മാറ്റിയിടത്തില്ല. അമ്മിക്കല്ലും ഒരലുമൊക്കെ വച്ചേക്കുന്നടത്ത് ബൾബൊണ്ടാരുന്നു. അത് പോയപ്പത്തൊട്ട് പറയുന്നതാ. എപ്പഴും അടുക്കള വാതില് വഴി ഓരോ കാര്യത്തിന് പൊറത്തോട്ടെറങ്ങുന്നതാ. പാമ്പും പഴുതാരേം ഒക്കെയൊള്ളതാ. ഒരു ബൾബ് വാങ്ങിച്ച് ഇടാമ്പറഞ്ഞാ ഇടത്തില്ല.'' പവിത്ര ആരോടെന്നില്ലാതെ പറഞ്ഞുകൊണ്ടിരുന്നു.

''ഞാൻ വീട്ടിപ്പോയി രണ്ട് ബൾബ് ഊരിക്കൊണ്ടു വരാം.'' ഓമനക്കുട്ടൻ സഹായസന്നദ്ധനായി.

''പോകുമ്പം ഭാര്യേക്കൂടെ വിളിച്ചോണ്ടു പോരെ. ഈ മീൻ വെട്ടാനും കപ്പ പുഴുങ്ങാനും ആരെങ്കിലും വേണ്ടേ.'' പവിത്ര കൂസലെന്യേ പറഞ്ഞു.

''എന്നാ കോപ്പിലെ വർത്തമാനമാടീ നീ പറയുന്നെ?'' ജയപ്രകാശ് പവിത്രയുടെ നേരെ ആക്രോശിച്ചു.

''രാത്രി എത്രമണിയായെന്നാ പ്രകാശേട്ടന്റെ വിചാരം. പതിനൊന്നു കഴിഞ്ഞു. ഇനി നിങ്ങക്ക് കള്ളുകുടിക്കാൻ ടച്ചിങ്സിനു ഞാൻ കൊതുകടീം കൊണ്ട് അടുക്കളപ്പൊറത്ത് പോയി കുന്തിച്ചിരുന്ന് ഈ മീൻ മുഴുവൻ വെട്ടി വറുത്തും പൊരിച്ചും പീരവച്ചും തരണം അല്ലേ? ഈ കൂട്ടത്തിലൊള്ള എല്ലാർക്കും ഒണ്ടല്ലോ ഓരോ ഭാര്യ. ഇതെല്ലാം അവരടെ അടുത്തു കൊണ്ടുചെന്ന് കൊടുക്കാമ്മേലേ?'' പവിത്ര വിട്ടുകൊടുത്തില്ല.

''എനിക്ക് സൗകര്യപ്പെടില്ല. ഇവിടെ എന്റെ വീട്ടിക്കൊണ്ടുവന്ന് എന്റെ ഭാര്യേക്കൊണ്ടു ചെയ്യിക്കാൻ എനിക്കറിയാം. അതുകൊണ്ടാ ഞാനിവരേം വിളിച്ചോണ്ട് ഇങ്ങോട്ടു വന്നെ.'' ജയപ്രകാശ് ചിരിക്കൊണ്ടു നിന്നു.

''നിങ്ങടെ ഭാര്യേം മകനും എന്നതെങ്കിലും കഴിച്ചോന്ന് നിങ്ങള് തെരക്കിയോ? ഉച്ചയ്ക്കും വൈകിട്ടും ഇവിടെ തിന്നാനൊന്നും ഇല്ലാരു ന്നെന്ന വിവരം നിങ്ങൾക്കറിയാവോ. എന്റെ കാര്യം പോട്ടെ. അഞ്ചു വയസ്സു തെകയാത്ത ഒരു കൊച്ചൊണ്ടല്ലോ ഇവിടെ. അത് വെശന്ന് പൊരിഞ്ഞാണ് കെടന്നൊറങ്ങിയേക്കണത്. എത്ര പ്രാവശ്യം പറഞ്ഞു ഇവിടെ അരിയില്ല, പഞ്ചസാരയില്ല, കാപ്പിക്കൊടിയില്ല, മാവില്ല, കറി വെക്കാനൊന്നുമില്ല എന്നൊക്കെ. രാവിലെ കേട്ട് തല കുലുക്കി മൂളി ക്കൊണ്ട് പോകും. രാത്രീലത്തെ വരവ് ഇങ്ങനേം. അമ്പതു രൂപ കയ്യി ലോട്ടു തരാമ്പറഞ്ഞാ തരുകേമില്ല.''

പവിത്ര മറ്റുള്ളവരുടെ മുന്നിൽ ഇങ്ങനെയൊന്നും പറയാത്തതാണ്. ഇത്തവണ അവൾക്ക് സമനില വിട്ടുപോയി. അപ്പു വിശന്നാണ് ഉറങ്ങി യത്.

''മീനും വാങ്ങിച്ചോണ്ടു വന്നേക്കുന്നു. എന്തിനാ, കള്ളിനു പൊരിച്ചു തിന്നാൻ. ആ കൊച്ചിന് ഒരു മുട്ടായി വാങ്ങിച്ചു കൊടുക്കത്തില്ല. ഒരു പഴംപൊരിയോ ബോണ്ടയോ വടയോ കൊണ്ടുവന്നു കൊടുത്താ അതിന് സ്വർഗം കിട്ടിയപോലെയാ. അഞ്ചു രൂപ കൊടുത്താ ഒരു കോഴിമൊട്ട കിട്ടും. അതു വാങ്ങിച്ചു കൊടുക്കാൻ പറഞ്ഞാ കൊടുക്ക ത്തില്ല. അഞ്ഞൂറിന്റേം ആയിരത്തിന്റേം കുപ്പി വാങ്ങാൻ കാശൊണ്ട്.'' പവിത്ര വീറോടെ തുടർന്നു: ''ഈ പാതിരാനേരത്ത് മീൻ വെട്ടി പൊരിച്ചു തന്നിട്ട് കള്ളുകുടിക്കാംന്ന് ആരും വിചാരിക്കണ്ട.''

''നിർത്തെടീ.'' തുടർന്ന് അഞ്ചാറ് തെറികൂടി പറഞ്ഞ് ജയപ്രകാശ് കയ്യോങ്ങിക്കൊണ്ടു ചെന്നു.

''തല്ല്. എന്റെ ദേഹത്ത് കൈവച്ചാ കൊന്നു കളഞ്ഞേക്കണം. ഇല്ലെങ്കി ഇവിടെ നിൽക്കുന്ന നാലെണ്ണത്തിനേം ഞാൻ നാളെ പൊലീസ് സ്റ്റേഷ നിൽ കേറ്റും.'' പവിത്ര മിന്നറിയിപ്പ് നൽകി.

''നീ ഞൊട്ടും. പോടീ പുല്ലേ.''

അതിന്റെ കൂടെയും ജയപ്രകാശ് നാലഞ്ചു തെറികൾ മേമ്പൊടി യായി ചേർത്തു. എന്നിട്ട് തിരിഞ്ഞ് കൂട്ടുകാരോടു പറഞ്ഞു: ''വാടാ, പോകാം.'' കയ്യിലിരുന്ന കാരിബാഗ് രണ്ടും ഇരുട്ടിലേക്ക് ആഞ്ഞെറി ഞ്ഞിട്ട് അയാൾ മുറ്റത്തേക്കിറങ്ങി. കപ്പക്കിഴങ്ങുകളും മീനും മുറ്റത്തും പരിസരത്തും എമ്പാടും ചിതറി.

ജയപ്രകാശിനു പുറകെ മറ്റുള്ളവരും ഇറങ്ങിപ്പോയി. താഴെ റോഡിൽ ഓട്ടോറിക്ഷ സ്റ്റാർട്ടാകുന്ന ശബ്ദം കേട്ടു. ഒരു വെളിച്ചം ഓടിയകലു ന്നത് മിന്നായംപോലെ കണ്ടു. പവിത്ര വരാന്തയുടെ വാതിൽ ചാരി.

മുറിയിൽ കടന്ന് വാതിലടച്ച് കുറ്റിയിട്ടു. കട്ടിലിലേക്ക് ചാഞ്ഞിട്ട് തളർന്നുറങ്ങുന്ന അപ്പുവിനെ അവൾ വലംകൈകൊണ്ട് ചുറ്റി. തന്റെ കൈകൾ തണുത്തിരിക്കയാണെന്ന് അവൾക്കു മനസ്സിലായി. മകന്റെ ജീവന്റെ ചൂട് വിരലുകളിലും കൈത്തണ്ടയിലും പടരുന്നു. അതാണ് ജീവിച്ചിരിക്കാനുള്ള ഒരേയൊരു പ്രചോദനം.

താൻ എപ്പോഴാണ് ഉറങ്ങിയതെന്നോ, ജയപ്രകാശ് എപ്പോഴാണ് തിരിച്ചെത്തിയതെന്നോ പവിത്ര അറിഞ്ഞില്ല. രാവിലെ ഉണർന്നെണീറ്റു നോക്കുമ്പോൾ, അരഭിത്തി കെട്ടി ഗ്രില്ലിട്ട് മുറിപോലെയാക്കിയ വരാന്തയുടെ കിഴക്കേ ജനലിന്നരികേ കട്ടിലിൽ കൈകാലുകൾ നാനാദിശയിലേക്കു വിക്ഷേപിച്ചുവച്ച് കൂർക്കം വലിച്ച് ജയപ്രകാശ് കിടക്കുന്നതു കണ്ടു.

വരാന്തയുടെ വാതിൽ തുറന്ന് അവൾ മുറ്റത്തേക്കിറങ്ങി. മുറ്റത്തും അതിനു താഴെയും കുറേ കാക്കകൾ, പൂച്ചകൾ, കോഴികൾ. രാത്രി വീണു ചിതറിയ മീനിനുവേണ്ടിയുള്ള യുദ്ധമാണ്. തക്കം നോക്കി കാക്കകൾ ഓരോന്ന് കൊത്തിക്കൊണ്ടു പോകുന്നു. കോഴികൾ പൂച്ചയെ കൊത്തിയോടിക്കുന്നു. അയലത്തെ ഒരു നായ വന്ന് മൂന്നിനേയും തുരത്തി. പവിത്ര വീടിനുള്ളിലേക്കു കയറിപ്പോന്നു.

പതിവുപോലെ ജയപ്രകാശ് പോകാനിറങ്ങിയപ്പോൾ പവിത്ര ഓർമ്മിപ്പിച്ചു:

‘‘ഈ വീട്ടിൽ ഒന്നുമില്ല. കറന്റ് ചാർജ് അടച്ചില്ലെങ്കിൽ ഇന്നലത്തേപ്പോലിരിക്കും ഇന്നും.’’

‘‘എത്ര രൂപയാ കറന്റ് ചാർജ്?’’

‘‘മുന്നൂറ്റി എൺപത്തേഴ്. ബില്ല് തന്നാരുന്നല്ലോ.’’ പവിത്ര പറഞ്ഞു.

‘‘ഒടുക്കത്തെ കറന്റ് ചാർജ്. നീയിതെന്നാ കാണിക്കുന്നതാ?’’

‘‘വെശക്കുമ്പം ഒരു ഇരുനൂറ് വാട്ട് എടുത്ത് പുഴുങ്ങിത്തിന്നും. കൊച്ചു കരയുമ്പം അവനും കൊടുക്കും നൂറു വാട്ട്.’’

‘‘ദ... എന്റടുത്ത് ഗുണിച്ച വർത്തമാനം പറഞ്ഞാ ഒണ്ടല്ലോ. ചെകിടടിച്ചു പൊട്ടിക്കും ഞാൻ.’’

‘‘ഫ്രിഡ്ജില്ല, ഫാനില്ല, മിക്സിയില്ല, ടിവിയില്ല. ഒരു കുന്തോമില്ല. ആകെയൊള്ളത് രണ്ട് ബൾബും ഒരു ട്യൂബും. എന്നിട്ട് ഞാനെന്നാ കാണിച്ചതാണെന്ന്. രണ്ടുമാസത്തെ കറന്റ് ചാർജ് മുന്നൂറ്റിയെൺപത്തേഴ് രൂപാ. നിങ്ങള് അയലത്തെ വീട്ടിലും കൂട്ടുകാര് കള്ളുകുടിയൻമാരടെ വീട്ടിലുമൊക്കെ ചെന്ന് തെരക്ക് അവിടൊക്കെ എത്രയാ കറന്റ് ചാർജെന്ന്. കള്ളുകുടിച്ചു കളയുന്ന കാശിന് കണക്കില്ല. കറന്റ്ചാർജിനാ കണക്ക്.’’

‘‘ഞാൻ കള്ള് കുടിച്ചെങ്കി നിന്റെ അച്ഛന്റെ കീശേലെ കാശെടുത്തിട്ടല്ലെടീ. ഞാൻ ജോലിചെയ്തൊണ്ടാക്കുന്ന കാശാ. അതും വെളുക്കുമ്പം മൊതല് പാതിരാ വരെ.’’

''ഓ... നിങ്ങള് രാപകല് പണിയെടുത്തിട്ടാണല്ലോ സ്വന്തം ഭാര്യേം മകനും പട്ടിണി കെടക്കേണ്ടി വരുന്നെ. ഇന്ന് ഞാൻ അച്ഛനെ വിളിച്ച് പറയുന്നൊണ്ട് ഇവിടുത്തെ വിശേഷം. പൊലീസുകാര് വന്ന് നോക്കട്ടെ ഈ വീട്ടിൽ ഒരുമണി അരിയൊണ്ടോന്ന്.''

''നീയും നിന്റച്ഛനുംകൂടെ ഒണ്ടാക്കെടീ. പേടിപ്പിക്കല്ലേ. നിന്റമ്മേടെ പൊലീസ്.''

ജയപ്രകാശ് മുറ്റത്തിറങ്ങി.

ഇന്നലെ മീനും കപ്പയുമെല്ലാം വലിച്ചെറിഞ്ഞത് അയാൾക്ക് ഓർമ വന്നു. മീൻ ഒറ്റയെണ്ണം കാണാനില്ല. പവിത്ര രാവിലെതന്നെ എല്ലാം പെറുക്കിയെടുത്തോ എന്ന് അയാൾ സംശയിച്ചു. പക്ഷേ, കപ്പക്കിഴങ്ങുകൾ അങ്ങിങ്ങ് പൊട്ടിച്ചിതറിക്കിടപ്പുണ്ട്.

ജയപ്രകാശ് റോഡിലിറങ്ങി ഓട്ടോ സ്റ്റാർട്ട്ചെയ്ത് പോയി. അയാൾ പോയിക്കഴിഞ്ഞപ്പോൾ പവിത്ര മുറ്റത്തിറങ്ങി ആ കപ്പക്കിഴങ്ങുകൾ പെറുക്കിക്കൊണ്ടുവന്നു. അതിന്റെ തൊലി കളഞ്ഞ് കഴുകി അടുപ്പത്തു വച്ചു.

അപ്പു ഉറക്കമുണർന്നിട്ടില്ല. അവൻ ചുരുണ്ടുകൂടി കിടക്കുന്നതു കണ്ടിട്ട് പവിത്രയ്ക്കു സങ്കടം വന്നു. ഇന്നലെ മുതൽ വയറു പൊരിഞ്ഞു കിടക്കുകയാണ്. ഇവന്റെ പ്രായത്തിലുള്ള കുഞ്ഞുങ്ങൾ നല്ല ആരോഗ്യത്തോടെ ഓടിത്തിമിർത്ത് ഉല്ലാസപ്പൂത്തിരികളായി കളിച്ചു നടക്കുമ്പോൾ തന്റെ മകൻ മാത്രം നിരാശ്രയനും നിരാശനുമായി എവിടെയെങ്കിലും ഉറക്കംതൂങ്ങിയപോലെ ഇരിക്കും.

ഫോൺ ഇരമ്പുന്നതുകേട്ട് പവിത്ര ചെന്ന് എടുത്തു നോക്കി. ജിബിയയുടെ മമ്മി. അവൾ പെട്ടെന്ന് കോൾ അറ്റൻഡ് ചെയ്തു.

''ഹലോ...''

''മോളേ, നീയെന്നാ അവളെ വിളിക്കാഞ്ഞത്. ഞാനവളുടെ നമ്പറ് തന്നാരുന്നല്ലോ.''

ബിൻസിയുടെ ശബ്ദം കേട്ടപ്പോൾ ഒരുണർവും സന്തോഷവും.

''എന്റെ ഫോണിലെ പൈസ തീർന്നുപോയി മമ്മീ.''

''നമ്പറ് തന്നിട്ട് കൊറേ ദിവസമായല്ലോ.''

''പൈസ തീർന്നതുകൊണ്ടാ.''

''അജിതമ്മയോടു പറഞ്ഞൂടേ ഫോൺ ചാർജ് ചെയ്യാൻ.''

''ഞാൻ ചോദിക്കത്തില്ല മമ്മീ.''

''അതെന്നാ? നിന്റമ്മയോടു ചോദിക്കാനെന്നാ മടിക്കുന്നെ?''

''റോഡിലെറങ്ങി തെണ്ടേണ്ടി വന്നാലും അമ്മയോടു ചോദിക്കാൻ എനിക്കു മനസ്സു വരത്തില്ല.''

''അതെന്നാ അങ്ങനെ. സാധാരണ പെമ്പിള്ളേരെല്ലാം അമ്മയോടല്ലേ പരാതീം സങ്കടോം പറയുന്നെ.''

‘‘എനിക്കിഷ്ടമല്ല മമ്മീ. ഞാനത്രയ്ക്കു കാല്പിടിച്ച് കെഞ്ചിയതാ എന്റെ കല്യാണം നടത്തല്ലേ. എന്നെ പഠിക്കാൻ വിടണേന്ന്. അതൊന്നും കേൾക്കാതെ എന്നെ ഒരു നരകക്കുഴീലോട്ട് തള്ളിയിട്ടത് അമ്മയാ. അതോർക്കുമ്പം ചത്താലും വേണ്ടില്ല അവരടെ ഒരു സഹായോം വേണ്ടെന്നു തോന്നും.’’

‘‘അതൊക്കെ കഴിഞ്ഞിട്ട് വർഷങ്ങള് കൊറേ ആയില്ലേ മോളേ.’’

‘‘എന്റെ ജീവിതം നശിച്ചുപോയില്ലേ മമ്മീ. ഞാനിപ്പഴും അനുഭവിച്ചോണ്ടിരിക്ക്യല്ലേ. നമ്മളോട് ആരെങ്കിലും ഒരു തെറ്റ് ചെയ്താ അത് പൊറുക്കാം. മറക്കാം. പ്രകാശേട്ടന്റെ അമ്മ എന്നോട് എന്തെല്ലാം ദ്രോഹം ചെയ്യുന്നു. അതുപോലും പൊറുക്കാം. അവരെന്റെ ആരുമല്ലല്ലോ. പക്ഷേ, എന്റെ സ്വന്തം അമ്മ യാതൊരു കാര്യോം ഇല്ലാതെ പതിനെട്ടാമത്തെ വയസ്സിൽ എന്നെയെടുത്ത് ഒരു പൊട്ടക്കിണറ്റിലോട്ട് ഇട്ടത് ഓർത്താ സഹിക്കാമ്പറ്റത്തില്ല.’’

പവിത്രയുടെ തൊണ്ട ഇടറുന്നുണ്ടായിരുന്നു.

ഇപ്പോൾ ക്രൂരതയ്ക്കും ദ്രോഹങ്ങൾക്കും ദുരിതങ്ങൾക്കും മുന്നിൽ അവൾ കരയാറില്ല. പക്ഷേ, സ്നേഹിക്കുന്നവർ ഒരാശ്വാസവാക്ക് പറഞ്ഞാൽ വിതുമ്പിപ്പോകും.

‘‘അതൊക്കെ പോട്ടെ മോളേ. എല്ലാർക്കുമൊണ്ട് വെഷമങ്ങള്. ഞാനിപ്പം വിളിച്ചത് ഇന്ന് രാത്രി ബിയാമോള് ഫോണിൽ വിളിക്കുമെന്നു പറയാനാ. അവൾക്കിന്നു പകലാ ഡ്യൂട്ടി. നീയെന്നോട് അവൾടെ നമ്പറ് ചോദിച്ച കാര്യമൊക്കെ ഞാനവളോട് പറഞ്ഞാരുന്നു. ഇന്നലെ വിളിച്ചപ്പം അവള് ചോദിച്ചു. നമ്പറു കൊടുത്തിട്ടും നീ ഇതുവരെ വിളിച്ചില്ലല്ലോന്ന്. അവള് വിളിക്കുമ്പം പറയണേ മോളേ.’’

‘‘ശരി മമ്മീ. അവൾക്ക് സുഖമാണല്ലോ, അല്ലേ?’’

‘‘എന്തോന്നു സുഖം. നിവർത്തികേടുകൊണ്ടല്ലേ അന്യനാട്ടിൽ പോയിക്കെടന്ന് കഷ്ടപ്പെടുന്നെ. അവള് പറേണത് ലോകത്തിലേക്കും വച്ചേറ്റം വല്യ സുഖം ഒറങ്ങാൻ കെടക്കുന്നതാണെന്നാ. എന്തുമാതിരി ജോലിയെടുത്തിട്ടായിരിക്കും.’’

പിന്നെ ഒരു നെടുവീർപ്പ് പവിത്ര കേട്ടു.

‘‘അവളും എന്തെല്ലാം ആശിച്ചതാ മോളേ. പറഞ്ഞിട്ടെന്നാ കാര്യം. ഫോൺ വച്ചേക്കട്ടെ.’’

‘‘ശരി മമ്മീ.’’ മറുവശത്ത് കോൾ മുറിഞ്ഞു.

പവിത്ര എന്നിട്ടും ഫോണും ചെവിക്കരികെ പിടിച്ച് കുറച്ചുനേരം കൂടി നിന്നു.

* * *

മോനിട്ടറിലേക്കു നോക്കി ഇ.സി.ജി. ലെവലും സാച്ചുറേഷൻ ലെവലും വ്യത്യാസപ്പെടുന്നുണ്ടോ എന്നു നോക്കുകയായിരുന്നു ജിബിയ. കുറച്ചു മുൻപുവരെ ഇ.സി.ജി. ഗ്രാഫിൽ ഫ്ളക്സ്വേഷൻ ദൃശ്യമായിരുന്നു.

സാച്ചുറേഷൻ ലെവൽ തൊണ്ണൂറിനു താഴേയ്ക്കു വന്നുവെങ്കിലും ഇപ്പോൾ തെണ്ണൂറ്റിമൂന്ന്, തൊണ്ണൂറ്റിനാല് എന്നിങ്ങനെ നിൽക്കുകയാണ്. പേഷ്യന്റ് ഒന്നും അറിയുന്നില്ല. ബോധമില്ലാതെ കിടക്കുകയാണ്.

ജിബിയ വാൾക്ലോക്കിൽ നോക്കി. ഡ്യൂട്ടി തീരാൻ ഇനിയും ഒരു മണിക്കൂർ ബാക്കിയുണ്ട്. ഇടയ്ക്ക് ഷാന്റില നഴ്സ് വന്ന് ജിബിയയെ വിളിച്ചു.

''ജിബീ... ഒന്നു ഹെൽപ് ചെയ്യണേ.''

''കെയറിനാണോ. ഞാനില്ല. എനിക്കിനി എഴുതാനൊണ്ട്. നഴ്സിങ് ചാർട്ട് കംപ്ലീറ്റ് ചെയ്തിട്ട് ഓവർ കൊടുത്തിട്ടു വേണ്ടേ പോകാൻ.''

''പേഷ്യന്റിനെ ഒന്നു കേറ്റിക്കിടത്തിയാ മതിയന്നേ. ഒരു മിനിറ്റ്.''

ജിബിയ തന്റെ പേഷ്യന്റിനേയും മോണിട്ടറിലേക്കും ഒന്നുകൂടി നോക്കി. പിന്നെ, ഷാന്റിലയെ സഹായിക്കാൻ ചെന്നു.

''ഈ ഭീമസേനനെയൊക്കെ എടുത്തു പൊക്കാൻ ആരേക്കൊണ്ടു പറ്റും? ഒരു കയ്യെടുത്തു പൊക്കാൻ രണ്ടാള് വേണമല്ലോ.''

ജിബിയ പിറുപിറുത്തു. ആറരയടി നീളത്തിൽ നൂറ്റിയിരുപത്തി മൂന്നു കിലോ തൂക്കത്തിൽ ഒരാജാനുബാഹുവാണ് കിടക്കുന്നത്. ഷാന്റിലയാണെങ്കിൽ ആകെക്കൂടി നാൽപത്തൊന്നു കിലോ ഭാരമേ യുള്ളൂ. പ്രാവിൻതൂവൽ പോലൊരു പെൺകുട്ടി.

''എങ്ങനെ കേറ്റിക്കിടത്തും നമ്മൾ രണ്ടുപേരും കൂടെ. വേറെ ആരെ യെങ്കിലും വിളിക്ക്.'' ജിബിയ നിർദേശിച്ചു.

''എല്ലാരും തെരക്കിലാ.''

''ഇതെന്തുമാത്രം ട്യൂബിങ്സാ. ബൈ പാപ്പ്, സെന്റർ ലൈൻ, ആർട്ടീരിയൽ ലൈൻ, സാച്ചുറേഷൻ, പിപി, ഒ2, എസ്പിഒ2...എന്റമ്മേ ഇതെല്ലാം വെച്ചോണ്ട് എങ്ങനെയാ.''

ജിബിയയും ഷാന്റിലയും പേഷ്യന്റിന്റെ കക്ഷത്തിൽകൂടി കയ്യിട്ട് കേറ്റിക്കിടത്താൻ ഒരു ശ്രമം നടത്തി. ആളിന്റെ തടി പൊങ്ങുന്നില്ല. ബെഡ്ഡിന്റെ തല ഭാഗം പൊക്കിവച്ചിട്ടാണ് കേറ്റിക്കിടത്തൽ.

''ഈ പേഷ്യന്റ് ഒട്ടും കോപ്പറേറ്റീവല്ല. ഒന്നു വഴങ്ങിത്തരണ്ടേ. നമ്മളിങ്ങോട്ടു പിടിക്കുമ്പം ഇയാള് ഓപ്പസിറ്റ് പിടിക്കും.''

ഷാന്റില അതൃപ്തിയോടെ പിറുപിറുത്തു. എന്നിട്ട് ട്യൂബിങ്സ് ഓരോന്നായി വേർപ്പെടുത്താൻ തുടങ്ങി.

''എടീ, അത് ശരിയാവില്ല. ഡ്സകണക്ട് ചെയ്യല്ലേ.''

''ഒരു മിനിറ്റ് മതീന്നേ. ഇതെല്ലാം വച്ചോണ്ട് എങ്ങനെ കേറ്റിക്കി ടത്തും.''

ഷാന്റില ട്യൂബിങ്സ് എല്ലാം അഴിച്ചു മാറ്റി. രണ്ടുപേരും ചേർന്ന് സർവശക്തിയും പ്രയോഗിച്ച് പേഷ്യന്റിനെ കയറ്റിക്കിടത്തി. ഇതിനിടയിൽ

പേഷ്യന്റ് മുഖംകൊണ്ട് ഗോഷ്ഠി കാണിക്കാനും കൈകാലിട്ടടിക്കാനും തുടങ്ങി. ഷാന്റില വേഗം മോനിട്ടറിലേക്കുള്ള ട്യൂബിങ്സ് എല്ലാം കണക്ട് ചെയ്തു. സാച്ചുറേഷൻ താഴ്ന്നു പോകുന്നു. എൺപത്, എഴുപത്, അറുപത്, അൻപത്...

''എന്റെ ദൈവമേ...'' ഷാന്റില നെഞ്ചത്ത് കൈവച്ചു. ''എടീ, ഓ2വിന്റെ ട്യൂബിങ്സ്...'' ജിബിയ ഒച്ചയെടുത്തു.

ഓക്സിജൻ സിലിണ്ടറിൽ നിന്നുള്ള ട്യൂബ് വിട്ടുപോയിരുന്നു. ഷാന്റില വേഗം അത് ബൈ പാപ്പ് മാസ്ക്കുമായി കണക്റ്റ് ചെയ്തു. രണ്ടുപേരും നെഞ്ചത്ത് കൈവച്ച് നോക്കിനിൽക്കേ സാച്ചുറേഷൻ (ഓക്സിജൻ ലെവൽ) ഉയരാൻ തുടങ്ങി. അറുപത്, എഴുപത്, എൺപത്, തൊണ്ണൂറ്...

''ഈശോയേ... പണി കിട്ടിയേനേ.''

ജിബിയ മുകളിലേക്കു നോക്കി. എന്നിട്ട് ഷാന്റിലയോട് പറഞ്ഞു: ''നോക്കിക്കോണേ നല്ലപോലെ. നീയിത്തിരി കെയർലെസ്സാ.''

''ശ്ശോ... നീ കണ്ടില്ലാരുന്നെങ്കി... താങ്ക്യൂ.'' ഷാന്റില ജിബിയയുടെ നേർക്ക് കൈകൂപ്പി.

''ഞാൻ പോട്ടെ. എന്റെ പണി ബാക്കി കെടക്കുന്നു.''

ജിബിയ തന്റെ പേഷ്യന്റിന്റെ അടുത്തേക്കു പോയി. നാലുമണിയായി. ഡ്യൂട്ടി തീരുകയാണ്. നഴ്സിങ് ചാർട്ട് എഴുതണം. പേഷ്യന്റിന് കഴിഞ്ഞ ഒരു മണിക്കൂറിനകത്ത് കൊടുത്ത മെഡിസിൻസ്, മറ്റ് കെയർ, ബിപി, സാച്ചുറേഷൻ, പൾസ് ലെവൽ, ഇസിജി, മൂത്രത്തിന്റെ അളവ്... എല്ലാം. എന്നിട്ടു വേണം ഓവർ കൊടുക്കാൻ.

എല്ലാം കഴിഞ്ഞ് ജിബിയ ഇറങ്ങിയപ്പോൾ അഞ്ചു മണി. കാന്റീനിൽ പോയി ഒരു ചായയും സമോസയും കഴിച്ചു. ഇനി നേരെ ഹോസ്റ്റലിലേക്ക്. എന്തെല്ലാം ചെയ്യാനുണ്ടെന്ന് ആലോചിച്ചുകൊണ്ടാണ് നടപ്പ്. കുറേ തുണി കഴുകാനുണ്ട്. ഇസ്തിരിയിടാനുണ്ട്. റൂം ക്ലീൻ ചെയ്യണം. പിന്നെ വീട്ടിലേക്കു വിളിക്കണം.

റൂമിൽ എത്തിയ ഉടനെ ജിബിയ വീട്ടിലേക്കു വിളിച്ചു. ബിൻസി പവിത്രയെ വിളിച്ചു സംസാരിച്ച കാര്യം മകളെ അറിയിച്ചു.

''ഞാനിപ്പത്തന്നെ വിളിക്കാം മമ്മീ.''

കോൾ കട്ട് ചെയ്തിട്ട് ജിബിയ പവിത്രയുടെ നമ്പറിലേക്ക് കോൾ ചെയ്തു. മൂന്നുതവണ റിങ് ചെയ്തപ്പോഴേക്കും പവിത്രയുടെ തളർന്ന ശബ്ദം മറുവശത്തുനിന്ന് അവൾ കേട്ടു.

''ഹലോ... ജിബീ...''

''എന്തുപറ്റിയെടീ പനിപിടിച്ചപോലൊരു ശബ്ദം. നിനക്കു സുഖമില്ലേ?''

''ഒന്നുമില്ല. നിന്റെ ശബ്ദം കേട്ടപ്പം ഒരു സമാധാനം.''

രണ്ടുപേരും അങ്ങോട്ടുമിങ്ങോട്ടും വിശേഷ വർത്തമാനങ്ങൾ കൈമാറി. പവിത്ര ജിബിയയുടെ പ്രണയത്തെപ്പറ്റി അന്വേഷിച്ചപ്പോൾ അവൾ അൽപനേരം നിശ്ശബ്ദയായി.

''എന്നാ പറ്റി? നീയെന്നാ മിണ്ടാതിരിക്കുന്നെ. ജെയ്സണെപ്പറ്റി പറയാൻ നൂറുനാവായിരുന്നല്ലോ നിനക്ക്. സൂര്യന്റെ കീഴിലൊള്ള എന്തു വിഷയം പറഞ്ഞാലും നീ അതിലെല്ലാം അയാളെക്കൂടി കൂട്ടിക്കൊണ്ടു വരുമായിരുന്നല്ലോ.'' പവിത്ര തിരക്കി.

''ഞങ്ങൾതമ്മിൽ പെണങ്ങി.''

''അതെന്നാ പറ്റി? അയ്യോടാ... അങ്ങനെ പെണങ്ങാൻ പറ്റോ?'' പവിത്രയ്ക്ക് അമ്പരപ്പായി.

ജിബിയ, സംഭവമെല്ലാം ചുരുക്കിപ്പറഞ്ഞു.

''ഇപ്പം മൂന്നുമാസം കഴിഞ്ഞു വിളിച്ചിട്ട്. ഞാൻ വിളിക്കുമ്പോ ഈ നമ്പർ നിലവിലില്ലെന്നാ പറയുന്നെ. വേറെ സിമ്മെടുത്തെന്നാ തോന്നുന്നെ.''

''നിന്നെ വിളിക്കാറില്ലേ?''

''ഇല്ല.''

''നിനക്കൊരു വെഷമോം ഇല്ലേടീ?''

''ചങ്കുപൊട്ടുന്ന പോലാരുന്നു. കൊറേ കരഞ്ഞു. ഇപ്പം എനിക്കൊരു കാര്യം മനസ്സിലായി. ഈ ആണുങ്ങളെല്ലാം അവർക്കുവേണ്ടി മാത്രമാ ജീവിക്കുന്നെ. നമ്മളോടൊള്ള സ്നേഹം കാര്യം കാണാൻവേണ്ടി മാത്രാ. അവരാഗ്രഹിച്ചതൊക്കെ നടക്കണം. അവര് പറയുമ്പം കല്യാണം നടത്തണം. അവരടെ അമ്മേം അച്ഛനേം നോക്കണം. ആ വീട്ടിലുള്ളോർക്ക് വെച്ചുവെളമ്പണം. അവർക്ക് എന്തെങ്കിലും അസുഖം വന്നാ കൂടെനിന്ന് ശുശ്രൂഷിക്കണം. അതിനൊക്കെ വേണ്ടിയാ അവര് പെണ്ണു കെട്ടുന്നേ. നമ്മടെ ജീവിതം അവരടെ വീട്ടിക്കൊണ്ടുപോയി ഇട്ടുകൊടുക്കുവല്ലേ.''

''ശരിയാ ജിബീ. സത്യമാ. ഞാൻ കൊറേ കണ്ടതല്ലേ. ഇപ്പഴും അനുഭവിച്ചോണ്ടിരിക്കുന്നു.''

തുടർന്ന് പവിത്ര തന്റെ ഓപ്പറേഷനെക്കുറിച്ചും ശേഷമുണ്ടായ തിക്താനുഭവങ്ങളെക്കുറിച്ചും പറഞ്ഞു.

''എന്റെ മോളേ... നീയില്ലാരുന്നെങ്കി ഞാനിപ്പം ജീവനോടെ കാണത്തില്ല. നിന്നോടെത്ര നന്ദി പറഞ്ഞാലും ആ കടപ്പാട് തീരൂല്ല. എന്റെ കുഞ്ഞിനെ ഒറ്റയ്ക്ക് വിട്ടിട്ട് പോകാനൊള്ള മടികൊണ്ടാ ഞാനിപ്പഴും പിടിച്ചു നിൽക്കുന്നെ. പോകുകാണെങ്കി ഞാൻ അവനേം കൊണ്ടു പോകും.'' പവിത്രയുടെ കണ്ഠം ഇടറി.

''മണ്ടത്തരം പറയല്ലേടീ. നിന്റെ ജീവിതം ഇവിടെ തീരാനൊള്ളതല്ല. നീയൊരു കാര്യം ചെയ്യോ. അവിടടുത്തെങ്ങാനും നഴ്സിങ് അസിസ്റ്റന്റ് ആകാനൊള്ള കോഴ്സ് ഒണ്ടോന്ന് അന്വേഷിക്ക്. വൺഇയർ

കോഴ്സാ. ഒരു വർഷംകൊണ്ടു സർട്ടിഫിക്കറ്റ് കയ്യിൽ കിട്ടും. ഇവിടെ നോർത്തിലൊക്കെ നല്ല ചാൻസാ ജോലിക്ക്.''

''ഒരു വർഷത്തെ കോഴ്സോ. അതൊന്നും നടക്കുന്ന കാര്യമല്ല. ആര് പഠിപ്പിക്കും. എങ്ങനെ പോയി വരും. എന്നെ അതിന് വിടുവോ? ഒരിക്കലും ഇല്ല.'' പവിത്ര നിരാശപ്പെട്ടു.

''അല്ലെങ്കി ജി.ഡി.എ. നോക്ക്. ജനറൽ ഡ്യൂട്ടി അസിസ്റ്റന്റ്. ചെലേടത്തൊക്കെ മൂന്നു മാസത്തെ കോഴ്സേയുള്ളൂ. അതിന്റെ ഫീസൊക്കെ ഞാൻ നോക്കിക്കോളാം. നിന്നെ പഠിക്കാൻ വിടുമോ ഇല്ലയോ എന്നൊന്നും നോക്കണ്ട. വിട്ടില്ലെങ്കി നീ നിന്റെ വീട്ടിൽ വന്നു നിന്നോണ്ട് പഠിക്ക്. അവിടേം പറ്റത്തില്ലെങ്കി നീ എന്റെ വീട്ടിലോട്ടു പോരെ. എന്റെ വീട്ടിൽ എനിക്ക് എന്തൊക്കെ കിട്ട്വോ അതൊക്കെ നിനക്കും കിട്ടും.''

ഇത്രയും കേട്ടപ്പോഴേക്കും പവിത്രയുടെ കണ്ണ് നിറഞ്ഞു.

''ഞാൻ നോക്കിക്കോളാംന്നു പറഞ്ഞില്ലേ. വെറുതെ പറയുവല്ല. നീയവിടെക്കെടന്ന് ചീഞ്ഞുപോകേണ്ടവളല്ല.''

അത് വെറുംവാക്കല്ലെന്ന് പവിത്രയ്ക്കു മനസ്സിലായി. അവൾ ശബ്ദമില്ലാതെ വിതുമ്പി.

മുപ്പത്തിയഞ്ച്

കോഴ്സുകളുടെ പേര് എഴുതിക്കൊടുക്കണമെന്ന് പവിത്ര ആവശ്യപ്പെട്ടപ്പോൾ ജിബിയ അത് കൃത്യമായി പറഞ്ഞുകൊടുത്തു.

''ഇവിടെയൊരു പേനയില്ലെടാ. മോന്റെ സ്കെച്ച്പെൻ എടുത്തോണ്ടു വരട്ടെ.''

''നിന്റെ വീട്ടിലെന്താ ഒള്ളത്?'' ജിബിയ ചോദിച്ചു.

''എന്റെ വീടോ? ഇത് എന്റെയൊന്നുമല്ല. എന്റെ വീട് ഇങ്ങനല്ല. എന്റെ വീട്ടിൽ ഞാനൊരു വേലക്കാരിയോ അടിമയോ അല്ല. ഇതൊരു വീടാണോ ജിബീ. നരകം.''

''ആണല്ലോ. അവിടുന്നു രക്ഷപ്പെടാനുള്ള വഴിയാ ഞാൻ പറയുന്നെ. സ്കെച്ച് പെന്നോ ഐബ്രോപെൻസിലോ എന്നതെങ്കിലും എടുത്തോണ്ടു വാ.''

''ആ... കിട്ടി. പറഞ്ഞോ.''

''ഇതൊക്കെ എന്താന്നുപോലും എനിക്കറിഞ്ഞുകൂടാ.'' എഴുതുന്നതിനിടയിൽ പവിത്രയുടെ ആത്മഗതം പതിയെ പുറത്തുവന്നത് ജിബിയ കേട്ടു.

''എന്താണെന്നൊക്കെ ഞാൻ പറഞ്ഞുതന്നോളാം.'' ജിബിയ അവളെ സമാശ്വസിപ്പിച്ചു.

''നീ ആരേക്കൊണ്ടെങ്കിലും അന്വേഷിപ്പിക്കണേ. പാലായിലൊക്കെ കാണും ഇതിന്റെ കോഴ്സുകൾ.''

''നീ ഇനിയെന്നാ നാട്ടിലേക്കു വരുന്നെ?'' പവിത്ര ചോദിച്ചു.

''ഇനി അടുത്ത വർഷമേ വരുന്നുള്ളൂ. ഒരു തവണ നാട്ടിൽ വരുമ്പോഴേക്കും ഒരു മാസത്തെ ശമ്പളം തീരും.''

''വല്യ കഷ്ടപ്പാടാ, അല്ലേ?''

''ആണോന്ന്. എല്ലാരടേം വിചാരം നഴ്സെന്നു പറഞ്ഞാ കൊറേ ഗുളിക, ഇൻജക്ഷൻ, ഡ്രിപ്പ് ഇതൊക്കെ കൊടുക്കാനും പനീം പ്രഷറും നോക്കാനും വേണ്ടി യൂണിഫോമിട്ടോണ്ടു നടക്കുന്ന സുഖമായ ജോലിയാണെന്നാ. മുഖത്തു നോക്കിയാ എപ്പഴും പുഞ്ചിരി. സന്തോഷം. കരുണയൊള്ള സംസാരം. ഇതൊക്കെ പൊറമേ കാണിക്കുന്നെന്നേയുള്ളൂ.

ചെല നേരത്ത് നമ്മടെതന്നെ തല കൊണ്ടുപോയി വല്ല ഭിത്തിയിലും ഇടിച്ചു പൊട്ടിക്കാൻ തോന്നും. നമ്മളെന്നാ ചെയ്താലും ഒരു നല്ല വാക്കില്ല. ഒരു ചെറിയ നോട്ടപ്പിശക് പറ്റിയാ കടിച്ചുകീറാൻ നിൽക്കുവാ നമ്മടെ മുകളിലുള്ളവര്. നമ്മള് കാണിക്കുന്ന കരുണയുടെ നൂറിലൊന്നു പോലും നമ്മളോടില്ല. ഇത്രേം നന്ദികെട്ട വർഗം.''

''രോഗികളുടെ കാര്യാണോ പറയുന്നെ?''

''അല്ലെന്നേ. പേഷ്യന്റ്സ് പാവങ്ങള്. അവര് രോഗം മാറാൻവേണ്ടി വരുന്നതല്ലേ. ഹോസ്പിറ്റൽ നടത്തുന്നവരുടെ കാര്യമാ പറഞ്ഞെ. അതെല്ലാടത്തും ഒരുപോലെയാ. രോഗികളെ പരമാവധി പിഴിയും. നഴ്സുമാരെ പണിയെടുപ്പിച്ച് കൊല്ലാക്കൊല ചെയ്യും. അതിനു തക്ക ശമ്പളം കൊടുക്കുന്നുണ്ടോ? നൈറ്റ് ഡ്യൂട്ടീന്നൊക്കെ പറഞ്ഞാ പതിനാല് പതിനഞ്ച് മണിക്കൂറാ.''

''നീയതൊക്കെ ചെയ്തോണ്ടാണോ അവിടെ നിക്കുന്നെ?'' പവിത്രയുടെ സ്വരത്തിൽ വല്ലായ്മ കലർന്നു.

''അല്ലാതെ പറ്റത്തില്ല. ഏതു ഹോസ്പിറ്റലായാലും ഇതൊക്കെത്തന്നെയാ.''

''ജെയ്സന്റെ കാര്യം നീ മനസ്സുകൊണ്ട് ഉപേക്ഷിച്ചോ?''

''ഞാനല്ലല്ലോ ഉപേക്ഷിച്ചത്. എന്നെയല്ലേ.''

''എന്തേലും മിസ്സണ്ടർസ്റ്റാന്റിങ് ആണോടീ?''

''അങ്ങനെ യാതൊന്നും ഉണ്ടായിട്ടില്ല.''

''പുള്ളിക്കാരൻ വേറെ കല്യാണം കഴിച്ചു കാണുവോന്നാ എന്റെ സംശയം.''

''ആ... കഴിച്ചെങ്കി നല്ല കാര്യം. മമ്മീനെ നോക്കാൻ ആളായല്ലോ. ആ പേരു പറഞ്ഞല്ലേ എന്നെ കട്ട് ചെയ്തെ.''

''ഏയ് കല്യാണമൊന്നും നടത്തിക്കാണത്തില്ലെടാ.''

''രണ്ടിലൊന്ന് തീരുമാനിക്കണം. എന്നു പറയുമ്പം നമ്മളെന്നതാ മനസ്സിലാക്കേണ്ടത്. ഒന്നുകിൽ ഞാൻ സമ്മതിക്കണം. അല്ലെങ്കിൽ വേറെ കെട്ടും എന്നല്ലേ. ഇപ്പം എല്ലാം കഴിഞ്ഞുകാണും. അതല്ലേ ഫോൺ നമ്പർപോലും മാറ്റിക്കളഞ്ഞെ.''

''എന്നാലും അങ്ങനെ ഇട്ടിട്ട് പോകാൻ പറ്റ്വോ?''

''ഇവർക്ക് പറ്റും. ഇതുങ്ങളെല്ലാം കണക്കാ. വേറൊരുത്തന്റെ തനിസ്വഭാവം നമുക്കറിയാല്ലോ. ആറുവർഷം മനസ്സിക്കൊണ്ടു നടന്നിട്ട്.''

''നീ പതറിപ്പോകരുത് കേട്ടോടാ. എനിക്കു വേറൊന്നും പറയാനില്ല.''

''ശരി. ഞാനൊന്നു കുളിച്ച്, പോയി വല്ലതും കഴിക്കട്ടെ.''

''ഓക്കേടാ.''

ജിബിയ കോൾ കട്ട് ചെയ്തു. പവിത്രയോട് സംസാരിച്ചു കഴിഞ്ഞപ്പോൾ ഒരൽപം ആശ്വാസം. കുറച്ചുസമയം ഓരോന്നോർത്തു കിടന്നു.

ഉറങ്ങിപ്പോകുമെന്നു തോന്നിയപ്പോൾ അവൾ എഴുന്നേറ്റ് അലക്കാനുള്ള ഡ്രസ്സുമെടുത്ത് ബാത്റൂമിലേക്കു പോയി.

അടുത്ത ദിവസം സിഐസിയുവിൽ നവ്യാ സിസ്റ്ററുമായി ചേർന്ന് പേഷ്യന്റിനു കെയർ കൊടുത്തു നിൽക്കുമ്പോൾ പാസ്സേജിലൂടെ ഡോക്ടർ ശ്യാമപ്രസാദ് വരുന്നതുകണ്ട് നവ്യ തമാശരൂപേണ പറഞ്ഞു:

''ദേ, നിന്റെയാൾ വരുന്നു.''

ജിബിയ മുൾക്കുത്തേറ്റതുപോലെ മുഖം വെട്ടിത്തിരിച്ച് ചോദിച്ചു.

''എന്റെ ആളോ?''

''ഐസിയുവിലോട്ട് കേറിയാപ്പിന്നെ നിന്റെ മുഖത്താണല്ലോ കക്ഷീടെ കണ്ണ്.''

''വെറുതെ അനാവശ്യംപറയല്ലേ നവ്യാ.'' ജിബിയയുടെ സ്വരത്തിന് മൂർച്ചയേറി.

''ഓ... സോറി. നിനക്ക് ഫീല് ചെയ്തോടീ.''

''ആ... എനിക്കു ഫീൽ ചെയ്തു.''

''ശരി, വിട്ടേക്ക്.''

പക്ഷേ, ഡോക്ടർ ശ്യാമപ്രസാദ് അവരുടെ അടുത്തേക്കുതന്നെ വന്നു.

''ഡോക്ടറെന്താ ഇതിലെയൊക്കെ കറങ്ങുന്നെ. ഇന്ന് സർജറിയൊന്നും ഇല്ലേ?''

''എന്റെ പേഷ്യന്റ് ഇവിടുണ്ടല്ലോ. വൺ മിസ്റ്റർ മഹേഷ് മേത്ത.''

''അതിന്നലെ ഡിസ്ചാർജായില്ലേ ഡോക്ടറേ. ഡോക്ടറല്ലേ ഡിസ്ചാർജ് എഴുതിയത്.''

''ഓ... ഐസീ. ഞാനതങ്ങ് മറന്നുപോയി. ഞാൻ റൗണ്ട്സിനു വരുമ്പോഴൊക്കെ ആ പേഷ്യന്റ് ഇവിടുണ്ടായിരുന്നല്ലോ.''

സിസ്റ്റർ നവ്യയോടാണ് സംസാരിക്കുന്നതെങ്കിലും ശ്യാമപ്രസാദിന്റെ നോട്ടവും ആംഗ്യവിക്ഷേപങ്ങളും ജിബിയയുടെ നേർക്കായിരുന്നു.

''ഡോക്ടറുടെ കിളിപോയിരിക്ക്യാണ്, അല്ലേ.'' നവ്യ ചിരിച്ചുകൊണ്ടു ചോദിച്ചു.

''നോ... നോ. എന്റെ കിളി ഇവിടെത്തന്നെയുണ്ട്.'' അതു പറഞ്ഞ് ജിബിയയുടെ നേർക്ക് ഒന്നു മന്ദഹസിച്ചിട്ട് ഡോക്ടർ കടന്നുപോയി.

''ഞാൻ പറഞ്ഞതാണോടാ ചക്കരേ കുറ്റം? ഞാൻ ആരോടാ സംസാരിച്ചത്. ഡോക്ടറോട്. ഡോക്ടറാരോടാ സംസാരിച്ചത്. നിന്നോട്.''

''എനിക്കിതുവരെ അബ്നോർമലായിട്ട് ഒന്നും തോന്നീട്ടില്ല. ഡോക്ടർ എന്നോടു മോശമായിട്ട് ബിഹേവ് ചെയ്തിട്ടില്ല. എന്റെ പേരുപോലും ചോദിച്ചിട്ടില്ല.'' ജിബിയ പറഞ്ഞു.

''അതൊക്കെ ശരിയായിരിക്കും. പക്ഷേ, പുള്ളിക്കാരൻ ഓരോ കാരണം ഉണ്ടാക്കി ഐസിയുവിൽ കേറി വരാറുണ്ട്. വന്നാലുടൻ നീ

എവിടെ നിൽക്കുന്നു എന്നാണ് നോട്ടം. അതൊരു വെപ്രാളംപിടിച്ച നോട്ടമാ. നമുക്ക് കണ്ടാലറിയാല്ലോ ആരെയാ നോക്കുന്നേന്ന്. നീ എവിടെങ്കിലും നിൽക്കുന്നതു കണ്ടാ മതി, പുള്ളിക്കാരന് സമാധാന മായി.''

''ഇങ്ങനൊന്നും പറയല്ലേ നവ്യേ. ഇതൊക്കെ ഗോസിപ്പാണ്.'' ജിബിയയ്ക്ക് അരിശം വരുന്നുണ്ടായിരുന്നു.

''ഇപ്പത്തന്നെ കണ്ടില്ലേ. ഇന്നലെ ഡിസ്ചാർജ് ചെയ്തു വിട്ട പേഷ്യ ന്റിനെ നോക്കാൻ വന്നിരിക്കുന്നു. എന്നിട്ട് മറന്നു പോയീന്ന്. കള്ളൻ!''

''ചെലപ്പം മറന്നുപോയതായിരിക്കും. നമ്മളങ്ങനെ എന്തെല്ലാം മറ ക്കുന്നു. അതൊക്കെ സ്വാഭാവികമാ.''

''നിനക്ക് ഓഫുള്ള ദിവസോം പുള്ളിക്കാരനിവിടെ വരും. എന്തോ മറന്നുവച്ചത് നോക്കുന്ന മാതിരി അങ്ങിങ്ങ് നടക്കും. ചുമ്മാ ഓരോ പേഷ്യന്റിന്റെ ചാർട്ട് എടുത്തു നോക്കും. ആരോടും ചോദിക്കാൻ വയ്യല്ലോ നീ എവിടെപ്പോയീന്ന്. കുറച്ചുനേരം ചുറ്റിക്കറങ്ങി നിന്നിട്ട് സ്ഥലം വിടും.''

''ഇതൊക്കെ നിങ്ങടെ കണ്ണിന്റെ കൊഴപ്പമാ. ആ മനുഷ്യനെ വെറുതെ വിട്. പുള്ളിക്കാരൻ എന്തേലും ചെയ്യട്ടെ. ഞാനിതൊന്നും ഇന്നേവരെ മൈൻഡ് ചെയ്തിട്ടില്ലല്ലോ. പിന്നെ നിങ്ങക്കെന്താ ഇത്ര സൂക്കേട്.''

ജിബിയ രോഷം പൂണ്ടു.

''ഓ... ഞാനൊന്നും പറഞ്ഞില്ലേ. ഞാനാണെങ്കി ഇങ്ങനൊരു പുളി ങ്കൊമ്പ് കിട്ടിയാ വിടത്തില്ല. ചാടിപ്പിടിച്ചേനെ.''

''പിടിച്ചോടീ. ഞാനാണോ തടസ്സം? ഞാനങ്ങ് ലീവെടുത്ത് പൊയ് ക്കോളാം.''

''എന്നെയൊന്നും ഒരു ഡോക്ടർക്കും കണ്ണിൽ പിടിക്കത്തില്ലല്ലോ. അവര് എല്ലാം തെകഞ്ഞവരെയല്ലേ നോക്കത്തൊള്ളൂ. കണ്ണും മൂക്കും ചുണ്ടും കവിളും തൊലിവെളുപ്പും മുടീം ശരീരോം എല്ലാം.''

അതുകേട്ട് ജിബിയയുടെ ദേഷ്യം മെല്ലെ അലിഞ്ഞു.

''നീ സുന്ദരിയാണല്ലോ. പിന്നെന്താ?''

''പേടീ. കളിയാക്കല്ലേ. നിന്റെ നാലിലൊന്ന് കളറെനിക്കു കിട്ടിയിരു ന്നെങ്കി ഞാനാരാ. എന്റെ മുടിയാണെങ്കി ചകിരി. നിനക്ക് പനങ്കൊല. പല്ലിന്റെ കാര്യം പറയണ്ട. കണ്ണാടിയെടുത്തു നോക്കുമ്പം എനിക്കു തോന്നും രണ്ടുപേർക്കൊള്ള പല്ല് എന്റെ വായിക്കൊണ്ടെ തിരുകീട്ടൊ ണ്ടെന്ന്. നിന്റെ ചിരി കാണാൻ എന്തു ഭംഗിയാ.''

''ശ്ശോ. നിന്നെക്കൊണ്ട് ഞാൻ തോറ്റ് കേട്ടോ.'' ജിബിയ ശാസനാ സ്വരത്തിൽ പറഞ്ഞു.

''ഞാൻ കൊറച്ച് നുള്ളിയെടുക്കുവാണേ.''

നവ്യ ജിബിയയുടെ കവിളത്ത് വിരലുകൾ ചേർത്ത് അമർത്തി പിച്ചിയെടുക്കുന്ന മാതിരി എടുത്തോണ്ടുപോയി. ഇടയ്ക്കു തിരിഞ്ഞു

നോക്കിയിട്ട് അവൾ തന്റെ കൂട്ടിപ്പിടിച്ച വിരലുകൾ ചുണ്ടോടു ചേർത്ത് ഉമ്മവച്ചു. അതു കണ്ടപ്പോൾ ജിബിയയ്ക്കു നാണം വന്നു. ശിശുക്കളുടെ കവിളത്തും വയറിലുമൊക്കെ തൊട്ടുപിടിച്ച് ഉമ്മവച്ച് കൊണ്ടിക്കുന്ന പോലെ. നവ്യ മിക്കപ്പോഴും ഇങ്ങനെയാണ്. ഓർക്കാപ്പുറത്തു വന്ന് കവിളത്തുനിന്നോ കൈത്തണ്ടയിൽനിന്നോ കഴുത്തിൽനിന്നോ പിടി ച്ചെടുക്കുന്നപോലെ അമർത്തി ഒരാംഗ്യം കാണിച്ചിട്ട് പോകുന്നവഴി അത് ചുണ്ടോടു ചേർക്കും.

ജിബിയ ഇപ്പോൾ ഡോക്ടർ ശ്യാമപ്രസാദിനെപ്പറ്റി ഓർക്കാൻ തുടങ്ങി. ആളൊരു ജെന്റിൽമാൻ ആണെന്നേ ഇതുവരെ തോന്നിയി ട്ടുള്ളൂ. താൻ ഐസിയുവിലേക്കു വന്നതിനുശേഷമാണ് ആദ്യമായി കാണുന്നത്. കാണുമ്പോഴൊക്കെ തന്റെ നേർക്ക് പുഞ്ചിരിക്കുമായി രുന്നു. താനും തിരിച്ച് പുഞ്ചിരിച്ചിട്ടുണ്ട്. മറ്റു നഴ്സുമാരോട് ഡോക്ടർ ചിരിക്കുക മാത്രമല്ല, കുശലം ചോദിക്കലും തമാശ പറയലുമുണ്ട്. അതിനൊന്നും ഒരു കുഴപ്പവുമില്ല. തന്റെ നേർക്ക് നോക്കുന്നതാണ് കുറ്റം. ഇവർക്കൊക്കെ എന്താണ്?

പിന്നീടുള്ള ദിവസങ്ങളിൽ ജിബിയ ഡോക്ടർ ശ്യാമപ്രസാദിനെ ശ്രദ്ധിക്കാൻ തുടങ്ങി. നവ്യ പറഞ്ഞതു ശരിയാണെന്നു തോന്നി. ഐ.സി.യുവിലേക്കു വരുമ്പോൾ ഡോക്ടറുടെ കണ്ണുകൾ ആദ്യം തിര യുന്നതുതന്നെയാണ്. അതുവരെ പതറിപ്പതറിപ്പായുന്ന നോട്ടംതന്നെ കണ്ടുകഴിയുന്നതോടെ സ്വസ്ഥമാകുന്നു. ശാന്തനായി നിന്ന് പേഷ്യന്റിനെ പരിശോധിക്കുന്നു.

ചില സന്ദർഭങ്ങളിൽ ജിബിയ ഓർക്കാപ്പുറത്ത് തലതിരിച്ചു നോക്കു മ്പോൾ ഡോക്ടർ ശ്യാമപ്രസാദ് തന്റെ നേർക്കുതന്നെ നോക്കി സ്വയം മറന്ന് നിൽക്കുന്നപോലെ കണ്ടു. ഒരവസരത്തിൽ ബെഡ്ഡിലേക്കു കുനിഞ്ഞ് പേഷ്യന്റിനു കെയർ കൊടുത്തിട്ട് തിരിയുമ്പോൾ തൊട്ടു പിറകിൽ ഡോക്ടർ ശ്യാമപ്രസാദ് നിൽക്കുന്നതുകണ്ട് ജിബിയ ഞെട്ടി പ്പോയി.

''പേഷ്യന്റിനെ നോക്കാൻ വന്നതാ. കെയർ കഴിയാൻവേണ്ടി വെയ്റ്റ് ചെയ്യുവാരുന്നു.'' ജിബിയയുടെ പരിഭ്രമം കണ്ട് ഡോക്ടർ പറഞ്ഞു.

പിന്നീടും പലതവണ അത്തരം സന്ദർഭങ്ങളുണ്ടായി. ഇതിനിടയിൽ ഐസിയുവിലെ സ്റ്റാഫിനിടയിൽ ഗോസിപ്പ് പരക്കുന്നുണ്ടെന്ന് ജിബിയ യ്ക്കു മനസ്സിലായി. ഡോക്ടർ ശ്യാമപ്രസാദ് ഐസിയുവിലേക്കു വരുമ്പോൾ മറ്റ് സ്റ്റാഫിന്റെ അർത്ഥഗർഭമായ നോട്ടം, ഗൂഢാർത്ഥങ്ങൾ ഒളിപ്പിച്ച ചിരി. ദ്വയാർത്ഥമുള്ള കമന്റുകൾ...

ഈ പോക്ക് അത്ര ശരിയല്ലെന്ന് ജിബിയയ്ക്കു തോന്നി. പക്ഷേ, ഡോക്ടറോട് ഒന്നും പറയാനും വയ്യ. ഏറ്റവും മാന്യമായിട്ടേ തന്നോട് പെരുമാറിയിട്ടുള്ളൂ. ഡോക്ടർ അങ്ങനെ സംസാരിക്കരുത് എന്ന് എതിർത്തു പറയാൻ തക്ക ഒരു വാക്കുപോലും ആ നാവിൽനിന്നു വീണിട്ടില്ല. എന്തു ചെയ്യണമെന്നറിയാതെ ജിബിയ കുഴങ്ങി. ജോലി രാജിവച്ചു

പോയാലോ എന്നുപോലും ആലോചിച്ചു. ജെയ്സൺ കൂടെ ഉണ്ടായിരുന്നെങ്കിൽ ഇക്കാര്യത്തിൽ താനെന്തു വേണമെന്ന് കൃത്യമായി പറഞ്ഞു തന്നേനെ.

“ജിബീ... ആ ഡോക്ടർക്ക് നിന്നോടു പ്രേമമാണ് കേട്ടോ.” ഷാന്റില ഒരു ദിവസം രഹസ്യംപോലെ പറഞ്ഞു.

“കുന്തമാണ്. മിണ്ടാതെ പൊയ്ക്കോ എന്റെ മുന്നീന്ന്.” ജിബിയ മുഖത്തടിക്കുംപോലെ പറഞ്ഞു.

“ഞാനൊരു സത്യം പറഞ്ഞതാ. തേൻ പുരട്ടിയപോലത്തെ ആ നോട്ടോം നിൽപ്പും ഒക്കെ കണ്ടാ ആർക്കാ അറിയാൻ വയ്യാത്തെ.”

“പ്രേമമാണെന്ന് എന്നോടു പറയട്ടെ. അന്നേരം ഞാൻ മറുപടി കൊടുത്തോളാം.” ജിബിയയ്ക്ക് എന്തെന്നില്ലാത്ത ദേഷ്യം വന്നു.

“ഒന്നോർത്താ പാവമല്ലേടീ മോളേ. നമ്മളോടൊള്ള ഇഷ്ടം കൊണ്ടല്ലേ ഇങ്ങനെ നോക്കുന്നെ.”

“ഇഷ്ടം! മാങ്ങാത്തൊലി. ഞാനിത് കൊറേ കണ്ടതാ.”

“എന്ത് കണ്ടെന്നാ?”

“പോ അവിടുന്ന്.”

“ഞങ്ങളോടെല്ലാം തമാശ പറഞ്ഞു ചിരിക്കും. നിന്നോടുമാത്രം വല്യ ആരാധനയാ. അതാ വർത്തമാനം പറയാത്തെ. നിന്നെക്കാണുമ്പ ത്തന്നെ പുള്ളിക്കാരൻ തേനിൽ മുങ്ങിയെണീറ്റ ഉറുമ്പിനെപ്പോലെ യായിപ്പോകും. അനങ്ങാൻ വയ്യ. എല്ലാടത്തും തേൻ.”

“തേനാണെങ്കി നീ പോയി കുറച്ച് വാങ്ങി കുടിച്ചോ.”

“നമുക്ക് തരില്ലല്ലോ. പൊന്നു കുഞ്ഞേ, ഞാനൊരു കാര്യം പറയാം. ആള് സുന്ദരനാണേ. നല്ല നെറോം പൊക്കോം. ഫാമിലീം കൂടി നോക്കീട്ട് നല്ലതാണെങ്കി കൈകൊടുത്തേക്ക്. ജാതീം മതോം ഒന്നും നോക്കണ്ട. ഒരു ഡോക്ടറെ കല്യാണം കഴിച്ചാ നിനക്കിവിടെക്കിടന്ന് ഈ അളിഞ്ഞ പണി ചെയ്യേണ്ട വല്ല കാര്യവുമുണ്ടോ? ഡോക്ടറെ കണ്ടാലറിയാം, നല്ല സ്വത്തൊള്ള കുടുംബത്തിലെയാ. സുഖമായിട്ട് ജീവിക്കരുതോ.”

“എനിക്ക് ആ സ്വത്തും സുഖോം ഒന്നും അനുഭവിക്കണ്ടെങ്കിലോ?”

“ഒരു കുഴപ്പോം ഇല്ല. അല്ലെങ്കിലും അട്ടയ്ക്ക് പണ്ടേ ഇഷ്ടമല്ല മെത്ത.”

ഷാന്റില അവളുടെ മുന്നിൽ നിന്നു പൊയ്ക്കളഞ്ഞു.

ജിബിയ സമാധാനം നഷ്ടപ്പെട്ട് അസ്വസ്ഥയായി. അടക്കംപറച്ചിലും പരിഹാസച്ചിരിയും ഗൂഢാർത്ഥ കമന്റുകളും കൂടിക്കൂടി വന്നു. മറ്റൊരു ഇൻചാർജ് ആയ റീന ജേക്കബ് ജിബിയയോട് വ്യക്തിവിരോധമുള്ളതു പോലെയാണ് പലപ്പോഴും പെരുമാറിയത്. ഏറ്റവും വൈഷമ്യമുള്ള കേസുകൾ തെരഞ്ഞുപിടിച്ച് അത് തന്നെ ഏൽപ്പിക്കുന്നതിൽ റീനാ ജേക്കബ് ക്രൂരമായ ഒരു സംതൃപ്തി കണ്ടെത്തുന്നതായി ജിബിയയ്ക്കു

തോന്നിയിരുന്നു. ഐസൊലേഷൻ റൂമിൽ പകർച്ചവ്യാധി രോഗികൾ ഉണ്ടെങ്കിൽ നിശ്ചയമായും ജിബിയ തന്നെ അവിടെ ഡ്യൂട്ടിക്കു നിയോഗിക്കപ്പെട്ടു. മറ്റേതെങ്കിലും സെക്ഷനിലേക്ക് ഷിഫ്റ്റ് ചെയ്യപ്പെടേണ്ട രോഗികൾ, അടിയന്തര സ്കാനിങ്ങിനു കൊണ്ടുപോകേണ്ട രോഗികൾ, വെന്റിലേറ്റർ ആവശ്യമുള്ള രോഗികൾ... ഇവരെയെല്ലാം റീനാ ജേക്കബ് ജിബിയയ്ക്ക് ഏൽപിച്ചുകൊടുത്തു. എന്നിട്ട് എന്തെങ്കിലും പിഴവ് പറ്റുന്നുണ്ടോ എന്ന് ജാഗ്രതയോടെ നോക്കിക്കൊണ്ടിരുന്നു. എന്തെങ്കിലുമൊരു മറവിയോ കൈപ്പിഴയോ പറ്റിയാൽ മറ്റ് സ്റ്റാഫിന്റെ മുന്നിൽവച്ചും ഡോക്ടർമാരുടെ മുന്നിൽവച്ചും റീനാ ജേക്കബ് അധിക്ഷേപവാക്കുകൾ ചൊരിഞ്ഞുകൊണ്ട് ജിബിയയെ കടിച്ചുകീറാൻ ചെന്നു. ഒന്നും മറുത്തു പറയാൻ പറ്റില്ല. പറയാൻ ന്യായമായ കാരണങ്ങളുണ്ടെങ്കിലും പറയിപ്പിക്കില്ല. അതൊരു റേഡിയോ ആണെന്ന് നവ്യ പറയാറൊണ്ട്.

‘‘അങ്ങോട്ടു പറയാൻ ഒരു നിവൃത്തീം ഇല്ല. വാതോരാതെ നമ്മളെ വഴക്കു പറഞ്ഞോണ്ടിരിക്കും അവൾക്ക് ശരിക്കൊള്ള പേര് റീനാന്നല്ല.’’

‘‘പിന്നെന്നതാ?’’

‘‘റീനാ റീനാ റീനാ റീനാന്ന് തൊടരെത്തൊടരെ പറഞ്ഞു നോക്ക്.’’

‘‘അങ്ങനെ പറഞ്ഞാലെന്താ?’’

‘‘പറഞ്ഞു നോക്ക്. അപ്പക്കിട്ടും.’’

ജിബിയ ആ പേര് പലതവണ പിറുപിറുത്തു നോക്കി സംഗതി പിടികിട്ടിയപ്പോൾ അവൾ നവ്യയുടെ നേർക്ക് തിരിഞ്ഞ് ചിരിച്ചുകൊണ്ടു പറഞ്ഞു:

‘‘പോടീ വൃത്തികെട്ടവളെ.’’

നവ്യയും ചിരിച്ചു.

‘‘നിനക്കറിയത്തില്ലാരുന്നു അല്ലേ. ഇവിടെ പലരും രഹസ്യമായിട്ട് വിളിക്കണ പേരാ. അവൾക്കത് നന്നായിട്ട് എണങ്ങും. അത്രയ്ക്ക് ചീത്ത സ്വഭാവമാ. ഇതുപോലെ കുശുമ്പും കുന്നായ്മേം അസൂയേം ഒള്ള ഒരെണ്ണത്തിനെ ഞാൻ വേറെ കണ്ടിട്ടില്ല. തൊലി വെളുത്ത ഒരെണ്ണത്തിനെ അവൾക്ക് കണ്ടുകൂടാ.’’ നവ്യ വെളിപ്പെടുത്തി.

‘‘എന്നോടവർക്ക് എത്രയാ ദേഷ്യം. ഒരു കാര്യോം ഇല്ലാണ്ട് ചാടിക്കൊണ്ടുവരും കടിച്ചുകീറാൻ. എനിക്കതിശയം അതല്ല. ഈ ഹോസ്പിറ്റലുകാർക്ക് ഇത്ര വിവരമില്ലേ. ഇതുപോലത്ത സ്റ്റാഫിനെയാണോ ഇൻചാർജായിട്ടൊക്കെ വെക്കുന്നെ. എത്ര ഉത്തരവാദിത്തമൊള്ള ജോലിയാ അത്.’’ ജിബിയ അമർഷത്തോടെ പറഞ്ഞു.

‘‘നിന്നോടവർക്ക് എന്തോ പകയൊള്ളതുപോലെയാ. പലപ്പോഴും ഞാൻ ശ്രദ്ധിച്ചിട്ടൊണ്ട്. നിനക്ക് നഴ്സിങ് ഓഫീസിൽ കംപ്ലെന്റ് ചെയ്തുകൂടേ?’’

‘‘എന്തുപറഞ്ഞ് കംപ്ലെന്റ് ചെയ്യും. എന്നാലും ഇവരുടെ സ്വഭാവം മാറ്വോ? നമ്മള് ഒഴിഞ്ഞുപോയേക്കുന്നതാ നല്ലത്.’’

''എന്നു വച്ചാ? ജോലി ഉപേക്ഷിക്കാനോ?''

അതും ആലോചിക്കുന്നുണ്ട്.''

''അതെന്താടാ അങ്ങനെ, ചുമ്മാ പോഴത്തരം പറയല്ലേ.''

''ആ ഡോക്ടറുടെ കാര്യം ഇപ്പത്തന്നെ വല്യ തലവേദനയാ. സത്യത്തിൽ ആ മനുഷ്യൻ ഒരു ദ്രോഹോം ചെയ്യുന്നില്ല പക്ഷേ, ഈ ഐ.സി.യുവിനകത്തെ വൃത്തികെട്ട സ്റ്റാഫ് എന്നെ ഇവിടെ ജോലിചെയ്യാൻ സമ്മതിക്കത്തില്ല.''

''സ്റ്റാഫെന്നു പറയുമ്പം അതിൽ ഞാനുംകൂടെയില്ലേ?'' നവ്യ സംശയത്തിൽ ചോദിച്ചു.

''നിന്നേംകൂടി ചേർത്താ പറഞ്ഞത്. കൊറേ നാളായല്ലോ നിങ്ങള് ഡോക്ടറേം എന്നേം ചേർത്ത് പറഞ്ഞു രസിക്കുന്നു.''

''അതൊക്കെയൊരു തമാശയല്ലേ.''

''പിന്നെ... ഓരോരുത്തരെ ഗോസിപ്പ് പറഞ്ഞ് നാണം കെടുത്തലല്ലേ തമാശ.''

ജിബിയ നവ്യയുടെ അരികെനിന്നു പോയി.

കഴിയുന്നത്ര അവൾ ഡോക്ടർ ശ്യാമപ്രസാദിനെ ഒഴിവാക്കിയാണ് നിന്നത്. പക്ഷേ, പേഷ്യന്റിന്റെ ബെഡ്ഡിനരികെ വന്നിട്ട് ഡോക്ടർ അസിസ്റ്റ് ചെയ്യാൻ വിളിക്കുമ്പോൾ ചെല്ലാതിരിക്കാൻ പറ്റില്ല. പേഷ്യന്റിന് പ്രൊസീജിയർ കൊടുക്കുമ്പോൾ പരിചയസമ്പന്നയായ നഴ്സിന്റെ സേവനം അത്യാവശ്യമാണുതാനും. പ്രത്യേകിച്ചും വെന്റിലേറ്റർ കൊടുക്കുമ്പോൾ.

ഈയിടെ അത്തരം സന്ദർഭങ്ങളിൽ ഡോക്ടർ സംസാരിക്കാൻ ശ്രമിക്കുന്നുണ്ട്.

ഒരു ദിവസം രോഗിക്ക് സെന്റർലൈൻ പ്രൊസീജിയർ നൽകുന്നതിനിടയിൽ, ജിബിയ നഴ്സിങ് പഠിച്ചത് എവിടെയെന്ന് ശ്യാമപ്രസാദ് തിരക്കി. കേരളത്തിൽ വീട് എവിടെയെന്ന് അന്വേഷിച്ചു. ഏതു വർഷമാണ് പഠിച്ചിറങ്ങിയത്, ജിഎൻഎം ആണോ ബിഎസ്സി ആണോ എന്നെല്ലാം ചോദിച്ചു. ഇതെല്ലാം നിരുപദ്രവകരമായ ചോദ്യങ്ങളാണ്. ജോലിക്കിടയിൽ ഇതൊക്കെ പതിവാണ്. പക്ഷേ, മാറിനിന്ന് നോക്കുന്നവർക്ക് എന്തോ സ്വകാര്യ സംഭാഷണമാണെന്നേ തോന്നൂ. അവർ മഞ്ഞക്കണ്ണട എടുത്തുവച്ച് നോക്കി സംഭവത്തിന്റെ നിറം മാറ്റിക്കളയും.

ഒരു ദിവസം ജിബിയ ഡ്യൂട്ടിക്ക് കയറിയപ്പോൾ ക്ലോക്കിലേക്കു കൈ ചൂണ്ടിക്കൊണ്ട് റീന ജേക്കബ് ആക്രോശിച്ചു.

''സമയമെത്രയായി. ഇങ്ങനെ എന്നും ലേറ്റായി വരാൻ ഇവിടെ പറ്റില്ല. നിനക്കൊക്കെ ബ്യൂട്ടി പാർലറിൽ കേറി നെരങ്ങണെങ്കി ഓഫ് ഡേ പൊയ്ക്കൊള്ളണം. എന്നും അണിഞ്ഞൊരുങ്ങി വന്നോളും. ഇതെന്താ, ഫാഷൻ പരേഡ് നടക്കുന്ന സ്ഥലമാണോ? ഇത് ആരെ കാണിക്കാനാണെന്ന് ഇവിടുള്ള എല്ലാർക്കും അറിയാം.''

സ്റ്റാഫും പേഷ്യന്റ്സും റൗണ്ട്സിനു വന്ന ഡോക്ടേഴ്സും അവരുടെ അസിസ്റ്റന്റ്സും ഹൗസ്സർജൻസി ചെയ്യുന്ന സ്റ്റുഡന്റ്സും കേട്ടു നിൽക്കുകയാണ് ഈ അധിക്ഷേപം.

ജിബിയ ക്ലോക്കിൽ നോക്കി. ഏഴുമിനിറ്റ് വൈകിയിട്ടുണ്ട്.

''ഇന്നലെ ആറുമണിക്ക് ഡ്യൂട്ടിസമയം തീർന്ന ഞാൻ ഏഴുമണി കഴിഞ്ഞല്ലോ ഇവിടുന്നു പോകുമ്പം. അതൊന്നും കാണാൻ കണ്ണില്ലേ?'' ജിബിയ ചോദിച്ചു.

''ഇന്നലത്തെ കാര്യമല്ല ഞാൻ ചോദിച്ചെ. ഇന്നെന്താ ലേറ്റായേന്ന്. ഇങ്ങനത്തെ തോന്ന്യാസം ഇവിടെ പറ്റില്ല. പോയി ജോലി ചെയ്യ്. എന്നോടു തർക്കിക്കാൻ നിൽക്കണ്ട.''

ജിബിയയ്ക്ക് ദേഷ്യവും സങ്കടവും കൂടിക്കലർന്ന് കണ്ണുകാണാൻ വയ്യാതായി. ഇപ്പോൾത്തന്നെ അവരുടെ മുഖത്തേക്ക് ജോലി വലിച്ചെറിഞ്ഞിട്ട് പോകാൻ അവൾക്കു തോന്നി.

ബെഡ്സൈഡിൽ ചെന്നപ്പോൾ ഷാന്റില പറഞ്ഞു: ''നീയിതൊന്നും കണക്കാക്കണ്ട. അവരുടെ ജെലസിയാ. അതെല്ലാർക്കും അറിയാം.''

''ക്ഷമിച്ചു ക്ഷമിച്ച് ഒരു ദിവസം ഞാൻ പൊട്ടിത്തെറിക്കും.'' ജിബിയ രോഷാകുലയായി.

ഒൻപതുമണിക്ക് ഡോക്ടർ രോഗികളെ പരിശോധിക്കുമ്പോൾ സഹായത്തിന് ജിബിയയെ വിളിച്ചു. ഒരു രോഗിക്ക് സെന്റർലൈൻ ഇടണമായിരുന്നു. കഴുത്തിലെ ഞരമ്പിലൂടെ ഡ്രിപ്പിടാൻ വേണ്ടിയാണ് സെന്റർലൈൻ. ഒരേ സമയം ഐവി സ്റ്റാൻഡിൽനിന്ന് പല ട്യൂബുകളിൽകൂടി മരുന്നുകൾ ഒരേ രക്തക്കുഴലിൽ എത്തിച്ചുകൊടുക്കുന്ന പ്രക്രിയയാണത്. ജിബിയ അതിനുള്ള പതിനെട്ടോളം സാധനസാമഗ്രികൾ ഒരുക്കിക്കൊടുത്തു. ജോലിയ്ക്കിടയിൽ ഡോക്ടർ അവളോട് വീട്ടിൽ ആരെല്ലാമുണ്ടെന്നു തിരക്കി.

''പപ്പേം മമ്മീം അനിയത്തീം.''

''എന്റെ വീട്ടിലും അങ്ങനെയാ.'' ഡോക്ടർ ചിരിച്ചു. ''ഞാനും അനിയത്തീം അച്ഛനും അമ്മേം.''

ജിബിയ മൂളി.

''കല്യാണാലോചനയൊക്കെ ഒണ്ടോ?''

''ഒണ്ടാരുന്നു. ഇപ്പം ഇല്ല.'' ജിബിയ പറഞ്ഞു.

''അത്രയ്ക്കു പ്രായമൊന്നും ആയിട്ടില്ലല്ലോ. കുറേ കഴിഞ്ഞിട്ടു മതി.''

ഇതിലൊക്കെ എന്ത് എതിർത്തു പറയാനാണെന്ന് ജിബിയ ആലോചിച്ചു. ഡോക്ടറെന്തിനാ ഇതൊക്കെ അന്വേഷിക്കുന്നത് എന്നു ചോദിക്കാം. അതൊരു അപമാനമാകും. നാളെയും ഒന്നിച്ചു ജോലി ചെയ്യേണ്ടവരാണ്. അല്ലെങ്കിൽ ഒരു മറുപടിയും പറായാതിരിക്കാം. അതും അപമാനിക്കലാകും.

ഡോക്ടർ പൊയ്ക്കഴിഞ്ഞപ്പോൾ റീനാ ജേക്കബും ഹരിത സിസ്റ്ററും കൂടി അടക്കം പറയുന്നത് ജിബിയ കേട്ടു.

“കൊറേ പുട്ടി വാരിത്തേച്ചോണ്ടു വന്നാ വല്യ സുന്ദരിയായെന്നാ ചെലര്ടെ വിചാരം.” റീന പറയുന്നു.

“അതു കണ്ട് മയങ്ങാൻ കൊറേ കൊജ്ഞാണന്മാരും. ഡോക്ടറാണെന്നു പറഞ്ഞിട്ടെന്താ കാര്യം. കണ്ണ് മഞ്ഞളിച്ചാപ്പിന്നെ രക്ഷയില്ല.”

“ഇവിടെ നടക്കുന്നതൊന്നും ഇവരടെ വീട്ടിലറിയുന്നില്ലല്ലോ. അറിഞ്ഞാ തന്തേം തള്ളേം നെഞ്ചത്ത് തല്ലി ചാകും.” ഹരിത പറയുന്നു.

“ഇങ്ങനത്തെ ചെലര്ണ്ട്. നഴ്സുമാർക്കു പേരുദോഷം ഒണ്ടാക്കാൻ. ജോലീന്നു പറയുന്നത് ഒരു മറയാ. വീട്ടുകാരേം നാട്ടുകാരേം പറ്റിക്കാൻ. ഓഫുള്ള ദിവസം ഇവൾടെയൊക്കെ പൊറകിനു ചെന്നാമതി കാണാം. ആരടെയൊക്കെ കാറിന്റെ പൊറകിലാ കേറിപ്പോകണതെന്ന്. ഹോസ്പിറ്റലീന്നു കിട്ടുന്ന ശമ്പളത്തിന്റെ പത്തിരട്ടി ഒണ്ടാക്കാം ഒറ്റ ദിവസംകൊണ്ട്.”

“ആ ഡോക്ടറൊക്കെ അത്തരക്കാരനാണോ?”

“അയാള് പിന്നെന്തിനാ മണത്തുമണത്ത് പൊറകെ നടക്കുന്നെ. കല്യാണം കഴിക്കാൻ വേണ്ടിയാണോ? കാര്യം നടക്കണം. അതിനു വേണ്ടി ഏതു വേഷോം കെട്ടും.” റീനാ ജേക്കബ് പറയുന്നു.

“ഒരു ദിവസം എല്ലാം വെളിച്ചത്താകും. പക്ഷേ, ഇതൊന്നും നാട്ടിലോ വീട്ടിലോ അറിയില്ലല്ലോ.”

ആരെക്കുറിച്ചാണു പറയുന്നതെന്ന് ജിബിയയ്ക്കു മനസ്സിലായി.

ഇവിടെ ശരിയാവില്ല... ശരിയാവില്ല. അവളുടെ മനസ്സ് പിറുപിറുത്തു കൊണ്ടിരുന്നു.

ഏതാനും ദിവസങ്ങൾക്കുശേഷം അത്യാസന്ന നിലയിലുള്ള ഒരു പേഷ്യന്റിനുവേണ്ടി വെന്റിലേറ്റർ സെറ്റ്ചെയ്യുമ്പോൾ റീനാ ജേക്കബ് ചീറിക്കൊണ്ട് ജിബിയയുടെ നേർക്കു ചെന്നു.

“നിന്നോട് ഞാനെന്താ പറഞ്ഞത്? ഇത് നിന്റെ പേഷ്യന്റാണോ? സുപർണയുടെ പേഷ്യന്റല്ലേ. നിന്നോട് ഞാനാ പിസി ട്രേ നോക്കാൻ പറഞ്ഞതല്ലേ.”

“ഡോക്ടർ വിളിച്ച് അസിസ്റ്റ് ചെയ്യണമെന്നു പറഞ്ഞു. സുപർണയ്ക്കു പരിചയം പോരെന്നു പറഞ്ഞിട്ട്...”

“ഞാൻ പറഞ്ഞത് നീ കേട്ടോ. ആ കിഡ്നി ട്രേ എവിടെക്കൊണ്ടു കളഞ്ഞു. എനിക്കിപ്പത്തന്നെ സെറ്റായിട്ട് കിട്ടണം.”

“ഞാനിവിടെ ഇതു ചെയ്യുവല്ലേ സിസ്റ്റർ?”

“നീ എന്തു ചെയ്യണംന്ന് നീയല്ല. ഞാനാ തീരുമാനിക്കുന്നെ. ഏതെങ്കിലും ഡോക്ടർ വന്ന് വിളിച്ചാലൊടനെ അവരുടെ പൊറകിനു പാഞ്ഞോളും.”

ജിബിയ ഡോക്ടർ ശ്യാമപ്രസാദിനെ നോക്കി. അമ്പരന്ന് നിൽക്കുകയാണ് ഡോക്ടർ. ഇൻചാർജ് ഇത്ര ക്ഷോഭിക്കേണ്ട കാര്യമെന്തെന്ന് മനസ്സിലാകാത്ത നിൽപ്പ്. ജൂനിയർ ഡോക്ടേഴ്സും ഹൗസ് സർജനുമുണ്ട്. മറ്റ് സ്റ്റാഫെല്ലാം ബഹളം കേട്ട് ശ്രദ്ധിക്കുന്നു.

''നിന്നോടല്ലേ പോയി കിഡ്നി ട്രേ തപ്പിയെടുക്കാൻ പറഞ്ഞത്.'' റീന വീണ്ടും ചീറി.

''ഇല്ല. ഞാനിത് സെറ്റ് ചെയ്തു കൊടുത്തിട്ടേയുള്ളൂ.''

''നിന്റെ സൂക്കേടൊക്കെ എനിക്കു മനസ്സിലായി. മര്യാദയ്ക്ക് ഞാൻ പറയുന്നത് അനുസരിച്ചോ. ഇല്ലെങ്കി പണി ഞാൻ തരാം.''

''ഇല്ലെങ്കി നിങ്ങളെന്നെ എന്നാ ചെയ്യും, തൂക്കിക്കൊല്ലുവോ? കൊറേ നാളായല്ലോ നിങ്ങളെന്റടുത്ത് വേഷംകെട്ട് കാണിക്കുന്നു.''

ജിബിയ തിരിച്ചങ്ങോട്ട് ചീറിക്കൊണ്ടു ചെന്നു. ''നിങ്ങക്ക് വല്ല ഫ്രെസ്ട്രേഷനൊണ്ടെങ്കി അത് നിങ്ങടെ വീട്ടിച്ചെന്ന് കാണിച്ചേക്കണം. എന്റെ മുതുകിലോട്ട് ചാടിക്കേറണ്ട.''

ഐ.സി.യു. സ്റ്റാഫും ഡോക്ടേഴ്സുമെല്ലാം സ്തംഭിച്ചു നിൽക്കുകയാണ്. ഇൻചാർജിനോട് ആരും എതിര് പറയാറില്ല.

''നിങ്ങടെ തൊലി കറുത്തിരിക്കുന്നത് എന്റെ കുറ്റമാണോ?നിങ്ങടെ ശരീരം വീപ്പക്കുറ്റിപോലിരിക്കുന്നതിന്റെ കാരണക്കാരി ഞാനാണോ? പട്ടി കൊരയ്ക്കുന്ന മാതിരി എന്റെ നേർക്ക് കൊരയ്ക്കാൻ തൊടങ്ങീട്ട് കൊറേ നാളായല്ലോ. ഇവിടെല്ലാർക്കും അറിയാം നിങ്ങടെ സൂക്കേടെന്താണെന്ന്.''

നാവിറങ്ങിപ്പോയപോലെ നിൽക്കുകയാണ് റീനാ ജേക്കബ്. ഐസിയുവിനുള്ളിൽ മോനിട്ടറുകളുടെ ബീപ് ശബ്ദമല്ലാതെ മറ്റൊന്നുമില്ല.

''ഞാനീ വെന്റിലേറ്റർ സെറ്റ് ചെയ്തിട്ടേ ബിക്കിയെന്തുമുള്ളൂ. ഇതിവിടെ പാതിയാക്കിയിട്ട് ഞാനെങ്ങോട്ടും പോണില്ല. നിങ്ങള് എന്നെയങ്ങ് പിരിച്ചുവിട്ടേക്ക്.''

റീനാ ജേക്കബ് പൊടുന്നനെ വെട്ടിത്തിരിഞ്ഞ് നടന്നുപോയി.

സ്തബ്ധരായി നിന്ന ഐസിയു സ്റ്റാഫ് പരസ്പരം നോക്കി തങ്ങളുടെ അമ്പരപ്പ് ചോദ്യചിഹ്നമാക്കി.

ജിബിയ താൻ ചെയ്തുകൊണ്ടിരുന്ന ജോലി തുടർന്നു.

മുപ്പത്തിയാറ്

കോഫി പാർലറിൽവച്ച് സുകന്യ ജിബിയയോടു പറഞ്ഞു. ''അത് വേണ്ടതായിരുന്നു. നല്ല ചുട്ട അടീന്നൊക്കെ പറയത്തില്ലേ, അതു മാതിരി. എന്റെ ദേഹത്താകെ കുളിരോടിക്കേറി.''

ജിബിയ മിണ്ടാതിരുന്ന് ചായ കുടിച്ചു.

''ഇവിടാർക്കും റീനയെ കണ്ണിനു നേരെ കണ്ടൂട. പക്ഷേ, മുഖത്തു നോക്കി പറയാനുള്ള ധൈര്യം ആർക്കുമില്ല. അവള് ആരടെ നേർക്ക് ചാടിക്കേറിയാലും മിണ്ടാണ്ട് നിക്കും. പുതിയതായിട്ട് വരണ സ്റ്റാഫിനെയൊക്കെ അവള് കൊല്ലാക്കൊല ചെയ്യും.'' സുകന്യ വെളിപ്പെടുത്തി.

''ചേച്ചിക്ക് ഇങ്ങനെ പറയാം.'' ഷാന്റില സുകന്യയെ ശാസിച്ചു. ''ജിബിയയ്ക്കെതിരെ റീന കംപ്ലെയ്ന്റ് ചെയ്തിട്ടൊണ്ട്. ഏതു നിമിഷോം ജിബിയയ്ക്ക് നഴ്സിങ് ഓഫീസീന്ന് വിളി വരും. മിക്കവാറും അവര് സസ്പെൻഡ് ചെയ്യും. ഒന്നുകിൽ രണ്ടാഴ്ച, അല്ലെങ്കിൽ ഒരു മാസം. നഴ്സിങ് സൂപ്പർവൈസറുടെ വായിലിരിക്കുന്നതു കേൾക്കേണ്ടിയും വരും.''

''അതു ശരിയാ.'' നീലിമ സുകന്യയെ പിന്താങ്ങി. ''ഇൻചാർജിനോട് നമ്മളാരും അങ്ങനൊന്നും പറയാൻ പാടില്ല. അത് കുറച്ചു കടന്നുപോയി.''

''എല്ലാവരും കേട്ടോണ്ട് നിൽക്കുവല്ലായിരുന്നോ. ഡോക്ടേഴ്സും സ്റ്റാഫ് നഴ്സുമാരും. ജൂനിയർ ഡോക്ടേഴ്സും. പറഞ്ഞില്ലെന്നു നിഷേധിക്കാനൊന്നും പറ്റത്തില്ലല്ലോ. നഴ്സിങ് സൂപ്പർവൈസർ എക്സ്പ്ലനേഷൻ ചോദിക്കുമ്പം എന്നാ പറയും.''

അപ്പോഴും ജിബിയ ഒരഭിപ്രായവും പറയാതെ ഇരുന്നു. ഉച്ച കഴിഞ്ഞപ്പോൾ നഴ്സിങ് ഓഫീസിൽനിന്ന് ജിബിയയ്ക്കു വിളി വന്നു.

ജിബിയ പോകാൻ ഭാവിക്കെ ഷാന്റില അവളെ ഉപദേശിച്ചു: ''ഒരപ്പോളജി പറഞ്ഞേക്ക്. ഇനി ആവർത്തിക്കത്തില്ലാന്നൊക്കെ. അതാവുമ്പോ കടുത്ത പണിഷ്മെന്റ് കിട്ടില്ല.''

ജിബിയ നഴ്സിങ് ഓഫീസിലേക്കു പോയി. അവിടെ ചെന്നപ്പോൾ നഴ്സിങ് സൂപ്പർവൈസർ കനത്ത മുഖത്തോടെ ഇരുപ്പുണ്ട്. അവരെ

ജിബിയയ്ക്കു പരിചയമുണ്ട്. വിമല രവീന്ദ്രൻ. കൂടാതെ എച്ച്ആർഡി യിലെ ഒരു ഓഫീസർ. അത് ഹിന്ദിക്കാരനാണ്. ഇനി വെളുത്ത് തടിച്ച് ആജാനുബാഹുവായ ഒരു സ്ത്രീ. ഒരു പൊലീസ് ഓഫീസറാണെന്നേ ഒറ്റനോട്ടത്തിൽ തോന്നൂ. ഹോസ്പിറ്റൽ ടോപ്മാനേജ്മെന്റിലെ ആരോ ആണെന്ന് ജിബിയയ്ക്കു തോന്നി. മുൻവിധി മൂന്നുപേരുടേയും മുഖത്തു നിന്ന് വായിക്കാം. കോടതി കൂടിയിരിക്കയാണെന്ന് ജിബിയ സങ്കൽപിച്ചു. വിചാരണയും ശിക്ഷയും ഉടൻ പ്രതീക്ഷിക്കാം.

വിമല രാജീവൻ ജിബിയയെ അടിമുടി നോക്കിയിട്ട് ചോദിച്ചു:

''ഇന്നലെ എന്തായിരുന്നു പ്രശ്നം?''

''ഇന്നലെ എന്തു പ്രശ്നം?'' ജിബിയ അജ്ഞത നടിച്ചു.

''ഇൻചാർജുമായിട്ട് എന്തെങ്കിലും സംസാരമുണ്ടായോ?''

''ഇന്നലെ ആരായിരുന്നു ഇൻചാർജ്?'' ജിബിയ പുരികമുയർത്തി.

''റീനാ ജേക്കബ്.''

''അവരുമായിട്ട് ഒന്നും സംസാരിച്ചില്ലല്ലോ.''

''റീനാ ജേക്കബ് നിന്നെപ്പറ്റി ഇവിടെ കംപ്ലെയ്ന്റ് ചെയ്തിട്ടുണ്ടല്ലോ.''

''കംപ്ലെയ്ന്റോ, എനിക്കെതിരെയോ? ഞാൻ എന്തെങ്കിലും തമാശ പറഞ്ഞത് റീനാ മാഡം തെറ്റിദ്ധരിച്ചതായിരിക്കും.''

''റീനാ ജേക്കബിനോട് നീ ഷൗട്ട് ചെയ്തില്ലേ. സ്റ്റാഫിന്റേം ഡോക്ടേഴ്സിന്റേം മുന്നിൽവച്ച്?''

''ഞാനോർക്കുന്നില്ല മാം.'' ജിബിയ പിടികൊടുക്കാതെ നിന്നു.

സൂപ്പർവൈസർ ഉടൻ ഫോണെടുത്ത് റീനാ ജേക്കബിനെ വിളിച്ചു. അഞ്ചു മിനിറ്റിനുള്ളിൽ റീന എത്തി.

''ഇന്നലെ എന്താ ഉണ്ടായത്?'' വിമല രവീന്ദ്രൻ ചോദിച്ചു.

റീനാ ജേക്കബ് തന്നോട് ജിബിയ തട്ടിക്കയറിയതിനെക്കുറിച്ച് വിശദീകരിച്ചു.

''ഇന്നലെ ഇങ്ങനൊരു സംഭവം നടന്നത് തീരെ ഓർമയില്ലേ? എല്ലാം കേട്ടശേഷം ജിബിയയോട് കടുത്ത അതൃപ്തിയോടെ സൂപ്പർവൈസർ ചോദിച്ചു.

''ഇതെനിക്ക് ഓർമയൊണ്ട് മാം. നല്ല ഓർമയൊണ്ട്. ഇവരെക്കൂടി വിളിപ്പിക്കാൻ വേണ്ടിയാ ഞാൻ ഒന്നും അറിയില്ലെന്നു പറഞ്ഞത്.''

''ഒരു ഇൻചാർജ് നിങ്ങൾ സ്റ്റാഫിന്റെയെല്ലാം മേലധികാരിയാണ്. ഒരു ഓഫീസർപദവിപോലെയാ അത്. അവര് പറയുന്നത് അനുസരിക്കുക എന്നുള്ളതാണ് നിങ്ങളുടെ പ്രധാനപ്പെട്ട ഉത്തരവാദിത്തം. ഇതൊക്കെ മോട്ടിവേഷൻ ക്ലാസ്സുകളിൽ പറഞ്ഞുതന്നിട്ടുള്ളതല്ലേ?''

''അതെല്ലാം ശരിയാണ് മാം. പക്ഷേ, ഈ സ്ത്രീ ഇൻചാർജിന്റെ സ്ഥാനത്തിരിക്കാൻ ഒരു യോഗ്യതയുമില്ലാത്തവളാണ്. ഇവർ ഒരു

മാനസികരോഗിയാണ്. ഇവർക്ക് വെളുത്ത നിറമുള്ളവരെ കണ്ണിനു കണ്ടുകൂടാ. മുടി ധാരാളമുള്ളവരെ കണ്ടാ ഇവർക്ക് അടിമുടി ചൊറിയും. വെളുത്തവരും മുടിയുള്ളവരും ബ്യൂട്ടിപാർലറിൽനിന്നാണു വരുന്ന തെന്നും പുട്ടിയും ലിപ്സ്റ്റിക്കും ഇട്ടുകൊണ്ട് വരികയാണെന്നും പറഞ്ഞ് പരസ്യമായിട്ട് ആക്ഷേപിക്കും. ഞാനിതുവരെ ഒരു ബ്യൂട്ടിപാർലറിലും പോയിട്ടില്ല. അഥവാ പോയാൽത്തന്നെ ഇവർക്കെന്തു കാര്യം ചോദി ക്കാൻ? കുശുമ്പും അസൂയേം ഒരുപാട് കണ്ടിട്ടൊണ്ടെങ്കിലും ഇതു പോലത്തെ ചീത്ത പെരുമാറ്റം വേറെ ഉണ്ടായിട്ടില്ല. ഈ ഇൻചാർജ് സ്റ്റാഫിനെപ്പറ്റി അപവാദം പറയും. ഓഫ് കിട്ടുമ്പം ഡോക്ടർമാരുടെ കാറിൽ കയറി എങ്ങോട്ടൊക്കെയോ പോവുകയാണെന്നും പറയും. ഇവിടുന്നു കിട്ടുന്ന ശമ്പളത്തിന്റെ പത്തിരട്ടി അങ്ങനെ ഞാനൊക്കെ സമ്പാദിക്കുന്നുണ്ടെന്നു പറയും.''

വിമല രാജീവൻ ഇടയ്ക്ക് റീന ജേക്കബിനെ നോക്കി. പതറിനിന്ന അവർ എന്തോ പറയാൻ ഭാവിച്ചപ്പോൾ വിമല കൈകാട്ടി തടഞ്ഞു.

''ഓരോ ദിവസോം എന്നോട് പകവച്ചുകൊണ്ടാണ് ഇവർ ഡ്യൂട്ടി ഇടുന്നത്. ഏറ്റവും ബുദ്ധിമുട്ടുള്ള ജോലി തരും. അതും മറ്റുള്ളവർ ചെയ്യുന്നതിന്റെ ഇരട്ടി. എനിക്കവകാശപ്പെട്ട ഓഫ് പോലും തരില്ല. ഇവർക്ക് ഇഷ്ടപ്പെടാത്ത സ്റ്റാഫിനോടെല്ലാം വളരെ മോശമായിട്ട് തട്ടി ക്കയറും. പുതിയതായിട്ടു വരുന്ന സ്റ്റാഫ് കരഞ്ഞുകൊണ്ടാണ് ജോലി ചെയ്യുന്നത്. ഈ സ്ത്രീ അവിടെ റാഗിങ്ങാണ് നടത്തുന്നത്. ഒരു നഴ്സ് കഴിഞ്ഞയാഴ്ച പീഡനം കാരണം ജോലി ഉപേക്ഷിച്ചു പോയി. ഒരൊറ്റ സ്റ്റാഫിനും ഇവരുടെ കീഴിൽ വർക്ക് ചെയ്യാനിഷ്ടമല്ല. കാരണം, പരസ് പരം സഹായിക്കാനോ അറിയാത്ത സ്റ്റാഫിന് എന്തെങ്കിലും പറഞ്ഞു കൊടുക്കാനോ ഇവർ സമ്മതിക്കത്തില്ല. ഉടനെ ഷൗട്ട് ചെയ്തുകൊണ്ട് അവരുടെ നേർക്ക് ചെല്ലും.''

''ഇവിടെ ആരും ഇതുവരെ കംപ്ലെയ്ന്റ് തന്നിട്ടില്ലല്ലോ ഇൻചാർജി നെതിരെ.'' വിമല രാജീവൻ പറഞ്ഞു.

''പേടിയാണ് എല്ലാവർക്കും. ജോലി പോകുമോ എന്ന പേടി. പാര വയ്ക്കുമോ എന്ന പേടി. ഇതുവരെ കിട്ടിക്കൊണ്ടിരുന്ന ദ്രോഹം ഇരട്ടി യാകുമോ എന്ന പേടി. ഒറ്റപ്പെട്ടു പോകുമോ എന്ന പേടി.'' ജിബിയ വെളിപ്പെടുത്തി.

''ഇതൊന്നും നിങ്ങൾടെ ഇൻചാർജിനോടു പരസ്യമായി തട്ടിക്കയറി യതിനുള്ള ന്യായീകരണമാകുന്നില്ല. നിങ്ങൾക്കു പരാതിയുണ്ടെങ്കിൽ കംപ്ലെയ്ന്റ് ചെയ്യണമായിരുന്നു.''

''എന്നെയും ഡോക്ടർ ശ്യാമപ്രസാദിനെയും ചേർത്ത് ഇവർ കുറേ നാളായി പലതരത്തിലൊള്ള വൃത്തികെട്ട കമന്റുകൾ പറയുന്നൊണ്ട് മാം. ഇന്നലെയും പറഞ്ഞു. അതു കേട്ടപ്പം എനിക്കു ദേഷ്യം അടക്കാൻ പറ്റിയില്ല.''

''റീനാ ജേക്കബ് പൊയ്ക്കോളൂ.'' വിമല രാജീവൻ പറഞ്ഞു.

റീന എന്തോ പറയാൻ ഭാവിച്ചപ്പോൾ വിമല കൈകാട്ടി വിലക്കി.

''പിന്നെ വിളിപ്പിക്കാം. പൊയ്ക്കോളൂ.''

ജിബിയയെ ഒന്നിരുത്തി നോക്കിയിട്ട് റീനാ ജേക്കബ് പോയി.

''നിന്നെ ഒരു മാസത്തേക്ക് ജോലിയിൽനിന്ന് മാറ്റി നിർത്താനാണ് ഹോസ്പിറ്റൽ അതോറിറ്റിയുടെ തീരുമാനം. നീ ചെയ്ത കുറ്റം വളരെ ഗൗരവമുള്ളതാണ്. ഹോസ്പിറ്റലിന്റെ ഡിസിപ്ലിൻ ബ്രേക്ക്ചെയ്യുക മാത്രമല്ല, മേലധികാരിയോട് പരസ്യമായിട്ട് തട്ടിക്കയറി. ഒരു മാസം കഴിയുമ്പോ മറ്റേതെങ്കിലു ഡിപ്പാർട്ട്മെന്റിൽ ന്യൂ എൻട്രിയായിട്ട് കേറിയാൽ മതി. ഇതുവരെയുള്ള എക്സ്പീരിയൻസും സർവീസും ക്യാൻസൽ ചെയ്തിരിക്കുന്നു. എന്തെങ്കിലും പറയാനുണ്ടോ?''

''താങ്ക്യൂ മാം. ഞാനിതിന്റെ അപ്പുറത്തേത് കണക്കുകൂട്ടിക്കൊണ്ടാ ഇന്നു വന്നത്.''

ജിബിയ ഒരു കത്ത് സൂപ്പർവൈസറുടെ നേർക്ക് നീട്ടി.

''ഇതെന്താണ്?'' ചോദിച്ചിട്ട് വിമലാ രാജീവൻ കത്ത് നിവർത്തി നോക്കി.

''ഞാൻ റിസൈൻ ചെയ്യുവാ മാം. എന്റെ ഒരു മാസത്തെ സസ്പെൻഷൻ നോട്ടീസ് പീരിയഡായിട്ട് കണക്കാക്കിയാ മതി.''

വിമല, വിധികർത്താക്കളായ മറ്റു രണ്ടുപേരെയും ആ കത്ത് കാണിച്ചുകൊണ്ടു പറഞ്ഞു: ''റെസിഗ്നേഷൻ ലെറ്റർ.'' എന്നിട്ട് ജിബിയയെ നോക്കി. ''സാധാരണ എല്ലാവരും ഒരു റിക്വസ്റ്റ് തന്ന് പണിഷ്മെന്റ് ഒഴിവാക്കുകയാ ചെയ്യാറ്. നീയെന്താ ഇങ്ങനെ? റിക്വസ്റ്റ് തന്നാൽ രണ്ടാഴ്ച കഴിയുമ്പോ നിനക്ക് തിരിച്ചുവരാൻ പറ്റും.''

''വേണ്ട മാം. ഞാനിവിടെ ഇനി നിന്നാ ശരിയാവത്തില്ല. നിങ്ങൾക്ക് ഇൻചാർജ്മാരാണ് വലുത്. അവരുടെ കീഴിൽ രാപകലില്ലാതെ കഷ്ടപ്പെടുന്ന നഴ്സുമാരല്ല. അവിടെ എന്തു നടക്കുന്നുവെന്ന് നിങ്ങൾ നോക്കുന്നുപോലുമില്ല. കരഞ്ഞുകൊണ്ടാണ് പലരും ജോലി ചെയ്യുന്നത്. ചിലരൊക്കെ പ്രാകിക്കൊണ്ട്. ഒരു ഇൻചാർജ് സൗമ്യമായിട്ട് ഉപദേശിച്ചാൽ, പരസ്പരം സഹായിക്കാൻ സമ്മതിച്ചാൽ, അസൂയയും കുശുമ്പും പരത്താതിരുന്നാൽ എത്ര ഭംഗിയായിട്ട് ജോലിചെയ്യാൻ സാധിക്കുന്ന സ്ഥലമാണിത്. അതിനു പകരം ദേഷ്യവും വെറുപ്പും പരത്തുന്നു. തൊണ്ണൂറു കിലോ വെയ്റ്റൊള്ള ഒരു പേഷ്യന്റിനെ തിരിച്ചും മറിച്ചും കിടത്താൻ മറ്റുള്ളവരുടെ സഹായം വേണ്ടേ. പേഷ്യന്റിനോടു മാത്രം ദയേം കാരുണ്യോം കാണിച്ചാ മതിയോ? അവരെ രാപകൽ ശുശ്രൂഷിക്കുന്ന നഴ്സുമാർക്കും കിട്ടണ്ടേ ദയേം കാരുണ്യോം. സ്റ്റാഫിനെ അടിമകളായിട്ട് കരുതി കഷ്ടപ്പെടുത്തുന്ന ഇൻചാർജ്മാരെ വെച്ചോണ്ടിരുന്നാ നഴ്സുമാര് ജോലിവിട്ടിട്ട് അവരടെ പാട്ടിനു പോകും. ഒരാള് പോയാ പകരം പത്തുപേരു വരുമെന്ന പറച്ചിലൊക്കെ ഒരു ദിവസം നിക്കും.''

വിമല രാജീവന് മറുപടി പറയാനോ തീരുമാനം എടുക്കാനോ സാധിക്കുന്ന പ്രശ്നങ്ങളായിരുന്നില്ല ജിബിയ ഉയർത്തിക്കാട്ടിയത്.

''അന്യദേശത്തുന്നു വന്ന് ഇവിടെ ജോലി ചെയ്യുന്നത് ശമ്പളത്തിനു വേണ്ടി മാത്രമല്ല മാം. കുറച്ചു പരിഗണനേം സ്നേഹോം മനുഷ്യത്തോം ഒക്കെ ഞങ്ങളോട് കാണിക്കണ്ടേ. ചാട്ടവാറിനടിച്ച് അടിമകളെക്കൊണ്ടു പണിയെടുപ്പിച്ച ഒരു കാലമൊണ്ടായിരുന്നെന്നു കേട്ടിട്ടൊണ്ട്. അതൊക്കെ മാറിയില്ലേ. ഇതും മറ്റേണ്ടി വരും. എനിക്കെന്തായാലും ഇവിടെ ഇനി ജോലി വേണ്ട. ഞാൻ പൊയ്ക്കോട്ടെ മാം.''

വിമല രാജീവൻ തലയാട്ടി.

ജിബിയ തിരികെ ഐസിയുവിൽ എത്തി. സ്റ്റാഫ് എല്ലാം അവളുടെ ചുറ്റും കൂടി.

''എന്തായി... എന്തായി?''

''സന്തോഷമായി.'' ജിബിയ ചെറുചിരിയോടെ പറഞ്ഞു.

''പണിഷ്മെന്റ്?''

''കിട്ടി. ജോലീന്നു പിരിച്ചുവിട്ടു.''

''അയ്യോ... ചുമ്മാ പറയല്ലേ. അങ്ങനൊന്നും ചെയ്യത്തില്ല.'' ഷാന്റില പറഞ്ഞു. ''അതും നിന്നെപ്പോലെ ആത്മാർത്ഥമായിട്ട് ജോലിചെയ്യുന്ന ഒരാളെ.''

''ആത്മാർത്ഥമായിട്ട് ജോലിചെയ്യുന്നോർക്ക് എന്നും പാരയാണല്ലോ. കുറേ ജോലീംകൂടെ അവരുടെ തലേലോട്ട് എടുത്തു വയ്ക്കും. ഉഡായിപ്പുകാര് എന്തെങ്കിലുമൊക്കെ ചെയ്യുന്നതായിട്ട് ഭാവിച്ചിട്ട് അവിടവിടെ ചുറ്റിക്കറങ്ങി നടക്കും. ഇൻചാർജിന്റെ സേവപിടിക്കാനിറങ്ങിയാ മാത്രം മതി.''

''എടീ മോളേ, സത്യം പറ. എന്താ ഉണ്ടായത്?'' ഭാമ ചോദിച്ചു.

''ചേച്ചീ, ഞാൻ റിസൈൻ ചെയ്തു.''

''അവരങ്ങനെ പറഞ്ഞോ?''

''അവര് ഒരുമാസത്തെ സസ്പെൻഷനാ തന്നെ. ഞാൻ റെസിഗ്നേഷൻ കൊടുത്തു. എന്നെ ഞെട്ടിക്കാമെന്നാ അവര് വിചാരിച്ചെ. പക്ഷേ, അവരെ ഞാൻ ഞെട്ടിച്ചു.''

''പറയുന്ന കേട്ടില്ലേ. ഏതാണ്ടു മഹാകാര്യം ചെയ്തപോലെ.'' അരുണിമ മൂക്കത്ത് വിരൽവച്ചു.

''അല്ല, റിസൈൻ ചെയ്യാൻ കത്ത് കൊടുക്കണ്ടേ.'' ഭാമ സംശയം പ്രകടിപ്പിച്ചു.

''ഞാൻ റെസിഗ്നേഷൻ ലെറ്റർ കൊണ്ടുവന്നിട്ടുണ്ടായിരുന്നു.'' ജിബിയ വെളിപ്പെടുത്തി.

''എല്ലാം മുൻകൂട്ടി പ്ലാൻചെയ്തിട്ടാണല്ലേ?''

''അതെല്ലാം ഞാൻ എഴുതിവച്ചിട്ടൊണ്ടായിരുന്നു. ഡേറ്റിട്ടിട്ടില്ലാരുന്നെന്നു മാത്രം.''

''ശരിക്കും നീ പോകാൻതന്നെ തീരുമാനിച്ചോ?''

''ചേച്ചീ, റെസിഗ്നേഷൻ കൊടുത്തെന്ന്.''

എല്ലാവർക്കും അമ്പരപ്പായിരുന്നു. ജിബിയ ഇത്ര കടുത്ത തീരുമാനമെടുക്കുമെന്ന് ആരും വിചാരിച്ചില്ല.

''ശ്ശോ... നിന്നെ മിസ്സാകുമല്ലോന്നോർത്തിട്ട് എനിക്ക്...'' ഷാന്റില ജിബിയയെ മുട്ടിയുരുമ്മി നടന്നു.

തന്റെ സമയം തീരുന്നതുവരെ ജിബിയ ജോലി ചെയ്തു. റീന ജേക്കബ് പിന്നെ അവളുടെ അടുത്തേക്ക് വന്നതേയില്ല. ജിബിയ അങ്ങോട്ടു ചെന്നു. രണ്ടുപേരും മുഖാമുഖം നോക്കി.

''ഞാൻ പോകുവാ. ഒരു താങ്ക്സ് പറയാൻ വന്നതാ. എന്നെ പുകച്ച് പുറത്തു ചാടിച്ചതിന്. നീ എല്ലാ വർഷോം മൂന്നുനാലു പേരെ പുകച്ച് പുറത്തു കളയുന്നുണ്ടല്ലോ.''

നീ എന്ന സംബോധന റീന ജേക്കബിനെ ഒന്നു ഞെട്ടിച്ചു. അവർ ചുറ്റും നോക്കി.

''നിന്നെത്തന്നെയാ വിളിച്ചത്. ഇനി നിനക്ക് കംപ്ലെയ്ന്റ് ചെയ്യാൻ ചാൻസില്ല. ഞാൻ റിസൈൻ ചെയ്തുപോയി. നീ ജനിച്ച നാട്ടിൽത്തന്നെയാ ഞാനും ജനിച്ചത്.''

''നീ പോയി നിന്റെ പണി നോക്ക്. എനിക്കൊന്നും കേക്കണ്ട.''

''നീ കേക്കണം. നീ പലരേം കേൾപ്പിച്ചതല്ലേ. നീ ആരാണെന്നാ നിന്റെ വിചാരം? എന്നെപ്പോലെ ബാംഗ്ലൂരിലെ ഏതോ ഒണക്ക നഴ്സിങ് ഇൻസ്റ്റിറ്റ്യൂട്ടിൽ ജി.എൻ.എം. പഠിച്ചു വന്നവളല്ലേ. നീ ഓരോ ദിവസോം എത്രപേരെ കരയിക്കുന്നുണ്ടിവിടെ. ഇനിയും അങ്ങനെതന്നെ വേണം കേട്ടോ. പിന്നെ, എല്ലാ ദിവസോം മുട്ടിപ്പായിട്ട് മാതാവിനോട് പ്രാർത്ഥിക്കണേ. നിന്റെ കെട്ടിയവനും മക്കൾക്കും ഒരാപത്തും വരുത്തല്ലേന്ന്. ഇല്ലെങ്കി അവരെല്ലാം വെള്ളത്തി മുങ്ങീം വണ്ടിയിടിച്ചുമൊക്കെ ചത്തുപോകും. അത്രയ്ക്കു പ്രാകുന്നൊണ്ട് ഇവിടൊള്ള സ്റ്റാഫ് നിന്നേം നിന്റെ കുടുംബത്തുള്ളവരേം. നിന്നെ ഞാനൊരു കാലത്തും മറക്കത്തില്ല. പോട്ടെ.''

ജിബിയ തിരിഞ്ഞു നടന്നു.

* * *

ഹോസ്റ്റലിൽനിന്ന് തന്റേതായ സാധനങ്ങളെല്ലാം ജിബിയ ലിൻസിയുടെ വാടകമുറിയിലേക്കു മാറ്റിയിരുന്നു.

ലിൻസി തൊടുപുഴക്കാരിയാണ്. കുറച്ചുനാൾ ഒരേ ഡിപ്പാർട്ട്മെന്റിൽ ജോലി ചെയ്തിരുന്നു. അതിനുശേഷം ലിൻസി പീഡിയാട്രിക് ഐസിയുവിലേക്ക് പോയി.

''റിസൈൻ ചെയ്യണ്ടാരുന്നു.'' ലിൻസി അഭിപ്രായപ്പെട്ടു.

''ഞാൻ നിന്നെ ബുദ്ധിമുട്ടിക്കത്തില്ല. ടിക്കറ്റ് റെഡിയായാ അപ്പത്തന്നെ സ്ഥലം വിട്ടോളാം.''

''അതല്ലെടീ പറഞ്ഞത്. നീയിനി എന്നാ ചെയ്യുമെന്നോർത്തിട്ടാ.''

''ഞാൻ നാട്ടിലോട്ട് തിരിച്ചുപോകും. മീനച്ചിലാറ്റിൽ മുങ്ങിക്കുളിക്കും. കപ്പ വേവിച്ചത് ബീഫ് കറിയും കൂട്ടി വയറ് നിറച്ച് കഴിക്കും. പള്ളീപ്പോയി കുമ്പസാരിച്ച് കുർബാന കൈക്കൊള്ളും. ഓർത്തിട്ടുതന്നെ കുളിരു കോരുന്നു.''

''ഇനി ജോലിക്ക് കേറുന്നില്ലേ ഒരിടത്തും?''

''അതൊക്കെ പിന്നത്തെ കാര്യം.''

ലിൻസിയുടെ റൂം മറ്റ് മൂന്നുപേർകൂടി ചേർന്നാണ് പങ്കിട്ടിരുന്നത്. അവരും ലിൻസിയോടൊപ്പം ജോലി ചെയ്യുന്നവരാണ്. അതിലൊരാൾ നാട്ടിൽ പോയിരിക്കയാണ്. മറ്റൊരാൾക്ക് നൈറ്റ് ഡ്യൂട്ടി. അതിനാൽ ജിബിയയുടെ സാന്നിധ്യം വലിയ അസൗകര്യം ഉണ്ടാക്കിയില്ല. മൂന്നു ദിവസത്തിനുശേഷം ലിൻസി ജിബിയയോടു പറഞ്ഞു:

''നിന്റെ റെസിഗ്നേഷൻ സിഐ.സിയുവിൽ ഒരു മാറ്റം വരുത്തീട്ടുണ്ട്.

''എന്തു മാറ്റം?''

''ഞാൻ ഷാന്റിലയെ കണ്ടാരുന്നു. ലിഫ്റ്റിൽവച്ച്. അവളാ പറഞ്ഞത്. നീ റിസൈൻ ചെയ്തതിന്റെ പിറ്റേദിവസം സിഐസിയു സ്റ്റാഫിന്റെ ഒരു മീറ്റിങ് ഉണ്ടായിരുന്നെന്ന്. സ്റ്റാഫിനോട് ടിഎൽമാരും ഇൻചാർജ്മാരും ഉത്തരവാദിത്തത്തോടെ പെരുമാറണമെന്നും ആരുടെ നേർക്കും തട്ടിക്കയറുകയോ ഗോസിപ്പ് പറയുകയോ ന്യായമല്ലാതെ വെറുതെ ശാസിക്കുകയോ ചെയ്യരുതെന്നും ഉപദേശിച്ചത്രെ. മാത്രമല്ല, സ്റ്റാഫ് തമ്മിലുള്ള സഹകരണത്തിൽ അനാവശ്യമായിട്ട് ഇടപെടരുതെന്നും.''

''ഓ... കുറച്ചു ദിവസത്തേക്ക് ഇതൊക്കെ നടക്കും. പിന്നെ കുശുമ്പും അസൂയേം ഏഷണീം തലപൊക്കും. നീ ഒരു കാര്യം ശ്രദ്ധിച്ചിട്ടൊണ്ടോ ലിൻസീ. ഈ ടി.എൽ.മാരോ ഇൻചാർജോ ഇല്ലാത്ത ദിവസം ഐസിയു ആണെങ്കിലും വാർഡാണെങ്കിലും എന്നാ സമാധാനമായിട്ടാ നടക്കുന്നേന്ന്. ഒച്ചയില്ല, ബഹളമില്ല. ശ്വാസംവിടാൻ നേരമില്ലാണ്ട് അങ്ങോട്ടുമിങ്ങോട്ടും ഓടേണ്ടിവരത്തില്ല. എല്ലാ കാര്യോം വളരെ ശാന്തമായിട്ട് നടക്കും. അന്നേ ദിവസം ഐസിയുവിൽ ഒറ്റ ഡെത്ത്പോലും ഒണ്ടാവത്തില്ല.''

''സത്യം. ഇതിനൊക്കെ എന്നതാ ഒരു പരിഹാരം?''

''സ്റ്റാഫിനുവേണ്ടി ഓരോ ഡിപ്പാർട്ടുമെന്റിലും കംപ്ലൈന്റ്ബോക്സ് വയ്ക്കണം. പരാതികളും നിർദ്ദേശങ്ങളും എഴുതി അതിലിടാൻ പറയണം. എന്നിട്ട് നഴ്സിങ് സൂപ്രണ്ടോ എച്ച്.ആർ.ഡി. ഓഫീസറോ അതു പരിശോധിച്ച് വേണ്ട നടപടി എടുക്കണം. ആ കംപ്ലൈന്റ് ആരെഴുതി

എന്നൊള്ളതൊന്നും പുറത്തുവിടണ്ട. രഹസ്യ ബാലറ്റ് പോലൊരു പരിപാടി.''

''അതു കൊള്ളാം. നല്ല ഐഡിയ.'' ലിൻസി പറഞ്ഞു.

''പക്ഷേ, ഇവിടൊന്നും നടക്കത്തില്ലെടീ. നഴ്സുമാരാണ് ഒരു ഹോസ്പിറ്റലിന്റെ ജീവനും ആഭിമാനവും എന്ന് ഹോസ്പിറ്റലുകാർ മനസ്സിലാക്കുന്ന കാലംവരെ.''

രണ്ടു ദിവസത്തിനുശേഷം ജിബിയയ്ക്ക് നാട്ടിലേക്കുള്ള ടിക്കറ്റ് ശരിയായി. അറിയാവുന്ന കൂട്ടുകാരെയെല്ലാം വിളിച്ച് അവൾ യാത്ര പറഞ്ഞു.

ഛത്രപതി ശിവജി ടെർമിനലിൽനിന്ന് അവളെ യാത്ര അയയ്ക്കാൻ ആരും ഉണ്ടായിരുന്നില്ല. മിക്കവർക്കും ഡ്യൂട്ടിയുണ്ടായിരുന്നു. നൈറ്റ് ഡ്യൂട്ടി കഴിഞ്ഞവർ ഉറക്കത്തിലുമായിരുന്നു.

മുംബൈ മഹാനഗരത്തോട് വിടപറഞ്ഞ് അവൾ ജയന്തി ജനതയിൽ കയറി, ഒരിക്കൽകൂടി കേരളത്തിലേക്ക് മടക്കയാത്രയായി.

മുപ്പത്തിയേഴ്

ജോലി ഉപേക്ഷിച്ചിട്ടാണ് താൻ വീട്ടിൽ എത്തിച്ചേർന്നിരിക്കുന്ന തെന്ന് ജിബിയ ആദ്യമൊന്നും ആരോടും വെളിപ്പെടുത്തിയില്ല.

ഓർക്കാപ്പുറത്ത് ജിബിയ അവധികിട്ടി വീട്ടിൽവന്നതാണെന്ന ധാരണ യിൽ കുടുംബാംഗങ്ങളെല്ലാം അതിരറ്റ് സന്തോഷിച്ചു.

മുംബൈ മലാഡിൽ വച്ച് ജിബിയ ലിൻസിയോടു പറഞ്ഞ മാതിരി കപ്പയും ബീഫ് കറിയും മീനച്ചിലാറ്റിലെ മുങ്ങിക്കുളിയും ഞായറാഴ്ച ക്കുർബാനയുമൊക്കെയായി ദിവസങ്ങൾ പൊയ്ക്കൊണ്ടിരുന്നു.

'നിനക്കെത്ര ദിവസത്തെ ലീവൊണ്ടെടീ?' എന്നു ബിൻസി ചോദി ക്കുമ്പോഴൊക്കെ അവൾ പറഞ്ഞു: ''മമ്മിക്ക് എന്നെ ഇവിടെ എത്ര ദിവസം കാണണം, അത്രേം ദിവസം.''

''പോടീ അവിടുന്ന്. എനിക്കു നിന്നെ എന്നും ഇവിടെ കാണുന്നതാ സന്തോഷം.''

''എന്നാലങ്ങനെ ആയിക്കോട്ടെ.''

''കളിയാക്കല്ലേ. നിനക്കെത്ര ലീവൊണ്ടെന്നു പറ. രണ്ടാഴ്ചയൊണ്ടോ?''

''അതു മതിയോ?''

''കൂടിപ്പോയാ ഒരു മാസം. അതിൽ കൂടുതൽ കിട്ടോടീ?''

''ചോദിച്ചാ കിട്ടാതിരിക്കോ?''

''പക്ഷേ, അന്നേരം ശമ്പളം കിട്ടത്തില്ലല്ലോ.''

''അതറിയില്ല. ജോലി ചെയ്താലേ ശമ്പളമൊള്ളൂ.''

''നിനക്കറിയാഞ്ഞിട്ടാ. ഒരു മാസം നിന്റെ ശമ്പളം കിട്ടിയില്ലെങ്കി ഇവിടെ ആകെ കൊഴപ്പവാ. എടി മോളേ, ആഴ്ചേലാഴ്ചേ റേഷൻ മേടിക്കണെങ്കി നിന്റെ കാശ് വേണം.''

''പപ്പായിപ്പം ഒരു ജോലീം ചെയ്യുന്നില്ലേ?''

''കട്ടിപ്പണിയെന്നതെങ്കിലും ചെയ്താ ചങ്കിനു കൊളുത്തിപ്പിടുത്ത മാണെന്നാ പറയുന്നെ. എന്നാ വല്ല ആശുപത്രീലും കൊണ്ടോയി ചെക്കപ്പ് നടത്താൻ പറഞ്ഞാ അതിനും കഴിയത്തില്ല. ആശുപത്രിക്കാര്

പലപല ടെസ്റ്റുകളും സ്കാനിങ്ങും ഒക്കെ പറയും. കാശ് കണ്ടമാനം ചെലവാകും എന്നൊക്കെയാ പറയുന്നെ.''

''ആകും. അതിലെന്നാ സംശയം. പക്ഷേ, അസുഖം വെച്ചോണ്ടിരുന്നാ കൊള്ളാവോ?'' ജിബിയ ചോദിച്ചു.

''നിനക്കറിയാല്ലോ ആശുപത്രീലെ കാര്യങ്ങള്. ഒരു ജലദോഷം ആയിട്ടു ചെന്നാലും ഒടനെ നൂറുകൂട്ടം ടെസ്റ്റും സ്കാനിങ്ങും. എന്റെ കാലിന്റെ മുട്ടുവേദനേമായിട്ട് ഞാൻ ഓർത്തോടെ അടുത്തു ചെന്നപ്പം, എക്സ്റേയും സ്കാനിങ്ങുമൊക്കെ കഴിഞ്ഞിട്ട് എന്നോടു പറയുവാ, ഗ്യാസ്ട്രോടെ ഡോക്ടറെ ഒന്നു കണ്ടേക്കാൻ. അവിടേം കൊറെ ടെസ്റ്റ്. അതു കഴിഞ്ഞപ്പം എന്നോടു പറഞ്ഞു ന്യൂറോയെക്കൂടെ കാണിക്കണംന്ന്. ടെസ്റ്റ്, സ്കാനിങ് എല്ലാംകൂടെ ആറായിരം രൂപ. എന്നിട്ടവസാനം പറയുവാ, കാര്യമായ അസുമൊന്നും കാണുന്നില്ലല്ലോന്ന്.''

ജിബിയ അതുകേട്ട് ചിരിച്ചു.

''എന്നാടീ ഇളിക്കുന്നെ?''

''സീരിയസ്സായിട്ട് എന്തെങ്കിലും അസുഖം വേണമായിരുന്നു മമ്മിക്ക്, അല്ലേ?''

''അല്ലെന്നേ. ഇത്രേം കാശ് മൊടക്കിച്ചേച്ച്. ഇതു പറയാൻ വേണ്ടിയാണോ?''

''ഹോസ്പിറ്റലാകുമ്പം അങ്ങനൊക്കെയാ. ഡോക്ടർമാർക്ക് ടാർജറ്റൊണ്ട്. പിന്നെ ലക്ഷങ്ങളും കോടികളുമൊക്കെ മൊടക്കി വാങ്ങിച്ച് സെറ്റ് ചെയ്തു വച്ചിരിക്കുന്ന മെഷീൻസ്. കെട്ടിടം പണിത കോടികൾ. സ്റ്റാഫിന്റേം മറ്റ് ജോലിക്കാരടേം ശമ്പളം... ഇലക്ട്രിസിറ്റി, വാട്ടർ ചാർജ്, ടാക്സ്, ഡോക്ടേഴ്സിന്റെ സാലറി, ഇതെല്ലാം രോഗികളുവേണം കൊടുക്കാൻ. അല്ലാതെ ഹോസ്പിറ്റൽ നടത്തുന്നോര് അവരടെ വീട്ടീന്നു കൊണ്ടുവന്നു കൊടുക്കുവോ?''

''എനിക്കറിയാമ്മേല. ആശുപത്രീലോട്ട് കേറിയാലത്തെ തിക്കും തെരക്കുമൊന്നും പറയണ്ട. അരിയത്രപ്പെരുന്നാളിനില്ല ഇത്രേം ആൾക്കാര്.''

''അതൊക്കെ വിട്. മമ്മി പപ്പയോട് പറയണം നല്ലപോലെ ഒരു ചെക്കപ്പ് നടത്താൻ. ഇപ്പം കള്ളുകുടി ഒണ്ടോ?''

''വല്ലപ്പോഴും. മാസത്തിലൊന്നോ രണ്ടോ തവണ.''

''മമ്മിക്കത് പറഞ്ഞു നിർത്താൻ പറ്റത്തില്ലേ?''

''എന്റെ മോളേ, പപ്പയ്ക്ക് അതല്ലേയൊള്ളൂ ഒരു സന്തോഷം. എന്തുമാത്രം പണിയെടുത്തതാ. മാസത്തിലൊന്നോ രണ്ടോ പ്രാവശ്യം കൂട്ടുകാരടെ കൂടെ ഇത്തിരി കുടിക്കുന്നേന് ഞാനെങ്ങനാ കുറ്റം പറയുന്നെ.''

''അവനോന്റെ ആരോഗ്യം നോക്കാൻ വേണ്ടിയാ.''

''ങാ, നീയൊന്നു പറ.''

ഒരു ദിവസം മീനച്ചിലാറ്റിൽ അലക്കാനും കുളിക്കാനും പോയപ്പോൾ ജോസ്ന ജിബിയയോട് തിരക്കി: ''കുഞ്ഞേച്ചിക്കിപ്പം ഫോൺ വിളിയൊന്നും ഇല്ലേ?''

''ഞാൻ ഫോണിൽ വിളിക്കുന്നൊണ്ടല്ലോ.''

ജിബിയ ഒന്നും മനസ്സിലാകാത്തപോലെ ഭാവിച്ചു.

''പോ അവിടുന്ന്. അയ്യോട... ഒന്നും അറിയാമ്മേല! മുമ്പൊക്കെ ആറ്റിലോട്ട് അലക്കാൻ വരുന്നതുതന്നെ കട്ടു വിളിക്കാനായിരുന്നു.''

''അതൊക്കെ അന്ന്.''

''ഇപ്പഴില്ലേ?''

''ഇല്ല.''

''നിങ്ങള് തമ്മിൽ തെറ്റിയോ?''

''തെറ്റിയെന്നു തോന്നുന്നു.''

''തോന്നുന്നോ? എന്നുമൊതലാ തോന്നൽ തൊടങ്ങിയത്?''

''അതിപ്പം ആറേഴുമാസാ കഴിഞ്ഞു.''

''അങ്ങോട്ടുമിങ്ങോട്ടും വിളീം പറച്ചിലുമൊന്നുമില്ലേ?''

''അതല്ലേടീ പറഞ്ഞത്.''

''എനിക്കു വിശ്വാസം വരുന്നില്ലല്ലോ. രണ്ടുപേരം ഭയങ്കര ചക്കരേം തേനും പാലുമൊക്കെയാരുന്നല്ലോ. എന്നാ പറ്റി?''

''അതൊന്നും പറയാതിരിക്യാ ഭേദം.''

''അതു പറ്റത്തില്ല. പറയണം. ഞാനേ കൊറേ നാള് ഇതിനു കാവൽ പണി നോക്കിയതാ.''

ഒടുവിൽ ജിബിയയ്ക്ക് അനുജത്തിയുടെ മുന്നിൽ സത്യം തുറന്നു പറയേണ്ടി വന്നു.

എല്ലാം കേട്ടിട്ട് ജോസ്ന കയത്തിലേക്കു നോക്കി കുറച്ചുസമയം മൗനമായി നിന്നു.

''എന്താടീ, നിനക്കൊന്നും പറയാനില്ലേ?''

''ഈ ആണുങ്ങളെല്ലാം എന്നാ കുഞ്ഞേച്ചീ ഇങ്ങനെ?''

''അവർക്കെപ്പഴും അവരടെ സ്വകാര്യസ്വത്താ പെണ്ണ്. അപ്പൻ, അമ്മ, സഹോദരങ്ങൾ, ജോലി, ശമ്പളം, പട്ടി, പൂച്ച, തൊഴുത്ത്, പശു, കെട്ടിയ പെണ്ണ്, ഇങ്ങനെയാ അവരടെ മനസ്സിലിരുപ്പ്. എല്ലാം അവരടെ ആവശ്യങ്ങൾടെ പാകത്തിന് വേണം. കെട്ടിയ പെണ്ണ് മനുഷ്യസ്ത്രീ ആയതുകൊണ്ടും മക്കളെ വളർത്താൻ അവൾടെ സഹായം അത്യാവശ്യമായതുകൊണ്ടും പരിഗണനന ഇത്തിരി കൂടുതലൊണ്ടെന്നേയൊള്ളൂ.''

''കുഞ്ഞേച്ചിയെ ആ ചേട്ടായി കെട്ടിയില്ലല്ലോ?''

''കെട്ടാത്ത പെണ്ണിനെ പെട്ടെന്ന് ഒഴിവാക്കാൻ പറ്റും. കമ്മിറ്റ്മെന്റ് ഇല്ലല്ലോ. ആരും ചോദിക്കാനില്ല.''

''എനിക്കു തോന്നുന്നത് കുഞ്ഞേച്ചിക്കെന്തോ കണ്ണ്ദോഷം കിട്ടീട്ടൊണ്ടെന്നാ. ആദ്യം അക്കരേലെ റോബിൻചേട്ടായി ഇട്ടിട്ടു പോയി. ഇപ്പം ജെയ്സൺചേട്ടായി. ചേച്ചിക്ക് ആണുങ്ങള് വാഴത്തില്ല.''

''അതുകൊണ്ടല്ല. അവരൊന്നും ആണുങ്ങളല്ല, വെറും വാഴകളാ.''

''കുഞ്ഞേച്ചിക്ക് മൂപ്പരോട് വെറുപ്പായോ?''

''ഞാനെന്തിനാ വെറുക്കുന്നെ. അവരടെ ആവശ്യത്തിന് ഒതകുന്നില്ലെന്നു കണ്ടപ്പോ എന്നെ വേണ്ടെന്നു വച്ചു. അതവരടെ ഇഷ്ടം.''

''ജെയ്സൺ ചേട്ടായി വേറെ കല്യാണം കഴിച്ചോ?''

''എനിക്കറിയത്തില്ലെടീ.''

''അറിയണ്ടേ?''

''എന്തിന്?''

''വെയ്റ്റ് ചെയ്യുവാണോന്ന്?''

''നമ്മളെ വേണ്ടവര്, സ്നേഹോം ആത്മാർത്ഥതേം ഒള്ളവര് നമ്മളെ തേടി വരും.''

''കുഞ്ഞേച്ചിക്ക് ഒരു വെഷമോം ഇല്ലേ?''

''നിനക്കെന്തൊക്കെ അറിയണം? ഞാനെത്ര രാത്രി ഒറങ്ങാതിരുന്നു വേദനിച്ചു. എത്ര കരഞ്ഞു. എത്ര ലീറ്റർ കണ്ണീരൊഴുക്കി, എല്ലാം അറിഞ്ഞാലേ തൃപ്തിയാകത്തൊള്ളോ?''

''അയ്യോ... ഞാനൊന്നും ചേദിച്ചില്ലേ. എന്നോട് പറയേം വേണ്ട.''

ജിബിയയുടെ ഭാവമാറ്റം കണ്ട് ജോസ്ന നയത്തിൽ ഒഴിഞ്ഞു മാറി.

അടുത്ത ദിവസം ജിബിയ പവിത്രയെ കാണാൻ പാതാമ്പുഴയ്ക്കു പോയി. അപ്പുമോന് ചോക്ലേറ്റും ബിസ്കറ്റും ഒരു ജോഡി ഷൂസും കുട്ടികൾക്കുള്ള ജീൻസും ടിഷർട്ടുമെല്ലാം അവൾ കൈവശം കരുതിയിട്ടുണ്ടായിരുന്നു. ഓട്ടോറിക്ഷയിൽ ചെന്നിറങ്ങി, ചാർജ് കൊടുത്ത് ഓട്ടോ പറഞ്ഞയച്ചശേഷം അവൾ മുറ്റത്തേക്കു കയറിച്ചെന്നു.

വീടിന്റെ മുൻവാതിൽക്കൽ സുഭദ്ര നിൽപ്പുണ്ടായിരുന്നു. ജിബിയയെ കണ്ടതും അവരുടെ മുഖം കനത്തു. വെല്ലുവിളിക്കുംപോലെ അവർ അൽപം വിരിഞ്ഞു നിന്നു. പുറത്തേക്കോ, അകത്തേക്കോ ആരെയും കടത്തിവിടില്ലന്നെ മട്ടിൽ.

ജിബിയ കൂസലെന്യേ വാതിൽക്കൽ ചെന്നു വിളിച്ചു: ''പവീ... പവിത്രേ, ഞാനെത്തീട്ടോ.''

വീട്ടിൽനിന്നു പുറപ്പെടുന്നതിനു മുൻപുതന്നെ അവൾ പവിത്രയെ വിളിച്ചു പറഞ്ഞിട്ടുണ്ടായിരുന്നു.

''ബിയാ... ഞാൻ ദാ, വരുന്നു.''

അകത്തു ശബ്ദം കേട്ടു.

''നല്ല മര്യാദ.'' സുഭദ്രയെ നോക്കി ജിബിയ പിറുപിറുത്തു.

''എന്റെ വീടാ ഇത്.'' സുഭദ്ര ആരോടെന്നില്ലാതെ മുരണ്ടു.

''ആണെങ്കി വീടിനെ കെട്ടിപ്പിടിച്ചോണ്ടിരുന്നോ.'' ജിബിയ അമർഷത്തോടെ പറഞ്ഞു.

ഈയൊരു സ്ത്രീ കാരണം പവിത്രയുടെ ജീവിതം താറുമാറായിപ്പോയതും അവൾ അനുഭവിച്ച ദുരിതങ്ങളും എല്ലാം പലതവണയായി പവിത്രയിൽനിന്നു കേട്ടറിഞ്ഞ്, ജിബിയ സുഭദ്രയെ വല്ലാതെ വെറുത്തു കഴിഞ്ഞിരുന്നു.

''നിനക്കിവിടെ എന്താടീ കാര്യം?'' സുഭദ്ര തിരക്കി.

''ദേ, പവിത്രേടടുത്ത് ചെല്ലണ മാതിരി എന്റെ മെക്കിട്ടുകേറാൻ വന്നാലൊണ്ടല്ലോ പ്രായമൊന്നും നോക്കത്തില്ല ഞാൻ.'' ജിബിയ കടുപ്പിച്ചുതന്നെ പറഞ്ഞു.

''ഈ വാതിൽക്കൽ അടഞ്ഞു നിൽക്കാതെ ഒന്നു മാറിത്തരാൻ പറ്റ്വോ?''

സുഭദ്രയുടെ പുറകിൽനിന്ന് പവിത്രയുടെ ശബ്ദമുയർന്നു. സുഭദ്ര ഉടൻ വെട്ടിത്തിരിഞ്ഞ് അവളെ നോക്കി.

''എന്നെ നോക്കി പേടിപ്പിക്ക്യോന്നും വേണ്ട.''

''ഇതിനെ എന്റെ വീട്ടിക്കേറ്റാൻ പറ്റത്തില്ല.''

''നിങ്ങടെ കൊട്ടാരത്തിലോട്ട് കേറുന്നില്ല, പോരേ?''

അതും പറഞ്ഞ് പവിത്ര സുഭദ്രയെ തിക്കിമാറ്റി മുറ്റത്തേക്കിറങ്ങി. പുറകെ അപ്പുവും ഇറങ്ങി വന്നു.

''നീ ആരെക്കാണാൻ പോകുവാ?'' സുഭദ്ര അവനോടു ദേഷ്യപ്പെട്ടു.

''ആന്റിയെ കാണാനാ.''

''ഞങ്ങക്ക് മറ്റത്തുനിന്നു സംസാരിക്കാലോ?'' പവിത്ര സുഭദ്രയോടു ചോദിച്ചു. ''ഇല്ലെങ്കി ഞങ്ങള് റോട്ടിലോട്ട് പൊയ്ക്കോളാം.''

''എവിടെങ്കിലും പോയി തൊലയ്.''

പ്രാകിക്കൊണ്ട് സുഭദ്ര അകത്തേക്കു പോയി.

മുറ്റത്തിന്റെ വടക്കുവശത്തെ അമ്മിക്കല്ലിന്റെ അരികിലുള്ള ചെറുതിണ്ണയിലിരുന്ന് ജിബിയയും പവിത്രയും വിശേഷങ്ങൾ പങ്കിട്ടു.

''നീയങ്ങ് ഒണങ്ങി അസ്ഥിക്കോലമായല്ലോ പെണ്ണേ. ഇപ്പം നിന്നെ കാണാൻ ഒരു ശേലുമില്ലല്ലോ.'' ജിബിയ അനുകമ്പയോടെ പറഞ്ഞു.

“ഇങ്ങനിരുന്നാ മതി. എന്തിനാ സൗന്ദര്യം? അതുകൊണ്ട് എന്നാ ഗുണം?”

“ഞാൻ പറഞ്ഞ സംഗതി നീ അന്വേഷിച്ചിരുന്നോ? നഴിസിങ് അസി സ്റ്റന്റിനുള്ള കോഴ്സ്?”

“ഞാനീ വീട്ടീന്ന് പൊറത്തെറങ്ങീട്ടു വേണ്ടേ? ഞാനെങ്ങോട്ടും പോകാറില്ല. കല്യാണത്തിനോ, മരിപ്പിനോ, നൂലുകെട്ടിനോ ഒന്നിനും.”

“അതെന്താ നീയങ്ങനെ ആമത്തോടിനകത്തോട്ട് ഒളിച്ചു കളയുന്നെ.” ജിബിയ കുറ്റപ്പെടുത്തി.

“എനിക്കാരേം കാണണ്ട. എന്നേം ആരും കാണണ്ട. കാണുന്നോ രൊക്കെ മൂക്കത്ത് വെരല് വെക്കും. പിന്നെ അവരടെ സഹതാപം. ‘എന്നാ പറ്റിയെടീ നിനക്ക്, എങ്ങനിരുന്ന പെണ്ണാ, വല്ല മാറാവ്യാധിയോ മറ്റോ ഒണ്ടോ?’ ഇങ്ങനത്തെ ചോദ്യങ്ങള്. എനിക്കു കാൻസറാണെന്ന് പ്രകാശേട്ടന്റമ്മ അയലത്തെല്ലാം പറഞ്ഞുപരത്തീട്ടൊണ്ടാരുന്നല്ലോ.”

“റിലേറ്റീവ്സിന്റെയൊക്കെ ചടങ്ങിന് ചെന്നില്ലെങ്കി അവരെന്നാ വിചാരിക്കും. പ്രത്യേകിച്ചു കല്യാണത്തിന്?”

“എന്റെ കഥയൊക്കെ എല്ലാർക്കും അറിയാം. അതുകൊണ്ട് ചെന്നി ല്ലെങ്കിലും സാരമില്ല. അവരെല്ലാം എന്നെ എഴുതിത്തള്ളിക്കളഞ്ഞു.”

“എന്നാ ദുരിതം വന്നാലും പൊരുതി നിക്കണ്ടേ. നീ പറയുമാരു ന്നല്ലോ, ഫൈറ്റിങ് സ്പിരിറ്റ് നീ ഒരിടത്തും ഉപേക്ഷിക്കില്ലെന്ന്.” ജിബിയ ചോദിച്ചു.

“അപമാനം സഹിച്ചുസഹിച്ച്, നമ്മളെ താഴ്ത്തിക്കെട്ടി താഴ്ത്തി ക്കെട്ടി, ഒണ്ടാരുന്ന സെൽഫ് റെസ്പെക്ടെല്ലാം പോയി. ഒരു തരി പൊന്നില്ലാണ്ട്, നല്ലൊരു ഡ്രസ്സില്ലാണ്ട് ഞാനെങ്ങനെ ഓരോരോ ആഘോഷത്തിനു പോകും. ഇപ്പം അതിനോടൊള്ള ആഗ്രഹം പോയി.”

“അജിതമ്മയും അച്ഛനുമൊന്നും അന്വേഷിക്കാറില്ലേ?”

“തോറ്റുപോയവരെ ആരും തിരിഞ്ഞു നോക്കത്തില്ല. സ്വന്തം പെറ്റമ്മ യാണെങ്കിൽ പോലും. സ്നേഹമില്ലാഞ്ഞിട്ടല്ല ബിയാ. ദുരിതോം സങ്കടോം കാണാനിഷ്ടമില്ലാഞ്ഞിട്ടാ.” പവിത്ര നിർവികാരതയോടെ പറഞ്ഞു നിർത്തി.

“ഞാനേതായാലും നിന്റെ കോഴ്സിന്റെ കാര്യം അന്വേഷിക്കാം. പക്ഷേ, പൈസ തന്ന് സഹായിക്കാൻ ഇപ്പം എനിക്കൊരു നിവർത്തീം ഇല്ല. ജോലി ഞാൻ വിട്ടു. ഇനി കുറച്ചു കഷ്ടപ്പാടായിരിക്കും. അധികം വൈകാതെ ഏതെങ്കിലും ഹോസ്പിറ്റലിൽ കേറണം. വീട്ടിലുള്ളവർക്കും ഞാനേയുള്ളൂ ആശ്രയം.”

“എന്നെ സഹായിക്കാനൊന്നും നോക്കണ്ടെടീ. എനിക്കിനി ഒരു നല്ല ജീവിതം വേണമെന്ന ആഗ്രഹംപോലും ഇല്ലാണ്ടായി. അത്രയ്ക്കു ഡിപ്രസ്ഡായിപ്പോയി.”

''നിന്നെ അങ്ങനൊന്നും ഞാൻ വിടില്ല. ഞാൻ നോക്കട്ടെ.''

ബാഗിൽ കൊണ്ടുവന്ന ചോക്ലേറ്റും ബിസ്ക്കറ്റും ജിബിയ അപ്പുവിനെ വിളിച്ചു കൊടുത്തു. അവന്റെ ഡ്രസ്സും നൽകി. ഷൂ ഇടുവിച്ച് നോക്കിയപ്പോൾ അൽപം വലുപ്പക്കൂടുതലുള്ളതായി തോന്നി. ജീൻസും ടീഷർട്ടും കൃത്യമായിരുന്നു.

''ഷൂസിത്തിരി വലുതായിരുന്നാലും കുഴപ്പമില്ല ബിയാ. അപ്പുമോൻ ഇനീം വളരുമല്ലോ. ആറുമാസത്തിനകം അവന് പാകമായിട്ടു വരും.''

പവിത്ര, ജിബിയയെ സാന്ത്വനപ്പെടുത്തി.

നൂറിന്റെ അഞ്ചു നോട്ടുകൾ കൂടി പവിത്രയ്ക്കു സമ്മാനിച്ചിട്ടാണ് ജിബിയ മടങ്ങിയത്. അവൾ പിറ്റേന്നു മുതൽ നഴ്സിങ് അസിസ്റ്റൻന്റിന്റെ കോഴ്സ് പഠിപ്പിക്കുന്ന സ്ഥാപനങ്ങളുണ്ടോ എന്നു തിരക്കി. പാലാ, തൊടുപുഴ, കാഞ്ഞിരപ്പള്ളി എന്നിവിടങ്ങളിലായിരുന്നു അന്വേഷണം. കാഞ്ഞിരപ്പള്ളിയിലെ ഒരു ഇൻസ്റ്റിറ്റ്യൂട്ടിൽ ജി.ഡി.എ. കോഴ്സ് പഠിപ്പിക്കുന്നുണ്ടായിരുന്നു എന്നൊരറിവു കിട്ടി. ജിബിയ അതേപ്പറ്റി കൂടുതലന്വേഷിച്ചു.

അവിടെ ജിഡിഎയുടെ ഒരു ബാച്ച് നടക്കുന്നുണ്ടായിരുന്നു. ആ ബാച്ച് പക്ഷേ കഴിയാറായി. ഇനി അടുത്ത വർഷമേ പുതിയ ബാച്ച് ഉണ്ടാകൂ. ജിബിയ ഫോണിൽ വിളിച്ച് അക്കാര്യം പവിത്രയെ അറിയിച്ചു.

''എടി മോളേ... കാഞ്ഞിരപ്പള്ളീൽ ജി.ഡി.എ. കോഴ്സുണ്ട്. അസാപ് എന്നാണ് പ്രോഗ്രാമിന്റെ പേര്. അഡീഷണൽ സ്കിൽ അക്വിസിഷൻ പ്രോഗ്രാം. അഡ്രസ്സും കോഴ്സിന്റെ ഡീറ്റെയ്ൽസും എല്ലാം ഞാൻ കളക്ട് ചെയ്തിട്ടുണ്ട്. ഞാൻ ഇനി വരുമ്പം തരാം.''

''ഇതൊക്കെ നടക്കുന്ന കാര്യാണോ ബിയാ?''

''എന്റെ കൊച്ചേ, നീ നല്ലതുമാത്രം ചിന്തിക്ക്. നല്ലപോലെ ആഗ്രഹിക്കേം പ്രതീക്ഷിക്കേം ചെയ്യ്. നെഗറ്റീവ് തോട്ട്സെല്ലാം കളഞ്ഞേക്ക്. ഞാനില്ലേടീ നിന്റെ കൂടെ.''

അതു കേട്ടപ്പോൾ പവിത്രയുടെ കണ്ണു നിറഞ്ഞു.

ജിബിയ വീട്ടിൽ തിരിച്ചെത്തിയിട്ട് രണ്ടാഴ്ചയും മൂന്നാഴ്ചയും കടന്നുപോയിട്ടുണ്ടായിരുന്നു. അവൾ മുംബൈയ്ക്ക് തിരിച്ചുപോകുന്നില്ലെന്നു കണ്ട് ബിൻസിക്ക് ആധിയായി.

''നീയെന്താ മോളേ പോകാത്തത്?'' ഒടുവിൽ ബിൻസി കാര്യമായി ത്തന്നെ ചോദിച്ചു.

''മമ്മി ഞെട്ടരുത്. ഞാനാ ജോലി ഉപേക്ഷിച്ചു.''

ബിൻസിക്ക് നടുക്കം മറയ്ക്കാൻ കഴിഞ്ഞില്ല.

''നിനക്ക് ആറായിരത്തിനടുത്തുവരെ ശമ്പളം കിട്ടിക്കൊണ്ടിരുന്ന തല്ലേ, അത് കളഞ്ഞെന്നോ?''

"മമ്മി പേടിക്കണ്ട. ഞാൻ വേറെ പലയിടത്തും അന്വേഷിക്കുന്നൊണ്ട്."

"എന്നാലും കയ്യിലൊണ്ടാരുന്ന ജോലിയല്ലേ?"

"മമ്മി വിചാരിക്കുന്നപോലെ അത്ര സുഖമൊന്നുവല്ല. ഞങ്ങടെ കൂടെ ജോലി ചെയ്യുന്ന ചെലരടെ പെരുമാറ്റോം ഇൻചാർജ്മാരുടെ തട്ടിക്കേറ്റോം സഹിക്കാൻ പറ്റത്തില്ല."

"ഇനി നമ്മളെന്നാ ചെയ്യും? പപ്പായോട് പറയണ്ട ട്ടോ ജോലി കളഞ്ഞെന്ന്. എന്നാ ഗമയ്ക്കാ പപ്പാ ഓരോരുത്തരോടു പറയുന്നതെന്ന് നിനക്കറിയാവോ. എന്റെ മോക്ക് ബോംബേലാ ജോലീന്ന്."

"ഞാൻ പൊയ്ക്കോളാം മമ്മീ. കൊറച്ചൂടെ നല്ല സ്ഥലം നോക്കുന്നൊണ്ട്. എന്റെ കൂടെ പഠിച്ച പലരും പലസ്ഥലത്തായിട്ട് ജോലി ചെയ്യുന്നൊണ്ട്. അവരോടൊക്കെ ഞാൻ അന്വേഷിച്ചോണ്ടിരിക്കുവാ. ഇവിടെ കേരളത്തിൽ നല്ല സാലറി കിട്ടത്തില്ല മമ്മീ. അല്ലെങ്കി ഗവണ്മെന്റ് സർവീസിൽ കേറണം. അത് കിട്ടാനൊക്കെ പാടാ. നഴ്സുമാരൊക്കെ സ്ട്രൈക്ക് ചെയ്യാമ്പോണെന്നു കേൾക്കുന്നു. ചെലപ്പോ ഓൾ ഇന്ത്യാ സ്ട്രൈക്ക് വന്നേക്കും."

ബിൻസിക്ക് അതേപ്പറ്റിയൊന്നും വലിയ പിടിപാടില്ല.

"പപ്പയെ വെഷമിപ്പിക്കല്ലേ മോളേ." ബിൻസി ഓർമിപ്പിച്ചു.

ജിബിയ ഒരു തവണകൂടി പാതാമ്പുഴയ്ക്കു പോയി പവിത്രയെ കണ്ടു. കോഴ്സിന്റെ പേരും സ്ഥലവും അഡ്രസ്സും ഫോൺ നമ്പറുമെല്ലാം കൊടുത്തു.

"അടുത്ത വർഷത്തെ ബാച്ച് എന്നാ തൊടങ്ങുന്നേന്ന് അന്വേഷിച്ചോണ്ടിരിക്കണം. ഞാനീ മാസംതന്നെ നോർത്തിലെവിടെയെങ്കിലും പോകും." ജിബിയ പറഞ്ഞു.

"എന്നെ വിടുമോന്ന് അറിയത്തില്ല. അതുമാത്രമല്ല, മോനെ ആര് നോക്കും? ഫീസ് കൊടുക്കണ്ടേ. കാഞ്ഞിരപ്പള്ളിവരെ പോയിവരാൻ ബസ്സുകൂലിക്ക് പൈസ വേണ്ടേ."

പവിത്ര തന്റെ നിസ്സഹായത വെളിപ്പെടുത്തി.

"എല്ലാം നടക്കും. നടക്കുമെന്നുതന്നെ വിചാരിച്ചോണ്ടിരിക്ക്." ജിബിയ ശാസനാസ്വരത്തിൽ പറഞ്ഞു.

തിരിച്ചു പോകുന്നവഴി പഞ്ചായത്ത്പടിയിൽ വന്ന് അജിതമ്മയെ കണ്ട ജിബിയ, താൻ പാതാമ്പുഴെ പോയി പവിത്രയെ കണ്ടിട്ടു വരികയാണെന്ന് അറിയിച്ചു.

"വല്ലപ്പോഴും അവളെ കാണാൻ ചെല്ലണേ. ഒന്നും കൊടുത്തില്ലേലും വേണ്ടില്ല. എല്ലാരും ഉപേക്ഷിച്ചുകളഞ്ഞെന്ന തോന്നൽ അവൾക്ക് ഒണ്ടാകാതിരിക്കാൻ വേണ്ടിയെങ്കിലും."

''എനിക്കവൾടെ ദുരിതോം പട്ടിണീം കഷ്ടപ്പാടുമൊന്നും കാണാൻ വയ്യ. ഓപ്പറേഷൻ കഴിഞ്ഞു രണ്ടുമാസത്തോളം ഇവിടെ നിന്ന് പഴയ പോലെ നന്നായതാ. അവിടെചെന്നപ്പം പിന്നേം പട്ടിണിക്കോലമായി.''

''ഏതവസ്ഥേലും നമ്മള് അവൾടെ കൂടെ നിൽക്കണ്ടേ അമ്മേ. നമ്മളല്ലാതെ ആരൊണ്ട്?''

''അവൾക്കെന്നോടാ ദേഷ്യം മുഴുവൻ. അവളെയിട്ട് നരകിപ്പിച്ച അമ്മായിയമ്മയോടില്ല അത്രേം. എന്റെ മൊഖത്തു നോക്കി പറയും അമ്മയാ എന്റെ ജീവിതം നശിപ്പിച്ചേന്ന്.''

''പറയുന്നതാണോ കുറ്റം?'' ജിബിയ അമർഷം പൂണ്ടു. ''ആയിരം തവണ പറഞ്ഞാലും നിങ്ങളത് കേക്കണം. ഇനിയൊരു പതിനായിരം തവണേംകൂടി അവള് പറഞ്ഞോട്ടെ. സത്യമല്ലേ അത്. ഞാനുംകൂടി ഇവിടെവന്ന് കെഞ്ചിപ്പറഞ്ഞതല്ലേ ഈ പതിനെട്ടാമത്തെ വയസ്സിൽ അവളെ കല്യാണം കഴിപ്പിക്കല്ലേന്ന്. അവളെത്ര പറഞ്ഞാലും കൂടു തലാവത്തില്ല. നിങ്ങളുതന്നെയാ അവളെ ഈ അവസ്ഥേലാക്കിയത്. എന്നിട്ട് അവളെ മറന്നുകളയുന്നത് അതിനെക്കാളും വലിയ കുറ്റമാ.''

ജിബിയയ്ക്ക് ഇനിയും എന്തൊക്കെയോ പറയണമെന്നുണ്ടായി രുന്നു. അജിതമ്മ മിണ്ടാതെ കലകുനിച്ചിരുന്നതു കണ്ട് അവൾ നിർത്തി.

''സോറി.'' ജിബിയ സ്വരം താഴ്ത്തി. ''അവൾടെ വേദന കണ്ടിട്ടു പറഞ്ഞതാ. ഏതവസ്ഥേലും അവളെ വിട്ടുകളയരുത്, അവളോടുള്ള കടമ തീർന്നെന്നു വിചാരിക്കരുത്. തീർന്നിട്ടില്ല. തീരുകേമില്ല.''

''എന്നെക്കൊണ്ട് കഴിയുന്നതെല്ലാം ഞാൻ ചെയ്യാം.''

''കൊറച്ചു പൈസ കൊടുക്കലോ അരീം പഞ്ചസാരേം കൊടു ക്കലോ അല്ല ഞാനുദ്ദേശിച്ചത്. അമ്മ കൂടെയുണ്ടെന്ന് അവൾക്കു തോന്നണം.''

''എനിക്കു വേറെ രണ്ട് കുഞ്ഞുങ്ങൾകൂടി ഒണ്ടല്ലോ. അവരേം നോക്കണ്ടേ.''

''ഞങ്ങളൊക്കെ കുഴിയിൽ വീണുപോയതിനെ രക്ഷിക്കാനാ ആദ്യം നോക്കുന്നെ.''

അജിതമ്മ അതിനു മറുപടി പറഞ്ഞില്ല.

ഏതാനും ദിവസങ്ങൾക്കുശേഷം ജിബിയ ബിൻസിയോടു പറഞ്ഞു: ''മമ്മീ, ഞാൻ പോവ്വാ.''

''എങ്ങോട്ട്?''

''ഡെല്ലിക്ക്. അവിടെ ഹോസ്പിറ്റലിൽ ജോലിക്കു കേറാൻ.''

ബിൻസി കണ്ണുമിഴിച്ചു.

''ഡെൽഹിക്കോ.''

''അവിടുത്തെ ഒരു ഹോസ്പിറ്റലിൽ എന്റെ കൂടെ പഠിച്ച ഒരു

ഫ്രെണ്ട് ജോലി ചെയ്യുന്നൊണ്ട്. നീതു. അവളാ പറഞ്ഞത് വേക്കൻസിയൊണ്ട് കേറിക്കോളാൻ.''

''എടി മോളേ, ഏതാശുപത്രി, എന്താശുപത്രി, ശമ്പളം എത്ര, താമസസൗകര്യം, ഭക്ഷണം, ഇതൊന്നും അറിയാണ്ട് പോയാലെങ്ങനാ. അതും ഒറ്റയ്ക്ക്.''

''എല്ലാം ഞാൻ അന്വേഷിച്ചു. ഫോണിൽകൂടി ഞങ്ങള് കമ്മ്യൂണിക്കേറ്റ് ചെയ്യുന്നൊണ്ടാരുന്നു മമ്മീ. എല്ലാം ശരിയാവട്ടേന്ന് വിചാരിച്ചാ മമ്മിയോടു പറയാതിരുന്നെ.''

''എന്നാ പോകണ്ടേ?''

''നാളെ കോട്ടയത്തുനിന്നു കേറണം.''

''ടിക്കറ്റ് ബുക്ക് ചെയ്യണ്ടേ മോളേ.''

''അതൊക്കെ മുൻപേതന്നെ ഞാൻ നീതുവിനെക്കൊണ്ട് ചെയ്യിച്ചിട്ടൊണ്ടാരുന്നു.''

''നീ ഒറ്റയ്ക്ക് പോകാനോ. ഡെൽഹി വരെ. നീ ഒരിക്കലും പോയിട്ടില്ലാത്ത സ്ഥലമല്ലേ?''

''അതൊന്നും സാരമില്ല മമ്മീ. ഞാനിപ്പോ തനിയെ കോറേ യാത്ര ചെയ്തില്ലേ.''

ബിൻസി മകളിൽതന്നെ കണ്ണു നട്ടു.

പള്ളിയും പള്ളിക്കൂടവും മീനച്ചിലാറും അരുവിത്തുറപ്പെരുന്നാളുമല്ലാതെ അതിനപ്പുറമൊരു ലോകമുണ്ടെന്ന് കാണാത്ത പെണ്ണ്. ഇപ്പോൾ അവൾ രാജ്യത്തെവിടെയും തനിയെ സഞ്ചരിക്കാൻ പ്രാപ്തയായിരിക്കുന്നു!

''ശമ്പളം വല്ലതും പറഞ്ഞോ മോളേ.''

''പതിനാറായിരത്തി അഞ്ഞൂറ്.''

ജോലി ഉപേക്ഷിച്ചെന്നു കേട്ടപ്പോഴത്തെ പോലൊരു നടുക്കം ഇപ്പോഴും മമ്മിയുടെകണ്ണുകളിൽ ജിബിയ കണ്ടു. ആ നടുക്കത്തിനു ശേഷം മ്ലാനമായിരുന്നെങ്കിൽ ഇപ്പോൾ മുഖത്ത് വിരിയുന്നത് അതിശയഹർഷമാണ്.

''നേരാണോടീ?''

''ഐസിയുവിൽ ഒരു വർഷത്തെ എക്സ്പീരിയൻസൊണ്ടെന്നു പറഞ്ഞു. അതിന്റെ ശമ്പളമാ.''

''അതിന്റെ സർട്ടിഫിക്കറ്റ് വേണ്ടായോ?''

''അതെല്ലാം ഞാൻ മുംബൈയിലെ ഹോസ്പിറ്റലീന്ന് റിസൈൻ ചെയ്യുന്നേനു മുൻപേ വാങ്ങിവെച്ചിട്ടൊണ്ടാരുന്നു. ദുബായ്ക്കു പോകാനൊരു ചാൻസൊണ്ടെന്നു പറഞ്ഞ്.''

''എന്നാലും ഇത്ര പെട്ടെന്ന് നീ പോകുംന്ന് ഞാനോർത്തില്ലല്ലോടീ.''

ബിൻസിക്കിപ്പോൾ അതായി സങ്കടം.

ഒരു മുൻകരുതലുമില്ല. കൊടുത്തയയ്ക്കാൻ വേണ്ടി ഒന്നും ഉണ്ടാക്കി വച്ചിട്ടില്ല. ഇനിയതിനൊട്ട് സമയവുമില്ല.

പിറ്റേന്ന് ജിബിയയെ കോട്ടയത്ത് കൊണ്ടുപോയി യാത്രയാക്കാൻ ജോർജുകുട്ടിയോടൊപ്പം ബിൻസിയും പോയി. ഡെൽഹിയിലേക്കുള്ള കെ.കെ. എക്സ്പ്രസ് എത്തിയപ്പോൾ ബിൻസി മകളെ കെട്ടിപ്പിടിച്ചു തേങ്ങി.

''നീ കരയാതെ അവളെ വിട് ബിൻസീ. അവൾക്കിത് നമ്മടെ പൊഴ കടന്നു പോകുന്നത്രേ ഒള്ളൂ.''

ജോർജുകുട്ടി ഭാര്യയെ ശാസിച്ചു.

മുപ്പത്തിയെട്ട്

ഡൽഹി കരോൾബാഗിലെ ജീവൻജ്യോതി ഹോസ്പിറ്റലിൽ ജിബിയ ജോലിക്കു ചേർന്നു. ഉത്തരേന്ത്യയിലെ മിക്ക ഹോസ്പിറ്റലുകളിലേയും പോലെ ഇവിടേയും മലയാളി നഴ്സുമാർതന്നെയാണ് ഭൂരിപക്ഷവും. മലയാളി ഡോക്ടർമാരും കുറേപ്പേരുണ്ട്.

ജീവൻജ്യോതി മൾട്ടി സ്പെഷ്യാലിറ്റി ഹോസ്പിറ്റലാണ്. വിദേശത്തുനിന്ന് ധാരാളം പേർ വിവിധ ചികിത്സകൾക്ക് എത്തുന്നുണ്ട്.

നീതു സെബാസ്റ്റ്യൻ ഹോസ്പിറ്റലിന്റെ വിവിധ കെട്ടിടങ്ങളും ഡിപ്പാർട്ട്മെന്റുകളും ജിബിയയ്ക്കു പരിചയപ്പെടുത്തിക്കൊടുത്തു.

''ഇവിടെങ്ങനാ ഇൻചാർജ്മാരും സൂപ്പർവൈസർമാരുമൊക്കെ?'' ജിബിയ തിരക്കി.

''അതെല്ലാം കണക്കാ. പിശാചുക്കൾ കൂടുതലൊള്ളതുകൊണ്ട് ഇത്തിരി മനുഷ്യത്വം കാണിക്കുന്ന രണ്ടോ മൂന്നോ പേർ മാലാഖമാരാണെന്നു നമുക്കു തോന്നും.'' നീതു പറഞ്ഞു.

''അവരെല്ലാം പൊലീസിൽ ചേരേണ്ടവരാ. കുറ്റം കണ്ടുപിടിക്കാനും അതുതന്നെ ചെകഞ്ഞ് ചെകഞ്ഞ് നടക്കാനും ഇത്രേം കഴിവൊള്ളോര് വേറെയില്ല.'' മാവേലിക്കരക്കാരി രമ്യ രവീന്ദ്രൻ പറഞ്ഞു.

''ഒരു കിഡ്നി ട്രേയോ, ബൗളോ, സിസ്സേഴ്സോ കാണാതെ പോയാ അവരീ ഹോസ്പിറ്റല് മുഴുവൻ എളക്കി മറിക്കും. സ്റ്റാഫിനെ തെക്കുവടക്ക് ഓടിക്കും. പ്രാന്ത് പിടിക്കും.''

''അതെന്താ ഇവിടെ തെക്ക് വടക്ക് ഓടിയാ മതിയോ? മുംബൈയിൽ ഞങ്ങക്ക് കിഴക്കും പടിഞ്ഞാറും കൂടി ഓടണമായിരുന്നു.''

ജിബിയ ചെറുചിരിയോടെ പറഞ്ഞു.

''ഇന്ത്യാ മഹാരാജ്യത്തിന്റെ കിടപ്പുതന്നെ തെക്കുവടക്കായിട്ടല്ലേ.'' രമ്യ അതേ ചിരിയിൽ മറുപടിയും നൽകി.

''ഇവരൊക്കെയൊണ്ടല്ലോ, ഇൻചാർജും ടിയെല്ലും. അവർക്കു പറ്റുന്ന വല്യ തെറ്റുകൾ മൂടിവയ്ക്കും. എന്നിട്ട് സ്റ്റാഫിന്റെ ചെറിയ തെറ്റിന് ഷൗട്ട് ചെയ്തോണ്ടു വരും.'' നീതു വെളിപ്പെടുത്തി.

“അതെല്ലാടത്തും ഒരുപോലെയാ.” ജിബിയ പിന്താങ്ങി.

“ഇവിടൊരു ഗുണംള്ളത് എന്താന്നു വച്ചാ, ശമ്പളം തരും.” നീതു പറഞ്ഞു. “മറ്റു ഹോസ്പിറ്റലുകളിലൊക്കെ നമ്മുടെ ചോരേം നീരും പിഴിഞ്ഞെടുത്തിട്ട് നക്കാപ്പിച്ചയല്ലേ തരുന്നെ. ഇവിടെ മുപ്പത്തയ്യായിരോം നാൽപതിനായിരോം ഒക്കെ വങ്ങുന്ന സീനിയർ നഴ്സുമാരൊണ്ട്.”

“ജീവകാരുണ്യോം ദൈവസ്നേഹോം, ചാരിറ്റീം ഒക്കെ പറഞ്ഞോണ്ട് ഹോസ്പിറ്റലു നടത്തുന്നോരാ ഏറ്റോം വല്യ കഴുത്തറപ്പന്മാര്. അവര് പേഷ്യന്റിന്റേം കഴുത്തറക്കും, സ്റ്റഫിന്റേം കഴുത്തറക്കും.”

ജിബിയയ്ക്ക് പിഐസിയുവിലായിരുന്നു ഡ്യൂട്ടി. പിഞ്ചു കുഞ്ഞുങ്ങളുടെ ഐസിയു.

മുംബൈ മലാഡിലെ ഹോസ്പിറ്റൽ ഒരു നരകമായിരുന്നെങ്കിൽ ഇത് സ്വർഗമാണെന്നു ജിബിയയ്ക്കു തോന്നി. വൃത്തിയും ഡിസിപ്ലിനുമുള്ള ഹോസ്പിറ്റൽ. ഏറ്റവും ആധുനികമായ ചികിത്സാരീതികൾ. പുതിയ മെഷീനറികൾ. ഡോക്ടർമാരെയും നഴ്സുമാരെയും നഴ്സിങ് അസിസ്റ്റന്റുമാരെയും ഹൗസ്കീപ്പിങ് ജീവനക്കാരെയും ഒരേപോലെ കാണുന്ന കീഴ്വഴക്കം. എല്ലായിടവും എയർകണ്ടീഷൻഡ്. ഐസിയുവിലോ പാസ്സേജുകളിലോ റൂമുകളിലോ ഭിത്തികളിലോ പൊടിയോ പൂപ്പലോ ഒന്നുമില്ല. തൊണ്ണൂറ്റൊൻപതു ശതമാനവും ഹൈജീനിക്.

പുതിയ അന്തരീക്ഷം സമാധാനം പ്രദാനം ചെയ്യുന്നതായി ജിബിയയ്ക്ക് അനുഭവപ്പെട്ടു. ആദ്യമാസത്തെ ശമ്പളം കയ്യിൽ കിട്ടിയപ്പോൾ അവൾ അളവറ്റ് സന്തോഷിച്ചു.

പതിനാറായിരത്തി അഞ്ഞൂറ് രൂപ!

ഇതുകൊണ്ട് എന്തെല്ലാം ചെയ്യാം. അവൾ കണക്കു കൂട്ടി.

വീട്ടിലേക്ക് പതിനായിരം അയച്ചുകൊടുക്കാം. ബാക്കി തുക ഏതെങ്കിലും ബാങ്കിൽ അക്കൗണ്ട് തുടങ്ങി അതിൽ നിക്ഷേപിക്കണം. തന്റെ ചെലവിന് മൂവായിരം രൂപയെങ്കിലും വേണ്ടി വരും.

ഡ്യൂട്ടി കഴിഞ്ഞ് ശമ്പളവും വാങ്ങി ജിബിയ ഹോസ്റ്റലിലെത്തി. കുളിക്കാൻവേണ്ടി ടവ്വലെടുത്ത് ബാത്റൂമിലേക്കു കയറാനൊരുങ്ങുമ്പോൾ ഫോൺ റിങ് ചെയ്തു. ജിബിയ തലയണയ്ക്കു മീതെ വച്ചിരുന്ന ഫോൺ എടുത്തു നോക്കി.

ജെയ്സന്റെ കോൾ!

ഒരു നിമിഷം അവൾ ഷോക്കിലെന്നോണം നിന്നു. മുമ്പായിരുന്നെങ്കിൽ ഹർഷാതിശയത്തോടെ ചാടിയെടുക്കേണ്ട കോളാണ്.

ജിബിയ ഫോണിലേക്കു തന്നെ നോക്കിക്കൊണ്ടു നിന്നു. റിങ് ചെയ്ത് തീരുന്നതുവരെ.

ഏതാനും നിമിഷങ്ങൾക്കകം ഫോൺ വീണ്ടും ശബ്ദിച്ചു തുടങ്ങി. ജിബിയയുടെ മനസ്സിൽ എന്തൊക്കെയോ കലങ്ങി മറിഞ്ഞ് ഉരുൾപൊട്ടലായി പുറത്തേക്കു പ്രവഹിക്കാൻ വെമ്പുന്നുണ്ടായിരുന്നു.

അവൾ കോൾ അറ്റൻഡ് ചെയ്തു.

''ഹലോ...''

''ഹലോ...''

''ആരാ?''

''ഈ നമ്പർ മറന്നോ?''

''എനിക്കു മനസ്സിലായില്ല. ആരാ?''

''ജിബൂ, ഇത് ഞാനാ, ജെയ്സൺ.''

''ഏതു ജെയ്സൺ?''

''ജിബിയാ... നീയല്ലേ ഇത്?''

''നിങ്ങളാരെയാ വിളിച്ചത്?''

''ജിബൂ, ഇത് നിന്റെ സ്വരം പോലിരിക്കുന്നല്ലോ.''

''ആരെയാണ് വേണ്ടതെന്നു പറയൂ.''

''എനിക്കു ജിബിയയെ കിട്ടണം. പുന്നയ്ക്കാട്ട് ജോർജുകുട്ടി മകൾ ജിബിയ.''

''സോറി. ആ ജിബിയ ഇപ്പോ ജീവിച്ചിരിപ്പില്ല. പക്ഷിപ്പനി പിടിച്ച് ചത്തുപോയി.''

അതും പറഞ്ഞ് അവൾ കോൾ കട്ട് ചെയ്തു. അല്പനിമിഷങ്ങൾക്കുള്ളിൽ വീണ്ടും ജെയ്സന്റെ കോൾ വന്നു. അത് റിങ് ചെയ്തു തീരുന്നതുവരെ കാത്തിട്ട് അവൾ ഫോൺ സ്വിച്ചോഫ് ചെയ്തു വച്ചു.

ഒരു വർഷത്തോളമാകുന്നു വിളിച്ചു സംസാരിച്ചിട്ട്. ഒരു മെസ്സേജ് പോലും അയച്ചിട്ടില്ല. എത്രയോ രാത്രികളിൽ തലയണയെ കൂട്ടുപിടിച്ച് കിടന്നു കരഞ്ഞു. എത്രയോ പകൽവേളകളിൽ നെഞ്ചുപൊട്ടി കരയാതെ കരഞ്ഞു. സ്നേഹനാണയത്തിന്റെ മറുവശത്ത് കൊത്തിയിരിക്കുന്നതു സ്നേഹശൂന്യതയുടെ അടയാളങ്ങളാണെന്നു തിരിച്ചറിയുമ്പോഴുള്ള വേദന.

റോബിൻസ് വേറൊരുത്തിയെ കല്യാണം കഴിച്ചതുപോലും പൊറുത്തിട്ടുണ്ട് മനസ്സ്. അയാൾ പൊന്നിനും പണത്തിനും സുഖലോലുപതയ്ക്കും വേണ്ടിയാണ് തന്നെ കൈവിട്ടത്. രണ്ടു കുടുംബങ്ങളും തമ്മിൽ വലിയ സാമ്പത്തിക അന്തരമുണ്ടായിരുന്നു. വീട്ടുകാരുടെ എതിർപ്പും നട്ടെല്ലിന്റെ ബലഹീനതയും ഏറ്റുപറഞ്ഞിട്ടാണവൻ പിൻമാറിപ്പോയത്. ജെയ്സൺ പക്ഷേ അങ്ങനെയല്ല. ഒരു പെണ്ണിനെ കൈപിടിച്ച് ആത്മഹത്യാമുനമ്പിൽ കൊണ്ടുചെന്നു നിർത്തിയിട്ട് ഒന്നുകിൽ ചാടിക്കൊള്ളുക, അല്ലെങ്കിൽ എന്റെ തീരുമാനം സ്വീകരിക്കുക എന്നൊരു അന്ത്യശാസനം.

തീർച്ചയായും, റോബിൻസ് പ്രണയനിരാസത്തിന്റെ എല്ലാ ക്രൂരതകളോടും കൂടി സമ്മാനിച്ച ഹൃദയവേദനയുടെ അനുഭവ പരിചയമില്ലായിരുന്നെങ്കിൽ ആത്മഹത്യ ചെയ്തുപോയേനെ.

എന്നിട്ടിപ്പോൾ ഒരു ഫോൺ കോൾ? താൻ ജീവിച്ചിരിപ്പുണ്ടെന്നു പോലും അറിയാമായിരുന്നോ? ചത്തുപോയിട്ടില്ലെന്ന് ആരെങ്കിലും പറഞ്ഞു കൊടുത്തതാണോ?

ഒന്നു വിളിച്ചു നോക്കാം, ജീവനോടുണ്ടെങ്കിൽ കോള് എടുക്കട്ടെ എന്നതിനപ്പുറം ഒരു തരി സ്നേഹമോ, സ്മരണയോ, പ്രതീക്ഷയോ ഉണ്ടായിട്ടു വിളിച്ചതാണോ?

ഒരു വർഷം! എവിടെയായിരുന്നു!

കുളിക്കാനായി എടുത്ത ടവ്വൽ കിടക്കയുടെ കാൽക്കലേക്ക് എറിഞ്ഞിട്ടിട്ട് ജിബിയ കിടക്കയ്ക്കു കുറുകെ വീണു. ഒരു ഉരുൾപൊട്ടൽ വന്ന് തൊണ്ടയിൽ വിങ്ങിക്കഴച്ചിട്ടും അവൾ കരയാൻ കൂട്ടാക്കാതെ കടിച്ചമർത്തിക്കിടന്നു.

* * *

ചോറുവച്ച അലുമിനിയം കലത്തിന്റെ മൂടിയിലാണ് പവിത്ര ചോറു വിളിമ്പിക്കൊണ്ടു ചെന്നത്.

മൂന്നരക്കാലുള്ള കസേരയിലിരുന്ന് മൊബൈലിൽ തോണ്ടിക്കളിക്കുന്ന ജയപ്രകാശ് ആ പാത്രത്തിലേക്കും പവിത്രയുടെ മുഖത്തേക്കും മാറിമാറി നോക്കിയിട്ട് ചാടിയെണീറ്റു

''ഞാനെന്നാ പട്ടിയാണോടീ?''

''പട്ടീടെ പാത്രവും തേച്ചുകഴുകി വെച്ചിട്ടൊണ്ട്. വേണ്ടിവന്നാ ഉപയോഗിക്കാം.''

''നിന്റമ്മയ്ക്കു കൊണ്ടുപോയി കൊടുക്ക്.''

ജയപ്രകാശ് ആ പാത്രം തട്ടിയെറിഞ്ഞു. നിലത്ത് നാനാഭാഗത്തും ചോറ് ചിതറി വീണു.

''എന്റമ്മയ്ക്കു കഴിക്കാൻ നല്ല പാത്രങ്ങളൊണ്ട്.'' പവിത്ര അക്ഷോഭ്യയായി പറഞ്ഞു.

ജയപ്രകാശ് പവിത്രയുടെ നേർക്ക് കൈ ഓങ്ങിക്കൊണ്ടു ചെന്നു.

''തല്ല്. ഞാൻ നിന്നു തരാം.''

പവിത്ര മാറത്ത് കൈകെട്ടി നിന്നുകൊടുത്തു.

ജയപ്രകാശ് കലിപൂണ്ട്, ഒടിഞ്ഞ കാൽ കെട്ടിവച്ചിരുന്ന പ്ലാസ്റ്റിക് കസേര പൊക്കിയെടുത്ത് ടീപ്പോയിമേൽ ഒരടിയടിച്ചു. കസേരയുടെ രണ്ടു കാലുകൾകൂടി ഒടിഞ്ഞ് നിലത്തേക്കു പതുങ്ങിയിരുന്നു.

ബഹളംകേട്ട് സുഭദ്ര മുറിയിൽനിന്ന് ഇറങ്ങി വന്നു.

''എന്നതാ ഇവിടെ നടക്കുന്നെ?''

സുഭദ്ര, നിലത്ത് പൊട്ടിത്തകർന്നു കിടക്കുന്ന കസേരയും ടീപ്പോയും നോക്കി. തറയിലെമ്പാടും ചിതറിയ ചോറു നോക്കി.

‘‘എന്നതാടാ പ്രകാശാ ഇത്?’’

‘‘അമ്മ കണ്ടില്ലേ അവളെനിക്കു ചോറുകൊണ്ടെത്തന്ന പാത്രം. പട്ടിക്കും കോഴിക്കും കൊടുക്കുന്നപോലെ. ഒരു കറിയോ ചമ്മന്തിയോ പോലും ഇല്ലാതെ.’’

‘‘കറി വേണെങ്കി അതിനൊള്ള സാധനങ്ങള് വാങ്ങിച്ചു തരണം. റേഷൻകടേന്ന് നാലോ അഞ്ചോ കിലോ അരിമാത്രം മേടിച്ചോണ്ടു വന്നാ അതിന്റെകൂടെ നാലുകൂട്ടം കറീം കൂടെ ഒണ്ടാക്കിത്തരാനൊള്ള മാജിക്കൊന്നും എനിക്കറിഞ്ഞുകൂടാ.’’ പവിത്ര പറഞ്ഞു.

‘‘നീ ചോറെടുത്തോണ്ട് വാ. ഞാൻ കറി തരാം.’’

സുഭദ്ര അമ്മയുടെ സ്നേഹം മകന്റെ നേർക്ക് ചുരത്തി.

‘‘ഇനി ചോറുമില്ല, വിളമ്പാൻ പാത്രവുമില്ല.’’

‘‘ഇവിടുത്തെ പാത്രങ്ങളെല്ലാം എവിടെപ്പോയി?’’

‘‘പ്രകാശേട്ടന്റമ്മ ഒന്നും അറിയാത്തപോലെ സംസാരിക്കല്ലേ. എന്റെ ചെകിട്ടത്തടിക്കാൻ തോന്നുന്ന ഓരോ അടിയും ഇവിടുത്തെ പാത്ര ങ്ങൾക്കു കിട്ടിക്കൊണ്ടിരുന്നത് അറിയാഞ്ഞിട്ടാണോ? ഇന്നലെ അവ സാനത്തെ പ്ലെയ്റ്റും ഭിത്തിയേലെറിഞ്ഞ് പൊട്ടിച്ചു. ഞാൻ സത്യം പറ ഞ്ഞതാ, ഇനി ചോറു തരാൻ പറഞ്ഞാ പട്ടിക്ക് കൊടുത്തോണ്ടിരുന്ന പാത്രം മാത്രമേ ഒള്ളൂ. ഇവിടിനി തല്ലിപ്പൊട്ടിക്കാത്ത എന്തെങ്കിലും ഒണ്ടോ?’’

‘‘എടാ, ഞാൻ പ്ലേറ്റ് തരാം. നീ ചോറെടുത്തോണ്ടു വാ.’’

‘‘ഇനി ചോറില്ലെന്ന് പച്ച മലയാളത്തിലല്ലേ പറഞ്ഞത്. പ്രകാശേട്ട നൊള്ളത് വെളമ്പി മാറ്റിവച്ചിരുന്നതാ ഈ തറോലൊക്കെ ചെതറിച്ചി ട്ടിരിക്കുന്നെ.’’

‘‘എടാ ഞാൻ കഴിച്ചു തീർന്നുപോയി. അല്ലെങ്കി എന്റെ ചോറ് തരായിരുന്നു.’’ സുഭദ്ര കുണ്ഠിതപ്പെട്ടു.

‘‘ഒരുപകാരം ചെയ്യോ? ചോറും കറീം വെക്കുമ്പം മകനുംകൂടി കൊടുത്തേക്കാവോ? പാത്രങ്ങളെങ്കിലും രക്ഷപ്പെട്ടോളും.’’ പവിത്ര പറഞ്ഞു.

‘‘നിന്നെപ്പിന്നെ എന്തിനാടീ കെട്ടിയെടുത്തോണ്ടു വന്നെ, ഈ വീട്ടി ലോട്ട്. എന്റെ മോനും എനിക്കും വെച്ചുവെളമ്പിത്തരാനല്ലേ.’’

പവിത്രയ്ക്കു ചിരി വന്നു.

‘‘എങ്കിപ്പിന്നെന്തിനാ നിങ്ങള് സ്വന്തമായിട്ട് വെച്ചുകഴിക്കാൻ തൊട ങ്ങിയത്. മകൻ കൊണ്ടുവരുന്നതും കാത്ത് ഇരുന്നാൽ പല ദിവസോം പട്ടിണി കെടക്കേണ്ടിവരുംന്നും പലപ്പഴും ഒരു കറീം കൂടാതെ പച്ചച്ചോറ് വാരിക്കഴിക്കേണ്ടി വരൂന്നും മനസ്സിലായതുകൊണ്ടല്ലേ?’’

‘‘നീ എന്നു വലതുകാലുവച്ച് കേറിവന്നോ അന്നു തൊടങ്ങിയെടീ ഈ കുടുംബത്തിന്റെ നാശം.’’

''ഒരു ഭർത്താവ് ഭാര്യയോട് എങ്ങനെ പെരുമാറണംന്ന് നിങ്ങളു മകന് പഠിപ്പിച്ചു കൊടുക്കണ്ടാരുന്നു ആദ്യം. അതിന്റെ ദോഷമാ.''

''നീ പോടീ എരണംകെട്ടവളേ. ഞാനെന്റെ മോനെ പൊന്നു പോലെയാ നോക്കിവളർത്തിയത്. വളർത്തുദോഷം കിട്ടിയത് നിനക്കാ. നിന്റമ്മേടെ പിടിപ്പുകേടുകൊണ്ട്.''

''പൊന്നുപോലെ നോക്കിയ മകൻ പട്ടിണിക്കിട്ടപ്പം ചോദിച്ചൂടാരുന്നോ എന്നോടിങ്ങനെ ചെയ്യാൻ കൊള്ളാവോടാ മോനേന്ന്. ഇപ്പം പൊന്നുമോന്റെ പെറ്റമ്മ മുറീവെച്ച് തന്നത്താൻ വെച്ചുകഴിക്കുന്നൊണ്ടല്ലോ. പൊന്നുമോനേ, നിനക്കു ഞാൻ ചോറുതരാമെടാന്ന് ഇതുവരെ പറഞ്ഞുകേട്ടില്ലല്ലോ. കുടിച്ചു വെളിവുകെട്ട് തലയ്ക്കു പിരാന്ത് പിടിച്ച് ഈ വീട്ടിലെ സകല സാധനങ്ങളും തല്ലിത്തകർത്തിട്ടും ഇപ്പഴും നിങ്ങള് പൊന്നുമോന്റെ സൈഡാണല്ലോ നിക്കുന്നെ. ഇനീം. പ്രോത്സാഹിപ്പിക്ക്. ഒരു ഇരുമ്പുകൂടം കൊണ്ടുവന്ന് ഈ വീട് അടിച്ചുതകർക്കാൻ പറ. അവസാനം വീടിനു തീയും കൂടി കൊളുത്തിയേക്ക്. അതോടെ ഒരമ്മേടെ കടമ പൂർത്തിയാകും.''

അത്രയും പറഞ്ഞപ്പോഴേക്കും അപ്പു പവിത്രയുടെ കാലിൽ കെട്ടിപ്പിടിച്ചു കരയാൻ തുടങ്ങി. അവന് വഴക്ക് പേടിയാണ്. ജയപ്രകാശ് പവിത്രയുടെ നേർക്കു തെറി വിളിച്ചലറിക്കൊണ്ട് കയ്യോങ്ങുമ്പോൾ അവന്റെ പിഞ്ചുടൽ കിലുകിലാ വിറകൊള്ളും. ജയപ്രകാശ് കസേരയോ പാത്രങ്ങളോ അടിച്ചു തകർക്കുമ്പോൾ അവൻ നടുങ്ങി കണ്ണുകൾ ഇറുക്കി അടയ്ക്കും.

പവിത്ര ഇനിയൊന്നും പറയാതെ മുറിയിലേക്കു പിൻവാങ്ങിയതോടെ അപ്പുവിന് ആശ്വാസമായി. പവിത്ര കട്ടിലിൽ വന്ന് ഇരുന്നു.

''എടീ...'' സുഭദ്ര വാതിൽക്കലെത്തി.

പവിത്ര മുഖമുയർത്തി.

''വരാന്തേലോട്ട് എറങ്ങാമ്മേലല്ലോ. ആ ചോറ് തൂത്തുവാരിക്കളഞ്ഞിട്ടു പോടീ.''

''പൊന്നുമോനും അമ്മേം കൂടിയങ്ങ് ചെയ്താ മതി.''

''നീതന്നെ ചെയ്യണം. നീയാ അവനെ ദേഷ്യം പിടിപ്പിച്ചത്.''

''എന്നാ ഞാൻ പൊലീസ് സ്റ്റേഷനിലോട്ടു വിളിക്കാം. അവരുവന്നു കാണട്ടെ. എന്നിട്ട് അവരു പറയട്ടെ ആര് ചെയ്യണംന്ന്.''

പവിത്ര ഫോൺ കയ്യിലെടുത്തതും സുഭദ്ര പിന്നോട്ടു മാറി.

പൊലീസാണ് പവിത്രയുടെ വജ്രായുധം. സുഭദ്രയോ ജയപ്രകാശോ പവിത്രയുടെ നേർക്ക് എന്ത് അതിക്രമം കാണിച്ചാലും പൊലീസ് സ്റ്റേഷനിൽ വിളിച്ചു പറഞ്ഞാൽ മതിയെന്ന് എസ്.ഐയുടെ നിർദ്ദേശമുണ്ട്. അതുകൊണ്ടാണ് ജയപ്രകാശിനു പവിത്രയുടെ ചെകിട്ടത്തു കൈവയ്ക്കാൻ ഭയം. പകരം പാത്രങ്ങളും വീട്ടുപകരണങ്ങളും തകർത്ത്

അയാൾ തൃപ്തിയടയുന്നു. സുഭദ്രയ്ക്കും പൊലീസിനെ ഭയമാണ്. കഴിഞ്ഞ മാസം ഒരു തവണ പവിത്ര വിളിച്ചിട്ട് എസഐ അടക്കം ഈരാറ്റുപേട്ട പൊലീസ് വന്നുപോയതാണ്. അന്നു ജയപ്രകാശ് ഊണു മേശയാണു തകർത്തത്. അതു കട്ടിയുള്ള പ്ലാസ്റ്റിക്കിൽ നിർമ്മിച്ചതായിരുന്നു. അന്നു പവിത്രയുടെ ചുരിദാർ വലിച്ചു കീറുകയും കത്രികയെടുത്ത് അവളുടെ മുടി അവിടവിടെ മുറിച്ചു കളയുകയും ചെയ്തു.

അന്ന് ജയപ്രകാശിനെ മാത്രമല്ല, സുഭദ്രയെയും പൊലീസ് ചോദ്യം ചെയ്തു.

''മകൻ അക്രമം കാണിക്കുമ്പോൾ നിങ്ങളെന്തുകൊണ്ടാ അരുതെന്നു പറയാത്തത്? എന്തുകൊണ്ടാ അതീന്ന് അയാളെ പിന്തിരിപ്പിക്കാത്തെ?''

''ദേഷ്യം വന്നാ അവനു കണ്ണുകാണത്തില്ല സാറേ.'' സുഭദ്ര പറഞ്ഞു. ''പോരെങ്കി കുടിച്ചു വെളിവില്ലാത്ത കാരണം എന്നാ പറഞ്ഞാലും തലേലോട്ടു കേറത്തുമില്ല.''

''വെളിവൊള്ളപ്പോ പറയണം. പൈസ കൊടുത്തു വാങ്ങിച്ച സ്വന്തം മുതലല്ലേ നശിപ്പിക്കുന്നത്?'' എസ്.ഐ ചോദിച്ചു.

സുഭദ്ര മറുപടി പറഞ്ഞില്ല.

''നിങ്ങളെന്തുകൊണ്ടാ നിങ്ങടെ കിടപ്പുമുറീൽ ചോറും കറീം വച്ചു കഴിക്കുന്നെ?''

''അവളെനിക്ക് വെച്ചുവെളമ്പിത്തരത്തില്ല. അതാ.'' സുഭദ്ര പവിത്രയുടെ നേർക്ക് കുറ്റം ചാരി.

''നൊണയാ സാറേ. സാറീ അടുക്കളേലോട്ടു കേറി നോക്കണം. അരിയില്ല. മാവില്ല. കറിവെക്കാൻ ഒന്നുമില്ല. പലപ്പഴും ഇങ്ങനെയാ. അവർക്ക് എന്നെപ്പോലെ പട്ടിണിയിരിക്കാൻ പറ്റത്തില്ല. അതു കാരണം, ഒരു സ്റ്റൗവും ഗ്യാസും സ്വന്തമായിട്ടു വാങ്ങി മുറീലോട്ടുവച്ച് അവിടെ പാചകം ചെയ്തു തന്നത്താൻ കഴിക്കുവാ. ഈ കൊച്ചിനുപോലും ഒരു വറ്റ് ചോറ് കൊടുക്കത്തില്ല.'' പവിത്ര വെളിപ്പെടുത്തി.

''സത്യമാണോ തള്ളേ?''

പൊലീസ് കണ്ണുരുട്ടിയപ്പോൾ സുഭദ്ര സമ്മതിച്ചു.

''ആര് വാങ്ങിത്തരും നിങ്ങക്ക് അരീം സാധനങ്ങളും?''

''അവനൊന്നും മേടിച്ചു തരത്തില്ല. ഞാനെന്റെ കാശുകൊടുത്ത് വാങ്ങുന്നതാ.''

പൊലീസിനു കാര്യങ്ങൾ ബോധ്യപ്പെട്ടു. ജയപ്രകാശിനെ ജീപ്പിൽ കയറ്റി സ്റ്റേഷനിലേക്കു കൊണ്ടുപോയ പൊലീസ് പിറ്റേന്നു വൈകുന്നേരമേ അയാളെ വിട്ടയച്ചൊള്ളൂ.

പവിത്ര കാതോർത്തു കിടന്നു. വരാന്തയിൽ അമ്മയും മകനും അടക്കിപ്പിടിച്ച് സംസാരിക്കുന്നതു കേൾക്കാം. അപ്പുവിനെ കെട്ടിപ്പിടിച്ചു കിടന്ന് പവിത്ര ഉറങ്ങി.

പിറ്റേന്ന് പവിത്രയുടെ ഫോണിലേക്ക് ജിബിയയുടെ കോൾ വന്നു. ജോലിസ്ഥലത്തെ വിശേഷങ്ങളും മറ്റും പതിവുപോലെ സംസാരിക്കുന്നതിനിടയിൽ ജിബിയയുടെ ചോദ്യം വന്നു.

''ആ കോഴ്സിന്റെ കാര്യം നീ പിന്നീട് അന്വേഷിച്ചോ?''

''ഇല്ല.''

''ഇതെന്താടീ നിനക്കൊരു ചൂടില്ലാത്തെ?''

''എന്നെ വിടത്തില്ല ബിയാ.''

''നീ ചോദിച്ചോ നിന്റെ കെട്ടിയവനോട്?''

''എനിക്കൊറപ്പാ വിടത്തില്ലെന്ന്.''

''വിടാൻ മനസ്സില്ലെങ്കി നീ ഇട്ടിട്ട് പോരണം. അവിടെക്കിടന്നിട്ട് എന്തെങ്കിലും ഗുണംണ്ടോ?''

''പറയാനെളുപ്പമാ. ഒരു മോനൊണ്ട് എനിക്ക്.''

''നിന്റെ വീട്ടിച്ചെന്നു താമസിക്കാൻ പറ്റത്തില്ലേ?''

''പതിനെട്ടാം വയസ്സിൽ എന്നെ അവര് കല്യാണം കഴിപ്പിച്ചു വിട്ടതെന്തിനാ? ഭാരം ഒഴിവാക്കാൻ. ആ ഞാൻ ഇരട്ടി ഭാരവുമായി തിരിച്ചു ചെല്ലുമ്പം അവരടെ സ്വീകരണം എങ്ങനെയായിരിക്കുമെന്നു നിനക്ക് ഊഹിക്കാമല്ലോ. പെറ്റമ്മയായാലും ശരി, കൂടെപ്പിറപ്പുകളായാലും ശരി. എല്ലാരടേം മുഖം ചുളിയും.''

''നീ ആരേം സുഖിപ്പിക്കാനൊന്നും നോക്കണ്ട. മുഖം ചുളിക്കുന്നവരോട് അപ്പത്തന്നെ ചോദിക്കണം. എന്നാ മൂക്ക് ചൊറിയുന്നൊണ്ടോന്ന്.''

''ആദ്യം ഇവിടുത്തെ പ്രതികരണം അറിയട്ടെ.'' പവിത്ര പറഞ്ഞു.

''ചോദിക്ക്. അടുത്ത ബാച്ച് തൊടങ്ങാൻ ഇനി അധികം സമയമൊന്നും ഒണ്ടാവില്ല. നിനക്ക് അന്വേഷിപ്പിക്കാൻ പറ്റില്ലെങ്കി ഞാൻ പപ്പയെക്കൊണ്ട് അന്വേഷിപ്പിക്കാം.''

''വേണ്ട. ഞാനച്ഛനോടു പറയാം.''

''വെറുതെ സമയം കളയല്ലേ. നിന്റെ ബസ്സുകൂലി, ഫീസ്, ടെക്സ്റ്റ് ബുക്സ് എല്ലാം ഞാനേറ്റു. എനിക്കിപ്പം തരക്കേടില്ലാത്ത ശമ്പളംണ്ട്.''

''ഇവിടെ വല്യ ഭൂകമ്പം ഒണ്ടാകും.''

''ഒണ്ടാകട്ടെ. നീയിനി ജയപ്രകാശിന്റെ കൂടെ സുന്ദരമായ ഒരു ജീവിതം പ്രതീക്ഷിക്കുന്നൊണ്ടോ?''

''അതൊന്നും ഒരിക്കലുമില്ല.''

''എന്നാപ്പിന്നെ അയാളെ അയാൾടെ വഴിക്കു വിട്ടേക്ക്. നീയവിടെ ഇരുട്ടത്തു കെടന്നലയാതെ നിന്റെ വഴി തെളിച്ചെടുക്ക്. ഒറ്റ ജീവിതമേ ഒള്ളൂ. അതു നീ ഓർക്കണം.''

''ഒടുക്കം ഞാൻ അവിടേം അല്ല, ഇവിടേം അല്ല എന്ന സ്ഥിതി വന്നിട്ട് പാതിവഴിക്കു സൂയിസൈഡ് ചെയ്യേണ്ടി വരോ?''

''എടീ, ഞാനില്ലേ?''

സ്നേഹത്തിന്റെ ശക്തിയും സ്വാധീനവും സ്ഫുരിക്കുന്ന വാഗ്ദാന ത്തിൽ രൂഢമൂലമായ ആ സാന്ത്വനത്തിൽ പവിത്രയുടെ കണ്ണുകൾ നിറഞ്ഞു.

ജയപ്രകാശിനു വെറുപ്പും ദേഷ്യവും കുറവെന്നു തോന്നിയ ഒരു സന്ദർഭത്തിൽ പവിത്ര ചോദിച്ചു:

''പ്രകാശേട്ടാ, ഞാനൊരു കോഴ്സിനു ചേർന്നു പഠിക്കാൻ പൊയ് ക്കോട്ടെ?''

''വടിക്കാനോ, എന്തു വടിക്കാൻ?'' പുച്ഛവും നിന്ദയും കൂട്ടിക്കുഴച്ച് ഒരു വഷളച്ചിരിയോടെ അയാൾ മറുചോദ്യമിട്ടു.

''നഴ്സിങ് അസിസ്റ്റന്റായിട്ട് പഠിക്കാനൊള്ള ഒരു കോഴ്സൊണ്ട്. ആറുമാസം മതി.''

''അതു പഠിച്ചിട്ട് നീ എന്നാ ഒലത്താനാ?''

''എവിടെങ്കിലും ജോലി കിട്ടുമോന്നു നോക്കണം.''

''പ്ഭാ... നിനക്ക് ജോലി. ഈ വീടിന്റെ പൊറത്തോട്ടെറങ്ങിയാ നിന്റെ മുട്ടുകാല് ഞാൻ തല്ലിയൊടിക്കും.''

''ആ പേടിപ്പിക്കലൊന്നും വേണ്ട പ്രകാശേട്ടാ. എന്റെ ദേഹത്തു തൊട്ടാ പ്രകാശേട്ടനും പ്രകാശേട്ടന്റെ അമ്മേം പിന്നെ ജെയിലിലാ. അതിനൊള്ള കടലാസൊക്കെ ഞാൻ പൊലീസ് സ്റ്റേഷനി പണ്ടേ കൊടു ത്തിട്ടൊണ്ട്.''

''നിർത്തെടീ നായിന്റെ മോളേ.'' ചീറിക്കൊണ്ട് ജയപ്രകാശ് ചാടി യെഴുന്നേറ്റു. ''എന്റെ കൊക്കിൽ ജീവനൊണ്ടെങ്കി നീ ഒരു കോപ്പും പഠിക്കാൻ പോകത്തില്ല.''

''എന്തുവാടാ അവിടെ വഴക്ക്?'' സുഭദ്ര മണത്തറിഞ്ഞ് അങ്ങോട്ടു വന്നു.

''ഇവക്കേതാണ്ട് പഠിക്കാൻ പോണംന്ന്.''

''അതിന്റൊരു കൊറവേയൊള്ളൂ. ബാക്കി എല്ലാം തെകഞ്ഞു.'' സുഭദ്ര കളിയാക്കി.

പവിത്ര അതൊന്നും ഗൗനിച്ചില്ല. അവൾ സുദർശനന്റെ നമ്പറി ലേക്കു വിളിച്ച് കാഞ്ഞിരപ്പള്ളിയിൽ പോയി ജിഡിഎ കോഴ്സിന്റെ അടുത്ത ബാച്ചിനെപ്പറ്റി അറിഞ്ഞുവരാൻ നിർദ്ദേശിച്ചു.

''ഇതാർക്കു വേണ്ടിയാ മോളേ?'' സുദർശനൻ തിരക്കി.

''എനിക്കു വേണ്ടിയാ. എനിക്കാ കോഴ്സ് പഠിക്കണം അച്ഛാ.''

''ശരി. ഞാൻ നോക്കട്ടെ.''

വിവരം അറിഞ്ഞപ്പോൾ അജിതമ്മ മകളെ വിളിച്ചു.

‘‘നിനക്ക് എന്നാത്തിന്റെ കേടാ പെണ്ണേ ഇപ്പം പഠിക്കാൻ പോകാഞ്ഞിട്ട്? നിന്നെ വിടാൻ പ്രകാശൻ സമ്മതിക്ക്വോ?’’

‘‘ഞാനാരടേം സമ്മതം നോക്കുന്നില്ല.’’

‘‘എന്റെ മോളേ, നീ അവരോട് മല്ലടിക്കാൻ നിക്കാതെ കുറച്ച് അടങ്ങിയൊതുങ്ങി ജീവിക്ക്. ഞാനൊക്കെ എന്തോരം സഹിച്ചും ക്ഷമിച്ചുമാ ഇവിടംവരെ എത്തിയത്. എങ്ങനെങ്കിലും ആ കുഞ്ഞിനെ വളർത്തി പഠിപ്പിച്ചെടുക്കാൻ നോക്ക്. വയസ്സാകുമ്പോ അവനല്ലേയൊള്ളൂ ഒരു തുണ.’’

‘‘അഞ്ചാറുകൊല്ലം സഹിച്ചു. ഇനി വയ്യ.’’

‘‘അവൻ പഠിക്കാൻ വിട്ടില്ലെങ്കി നീ എന്തുചെയ്യും?’’

‘‘ഞാൻ കൊച്ചിനേം എടുത്തോണ്ട് അങ്ങോട്ടു വരും. പിന്നെ എന്റെ ജീവിതം അവിടാരിക്കും.’’

‘‘ഇങ്ങോട്ടോ? ഇവിടെ വന്നിട്ടെന്തിനാ? ഞങ്ങക്ക് നാട്ടുകാരടെ മുഖത്തു നോക്കണ്ടേ.’’

‘‘ഇനി നിങ്ങള് നാട്ടുകാരടെ മുഖത്തു നോക്കണ്ട. എന്റെ മുഖത്തോട്ടു നോക്കിയാ മതി.’’

മറുവശത്തുനിന്ന് പ്രതികരണമില്ല. അമ്മയ്ക്കു ഷോക്കായിട്ടുണ്ടെന്ന് പവിത്രയ്ക്ക് തോന്നി.

മുപ്പത്തിയൊമ്പത്

സ്വന്തം വീട്ടിൽനിന്ന് ഒരനുകൂല തീരുമാനമുണ്ടാകുമോ എന്നറിയാൻ പവിത്ര ദിവസങ്ങളോളം കാത്തു.

ഒടുവിൽ അവൾ അച്ഛനെ ഫോണിൽ വിളിച്ചു ചോദിച്ചു: ''അച്ഛൻ കാഞ്ഞിരപ്പള്ളിക്കു പോയി അന്വേഷിച്ചാരുന്നോ?''

''എന്നതാ മോളേ?''

''ഞാനൊരു കോഴ്സിന്റെ കാര്യം പറഞ്ഞില്ലാരുന്നോ, മറന്നോ?''

''ആ... അതാണോ? നിന്റമ്മ പറഞ്ഞൂ അതൊന്നും അന്വേഷിച്ചു മെനക്കെടണ്ടാന്ന്.''

''അമ്മയ്ക്കു പഠിക്കാൻ വേണ്ടിയല്ല, എനിക്കു പഠിക്കാൻ വേണ്ടിയാണെന്നു ഞാനച്ഛനോടു പറഞ്ഞതല്ലേ?''

''അജിതമ്മ സമ്മതിക്കാതെങ്ങനാ?''

''അച്ഛനെന്തിനാ അമ്മേടെ സമ്മതം?''

''അവളു പിന്നെ എന്റടുത്ത് ചൊറിഞ്ഞോണ്ടു വരും.''

''അച്ഛന് അമ്മയാണോ വലുത്, അതോ അച്ഛന്റെ മോളാണോ?''

''എടി മോളേ, അവളെ വെറുപ്പിച്ചോണ്ട് വല്ലതും ചെയ്താ പിന്നെ അവളെനിക്ക് സ്വൈരം തരത്തില്ല.''

''അച്ഛനോട് ഞാനിന്നേവരെ എന്തേലും ആവശ്യപ്പെട്ടിട്ടുണ്ടോ? ഇല്ലല്ലോ. ഈ സംഗതി അച്ഛൻ എനിക്കു നടത്തിത്തരണം.''

''മോളെ... അത്...''

''അച്ഛനൊരു ആണായിട്ട് ജീവിക്കച്ചോ ഇനിയെങ്കിലും. കണ്ണ് കീറിയപ്പം മൊതല് ഞാൻ കാണുന്ന കാഴ്ചയാ അച്ഛൻ ഖദറുമിട്ടോണ്ട് ഒരു ജോലീം ചെയ്യാതെ നടക്കുന്നതും എന്തേലും ഒരു ജോലി ചെയ്യാൻ പറഞ്ഞ് അമ്മ വഴക്കൊണ്ടാക്കണതും. ഒരു ദിവസത്തെ ചെലവുകാശ് അച്ഛൻ സമ്പാദിക്കുന്നൊണ്ടോ? കുടുംബനാഥനല്ലേ അച്ഛൻ? അതുകൊണ്ടല്ലേ വീട്ടിൽ അച്ഛന്റെ ശബ്ദത്തിനു വെലയില്ലാതായതും അമ്മ എന്തു പറഞ്ഞാലും അതുകേട്ടോണ്ട് തലകുനിച്ചു നിൽക്കേണ്ടി വരുന്നതും.''

''നീയിങ്ങനൊക്കെ പറയാൻ ഞാനെന്നാ തെറ്റ് ചെയ്തടീ?''

''അച്ഛന്റെ നട്ടെല്ലെടുത്ത് അമ്മേടെ കയ്യിലോട്ട് കൊടുത്തു. അതാ അച്ഛൻ ചെയ്ത തെറ്റ്. ആ വീട്ടിൽ അച്ഛൻ പറയുന്നതാണോ അമ്മ പറയുന്നതാണോ നടക്കുന്നെ. അച്ഛന് വോയ്സില്ല. എന്തുകൊണ്ടാ? ഭാര്യയ്ക്കും മക്കൾക്കും ചെലവിനു കൊടുക്കാൻ അച്ഛനു പറ്റത്തില്ല. എനിക്ക് ഒടനെ കല്യാണം വേണ്ടച്ഛാ എന്നു ഞാൻ കരഞ്ഞു പറഞ്ഞപ്പം, അമ്മ പറയുന്നതനുസരിക്ക് മോളേ എന്നല്ലേ അച്ഛൻ എന്നോടാവശ്യപ്പെട്ടത്. എന്നും രാവിലെ കുളിച്ചൊരുങ്ങി അലക്കിത്തേച്ച വെള്ളേം വെള്ളേം ഇട്ട് അരമണിക്കൂർ നേരം കണ്ണാടിക്കു മുന്നിൽ നിന്നു മീശേം താടീം മിനുക്കി, രാഷ്ട്രീയം കളിക്കാൻ പോയിട്ട് ഈ പത്തിരുപത്തഞ്ചു വർഷം കൊണ്ട് അച്ഛന് എന്നാ കിട്ടി? എത്ര മിനുക്കിയാലും സ്വന്തം വീട്ടിൽ അച്ഛന്റെ മുഖത്തിനു ഭംഗിയൊണ്ടോ? ഇല്ലല്ലോ. അമ്മ എത്ര തവണ പിറുപിറുക്കുന്നത് ഞാൻ കേട്ടിട്ടൊണ്ട്, ഉപേക്ഷിച്ചുപോയാലും വേണ്ടില്ലാരുന്നു, എന്തിനാ ഇങ്ങനെ യാതൊരുപകാരോം ഇല്ലാത്ത ഒരു കെട്ടിയവൻ. പോയിരുന്നെങ്കി ഒരാളിന്റെ ചെലവ് കൊറഞ്ഞു കിട്ടിയേനേ എന്ന്. ഒന്നുകിൽ അച്ഛൻ എന്തേലും ജോലി ചെയ്തു ചെലവിനുള്ള വക. ഒണ്ടാക്കിക്കൊടുത്തിട്ട് അമ്മയോടു പറയണം 'ഇനി ഞാനാ ഈ വീട്ടിലെ കാര്യങ്ങള് തീരുമാനിക്കുന്നെ. നിന്റെ ഭരണം ഇതോടെ നിർത്തിയേക്ക് എന്ന്. അല്ലെങ്കി ഇട്ടിട്ട് പേയേക്കണം. എന്തിനാ ഇങ്ങനെ നാണം കെട്ട് ജീവിക്കുന്നെ.''

''നീയെന്നെ പഠിപ്പിക്കാനൊന്നും വരണ്ട. കേട്ടല്ലോ. നീയതിനു മാത്രം വളന്നിട്ടില്ല.''

''ഇനിയൊരു മകളു കൂടി വളർന്നു വരുന്നൊണ്ടല്ലോ അവൾക്കെങ്കിലും എന്റെ ഗതി വരാതിരിക്കട്ടെന്നു വിചാരിച്ചിട്ടാ.''

''നീ പറഞ്ഞ കാര്യം ഞാൻ അന്വേഷിച്ചേക്കാം. പോരേ. വെക്കുവാ.''

അച്ഛൻ ദേഷ്യത്തിലാണ് ഫോൺ നിർത്തിയതെന്നു പവിത്രയ്ക്കു മനസ്സിലായി. കുറച്ചു കഴിഞ്ഞപ്പോൾ എന്തെന്നില്ലാത്ത ഒരു മനഃപ്രയാസം. അവൾ വീണ്ടും അച്ഛനെ വിളിച്ചു. മറുവശത്ത് നിന്നു ഹലോ കേട്ടപ്പോൾ അവൾ വ്യസനത്തോടെ പറഞ്ഞു.

''അച്ഛാ... സോറി...''

''എന്തിന്? നീ പറഞ്ഞതൊക്കെ ശരിയാ. ഞാൻ കുടുംബം നോക്കാൻ കൊള്ളാത്തവനായിപ്പോയി. ഇനി വേറൊരു വേഷം കെട്ടാൻ എനിക്കറിയാനും മേല. പ്രായോം ഇത്രേമായില്ലേ. ശരി മോളെ.''

അച്ഛനു തിരുത്താൻ ഉദ്ദേശ്യമില്ലെന്ന് പവിത്രയ്ക്കു ബോധ്യമായി. വാസ്തവത്തിൽ അച്ഛന്റേത് ഒരു തരം സുഖജീവിതമാണ്. കുടുംബച്ചെലവിനുള്ള വകയുണ്ടാക്കണ്ട, മക്കളെ വളർത്തണ്ട. പഠിപ്പിക്കണ്ട, ഭാര്യയ്ക്കും മക്കൾക്കും മരുന്നും വസ്ത്രവും വാങ്ങിക്കൊടുക്കണ്ട.

യാതൊരു ഉത്തരവാദിത്തവും ഒന്നിലുമില്ല. എല്ലാം അമ്മ നോക്കിക്കൊള്ളും.

ഉച്ചയായപ്പോൾ ഞണ്ടുകല്ലിലെ അമ്മയുടെ തറവാട്ടിൽനിന്ന് ഒരു ഫോൺ കോൾ പവിത്രയ്ക്ക് വന്നു. പവിത്ര അതെടുത്തു. സ്വരം കേട്ടപ്പോൾ മനസ്സിലായി രമേശൻ മാമൻ.

കുറേ നാളായി വിളിച്ചിട്ട്. ആദ്യകാലങ്ങളിൽ ഉണ്ടായിരുന്ന സ്നേഹവും മമതയും വാത്സല്യവുമൊന്നും ഇപ്പോൾ ഇല്ല. മുത്തച്ഛന്റെയും മാമൻമാരുടെയും പരിലാളനകളിൽ വളർന്ന കുട്ടിയാണ് താൻ എന്നതൊക്കെ അവർ സൗകര്യപൂർവം മറന്നുകളഞ്ഞിരിക്കുന്നു.

''മോളേ എന്തൊക്കെയൊണ്ട് വിശേഷം?''

''രമേശൻ മാമനൊക്കെ അവിടൊണ്ടാരുന്നോ? ഞാനോർത്തു രാജ്യം വിട്ട് പോയിക്കാണുംന്ന്.''

''അതെന്നാടി അങ്ങനൊരു വർത്തമാനം?''

''നിങ്ങളാരും വിളിക്കാറില്ല. കാണാൻ വരാറില്ല. ഞാൻ മരിച്ചുപോയിട്ടില്ലല്ലോ.''

''എടീ മോളേ, ഓരോരോ തെരക്കിൽപെട്ട് ഓടിക്കൊണ്ടിരിക്കുവല്ലേ.''

''എന്നാലും നിങ്ങളൊക്കെക്കൂടിയല്ലേ എന്നെ വളർത്തിയത്. എന്റച്ഛനേക്കാളും അമ്മേക്കാളും നിങ്ങളെ എല്ലാവരേയുമല്ലേ ഞാൻ സ്നേഹിച്ചത്. എന്നിട്ടെല്ലാരുംകൂടെ എന്നെ ഒരു കുഴിലോട്ടു തള്ളീട്ട് ഇപ്പം ആരും ഇല്ല തിരിഞ്ഞുനോക്കാൻ പോലും.''

പറയുന്നതിനിടയിൽ പവിത്രയുടെ കണ്ഠമിടറുകയും കണ്ണു നനയുകയും ചെയ്തു.

''ഞാനിവിടെക്കെടന്ന് ചത്തുപോയാലും ആർക്കും ഒരു വെഷമോം ഇല്ലല്ലോ അല്ലേ. നിങ്ങളെല്ലാരും കൂടെ ശവം കുഴിച്ചിടാൻ വരുമ്പം പറയുമായിരിക്കും. പാവം ചത്തതു നന്നായി. ഒരുപാട് നരകിക്കേണ്ടി വന്നില്ലല്ലോ എന്ന്.''

''മോളേ അങ്ങനൊന്നുമല്ല. നിന്നെയോർത്ത് ഞങ്ങൾക്ക് സങ്കടംണ്ട്.''

''എന്നിട്ടാണോ ഓപ്പറേഷന് ഞാനാശുപത്രീ കെടന്നപ്പം മാമനൊന്നു കാണാൻ പോലും വരാഞ്ഞത്?''

അത്രയും പറഞ്ഞതും പവിത്ര വാവിട്ടു കരഞ്ഞുപോയി. കുഞ്ഞുന്നാളിൽ അവളെ ഏറ്റവുമധികം ലാളിച്ചുകൊണ്ടു നടന്നത് രമേശൻ മാമനായിരുന്നു. ഒന്നിനു പിറകെ ഒന്നായി തിരമാല അടിക്കുന്നപോലെ ഏങ്ങലടികൾ വന്നുകൊണ്ടേയിരുന്നു. അവൾക്കത് നിയന്ത്രിക്കാനേ കഴിഞ്ഞില്ല.

''കുഞ്ഞേ നീ കരയാതെ.''

മറുവശത്തുനിന്ന് മുത്തച്ഛന്റെ ശബ്ദം കേട്ടപ്പോഴാണു മനസ്സിലായത് രമേശൻമാമൻ ഫോൺ കൈമാറിയെന്ന്.

‘‘എന്നെ ആർക്കും വേണ്ട. എനിക്കറിയാം. ആർക്കുമില്ല എന്റടുത്ത് സ്നേഹം.’’

‘‘ദേ, അവന് വല്യ മനപ്രയാസമായി. കണ്ണും തൊടച്ചോണ്ട് മാറിപ്പോയിരിക്കുവാ. നിന്നോട് സ്നേഹമില്ലാഞ്ഞിട്ടൊന്നുമല്ല. ഓടിയെത്താൻ പറ്റണില്ല എല്ലാടത്തും.’’

പതിയെപ്പതിയെ പവിത്ര സമചിത്തത തിരിച്ചുപിടിച്ചു.

‘‘എല്ലാരും കൂടെ എന്നെ പറ്റിച്ചു. എന്നിക്കങ്ങനെയാ തോന്നുന്നെ.’’

‘‘ദേ, മുത്തശ്ശിക്ക് നിന്നോടു സംസാരിക്കണംന്ന്. ഫോൺ കൊട്ടുക്കട്ടെ.’’

പവിത്ര എന്തെങ്കിലും പറയുന്നതിനുമുന്നേ മുത്തശ്ശിയുടെ ശബ്ദം കേൾക്കായി.

‘‘ന്റെ പൊന്നു കുഞ്ഞേ നീയിങ്ങനെ സങ്കടപ്പെടാതെ. എല്ലാം ഈശ്വരൻ കാണുന്നില്ലേ. എല്ലാ വെഷമോം മാറി നിനക്കൊരു നല്ല കാലം വരും. നെനക്കുവേണ്ടി ഞാനെന്തെല്ലാം വഴിപാടുകളാ നേർന്നേക്കുന്നെ. നമുക്കൊന്നിച്ച് ശുചീന്ദ്രത്ത് പോണം. പഴനിക്കു പോണം. നീ വെഷമിക്കല്ലേ. ഒന്നുമല്ലേലും നിനക്കൊരു ആങ്കുട്ടിയല്ലേ. ഞങ്ങളിവിടെ അതു പറഞ്ഞാ ആശ്വസിക്കുന്നെ.’’

മുത്തശ്ശിയുടെ സാന്ത്വനങ്ങൾ അങ്ങനെ നീണ്ടുപോയി.

‘‘ശിവരാജന് നിന്നോടെന്തോ പറയാനൊണ്ടെന്ന്.’’ ഫോൺ കൈമാറുന്നത് പവിത്രയ്ക്കു മനസ്സിലായി.

‘‘മേളേ പവീ... നിന്റെ കഷ്ടപ്പാടൊക്കെ മാറും. ഓരോരുത്തർക്ക് ഓരോ കാലം ഒണ്ട്. നല്ല കാലവും ചീത്തക്കാലവും മാറിമാറി വരും.’’

ശിവരാജൻ പറയുന്നതു കേട്ടുകൊണ്ട് പവിത്ര മിണ്ടാതെ നിന്നു. കുറേ സാന്ത്വനങ്ങൾക്കും ഉപദേശങ്ങൾക്കും ശേഷം ശിവരാജൻ ചോദിച്ചു:

‘‘നീയെന്തോ പഠിക്കാൻ പോണെന്നു കേട്ടു?’’

‘‘അരു പറഞ്ഞു മാമനോട്.’’

‘‘നിന്റമ്മ. അല്ലാതാര്.’’

‘‘ഞാനെങ്ങും പോയില്ലല്ലോ.’’

‘‘അല്ല, പോകാൻ തീരുമാനിച്ചെന്ന്.’’

‘‘അതു ശരിയാ.’’

‘‘പ്രകാശൻ സമ്മതിക്കോടീ?’’

‘‘ഇല്ല.’’

‘‘അവൻ സമ്മതിച്ചാത്തന്നെ അവന്റെ അമ്മ സമ്മതിക്കോ?’’

‘‘തീരെയില്ല.’’

‘‘അവരടെ സമ്മതമില്ലാതെ പോകാൻ പറ്റോ?’’

''എനിക്കെങ്ങനെങ്കിലും ആ ദുരിതത്തീന്ന് രക്ഷപ്പെടണ്ടേ മാമാ.''

''മോളേ... നീ നല്ലപോലെ ആലോചിച്ചിട്ടു വേണം ഓരോന്നു ചെയ്യാൻ. മൂന്നുനാലു കൊല്ലം പഠിച്ചിട്ടിറങ്ങുന്ന നേഴ്സുമാർക്ക് വെലയില്ലാത്ത കാലമാ. ദാ അവരിപ്പം കൂട്ടമായിട്ട് സമരം ചെയ്യാൻ പോകുന്നു. ശമ്പളം കൂട്ടിക്കിട്ടാൻ. മൂവായിരോം നാലായിരോം ഒക്കെയാ ഓരോ പ്രൈവറ്റ് ഹോസ്പിറ്റലുകളിലെ ശമ്പളം. നീ പറയുന്ന കോഴ്സ് എന്തോന്നു കോഴ്സാ?''

''ജി.ഡി.എ''

''എന്നുവച്ചാ?''

''ജനറൽ ഡ്യൂട്ടി അസിസ്റ്റന്റ്.''

''അതു പാസായാ എന്നാ ജോലിയാ കിട്ടുന്നെ?''

''ഹോസ്പിറ്റലിൽ പേഷ്യന്റിനെ നോക്കാൻ.''

''മരുന്നുകൊടുക്കലും ഇംജക്ഷനും ഒന്നുമില്ലല്ലോ.''

''അതൊന്നുമില്ലെന്നു തോന്നുന്നു.''

''എന്റെ മോളേ, നേഴ്സുമാരടെ ജോലി തന്നെ വല്യ കഷ്ടപ്പാടാ. അതിനു താഴേക്കിടയിലുള്ള ജോലീടെ കാര്യം പ്രത്യേകം പറയാനൊണ്ടോ. കെടപ്പുരോഗികൾടെ അപ്പീം മൂത്രോം കോരാനും അവരെ തൂത്തുതൊടച്ച് കെടത്താനും മലോം മൂത്രോം കഫോം ചോരേം ചലോം പഴുപ്പും എല്ലാം പറ്റിയ ബെഡ്ഷീറ്റും പൊതപ്പും എല്ലാം മാറ്റാനും. അതൊക്കെയല്ലേ ജോലി. നേഴ്സുമാരടെ പകുതി ശമ്പളം കിട്ട്വോ ആ ജോലിക്ക്?''

''എനിക്കതിനെപ്പറ്റിയൊന്നും അറിയാൻമ്മേല.''

''പിന്നെ എന്നാ അറിഞ്ഞോണ്ടാ നീ ഇതിനൊക്കെ എറങ്ങിപ്പുറപ്പെടുന്നെ. ആരാ നിനക്കീ പൊട്ടബുദ്ധി പറഞ്ഞുതന്നെ?''

''അതെന്റെയൊരു കൂട്ടുകാരിയാ.''

''അവളാണോ, ആ ജിബിയ?''

''ങാ. അതെ.''

''അവരും ഇവരുമൊക്കെ പറയുന്നതുകേട്ട് നീ അബദ്ധത്തിൽ ചെന്നു ചാടരുത്.''

''അവളല്ലേ മാമാ എന്റെ ഓപ്പറേഷന്റെ പൈസ തന്നത്?''

''അവളു മാത്രാണോ? ഞങ്ങളൊക്കെ കഴിയുന്നപോലെ സഹായിച്ചില്ലേ. നിന്റെ അമ്മ നിനക്കു പൈസ തന്നില്ലേ?''

''അതൊക്കെ കടമയാ. അവൾക്കെന്തോന്നു കടമയാ ഒള്ളത് എന്നെ സഹായിക്കാൻ?''

''അതാ പറഞ്ഞത്. അവൾക്ക് കടമയൊന്നും ഇല്ല. ഒരു തോന്നലിനു സഹായിക്കും. വേറൊരു തോന്നലിന് ആ സഹായം നിർത്തും.

കടമയൊള്ളവരോടു നമുക്കു കാരണം ചോദിക്കാം. അവളോട് ചോദിക്കാൻ പറ്റ്വോ?''

''അവളെയെന്തിനാ കുറ്റം പറയുന്നെ. എനിക്കു മനസ്സിലാകുന്നില്ല.''

''എടീ മോളേ, നിന്നെ പഠിക്കാൻ വിടാൻ പ്രകാശനോ അവന്റമ്മയോ സമ്മതിക്കത്തില്ല. നിനക്കു പോണെങ്കി നീ പെണങ്ങി ആ വീടുവിട്ട് എറങ്ങേണ്ടി വരും. പ്രകാശൻ പിന്നെ നിന്നെ തിരിച്ചുവിളിക്ക്വോ? നീ തിരികെ ചെന്നാ അവൻ വീട്ടി കേറ്റ്വോ? എല്ലാം ആലോചിക്കണ്ടേ. നിന്നെ സഹായിക്കാന്നു പറഞ്ഞ പെണ്ണ് ഇടയ്ക്കുവച്ച് സഹായം നിർത്തിയാ നീയെന്നാ ചെയ്യും. നിന്റമ്മതന്നെ താങ്ങണ്ടേ നിന്റേം നിന്റെ മോന്റേം ഭാരം. കെട്ടിച്ചുവിട്ട പെണ്ണ് വീട്ടിൽവന്നു നിൽക്കുവാന്നു പറഞ്ഞാ കുടുംബത്തിന് എന്നാ മാനക്കേടാ. ഇനിയൊരുത്തി കെട്ടുപ്രായമായിട്ട് നിക്കുവാ. ചേച്ചി വേണ്ടേ അവളേം കല്യാണം കഴിപ്പിച്ചു വിടാൻ.''

''ശിവമാമൻ ഇങ്ങനെ പറയുംന്ന് ഞാനൊരിക്കലും വിചാരിച്ചില്ല. നിങ്ങളൊക്കെയല്ലേ എനിക്കൊരു ധൈര്യം തരേണ്ടത്.''

''അല്ല, നീയൊന്നു ചിന്തിച്ചുനോക്കിയേ. ആ പഠിത്തം കഴിഞ്ഞാ ജോലി കിട്ടുംന്ന് എന്തെങ്കിലും ഒറപ്പൊണ്ടോ? കിട്ടിയാത്തന്നെ എന്നാ ശമ്പളം കിട്ടും. മോളേ, നിന്നെപ്പോലെ ദുരിതം അനുഭവിക്കുന്ന ഒരുപാട് പേരൊണ്ട്. അവരെല്ലാം സഹിച്ചും ക്ഷമിച്ചും അഡ്ജസ്റ്റ് ചെയ്ത് ജീവിച്ചുപോവുകാ. അല്ലാതെ കെട്ടിയവനെ ഉപേക്ഷിച്ച് വീടുവിട്ടു പോവുകയല്ല. ലോകത്തെല്ലാരും സുഖിച്ചും സന്തോഷിച്ചും ജീവിക്കുവാണെന്നു നീ വിചാരിക്കരുത്. ഇഷ്ടപ്പെട്ട ജീവിതം കിട്ടുന്നോര് വെരലിലെണ്ണാവുന്നതേ ഒള്ളൂ. ഞാമ്പറയുന്നത് നിനക്കു മനസ്സിലാകുന്നൊണ്ടോ?''

''മനസ്സിലായി. നല്ലപോലെ മനസ്സിലായി.''

''എന്തു മനസ്സിലായി?''

''എനിക്കു ഞാനും എന്റെ മോനും മാത്രേയൊള്ളൂന്ന്. നിങ്ങൾക്കാർക്കും റിസ്കെടുക്കാൻ വയ്യ. ഞാന് ജീവൻ കളഞ്ഞും കുടുംബത്തിന്റെ മാനം കാത്താ മതി. നിങ്ങളൊക്കെ സേഫ്സോണിൽ നിക്കുവാ. അവിടെത്തന്നെ നിന്നോ. റോഡിലോട്ടെറങ്ങി ഞാനും എന്റെ മോനും പിച്ചപ്പാത്രം എടുത്തു തെണ്ടിയാലും ശരി, നിങ്ങടെ സഹായം ചോദിച്ചോണ്ടു വരത്തില്ല. ഞാൻ ഫോൺ വെക്കുവാ.''

പവിത്ര കോൾ കട്ട് ചെയ്തു. അവൾക്ക് എന്തെന്നില്ലാത്ത നിരാശ തോന്നി. എല്ലാവർക്കും സർവംസഹയായ പെണ്ണിനെ മതി. ത്യാഗിനിയുടെ കുപ്പായം വേണമെങ്കിൽ സൗജന്യമായി തുന്നിത്തരും.

ഇനി എന്താണു ചെയ്യേണ്ടതെന്ന് അവൾക്ക് ഒരെത്തും പിടിയും കിട്ടിയില്ല. രണ്ടും കൽപിച്ച് ഇറങ്ങിത്തിരിച്ചാൽ ഒടുവിൽ വഴിയാധാരമാകുമോ എന്നൊരാശങ്ക നിഴൽവീണപോലെ മനസ്സിൽ കിടക്കുന്നു.

രണ്ടു ദിവസത്തിനുശേഷം സുദർശനൻ മകളെ വിളിച്ച് കാഞ്ഞിരപ്പള്ളിയിൽ പോയി കോഴ്സിന്റെ വിവരം അന്വേഷിച്ചുവെന്ന് അറിയിച്ചു.

''പുതിയ ബാച്ച് രണ്ടു മാസത്തിനകത്ത് തൊടങ്ങും. അതിന്റെ ആപ്ലിക്കേഷൻ ഫോമൊക്കെ വാങ്ങിക്കൊണ്ടു വന്നിട്ടൊണ്ട്. ഞാൻ കൊണ്ടുവന്നു തരണോ?''

''വേണ്ട. അച്ഛൻ സൂക്ഷിച്ചു വെച്ചേക്ക്. ഞാനവിടെ വരുമ്പം തന്നാ മതി.''

''അജിതയോടു ഞാൻ പറഞ്ഞില്ല. നീയും പറയണ്ട.''

''ശരിയച്ഛാ.''

''നീയാ കോഴ്സ് ചെയ്യാൻതന്നെ തീരുമാനിച്ചോ?''

''ഒന്നുകൂടെ ആലോചിക്കട്ടെ.''

''നല്ലപോലെ ആലോചിച്ചിട്ടു മതി.''

ദിവസങ്ങൾ പൊയ്ക്കൊണ്ടിരുന്നു. കോഴ്സിന്റെ കാര്യം മറന്നു കളയാൻ പവിത്ര ആഗ്രഹിച്ചു. എന്നിട്ടും എവിടെയോ തനിക്കുവേണ്ടി കൊളുത്തിവച്ച ഒരു വിളക്കുപോലെ ആ പ്രത്യാശ അവളുടെ മനസ്സിൽ അണയാതെ കിടന്നു.

ഒരു ദിവസം ജിബിയ ഫോണിൽ വിളിച്ച് കോഴ്സിനെപ്പറ്റി അന്വേഷിച്ചോ എന്നു പവിത്രയോടു ചോദിച്ചു.

''അച്ഛൻ പോയി ആപ്ലിക്കേഷൻ ഫോമൊക്കെ വാങ്ങിച്ചു വെച്ചിട്ടൊണ്ട്.'' പവിത്ര പറഞ്ഞു.

''എന്നാണ് ബാച്ച് തൊടങ്ങുന്നെ?''

''ഇനീം ഒരു മാസം കൂടിയൊണ്ട്.''

''ആപ്ലിക്കേഷൻ ഫില്ലപ്പ് ചെയ്തു കൊടുത്തോ?''

''സമയമാകുമ്പം കൊടുത്താ മതീല്ലോ.''

''അങ്ങനെ വെച്ചോണ്ടിരിക്കാതെ കഴിയുന്നിടത്തോളം നേരത്തെ കൊടുക്ക്. ബാച്ചിൽ ആളു തെകഞ്ഞുപോയാ പിന്നെ അടുത്ത ബാച്ച് വരെ വെയ്റ്റ് ചെയ്യണ്ടേ?'' ജിബിയ ഉപദേശിച്ചു.

''എന്നെ ആരും സപ്പോർട്ട് ചെയ്യുന്നില്ല ബിയാ. എല്ലാരും എന്നെ വഴക്കു പറയുവാ.''

''ആര് പറഞ്ഞു വഴക്ക്?''

''അച്ഛനും അമ്മേം മുത്തച്ഛനും മുത്തശ്ശീം മാമൻമാരും. ജോലി കിട്ടുംന്ന് ഒരൊറപ്പും ഇല്ലാത്ത കോഴ്സ് പഠിക്കാൻവേണ്ടി ആരെങ്കിലും സ്വന്തം ഭർത്താവിനേം വീടുമൊക്കെ ഉപേക്ഷിച്ചു പോകുമോന്നാ ചോദിക്കുന്നെ.''

''ഒരാൺതരിയല്ലേടീ ഒള്ളത്. അതിനെ ഓർത്തിട്ടെങ്കിലും സഹിച്ചും ക്ഷമിച്ചും എങ്ങനെങ്കിലും പിടിച്ചുനിന്നോളാനുള്ള ഉപദേശോം കിട്ടിയില്ലേ?'' ജിബിയ രോഷത്തോടെ ചോദിച്ചു.

“കിട്ടി. നീയെങ്ങനെ അറിഞ്ഞു?”

“ആരും പറയാതെ അറിയാം. പെണ്ണിന്റെ ഏറ്റോംവല്യ കടമ അതാണല്ലോ. തൊഴികൊണ്ടും ഇടി മേടിച്ചും തെറി കേട്ടും പിടിച്ചുനിൽക്കുക. സകല നന്ദികേടും ക്രൂരതേം ദുഷ്ടതേം സഹിക്കേം ക്ഷമിക്കേം ചെയ്തോണ്ട് മക്കളെ വളർത്തുക. അതോടെ ജന്മം സഫലമായി.”

“നീ കളിയാക്കിയതാ, അല്ലേ?”

“അതെ. പക്ഷേ അതാണല്ലോ എല്ലാവരടേം മനസ്സിലിരിപ്പ്. നീ അതൊക്കെ അനുസരിച്ച് നിന്റെ ജന്മം പുണ്യജന്മമാക്കാൻ നോക്ക്. ഞാൻ പറഞ്ഞതൊക്കെ മറന്നേക്ക്. വെച്ചേക്കട്ടെ.”

ജിബിയ പിണങ്ങിപ്പറയുകയാണെന്ന് പവിത്രയ്ക്കു മനസ്സിലായി.

“അയ്യോടീ. എന്നോട് വഴക്കിടല്ലേ പൊന്നേ. എന്റെ അവസ്ഥ നീയൊന്നു മനസ്സിലാക്ക്. പെറ്റ തള്ളപോലും സപ്പോർട്ട് ചെയ്യുന്നില്ല. ഇത് പഠിച്ചോണ്ടു ചെന്നാ എന്നാ ജോലി കിട്ടാനാ, ശമ്പളം എന്നാ കിട്ടും എന്നൊക്കെയാ ചോദിക്കുന്നെ.”

“ഞാൻ നിന്നെ കുഴീൽ ചാടിക്കാൻ വേണ്ടിയാണോ ആ കോഴ്സ് പഠിക്കാൻ പറഞ്ഞെ. എന്നെ വിശ്വാസമില്ലേ നിനക്ക്?”

“അതുകൊണ്ടല്ല ബിയാ. ഞാനൊറ്റയ്ക്കു പൊരുതണ്ടേ എല്ലാരോടും വീടിനു പൊറത്തെറങ്ങിയാ മുട്ടുകാല് തല്ലിയൊടിക്കുമെന്നാ പ്രകാശേട്ടൻ പറയുന്നെ.”

“നിന്റെയൊരു പ്രകാശേട്ടൻ. എവിടെങ്കിലും കൊണ്ടുകള ആ ജന്തുവിനെ.” ജിബിയയ്ക്കു ദേഷ്യം വന്നു.

“എന്റെ കുഞ്ഞിന്റെ അച്ഛനല്ലേടീ?”

“എന്നാ നീ അയാളേം താലോലിച്ചോണ്ടിരിക്ക്. എനിക്കു വേറെ പണിയൊണ്ട്. ഫോൺ നിർത്തിയേക്കട്ടെ.”

“നില്ല് നില്ല്. കട്ട് ചെയ്യല്ലേ. ഞാനെന്നതാടീ ചെയ്യണ്ടേ?” പവിത്ര ധർമസങ്കടത്തിലായി.

“എടീ പെണ്ണേ നിന്റെയാ ജീവിതം. നിന്റെ മാത്രം. നിന്റെ മകനു പോലും അവന്റേതായ ഒരു ജീവിതം ഒണ്ടാകും. പക്ഷേ നിനക്കോ? നീ ഉരുകിയുരുകിത്തീർന്നു പോകും. ഇപ്പം നിന്നെ എതിർക്കുന്നോരൊണ്ടല്ലോ, അവരെല്ലാം ഒരു ഭാരം ഒഴിവാക്കി പൊടിതട്ടിക്കളഞ്ഞ് കയ്യും കഴുകി ഇരിക്കുവാ. നിന്നെ കല്യാണം കഴിച്ചുവിട്ടില്ലേ. അവരടെ ഉത്തരവാദിത്തം കഴിഞ്ഞില്ലേ. ഇനി അവർക്ക് നിന്നെ തിരിച്ചു വേണ്ട. നിന്റെ ദുരിതം കാണുന്നതുപോലും ഇഷ്ടമല്ല. അവർക്കിനി വേറെ കടമകളൊണ്ട്.”

“അതെ. അതാ അവര് പറയുന്നെ.” പവിത്ര ശരിവച്ചു.

“അവരടെ ഉത്തരവാദിത്തം അവര് നന്നായിട്ടു ചെയ്തോ, ഇല്ല. നിന്നെ ഒരു നരകക്കുഴീലോട്ടു തള്ളിയിട്ടിട്ട് ഞങ്ങടെ കടമ തീർന്നൂന്നു പറഞ്ഞ് തിരിച്ചു പോന്നാ ആ കടമ തീരുവോ? ഇല്ലെന്നു മുഖത്തു നോക്കി

പറയണം നീ. ചെയ്ത ജോലീടെ തകരാറ് പരിഹരിച്ചിട്ട് മതി അടുത്ത ജോലി ഏറ്റെടുക്കാൻ എന്നു പറയണം. നീ ആരടേം മനസ്സിലിരിപ്പും കുറ്റം പറച്ചിലും അനിഷ്ടോം നോക്കണ്ട. അവരെല്ലാം നിന്നോട് അനീതി കാണിച്ചവരാ. അവരടെ മുൻപിൽ തലകുനിക്കുവോ നാണംകെടുവോ ഒന്നു വേണ്ട. എന്തെങ്കിലും പറയുന്നവരോട് നിവർന്നു നിന്നു പറയണം. ഇതെന്റെ ജീവിതമാ, എല്ലാവർക്കും തട്ടിക്കളിക്കാനൊള്ളതല്ല, നിങ്ങക്ക് എവിടെങ്കിലും കണ്ടുപോയി എറിഞ്ഞുകൊടുക്കാനുള്ളതല്ല, സഹിച്ചും ക്ഷമിച്ചും തെറികേട്ടും നീറിത്തീരാനുള്ളതുമല്ല. എന്റെ ജീവിതം അഭിമാനത്തോടെ ജീവിച്ചു തീർക്കാനൊള്ളതാ എന്ന്.''

''എടീ ബിയാ, ദേ ഞാൻ തീരുമാനിച്ചു. എന്തു വന്നാലും ശരി ഞാൻ ഈ കോഴ്സ് പഠിക്കും. ഞാൻ... ഞാനെന്റെ ജീവിതം തിരിച്ചു പിടിക്കും.''

''ആവോ! രണ്ടു ദിവസം കഴിയുമ്പം നനഞ്ഞ പഴന്തുണിപോലെ ആകുവോ?''

''ഇല്ല. എനിക്കു ജീവിക്കണം.''

''എന്നാ നീ ആദ്യം ആ ആപ്ലിക്കേഷൻ ഫില്ലപ്പ് ചെയ്തു കൊടുക്ക്. ബാക്കി നമുക്ക് പിന്നെ സംസാരിക്കാം. ഓകെ?''

''ശരി. ഓകെ ഡീ.''

പവിത്ര അടുത്ത ദിവസം രാവിലെ ജയപ്രകാശിനോട് ഒരിക്കൽ കൂടി, തനിക്കു പഠിക്കാൻ പോകണമെന്ന ആഗ്രഹം പറഞ്ഞു.

''നീ ഒരു കോ....ത്തിലും പോകുന്നില്ല.'' തുടർന്ന് നീളത്തിലൊരു തെറിയും.

''എന്നാ ഞാൻ വീട്ടിലൊന്നു പൊക്കോട്ടെ.''

''എന്നാത്തിനാ. നിന്റമ്മേ കെട്ടിക്കാനോ? അതോ നിന്റച്ഛന്റെ അടിയന്തിരത്തിനോ. നീയൊരിടത്തും പോകണ്ടെന്നു ഞാൻ പറഞ്ഞാ പോകണ്ട. അത്രതന്നെ.''

''ആരാണ്ട് ബുദ്ധിയുപദേശിച്ചു കൊടുത്തതാ അവക്ക്.'' കേട്ടുകൊണ്ടു വന്ന സുഭദ്ര മകനോടു പറഞ്ഞു: ''എനിക്കു തോന്നുന്നത് ആ നേഴ്സ് പെണ്ണാന്നാ. അവളെടയ്ക്കെടയ്ക്ക് ഫോൺ വിളിക്കാറൊണ്ട്.''

''അവടമ്മേടെ ഫോൺ. ഞാനൊരു ദിവസം അതു തല്ലിപ്പൊട്ടിച്ച് തോട്ടിലെറിയും.''

''അന്നു മൊതല് പൊലീസ് ലോക്കപ്പിൽ പോയി കെടക്കേണ്ടി വരും.'' പവിത്ര ഓർമിപ്പിച്ചു.

''പോടീ.'' ചീറിക്കൊണ്ട് ചാടിയെഴുന്നേറ്റു ചെന്ന ജയപ്രകാശ് അവളെ അടിക്കാൻ കയ്യോങ്ങി.

''അടിക്ക്.'' പവിത്ര വിരിഞ്ഞു നിന്നു. ''അടിച്ചാ കൊന്നേക്കണം. ഇല്ലെങ്കി തള്ളേം മോനേം ഞാൻ ലോക്കപ്പിക്കേറ്റും.''

''പോടീ എന്റെ മുമ്പീന്ന്.'' പുറകെ കണ്ണുപൊട്ടുന്ന കുറെ തെറികളും.

“ഇനി ആ നേഴ്സ്പെണ്ണിനെ ഈ വീട്ടിക്കേറ്ററുത്. അവളിനി ഇവിടെ വന്നാ ഇവിടം മൊതല് അവിടം വരെ അവളെന്റെ തെറി കേക്കും.” ജയപ്രകാശ് അന്ത്യശാസനം നൽകി.

അയാൾ ഓട്ടോയുമായി പോയശേഷം പവിത്ര തന്റേതും അപ്പുവിന്റേതുമായ ഡ്രസ്സെല്ലാം ബാഗിലാക്കി. ഒരു ബാഗ് നിറയ്ക്കാൻപോലും ഉണ്ടായിരുന്നില്ല. അപ്പുവിനെ കുളിപ്പിച്ച് ഒരുക്കി.

“നമ്മളെവടെപ്പോവാ അമ്മേ?”

“അമ്മേടെ വീട്ടിലേക്ക്.”

“ആയ്...ആയ്...” അവൻ തുള്ളിച്ചാടി.

അപ്പുവിന് അതിൽപരം സന്തോഷമില്ല.

സ്നേഹമുള്ള മനുഷ്യർ ഭൂമിയിലുണ്ടെന്ന് അവൻ തിരിച്ചറിഞ്ഞത് ആ വീട്ടിൽ വച്ചാണ്. മുത്തച്ഛനും മുത്തശ്ശിയും വിഷ്ണു മാമനും ദീപ ച്ചിറ്റയുംമെല്ലാം അവന് ദേവദൂതരാണ്. അമ്മയുടെ മടിത്തട്ട് കഴിഞ്ഞാൽ അവന് ഇത്രയധികം വാത്സല്യവും ലാളനയും കിട്ടുന്ന മറ്റൊരു സ്ഥലം ഇല്ലതന്നെ.

ബാഗുമെടുത്ത് പോകാനിറങ്ങിയപ്പോൾ സുഭദ്ര ചോദിച്ചു: “നീ എവിടെപ്പോണ്?”

“വീട്ടില്.”

“നിന്നോട് മര്യാദയ്ക്കവൻ പറഞ്ഞതല്ലേ പോകണ്ടെന്ന്.”

“മര്യാദയ്ക്കല്ല പറഞ്ഞത്. കുറേ തെറികളുടെ അകമ്പോടിയുണ്ടാരുന്നു.”

“അവനോടു ചോദിക്കാതെ പോകാൻ പറ്റത്തില്ല. കേറടീ അകത്ത്. ഇപ്പത്തന്നെ ഞാനവനെ ഫോൺ വിളിച്ച് ഇവിടെ വരുത്തും.”

“ഞാൻ പൊലീസ് സ്റ്റേഷനിൽ വിളിച്ചു ചോദിച്ചാരുന്നു. അവര് പറഞ്ഞു പൊയ്ക്കോളാൻ.”

പിന്നെ സുഭദ്രയുടെ നാവനങ്ങിയില്ല.

അപ്പുവിനെയും കൂട്ടി, ബാഗുമെടുത്ത് പവിത്ര മുറ്റം വിട്ടിറങ്ങി. ഒരുപക്ഷേ, ഇനി ഈ വീട്ടിലേക്ക് ഒരു മടക്കം ഉണ്ടാവില്ലെന്ന് അവൾക്കു തോന്നി. അവൾ റോഡിലിറങ്ങിയശേഷം ഒന്നു തിരിഞ്ഞു നോക്കി. സുഭദ്ര നോക്കി നിൽക്കുന്നു.

“അവനിങ്ങ് വന്നോട്ടെ. നിനക്കു കിട്ടിക്കോളും.” സുഭദ്ര പല്ലുകടിച്ച് പറഞ്ഞു.

പവിത്രയ്ക്കു ഭയമൊന്നും തോന്നിയില്ല. ഇതിനേക്കാൾ വലിയ എതിർപ്പുകൾ സ്വന്തം വീട്ടിൽത്തന്നെ നേരിടേണ്ടിവരുമെന്ന് അവൾക്കറിയാമായിരുന്നു.

■

ദേശാടനപ്പക്ഷികളിലെ കേന്ദ്രകഥാപാത്രങ്ങളായ
ജിബിയയും പവിത്രയും
തങ്ങളുടെ ജീവിതദുരിതങ്ങളെ തരണം ചെയ്ത്
ആകാശച്ചില്ലകളിലേക്ക് പറന്നുയരുന്നു.
വായിക്കുക

ആകാശച്ചില്ലകൾ

സ്വന്തം അഭിമാനം കാത്തു സൂക്ഷിക്കാൻവേണ്ടി ഇങ്ങനെ സ്വന്തം പെൺമക്കളെ ദുരിതക്കയത്തിലോട്ട് തള്ളിയിട്ടിട്ട് കടമ തീർത്തെന്നും പറഞ്ഞ് ആശ്വസിച്ചിരിക്കുന്ന കുറേ അമ്മമാരൊണ്ട് ഈ ലോകത്ത്. എന്റെ അമ്മ ഒരു തവണ ആ തെറ്റ് സമ്മതിച്ച് കൈനീട്ടിത്തന്നിരുന്നെങ്കി ഞാൻ പണ്ടേ ആ കയത്തീന്ന് നീന്തിക്കേറി രക്ഷപ്പെട്ടേനേ.

* * *

''എനിക്കു മനസ്സില്ലായിരുന്നു. അതുകൊണ്ടാ. എനിക്കു ചെലവിനു തരാത്ത, എനിക്കു വസ്ത്രോം മരുന്നും വാങ്ങിത്തരാത്ത, എന്നെ തെറിവിളിക്കുകേം എന്റെ കുഞ്ഞിനെ പട്ടിണിക്കിടുകേം ചെയ്യുന്ന ആഭാസന് എന്റെ ശരീരത്തിൽ ഒരു അവകാശോം ഇല്ലെന്നു തീരുമാനിച്ചിട്ടു തന്നെയാ. എന്റെ ശരീരം എന്റെ മാത്രമാ. അതിനൊരന്തസ്സും അഭിമാനോം, നിലേം വിലേം ഒക്കെയൊണ്ട്.''

* * *

''കൂടെ കിടക്കുന്ന പെണ്ണ് ഏതാണെന്നു തിരിച്ചറിയാനൊള്ള ബോധം പോലുമില്ലാതെ കുടിച്ചു കുന്തംമറിഞ്ഞു കാട്ടിക്കൂട്ടിയ പേക്കൂത്തിന്റെ പേരാണോ അച്ഛൻ?

www.ingramcontent.com/pod-product-compliance
Lightning Source LLC
LaVergne TN
LVHW100431051026
849518LV00004B/1456
* 9 7 8 8 1 9 7 5 5 5 4 6 6 *